लेखकाविषयी

गॅब्रिअल गार्सिया मार्केझ यांचा जन्म १९२८ साली आराकाकाटा, कोलंबिया येथे झाला. युनिव्हर्सिटी ऑफ बोगोता येथे त्यांनी शिक्षण घेतले. त्यानंतर *एल एस्पेक्टडोर* या कोलंबियन वृत्तपत्रासाठी त्यांनी वार्ताहर म्हणून काम पाहिले, तसेच रोम, पॅरिस, बार्सिलोना, कॅरॅकस आणि न्यू यॉर्क येथे फॉरेन करस्पॉन्डन्ट म्हणून काम पाहिले. त्यांच्या नावावर अनेक कथासंग्रह आणि कादंबऱ्या जमा आहेत. त्यांपैकी काही पुढीलप्रमाणे – *आइज ऑफ ब्लू डॉग* (१९४७), *लीफ स्टॉर्म* (१९५५), *नो वन राइट्स टू कर्नल* (१९५८), *इन इव्हिल अवर* (१९६२), *बिग ममाज़ फ्युनेरल* (१९६२), *वन हन्ड्रेड इयर्स ऑफ सॉलिट्यूड* (१९६७), *इनोसन्ट एरेन्डिरा अँड अदर स्टोरीज़्* (१९७२), *द ऑटमन ऑफ द पॅट्रिआर्क* (१९७५), *क्रॉनिकल ऑफ अ डेथ फोरटोल्ड* (१९८१), *लव्ह इन द टाइम ऑफ कॉलरा* (१९८५), *द जनरल इन हिज लॅबिरिन्थ* (१९८९), *स्ट्रेंज पिलग्रिम्स* (१९९२) आणि *ऑफ लव्ह अँड अदर डेमॉन्स* (१९९४).

१९८२ साली त्यांना साहित्यातील नोबेल पुरस्काराने सन्मानित करण्यात आले. त्यांचे सध्याचे वास्तव्य मेक्सिको सिटीत आहे.

D9900523

साहित्यातील नोबेल पुरस्काराने सन्मानित लेखक

गॅब्रिअल गार्सिया मार्केझ

वन हन्ड्रेड इयर्स ऑफ सॉलिट्यूड

अनुवाद : केशव सद्रे

संपादन साहाय्य : प्रथमेश पाटील

MANJUL

मंजुल पब्लिशिंग हाउस

First published in India by

MANJUL

Manjul Publishing House

Pune Editorial Office
•Flat No. 1, 1ˢᵗ Floor, Samartha apartment, 1031,
Tilak Road, Pune - 411 002
Corporate and Editorial Office
•2 Floor, Usha Preet Complex, 42 Malviya Nagar, Bhopal 462 003 - India
Sales and Marketing Office
•7/32, Ansari Road, Daryaganj, New Delhi 110 002 - India
Website: www.manjulindia.com
Distribution Centres
Ahmedabad, Bengaluru, Bhopal, Kolkata, Chennai,
Hyderabad, Mumbai, New Delhi, Pune

Marathi translation of *One Hundred Years of Solitude*

Copyright © GABRIEL GARCÍA MÁRQUEZ, 1967 and
Heirs of GABRIEL GARCÍA MÁRQUEZ

First published in 1967 as Cien Anos de Soledad

English translation copyright © Harper & Row, Publishers, Inc., 1970

Marathi translation copyright © Manjul Publishing House Pvt. Ltd., 2020

All rights reserved

This Marathi edition first published in 2021

ISBN : 978-93-90085-68-2

Marathi translation: Keshav Sadre

Cover design: Megha Sharma

All rights reserved. No part of this publication may be reproduced, stored in or introduced into a retrieval system, or transmitted, in any form, or by any means (electronic, mechanical, photocopying, recording or otherwise) without the prior written permission of the publisher. Any person who does any unauthorized act in relation to this publication may be liable to criminal prosecution and civil claims for damages.

जॉमी गार्सिया अॅस्कॉट

आणि मारिया ल्युइसा एलिओ यांना...

वन हन्ड्रेड इयर्स ऑफ सॉलिट्यूड

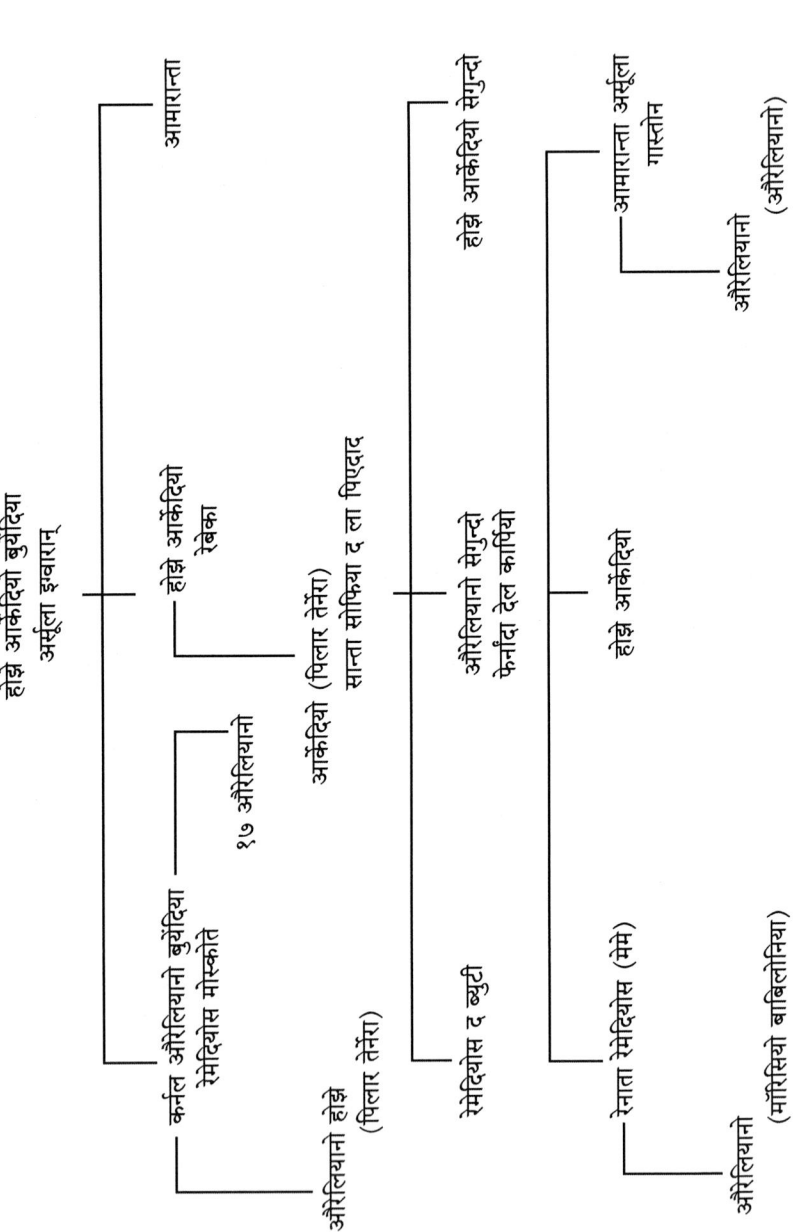

होझे आर्केदियो बुएँदिया
अमूला इग्वारान्

होझे आर्केदियो बुएँदिया अमूला इग्वारान्

आमारान्ता

कर्नल औरेलियानो बुएँदिया रेमेदियोस मोस्कोते

होझे आर्केदियो रेबेका

१७ औरेलियानो

औरेलियानो होझे
(पिलार तेर्नेरा)

आर्केदियो (पिलार तेर्नेरा) सान्ता सोफिया द ला पिएदाद

होझे आर्केदियो सेगुन्दो

औरेलियानो
(पिलार तेर्नेरा)

औरेलियानो सेगुन्दो फेर्नांदा देल कार्पियो

होझे आर्केदियो सेगुन्दो

आमारान्ता अर्सूला गास्तोन

रेमेदियोस द ब्यूटी

होझे आर्केदियो

औरेलियानो
(औरेलियानो)

रेनाता रेमेदियोस (मेमे)

औरेलियानो
(मौरिसियो बाबिलोनिया)

१

एका मोठ्या काळानंतर जेव्हा कर्नल औरेलियानो बुयेंदियाला फायरिंग स्क्वाडसमोर उभं केलं गेलं, तेव्हा त्याला सुंदर काळातली ती दुपार आठवली. त्याच्या वडिलांनी त्याला बर्फ म्हणजे काय ते पहिल्यांदाच पाहायला नेले होते, तेव्हा माकोन्दो एका स्वच्छ पाण्याच्या नदीकाठी वसलेले कच्च्या विटांच्या विसेक घरांचे छोटेसे खेडे होते. ती नदी प्रागैतिहासिक काळातल्या अंड्यासारख्या प्रचंड पांढऱ्या शुभ्र गुळगुळीत दगडांच्या पात्रातून वाहत होती. ते सारे जगच एवढे नवीन होते की, अनेक गोष्टींना नावेसुद्धा नव्हती म्हणून त्यांचा उल्लेख करताना त्यांच्याकडे बोट दाखवावे लागायचे. दर वर्षी मार्च महिन्यात काटक जिप्सींचे एक कुटुंब गावाजवळ आपले तंबू ठोकून राहायचे. ते लोक पिपाण्या, नगारे वाजवत नवनव्या शोधांचे प्रदर्शन मांडायचे. सुरुवातीला त्यांनी लोहचुंबक आणले. मेल्कियादेस नावाच्या दाढी वाढलेल्या आणि चिमणीसारख्या हातांच्या एका धष्टपुष्ट जिप्सीने ते लोहचुंबक लोकांसमोर नीट पाहण्यासाठी मांडले होते. त्याच्या मते मॅसिडोनियाच्या विद्वान किमयागारांनी निर्माण केलेले ते आठवे आश्चर्य होते. धातूचे ते दोन मोठे ठोकळे घेऊन तो जिप्सी घरोघर फिरला. भांडी, कढया, चिमटे आणि कोळशाच्या शेगड्या आपापल्या जागेवरून घरंगळत त्या दोन लोहचुंबकांच्या मागे ओढल्या जात. खिळ्यांच्या घट्ट पकडीमुळे तुळया नुसत्याच कुरकुर आवाज करू लागत आणि पेच बाहेर निघू पाहत. केव्हा तरी हरवून गेलेल्या, शोध लागत नसलेल्या अनेक वस्तू मेल्कियादेसच्या त्या जादूच्या लोखंडी ठोकळ्यांमागे अनावर गोंधळात ओढल्या जात. हे सारे पाहून प्रत्येक जण आश्चर्याने थक्क व्हायचा. 'सगळ्या वस्तूंना स्वतःचा जीव असतो,' शब्दांवर विलक्षण जोर देत आपल्या कठोर आवाजात मेल्कियादेस म्हणायचा, 'केवळ त्यांचा आत्मा जागृत करण्याची गरज असते.' होझे आर्केदियो बुयेंदियाची कल्पनाशक्ती फारच तीव्र होती, ती निसर्गाच्या चमत्कारांच्या आणि

जादूच्याही पलीकडे जाऊ शकत असे. एरवी निरुपयोगी असलेल्या लोहचुंबकाच्या त्या शोधाचा वापर करून पृथ्वीच्या पोटातून सोने बाहेर काढता येईल असे त्याला वाटायचे. मेल्कियादेस प्रामाणिक होता म्हणून त्याने होझे आर्केदियो बुयेंदियाला बजावले होते की, 'त्याचा तसा काही उपयोग होणार नाही;' पण होझे आर्केदियो बुयेंदियाचा कुठल्याही जिप्सीच्या प्रामाणिकपणावर विश्वासच नव्हता म्हणून त्याने आपले एक खेचर आणि बकऱ्यांच्या जोडीच्या मोबदल्यात लोहचुंबकाचे ते दोन ठोकळे घेतले. त्याची बायको अर्सूला इग्वारान् खरे म्हणजे आपल्या घरातली किरकोळ मिळकत त्या प्राण्यांच्या साह्याने वाढवायच्या विचारात होती; परंतु ती त्या व्यवहारापासून नवऱ्याला परावृत्त करू शकली नाही. तो तिला म्हणाला, 'लवकरच आपल्याकडे भरपूर सोने असेल की, घरातल्या जमिनीवर अंथरले तरी सोने शिल्लक राहील.' आपल्या म्हणण्यातले तथ्य दाखवून देण्यासाठी त्याने अनेक महिने खूप कष्ट घेतले. लोखंडाचे ते दोन ठोकळे जमिनीवरून ओढत मेल्कियादेसचा मंत्र मोठ्याने उच्चारत त्याने नदीच्या पात्रासकट त्या प्रदेशातील सगळ्या जमिनीचा इंचनइंच छानून काढला. त्याच्या त्या प्रयत्नांतून एकच गोष्ट घडली. त्याला पंधराव्या शतकातले एक लोखंडी चिलखत सापडले. चिलखताचे सगळे भाग जणू गंजानेच परस्परांशी जोडलेले होते, दगडांनी भरलेल्या एखाद्या मोठ्या पोकळ भोपळ्यातून निघावा तसा आवाज त्यातून येत होता. होझे आर्केदियो बुयेंदिया आणि त्याच्या त्या मोहिमेतील चौघा जणांना ते चिलखत उसवणे शक्य झाले, तेव्हा त्यांना त्याच्या आत एक चुनखडी चढलेला हाडांचा सापळा आढळला. त्या सापळ्याच्या गळ्यात एक तांब्याचा ताईत अडकवलेला होता, त्यात कुणा स्त्रीचा एक केसही होता.

मार्चमध्ये ते जिप्सी परत आले. त्या वेळी त्यांनी आपल्या बरोबर एक दुर्बीण आणि पडघमाएवढे एक भिंग आणले होते. ॲम्स्टरडॅमच्या ज्यूंचा अगदी नवीन शोध म्हणून त्या दोन्ही गोष्टी त्यांनी लोकांसमोर पाहायला मांडल्या. एका जिप्सी स्त्रीला त्यांनी गावाच्या टोकाला उभे केले आणि ती दुर्बीण त्यांच्या तंबूच्या प्रवेशदाराजवळ लावून ठेवली. पाच रेआलांच्या मोबदल्यात लोक दुर्बिणीतून त्या स्त्रीला हाताच्या अंतरावर असल्यासारखे बघू शकत. मेल्कियादेसने जाहीरपणे म्हटले, 'विज्ञानाने अंतर नाहीसे करून टाकले आहे. थोड्याच दिवसांत माणसाला जगात कुठेही काय घडते आहे ते आपले घर न सोडतासुद्धा पाहता येईल.' एका दुपारच्या रणरणत्या उन्हात सूर्याचे एक भयंकर आक्रित लोकांना पाहायला मिळाले. रस्त्याच्या मधोमध वाळलेल्या गवताचा एक ढीग ठेवून जिप्सींनी त्या प्रचंड भिंगातून त्यावर सूर्यकिरण एकवटवले आणि त्या ढिगाला आग लावून दाखवली. त्याच्या लोहचुंबकांना आलेल्या अपयशाने अजूनही निराश असलेला होझे आर्केदियो बुयेंदियाच्या डोक्यात एक नवीच कल्पना शिरली की, युद्धात एक शस्त्र म्हणून या नव्या शोधाचा वापर करता येईल. मेल्कियादेसने पुन्हा त्याला परावृत्त करण्याचा प्रयत्न केला; पण शेवटी

त्याने लोहचुंबकाचे ते दोन ठोकळे आणि तीन जुन्या नाण्यांच्या बदल्यात त्याला ते भिंग दिले. अर्सूला तर गर्भगळीत होऊन रडूच लागली. ते पैसे तिच्या वडिलांनी संपूर्ण आयुष्य कष्ट-दारिद्र्यात काढून मोठ्या जाडजूड पेटीत साठवून ठेवलेल्या पैशांपैकी होते आणि योग्य वेळी चांगला उपयोग करता येईल म्हणून तिने आपल्या पलंगाखाली ते पुरून ठेवले होते. होझे आर्केदियो बुयेंदियाने तिचे सांत्वन करण्याचा प्रयत्न केला नाही. तो त्याच्या डावपेचांमध्ये गुंतून आपल्याच नादात गुंग होता. एखाद्या शास्त्रज्ञाच्या निर्विकारतेने वागत त्याने कधी कधी जिवाला धोकादेखील पत्करला होता. शत्रूच्या सैन्यावर त्या भिंगाचा प्रयोग करून दाखवण्याच्या प्रयत्नांत त्याने स्वतःला भाजून घेतले होते. त्यातून त्याला झालेल्या जखमा बऱ्या व्हायला खूपच दिवस लागले होते. त्याच्या त्या असल्या धोकादायक शोधांमुळे घाबरून गेलेल्या बायकोने विरोध केला म्हणून एकदा तर तो आपल्या घरालाच आग लावायला निघाला होता. आपल्या खोलीत तो तासन्‌तास घालवत असे. आपल्या अभिनव शस्त्राच्या डावपेचात्मक वापराच्या शक्यतांची अनेक गणिते करून त्यांचे विलक्षण सुस्पष्ट असे एक मार्गदर्शकपर पुस्तकही त्याने तयार केले होते. त्यामध्ये अत्यंत बारकाईने साऱ्या सूचना एकत्रित केल्या होत्या. त्यांच्या परिणामकारकतेविषयी त्याला पक्की खात्री होती. त्या पुस्तकाबरोबरच आपल्या संशोधनातील सगळ्या प्रयोगांविषयी अनेक स्पष्टीकरणे, तपशीलवार आराखडे, संशोधनाचे फलित आणि निष्कर्ष असे सगळे त्याने एका दूताबरोबर सरकारकडे पाठवून दिले. त्या दूताला अनेक डोंगर ओलांडावे लागले. कित्येक दलदलीच्या प्रदेशांत तो वाट चुकला, वादळांनी खळाळणाऱ्या कितीतरी नद्या त्याला पार कराव्या लागल्या. नैराश्य, रोग आणि जंगली जनावरे यांच्या तावडीतून कसाबसा सुटल्यानंतर त्या दूताला एकदाची वाट सापडली. ती वाट टपाल वाहून नेणाऱ्या खेचरांच्या मार्गाला जाऊन मिळाली होती. त्या काळात कुणी राजधानीला जाऊन येणे म्हणजे जवळपास अशक्य कोटीतलीच गोष्ट होती, तरी सरकारने होझे आर्केदियो बुयेंदियाला तशा आज्ञा दिल्याबरोबर राजधानीला स्वतः जाऊन तिथे सैन्यातील अधिकाऱ्यांना आपल्या नव्या शोधाची प्रात्यक्षिके दाखवून त्यांना सौरयुद्धाच्या गुंतागुंतीच्या कलेचे प्रशिक्षण देण्याचे वचन त्याने दिले होते. सरकारच्या उत्तराची त्याने अनेक वर्षे वाट पाहिली. शेवटी कंटाळा येऊन मेल्कियादेसला त्याने आपले एवढे मोठे कार्य अयशस्वी झाल्याचे ऐकवले, तेव्हा त्याने आपल्या प्रामाणिकपणाचा अगदी पटण्यासारखा पुरावा देत तीन जुनी नाणी त्याला परत देऊन ते भिंग तर परत घेतलेच शिवाय काही पोर्तुगीज नकाशे आणि नौकानयनाची साधनेही त्याला दिली. एखाद्या स्थळाची उंची दाखवणारे जुन्या पद्धतीचे उंचीदर्शक यंत्र, होकायंत्र आणि कोनमापक तसेच मंक हरमन[१]च्या संशोधनावर आधारित पण मेल्कियादेसने स्वतःच्या हस्ताक्षरात लिहून ठेवलेला निष्कर्षांचा संक्षिप्त अहवाल होझे आर्केदियो बुयेंदियाला नंतर वापरता

येईल म्हणून त्याला दिला. आपल्या प्रयोगांमध्ये कोणताही व्यत्यय येऊ नये म्हणून घराच्या मागील बाजूस बांधलेल्या एका छोट्याशा खोलीमध्ये स्वतःला कोंडून घेऊन होझे आर्केदियो बुयेंदियाने पावसाळ्याचे ते दीर्घ महिने घालवले. घरगुती कामे करायचे अगदीच टाकून देऊन आपल्या घराच्या मागील पटांगणात आकाशातील तारे न्याहाळण्यात त्याने रात्रीच्या रात्री घालवल्या आणि माध्यान्ह्य नेमका केव्हा असतो ते शोधून पक्के करण्यासाठी जवळजवळ उष्माघातही ओढवून घेतला. आपल्या त्या साधनांचा योग्य त्या कौशल्याने वापर करण्यात तो वाकबगार बनला, तेव्हा त्याला अवकाशासंबंधी एक अशी कल्पना सुचली की, तिच्या आधारे आपली अभ्यासिका न सोडतासुद्धा अज्ञात सागरांमध्ये नौकानयन करता येणे, निर्जन प्रदेशांना भेटी देणे आणि विलक्षण प्राण्यांशी संपर्क साधणे त्याला सहज शक्य व्हावे. अर्सूला आणि मुले आवारातील केळी, कॅलॅडियम[२], कॅसाव्हा[३], यामूस[४], आहुयामाची मुळे[५] आणि वांग्यांची रोपे इत्यादींची लागवड करून आपल्या पाठी दुखवून घेत होती तर होझे आर्केदियो बुयेंदियाला त्याच दिवसांत स्वतःशीच बोलायची आणि कुठल्याही गोष्टीकडे लक्ष न देता घरभर हिंडायची सवय जडली होती. आपल्या स्वतःच्या आकलनाकडे दुर्लक्ष करीत हलक्या आवाजात आपल्या अनुमानांची जणू मालिकाच स्वतःशी पुन्हा पुन्हा पुटपुटत त्याने अगदी झपाटल्यासारखे काही दिवस घालवले. आपल्या वडिलांचे ते विलक्षण गांभीर्य मुलांच्या लक्षात जन्मभर राहणार होते. होझे आर्केदियो बुयेंदियाने रात्रंदिवस सतर्क राहून विलक्षण ओजस्वी गांभीर्याने आणि आपल्या कल्पनाशक्तीच्या तीव्र आवेगाने स्वतःला पूर्णपणे उद्ध्वस्त करून घेतले होते. डिसेंबरमधल्या एका मंगळवारी जेवणाच्या वेळी एकाएकी त्याने आपल्या मनावरचे सगळे तापदायक ओझे दूर केले आणि आपला तो विलक्षण शोध त्यांना सांगून टाकला,

'पृथ्वी ही एखाद्या संत्र्यासारखी गोल आहे.'

आता अर्सूलाची सहनशक्ती संपली. 'तुम्हाला वेड लागायचं असेल तर तुम्ही एकटेच खुश्शाल वेडे व्हा,' ती मोठ्याने ओरडली; 'पण तुमच्या त्या जिप्सी कल्पना मुलांच्या डोक्यात भरवू नका.' बायकोच्या या अविचारामुळे होझे आर्केदियो बुयेंदिया घाबरला नाही, अविचल राहिला. तिने संतापाच्या भरात ते उंचीदर्शक साधन जमिनीवर आपटून मोडून टाकले तर त्याने दुसरे तयार केले आणि गावातल्या लोकांना आपल्या छोट्याशा खोलीत एकत्र जमवून तो ते सिद्धान्त त्यांना समजावत राहिला. मात्र त्यांच्यापैकी कुणालाच ते काही कळत नव्हते. पूर्वेकडे सतत एकाच दिशेने नावेतून जात राहिले तर पुन्हा त्याच जागी पोहोचण्याची शक्यता कशी आहे हे त्याने त्यांना सांगितले.

सगळ्या गावाची खात्री पटली होती की, होझे आर्केदियो बुयेंदियाचे डोके फिरले आहे. तेवढ्यात तसल्या सगळ्या गोष्टी ठाकठीक करण्यासाठी मेल्कियादेस

परत आला. त्याने होझे आर्केदियो बुयेंदियाच्या बुद्धिमत्तेचे जाहीर कौतुक केले. निव्वळ अनुमानांच्या आधारे होझे आर्केदियो बुयेंदियाने खगोलशास्त्रातील एक सिद्धान्त मांडला होता. तो सिद्धान्त इतरत्र सिद्धही झाला होता. मात्र माकोन्दोमध्ये तो अजूनपर्यंत कुणाला माहीतही नव्हता. होझे आर्केदियो बुयेंदियाविषयी त्याला वाटणाऱ्या आदराचा पुरावा म्हणून त्याने अल्केमीची एक प्रयोगशाळा त्याला भेट दिली. गावाच्या भवितव्यावर त्या देगणीचा फार दूरगामी परिणाम व्हायचा होता. तोपर्यंत मेल्कियादेस आश्चर्यकारक वेगाने म्हातारा व्हायला लागला होता. सुरुवातीच्या माकोन्दोच्या भेटींमध्ये तो होझे आर्केदियोला बुयेंदियाच्याच वयाचा वाटला होता; परंतु होझे आर्केदियो बुयेंदियाने आपली असामान्य शारीरिक ताकद अजूनपर्यंत कायम टिकवली होती, त्यामुळे तो अजूनही एखाद्या घोड्याला निव्वळ कानाला धरून खाली लोळवू शकत असे तर मेल्कियादेस कुठल्या तरी चिवट रोगामुळे अगदी जर्जर होऊन गेला होता. वास्तविक पाहता त्याचे ते खंगून जाणे हा सहसा न आढळणाऱ्या अनेक रोगांचा परिणाम होता. जगभराच्या त्याच्या अनेक सफरींमध्ये ते वेगवेगळे रोग त्याच्या वाट्याला आले होते. होझे आर्केदियो बुयेंदियाची ती प्रयोगशाळा उभारण्यासाठी मदत करता करता मेल्कियादेसने त्याला सांगितले होते, त्यानुसार मृत्यू त्याचा सगळीकडे पाठलाग करतच होता. जणू अगदी त्याच्या विजारीच्या टोकाशी येऊन त्याचा वास घेत होता; पण आपल्या पंज्यांच्या पकडीत त्याला धरायचा अंतिम निर्णय मात्र मृत्यूने अजूनपर्यंत घेतला नव्हता. मानवजातीच्या वाट्याला आलेल्या सर्व प्रकारच्या रोगांपासून आणि आकस्मित संकटांपासून तो सारखा दूर पळत होता. पर्शियामध्ये तो पेलाग्रा नावाच्या रोगापासून बचावला होता. त्या रोगात कातडी तडकायला लागून शेवटी माणसाला वेड लागते. मलायच्या द्वीपसमूहामध्ये तो रक्तपित्तव्याधीपासून तर अलेक्झांड्रियामध्ये महारोगापासून बचावला होता. जपानमध्ये बेरीबेरीपासून, मादागास्करमध्ये ब्युबॉनिक प्लेगपासून, सिसिलीमध्ये भूकंपापासून तर मॅगेलानच्या सामुद्रधुनीमध्ये बोट फुटण्याच्या एका भयंकर अनुभवातूनही मेल्कियादेस बचावला होता. त्या विलक्षण माणसाजवळ नोस्त्रादामसच्या भविष्यकथनाचे रहस्य उलगडण्याच्या क्लृप्त्या होत्या, तरीही तो विमनस्क माणूस दुःखाच्या आवरणामध्ये गुरफटलेला होता. कुठल्याही गोष्टीच्या पलीकडे काय आहे ते माहीत असणाऱ्या आशियाई माणसासारखा तो दिसायचा. तो घालायचा ती मोठी काळी हॅट पंख पसरलेल्या एखाद्या डोमकावळ्यासारखी दिसायची. त्याच्या अंगातल्या जाकिटावरून अनेक शतकांचा चमकदार थर घरंगळून गेला होता. तो विलक्षण शहाणा आणि असंख्य अनुभवांतून गेलेला होता तरीही त्याच्या व्यक्तित्वावर एक मानवी ओझे असल्यासारखे होते आणि वृत्तीमध्ये एक प्रकारची ऐहिकताही होती, त्यामुळे दैनंदिन जीवनातील क्षुल्लक प्रश्नांमध्ये तो गुंतायचा. म्हातारपणातल्या दुखण्यांविषयी तो कुरकुर करायचा, अगदी सामान्य

अशा आर्थिक अडचणींमुळे गांजलेला असायचा आणि हसायचे सोडून तर त्याला कित्येक काळ लोटला होता. कारण, त्याचे दात स्कर्व्ही रोगामुळे पडून गेले होते. एका घुसमटवणाऱ्या दुपारी त्याने ती रहस्ये उलगडायला सुरुवात केली, तेव्हा ती एक विलक्षण मैत्रीची सुरुवात आहे, अशी होझे आर्केदियो बुयेंदियाची खात्रीच पटली. त्याच्या विलक्षण गोष्टींमुळे मुलांना भीतीच वाटायला लागली होती. औरेलियानो तर तेव्हा पाच वर्षांहून मोठा असण्याची शक्यता नव्हती. ती दुपार त्याला जन्मभर आठवत राहणार होती. खिडकीतून येणाऱ्या धातूच्या हलत्या प्रकाशात मेल्कियादेस बसला होता. आपल्या ऑर्गनसारख्या, खोल आवाजाने तो कल्पनेचे दूरदूरचे काळोखे कोपरे उजळत होता. त्याच्या कपाळावर जमलेला तेलकटपणा उष्णतेने वितळत होता. त्याचा मोठा भाऊ होझे आर्केदियो त्या सगळ्या आश्चर्यकारक प्रतिमा आनुवंशिक स्मृती म्हणून त्याच्या सगळ्या वंशजांपर्यंत पोहोचवणार होता. मात्र मेल्कियादेसची ती भेट एक वाईट आठवण म्हणूनच अर्सूलाच्या लक्षात राहिली होती. कारण, तिने त्या खोलीत प्रवेश केला, तेव्हा मेल्कियादेसच्या निष्काळजीपणामुळे त्याच्या हातून बायक्लोराइड ऑफ मर्क्युरी ठेवलेले भांडे खाली पडून फुटले होते. ती म्हणाली, 'हा सैतानाचा वास आहे.' तिची चूक दुरुस्त करण्यासाठी मेल्कियादेसने म्हटले, 'छे, छे, सैतानाचे गुणधर्म गंधकाचे असतात असे सिद्ध झालेले आहे. हा तर केवळ रसकापूर आहे.' काहीही शिकवायला नेहमीच तयार असणाऱ्या मेल्कियादेसने मग हिंगुळ्याच्या घातक गुणधर्मांविषयी विद्वत्तापूर्ण विवेचन सुरू केले, अर्सूलाने मात्र त्याच्याकडे लक्ष दिले नाही. ती आपली प्रार्थनेसाठी मुलांना तेथून दूर घेऊन गेली. मेल्कियादेसच्या आठवणींशी निगडित असा तो चावरा वास तिच्या मनात कायमचा टिकून राहणार होता. मेल्कियादेसने होझे आर्केदियो बुयेंदियाला भेट म्हणून दिलेल्या गोष्टींमध्ये एक ओबडधोबड प्रयोगशाळा होती. तिच्यामध्ये भरपूर काचेची भांडी, नरसाळी, कितीतरी ऊर्ध्वपातनाची उपकरणे, गाळणी, चाळण्या आणि एक प्राथमिक स्वरूपाचा पाण्याचा नळ, बारीक लांब मानेचे एक काचेचे चंचुपात्र, फिलॉसॉफर्स एग्[६]ची एक हुबेहुब प्रतिकृती, मेरी द ज्यूच्या तीन नळ्यांच्या ऊर्ध्वपातनाच्या आधुनिक उपकरणासारखेच पण जिप्सींनी स्वतःच बनवलेले एक ऊर्ध्वपातन-उपकरण इत्यादी साधने होती. त्या वस्तूंबरोबर सात ग्रहांशी संबंधित असे सात धातू आणि सोने दुप्पट करण्यासाठी उपयोगी असलेली मोझेस[७] आणि झोसिमसची सूत्रे[८] मेल्कियादेसने त्याला दिली. अर्थात, ती सूत्रे आणि तत्सम महान भाष्यांचा अर्थ लावण्याची क्षमता असणे आवश्यक होतेच. तशी क्षमता असलेल्यांसाठी परीस तयार करण्याच्या कृतीमध्ये उपयोगी पडतील अशा टिपणांचा व आराखड्यांचा संग्रहदेखील मेल्कियादेसने होझे आर्केदियो बुयेंदियाला बक्षीस दिला होता. सोने दुप्पट करण्याच्या सूत्रांच्या सोपेपणामुळे त्याला भुरळ पडली होती म्हणून पाऱ्याचे जेवढ्या वेळा विघटन करता येईल, तेवढ्या प्रमाणात सोन्याची नाणी दुप्पट होतील

असा विचार होझे आर्केदियो बुयेंदियाने केला आणि अर्सूलाने तिच्याजवळची नाणी उकरून काढून त्याला द्यावीत म्हणून त्याने खूप आठवडे तिची मनधरणी केली. अर्सूलाने नेहमीप्रमाणे नवऱ्याच्या चिवट हटवादीपणापुढे हार खाल्ली व ती नाणी त्याला दिली. मग त्याने ती तीन नाणी एका कढईत टाकून शिवाय त्याबरोबर तांब्याचा कीस, पिवळा खनिज रंग, गंधक आणि शिसेही टाकले आणि उकळून ते सगळे एकत्र केले. मग ते सारे मिश्रण त्याने एरंडाच्या तेलात उकळले. मात्र त्यातून मौल्यवान सोन्याऐवजी एक प्रकारचा काकवीसारखा चिकट विचित्र त्रासदायक द्रवपदार्थ तयार झाला. मग त्याने तो पदार्थ ऊर्ध्वपातनाच्या धोकादायक साहसी प्रक्रियांद्वारे सप्तग्रहांच्या धातूंसोबत वितळवून वाताभेद्य पारा आणि सायप्रसच्या मोरचूदाबरोबरही मिसळला. नंतर मुळ्याचे तेल मिळाले नाही म्हणून डुकराच्या चरबीत शिजवलेल्या त्या सोन्याचे डुकराच्या चरबीच्या तडतडणाऱ्या चिकट घाणेरड्या गोळ्यात रूपांतर होऊन गेले. अर्सूलाला ते मौल्यवान सोने वारसाहक्काने मिळाले होते. शेवटी तो चिकट पदार्थ कढईच्या तळाशी घट्ट चिकटून बसला.

जिप्सी गावात परत आले, तेव्हा अर्सूलाने गावातल्या सगळ्या लोकांना त्यांच्याविरुद्ध भडकवले होते; परंतु भीतीपेक्षा कुतूहल जास्त प्रभावी होते. कारण, या वेळी ते जिप्सी गावभर वेगवेगळ्या वाद्यांच्या साह्याने कान बधिर करणारा आवाज करीत फिरले होते आणि त्यांच्यातील एका फिरस्त्याने नासियान्सेनेसच्या सर्वांत विलक्षण शोधाच्या प्रदर्शनाची जाहिरातही केली होती, त्यामुळे सगळे जण त्या तंबूमध्ये गेले, तर त्यांना तिथे अगदी तरुण अशा मेल्कियादेसचे दर्शन झाले. तो अगदी पूर्ण बरा झाला होता, चेहऱ्यावर सुरकुत्या नव्हत्या आणि तोंडात चमकणारे दात होते. स्कर्व्ही रोगाने बाद झालेल्या त्याच्या हिरड्या, बसलेले ढिले गाल आणि सुकलेले ओठ ज्या लोकांना आठवत होते ते तर जिप्सींच्या अद्भुत शक्तीविषयीच्या त्या निर्णायक पुराव्यामुळे भीतीने थरथर कापू लागले होते. केवळ एका धावत्या क्षणासाठी मेल्कियादेसने त्याचे ते सगळे दात हिरड्यांच्या आवरणासकट जसेच्या तसे बाहेर काढून प्रेक्षकांना दाखविले, त्या वेळी तो पहिल्यासारखा जराग्रस्त दिसू लागला होता. त्याने ते दात पुन्हा बसवले आणि पुन्हा एकदा नव्याने प्राप्त झालेल्या आपल्या तारुण्यावर जणू पूर्ण ताबा असल्यासारखा तो हसला तेव्हा ते सगळे पाहून लोकांच्या भीतीचे चक्क दहशतीत रूपांतर झाले. होझे आर्केदियो बुयेंदियालादेखील असे वाटले की, अल्केमीच्या सगळ्या प्रयोगांमधला त्याचा रसच एका रात्रीतून नाहीसा झाला. पुन्हा एकदा त्याची मनःस्थिती पेचप्रसंगात सापडल्यासारखी बिघडली. तो वेळेवर जेवेनासा झाला. सारा दिवस आपला घरभर काहीतरी बडबडत हिंडत राहायचा. एकदा तो अर्सूलाला म्हणाला, 'अगदी अशक्य वाटाव्यात अशा गोष्टी जगात घडत आहेत. त्या तिथे, नदीच्या पलीकडे जादूची वाटावीत अशी सर्व प्रकारची नवनवीन साधने आहेत आणि इथं आपण गाढवासारखे जिणे जगतो आहोत.'

अगदी माकोन्दोच्या स्थापनेपासून त्याला ओळखणाऱ्या लोकांना मेल्कियादेसच्या प्रभावाखाली तो केवढा बदलला आहे ते पाहून आश्चर्याचा धक्का बसला.

सुरुवातीला होझे आर्केदियो बुयेंदिया एखाद्या दयाळू कुटुंबप्रमुखासारखा होता. तो सगळ्यांना झाडाझुडपांच्या लागवडीसंबंधी माहिती सांगायचा, मुलांना आणि प्राण्यांना कसे वाढवावे यासंबंधी मार्गदर्शनपर सूचना करायचा, सगळ्यांच्या कल्याणासाठी समाजातील सर्वांशी सहकार्य करून त्यांना शारीरिक कष्टांचीही मदत करायचा. त्याचे घर हे गावातले सर्वांत सुंदर घर असल्यामुळे इतर घरेही त्याच्याच घरासारखी त्याच नमुन्यानुसार बांधली गेली होती. त्याच्या घरात चांगला उजेड असलेले एक लहानसे उठाय-बसायचे दालन होते, रंगीबेरंगी फुलांनी सजवलेले गच्चीसारखे जेवणघर होते, दोन शेजघरे होती, एक प्रचंड चेस्टनट वृक्ष असलेले पटांगण होते. त्या पटांगणात एक चांगली जोपासलेली बाग आणि गोठाही होता. त्यात बकऱ्या, डुकरे आणि कोंबड्या गुण्यागोविंदाने राहत होत्या. त्या घरातच नव्हे तर सबंध गावात फक्त एकाच प्रकारच्या प्राण्यांना पूर्णपणे बंदी होती; ते म्हणजे झुंजीचे कोंबडे.

काम करण्याची अर्सूलाची क्षमता तिच्या नवऱ्याच्या क्षमतेसारखीच दांडगी होती. सतत कामात असणाऱ्या, छोट्याशा, कठोर आणि कधीही धीर न सोडणाऱ्या त्या स्त्रीला साधे गुणगुणतानाही कधीच कुणी ऐकले नव्हते. पहाटेपासून ते उशिरा रात्रीपर्यंत ती जणू सगळीकडेच असायची आणि तिच्या स्टार्च केलेल्या कडक पेटीकोट्सचा हळू कुजबुजल्यासारखा आवाज सतत येत राहायचा. भराव टाकून पक्की केलेली जमीन, पांढरा रंग न दिलेल्या मातीच्या भिंती, त्यांनी स्वतःच तयार केलेले साधे फर्निचर हे सारे तिच्याचमुळे अतिशय स्वच्छ असायचे आणि त्यांनी आपले कपडे ठेवलेल्या जुनाट पेट्यांमधून तुळशीचा उबदार वास येत असायचा.

होझे आर्केदियो बुयेंदिया हा त्या गावातील सर्वांत जास्त साहसी माणूस होता. त्याने गावातल्या घरांची मांडणी अशी केली होती की, त्या सगळ्या घरांपासून कुणालाही सारख्याच श्रमांमध्ये नदीवर जाऊन पाणी आणता येत असे, तसेच त्याने गावातले रस्तेही अशा कौशल्याने आखले होते की, दिवसातल्या कडक उन्हाच्या काळात कोणत्याही घराला जास्त ऊन लागू नये. काही वर्षांच्या कालावधीतच माकोन्दो हे एक नीटनेटके, कामसू आणि सुखी गाव बनून गेले होते. शिवाय, तिथे अजून कुणीही तीस वर्षे वयाहून अधिक वयाचे नव्हते आणि अजून कुणाचाही मृत्यू झाला नव्हता.

गावाच्या स्थापनेपासूनच होझे आर्केदियो बुयेंदियाने गावात सापळे आणि पिंजरे लावून ठेवले होते. थोड्याच दिवसांत त्याने आपल्या घराबरोबरच सर्वांची घरे कॅनरीज, ट्रॉपियल्स, बीईटर्स आणि रेडब्रेस्ट्स अशा पक्ष्यांनी भरून टाकली. त्या सगळ्या पक्ष्यांचा कलकलाट एवढा कटकटीचा होऊ लागला की, अर्सूलाला आपले

कान मेणाने बंद करून घ्यावे लागायचे. नाहीतर तिची वास्तवाची जाणीवच हरवून गेली असती. मेल्कियादेसची जमात गावात पहिल्यांदाच डोकेदुखीवर इलाज म्हणून काचेचे गोळे विकायला आली तेव्हा गावकऱ्यांना आश्चर्य वाटले की, दलदलीच्या त्या सुस्त प्रदेशात हरवलेले आपले गाव जिप्सींना सापडले कसे? तेव्हा त्यांनी कबूल केले की, पक्ष्यांच्या गाण्यामुळे त्यांना त्या गावाचा रस्ता सापडला होता.

लोहचुंबकांचा नाद, खगोलशास्त्रातील गणिते, रूपांतराच्या अल्केमीची स्वप्ने आणि जगातील आश्चर्यांचा शोध घेण्याची तीव्र इच्छा या साऱ्यांमुळे सामाजिक पुढाकाराची त्याची ती वृत्ती थोड्याच कालावधीत लोप पावली. एरवी नीटनेटका दिसणाऱ्या आणि सतत काम करणाऱ्या होझे आर्केदियो बुयेंदियाचे दिसायला आळशी, अव्यवस्थित कपडे आणि वेड्यावाकड्या वाढलेल्या दाढीवाल्या माणसात रूपांतर होऊन गेले. त्याची ती दाढी मोठ्या मुश्किलीने स्वयंपाकघरातील चाकूनेच नीटनेटकी ठेवायचे काम अर्सूलाला करावे लागायचे. अनेकांना वाटायचे की, त्याच्यावर कुठल्या तरी विचित्र जादूचा वगैरे परिणाम झाला असावा. मात्र तरीदेखील त्याने जर जमीन साफसूफ करायची आपापली हत्यारे घेऊन गावातल्या लोकांना आपल्या मागोमाग येण्यासाठी हाक दिली असती आणि माकोन्दो हे गाव नवनव्या महान शोधांच्या संपर्कात येऊ शकेल अशा प्रकारे रस्ता काढायला सांगितले असते तर त्याच्या वेडसरपणाची पक्की खात्री असलेले लोकसुद्धा आपले कामधाम व कुटुंब टाकून त्याच्याबरोबर जायला तयार झाले असते.

होझे आर्केदियो बुयेंदिया त्या भागाच्या भूगोलासंदर्भात अगदी अडाणी होता. तसे त्याला माहीत होते की पूर्वेकडे अभेद्य डोंगरांची रांग व त्यांच्या पलीकडच्या बाजूला रिओहाचा हे प्राचीन शहर आहे. पहिल्या औरेलियानो बुयेंदियाने म्हणजे त्याच्या आजोबांनी त्याला सांगितले होते की, त्या शहराच्या भागात सर फ्रान्सिस ड्रेक[१] हा इंग्रज तोफा घेऊन सुसरींच्या शिकारीसाठी गेला होता आणि त्याने त्या मारलेल्या सुसरी नीटनेटक्या करून पेंढा भरून राणी एलिझाबेथकडे नेल्या होत्या. होझे आर्केदियो बुयेंदिया आणि त्याच्या बरोबरच्या माणसांनी आपल्या ऐन तारुण्यात समुद्राकडे जाण्याचा मार्ग शोधण्यासाठी बायकामुले, पाळीव जनावरे आणि सर्व प्रकारचे घरगुती साहित्य सोबत घेऊन तो डोंगर ओलांडला होता. सव्वीस महिन्यांनंतर त्यांनी ती मोहीम थांबवली होती आणि परत जावे लागू नये म्हणून माकोन्दोची स्थापना केली होती, त्यामुळे त्या मार्गाविषयी त्यांना आस्था नव्हती, त्या मार्गाने केवळ भूतकाळाकडेच जावे लागले असते. दक्षिणेकडे गाळातील वनस्पतींनी भरलेला तो अमर्याद दलदलीचा प्रदेश विस्तृत असा पसरलेला होता. प्रचंड पसरलेले ते सगळे विश्वच जणू तसल्या गाळाचे व दलदलीचे होते आणि जिप्सी म्हणत त्यानुसार त्या प्रदेशाला अंत नव्हता. प्रचंड दलदलीचा तो पश्चिमेकडचा प्रदेशही पाण्याच्या अमर्याद विस्तारात मिसळला होता. तिकडे अत्यंत मुलायम

त्वचेच्या मत्स्यकन्या होत्या, त्यांचे शिर आणि कमरेवरचे शरीर स्त्रीचे असायचे आणि त्यांच्या असामान्य स्तनांच्या मोहामुळे खलाशांचा नाश ओढवायचा. त्या मार्गाने जिप्सी सहा महिने आपल्या नावा हाकारत आणि नंतर टपाल वाहून नेणाऱ्या खेचरांच्या मार्गाने त्या भूप्रदेशाला पोहोचत असत. होझे आर्केदियो बुयेंदियाच्या गणिती अनुमानानुसार सुसंस्कृत जगाशी संपर्काची शक्यता फक्त उत्तरेच्या मार्गानेच होती. माकोन्दोच्या स्थापनेच्या वेळी त्याच्याबरोबर असणाऱ्या माणसांच्या हाती त्याने शिकारीची साधने आणि जंगलातील वाटा साफसूफ करण्याची हत्यारे दिली, पाठीवर अडकवण्याच्या एका पोतडीत दिशा शोधण्याची साधने आणि नकाशे भरले आणि तो आपल्या अविचारी साहसावर निघाला.

सुरुवातीच्या काही दिवसांत त्यांच्या वाटेत कोणतेही विशेष अडथळे आले नाहीत. नदीच्या खडकाळ काठाकाठाने ते चालत राहिले आणि अनेक वर्षांपूर्वी कुणा सैनिकाचे ते गंजलेले चिलखत त्यांना सापडले होते तिथे ते जाऊन पोहोचले. तिथून जंगली संत्र्यांच्या झाडांमधल्या वाटेने ते दाट अरण्यात पोहोचले. पहिल्या आठवड्याच्या शेवटी त्यांनी एक हरीण मारून भाजले; परंतु त्यातले अर्धेच खाण्यावर त्यांचे एकमत झाले, त्यातले अर्धे आगामी दिवसांसाठी त्यांनी खारावून राखून ठेवले. तशी काळजी घेतल्यामुळे मकाव जातीच्या पोपटांचे निळे उग्र, कस्तुरीसारख्या चवीचे मांस खावे लागण्याचे कर्म त्यांना पुढे ढकलता आले. त्यानंतर दहा दिवस त्यांना पुन्हा सूर्यदर्शन झाले नाही. पायाखालची जमीन ज्वालामुखीच्या राखेसारखी ओलसर मऊ लागू लागली आणि झाडेझुडपे अधिकाधिक दाट होत गेली. पक्ष्यांचे ओरडणे आणि माकडांच्या आवाजाचा गोंधळ दूर दूर गेला आणि आजूबाजूचे जग कायमचे दुःखद बनून गेले. साहसी मोहिमेवरील त्या माणसांचे बूट जसजसे वाफाळणाऱ्या तेलांच्या डबक्यांमध्ये बुडू लागले तसतशी ती माणसे आदिम पापाच्याही[१०] पलीकडे जात राहिली आणि ओलसरपणाच्या त्या शांत स्वर्गात आपल्या अतिप्राचीन स्मृतींच्या पूर्णता अधीन झाली. त्यांचे मोठाले चाकू रक्तरंगी कमळांचा आणि सोनेरी सरड्यांचा संहार करीत राहिले. त्या मलूल विश्वात एक आठवडाभर ते झोपेत चालणाऱ्यांसारखे, एकमेकांशी जवळजवळ न बोलताच चालत होते. तिथे फक्त अतिसूक्ष्म कीटकांपासून मिळणारा प्रकाश होता आणि रक्ताच्या गुदमरवणाऱ्या वासाने त्यांची फुप्फुसे भरून गेली होती. ते माघारी फिरू शकत नव्हते. कारण, थोडाफार मार्ग मोकळा करून ते पुढे जात, तेवढ्यात लगेच जणू काय त्यांच्या डोळ्यांसमोरच वाढणाऱ्या वनस्पतींनी भरून जात असे. होझे आर्केदियो बुयेंदिया म्हणायचा, 'ठीक आहे. मुख्य म्हणजे वाट चुकता कामा नये.' त्या मंतरलेल्या प्रदेशातून बाहेर पडता यावे म्हणून तो सतत आपल्या माणसांना होकायंत्राच्या आधारे अदृश्य उत्तरेच्या दिशेने मार्ग दाखवित होता. तारे नसलेली घनदाट अंधाराची अशी ती रात्र होती खरी; पण आता तो अंधार ताज्या स्वच्छ हवेने

भरून गेला होता. डोंगर आणि दलदलीचा प्रदेश ओलांडण्याच्या प्रवासाने थकून गेल्यावर त्या माणसांनी आपल्या झोपायच्या झोळ्या झाडांना टांगल्या आणि दोन आठवड्यांच्या काळात पहिल्यांदाच ते सगळे झोपी गेले. सूर्य आकाशात उंचावर गेला तेव्हा त्यांना जाग आली आणि समोरच्या दृश्याने ते मोहित, अवाक् होऊन गेले. त्यांच्यासमोर फर्न आणि ताडाच्या झाडांनी वेढलेले, सकाळच्या निःस्तब्ध उजेडात पांढरेशुभ्र पावडरीसारखे भासणारे एक मोठे स्पॅनिश जहाज दिसत होते. ते जरासे उजव्या बाजूला झुकले होते. शाबूत असलेल्या त्याच्या डोलकाठ्यांपासून शिडाच्या घाणेरड्या चिंध्या जहाजाच्या दोरखंडांमध्ये लोंबत होत्या आणि त्या दोरखंडांवर फिकी जांभळी ऑर्किड्स फुललेली दिसत होती. दगड बनून गेलेली बार्नेकल्स[११] आणि मऊ शेवाळे यांनी झाकला गेलेला जहाजाचा तो सांगाडा दगडी पृष्ठभागाशी पक्का बांधून ठेवलेला होता. त्या संपूर्ण आकृतीवर काळाचा दुष्परिणाम झाला नव्हता आणि तिथे पक्ष्यांची ये-जासुद्धा नव्हती. ती आकृती आपल्याच एका एकान्त, विस्मृत अवकाशात स्थिर होती. त्या मोहिमेवरील माणसांनी निश्चित हेतूने जहाजाच्या आतल्या भागांचा शोध घेतला तर आत फुलांच्या घनदाट रानाशिवाय दुसरे काहीही नव्हते.

जहाजाचा जो शोध, समुद्र जवळच असण्याचा निदर्शक होता, त्यामुळे होझे आर्केदियो बुयेंदियाचा उत्साह मावळला. तो समुद्राचा शोध घेत होता तेव्हा कितीतरी यातना भोगून आणि असंख्य त्याग करूनही समुद्र त्याला सापडला नव्हता आणि आता त्याचा शोध घेत नव्हता तर असा एकाएकी तो सापडला. एखाद्या अभेद्य अडथळ्यासारखा समुद्र त्याच्या वाटेतच आडवा पडलेला होता. त्याला ती सारी लहरी दैवाची एक खेळीच वाटली. अनेक वर्षांनंतर कर्नल औरेलियानो बुयेंदियाने तो प्रदेश पुन्हा ओलांडला, तेव्हा तो प्रदेश नियमित टपालाचा मार्ग झालेला होता आणि त्याच्या वडिलांना सापडलेल्या जहाजाचा सांगाड्याचा केवळ जळालेला काही भाग सुंदर फुलझाडांच्या शेतामध्ये दृष्टीस पडला, तेव्हा कुठे त्याची खात्री पटली की, वडील सांगत होते ती जहाजाची गोष्ट निव्वळ कल्पनाविलास नव्हती. होझे आर्केदियो बुयेंदियाला आश्चर्य वाटले की, ते जहाज जमिनीवर त्या ठिकाणी पोहोचलेच कसे? परंतु त्या जहाजापासून चार दिवस प्रवास केल्यानंतर समुद्र आढळला, तेव्हा त्याने त्या प्रश्नाकडे फारसे लक्ष दिले नाही. तो राखाडी रंगाचा फेसाळ, घाणेरडा समुद्र पाहून त्याची सगळी स्वप्ने लयाला गेली. त्याने पत्करलेले एवढे धोके आणि केलेले त्याग करावेत एवढी काही त्या समुद्राची योग्यता नव्हती. 'अरे धत्!' तो ओरडला, 'माकोन्दो सगळ्या बाजूने पाण्याने वेढलेले आहे!'

त्या मोहिमेवरून परतल्यानंतर होझे आर्केदियो बुयेंदियाने कशाबशा काढलेल्या नकाशामुळे द्वीपकल्पासारख्या माकोन्दोची कल्पना काही काळ रूढ झाली होती. तो नकाशा त्याने तिथल्या संपर्कसाधनांच्या अडचणींचा बाऊ करीत काहीशा

दुष्टाव्याने, रागाने काढला होता. ती जागा निवडण्यामध्ये आपण दाखवलेल्या निव्वळ अडाणीपणाबद्दल जणू काही तो स्वतःलाच शिक्षा करीत होता. 'आपण कधीही कुठेच जाणार नाही,' तो अर्सूलाला दुःखाने म्हणाला. 'आपली सगळी आयुष्यं विज्ञानाचे कुठलेच फायदे न मिळता इथेच सडत जाणार आहेत.' प्रयोगशाळा म्हणून तो वापरायचा त्या छोट्या खोलीत तो त्या खात्रीशिवाय मनात अनेक महिने चिंतन करत राहिला आणि माकोन्दो एखाद्या अधिक चांगल्या ठिकाणी हलवण्याचा विचार त्याच्या मनात पक्का झाला. मात्र तेव्हा त्याच्या भ्रमिष्ट बेतांची अर्सूलाला आधीच कल्पना आली होती. एखाद्या लहानशा मुंगीच्या गुप्त, कठोर श्रमांनी तिने गावातील स्त्रियांना गाव हलवण्याच्या तयारीत असलेल्या त्यांच्या नवऱ्यांच्या पळपुटेपणाविरुद्ध आपल्या बाजूने करून घेतले. कोणत्या क्षणी वा कुठल्या विरोधी शक्तींमुळे त्याचा स्थलांतराचा बेत सबबी, निराशा आणि टाळाटाळ यांच्या जाळ्यात गुरफटला जाऊन केवळ एक आभासच होऊन गेला, ते होझे आर्केदियो बुयेंदियाला कळलेच नाही. त्या सकाळी तो आपल्या प्रयोगशाळेतील साधने त्यांच्या मूळच्या खोक्यांमध्ये ठेवून आपल्या निघण्याच्या बेताविषयी पुटपुटत राहिला, तेव्हा अर्सूला त्याच्याकडे निरागसपणे लक्षपूर्वक पाहत होती. तिला त्याची थोडीशी कीवही आली. त्याला दूषण न देता तिथे त्याला खोक्यांना खिळे ठोकू दिले आणि स्वतःची आद्याक्षरे ब्रशने त्या खोक्यांवर रंगवू दिली. गावातले पुरुष त्या कामात आपल्याबरोबर असणार नाहीत हे त्याला कळून चुकले होते. त्याच्या स्वतःशीच चाललेल्या हळूहळू पुटपुटण्यातून तिलाही हे कळून चुकले होते. फक्त तो त्या खोलीचा दरवाजा उचकटून काढायला लागला तेव्हा अर्सूलाने त्याला तो काय करतोय ते विचारले. तो कडवटपणे उत्तरला, 'ज्या अर्थी इतर कुणीच यायला तयार नाही, त्या अर्थी आपणच तेवढे इथून निघू.' अर्सूला जराशीही विचलित झाली नाही.

ती म्हणाली, 'आपण इथून कुठेही जाणार नाही. आपण इथेच राहू. कारण, इथेच आपल्याला मुलगा झाला आहे.' तो म्हणाला, 'पण आपल्यातील कुणाचाही इथे मृत्यू झालेला नाही. जोपर्यंत कुणी तरी मरून एखाद्या ठिकाणी पुरले जात नाही, तोपर्यंत ते ठिकाण त्या कुटुंबीयांचे होत नाही.' अर्सूलाने मृदू दृढतेने उत्तर दिले, 'तुम्ही सर्वांनी इथेच राहावे म्हणून मला मरावे लागले तर मी मरेनही.' आपल्या बायकोची याबाबतची इच्छा एवढी पक्की असेल असे होझे आर्केदियो बुयेंदियाला वाटले नव्हते. आपल्या कल्पनाशक्तीच्या जोरावर विलक्षण अद्भुत असे जग कसे तिचे होईल याची आश्वासने देऊन तिला भुरळ घालण्याचा त्याने प्रयत्न केला. त्या जगात जमिनीवर फक्त एक प्रकारचे जादूचे पाणी शिंपडले की, तिथली झाडे माणसाला हवी तेव्हा हवी तशी फळे देतील आणि माणसाच्या दुखण्यावर इलाज करण्याचे सगळे उपाय आपल्याला परवडणाऱ्या पैशात उपलब्ध असतील वगैरे; परंतु त्याच्या त्या 'दिव्यदृष्टी'बाबत अर्सूला निर्विकार होती.

ती म्हणाली, 'तुमच्या त्या वेडपटपणाच्या शोधांचा विचार करीत इकडेतिकडे जाण्यापेक्षा तुम्ही जरा तुमच्या मुलांची काळजी घ्या. बघा त्यांची ती अवस्था. कशी गाढवांसारखी इकडेतिकडे हुंदडताहेत बघा.'

होझे आर्केदियो बुयेंदियाने बायकोचे बोलणे शब्दशः मनावर घेतले आणि खिडकीतून बाहेर पाहिले. त्याला बागेतल्या सूर्यप्रकाशात ती अनवाणी मुले दृष्टीस पडली. त्याला वाटून गेले की, ती मुले नुकतीच अस्तित्वात आली आहेत, अर्सूलाला एखाद्या मंत्राच्या योगाने ती झाली असावीत. त्याच्या अगदी आत आत काही तरी गूढ आणि निःसंदिग्ध स्पष्टपणे घडल्यासारखे झाले, तो अगदी मुळापासून हलल्यासारखा झाला आणि तोवर अबोध असलेल्या आठवणींच्या प्रदेशात वाहावत गेला. अर्सूला आपले घर झाडत राहिली. ते घर सोडून जायची वेळ आता उरलेल्या सगळ्या आयुष्यात कधीच येणार नव्हती. होझे आर्केदियो बुयेंदिया आपले डोळे ओले होईपर्यंत हरवल्यासारखा मुलांचा विचार करीत राहिला. हाताच्या मागल्या बाजूने त्याने डोळे पुसले आणि सगळ्याचा परित्याग केल्यासारखा एक दीर्घ निःश्वास सोडून तो म्हणाला, 'ठीक आहे. मुलांना इकडे येऊन या खोक्यांमधल्या वस्तू काढायला मला मदत करायला सांग.'

मुलांमधला सर्वांत मोठा मुलगा होझे आर्केदियो त्या वेळी चौदा वर्षांचा होता. त्याचे डोके चौकोनी होते, केस दाट आणि शारीरिक वैशिष्ट्ये बापासारखी होती. वाढीचा आणि शारीरिक ताकदीचा त्याचा हुरूप बापासारखाच होता; पण त्याच्याजवळ कल्पनाशक्तीचा अभाव होता हे लवकरच स्पष्ट झाले. माकोन्दोची स्थापना करण्यापूर्वी ते डोंगर ओलांडण्याच्या अवघड दिवसांतच त्याची गर्भधारणा आणि त्याचा जन्मही झाला होता. त्या वेळी त्याचे कुठलेही अवयव जनावरासारखे नाहीत हे पाहून त्याच्या आई-वडिलांनी दैवीशक्तीचे आभार मानले होते. माकोन्दोमध्ये जन्मलेला पहिला मानवी जीव म्हणजे औरेलियानो मार्चमध्ये सहा वर्षांचा होणार होता. तो शांत आणि एकलकोंडा होता. आईच्या पोटात होता, तेव्हाच तो रडला होता आणि जन्मतः त्याचे डोळे उघडे होते. त्याची नाळ कापली जाताना त्याने आपले डोके इकडून तिकडे फिरवले, खोलीतल्या वस्तू बघून घेतल्या आणि तिथल्या लोकांच्या चेहऱ्यांकडे निर्भय कुतूहलाने पाहिले. नंतर जे लोक त्याला जवळून पाहायला आले, त्यांच्याकडे दुर्लक्ष करीत तो वर झावळ्यांच्या छपराकडेच पाहत राहिला. ते छप्पर जणू काय पावसाच्या प्रचंड माऱ्याखाली कोसळायला झाल्यासारखे दिसत होते. पुढील प्रसंग घडेपर्यंत त्याच्या नजरेतील ती उत्कंठा अर्सूला विसरूनच गेली होती; परंतु एक दिवस अर्सूला शेगडीवरचे सूपाचे भांडे उतरवून टेबलावर ठेवत असतानाच तीन वर्षांच्या औरेलियानो स्वयंपाकघरात गेला. दारातूनच गोंधळल्यासारखा तो म्हणाला, 'ते भांडे सांडणार आहे.' वास्तविक ते भांडे टेबलच्या मध्यभागी व्यवस्थित ठेवलेले होते; परंतु त्या मुलाने तसे म्हटले आणि ते भांडे जणू

आतून एखाद्या शक्तीने लोटले जावे तसे चक्क टेबलाच्या कडेला जाऊ लागले आणि खाली जमिनीवर पडून फुटले. त्या प्रकाराने घाबरून गेलेल्या अर्सूलाने नवऱ्याला तो प्रकार सांगितला; पण ती सहज घडणारी गोष्ट आहे असे त्याने म्हटले. तो नेहमीच तसा असायचा, आपल्या मुलांच्या अस्तित्वाबद्दल परक्यासारखा वागायचा. याचे एक कारण असे होते की, त्याच्या मते बालपण म्हणजे मानसिक अपुरेपणाची अवस्था होती आणि दुसरे कारण म्हणजे तो नेहमीच स्वतःच्या काल्पनिक तर्कांमध्ये गुंग असायचा; पण ज्या दुपारी त्याने आपल्या प्रयोगशाळेतील वस्तू खोक्यांतून काढायला मुलांनी मदत करावी म्हणून त्यांना बोलावले, तेव्हापासून त्याने आपला सर्वांत उत्तम वेळ त्यांच्यासाठी दिला. त्या वेगळ्या, छोट्याशा खोलीतील भिंती हळूहळू चित्रविचित्र नकाशांनी आणि कपोलकल्पित रेखाटनांनी भरू लागल्या. त्याने त्यांना लिहायला, वाचायला आणि गणितातली उदाहरणे सोडवायला शिकवले. केवळ जगातील आश्चर्यांविषयीचेच नव्हे तर आपले सगळे ज्ञान तो त्यांना देत राहिला, शिवाय आपली कल्पनाशक्ती अगदी स्वैर सोडूनही तो त्यांना काही काही सांगत राहिला. अशा रीतीने त्या मुलांना कितीतरी गोष्टींचे ज्ञान होऊन गेले. उदाहरणार्थ, आफ्रिकेमध्ये अतिदूर दक्षिणेकडे एवढी बुद्धिमान आणि शातंताप्रिय माणसे होती की, निव्वळ बसल्या बसल्या चिंतन करीत राहणे हाच त्यांचा करमणुकीचा उद्योग होता आणि एका बेटावरून दुसऱ्या बेटावर उड्या मारीत आख्खा एजियन समुद्रदेखील केवळ पायी चालत पार करत थेट सालोनिका बंदरापर्यंत तसे पोहोचणे शक्य आहे इत्यादी. त्या मुलांच्या आठवणींमध्ये ती भ्रांतीयत् अभ्याससत्रे अशी काही रुतून बसली की पुढे अनेक वर्षांनंतर कर्नल औरेलियानो बुयेंदिया फायरिंग स्कॉडसमोर उभा होता, तेव्हा त्या लष्करी अधिकाऱ्याने 'फायर' असा हुकूम देण्यापूर्वी एक क्षणभरच त्याला मार्चमधली ती दुपार अत्यंत स्पष्टपणे दृष्टीसमोर दिसू लागली. त्या वेळी त्याच्या वडिलांनी भौतिकशास्त्र शिकवायचे मध्येच थांबवले होते, त्यांचे हात हवेत स्थिर आणि डोळे निश्चल झाले होते आणि ते एकाएकी भुरळ पडल्यासारखे स्तब्ध होऊन गेले होते. त्यांना पुन्हा एकवार त्यांच्या गावात येणाऱ्या जिप्सींचे पडघम, बासऱ्या आणि वाद्यांचा आवाज ऐकायला आला. वाद्यांचा तो आवाज म्हणजे जिप्सी त्यांच्या गावात येऊन पोहोचल्याचा आणि मेम्फिसच्या[१२] विद्वान माणसांचा अगदी नवा, ताजा आश्चर्याचा धक्का देणारा शोध जाहीर करण्याचा निदर्शक होता. हे जिप्सी नवीन, तरुण आणि अत्यंत सुंदर होते. त्यांना फक्त त्यांचीच भाषा अवगत होती. त्यांची त्वचा तेलकट आणि हात बुद्धिमत्तेचे निदर्शक होते. सबंध गावातल्या रस्त्यांवर त्यांच्या त्या संगीत आणि नाचाचा एक जबरदस्त भीतियुक्त आनंदाचा परिणाम झाला. विविध रंगांनी रंगवलेले त्यांच्याजवळचे पोपट इटालियन भाषेतली गाणी म्हणायचे, एक कोंबडी डफाच्या आवाजाबरोबर सोन्याची शंभर अंडी घालायची, तर एक शिकवलेले माकड माणसांच्या मनातले ओळखायचे.

त्याशिवाय अनेक कामे करणारे एक यंत्र होते, ते बटणंही शिवायचे आणि माणसाला आलेला तापदेखील उतरवत असे. एक साधन असे होते की, त्यामुळे माणसाला आपल्या वाईट आठवणी विसरता येत असत आणि एक पोटिस असे होते की, त्यामुळे वेळ नाहीसा करता येत असे. त्याशिवाय त्यांच्याजवळ आणखी हजारो गोष्टी अशा विलक्षण आणि कल्पकतापूर्ण होत्या की, त्या सगळ्या लक्षात ठेवता याव्यात म्हणून एखादे स्मरणयंत्र शोधून काढावे, असे होझे आर्केदियो बुयेंदियाला नक्कीच वाटले असावे. एका क्षणात जणू काय त्यांनी साऱ्या गावाचे रूप बदलवून टाकले. जिप्सींच्या त्या गर्दीच्या जत्रेमध्ये माकोन्दोच्या रहिवाशांना अगदी आपल्याच गावच्या रस्त्यांवर हरवल्यासारखे होऊन गेले.

त्या गर्दी गोंधळामध्ये आपली मुले हरवू नयेत म्हणून एकेका हाताने एकेका मुलाचा हात पकडून होझे आर्केदियो बुयेंदिया एखाद्या वेड्यासारखा सगळीकडे मेल्कियादेसचा शोध घेत हिंडत राहिला. कारण, त्याला त्या विलक्षण दुःस्वप्नातली असंख्य रहस्ये मेल्कियादेसपुढे उघड करायची होती. तिथे हिंडताना दातांवर सोन्याची टोपणे बसवलेल्या आणि सहा–सहा हात असलेल्या कसरतपटूंवर तो आदळत होता आणि त्या लोकांच्या उच्छ्वासाबरोबर येणाऱ्या शेणाचा आणि चपलींच्या वासाने गुदमरत होता. त्याने कितीतरी जिप्सींना मेल्कियादेसविषयी विचारले; पण त्यांना त्याची भाषाच कळत नव्हती. मेल्कियादेस नेहमी आपला तंबू उभारायचा तिथे शेवटी तो जाऊन पोहोचला, तर तिथे एक अबोल आर्मेनियन जिप्सी स्पॅनिशमध्ये ओरडत पिवळ्या रंगाचे एक सरबत विकत होता. ते प्यायल्यानंतर माणूस अदृश्य होत असे. लोकांना कोपरांनी ढकलीत कशीतरी वाट काढीत होझे आर्केदियो बुयेंदिया त्या माणसाजवळ पोहोचला आणि त्याने त्याला आपला प्रश्न विचारला, तेव्हा त्या माणसाने त्या पिवळ्या सरबताचा एक ग्लास एका घोटातच नुकताच घशाखाली लोटला होता आणि लोकांचा एक जमाव ते अदृश्य होण्याचे अजब दृश्य पाहण्यात गुंगून गेला होता. त्या जिप्सीने, त्याचं एका वात्रट, धूरकट डबक्यात रूपांतर व्हायच्या आधी, त्याला त्याच्या नजरेच्या भयाण वातावरणात ओढले, ज्यावर त्याचं वाक्य तरंगत राहिलं, 'मेल्कियादेस मेला आहे.' तिथल्या माणसांचा जमाव दुसऱ्या युक्त्यांकडे आकर्षित होऊन विखुरला गेला आणि त्या अबोल आर्मेनियन माणसाचे ते डबके वाफ होऊन पूर्णपणे विरून गेले. ते सारे होईपर्यंत त्या बातमीने कष्टी झालेल्या होझे आर्केदियो बुयेंदिया आपल्या दुःखातून बाहेर येण्याचा प्रयत्न करत निश्चलपणे तिथेच उभा राहिला होता. दुसऱ्या जिप्सींनी नंतर मेल्कियादेस खरोखरच तापाला बळी पडल्याचे त्याला निश्चितपणे सांगितले आणि जावा समुद्राच्या अत्यंत खोल भागात त्याचे प्रेत फेकून दिले होते हेही सांगितले. मुलांना त्या बातमीत रस नव्हता. मेम्फिसच्या विद्वान माणसांनी शोधून काढलेल्या एका अभिनव वस्तूची तंबूच्या प्रवेशद्वारापाशी जाहिरात केली जात होती, तिकडे

आपल्या वडिलांनी आपल्याला घेऊन जावे, असा त्या मुलांचा हट्ट होता. तो तंबू किंग सॉलोमनचा होता. मुलांनी एवढा हट्ट धरला की, होझे आर्केदियो बुयेंदियाने तीस रिआल देऊन त्या तंबूमध्ये प्रवेश मिळवला. तिथे तंबूच्या मध्यभागी केसाळ शरीराचा आणि तासलेल्या डोक्याचा एक अवाढव्य माणूस चाच्यांच्या एका भल्या मोठ्या पेटीची राखण करीत होता. त्याच्या नाकात तांब्याचे कडे होते आणि पायाच्या घोट्याशी जाडजूड जड लोखंडी साखळी होती. त्या अवाढव्य माणसाने ती पेटी उघडली, तेव्हा आतून बर्फाचा भपकारा बाहेर पडला. आतमध्ये एक प्रचंड पारदर्शक ठोकळा होता, त्याच्या आत असंख्य सुया होत्या, त्या सुयांमध्ये मावळत्या सूर्यप्रकाशाचे विभाजन होऊन रंगीत तारे चमकताना दिसत होते. मुले काहीतरी त्वरित स्पष्टीकरणाची वाट पाहत होते, हे जाणून अस्वस्थ झालेल्या होझे आर्केदियो बुयेंदियाने पुढील वाक्य पुटपुटण्याचे धाडस केले.

'हा जगातला सर्वांत मोठ्ठा हिरा आहे.'

त्या जिप्सीने त्याचा प्रतिवाद करीत म्हटले, 'नव्हे, हा बर्फ आहे.'

काय ते न कळून होझे आर्केदियो बुयेंदियाने त्या ठोकळ्याकडे हात लांब केला; पण त्या अवाढव्य माणसाने तो ठोकळा दूर सरकावला. तो म्हणाला, 'त्याला स्पर्श करायचा असेल तर आणखी पाच रियाल पडतील.' होझे आर्केदियोने पाच रियाल दिली आणि आपला हात त्या बर्फाच्या ठोकळ्यावर ठेवून काही मिनिटे तसाच राहू दिला. एका गूढ रहस्यमय गोष्टीला स्पर्श केल्यामुळे त्याचे हृदय एकाच वेळी भीतीने आणि आनंदाने भरून आले. काय बोलावे ते न कळून आपल्या मुलांनाही तो अद्भुत अनुभव घेता यावा म्हणून त्याने आणखी दहा रिआल दिली. छोट्या होझे आर्केदियोने त्या ठोकळ्याला हात लावायला नकार दिला, तर औरेलियानोने एक पाऊल पुढे टाकून त्याला स्पर्श केला आणि लगेच हात मागे घेतला. घाबरून जाऊन तो म्हणाला, 'ते जळतंय.' त्याच्या वडिलांनी त्याच्याकडे लक्ष दिले नाही; परंतु चमत्काराच्या पुराव्यामुळे धुंद होऊन आपले ते बेहोशीत केलेले सगळे उद्योग आणि मेल्कियादेसचे शरीर जलचरांच्या भक्ष्यस्थानी पडले, हे सारे काही होझे आर्केदियो बुयेंदिया विसरला. त्याने आणखी पाच रिआल त्याला दिली आणि जणू काही पवित्र ग्रंथावर हात ठेवून साक्ष द्यावी तशा आविर्भावात बर्फाच्या ठोकळ्यावर हात ठेवत तो उद्गारला,

'आपल्या काळातला हा महान शोध आहे.'

२

स र फ्रान्सिस ड्रेक या चाच्याने सोळाव्या शतकात रिओहाचावर हल्ला केला, तेव्हा अर्सूला इग्वारान्ची खापर-खापरपणजी धोक्याच्या घंटांच्या व तोफा डागण्याच्या आवाजाने एवढी घाबरली की, तिचा स्वतःवरचा ताबा सुटला आणि ती पेटत्या शेगडीवरच बसली. भाजण्याच्या जखमांमुळे ती उरलेल्या आयुष्यभराकरता बायको म्हणून निरुपयोगी होऊन गेली. उशांचा आधार घेऊनच तिला कसेबसे एका बाजूने बसता येत असे. त्या अपघातामुळे तिच्या चालण्यावरही काही विचित्र परिणाम झाल्यामुळे कुणादेखत ती कधी चालूच शकली नाही. तिने सगळ्या प्रकारच्या सामाजिक गोष्टी करायच्या सोडून दिल्या. कारण, आपल्या शरीराला होरपळल्याचा वास येतोय अशा कल्पनेने तिला पछाडले होते. पहाटे ती आपल्या पटांगणात असायची. कारण, तिला झोपायचे धाडस व्हायचे नाही. न जाणो झोप लागली तर तिला इंग्रजांचे आणि त्यांच्या भयंकर हल्लेखोर कुत्र्यांचे स्वप्न पडेल, खिडक्यांमधून ते तिच्या झोपायच्या खोलीत शिरतील आणि तापवलेल्या तांबड्यालाल लोखंडाने तिच्यावर लज्जास्पद अत्याचार करतील. तिचा नवरा एक ॲरागोनीझ व्यापारी होता, त्याच्यापासून तिला दोन मुले झाली होती. ती त्या धास्तीपासून मुक्त व्हावी म्हणून करमणुकीसाठी आणि तिच्या औषधपाण्यावर तिच्या नवऱ्याने आपल्या दुकानाच्या अर्ध्या किमतीइतका पैसा खर्च केला. शेवटी त्याने आपला धंदा विकून टाकला आणि कुटुंब घेऊन समुद्रापासून अगदी दूरवरच्या डोंगराच्या पायथ्याशी शांत अशा इंडियनांच्या एका वसाहतीत त्याने बायकोसाठी बिनखिडक्यांचे शेजघर बांधले, त्यामुळे मग तिच्या स्वप्नातले ते चाचे तिच्या खोलीत येऊच शकले नसते.

बाकीच्या जगापासून लपलेल्या त्या गावात त्याच प्रदेशात जन्मलेला डॉन होझे आर्केदियो नावाचा एक गृहस्थ काही दिवस राहत होता. तो तंबाखूची लागवड करायचा. अर्सूलाच्या खापर-खापरपणज्याने त्याच्याबरोबर धंद्यात भागीदारी केली,

ती एवढी किफायतशीर ठरली की, थोड्याच वर्षांत त्यांनी खूप माया जमवली. काही शतकांनंतर तिथेच जन्मलेल्या त्या शेतकऱ्याच्या खापर-खापर पणतूने त्या ॲरागोनीझ माणसाच्या खापर-खापर पणतीशी लग्न केले, त्यामुळे जेव्हा जेव्हा अर्सूला आपल्या नवऱ्याच्या वेडपट कल्पनांमुळे हैराण व्हायची, तेव्हा तेव्हा ती तीनशे वर्षांपूर्वीच्या काळात जायची आणि रिओहाचावर सर फ्रान्सिस ड्रेकने हल्ला केला होता, त्या दैवगतीला शिव्या घालायची. ती दोघेही अगदी त्यांच्या मृत्यूपर्यंत एकमेकांशी एक अतूट बंधनाने बांधली गेली होती आणि ते बंधन प्रेमाच्या बंधनापेक्षाही अधिक दृढ होते. ते बंधन म्हणजे दोघांनाही सारखीच असलेली सदसद्विवेकबुद्धीची टोचणी. ती दोघेही एकमेकांची दूरची भावंडे होती. एका जुन्या खेड्यात ती दोघेही एकत्र वाढली. ते खेडे त्यांच्या पूर्वजांच्या चांगल्या सवयींमुळे त्या भागातील सर्वोत्तम गाव म्हणून कायापालट केलेले गाव बनले होते. ती दोघेही जन्माला आली, तेव्हापासून त्यांच्या लग्नाचे भविष्य वर्तवले गेले असले, तरीदेखील त्यांनी एकमेकांशी लग्न करण्याची इच्छा प्रकट केली, तेव्हा त्यांच्याच नातेवाइकांनी ते लग्न होऊ न देण्यासाठी प्रयत्न केला. गेली काही शतके त्या दोन वंशांमध्ये इतक्या वेळा परस्परांशी विवाहसंबंध झाले होते की, त्या दोघा निरोगी व्यक्तींनी परस्परांशी लग्न केल्यास त्यांच्या पोटी घोरपडी जन्माला येतील, अशी भीती त्यांना वाटायची. तसे भयानक प्रकार पूर्वी घडल्याचा पुरावा होता. अर्सूलाच्या एका मावशीने होझे आर्केदियो बुयेंदियाच्या मामाशी लग्न केले होते. त्या जोडप्याला एक मुलगा झाला होता. जन्मभर तो अगदी ढिल्या पायघोळ विजारी वापरत बेचाळीस वर्षे पक्का ब्रह्मचारी राहिला व शेवटी अतिरक्तस्रावाच्या परिणामी मरण पावला. कारण, जन्मतःच त्याला एक मृदू हाडांचे बनलेले शेपूट होते. बाटलीचे बूच काढायला वापरतात तसल्या स्क्रूच्या आकाराचे, टोकाशी केसांचा लहानसा झुपका असलेले ते शेपूट जन्मभर तसेच राहिले होते. त्याने कधीही कुणा स्त्रीच्या नजरेला ते पडू दिले नव्हते. त्याच्या एका खाटिक मित्राने भल्या मोठ्या सुऱ्याने ते शेपूट कापून टाकण्याची 'मेहरबानी' केली, तेव्हा त्याला आपल्या प्राणाची किंमत मोजावी लागली. होझे आर्केदियो बुयेंदियाने एकोणीस वर्षे वयातल्या आपल्या तऱ्हेवाईकपणानुसार तो सगळा प्रश्न एकाच वाक्यात मिटवून टाकला. 'मी त्याची अजिबात पर्वा करत नाही. मला डुकराची पिल्ले झाली तरी चालतील. ती बोलू शकली म्हणजे पुरे.' तीन दिवस चाललेले शोभेचे दारूकाम आणि ब्रास बॅण्ड अशा थाटात तेव्हा त्यांचे लग्न झाले. त्या दिवसापासून खरे म्हणजे ते सुखी झाले असते; पण अर्सूलाच्या आईने त्यांच्या भावी अपत्यांविषयी फारच वाईट घडू शकेल अशी भीती तिला घातली. तिची आई इतक्या टोकाला पोहोचली की, विवाहाच्या नैसर्गिक परिणामालासुद्धा अर्सूलाने नकार द्यावा असे तिच्या आईने तिला बजावले. आपण झोपेत असताना आपला हट्टी धट्टाकट्टा नवरा आपल्यावर बलात्कार करेल

या भीतीने अर्सूला झोपायला जाण्यापूर्वी एक खास प्रकारचा चोळणा घालायची. तो चोळणा तिच्या आईने शिडाच्या कापडापासून बनवला होता आणि त्यात पुढच्या बाजूला चामड्याच्या आडव्यातिडव्या पट्ट्यांची खास योजना केलेली असून एक जाडजूड लोखंडी बक्कलही बसवलेले होते. अनेक महिने ती दोघे तशीच राहिली. दिवसभर तो आपल्या झुंजीच्या कोंबड्यांची काळजी घ्यायचा आणि ती आपल्या आईबरोबर चौकटीवरची कशिदाकारी करत बसायची. रात्रीच्या वेळी ती दोघे काही तास हिंस्र यातनामय झटापटीत घालवायची. ती झटापट त्यांना समागमाचा पर्याय वाटत असावा. परिणाम असा झाला की, त्या दोघांत काहीतरी बिघडले आहे, लग्नाला एक वर्ष झाले तरी अर्सूला कुमारिकाच आहे. कारण, तिचा नवरा नपुंसक आहे, अशी अफवा लोकांमध्ये पसरला. होझे आर्केदियो बुयेंदियाच्या कानावर हा प्रवाद सर्वांत शेवटी आला.

'लोक इथं तिथं काय बोलताहेत ते जरा ऐक अर्सूला,' होझे आर्केदियो बुयेंदियाने आपल्या बायकोला अत्यंत शांतपणे म्हटले.

'त्यांना वाट्टेल ते म्हणू देत. आपल्याला माहीत आहे की ते म्हणतात, ते खरे नाही.'

त्यामुळे एका भीषण रविवारी होझे आर्केदियो बुयेंदियाच्या कोंबड्याने प्रृडेन्शियो आगिलारच्या कोंबड्याला झुंजीमध्ये हरवेपर्यंत आणखी सहा महिने ती परिस्थिती तशीच राहिली. प्रृडेन्शियो आगिलारचा कोंबडा हरला होता, तेव्हा आपल्या पक्ष्याचे सांडलेले रक्त पाहून तो चिडला. संतापाने होझे आर्केदियो बुयेंदियापासून तो मागे सरला आणि आपले बोलणे रिंगणातील सर्वांना ऐकू जाईल, अशा तऱ्हेने होझे आर्केदियो बुयेंदियाला उद्देशून ओरडला,

'अभिनंदन. बघ कदाचित तुझा तो पाळीव कोंबडा तुझ्या बायकोवर काही मेहेरबानी करू शकेल.' होझे आर्केदियो बुयेंदियाने शांतपणे आपला कोंबडा उचलला आणि सगळ्याना उद्देशून त्याने म्हटले, 'मी हा आलोच परत.' आणि मग प्रृडेन्शियो आगिलारला उद्देशून त्याने म्हटले, 'तू घरी जा आणि एक हत्यार घेऊन परत ये. मी तुला ठार मारणार आहे.'

दहा मिनिटांनंतर तो आपल्या आजोबांच्या मालकीचा भाला घेऊन परत आला. त्याला पुढे इंग्रजी 'व्ही'च्या आकाराची लहानशी खाच होती. रिंगणाच्या दाराशीच जवळजवळ अर्धे गाव जमा झाले होते. प्रृडेन्शियो आगिलारही तिथेच त्याची वाट पाहत थांबला होता. आपला बचाव करायला त्याला संधीच मिळाली नाही. पूर्वी पहिल्या औरेलियानो बुयेंदियाने पक्क्या नेमबाजीच्या जोरावर त्या भागातील जाग्वारांचा जसा समूळ नायनाट केला होता, तसा नीट नेम धरून होझे आर्केदियो बुयेंदियाने एखाद्या बैलाच्या ताकदीने प्रृडेन्शियो आगिलारच्या गळ्याचा वेध घेतला. त्या रात्री तिकडे झुंजीच्या रिंगणात प्रृडेन्शियोच्या प्रेताजवळ लोक

जागत बसले होते आणि इकडे होझे आर्केदियो बुयेंदियाची बायको तो कौमार्यरक्षक चोळणा चढवत होती, तेवढ्यात तो तिच्या शेजघरात शिरला. तिच्यावर आपला भाला रोखून त्याने तिला हुकूम दिला.

'ते काढून टाक.' नवऱ्याच्या निर्धाराविषयी अर्सूलाला शंका राहिली नव्हती.

'जे काय होईल त्याला तुम्ही जबाबदार असाल,' ती पुटपुटली.

'तुला घोरपडी झाल्या तर आपण घोरपडींनाच वाढवू,' तो म्हणाला; 'पण तुझ्यामुळे या गावात आणखी मुडदे पडायला नकोत.'

जूनमधली ती रात्र थंडगार आणि छान चांदणी रात्र होती, पहाटेपर्यंत ते दोघेही जागेच होते आणि बिछान्यात हुंदडत होते, शेजघरातून वाहणाऱ्या वाऱ्याकडे त्यांचे लक्ष नव्हते. प्रुडेन्शियो आगिलारच्या नातेवाइकांच्या रडण्याच्या आवाजाने तो वारा भरून गेला होता. तो सगळा विषय व्यक्तिगत सन्मानासाठी झालेले द्वंद्वयुद्ध म्हणून मानला गेला होता तरी दोघांच्याही सदसद्विवेकबुद्धीला टोचणी लागून राहिली होती. एके रात्री झोप लागत नाही म्हणून अर्सूला पाणी प्यायला घराबाहेरच्या पटांगणात गेली तर तिथे पाण्याच्या घड्याजवळ प्रुडेन्शियो आगिलार होता. जखमेमुळे त्याचा रंग काळानिळा झाल्यासारखा दिसत होता, चेहऱ्यावर वेदना दिसत होती आणि आपल्या गळ्यावरचे भोक तो एस्पार्टो गवताच्या बोळ्याने झाकायचा प्रयत्न करीत होता. तिला त्याची भीती वाटली नाही; पण दया आली. ती आपल्या खोलीकडे परतली आणि काय पाहिले ते तिने नवऱ्याला सांगितले; पण त्याने त्यावर फारसा विचार केला नाही.

'याचा अर्थ एवढाच आहे की, आपल्या सदसद्विवेकबुद्धीचा भार आपल्याला सोसवत नाहीय.' दोन रात्रींपासून अर्सूलाने प्रुडेन्शियो आगिलारला पुन्हा न्हाणीघरात पाहिले, गळ्याजवळचे गोठून गेलेले रक्त तो एस्पार्टोच्या बोळ्याने धुऊन काढत होता. आणखी एका रात्री तिने त्याला पावसात फिरताना पाहिले. बायकोला होणाऱ्या त्या भासांमुळे चिडून गेलेला होझे आर्केदियो बुयेंदिया भाला हातात घेऊन बाहेर पटांगणात गेला. आपला दुःखी चेहरा घेऊन तो मृत मनुष्य तिथे होताच.

'तू नरकात जा!' होझे आर्केदियो बुयेंदिया त्याच्यावर ओरडला. 'जेवढ्या वेळा तू परत येशील तेवढ्या वेळा मी तुला ठार मारीन.'

अर्थात, प्रुडेन्शियो आगिलार काही तिथून दूर गेला नाही आणि होझे आर्केदियो बुयेंदियालादेखील भाला फेकायचे धैर्य झाले नाही. मात्र, त्यानंतर कधीच तो नीट झोपू शकला नाही. त्या मेलेल्या माणसाने होझे आर्केदियो बुयेंदियाकडे तीव्र उदासीनतेने पाहिले. गतकातरतेमुळे जिवंत माणसाच्या सहवासाबद्दलची उत्कट ओढ त्याला वाटत होती आणि एस्पार्टोचा बोळा भिजवण्यासाठी शोध घेत त्यांच्या घरात फिरताना त्याला चिंताही वाटत होती, त्यामुळे त्याच्या चेहऱ्यावर ती उदासीनता दिसत होती. त्या वेळी पडणाऱ्या पावसातूनही त्याचा तो उदास चेहरा होझे आर्केदियो बुयेंदियाला दिसत होता, त्यामुळे त्याला खूप यातना झाल्या.

तो अर्सूलाला म्हणाला, 'त्याला भयानक वेदना होत असतील. त्याला अगदी एकटं एकटं वाटत असेल असं दिसतंय.' तो मृत माणूस तिला पुन्हा दिसला तेव्हा तो झाकलेली भांडी उघडून पाहत होता. तो काय शोधतोय हे तिला लगेच समजले आणि एवढे वाईट वाटले की, तेव्हापासून तिने घरात सगळीकडे पाण्याने भरलेली भांडी ठेवायला सुरुवात केली. एका रात्री आपल्याच खोलीमध्ये त्याला ती जखम धुताना होझे आर्केदियो बुयेंदियाने पाहिले. त्याला अगदी राहवले नाही. त्याने त्याला उद्देशून म्हटले, 'ठीक आहे, प्रुडेन्शियो, आम्ही हे गाव सोडून जातोय. जितक्या दूर जाता येईल तितके आम्ही दूर जाऊ आणि पुन्हा कधीही परत येणार नाही. आता तू शांतपणे निघून जा.' अशा परिस्थितीत त्यांनी डोंगर ओलांडून दूर जाण्याचे मनावर घेतले. होझे आर्केदियो बुयेंदियासारखे त्याचे अनेक तरुण मित्र त्या साहसामुळे उत्तेजित झाले होते. त्यांनी आपली घरे सोडून सामानसुमान बांधून घेतले आणि आपल्या बायकामुलांना घेऊन कुठल्या तरी अज्ञात प्रदेशाकडे ते निघाले. त्या प्रदेशाविषयी त्यांना कुणीही कसले आश्वासन दिले नव्हते. तिथून निघण्यापूर्वी होझे आर्केदियो बुयेंदियाने त्याचा तो भाला घराच्या पटांगणात पुरला आणि आपल्या झुंजीच्या उत्कृष्ट कोंबड्यांचे एकापाठोपाठ एक गळे कापले, त्यामुळे तरी प्रुडेन्शियो आगिलारला थोडीफार शांतता लाभेल असे त्याला वाटले. वडिलांकडून वारसा म्हणून मिळालेल्या काही सोन्याच्या नाण्यांनी भरलेली एक छोटीशी पेटी, आपला वधुवेश असलेली एक ट्रंक[१] आणि काही घरगुती भांडी एवढेच सामान अर्सूलाने आपल्याबरोबर घेतले. निघताना त्यांनी प्रवासाचा निश्चित असा कुठलाही मार्ग ठरवला नव्हता. फक्त रिओहाचाच्या विरुद्ध दिशेला जाण्याचा प्रयत्न ते करीत राहिले. कारण, त्यांना आपला कसाही मागमूस राहू द्यायचा नव्हता किंवा कुणा परिचित माणसांनाही भेटायचे नव्हते. तसा तो प्रवास असमंजसपणाचाच होता. माकडांचे मांस आणि मंदाग्नीवर शिजवलेले सापाचे मांस सतत खाल्ल्यामुळे पोट बिघडलेले होते. तशाच अवस्थेत चौदा महिन्यांच्या प्रवासानंतर अर्सूलाने एका मुलाला जन्म दिला. त्याची सगळी शारीरिक वैशिष्ट्ये माणसासारखीच होती. दोन माणसांनी खांद्यावरून वाहिलेल्या झोळीमधून तो अर्धा प्रवास तिने केला होता. कारण, चालण्यामुळे तिचे पाय सुजून बेढब झाले होते आणि पायावरील मोठ्या शिरा फुग्यांसारख्या टम्म फुगल्या होत्या. मुलांची खपाटीला गेलेली पोटे आणि सुस्तावलेले डोळे पाहून त्यांची कीव येत होती तरी आपल्या आईबापांपेक्षा मुलांनी तो प्रवास चांगला पार पाडला आणि बहुतेक सगळा वेळ त्यांच्या दृष्टीने सगळी मजाच होती. जवळजवळ दोन वर्षांच्या तसल्या प्रवासानंतर त्या डोंगरांच्या रांगांच्या पश्चिमेकडच्या उतारावर पोहोचणारे ते पहिलेच मानव ठरले होते. ढगांनी व्यापलेल्या पर्वतशिखरांवरून त्यांनी जगाच्या दुसऱ्या बाजूपर्यंत पसरलेला, पाण्याने भरलेला तो प्रचंड विस्तृत प्रदेश पाहिला. समुद्र मात्र त्यांना कधीच आढळला नाही.

त्या दलदलीच्या प्रदेशातून हरवल्यासारखे भटकत असताना त्यांना वाटेत भेटलेल्या शेवटच्या इंडियानांपासून खूप दूरवर गेल्यानंतर एका रात्री त्यांनी एका खडकाळ किनाऱ्याच्या नदीकाठी मुक्काम केला. त्या नदीचे पाणी काचेच्या गोठलेल्या प्रवाहासारखे होते. अनेक वर्षांनंतर कर्नल औरेलियानो बुयेंदियाने यादवी युद्धात रिओहाचावर अचानक हल्ला करावा म्हणून त्याच मार्गाने जाण्याचा प्रयत्न केला.

पण सहा दिवसांच्या प्रवासानंतर त्याला कळून चुकले की, तो वेडेपणा होता. तरीदेखील एका रात्री त्याच्या वडिलांनी बरोबरच्या माणसांसह त्या नदीच्या काठी मुक्काम केला. समुद्रात फुटलेल्या एखाद्या जहाजावरच्या माणसांना सुटकेचा मार्ग सापडत नसला म्हणजे तो जमाव जसा दिसेल तसा हा माणसांचा जथा दिसत होता; परंतु डोंगर ओलांडण्याच्या त्या प्रवासात त्यांची संख्या वाढली होती आणि म्हातारे होऊनच मरण्यासाठी ते सिद्ध झाले होते (आणि पुढे ते त्यात यशस्वीही झाले). मात्र होझे आर्केदियो बुयेंदियाला त्या रात्री स्वप्नात असे दिसले की, तिथेच आरशांच्या भिंती असलेल्या घरांचे एक शहर उभे राहिले आहे. त्याने विचारले की, ते कुठले शहर आहे तर त्याला सांगण्यात आले *माकोन्दो*. हे नाव त्याने पूर्वी कधीच ऐकले नव्हते. त्याला तसा काहीही अर्थ नव्हता; पण त्याचा जणू एक अद्‌भुत प्रतिध्वनी त्याला ऐकू आला होता. *माकोन्दो*. दुसऱ्या दिवशी त्याने आपल्या सगळ्या माणसांना पटवून दिले की, आपल्याला समुद्र कधीच सापडणार नाही. त्याने त्यांना झाडे तोडून जागा मोकळी करण्याची आज्ञा दिली आणि तिथेच नदीच्याकाठच्या सर्वांत थंड जागेवर त्या गावाची स्थापना झाली.

होझे आर्केदियो बुयेंदियाला बर्फाचा शोध लागला, त्या दिवसापर्यंत त्या आरशांच्या भिंती असलेल्या घरांच्या स्वप्नाचा अर्थ त्याला लागला नव्हता. मग मात्र त्याला वाटले की, तो गहन अर्थ त्याला समजला आहे. त्याला वाटले की, नजिकच्या भविष्यकाळात सहज मिळणाऱ्या पाण्यापासून मोठ्या प्रमाणात बर्फाचे ठोकळे बनविण्याचा कारखाना आपल्याला काढता येईल आणि त्या बर्फाच्या भिंती वापरून गावात घरे बांधता येतील. मग माकोन्दोमधल्या घरांच्या दारांच्या बिजागऱ्या आणि दरवाजे खटखटवण्याचे टोले कड उष्णतेमुळे वाकणार नाहीत, उलट, माकोन्दो हे हिवाळ्यातले थंडगार गाव होऊन जाईल. बर्फाचा कारखाना काढण्याचा प्रयत्न त्याने चिकाटीने चालू ठेवला नाही. कारण, त्या दिवसांत तो मुलांना शिकवण्याच्या बाबतीत खूपच उत्साही झाला होता. विशेषतः, सुरुवातीपासून किमयाशास्त्रात खास अंतःस्फूर्ती प्रकट केलेल्या औरेलियानोला शिकवण्यात त्याला गोडी वाटायची. त्याच्या त्या प्रयोगशाळेवरची धूळ झटकली गेली. आता शांत बनल्यामुळे आणि नावीन्याचा उत्साह नसल्यामुळे त्यांनी मेल्कियादेसच्या टिपणांचे पुनरावलोकन करीत खूपच खटपट करून भांड्याच्या तळाशी बसलेल्या चिकट ढिगातून अर्सूलाचे सोने वेगळे करण्याचा प्रयत्न केला. त्या सगळ्या प्रक्रियेत तरुण

होझे आर्केदियोने क्वचितच भाग घेतला. त्याचे वडील प्रयोगशाळेतील पाण्याचा नळ इत्यादी गोष्टींमध्ये शरीर-मनाने गुंतले होते, तेव्हा तारुण्यात प्रवेश करणारा, वयाच्या मानाने थोराड वाटणारा हा निश्चयी थोरला मुलगा धिप्पाड लक्षणीय बाप्या बनला होता. त्याचा आवाज बदलला होता. वरच्या ओठावर नुकतीच लव दिसू लागली होती. एके रात्री तो झोपायला जाण्यापूर्वी कपडे बदलत असताना अर्सूला त्याच्या खोलीत गेली व लगेच भीती आणि कीव अशा संमिश्र भावनेने तिथून परतली. नवऱ्याखेरीज त्यालाच फक्त तिने नग्न पाहिले होते. पुढल्या आयुष्यासाठी तो इतका सुसज्ज दिसत होता की, तिला तो अनैसर्गिक वाटला. तिसऱ्यांदा गर्भार असलेल्या अर्सूलाने लग्नानंतरच्या सुरुवातीच्या दिवसांत अनुभवलेली भयंकर भीती पुन्हा एकदा अनुभवली.

त्याच सुमारास एक आनंदी, शिवराळ तोंडाची आणि मादक बाई घरकामात मदत करण्यासाठी म्हणून त्यांच्या घरात आली. तिला पत्त्यांच्या साह्याने एखाद्याचे भविष्य सांगता येत असे. अर्सूला तिच्याजवळ आपल्या मुलाविषयी बोलली. तिला वाटले होते की, त्याच्या वाजवीपेक्षा खूपच मोठा आकार हा तिच्या त्या दूरच्या भावंडाला असलेल्या डुकराच्या शेपटीसारखाच अनैसर्गिक आहे. ती बाई खूप मोठ्याने हसली. खळकन् फुटलेल्या काचेच्या आवाजासारखा तिच्या हसण्याचा तो आवाज साऱ्या घरभर घुमला. ती म्हणाली, 'छे, छे, नेमके त्याचा उलट आहे. तो फारच नशिबवान निघेल.' आपण सांगितलेल्या भविष्याबद्दल खात्री पटवण्यासाठी तिने एक दिवस आपले पत्ते बरोबर आणले आणि स्वयंपाकघराजवळच्या एका धान्याच्या कोठीत होझे आर्केदियोबरोबर स्वतःला कोंडून बंद करून घेतले. तिने शांतपणे ते पत्ते तिथल्याच सुतारकामाच्या एका जुन्या टेबलवर ठेवले आणि डोक्यात येईल ते काहीही बडबडत राहिली. त्या वेळी तो पोरगा बिचारा चक्रावून म्हणण्यापेक्षा कंटाळून तिथेच तिच्या बाजूला उभा राहिला. एकाएकी तिने आपला हात लांब करून त्याला स्पर्श केला आणि खरोखरच दचकून तिने म्हटले, 'लॉर्डी.' मात्र ती तेवढेच म्हणू शकली. होझे आर्केदियोला जाणवले की, आपली हाडे जणू फेसाने भरून गेली आहेत. त्याला सुस्त भीती वाटू लागली आणि एकदम रडावे अशीही इच्छा झाली. त्या स्त्रीने कसलीही गर्भित सूचना केली नाही; परंतु तिच्या काखेतून येणाऱ्या धुराच्या वासासाठी होझे आर्केदियो रात्रभर तिची वाट पाहत राहिला. कारण, तो वास जणू त्याच्या त्वचेखाली शिरून बसला होता. सगळा वेळ आपण तिच्याजवळ असावे, तिने आपली आई व्हावे, आपण ती धान्याची कोठी कधीच सोडू नये आणि तिने 'लॉर्डी' म्हणावे असे त्याला वाटत राहिले. एक दिवस त्याला ते सगळे असह्य झाले आणि तिला शोधायला तो तिच्या घरी गेला. काय करावे ते न कळून काहीही न बोलता तिथल्या बसाय-उठायच्या दालनात तो नुसता बसून राहिला. त्याने ती एक औपचारिक भेटच करून टाकली, तिच्या वासाने

मनात उभ्या केलेल्या प्रतिमेपेक्षा त्याला ती अगदीच वेगळी भासली. जणू ती कुणी दुसरीच व्यक्ती असावी एवढी परकी वाटली. तो आपला कॉफी प्यायला आणि निराश अवस्थेतच त्याने तिचे घर सोडले. त्या रात्री झोपेशिवाय नुसतेच अंथरुणात पडून राहण्याच्या भयानक अवस्थेत त्याला ती हवी होती, पाशवी उत्कंठेने हवी होती; परंतु धान्याच्या कोठीत भेटली होती, तशी नव्हे तर त्या दुपारी भेटली होती तशी हवी होती. काही दिवसांनी अकस्मात तिने त्याला आपल्या घरी बोलावले. तिथे ती तिच्या आईबरोबर एकटीच होती. त्याला पत्त्यांचा जोड दाखवण्याच्या आमिषाने तिने त्याला शेजघरात नेले. तिथे ती त्याला इतक्या मोकळेपणाने स्पर्श करीत राहिली की, सुरुवातीच्या अंग थरथरण्यानंतर त्याला चक्क भ्रम जाणवू लागला आणि सुख वाटण्यापेक्षा भीतीच जास्त वाटू लागली. तिने त्याला रात्री येऊन भेटायला सांगितले. तिथून निघता यावे म्हणून त्याने कबूल केले; पण त्याला माहीत होते की, तो तसा जाऊ शकण्यातला नव्हता. मात्र रात्री अंथरुणात त्याची काहिली होऊ लागली, तेव्हा त्याला कळून चुकले की, आपण तशा कुवतीचे नसलो तरी आपल्याला तिला भेटायला गेलेच पाहिजे. त्याने अंधारात केवळ चाचपडतच कपडे घातले. त्याच्या भावाचा शांत श्वासोच्छ्वास, बाजूच्या खोलीतील वडिलांचा कोरडा खोकला, अंगणातल्या कोंबड्यांच्या दम्याचा आवाज, डासांच्या गुणगुणण्याचा आवाज, स्वतःच्या हृदयाची धडधड आणि पूर्वी कधीही त्याने ऐकला नव्हता असा जगातला बेसुमार गोंधळ आता त्याला ऐकायला येत होता. ते सारे ऐकतच तो बाहेर निद्रिस्त रस्त्यावर गेला. तिने त्याला आश्वासन दिले होते, तसा तिचा दरवाजा नुसता लोटून घेतलेला नसून तो आतून खिळी घालून बंद केलेला असला तर बरे होईल, अशी त्याने मनापासून इच्छा केली; पण दरवाजा उघडाच होता. त्याने तो नुसता बोटांच्या टोकांनी ढकलला तर तो दरवाजा रडव्या आवाजात असा कुरकुरला की, त्याचा गोठलेला आवाज न करण्याचा तो प्रयत्न करत होता, तेवढ्यात त्याला धुराचा वास आला. तो अजून अर्ध्याच वाटेवर होता. तिथे तिच्या तिघा भावांच्या झोपण्याच्या झोळ्या अशा ठिकाणी होत्या की, त्या दिसतही नव्हत्या आणि त्या अमुक ठिकाणी आहेत हे ठरवताही येत नव्हते. त्या घराच्या हॉलमधून अंधारात चाचपडतच तिच्या झोपण्याच्या खोलीचा दरवाजा ढकलून त्याला उघडायचा होता. तिथे एकदाचा तो पोहोचला असता म्हणजे शांतपणे त्याला दिशा कळली असती व भलत्याच बिछान्याकडे तो गेला नसता. त्याला एक बिछाना सापडला. झोळीच्या दोऱ्यांना तो आदळला. कारण, त्याला वाटले होते त्यापेक्षाही त्या दोऱ्या खाली होत्या आणि तोपर्यंत घोरत असलेल्या एका माणसाने कूस बदलून जवळजवळ झोपेतच संभ्रमाने म्हटले, 'तो बुधवार होता.' त्याने तिच्या झोपायच्या खोलीचा दरवाजा ढकलून उघडला, तेव्हा खालच्या ओबडधोबड जमिनीवर दरवाजाचे घासणे त्याला टाळता आले नाही. एकाएकी त्याला तिथल्या गडद काळोखात आपल्या

घराची ओढ वाटू लागली, आपण अगदी हरवलो आहोत आणि आपल्याला दिशाच कळत नाही आहे असे जाणवले. त्या अरुंद खोलीत तिची आई, तिची दुसरी मुलगी, त्या मुलीचा नवरा व दोन मुले आणि ती स्वतः झोपलेली होती. त्यातही ती स्वतः एखादे वेळेस तिथे नसेलसुद्धा. खरे तर त्या धुराच्या वासाच्या आधारे त्याला नीट जाता आले असते; पण तो वास साऱ्या घरभरच भटकणारा असा आणि तरीही एवढा निश्चित होता की, जणू तो वास त्याच्या त्वचेपाशीच होता. बराच वेळ तो हललाच नाही. त्याला भीती आणि आश्चर्य वाटत होते की, भ्रष्टतेच्या त्या खोल गर्तेपर्यंत आपण पोहोचलोच कसे? तेवढ्यात सगळी बोटे लांब करून अंधारात चाचपडणाऱ्या एका हाताने त्याच्या चेहऱ्याला स्पर्श केला. त्याला आश्चर्य वाटले नाही. कारण, स्वतःच्या नकळत तो त्या स्पर्शाची अपेक्षा करतच होता. मग त्याने स्वतःला पूर्णपणे त्या हाताच्या हवाली करून टाकले आणि तीव्र थकव्याच्या अवस्थेत स्वतःला एका आकारहीन जागेकडे नेऊ दिले. तिथे त्याचे कपडे काढले गेले आणि तळ नसलेल्या अंधारात तो एखाद्या बटाट्याच्या पोत्यासारखा हलकेच इकडेतिकडे उचलला व फेकला जाऊ लागला. तिथे त्याचे हात निरुपयोगी होते आणि आता तिथे त्या स्त्रीचा वास येत नव्हता तर अमोनियाचा वास येत होता. तिथे त्याने तिचा चेहरा आठवायचा प्रयत्न केला तर अंधारात त्याच्यासमोर त्याला अर्सूलाचा चेहरा दिसू लागला. गोंधळलेल्या अवस्थेत त्याला तशी जाणीव होत होती की तो जे काही करतो आहे ते करावे असे त्याला कितीतरी काळापासून वाटत होते; पण त्याला असेही वाटले होते की, त्याला ते कधीही करायला होणार नाही. त्याला हेही कळत नव्हते की, तो काय करीत होता. कारण, आपले पाय कुठे आहे, डोके कुठे आहे किंवा कुणाचे पाय किंवा कुणाचे डोके हाताला लागतेय हेही काहीच त्याला समजत नव्हते आणि त्याला असेही जाणवत होते की, आपल्या मूत्रपिंडातून इकडेतिकडे भरकटणाऱ्या गरम प्रवाहाला आपण फार काळ अडवू शकणार नाही, तसेच आतड्यांमधली हवादेखील आपल्याला अडवता येणार नाही. एकीकडे तिथून पळून जाण्याची विलक्षण चिंतायुक्त भीती त्याला वाटत होती, तर दुसरीकडे त्या गलितगात्र संतप्त शांततेत आणि भयप्रद एकान्तात कायमचे राहावे, असेही त्याला वाटत होते.

तिचे नाव पिलार तेर्नेरा होते. गाव सोडून निघालेल्या माणसांच्या मोठ्या जमावाबरोबर तिच्या कुटुंबीयांनी त्या प्रवासात तिला बरोबर आणले होते आणि त्यांच्या प्रवासाचा शेवट माकोन्दोच्या स्थापनेमध्ये झाला होता. ती चौदा वर्षांची असताना एका माणसाने तिच्यावर बलात्कार केला होता आणि ती बावीस वर्षांची होईपर्यंत त्याचे तिच्यावर प्रेमही होते; पण ती वस्तुस्थिती जाहीर करण्याचा निर्णय घ्यायला तो का कू करीत होता. कारण, तो एक वेगळाच माणूस होता. तिच्या कुटुंबीयांना तिला असल्या माणसापासून अलग करायचे होते. पृथ्वीच्या टोकापर्यंत

तिच्या मागोमाग येण्याचे वचन त्याने तिला दिले असले तरी त्याचे सगळे ठीकठाक झाल्यानंतरच तो तसे करणार होता. *त्याची वाट पाहता पाहता ती थकून गेली होती.* तिच्या मते तो म्हणजे तोच उंचपुरा किंवा बुटका, तांबूस केसांचा किंवा काळ्या केसांचा, तिच्या भविष्यसूचक पत्त्यांनी जमिनीवरून किंवा समुद्रावरून तीन दिवसांत किंवा तीन महिन्यांत किंवा तीन वर्षांत येईल असे आश्वासन दिलेला असा तो असणार होता. त्याची वाट पाहण्यात तिच्या मांड्यांची ताकद कमी झाली, स्तनांचा ताठपणा नाहीसा झाला आणि नाजूकपणाची सवयही गेली; परंतु आपल्या मनाचा वेडेपणा तिने तसाच ठेवला होता. त्या विलक्षण खेळण्याच्या ओढीने वेडा झालेला होझे आर्केदियो रोज त्या चक्रव्यूहामधून तिच्या खोलीची वाट चालायचा. एका प्रसंगी त्याला दरवाज्याला आतून खिळी घातलेली आढळली. त्याने अनेक वेळा तो दरवाजा ठोठवला. त्याला माहीत होते की, जर तो दरवाजा एक वेळ ठोठवायचे धैर्य त्याला असेल तर शेवटपर्यंत त्याला तो ठोठवलाच पाहिजे आणि अनंतकाळापर्यंत त्याला वाट पाहायला लावून तिने शेवटी तो दरवाजा उघडला. स्वप्ने पाहण्यासाठी दिवसा तो अंथरुणात लोळायचा, तेव्हा गुपचूप रात्रीच्या आठवणींमध्ये मशगूल व्हायचा; पण ती त्यांच्या घरात शिरायची, तेव्हा ती आनंदी, बडबडी मात्र त्याच्याविषयी उदासीन असायची. आपला तणाव लपवण्यासाठी त्याला कसलेही प्रयत्न करावे लागत नसत. कारण, ज्या कुठल्या अदृश्य शक्तीने त्याला आतल्या आत श्वासोच्छ्वास करायला आणि आपल्या हृदयाच्या ठोक्यांचा आवाज नियंत्रित करायला शिकवले होते, त्या शक्तीशी त्या स्त्रीचा काहीही संबंध नव्हता. माणसे मृत्यूला का घाबरतात त्याचे आकलन त्याच शक्तीने त्याला करून दिले होते. आपल्या हसण्याने कबुतरांना घाबरवून टाकणाऱ्या पण दिवसा येणाऱ्या त्या स्त्रीचा त्या शक्तीशी कसलाही संबंध नव्हता. तो स्वतःमध्येच एवढा गुरफटला होता की, आपले वडील आणि भाऊ धातूच्या त्या कचऱ्यातून अर्सूलाचे सोने बाजूला काढण्यात यशस्वी झालेत या बातमीने सगळ्या घरात निर्माण झालेले चैतन्य आणि सगळ्यांचा आनंद काही त्याला समजू शकला नव्हता.

वास्तविक पाहता त्यांनी खूपच चिकाटीने गुंतागुंतीचे अनेक दिवस घालवून ते सोने परत मिळविण्यात ते यशस्वी झाले होते. अर्सूलाला फार आनंद झाला होता, तिने अल्केमीच्या शोधाबद्दल परमेश्वराचे आभारसुद्धा मानले. इकडे गावातल्या लोकांनी त्यांच्या प्रयोगशाळेमध्ये गर्दी केली आणि घरातल्या मंडळींनी या अद्भुत गोष्टीतील यश साजरे करण्यासाठी त्या लोकांना पेरूचा मुरंबा क्रॅकर्सवर घालून दिला. होझे आर्केदियो बुयेंदियाने परत मिळवलेल्या त्या सोन्याची मूसदेखील त्यांना दाखवली. जणू काही त्याने अगदी आत्ताच तो शोध लावला होता. सगळ्यांना ते सोने दाखवत दाखवत तो आपल्या मोठ्या मुलासमोर आला. त्या मुलाने गेल्या काही दिवसांत क्वचितच प्रयोगशाळेत पाय ठेवला होता. त्याच्या वडिलांनी तो

कोरडा पिवळा पदार्थ त्याच्या डोळ्यांसमोर धरला आणि त्याला विचारले, 'तुला हा कशासारखा दिसतो?'

'कुत्र्याच्या गुवासारखा,' होझे आर्केदियो म्हणाला.

त्याच्या वडिलांनी उलट्या हाताने त्याला असा एक फटका ठेवून दिला की, रक्त निघून त्याच्या डोळ्यांतून अश्रू आले. त्या रात्री पिलार तेर्नेराने अंधारातच चाचपडत कापूस आणि बाटली शोधून काढून त्याच्या सुजलेल्या दुखऱ्या भागावर अर्निकाच्या पट्ट्या बसवल्या, त्याच्याशी जे जे करावेसे वाटले ते केले आणि न दुखविता त्याला प्रेम देण्याचा प्रयत्न केला. त्यानंतर जवळिकीच्या अशा अवस्थेला ते पोहोचले की, नकळतच ते एकमेकांबरोबर कुजबुजत राहिले.

'मला तुझ्या एकटीबरोबर राहायचे आहे,' तो म्हणाला, 'एक दिवस मी सगळ्यांना सांगणार आहे आणि मग हा लपवालपवीचा प्रकार आपल्याला थांबवता येईल.'

तिने त्याला शांत करण्याचा प्रयत्न केला नाही. ती म्हणाली, 'मग तर छानच होईल. आपण दोघेच एकान्तात असलो की आपण दिवा पेटताच ठेवू म्हणजे आपल्याला एकमेकांना पाहता येईल, मला पाहिजे तेवढे ओरडता येईल तरी कुणीही मध्ये डोकवणार नाही आणि तू माझ्या कानामध्ये तुला वाटेल ते कुजबुजू शकशील.'

ते संभाषण तसेच वडिलांविषयीचा अत्यंत तीव्र द्वेष आणि लवकरच हवे तसे प्रेम मिळण्याची शक्यता या साऱ्यामुळे त्याच्यात एक प्रकारचे गंभीर धैर्य निर्माण झाले, त्यामुळे कसलीही तयारी न करता एकाएकीच सहजपणे त्याने आपल्या भावाला ते सगळे सांगून टाकले.

सुरुवातीला तरुण औरेलियानोला त्यातला फक्त धोका समजला, त्याच्या भावाच्या साहसामध्ये असलेला धोक्याचा भाग ध्यानात आला; पण त्याच्या प्रेमविषयाबद्दलचे तीव्र आकर्षण समजू शकले नाही; पण हळूहळू तोही उत्कंठेमुळे बिघडला. त्यातल्या धोक्यांच्या तपशिलांचे त्याला आश्चर्य वाटू लागले. आपल्या भावाच्या यातना आणि सुखाशी तो एकरूप होऊ लागला, त्यातच त्याला भीतीचा आणि सुखाचा अनुभव येऊ लागला. रात्रभर अगदी पहाटेपर्यंत तो आपल्या एकाकी बिछान्यात त्याची वाट पाहत जागा राहू लागला. त्याला त्याच्या बिछान्याच्या तळाशी जणू काही फुललेले निखारे असावेत असे वाटू लागले. ते दोघेही अगदी उठायची वेळ होईपर्यंत त्याविषयी बोलत राहायचे. परिणामी त्या दोघांनाही सतत झोपेची गुंगी येऊ लागली. अल्केमीच्या उद्योगांमध्ये आणि वडिलांच्या विद्वत्तेमध्ये दोघांनाही अगदीच रस वाटेनासा झाला. दोघांनाही एकान्ताचा आधार वाटू लागला. अर्सूला म्हणाली, 'त्या पोरांचे डोके फिरले आहे. त्यांना नक्की जंत झाले असले पाहिजेत.' तिने जंतांसाठीच्या औषधी बिया वाटल्या आणि शिसारी येईल असा त्या औषधाचा एकेक डोस त्या दोघांना प्यायला दिला. त्यांनीही तो अनपेक्षित

अलिप्तपणे घेतला आणि एकाच दिवसात अकरा वेळा सोबतच ते शौचाला बसले. त्यांना काही गुलाबी रंगाचे जंत पडले. मोठ्या आनंदाने त्यांनी ते सर्वांना दाखवले. कारण, त्यामुळे त्यांच्या सुस्तीच्या व चित्त विचलित होण्याच्या कारणाविषयी अर्सूलाला फसविणे त्यांना शक्य झाले. औरेलियानोला आपल्या भावाचा अनुभव केवळ समजला असे नव्हे तर तो जणू ते अनुभव स्वतःचेच असल्यासारखा जगला. कारण, एकदा त्याचा भाऊ प्रेमाची गूढ यंत्रणा अगदी तपशिलवार समजावून सांगत असताना त्याने त्याला अडविले आणि विचारले, 'ते नेमके कसे वाटते?' होझे आर्केदियोने उत्तर दिले, 'एखाद्या भूकंपासारखे.'

जानेवारीतल्या एका गुरुवारी पहाटे दोन वाजता आमारान्ताचा जन्म झाला. त्या खोलीत कोणी येण्यापूर्वीच अर्सूलाने तिला बारकाईने तपासून पाहिले. ती अगदी हलकी पाण्याचीच घडवल्यासारखी आणि एखाद्या सरड्यासारखी होती; पण तिचे सगळे अवयव माणसासारखेच होते. तिचे अस्तित्व औरेलियानोच्या तर लक्षातही आले नव्हते; पण त्यांचे घर लोकांनी भरून गेल्यावर त्याला ती जन्मल्याचे कळाले. त्या गोंधळाचा फायदा घेत रात्री अकरा वाजल्यापासून स्वतःच्या बिछान्यात नसलेल्या आपल्या भावाचा शोध घ्यायला तो निघाला. त्याने इतक्या भावनावशतेने तो निर्णय घेतला होता की, आपल्याला पिलार तेर्नेराच्या शेजघरातून त्याला बाहेर काढणे कसे शक्य होईल हे त्याच्या लक्षातही आले नाही. सकाळ अगदी उजाडायला येऊन त्याला घरी जायला अक्षरशः भाग पडेपर्यंत किती तरी तास तो त्या घराभोवती विशिष्ट व्यक्तीलाच कळतील अशा शिट्या तोंडाने वाजवत घिरट्या घालत राहिला होता. मात्र त्याला होझे आर्केदियो आढळला तो त्याच्या आईच्या खोलीत. तिथे तो निरागसपणे खाली मान घालून त्या नवजात छोट्या बहिणीशी खेळत होता.

अर्सूलाची चाळीस दिवसांची विश्रांती अजून संपायची होती, तेवढ्यात ते जिप्सी गावात परत आले. तेच ते हातचलाखीवाले जादूगार आणि कसरतपटू जिप्सी होते. त्यांनीच पूर्वी बर्फ आणला होता. मेल्कियादेसच्या जमातीसारखे आपण मानवी प्रगतीचे अग्रदूत आहोत, असा त्यांचा दावा नव्हता. ते निव्वळ भरपूर करमणूक देणारे होते. त्यांनी बर्फ आणला तरीदेखील माणसाच्या आयुष्यात तो केवढा उपयुक्त असतो, याची त्यांनी जाहिरात केली नव्हती, केवळ सर्कशीतील एक कुतूहलजनक गोष्ट म्हणून त्यांनी बर्फ आणला होता. या वेळी इतर अनेक युक्तीबाज गोष्टींबरोबरच त्यांनी उडती सतरंजीदेखील आणली होती; परंतु वाहनव्यवस्थेच्या विकासामधले एक मूलभूत योगदान अशा अर्थी त्यांनी त्या सतरंजीचा प्रयोग लोकांसमोर केला नाही, एक करमणुकीची वस्तू म्हणूनच ती लोकांसमोर ठेवली. गावातल्या घरांवरून उडत जाण्याचा अनुभव घेता यावा म्हणून लोकांनी लगोलग आपली पुरून ठेवलेली शेवटची सोन्याची नाणी उकरून काढली. सामुदायिक गोंधळाचा मजेदार फायदा

घेत होझे आर्केदियो आणि पिलार तेर्नेरा यांनी अनेक तास एकमेकांबरोबर आरामात घालवले. त्या एवढ्या गर्दीगोंधळात ते दोनच प्रणयी जीव होते. त्यांना असेही वाटायला लागले की, त्यांच्या गुप्त रात्रींच्या त्या बेबंद पण क्षणभंगुर सुखापेक्षादेखील प्रेमात असण्याची भावना ही अधिक विश्रब्धतेची आहे. मात्र, पिलारने त्या मंत्रमुग्धतेचा भंग केला. तिच्या साहचर्याविषयी होझे आर्केदियोने दाखवलेल्या उत्साहाने उत्तेजित होऊन प्रसंगाचे आणि व्यक्त होण्याचे तिचे अवधान सुटले आणि एकाएकी जणू साऱ्या जगाचाच भार तिने त्याच्या माथ्यावर घातला. तिने त्याला म्हटले, 'तू आता खराखुरा पुरुष झाला आहेस.' आणि तिला काय म्हणायचे आहे, ते त्याला समजले नाही म्हणून तिने ते स्पष्ट केले, 'तू बाप होणार आहेस.'

होझे आर्केदियोला कित्येक दिवस घर सोडण्याचे धैर्य झाले नाही. स्वयंपाकघरातून ऐकू येणारे पिलारचे गडगडाटी हास्य म्हणजे आता त्याला पळून जाऊन प्रयोगशाळेत आसरा घ्यायला पुरेसे निमित्त असायचे. तिथे अर्सूलाच्या कृपेने अल्केमीच्या साऱ्या गोष्टी पुन्हा सजीव झाल्या होत्या. होझे आर्केदियो बुयेंदियाने आपल्या भटकणाऱ्या मुलाचे स्वागत केले. त्याने स्वतः परीस शोधण्याचा उद्योग चालवला होता, त्याची दीक्षा त्यालाही दिली. एक दिवस ती उडती सतरंजी प्रयोगशाळेच्या खिडकीच्या पातळीवरून अगदी जवळून वेगाने गेली. त्या उडत्या सतरंजीवर ती चालवणारा जिप्सी आणि त्यांच्या गावातली अनेक लहान मुले हात हलवत होती, तेव्हा होझे आर्केदियो बुयेंदियाचे मुलगेही साहजिकच त्यासंबंधात उत्साही झाले; पण होझे आर्केदियो बुयेंदियाने त्या प्रकाराकडे ढुंकूनही पाहिले नाही. तो म्हणाला, 'त्यांना खुशाल स्वप्न पाहू देत. ते करताहेत त्याच्याहीपेक्षा आपण अधिक चांगले उड्डाण करू आणि निव्वळ एखाद्या भिकार चादरीपेक्षा अधिक शास्त्रशुद्ध साधनांच्या साह्याने करू.' होझे आर्केदियो जरी त्या प्रयोगांमध्ये आपल्याला रस असल्याचे ढोंग करीत होता तरी फिलॉसॉफर्स एग् म्हणून ओळखल्या जाणाऱ्या त्या वस्तूची खरी शक्ती त्याला कधीच समजली नाही. त्याला ती वस्तू म्हणजे निव्वळ एखादी घडविताना नीट न फुगवली गेलेली बाटलीच वाटायची. आपल्या काळज्यांमधून सुटका मिळवणे काही त्याला शक्य झाले नाही. त्याची भूक नाहीशी झाली आणि झोपही लागेनाशी झाली. अंगावर घेतलेल्या कामामध्ये यश न मिळाल्यामुळे पूर्वी त्याच्या बापाची मनःस्थिती जशी बिघडली होती, तशीच त्याचीही मनःस्थिती बिघडली. त्याची ती अवस्था पाहून त्याच्या बापाला वाटले की, त्याने अल्केमीचा विषय खूपच मनाला लावून घेतल्यामुळे तसे झाले असावे म्हणून त्याने स्वतःच त्याची त्या प्रयोगशाळेतील कामापासून सुटका केली. भावाच्या बिघडलेल्या मनःस्थितीचे मूळ परिसाच्या शोधामध्ये नव्हते, हे औरेलियानोला अर्थातच माहीत होते; पण आता त्याला भावाने विश्वासात घेतले नाही. होझे आर्केदियोने आता सुरुवातीची उत्स्फूर्तता गमावली होती. तो आता

अपराधामधला बोलका भागीदार राहिला नव्हता, तर अबोल आणि प्रतिकूल बनला होता. एकान्तासाठी तळमळणारा आणि सगळ्या जगाविषयीच्या प्रखर संतापाचे विष भिनलेला होझे आर्केदियो एक रात्री नेहमीसारखाच बिछान्यातून उठला; पण पिलार तर्नेराच्या घराकडे न जाता तो त्या जत्रेतल्या गोंधळात मिसळायला गेला. अनेक प्रकारच्या नवनवीन चमत्कारिक साधनांपाशी भटकत कुठल्याच साधनामध्ये रस न दाखवता तो फिरत होता, तेव्हा एक वेगळीच गोष्ट त्याच्या नजरेला पडली. ती त्या सगळ्याचा भाग नव्हती. मण्यांच्या भाराने वाकलेली एखादी लहान मुलगीच वाटावी, अशी ती एक तरुण जिप्सी पोरगी होती. ती इतकी सुंदर होती की, तेवढी सुंदर स्त्री होझे आर्केदियोने तोपर्यंतच्या आयुष्यात पाहिलीच नव्हती. आई-बापांच्या अवज्ञेची शिक्षा म्हणून एका माणसाचे सापामध्ये रूपांतर झाले होते. त्या माणसाचे दुःखद दृश्य पाहणाऱ्या लोकांच्या गर्दीमध्ये ती तरुणी होती.

होझे आर्केदियोने त्या सर्पमानवाकडे लक्ष दिले नाही. ते दृश्य दाखवणाऱ्याची त्या सर्पमानवाशी दुःखद प्रश्नोत्तरे चालू असताना तो गर्दीतून वाट काढत पहिल्या रांगेपर्यंत पोहोचला. तिथे ती जिप्सी पोरगी होती. तो तिच्या मागे जाऊन उभा राहिला आणि त्याने स्वतःला तिच्या पाठीशी रेटले. तिने स्वतः दूर सरकण्याचा प्रयत्न केला; पण होझे आर्केदियोने अधिकच नेटाने स्वतःला तिच्या पाठीशी ढकलले. मग तिला त्याची जाणीव झाली आणि स्तंभित झाल्यासारखी ती त्याला लगटून निश्चल होऊन गेली. भयाने आणि आश्चर्याने ती थरथर कापत होती. कारण, तिच्या त्या पुराव्यावर विश्वास बसत नव्हता. शेवटी तिने मान वळवून एक भित्रे स्मित करीत त्याच्याकडे पाहिले. त्याच वेळी दोन जिप्सींनी त्या सर्पमानवाला त्याच्या पिंजऱ्यात घातले आणि ते त्याला तंबूमध्ये घेऊन गेले.

'आणि सभ्य स्त्री-पुरुषहो, आता आम्ही तुम्हाला अशा एका स्त्रीची भयंकर कसोटी दाखवणार आहोत की, पाहू नये ते पाहिल्याची शिक्षा म्हणून एकशे पन्नास वर्षे प्रत्येक रात्री याच वेळेला येथे तिने आपले डोके कापून घेतले पाहिजे.' शिर धडावेगळे करण्याचे ते दृश्य होझे आर्केदियो आणि त्या जिप्सी पोरीने काही पाहिले नाही. ती दोघेही तिच्या तंबूमध्ये गेली. तिथे आततायी उत्कंठतेने त्यांनी आपले कपडे उतरवत एकमेकांची चुंबने घेतली. त्या जिप्सी पोरीने स्टार्च केलेली, फितीने बांधलेली आतली घट्ट काचोळी काढून टाकली आणि आता जवळजवळ काहीच नसल्यासारखी होऊन ती तिथे उभी राहिली. ती तर नुकत्याच दिसू लागलेल्या इवल्याशा स्तनांमुळे आणि होझे आर्केदियोच्या बाहूंएवढ्याही नसलेल्या बारक्याशा पायांमुळे एखाद्या छोट्याशा सुस्त बेडकासारखी दिसत होती; परंतु तिचा निर्धार आणि आवेश एवढा होता की, त्यामुळे तिच्या कमजोरपणाची भरपाई झाली. तथापि, होझे आर्केदियो तिला प्रतिसाद देऊ शकला नाही. कारण, ते एका सार्वजनिक तंबूमध्ये होते. तिथे अनेक जिप्सी ये-जा करीत होते आणि

मध्येच फाशांच्या खेळासाठी तिथेच त्याच्या बिछान्याच्या बाजूलाच रेंगाळत होते. तंबूच्या मध्यभागी असलेल्या खांबाला लटकवलेल्या दिव्याचा उजेड सगळीकडे पसरला होता. त्यांच्या आलिंगनांच्या व परस्परांना कुरवाळण्याच्या मध्येच होझे आर्केदियो काय करावे ते न उमगून बिछान्यावर नुसताच नागडा पडून राहिला आणि ती पोरगी त्याला उत्तेजित करण्याचा प्रयत्न करू लागली. थोड्याच वेळात गच्च भरलेल्या शरीराची एक जिप्सी स्त्री तिथे आली, तिच्या बरोबरचा माणूस न त्या कारवानमधला होता ना त्या गावातला. त्यांनी त्या दोघांच्या बिछान्यासमोरच आपले कपडे उतरवायला सुरुवात केली. सहजच त्या स्त्रीने होझे आर्केदियोकडे आणि त्याच्या निश्चल पहुडलेल्या उत्कृष्ट जनावराकडे करुणाजनक उत्सुकतेने पाहिले. ती उद्गारली, 'हाय रे पोरा! परमेश्वर तुला तू आहेस तस्साच ठेवो.' होझे आर्केदियोच्या जोडीदारणीने त्या दोघांना आपल्या नादी लागू नका असे सांगितले. ते जोडपे तिथेच बिछान्याजवळ जमिनीवर आडवे झाले. त्यांच्या तीव्र उत्कटतेच्या दर्शनामुळे होझे आर्केदियोची वासना जागी झाली. पहिल्या स्पर्शामध्ये डॉमिनोज्च्या सोंगट्यांची एखादी पेटी पायाखाली वेडीवाकडी चिरडली जावी, तसा आवाज करत त्या पोरीच्या हाडांचे सांधे उखडल्यासारखे झाले आणि तिच्या सगळ्या त्वचेतून अंधूक घाम निघाला, तिचे डोळे आसवांनी भरून आले, सगळ्या शरीरामधून दुःखद शोकगीत वाजले आणि मातीचा अंधूक वास श्वासोच्छ्वासासारखा बाहेर पडला; परंतु तिने तो आघात दृढ स्वभावाच्या जोरावर प्रशंसनीय शौर्याने सोसला. होझे आर्केदियोला अत्यंत उदात्त स्फूर्तीच्या अवस्थेकडे हवेत उचलल्यासारखे झाले. तिथे त्याच्या हृदयातूनच जणू नाजूक अश्लीलतेचा स्फोट होऊन तो त्या पोरीच्या कानातून तिच्या स्वतःच्या भाषेत भाषांतरित होऊन बाहेर पडत होता. तो गुरुवार होता. शनिवारी रात्री होझे आर्केदियोने आपल्या डोक्याला एक तांबडा कपडा गुंडाळला आणि तो जिप्सींबरोबर निघून गेला.

त्याची अनुपस्थिती अर्सूलाच्या ध्यानात आली, तेव्हा तिने सबंध गावभर शोध घेतला. जिप्सींच्या छावणीच्या अवशेषांमध्ये आता अजूनही धूर निघत असलेल्या; पण विझवलेल्या शेकोट्यांच्या जोडीला फक्त कचऱ्याचा एक खड्डा होता. तिथल्या कचऱ्यामध्ये मणी शोधणाऱ्या कुणीतरी अर्सूलाला सांगितले की, तिच्या मुलाला त्याने त्या कारवानच्या गोंधळात सर्पमानवाचा पिंजरा एका गाडीवर ढकलताना पाहिले होते. ती नवऱ्यापुढे जाऊन ओरडली, 'तो जिप्सी झालाय.' होझे आर्केदियोच्या नाहीसे होण्याबद्दल तिच्या नवऱ्याने किंचितही भीतीचे चिन्ह दाखवले नव्हते. हजार वेळा कुटून तापवलेला उखळीमधला काहीतरी पदार्थ पुन्हा कुटत होझे आर्केदियो बुयेंदिया म्हणाला, 'मला आशा वाटते की, तू सांगतेस ते खरे असावे, त्यामुळे तरी तो माणूस व्हायला शिकेल.'

'जिप्सी कुणीकडे गेले आहेत,' असे अर्सूलाने लोकांना विचारले. तसे विचारत विचारत तिला सांगितल्या-दाखवलेल्या मार्गाने ती पुढे जात राहिली. तिला वाटत होते की, आपण त्यांना गाठू शकू. ती तशीच गावापासून दूर दूर जात राहिली आणि एवढी दूर पोहोचली की, परतायचा विचारच तिने केला नाही. रात्रीचे आठ वाजून गेले तरी होझे आर्केदियो बुयेंदियाला आपली बायको हरवलीय हे कळाले नाही. मुशीमध्ये तापवत असलेला पदार्थ त्याने शेणाच्या काल्यामध्ये तसाच राहू दिला आणि तो आमारान्ताला काय झालेय ते पाहायला गेला. कारण, रडून रडून तिचा आवाज बसला होता. काही तासांतच त्याने सगळ्या साधनांनी सुसज्ज अशा लोकांचा एक जमाव गोळा केला, एका स्त्रीने आमारान्ताला पाजायची तयारी दाखवली होती, आमारान्ताला तिच्या हवाली करून अर्सूलाला शोधून काढण्यासाठी न दिसणाऱ्या वाटांमध्ये होझे आर्केदियो बुयेंदिया नाहीसा झाला. औरेलियानोही त्यांच्या बरोबर गेला. काही इंडियन मच्छिमार त्यांना वाटेत भेटले; पण त्यांची भाषा यांना कळत नव्हती. त्यांनी खुणांच्या भाषेत यांना सांगितले की, त्यांना कुणीही जाताना दिसले नाही. तीन दिवसांच्या निरुपयोगी शोधानंतर ते सगळे जण गावाकडे परतले.

काही आठवडे तरी होझे आर्केदियो बुयेंदियाने आपली अशीच त्रेधातिरपीट होऊ दिली. छोट्या आमारान्ताची मात्र त्याने आईसारखी काळजी घेतली. त्याने तिला अंघोळ घातली, कपडे चढवले, दिवसातून चार वेळा तिला दूध पाजायला नेले, इतकेच नव्हे तर रात्रीच्या वेळी तिच्यासाठी गाणीसुद्धा म्हटली. तसली गाणी अर्सूलाला कधी म्हणताच आली नव्हती. एक वेळ असे झाले की, अर्सूला परत येईपर्यंत पिलार तेर्नेराने घरातली कामे करण्याची तयारी दाखवली; पण त्या दुर्दैवी घटनेमुळे औरेलियानोची अंतःस्फूर्ती अधिकच तीव्र झाली होती, त्यामुळे पिलार तेर्नेरा घरात येत असतानाच त्याला अंतर्दृष्टीचा प्रकाश जाणवला. कुठल्या तरी अज्ञात मार्गाने त्याला कळून चुकले की, आपल्या भावाच्या पलायनाला आणि नंतर आईच्या नाहीसे होण्यालाही पिलार तेर्नेरा जबाबदार असून तिलाच दोष द्यावा लागेल, तेव्हा त्याने शांतपणे निर्दय शत्रुत्वभावनेने तिला असे काही सळो की पळो करून सोडले की, मग ती पुन्हा त्यांच्या घरात आली नाही.

जसजसा काळ लोटला तसतशा घरातल्या रोजच्या गोष्टी जागेवर येऊ लागल्या. आपण आपल्या प्रयोगशाळेकडे पुन्हा कधी वळलो, तिथल्या वस्तूंवरची धूळ कधी झटकली, पाण्याचा नळ कधी तापवला आणि शेणाच्या काल्यामध्ये कित्येक महिने पडून राहिलेल्या त्या पदार्थात ते दोघेही केव्हा गुरफटले गेले, ते होझे आर्केदियो बुयेंदियाला आणि त्याच्या मुलाला समजलेच नाही. पाऱ्याच्या वाफांमुळे शुद्ध झालेल्या हवेच्या त्या छोट्याशा खोलीमध्येच आमारान्तासुद्धा आपल्या वेळूच्या विणलेल्या टोपलीमध्ये पडून राहून कामामध्ये गढून गेलेल्या

वडिलांना आणि भावाला निरखून बघायची. अर्सूलाच्या नाहीसे होण्यानंतर अनेक महिन्यांनी एकदा विलक्षण गोष्टी घडू लागल्या. कपाटात ठेवलेला पण अजिबात विसरला गेलेला एक रिकामा चंबू एकाएकी जड झाला की, तो जागचा हलवता येईना. कामाच्या टेबलावर ठेवलेली पाण्याची एक कढई खाली आग पेटवलेली नसतानादेखील अर्धा तास एवढी उकळत राहिली की, शेवटी सगळ्या पाण्याची वाफ होऊन गेली. होझे आर्केदियो बुयेंदिया आणि त्याच्या मुलाने चमत्कार काहीसे घाबरून जाऊन उत्तेजित होऊन नीटपणे पाहिले. त्यांना त्यांचे कसलेही स्पष्टीकरण देता आले नाही; पण प्रत्यक्षात काही तरी घडण्याचे ते सूचक संकेत आहेत, असा अर्थ त्यांनी लावला. एक दिवस छोट्या आमारान्ताला ठेवलेली टोपली आपोआपच हलू लागली आणि त्या टोपलीने सगळ्या खोलीला पूर्ण चक्कर मारली. ते पाहून गाळण उडालेल्या औरेलियानोने ती टोपली थांबवण्याचा प्रयत्न केला; पण त्याचा बाप मात्र विचलित झाला नाही. त्याने ती टोपली पुन्हा मूळ जागेवर ठेवली आणि टेबलाच्या एका पायाला बांधली. त्याला खात्री वाटत होती की, फार काळ वाट पाहिलेला तो प्रसंग आता लवकरच घडणार होता. त्या वेळी औरेलियानोने त्याच्या बापाला असे म्हणताना ऐकले की, 'जर तुम्ही परमेश्वराला भीत नसाल तर निदान धातूंमधून तरी त्याची भीती बाळगा.'

अर्सूला नाहीशी झाली त्यानंतर जवळजवळ पाच महिन्यांनंतर आकस्मात ती परत आली. आली तीच मुळी टवटवीत होऊन, जणू एखाद्या मोठ्या पदावर चढून ती त्या गावात कुणालाही माहीतही नव्हते, असे नवे वेगळ्याच तऱ्हेचे कपडे घालून परत आली. त्या आकस्मिक गोष्टीचा भार सोसणे जवळ जवळ कठीणच होते म्हणून होझे आर्केदियो बुयेंदिया ओरडला, 'हेच ते. मला माहीत होते, हे घडणार आहे म्हणून.' आणि तशा त्या वाटण्यावर त्याचा खरेच विश्वास होता. तो जेव्हा ते पदार्थ हाताळत होता त्या दरम्यानच्या त्याच्या 'तुरुंगवासा'त त्याने अगदी अंतःकरणाच्या गाभ्यातून परमेश्वराची करुणा भाकली होती. मात्र ती काही परिसाचा शोध लागण्यासाठी वा धातूंना श्वासोच्छ्वास करायला लावणाऱ्या श्वासाच्या मोकळे होण्यासाठी किंवा घरातल्या बिजागऱ्या व कुलुपे सोन्यामध्ये रूपांतरित होण्यासाठी नव्हे, तर याच अगदी याच चमत्कारासाठी म्हणजे अर्सूलाच्या परत येण्यासाठी त्याने प्रार्थना केली होती; पण तिला त्या सगळ्यांच्या उत्तेजित होण्याचे काहीच वाटले नाही. तिने आपले नेहमीसारखे त्याचे चुंबन घेतले, जणू काही ती एखादा तासभरच दूर गेली होती आणि तिने त्याला म्हटले,

'दरवाजातून जरा बाहेर तर पाहा.'

होझे आर्केदियो बुयेंदिया बाहेर रस्त्यावर गेला आणि त्याने तिथली ती गर्दी पाहिली तेव्हा आपल्या गोंधळलेल्या मनःस्थितीमधून बाहेर यायला बराच वेळ लागला. ते काही जिप्सी नव्हते, ती तर त्यांच्यासारखीच माणसे होती, स्त्रिया आणि

पुरुष. *त्यांचे केस लांब आणि त्वचा काळसर होती. ते त्यांचीच भाषा बोलत होते आणि तसल्याच दुखण्यांविषयी तक्रार करत होते.* त्यांच्याकडे खेचरे होती, त्यांच्या पाठीवर खाण्याचे पदार्थ लटकवलेले होते, बैलगाड्या होत्या, त्यांमध्ये फर्निचर आणि घरगुती भांडीकुंडी तसेच शुद्ध साधी भौतिक साधने व हत्यारे विक्रीला ठेवलेली होती. दैनंदिन वास्तवातील त्या वस्तूंचे ते विक्रेते जिप्सींसारखा कसलाही नसता घोळ घालत नव्हते. ते दलदलीच्या प्रदेशाच्या दुसऱ्या बाजूकडून फक्त दोनच दिवस प्रवासाच्या अंतरावरून तिथे आले होते. तिकडच्या गावांना वर्षाच्या प्रत्येक महिन्याला टपाल मिळत होते आणि तिथल्या लोकांना चांगल्या जगण्यासाठी लागणारी सगळी साधने माहीत होती. अर्सूला काही जिप्सींबरोबर गेली नव्हती; पण नवऱ्याच्या अपयशी थोर संशोधनात त्याला सापडला नव्हता तो मार्ग तिला सापडला होता.

३

पिलार तेर्नेराच्या मुलाला जन्मानंतर दोन आठवड्यांनी त्याच्या आजी-आजोबांच्या घरी आणले गेले. अर्सूलाने कुरकुर करतच त्याला घरात घेतले. नवऱ्याच्या हट्टीपणामुळे तिला पुन्हा एकदा हार खावी लागली. आपल्याच रक्ताचा एक अंकुर कुठेतरी भरकटत जावा ही कल्पनाचा तिच्या नवऱ्याला सहन होत नव्हती; पण त्याने एक अट घातली की, तो खरा कोण आहे ते त्या मुलाला कधीच कळता कामा नये. त्यांनी त्याला होझे आर्केदियो असे नाव दिले होते, तरी शेवटी गोंधळ होऊ नये म्हणून ते त्याला नुसतेच आर्केदियो असे म्हणू लागले. त्या दिवसांत गावात एवढ्या घडामोडी घडत होत्या आणि घरातही एवढी घाईगर्दी होती की, मुलांची काळजी घेण्याचे काम दुय्यम ठरले. त्यांना विसितासियॉन या ग्वाखिरो इंडियन जमातीतल्या एका स्त्रीच्या स्वाधीन केले गेले. त्यांच्या साऱ्या जमातीलाच कित्येक वर्षे छळणाऱ्या निद्रानाशाच्या साथीपासून सुटण्यासाठी ती आणि तिचा भाऊ त्या गावात पळून आले होते. ते दोघेही बहीण-भाऊ एवढे शांत आणि मदत करण्यात सतत असे तत्पर असत की, अर्सूलाने त्यांना घरकामात मदतीसाठी ठेवून घेतले होते, त्यामुळेच आर्केदियो आणि आमारान्ता या दोघांनाही स्पॅनिश भाषा यायला लागण्यापूर्वीच त्या दोघांकडून ते ग्वाखिरो भाषा बोलायला शिकले. त्यांच्याचमुळे अर्सूलाच्या नकळत ते पालीचा रस्सा प्यायला आणि कोळ्यांची अंडी खायलादेखील शिकले. कारण, साखरेची जनावरे बनवण्याच्या आपल्या भरभराटीच्या व्यवसायात अर्सूला अगदी गढून गेली होती. माकोन्दो बदलले होते. अर्सूलाबरोबर आलेल्या लोकांनी माकोन्दोच्या चांगल्या मातीची आणि दलदलीच्या प्रदेशातल्या त्याच्या वैशिष्ट्यपूर्ण स्थानाची ख्याती सगळीकडे पसरवली होती, त्यामुळे एके काळच्या त्या छोट्याशा खेड्याचे रूपांतर दुकाने आणि वर्कशॉप्सनी भरलेल्या, कायमचा व्यापारी मार्ग असलेल्या एका उद्यमशील शहरामध्ये झाले.

पहिल्यांदा तिथे पायघोळ विजारी आणि कानात बाळ्या घालणारे अरब लोक आले. ते काचेच्या मण्यांच्या बदल्यात मकाव पोपट विकत घेत असत. होझे आर्केदियो बुयेंदियाला तर क्षणाचीही उसंत नव्हती. आपल्या काल्पनिक विश्वापेक्षा अधिक कल्पकतापूर्ण असलेल्या अगदी जवळच्या वास्तवाकडे आकर्षित झाल्यामुळे किमयागाराच्या प्रयोगशाळेतला त्याचा सगळा रस नाहीसा झाला आणि अनेक महिने हाताळून बारीक होऊन गेलेला पदार्थ त्याने बाजूला ठेवून दिला. पुन्हा एकदा तो त्या आरंभीच्या दिवसांमधला साहसी मनुष्य बनला. त्या वेळी त्याने गावातील रस्त्यांची मांडणी आणि नव्या घरांच्या जागा अशा तऱ्हेने निश्चित केल्या होत्या की, प्रत्येकाला ज्या सुविधा उपलब्ध नाहीत अशा सुविधा कुणाही एखाद्यालाच मिळता कामा नयेत. त्या शहरात नव्याने येणाऱ्या लोकांमध्ये त्याच्या व्यवहारज्ञानामुळे त्याला असा अधिकार प्राप्त झाला की, त्याचा सल्ला घेतल्याशिवाय इमारतींचा पाया घातला जात नसे किंवा भिंतीही बांधल्या जात नसत, तसेच गावातील जमीनवाटपाचे काम त्याच्या प्रमुख अखत्यारीत राहील हेही ठरूनच गेले होते. कसरतपटू भटके जिप्सी गावाकडे परत आले. त्यांचा तो फिरता कार्निव्हल[१] बरोबर घेऊनच ते आले होते. त्यात नशीब आजमावण्याच्या आणि योगायोगाने भरलेल्या अनेकानेक खेळांची एक प्रचंड व्यवस्था आता निर्माण झाली होती. त्यांच्या बरोबर होझे आर्केदियोही परत आलेला असेल असे वाटल्यामुळे त्यांचे मोठ्या आनंदाने स्वागत झाले; परंतु होझे आर्केदियो त्यांच्याबरोबर नव्हता. सर्पमानव हा एकच माणूस होझे आर्केदियोविषयी माहिती देऊ शकेल असे अर्सूलाला वाटले होते; परंतु तोही त्यांच्या बरोबर आला नव्हता, त्यामुळे त्या जिप्सींना गावात छावणी टाकू दिली गेली नाही किंवा भविष्यात नंतरही त्यांना पाऊल ठेवता आले नाही. कारण, ते जिप्सी आपल्याबरोबर लैंगिक अनाचार आणि विकृती आणतात असे मानले जात होते. तथापि, होझे आर्केदियो बुयेंदियाचा असा स्पष्ट आग्रह होता की, मेल्कियादेस आणि त्याच्या जुन्या जमातीने आपल्या प्राचीन काळापासून शहाणपणाने आणि त्यांच्या विलक्षण शोधांनी त्या गावाच्या वाढीला हातभार लावला होता, त्यामुळे त्याच्यासाठी गावाचे दरवाजे नेहमीच उघडे राहतील; परंतु त्या नव्याने आलेल्या भटक्या जिप्सींचे असे म्हणणे होते की, मेल्कियादेसची जमात या पृथ्वीतलावरून नष्ट झाली आहे. कारण, त्यांनी मानवी ज्ञानाच्या मर्यादा ओलांडल्या होत्या.

कल्पनाविलासाच्या यातनांमधून तात्पुरता मुक्त झालेल्या होझे आर्केदियो बुयेंदियाने थोड्याच काळात काम आणि सुव्यवस्था यांची एक पद्धती घालून दिली. आता गावात फक्त एकाच गोष्टीला परवानगी होती, ती म्हणजे पक्ष्यांना मोकळे सोडून देणे. माकोन्दोच्या स्थापनेपासून त्या पक्ष्यांनी आपल्या बासरीसारख्या आवाजाने सगळा वेळ मजेदार करून टाकला होता. त्या पक्ष्यांच्या जागी प्रत्येक घरात संगीत ऐकवणारी घड्याळे बसवली गेली. लाकडावर कोरीव काम केलेली ती

घड्याळे फारच आश्चर्यकारक होती. अरबांनी ती गावात आणून मकाव पोपटांच्या बदल्यात विकली होती. होझे आर्केदियो बुयेंदियाने ती अशी काही नेमक्या तऱ्हेने जुळवून लावली होती की, दर अर्ध्या तासाला सगळा गाव एकाच गाण्याच्या क्रमशः पुढच्या सुरावटीच्या गुंजनाने आनंदित व्हायचा आणि बरोबर बारा वाजता ते संगीत सर्वोच्च बिंदूला पोहोचायचे व सगळ्या घड्याळांमधून वॉल्ट्झचे एक संपूर्ण आवर्तन पूर्ण व्हायचे. त्या वर्षांमध्ये होझे आर्केदियो बुयेंदियानेच त्यांना असेही ठरवून दिले होते की, अॅकाशियाच्या झाडांऐवजी सगळ्यांनी रस्त्यांवर बदामाची झाडे लावावीत. कुणालाही कधीच न सांगता अशी काही युक्ती त्याने शोधून काढली होती की, त्यामुळे ती झाडे कायम जगतील. पुढे बऱ्याच वर्षांनंतर माकोन्दो हे गाव वेड्यावाकड्या बांधलेल्या लाकडी घरांचे आणि जस्ताच्या पत्र्यांचे जणू रानच बनून गेले, तेव्हाही अगदी जुन्यातल्या जुन्या रस्त्यांवर ती धुळकट जीर्ण झाडे तशीच उभी होती, ती कुणी लावली होती हे मात्र कुणालाच माहीत नव्हते. औरेलियानोचे वडील त्या गावाची नीट व्यवस्था लावण्यात गढून गेले होते आणि त्याची आई साखरेची चित्रे म्हणजे छोटे छोटे कोंबडे आणि मासे बनवण्याच्या उत्कृष्ट व्यवसायात गर्क होती. ती चित्रे दिवसातून दोन वेळा बालसा लाकडाच्या काठ्यांवर टांगून घरातून बाहेर पाठवली जात. या काळात औरेलियानो मात्र बापाने टाकून दिलेल्या त्या प्रयोगशाळेत अनंत तास घालवत स्वतःच प्रयोग करून चांदीचे काम करण्याची कला शिकत होता. थोड्याच दिवसांमध्ये तो शरीराने एवढा वाढला होता की, त्याच्या भावाने मागे टाकलेले कपडे त्याला अजिबात होत नसत आणि त्याने बापाचे कपडे वापरायला सुरुवात केली होती; परंतु त्या शर्टांना प्लेट्स आणि पॅण्ट्समध्ये आतून टाके घालणे विसितासियॉनला भाग पडले होते. कारण, औरेलियानोला त्या दोघांसारखा स्थूलपणा आलेला नव्हता. त्याच्या आवाजातली मृदुता पौंगडावस्थेमुळे नाहीशी झाली होती, तो एकलकोंडा आणि शांत बनला होता; पण त्याचबरोबर जन्माच्या वेळी त्याच्या डोळ्यांमध्ये दिसलेला उत्कटतेचा भाव पुन्हा परत आला होता. चांदीच्या कामातल्या प्रयोगांवर त्याने आपले लक्ष एवढे केंद्रित केले होते की, जेवणासाठीसुद्धा तो आपली प्रयोगशाळा क्वचितच सोडायचा. त्याच्या त्या एकलकोंडेपणाची काळजी वाटून कदाचित त्याला स्त्रीसंगत पाहिजे असावी, असा विचार करून होझे आर्केदियो बुयेंदियाने घराच्या चाव्या आणि थोडे पैसे त्याला दिले. मात्र औरेलियानोने ते पैसे मुरियाटिक अॅसिड विकत घेण्यासाठी खर्च केले. कारण, त्याला अॅक्वा रेजिया तयार करावयाचे होते. त्या चाव्यांना सोन्याचा मुलामा देऊन त्याने त्या सुंदर बनवून टाकल्या. त्या तसल्या अतिरेकी उद्योगांची तुलना छोटा आर्केदियो आणि आमारान्ता यांच्या उद्योगांशी क्वचितच होऊ शकली असती. त्या दोघांनाही आता त्यांचे दुसरे दात यायला लागले होते. ते अजूनही त्या इंडियानांच्या झग्याला धरून इकडेतिकडे फिरत असत

आणि स्पॅनिशमध्ये न बोलण्याचा हट्ट चालवून ग्वाखिरो भाषेतच बोलत. त्यावरून अर्सूला नवऱ्याला उद्देशून म्हणाली, 'तुम्ही तक्रार करायची नाही. कारण, मुले आपल्या आईबापांचा वेडेपणा आनुवंशिकतेने उचलतात.' तिची खात्रीच होती की, त्या पोरांचे असले अफाट वागणे हे डुकराच्या शेपट्या असण्याइतकेच भयंकर आहे म्हणून आपल्या मुलांच्या वागण्यामुळे आपल्या दुर्दैवाला ती दोष देत होती, तेवढ्यात औरेलियानोने तिच्याकडे अशा काही नजरेने पाहिले की, ती एकाएकी अनिश्चिततेच्या सावटात गुरफटली गेली.

तो म्हणाला, 'कुणी तरी येत आहे.'

तो जेव्हा जेव्हा असे काहीतरी घडणार असल्याचे भाकीत आधीच करायचा, तेव्हा अर्सूला नेहमीसारखीच आपल्या गृहिणीच्या नेहमीच्या तर्कशास्त्राने ते हाणून पाडायला पाहायची. कुणी तरी येत असणे हे अगदी नित्याचेच होते. कुणालाही संशय येऊ न देता किंवा कसल्याही गूढ कल्पना मनात येऊ न देता परकी माणसे माकोन्दोमध्ये अगदी डझनांनी येत असत. तथापि, औरेलियानो कुठल्याही तर्कशास्त्रापलीकडच्या अशा आपल्या भाकितावर ठाम होता.

तो आग्रहाने म्हणाला, 'कोण असेल ते मला सांगता येत नाही; पण जे कुणी आहे ती व्यक्ती अगदी इथे येण्याच्या वाटेवरच आहे.'

खरेच त्या रविवारी रेबेका आली. ती फक्त अकरा वर्षांची होती. मानाउरेपासूनचा तो कठीण प्रवास तिने कुणा कातडी विकणाऱ्यांच्या बरोबर केला होता. तिला तिथे आणून सोडायचे काम त्यांनी अंगावर घेतले होते आणि तिच्याबरोबर होझे आर्केदियो बुयेंदियासाठी एक पत्रही आणले होते; पण त्यांना ही मेहेरबानी करायला सांगणारी व्यक्ती कोण होती ते त्यांना समजावून सांगता येत नव्हते. रेबेकाचे सगळे सामान म्हणजे एक लहानशी ट्रंक, हातांवर फुले रंगवलेली एक छोटीशी झुलती खुर्ची आणि *क्लक्-क्लक्-क्लक्* असा आवाज करणारे एक कॅन्व्हासचे पोते एवढेच तिच्याजवळ होते. त्या पोत्यात तिच्या आई-वडिलांची हाडे होती. होझे आर्केदियो बुयेंदियाला लिहिलेले पत्र खूप उबदार शब्दांत आणि मायेने लिहिलेले होते आणि लिहिणारी व्यक्तीचे होझे आर्केदियो बुयेंदियावरील प्रेम कायम होते आणि निव्वळ मूलभूत माणुसकीच्या भावनेतून, दया म्हणून त्याने त्या अनाथ मुलीला त्याच्याकडे पाठवले होते. तिला घराचा आसरा नव्हता. पत्र पाठवणारी ती व्यक्ती अर्सूलाची लांबची भावंड होती आणि त्याच नात्याने होझे आर्केदियो बुयेंदियाचीदेखील आणखी थोडी लांबची झाली तरी नातेवाईकच होती. ती मुलगी म्हणजे ज्याला विसरणे शक्य होणार नाही अशा निकानोर उयोवाची आणि त्याच्या रेबेका मोन्तिएल् या फारच मोठ्या योग्यतेच्या बायकोची मुलगी होती (परमेश्वर त्यांना आपल्या पवित्र राज्यात जागा देवो). ख्रिश्चन प्रथेनुसार योग्य त्या तऱ्हेने दफन व्हावे म्हणून त्यांची हाडे त्या मुलीजवळच्या पोत्यात पाठवली होती. त्यात दिलेली नावे आणि सही

अगदी पूर्णपणे वाचता येत होती; परंतु होझे आर्केदियो बुयेंदिया किंवा अर्सूला या दोघांनाही त्या नावाची कुणी नातेवाईक माणसे आठवत नव्हती. ते पत्र पाठवणाऱ्या व्यक्तीच्या नावाच्या कुणालाही ते ओळखत नव्हते, मानाउरे नावाचे गावही त्यांना माहीत नव्हते. त्यापेक्षा जास्त कुठलीही माहिती त्या मुलीकडून मिळणे अशक्यच होते. ती आली त्या क्षणापासून त्याच तिच्या झुलत्या खुर्चीत बसून बोट चोखत होती आणि आपल्या मोठाल्या डोळ्यांनी प्रत्येकाला न्याहाळून पाहत होती. तिला विचारल्या जाणाऱ्या प्रश्नातले तिला काही कळत असल्याचे कसलेच चिन्ह दिसत नव्हते. तिने एक आडव्या तिडव्या पट्ट्यांचा पोशाख घातला होता, त्याला काळा रंग दिलेला होता. वापरून वापरून तो जीर्ण झाला होता आणि तिच्या पायात खवले खवले असलेले पेटंट लेदरचे बूट होते. तिचे केस कानामागे काळ्या रिबनीने बांधलेले होते. तिने एक स्कॅप्युलर[२] घातले होते, त्यावरच्या प्रतिमा घामाने झिजून गेल्या होत्या आणि तिला दृष्ट लागू नये म्हणून तिच्या उजव्या मनगटात तांब्याच्या तुकड्यावर हिंस्र जनावराचे चित्र कोरलेला एक ताईत होता. काहीशी हिरवट त्वचा आणि नगाऱ्यासारखे ताणलेले गोल पोट तिच्या खराब प्रकृतीचे व भुकेचे निदर्शक होते. या दोन्ही गोष्टी तिच्या वयाहूनही जास्त जुन्या असाव्यात; परंतु त्यांनी तिला काही तरी खायला दिले, तेव्हा तिने कशाचीही चव न पाहता ती प्लेट आपल्या गुडघ्यांवर ठेवून दिली. त्यांना तर अशीही शंका आली की, ती बहिरी-मुकी होती की काय? पण त्या इंडियनांनी तिला पाणी हवे का म्हणून त्यांच्या भाषेत विचारले, तेव्हा तिच्या हललेल्या डोळ्यांमुळे तिने जणू त्यांना ओळखल्यासारखे दिसले व तिने होकारार्थी डोके हलवले. दुसरे काहीच शक्य नव्हते म्हणून त्यांनी तिला ठेवून घेतले.

तिला रेबेका असेच हाक मारायचे त्यांनी ठरवले. कारण, त्या पत्रावरून तिच्या आईचे नाव रेबेका असल्याचे समजले होते. औरेलियानोजवळ पुरेशी सहनशीलता असल्यामुळे त्याने सगळ्या संतांची नावे तिला वाचून दाखवली; पण तिने कोणत्याही नावाच्या वेळी कसलीच प्रतिक्रिया दिली नाही. त्या दिवसापर्यंत माकोन्दोमध्ये कुणीच मृत झालेले नव्हते म्हणून गावात दफनभूमी नव्हती, त्यामुळे ती हाडांची पिशवी पुरायला योग्य जागा मिळावी म्हणून त्यांनी तशीच ठेवली. बरेच दिवस ती पिशवी सतत कुठे तरी मध्ये मध्ये येत असे आणि जिथे ती असण्याची अपेक्षा नसायची अशा जागी ती पिशवी एखाद्या खुडूक कोंबडीसारखा क्लक्-क्लक् आवाज करत असलेली आढळायची. रेबेका त्या कुटुंबाच्या जीवनात सामावण्यासाठी बराच काळ जावा लागला. घराच्या अगदी दूरवरच्या एखाद्या कोपऱ्यात आपल्या झुलत्या खुर्चीत बसून ती आपले बोट चोखत असायची. तिला कशाचेही आकर्षण वाटत नसे, अपवाद फक्त त्या घड्याळांच्या संगीताचा. दर अर्धा तासाने होणाऱ्या त्या आवाजाकडे ती घाबरेलेल्या डोळ्यांनी हवेमध्ये असे बघत राहायची की, जणू काही तो आवाज तिला हवेत कुठे तरी दृष्टीस पडेल अशी

तिला आशा वाटत असावी. अनेक दिवस ते तिला काहीही खायला घालू शकले नाहीत. ती भुकेने मेली कशी नाही हे कुणालाच कळत नव्हते; परंतु इंडियनांना सगळे काही माहीत होते. कारण, ते घरात सगळीकडे आवाज न करता सतत फिरत असत. रेबेकाला अंगणातली ओली माती आणि भिंतींना दिलेल्या चुन्याचे पोपडे खायला आवडतात, असा शोध त्यांनी लावला होता. ती ते पोपडे नखांनी काढायची. तिचे आईबाप किंवा ज्यांनी कुणी तिला तोपर्यंत वाढवले असेल ते तिला त्या सवयीवरून रागे भरत असावीत हे उघडच होतं म्हणून कुणीही पाहत नसताना आणि काहीशा अपराधी भावनेने ती तो उद्योग करायची. शिवाय त्यातला काही भाग कुणी बघत नसताना गुपचूप खाता यावा म्हणून ती खिशातही भरून ठेवायची. त्यानंतर त्यांनी तिच्यावर कठोरपणे लक्ष ठेवले. त्या अपायकारक व्यसनातून तिला काही उपायांनी मुक्त करता येईल म्हणून त्यांनी पटांगणात गाईचे पित्त टाकले आणि भिंतींना तिखट मिरच्या घासून ठेवल्या; परंतु कुठून तरी माती मिळवण्यासाठी तिने एवढा धूर्तपणा आणि अशी काही कल्पकता दाखवली की, अर्सूलाला अधिक कठोर उपायांचा अवलंब करणे भाग पडले. एका भांड्यामध्ये तिने संत्र्यांचा रस आणि रेवाचिनी मिसळून ते भांडे रात्रभर दवात उघड्यावर ठेवले आणि रिबेकाला तो डोस दुसऱ्या दिवशी रिकाम्या पोटी घ्यायला लावला. माती खाण्याच्या वाईट सवयीवर ते औषध लागू पडेल म्हणून तिला कुणीही सांगितले नव्हते, तरीही तिने असा विचार केला होता की, रिकाम्या पोटी घेतलेला कोणताही कडू पदार्थ लिव्हरवर नक्कीच प्रतिक्रिया करील. रेबेका नाजूक दिसत असली तरी एवढी बंडखोर आणि ताकदीची होती की, ते औषध गिळायला लावण्यासाठी त्यांना एखाद्या वासरासारखे तिला बांधावे लागले होते आणि तरीही तिच्या लाथांपासून स्वतःला दूर ठेवणे त्यांना अवघड जात होते. कारण, ती थुंकणे आणि चावे यांचा आलटून पालटून इजिप्शियन चित्रलिपीसारखा प्रयोग करत होती. त्या वेळच्या तिच्या शिव्या ऐकून धक्का बसलेल्या त्या ग्वाखिरो इंडियनांच्या मते त्यांच्या भाषेतील त्या अत्यंत नीच, अश्लील समजल्या जाणाऱ्या गोष्टी होत्या. अर्सूलाला हे समजले तेव्हा तिने त्याच्या जोडीला चाबकाच्या फटक्यांचा वापर करायला सांगितले. मग त्या माराचा तिच्यावर परिणाम झाला की रेवाचिनीचा की दोन्हींचा एकत्रित परिणाम झाला ते नक्की ठरवता आले नाही, तरी एवढे खरे की काही आठवड्यांनंतर रेबेकामध्ये सुधारण्याची लक्षणे दिसू लागली. आर्केदियो आणि आमारान्ताच्या खेळांमध्ये ती भाग घेऊ लागली. ते दोघे तिला मोठ्या बहिणीसारखे वागवत असत. तिने भांड्यांचा योग्य वापर करीत मनापासून खायला सुरुवात केली. लवकरच त्यांच्या असेही निदर्शनास आले की, ती इंडियन ग्वाखिरो भाषेएवढ्याच सफाईदारपणे स्पॅनिश भाषाही बोलू शकते. तिच्या अंगी शारीरिक कष्ट करण्याची लक्षणीय ताकद होती आणि त्या घड्याळांच्या वॉल्ट्झच्या सुरावटीत तिने स्वतःच शोधून रचलेल्या

अगदी गमतीदार शब्दांचे गाणे तिला म्हणता येत होते. मग मात्र तिला आपल्या कुटुंबातलीच एक सदस्य असे समजायला त्यांना फार काळ जावा लागला नाही. अर्सूलाच्या स्वतःच्या मुलांपैकी कुणाहीपेक्षा अर्सूलाविषयी तिला जास्त माया वाटत असे. आर्केदियोला ती भाऊ, आमारान्ताला बहीण, औरेलियानोला अंकल, आणि होझे आर्केदियो बुयेंदियाला आजोबा म्हणायची, त्यामुळे शेवटी बाकीच्यांइतकाच रेबेका बुयेंदिया या नावावर तिचाही अधिकार म्हणायची. खरे तर तेच नाव तिचे स्वतःचे असे म्हणता आले असते. तेच नाव तिने अखेर तिच्या मृत्यूपर्यंत मोठ्या मानाने वागवले.

माती खाण्याच्या वाईट सवयीतून रेबेका बरी झाली आणि तिला इतर मुलांच्या खोलीतच झोपायला आणले गेले. ती इंडियन स्त्रीसुद्धा त्याच खोलीत झोपायची. साधारण त्याच सुमारास एका रात्री त्या इंडियन स्त्रीला जाग आली तेव्हा मधूनच होणारा एक विचित्र आवाज कोपऱ्यातून तिला ऐकू आला. एखादे जनावर खोलीत शिरले असावे असे वाटून ती घाबरून उठली आणि तिला रेबेका त्या झुलत्या खुर्चीत बसून आपले बोट चोखत असलेली दिसली. तिचे डोळे अंधारात मांजराच्या डोळ्यांसारखे चमकत होते. आपल्या दैवगतीमुळे हताश झालेल्या व घाबरून गेलेल्या त्या इंडियन स्त्रीला रेबेकाच्या डोळ्यांमध्ये एका जुन्या साथीच्या आजाराचे चिन्ह दिसले. त्याच आजाराच्या भीतीने तिला आपल्या फार जुन्या काळापासूनच्या राज्यातून हद्दपार व्हावे लागले होते. त्या राज्यात ती राजकन्या आणि तिचा भाऊ राजपुत्र होते. ती निद्रानाशाच्या रोगाची साथ होती.

सकाळ होण्यापूर्वीच काताउरे हा इंडियन घर सोडून गेला होता. त्याची बहीण मात्र तिथे त्या गावातच राहिली. कारण, तिचे दैववादी अंतःकरण तिला सांगत होते की, काहीही झाले तरी जगाच्या पाठीवर पृथ्वीच्या कोणत्याही दूरवरच्या कोपऱ्यात ती गेली तरी तो जीवघेणा रोग तिचा पाठलाग करतच राहणार. विसितासियॉनला वाटणारी भीती कुणालाच नीट समजली नाही. 'आपण जर पुन्हा झोपलोच नाही तर अधिकच चांगले.' होझे आर्केदियो बुयेंदियाने मजेत म्हटले. 'तसे झाले तर आपल्याला याच आयुष्यात जास्तीत जास्त मिळवता येईल.' परंतु त्या इंडियन स्त्रीने त्यांना समजावून सांगितले की, त्या आजारपणात झोपणे शक्य होत नाही हा भाग तेवढा भीतिदायक नाहीच, कारण झोप नसली तरी शरीराला अजिबात थकवा जाणवत नाही; परंतु स्मृती नाहीशी होणे म्हणजे त्या रोगाचे अत्यंत कठोर लक्षण होय. ते दिसू लागणे हे जास्तच भयंकर असते. तिच्या म्हणण्याचा अर्थ असा होता की, त्या आजाराने पिडलेली व्यक्ती आपल्या सततच्या जागे राहण्याला सरसावते, तेव्हा प्रथम तिच्या स्मरणातून तिच्या बालपणीच्या आठवणी नाहीशा होतात, मग नाव आणि वस्तूंच्या संकल्पना नाहीशा होतात, नंतर ती व्यक्ती लोकांची ओळख विसरू लागते, इतकेच नव्हे तर आपल्या स्वतःसंबंधीची जाणीवही गमावून बसते

आणि मग मात्र ती व्यक्ती भूतकाळच नसलेल्या निर्बुद्धपणाच्या गर्तेत बुडून जाते. हे ऐकल्यावर हसून हसून होझे आर्केदियो बुर्येंदियाचा अगदी जीव जायची वेळ आली. त्याला वाटले की, त्या इंडियन स्त्रीच्या धर्मभोळ्या समजुतीमधून तिने शोधून काढलेला हा आणखी एक आजार असावा; परंतु अर्सूलाने खबरदारीचा उपाय म्हणून रेबेकाला इतर मुलांपासून वेगळे केले. विसितासियॉनला वाटणारी भीती नाहीशी झाल्यानंतर काही आठवड्यांनी होझे आर्केदियो बुर्येंदियाला असे आढळून आले की, झोप लागणे शक्य नसल्याने आपण बिछान्यातच कुशी बदलतो आहे, त्याच वेळी जाग आलेल्या अर्सूलाने त्याला काय बिघडले आहे असे विचारले. तो म्हणाला, 'मी पुन्हा प्रुडेन्शियो आगिलारचा विचार करतोय.' त्यानंतर ती दोघे एक मिनिटभरही झोपली नाहीत; परंतु त्या रात्री एवढी विश्रांती मिळाल्यासारखे त्यांना वाटले की, त्या खराब रात्रीची आठवणही त्यांना दुसऱ्या दिवशी राहिली नव्हती. औरेलियानो एक दिवस दुपारच्या जेवणाच्या वेळी आश्चर्याने उद्गारला की सबंध रात्र त्याने प्रयोगशाळेत घालवली होती. रात्रभर तो अर्सूलाच्या वाढदिवसानिमित्त तिला भेट द्यायच्या ब्रोचवर चांदीचा मुलामा देत होता आणि तरीही त्याला फार ताजेतवाने वाटत होते. त्यानंतर त्यांनी तिसऱ्या दिवसापर्यंत झोपेशिवाय पन्नास तास घालवले आणि झोपायची वेळ होऊन गेली तरीदेखील त्यांच्यापैकी कुणालाही झोप लागली नाही. हे असे घडेपर्यंत त्यांना तशी काहीच भीती वाटली नव्हती.

'मुलेसुद्धा जागीच आहेत,' त्या इंडियन स्त्रीने आपल्या दैववादी खात्रीने म्हटले, 'एकदा का हा साथीचा रोग कुणाच्या घरात शिरला की, कुणीच त्याच्या तावडीतून सुटू शकत नाही.' निद्रानाशाच्या त्या रोगाने त्यांना खरोखरच ग्रासले होते. अर्सूला आपल्या आईकडून वनस्पतींच्या औषधी गुणधर्माविषयी काही थोडेफार शिकली होती म्हणून तिने मंक्स्हूड[३]चा काढा तयार करून त्या सगळ्यांना पाजला; परंतु त्यांना झोप लागली नाही आणि सारा दिवसभर त्यांना उभ्या स्थितीतच स्वप्ने पडली. त्या आभासात्मक स्पष्टतेच्या अवस्थेत त्यांनी केवळ आपल्याच स्वप्नातल्या प्रतिमा पाहिल्या असे नव्हे, तर त्यांना इतरांनी पाहिलेल्या स्वप्नांतील प्रतिमादेखील दिसल्या. जणू काय किती तरी लोक त्या घराला भेट द्यायला आले होते. स्वयंपाकघरातल्या आपल्या झुलत्या खुर्चीत बसलेल्या रेबेकाला स्वप्नात असे दिसले की, तिच्यासारखाच दिसणारा पांढऱ्या कपड्यांमधला आणि सोन्याच्या बटणाने शर्टाची कॉलर बंद केलेला एक माणूस तिच्यासाठी फुलांचा गुच्छ घेऊन येत होता. त्याच्याबरोबर एक स्त्री होती. तिचे हात अतिशय नाजूक होते. एक गुलाबाचे फूल काढून तिने ते मुलीच्या केसांमध्ये खोवले. ती माणसे म्हणजे रेबेकाचे आई-वडील होते हे अर्सूलाला समजले; परंतु रेबेकाने त्यांना ओळखण्याचा प्रयत्न केला तरी त्यांना आपण कधीच पाहिले नव्हते असे तिने खात्रीपूर्वक सांगितले. त्यातच आणखी एक गोष्ट अशी घडली की, त्या चुकीबद्दल होझे आर्केदियो बुर्येंदियाने

स्वतःला कधीच माफ केले नाही. त्यांच्या घरात तयार होणारे साखरेचे प्राणी अजूनही त्यांच्या गावात विकले जात होते. लहान मुले आणि मोठी माणसे आपली आनंदाने निद्रानाशकारी हिरवे कोंबडे, उत्कृष्ट गुलाबी मासे आणि निद्रानाशकारी असेच नाजूक पिवळे तट्टू चोखत होते, त्यामुळे सोमवारच्या पहाटे सगळे गाव जागे होते. कुणालाच त्यामुळे भीती वाटली नाही. उलट सगळ्यांना झोप न आल्याचा फारच आनंद झाला. कारण, माकोन्दोमध्ये त्या दिवसांत करायला एवढे काम होते की, त्यासाठी लोकांना क्वचितच पुरेसा वेळ मिळायचा. मात्र आता त्यांनी एवढे कष्ट केले की, लवकरच त्यांना करायला काहीच काम शिल्लक राहिले नाही आणि ते सगळे आपले पहाटे तीन वाजता घड्याळाच्या वॉल्ट्झच्या सुरावटीमधले सूर मोजत असलेले आढळू लागले. केवळ श्रमांमुळे नव्हे तर स्वप्नांची आठवण येऊन ज्यांना झोपावेसे वाटत होते त्यांनी आपल्याला दमवून घेण्यासाठी सगळे प्रकार करून पाहिले. एकमेकांशी गप्पा मारायला म्हणून ते सगळे एकत्र यायचे आणि अखंडपणे तेच ते विनोद तासन्‌तास पुन्हा पुन्हा सांगत बसायचे. कापूसकोंड्याची गोष्ट सांगताना तर ती गोष्ट ते एवढी भलतीच गुंतागुंतीची करायचे की, एखाद्या माणसाने ती सांगणाऱ्यावर संतापायचे. ही कापूसकोंड्याची गोष्ट म्हणजे एक कधीही न संपणारी गोष्ट होती. तिच्यात गोष्ट सांगणारा इतरांना विचारायचा की, 'मी तुम्हाला कापूसकोंड्याची गोष्ट सांगावी काय?' त्यांनी जर 'हो' म्हटले तर तो सांगणारा म्हणत असे की, 'मी तुम्हाला हो म्हणायला सांगितले नव्हते, तर तुम्हाला कापूसकोंड्याची गोष्ट मी सांगावी काय असे म्हटले होते' आणि जर कोणी 'नको' म्हणाले तर तो सांगणारा म्हणायचा, 'मी तुम्हाला नको म्हणायला सांगितले नव्हते तर मी कापूसकोंड्याची गोष्ट तुम्हाला सांगावी काय असे विचारले होते.' समजा ते जर गप्पच राहिले, तर तो सांगणारा म्हणायचा, 'मी तुम्हाला गप्प राहायला सांगितले नव्हते तर मी कापूसकोंड्याची गोष्ट तुम्हाला सांगावी काय असे विचारले होते.' त्या वेळी कोणी निघूनही जाऊ शकत नसे. कारण, मग तो सांगणारा म्हणायचा, 'मी तुम्हाला निघून जायला सांगितले नव्हते, तर तुम्हाला कापूसकोंड्याची गोष्ट सांगावी काय असे विचारले होते.' हे असे एखाद्या दुष्टचक्रासारखे सतत अखंड रात्र-रात्रभर चालत असायचे.

होझे आर्केदियो बुयेंदियाच्या जेव्हा असे लक्षात आले की, त्या साथीच्या रोगाने सबंध गावावरच धाड घातली आहे, तेव्हा त्याने गावातील कुटुंबप्रमुखांना एकत्र केले आणि त्या निद्रानाशाच्या रोगाविषयी त्याला जे काही माहीत होते ते त्यांना सांगितले. दलदलीच्या प्रदेशातील सगळ्या गावांमध्ये ही साथ पसरू नये म्हणून त्या अरिष्टाला आळा घालण्याच्या उपायांवर सगळ्यांचे एकमत झाले. पूर्वी अरबांनी मकाव पोपटाच्या बदल्यात गावकऱ्यांना बकऱ्यांच्या गळ्यात घालण्यासाठी छोट्या घंटा विकल्या होत्या. त्या घंटा गावकऱ्यांनी आपापल्या बकऱ्यांच्या गळ्यांतून काढल्या आणि पहारेकऱ्यांची विनंती व सल्ला न ऐकता त्यांच्या गावात येण्याचा

हट्ट धरणाऱ्यांच्या ताब्यात त्या घंटा द्यायचे ठरवले. जे जे कुणी माकोन्दो गावाच्या रस्त्यांमधून त्या वेळी जात होते, त्यांनी त्यांच्या जवळच्या घंटा वाजवल्या पाहिजेत असा नियम त्यांनी केला म्हणजे मग त्या रोगग्रस्त गावकऱ्यांना कळले असते की, घंटा वाजवणारे लोक निरोगी आहेत. गावातील त्यांच्या वास्तव्यात त्यांना काहीही खाऊ-पिऊ दिले जाणार नाही, अशीही खबरदारी घेतली गेली. कारण, त्यांची खात्रीच होती की, तो रोग तोंडाद्वारे पसरत होता आणि खाण्यापिण्याचे पदार्थ निद्रानाशाच्या विकारामुळे दूषित झालेले होते. अशा रीतीने त्यांनी त्या रोगाला गावाच्या परिघापर्यंत मर्यादित ठेवण्यात यश मिळवले. रोगाची शिकार झालेल्या आपल्या गावाला व गावातील लोकांना पद्धतशीरपणे वेगळे करून ठेवण्याचा हा उपाय अगदी परिणामकारक ठरला. एवढा की एक दिवस लोकांनी आणीबाणीची परिस्थिती नैसर्गिक गोष्ट म्हणून स्वीकारली आणि एकूण जगण्याची घडी त्यांनी अशा प्रकारे बसवली की, कामाने नेहमीची गती घेतली आणि झोपण्याच्या निरुपयोगी सवयीबद्दल कुणालाही कसलीच काळजी वाटेनाशी झाली.

स्मृतिभ्रंशापासून काही महिने तरी त्या सगळ्यांचे संरक्षण करू शकेल, अशा तंत्राविषयी औरेलियानो विचार करीत होता. योगायोगानेच त्याला ते सूत्र सापडले. सुरुवातीपासून तो स्वतःच निद्रानाशाची शिकार झालेला असल्याने निद्रानाशातला एक तज्ज्ञ बनला होता. त्याने चांदीवरील काम अगदी परिपूर्णतेला नेले होते. धातू ठोकून पातळ पत्रे तयार करण्यासाठी तो एका ऐरणीचा वापर करायचा. एके दिवशी ती ऐरण तो शोधत होता, तर काही केल्या त्या वस्तूचे नावच त्याला आठवत नव्हते, तेव्हा त्याच्या वडिलांनी त्याला ते नाव सांगितले; खुंटा. औरेलियानोने कागदाच्या एका तुकड्यावर ते नाव लिहिले आणि त्या छोट्या ऐरणीच्या तळाशी तो कागद चिकटवून टाकला; *खुंटा.* या पद्धतीने भविष्यकाळात त्याला वस्तूंचे विस्मरण होणार नाही, अशी त्याला खात्री वाटली. त्याच्या हे लक्षात आले नाही की, स्मृतिभ्रंशाचे ते पहिले दृश्य लक्षण होते. कारण, त्या वस्तूचे नाव लक्षात राहायला अवघडच होते. मात्र काहीच दिवसांत त्याच्या असे लक्षात आले की, त्याला प्रयोगशाळेतील जवळ जवळ सगळ्याच वस्तूंची नावे लक्षात ठेवणे जड जाते आहे. मग त्याने त्या सगळ्या वस्तूंची नावे दिसतील अशी त्या त्या वस्तूंवर लिहून ठेवली म्हणजे मग त्याला त्या वस्तू ओळखण्यासाठी ती नावे वाचायचे तेवढे काम करावे लागले असते. त्याच्या वडिलांनी त्याला सांगितले की, बालपणातल्या अत्यंत परिणामकारक घडामोडीसुद्धा लक्षात ठेवायला त्यांना जड जाते आहे, तेव्हा औरेलियानोने त्यांना त्याची स्वतःची पद्धती समजावून सांगितली आणि होझे आर्केदियो बुयेंदियाने सबंध घरात ती पद्धती अमलात आणली. पुढे तर त्याने सगळ्या गावालाच ती पद्धती स्वीकारायला लावली. शाईचा ब्रश घेऊन त्याने सगळ्या गोष्टींवर त्यांची नावे लिहून ठेवली; *टेबल, खुर्ची, घड्याळ, दरवाजा,*

भिंत, बिछाना, भांडे. मग तो गुरांच्या गोठ्यात गेला आणि जनावरांच्या पाठीवर आणि झाडांवरही त्यांची नावे त्याने लिहून ठेवली; *गाय, बकरी, डुक्कर, कोंबडी, कॅसाव्हा, कॅलॅडियम, केळी* इत्यादी. हळूहळू विस्मरणाच्या असंख्य शक्यतांचा अभ्यास करता करता त्याच्या असेही लक्षात येऊ लागले की, एक दिवस असा उगवेल की निरनिराळ्या वस्तूंवर लिहिलेल्या नावांमुळे त्या ओळखता येतील; पण त्यांचा उपयोग मात्र कुणाच्याही लक्षात राहणार नाही. मग त्याने अधिक तपशिलात जाऊन लिहायला सुरुवात केली. गाईच्या गळ्यात अडकवलेला हा फलक माकोन्दोच्या रहिवाशांनी स्मृतिभ्रंशाविरुद्ध लढण्यासाठी केलेल्या जय्यत तयारीचे एक नमुनेदार उदाहरण होते. *ही गाय आहे. रोज सकाळी तिची धार काढली पाहिजे म्हणजे ती दूध देईल. कॉफीमध्ये मिसळण्यासाठी आणि कॉफी तयार करण्यासाठी ते दूध उकळून ठेवले पाहिजे.* हळूहळू नाहीशा होत जाणाऱ्या वास्तवात ते अशा रीतीने जगत राहिले. ते वास्तव शब्दांमध्ये तात्पुरते पकडले जात होते; पण ज्या क्षणी लिखित अक्षरांचा अर्थ ते लोक विसरतील त्याच क्षणी ते वास्तव कायमचे नष्ट होणार होते.

दलदलीच्या प्रदेशाच्या सुरुवातीलाच त्यांनी एक पाटी लावून ठेवली. तिच्यावर माकोन्दो असे लिहिले होते. मुख्य रस्त्यावर त्याहीपेक्षा मोठ्या अशा आणखी एका पाटीवर त्यांनी लिहून ठेवले होते, परमेश्वर अस्तित्वात आहे. प्रत्येक घरात वस्तू आणि तदनुषंगिक भावना लक्षात राहण्यासाठीच्या काही युक्त्या लिहून ठेवल्या होत्या; पण या पद्धतीमध्ये एवढ्या जागरूकतेची आणि नैतिक शक्तीची आवश्यकता होती की, बरेच जण काल्पनिक वास्तवाला बळी पडू लागले. ते काल्पनिक वास्तव त्यांनीच शोधून काढलेले होते आणि ते कमी व्यवहार्य परंतु अधिक सुखदायक होते. पिलार तेर्नेराने पूर्वी पत्त्यांमधून लोकांचे भविष्य सांगितले होते, तसेच आता भूतकाळही त्याच पत्त्यांच्या युक्तीमधून तिने सांगायला सुरुवात केली, तेव्हा असला गोंधळ लोकप्रिय करण्यामध्ये पिलार तेर्नेराचा फार मोठा वाटा होता. या उपायामुळे निद्रानाशेचे रोगी पत्त्यांच्या त्या अनिश्चित पर्यायांवर आधारित अशा जगात जगू लागले. त्या जगात वडील म्हणजे अस्पष्टपणे आठवणारा काळसर रंगाचा एप्रिल महिन्याच्या सुरुवातीला आलेला एक माणूस होता, तर आई म्हणजे डाव्या हाताच्या बोटात सोन्याची अंगठी घातलेली बाई होती आणि जन्मदिवस म्हणजे निव्वळ मागच्या मंगळवारी भारद्वाज पक्षी चकचकीत पानांच्या झुडुपात गात होता तो दिवस असा अर्थ होऊ लागला. मनाचे कसेबसे समाधान करणाऱ्या या प्रकारच्या उपायांनी निराश झालेल्या होझे आर्केदियो बुयेंदियाने नंतर स्मरणयंत्र तयार करायचे ठरवले. पूर्वी त्या जिप्सींचे आश्चर्यकारक शोध लक्षात ठेवता यावेत म्हणून तसले यंत्र बनवायचे असे त्याला वाटले होते. एखाद्या माणसाने आयुष्यभरात जमवलेले जेवढे म्हणून ज्ञान असेल त्या सगळ्याचे सुरुवातीपासून शेवटपर्यंत दररोज

सकाळी पुनरावलोकन करण्याच्या शक्यतेवर ही मानवी कौशल्यनिर्मित वस्तू आधारलेली होती. त्याने फिरत्या शब्दकोशाच्या रूपात त्या वस्तूची कल्पना केली होती. तो शब्दकोश एका अक्षावर बसवून एका छोट्या दांड्याने फिरवायचा म्हणजे जगण्यासाठी आवश्यक असलेल्या सगळ्या कल्पना थोडक्याच कालावधीमध्ये डोळ्यांखालून घालता येतील. जवळ जवळ चौदा हजार नोंदी लिहून पूर्ण करण्यात तो यशस्वी झाला होता. तेवढ्यात दलदलीच्या प्रदेशातून गावामध्ये पोहोचणाऱ्या रस्त्याने एक विचित्र दिसणारा म्हातारा माणूस येताना दृष्टीस पडला. त्याच्या गळ्यात त्या झोपाळूंच्या गावातली घंटा अडकवलेली होती. त्याच्याजवळ दोरखंडाने बांधलेली खूप फुगलेली एक सूटकेस होती आणि काळ्या कापडाने झाकलेली एक हातगाडी तो ओढत होता. तो सरळ होझे आर्केदियो बुयेंदियाच्या घराकडेच गेला.

विसितासियॉनने दरवाजा उघडला तेव्हा साहजिकच तिने त्याला ओळखले नाही. तिला वाटले की, तो माणूस काही तरी विकायला आलेला असावा. विस्मरणशीलतेच्या निसटत्या वाळूमध्ये कायमचे बुडत चाललेल्या त्या गावात काहीही विकले जाण्याची शक्यता नाही ते तिच्या ध्यानातच आले नाही. तो एक जराजर्जर माणूस होता. अनिश्चिततेमुळे त्याचा आवाज तुटक झालेला होता. त्याचे हात एवढे अस्थिर होते की, त्यामुळे वस्तू दोन दोन असाव्यात असे भासत होते. मात्र तरीदेखील स्मरणशक्ती शाबूत असलेल्या आणि अजून झोपू शकणाऱ्या माणसांच्या जगातून तो आलेला होता हे उघडच दिसत होते. होझे आर्केदियो बुयेंदियाला तो दिसला तेव्हा तो बैठकीच्या दालनात बसून ठिगळ लावलेल्या आपल्या काळ्या हॅटने वारा घेत भिंतीवर लावलेल्या पाट्या सहानुभूतिपूर्वक लक्ष देऊन वाचत होता. होझे आर्केदियो बुयेंदियाने खूपच मोठे प्रेम दाखवत त्याला अभिवादन केले. तो जणू काही त्याला वेगळ्याच काळात ओळखत होता. त्याला बहुधा अशी भीती वाटत होती की, तो आता आपल्याला आठवणार नाही; परंतु आलेल्या त्या माणसाला यजमानाचा खोटेपणा कळला होता. आपण विस्मरणात गेलो आहोत असे त्याला जाणवले. अंतःकरणातल्या असाध्य अशा विस्मरणामुळे नव्हे तर त्याहीपेक्षा वेगळ्याच, अधिक निर्दय, अपरिवर्तनीय अशा विस्मरणामुळे आपण विसरले गेलो आहोत असे त्याला जाणवले. ते विस्मरण त्याच्या फारच चांगले परिचयाचे होते.

मृत्यूने झालेल्या विस्मरणामुळे आपण विसरले गेलो आहोत, हे त्याला उमगले. होझे आर्केदियो बुयेंदिया आपल्याला विसरला आहे हे त्याला समजून चुकले होते आणि मग त्याला सारे काही समजले. अगम्य वस्तूंनी ठासून भरलेली सुटकेस त्याने उघडली आणि अनेक कुप्या असलेली एक छोटी पेटी तिच्यातून बाहेर काढली. त्याने एक सौम्य रंगाचे पेय होझे आर्केदियो बुयेंदियाला प्यायला दिले. होझे आर्केदियो बुयेंदियाच्या स्मरणशक्तीत एकदम दिवा पेटल्यासारखे झाले. जिथे सगळ्या वस्तूंवर नावांची लेबले चिकटवलेली आहेत, अशा एका हास्यास्पद

दालनात आपण आहोत हे लक्षात येण्यापूर्वी, तिथल्या भिंतींवर लिहिलेल्या गंभीर निरर्थक गोष्टींची लाज वाटण्यापूर्वी होझे आर्केदियो बुयेंदियाला त्या नव्याने आलेल्या माणसाची ओळख पटली. त्याचे डोळे आनंदाने चमकले; पण त्यापूर्वीच त्याचे डोळे भरून आले होते. तो मेल्कियादेस होता.

होझे आर्केदियो बुयेंदियाची स्मरणशक्ती परत आली याचा आनंद मेल्कियादेस एकीकडे साजरा करत होता आणि त्याच वेळी ते दोघे आपल्या जुन्या मैत्रीला उजाळा देत होते. त्या जिप्सीला त्याच गावात राहायचे होते. खरोखरच तो मृत्यूच्या अनुभवातून गेला होता तरीही तो परत आला. कारण, त्याला एकटेपणा सहन होत नव्हता. त्याच्या सगळ्या जमातीने त्याच्याशी संबंध तोडून टाकलेले होते आणि जीवनाशी एकनिष्ठ राहिल्यामुळे त्याच्या सगळ्या अद्भुत शक्ती त्याला सोडून गेल्या होत्या, त्यामुळे शक्तिहीन झालेल्या मेल्कियादेसने जगाच्या ज्या भागाचा मृत्यूला अजून शोध लागला नव्हता, अशा त्या कोपऱ्यात आश्रय घेतला. तिथे त्याने प्राथमिक स्वरूपाच्या फोटोग्राफीच्या प्रयोगशाळेच्या कामाला स्वतःला वाहून घेतले. होझे आर्केदियो बुयेंदियाने त्या शोधाविषयी कधीच काही ऐकले नव्हते; परंतु स्वतःला आणि आपल्या सगळ्या कुटुंबाला धातूच्या एका चकाकत्या पत्र्याला चिकटलेले त्याने पाहिले, तेव्हा त्याची मती गुंग होऊन तो अगदी निःशब्द होऊन गेला. ते दिवस ऑक्सिडाइझ्ड अशा स्वरूपातल्या फोटोंचे होते. पांढरे होत चाललेले राठ केस, शर्टाची पुठ्ठ्याची कॉलर एका तांब्याच्या बटणाने शर्टाला पक्की जोडलेली आणि चेहऱ्यावर घाबरट गांभीर्य अशा एकूण अवतारात होझे आर्केदियो बुयेंदिया तसल्या फोटोमध्ये दिसत होता. त्याला तसे पाहून 'घाबरलेला जनरल' असे त्याचे वर्णन करणाऱ्या अर्सूलाची हसता हसता पुरे वाट झाली. डिसेंबरमधल्या त्या स्वच्छ सकाळी तो डॅग्युरोटाइप फोटो काढला गेला, तेव्हा होझे आर्केदियो बुयेंदिया खरोखरच घाबरलेला होता. कारण, त्याला वाटले होते की लोक हळूहळू नष्ट होण्याच्या मार्गावर होते, तर त्याची छबी मात्र त्या धातूच्या पत्र्यावर टिकून राहणार होती. या वेळी नेहमीपेक्षा उलटे घडले म्हणजे अर्सूलाने त्याच्या डोक्यातली ती कल्पना काढून टाकली. मग तिनेच आपला पुरातन कडवटपणा विसरून मेल्कियादेसला आपल्या घरात ठेवून घेण्याचे ठरवले. तथापि, आपला फोटो मात्र तिने कधीही त्यांना काढू दिला नाही. कारण, (तिच्याच शब्दांत सांगायचे तर) तिला आपल्या नातवंडांसाठी एक हास्यास्पद गोष्ट बनायचे नव्हते. त्या दिवशी सकाळी तिने मुलांना उत्तम पोशाख घातला, त्यांच्या चेहऱ्यावर पावडर लावली आणि मेल्कियादेसच्या त्या विलक्षण कॅमेऱ्यापुढे त्या सर्वांनी जवळ जवळ दोन मिनिटे होईपर्यंत अगदी काहीही हालचाल न करता थांबावे म्हणून प्रत्येकाला चमचा चमचा हाडांच्या मगजाचे पेय दिले. शेवटी शिल्लक राहिलेल्या कुटुंबाच्या फोटोमध्ये रेबेका आणि आमारान्ता यांच्या मधोमध औरेलियानो काळ्या मखमली पोशाखात दिसत होता. त्याच्या चेहऱ्यावर

एक प्रकारची सुस्ती आणि डोळ्यांमध्ये दृष्टीपलीकडचे पाहण्याचा भाव होता. तसाच भाव आणि तशीच सुस्ती अनेक वर्षांनतंर तो फायरिंग स्कॉडसमोर उभा राहिला, तेव्हाही त्याच्या डोळ्यांत होती; परंतु तरीही त्याला त्याच्या दुर्दैवाची आगाऊ जाणीव झालेली दिसत नव्हती. तो आता चांदीवरचे काम करणारा अत्यंत निष्णांत कारागीर झाला होता आणि दलदलीच्या त्या संपूर्ण प्रदेशात त्याच्या कामाच्या नाजूकपणाची ख्याती पसरलेली होती. मेल्कियादेसबरोबर त्याच्या त्या खुळ्या प्रयोगशाळेत तो असायचा तेव्हा त्याचा श्वासोच्छ्वासदेखील क्वचितच ऐकू येत असे. त्याचे वडील आणि मेल्कियादेस ओरडून ओरडून नोस्त्रादामस्च्या भाकितांचा अर्थ लावत असायचे आणि सांडलेल्या ॲसिड्सच्या आणि सिल्व्हर ब्रोमाइडच्या भयानक वासांच्या संगतीने, प्रत्येक टप्प्यावर वेड्यावाकड्या होणाऱ्या आवाजात ते सगळे चालू असायचे. औरेलियानो मात्र कामाला वाहून घेण्याच्या त्याच्या वृत्तीमुळे कामात खूपच लक्ष देत असे. त्या वेळी तो एका वेगळ्याच काळात वावरतोय असे वाटायचे, त्यामुळे अर्सूलाने तिच्या त्या साखरेच्या चवदार प्राण्यांच्या व्यवसायात मिळवला होता, त्याहीपेक्षा जास्त पैसा कमी वेळात औरेलियानोला कमवता आला; परंतु तो मोठा होऊन पूर्ण पुरुष, चांगल्या बाप्या झाला होता तरी अजूनही त्याला बाई माहीत नव्हती हे प्रत्येकाला विलक्षणच वाटत होते. आता हे खरे होते की, त्याने तोपर्यंत बाईचा उपभोग घेतला नव्हता.

अनेक महिन्यांनंतर फ्रान्सिस्को द मॅन परत आलेला दिसला. जवळपास दोनशे वर्षे वयाचा तो एक भटक्या माणूस होता आणि स्वतः रचलेली गाणी लोकांना ऐकवत तो अनेकदा माकोन्दोमधून जायचा. मानाउरेपासून त्या दलदलीच्या प्रदेशाच्या अगदी टोकापर्यंतच्या आपल्या मार्गावरील गावांमध्ये घडलेल्या घटना फ्रान्सिस्को द मॅन फार तपशीलवारपणे त्या गाण्यांमधून सांगायचा, त्यामुळे एखाद्याला आपला काही संदेश कुणाला पाठवायचा असेल वा एखादा प्रसंग जाहीर करावयाचा असेल, तर तो त्याच्या त्या गाण्यांच्या भांडारामध्ये त्या गोष्टीचा समावेश करण्यासाठी दोन सेंट्स त्याला देत असे. बेपत्ता होझे आर्केदियोविषयी त्या गाण्यामधून काहीतरी कळेल असे वाटून अर्सूला त्याची गाणी ऐकत होती, तेव्हाच तिला आपल्या आईच्या मृत्यूविषयी समजले. फ्रान्सिस्को द मॅनला तसे नाव पडण्याचे कारण असे होते की, एकदा शीघ्रकाव्याच्या द्वंद्वामध्ये त्याने प्रत्यक्ष सैतानाला पराभूत केले होते. त्याचे खरे नाव कुणालाही माहीत नव्हते. निद्रानाशाच्या साथीमध्ये तो माकोन्दोमधून गायब झाला आणि नंतर एका रात्री कातारिनोच्या दुकानात अकस्मात पुन्हा दृष्टीस पडला. जगात कुठे काय घडले आहे ते समजून घेण्यासाठी त्याचे गाणे ऐकायला सबंध गाव लोटले होते. त्या वेळी त्याच्याबरोबर एक एवढी लठ्ठ बाई आली होती की, तिच्या झुलत्या खुर्चीमध्ये बसवून तिला वाहून आणायला चार इंडियन लागले. तारुण्यात प्रवेश करणारी, दिनवाण्या चेहऱ्याची एक मिश्रवर्णीय मुलगी छत्री धरून तिचे उन्हापासून

रक्षण करत होती. औरेलियानो त्या दिवशी कातारिनोच्या दुकानात गेला तर बघ्यांच्या गराड्यात असलेला फ्रान्सिस्को द मॅन त्याला एखाद्या अखंड दगडाच्या सरड्यासारखा दिसला. सर वॉल्टर रॅलेने गियानामध्ये असताना त्याला दिलेल्या अगदी जुनाट ॲकॉर्डियनच्या साथीवर आपल्या वृद्ध बेसूर आवाजात ते बातम्यांचे गाणे तो गात होता आणि सोरामिठाने भेगाळलेल्या आपल्या सतत चालत्या थोराड पायांनी तालही धरत होता. मागच्या बाजूच्या दरवाजातून माणसे जात-येत होती. दरवाजासमोरच बसून झुलत्या खुर्चीची ती लठ्ठ मालकीण शांतपणे पंख्याने वारा घेत होती. तिथे जमलेल्या लोकांना उसाच्या आंबवलेल्या रसाच्या पेयाचे प्याले कातारिनो विकत होता. त्याच्या कानामागे लोकरीचे गुलाबाचे फूल होते. संधीचा फायदा घेऊन तो माणसांच्या जवळ जायचा आणि ठेवू नये तिथे आपला हात ठेवायचा. मध्यरात्रीच्या सुमारास उष्णता फार वाढून असह्य झाली. औरेलियानोने शेवटपर्यंत ते बातम्यांचे गाणे ऐकले; पण त्याच्या कुटुंबाला रस वाटेल असे त्यात काहीही नव्हते. तो घरी निघायच्या बेतात होता तेवढ्यात त्या झुलत्या खूर्चीतल्या मालकिणीने त्याला हाताने खुणावले. तिने त्याला म्हटले, 'तूसुद्धा आता जा. फक्त वीस सेंट्सच पडतात.' बुडाशी निमुळते असलेले एक लाकडी भांडे त्या जाड्या स्त्रीच्या मांडीवर होते. औरेलियानोने एक नाणे त्यात फेकले आणि कशासाठी ते न कळूनही तो त्या आतल्या खोलीमध्ये गेला. वयात यायला लागलेली ती मिश्रवर्णीय मुलगी तिथे आपली वेश्येची छोटीशी स्तनाग्रे घेऊन बिछान्यात नागडी पडलेली होती. औरेलियानोपूर्वी त्या रात्री त्रेसष्ट माणसे त्या खोलीत येऊन गेली होती. एवढ्या वापरामुळे व खूपच श्वास आणि घाम मिसळल्यामुळे त्या खोलीतली हवा चिखलासारखी व्हायला लागली होती. त्या पोरीने भिजलेली चादर काढली आणि एका बाजूने औरेलियानोला ती धरायला सांगितली. एखाद्या कॅन्व्हासच्या कापडासारखी ती चादर जड झाली होती. टोकांशी धरून वजनाने मूळच्या वजनाची होईपर्यंत त्यांनी ती चादर पिळून काढली. तिथली चटई त्यांनी उलटी केली तर त्यातून दुसऱ्या बाजूने घाम बाहेर आला. ती प्रक्रिया कधीच संपू नये, अशा तीव्र चिंतेत औरेलियानो होता. त्याला तात्त्विकदृष्ट्या शृंगार करण्याची यंत्रणा माहीत होती, तरीसुद्धा गुडघ्यांमध्ये अशक्तपणा जाणवू लागल्यामुळे त्याला तिथे थांबणे अशक्य झाले होते आणि त्याच्या तापलेल्या त्वचेवर रोमांच उभे राहिले होते तरी त्याला घाईने शौचालाही जावेसे वाटत होते. त्या मुलीने बिछाना नीट करून झाल्यावर त्याला त्याचे कपडे काढायला सांगितले, तेव्हा त्याने गोंधळून जाऊन स्पष्टीकरण दिले, 'त्यांनी मला आत जायला सांगितले. त्या लाकडी भांड्यात वीस सेंट्स टाक आणि घाई कर असेही ते म्हणाले.' त्याचा उडालेलेला गोंधळ त्या पोरीला समजून चुकला. ती हळूच म्हणाली, 'तू आणखी वीस सेंट्स त्यात टाकशील तर तुला आणखी जास्त वेळ थांबता येईल.' औरेलियानोने आपले कपडे काढले. आपल्या नग्नतेची भावाच्या नग्नतेशी तुलना करणे शक्यच नाही, या कल्पनेमुळे शरमेने

त्याला फार यातना झाल्या. त्या पोरीच्या प्रयत्नांनंतरही त्याला निर्विकार आणि तीव्र एकटेपणा जाणवू लागला. निराश आवाजात तो म्हणाला, 'मी आणखी वीस सेंट्स त्यात टाकीन.' त्या पोरीने स्तब्धपणे त्याचे आभार मानले. तिची पाठ जखमांनी हुळहुळी झाली होती, त्वचा बरगड्यांना चिकटलेली होती आणि अपार थकव्यामुळे तिचा श्वासोच्छ्वासही कष्टाने होत होता. दोन वर्षांपूर्वी तिथून खूप दूरवरच्या एका गावात एका रात्री मेणबत्ती न विझवताच तिला झोप लागून गेली होती आणि ज्वाळांनी वेढलेल्या अवस्थेत ती जागी झाली होती. ती ज्या घरात राहत होती आणि जिथे तिच्या आजीने तिला लहानाचे मोठे केले होते, ते घर आगीत राख होऊन गेले होते, तेव्हापासून तिच्या आजीने त्या जळलेल्या घराची किंमत तिच्याकडून वसूल करण्याकरता तिला वीस सेंट्ससाठी झोपायला लावत गावोगाव आपल्याबरोबर नेले होते. त्या पोरीच्या हिशेबाप्रमाणे अजून दहा वर्षे प्रत्येक रात्री तिला सत्तर माणसे घ्यायची होती. कारण, तिच्या प्रवासाचा खर्च तसेच दोघींच्या जेवणाखाण्याचा खर्च आणि तिला वाहून नेणाऱ्या इंडियनांना तिनेच मजुरी देणे भाग होते. त्या लठ्ठ स्त्रीने जेव्हा दुसऱ्यांदा दरवाजा ठोठवला, तेव्हा औरेलियानो काहीही न करताच त्या खोलीतून बाहेर निघाला.

रडण्याच्या तीव्र इच्छेने तो अस्वस्थ होऊन गेला होता म्हणून रात्रभर त्या मुलीचा विचार करता करता अनुकंपा आणि अभिलाषा या संमिश्र भावनांमुळे त्याला झोपही लागू शकली नाही. तिच्यावर प्रेम करण्याची आणि तिचे रक्षण करण्याची तीव्र आवश्यकता त्याला भासली. पहाटे निद्रानाश आणि ताप यामुळे तो थकून गेला होता. त्या अवस्थेतच त्याने त्या मुलीला तिच्या आजीच्या जुलूमजबरदस्तीमधून सोडवयाचे ठरवले आणि प्रत्येक रात्री ती जे समाधान सत्तर माणसांना देत होती, ते स्वतःला मिळावे म्हणून त्याने शांतपणे तिच्याशी लग्न करण्याचा निर्णय घेतला; परंतु सकाळी दहा वाजता तो कातारिनोच्या दुकानी पोहोचला तेव्हा ती पोरगी तिथून निघून गेली होती.

कालौघात त्याचा वेडपट प्रस्ताव बारगळला; पण त्यामुळे त्याची निराशा आणखीनच तीव्र झाली. आपल्या निरुपयोगीपणाच्या जाणिवेतून येणाऱ्या शरमेमुळे शेवटपर्यंत बाईविना पुरुष म्हणूनच आयुष्यभर राहण्याचे त्याने स्वीकारले. दरम्यानच्या काळात माकोन्दोमधील जे जे फोटोग्राफीच्या प्लेट्सवर उमटवणे शक्य होते, त्या सगळ्या गोष्टी मेल्कियादेसने त्या प्लेट्सवर उमटवल्या आणि आपली ती प्राथमिक अवस्थेतील फोटोग्राफीची प्रयोगशाळा होझे आर्केदियो बुयेंदियाच्या कल्पनाविलासाच्या स्वाधीन केली. होझे आर्केदियो बुयेंदियाने परमेश्वराच्या अस्तित्वाचा शास्त्रशुद्ध पुरावा मिळवण्याचा निर्धार केला होता. एका प्रतिमेवर दुसरी प्रतिमा चढवण्याच्या गुंतागुंतीच्या प्रक्रियेद्वारा त्याने घराच्या वेगवेगळ्या भागांत फोटो घेतले. त्यांतून केव्हातरी आपल्याला परमेश्वर खराच अस्तित्वात असला तर त्याचा

फोटो मिळेलच किंवा निदान त्याच्या अस्तित्वासंबंधीच्या अनुमानाला कायमचा विराम तरी देता येईल, असे त्याला वाटत होते. नोस्त्रादामस्च्या भाकितांमध्ये मेल्कियादेस अधिकाधिक खोलात जाऊ लागला. त्याच्या त्या रंग विटलेल्या जाकिटामध्ये तो आपल्या चिमणीसारख्या छोट्या हातांनी रात्री उशिरापर्यंत जागत काहीतरी खरडत बसायचा. त्याच्या बोटांतल्या अंगठ्यांची पूर्वीची चमक नाहीशी झाली होती. एके रात्री त्याला असे वाटले की, माकोन्दोच्या भवितव्याचे भाकीत आपल्या हाती आले आहे. माकोन्दो हे एका मोठाल्या काचेच्या घरांचे चकचकीत गाव असणार होते; पण बुर्येंदियाच्या वंशाचा मात्र तिथे मागमूस राहिलेला नव्हता. 'चूक आहे ते,' होझे आर्केदियो बुर्येंदिया गरजला. 'ती घरे काचेची असणार नाहीत तर मला स्वप्नात दिसली तशी बर्फाची असतील आणि तिथे एखादा तरी बुर्येंदिया असणारच. *अगदी कायमचा कायमचा असणारच!*' त्या बेताल उधळ्या घरात व्यावहारिक अक्कल टिकून राहावी म्हणून अर्सूला मनापासून झगडत राहिली. साखरेचे छोटे छोटे प्राणी बनवण्याच्या आपल्या व्यवसायाचा व्याप तिने वाढवला. एक भट्टी रात्रभर सुरू ठेवली जायची. तिथे तयार होणारे पाव आणि विविध प्रकारची पुडिंग्ज, मेरिंग्ज, कुकीज् अशा पदार्थांच्या टोपल्या काही तासांच्या आत त्या सगळ्या दलदलीच्या प्रदेशभर पसरलेल्या रस्त्यांमधून हातोहात विकल्या जात असत. खरे तर ती अशा वयाला पोहोचली होती की, विश्रांती घेण्याचा तिचा हक्कच होता; पण तरीही ती आपली जास्तीच काम करत राहिली. भरभराटीला आलेल्या आपल्या व्यवसायात ती इतकी गर्क झाली होती की, एक दिवस दुपारी ती इंडियन स्त्री भिजवलेल्या पिठात गोड पदार्थ मिसळायला मदत करत होती, तेव्हा अर्सूलाने गोंधळून आपल्या अंगणात नजर टाकली तर तिला मावळत्या सूर्याच्या प्रकाशात अपरिचित भासणाऱ्या पण वयात येत असलेल्या दोन सुंदर मुली फ्रेमवर कशिदाकाम करीत असलेल्या दिसल्या. त्या दोघी म्हणजे रेबेका आणि आमारान्ता होत्या. आजीच्या मृत्यूनंतरच्या दुखवट्याच्या काळात तीन वर्षे अत्यंत निग्रहाने वापरलेले शोकदर्शक कपडे टाकून दिल्यानंतर त्यांनी परिधान केलेल्या उजळ कपड्यांमुळे जणू काही नवेच स्थान प्राप्त झाले होते. अपेक्षेहून अगदीच विरुद्ध वाटेल; पण रेबेका त्या दोघींमध्ये अधिक सुंदर दिसत होती. तिचा रंग काहीसा उजळ होता, डोळे मोठे आणि शांत होते आणि हात तर जणू जादूचेच वाटावेत असे होते. कशिद्याची नक्षी बनवताना ती जशी काय अदृश्य धाग्यांनीच विणत असावी असे वाटायचे. त्या दोघींमध्ये लहान असलेली आमारान्ता काहीशी निष्ठुर होती; परंतु तिच्याजवळ एक नैसर्गिक वेगळेपणा आणि तिच्या मृत आजीचा आंतरिक सरळपणा होता. त्यांच्याच शेजारी असलेला आर्केदियो त्यांच्यापुढे लहान मुलासारखा दिसायचा. एव्हाना त्याच्यामध्ये त्याच्या वडिलांची जबर शारीरिक ताकद दृष्टीस पडू लागली होती. औरेलियानोकडून चांदीवरचे काम शिकायला त्याने सुरुवात केली होती.

त्यानेच त्याला लिहायला-वाचायला शिकवले होते. एकाएकी अर्सूलाला असे जाणवले की, आपले घर माणसांनी भरलेले असून आपली मुलेही आता लग्नाची झाली आहेत, त्यांना मुले होतील आणि जागेच्या अभावी त्यांना इकडेतिकडे जावे लागेल, तेव्हा तिने अनेक वर्षे कष्ट करून साठवलेले पैसे बाहेर काढले, तिच्या ग्राहकांबरोबर काही व्यवहाराच्या गोष्टी ठरवल्या आणि आपल्या घराचा विस्तार करायचे काम हाती घेतले. औपचारिक भेटींसाठी येणाऱ्यांकरता एक बैठकीचे दालन, रोजच्या वापरासाठी उठाय-बसायचे अधिक आरामशीर आणि थंडाव्याचे असे आणखी एक दालन, तसेच बारा जणांची सोय असलेल्या डायनिंग टेबलासह जेवणाचे दालन तिने बांधायला लावले. त्या जेवणघरात कुटुंबातील सगळे जण आपल्या सगळ्या पाहुण्यांसमवेत बसू शकतील एवढे ते प्रशस्त होते. घराभोवतीच्या पटांगणाकडे उघडणाऱ्या खिडक्या असलेली नऊ शेजघरे आणि दिवसभराच्या उष्णतेपासून रक्षण व्हावे म्हणून गुलाबाची रोपे लावलेले व फर्न आणि बेगोनियाच्या कुंड्या ठेवण्यासाठी कठडा बसवलेले एक लांबलचक पोर्चदेखील तिने त्या नव्या घरात बांधून घेतले. जिथे पूर्वी पिलार तेर्नेराने होझे आर्केदियोचे भविष्य वाचले होते, ती कोठीची खोली पाडून तिच्या जागी दुप्पट मोठी अशी धान्याची कोठी तिने बांधून घेतली, त्यामुळे आता कधीच घरात अन्नाचा तुटवडा पडला नसता. घराभोवतीच्या पटांगणात चेस्टनट झाडाच्या सावलीत पुरुषांसाठी एक आणि स्त्रियांसाठी एक अशी दोन न्हाणीघरे तिने बांधून घेतली. घराच्या मागल्या बाजूस एक मोठा गोठा बांधला. कोंबड्यांसाठी कुंपण असलेले खुराडे, दुभत्या गाईसाठी छप्पर आणि भटके पक्षी येऊन रात्रभर आरामात बसू शकतील, असा चार बाजूंच्या वाऱ्यांना खुला असा एक पाखरखानाही तिने तयार करून घेतला. काही डझन गवंडी आणि सुतारांना अर्सूलाने हाताशी धरले आणि जागेच्या मर्यादेचा विचार मनात अजिबात येऊ न देता सगळी उपलब्ध जागा तिने उजेड आणि उष्णतेचा विचार करून वरील निरनिराळ्या भागांसाठी वापरात आणली. अस्तित्वात नसलेल्या गोष्टी पाहू शकणाऱ्या तिच्या नवऱ्यासारखाच तसल्या कामांचा ज्वर जणू तिच्या अंगात भरला होता.

माकोन्दोच्या संस्थापकांची ती आधीची साधीशी इमारत कारागिरांच्या अनेक हत्यारांनी आणि सामानाने भरून गेली. ते कारागीर घामामुळे थकून जायचे आणि त्यांच्या पाठोपाठ ते हाडांचे पोते कड्कड् असा मंद आवाज करीत इकडून तिकडे हलवले जायचे तेव्हा ते कारागीर संतापायचे. आपल्याला भ्रष्ट करू नका असे ते कारागीर म्हणायचे. डांबर आणि चुनखडीच्या वासाने कोंदलेल्या त्या अस्वस्थ वातावरणात त्या दलदलीच्या प्रदेशात इतरत्र कुठेच नसलेले, अत्यंत थंडगार, सर्वांत मोठे आणि आतिथ्यशील असे घर पृथ्वीच्या पोटातून कसे काय उभे राहत होते ते कुणालाच कळत नव्हते. तिकडे भयंकर उलथापालथीमध्ये परमेश्वराचा फोटो काढून त्याला आश्चर्यचकित करू पाहणाऱ्या होझे आर्केदियो बुयेंदियाला तर ते अजिबातच

कळत नव्हते. ते घर बांधून अगदी तयार होत आले, तेव्हा त्याच्या त्या काल्पनिक जगामधून अर्सूलाने त्याला बाहेर काढले आणि सांगितले की, त्यांच्या घराचा पुढचा भाग त्यांना पाहिजे होता तसा पांढऱ्या रंगाने न रंगवता निळ्या रंगाने रंगवावा असा हुकूम तिला मिळाला आहे. तिने त्याला तो अधिकृत कागदही दाखवला. आपली बायको काय म्हणते आहे ते न कळून होझे आर्केदियो बुयेंदियाने त्यावरची सही प्रयत्नपूर्वक वाचली.

त्याने विचारले, 'कोण आहे हा इसम?'

अर्सूलाने खिन्नपणे म्हटले, 'तो मॅजिस्ट्रेट आहे म्हणे. ते म्हणतात की, तो सरकारने पाठविलेला अधिकारी आहे.'

डॉन आपोलिनार मोस्कोते हा मॅजिस्ट्रेट अगदी शांतपणे माकोन्दोमध्ये आला होता. सुरुवातीला आलेले अरब मकाव पोपटांच्या बदल्यात किरकोळ वस्तू खेळणी वगैरे विकत असत. त्या अरबांपैकी एकाने गावात बांधलेल्या हॉटेल जेकबमध्ये तो राहिला होता. दुसऱ्या दिवशी बुयेंदियांच्या घरापासून दोनच गल्ली दूर असलेल्या रस्त्यावर त्याने एक खोली भाड्याने घेतली. जेकबकडून विकत घेतलेले एक खुर्ची-टेबल त्याने तिथेच मांडले. आपल्याबरोबर आणलेले रिपब्लिकच्या ढालीचे चिन्ह त्याने भिंतीवर खिळ्याने ठोकून बसवले आणि दरवाजावर मॅजिस्ट्रेट अशी पाटी रंगवून घेतली. राष्ट्रीय स्वातंत्र्याचा वार्षिक स्मृतिदिन साजरा करण्यासाठी सगळी घरे निळ्या रंगाने रंगवावीत हा त्याचा पहिला हुकूम होता. त्या हुकुमाचे पत्र हातात घेऊन होझे आर्केदियो बुयेंदिया त्याच्याकडे गेला. आपल्या अरुंद ऑफिसमध्ये लावलेल्या एका झोळीत डॉन आपोलिनार मोस्कोते झोप घेताना आढळला. त्याने त्याला विचारले, 'हा हुकूम तू लिहिलास काय?' डॉन आपोलिनार मोस्कोते हा एक तांबूस रंगाचा, भित्रा पण अनुभवी माणूस होता. तो 'हो' म्हणाला. होझे आर्केदियो बुयेंदियाने त्याला पुन्हा विचारले, 'कोणत्या अधिकाराने?' डॉन आपोलिनार मोस्कोतेने टेबलाच्या ड्रॉवरमधून एक कागद काढला आणि त्याला दाखवला. 'मला या गावाचा मॅजिस्ट्रेट नेमण्यात आले आहे.' होझे आर्केदियो बुयेंदियाने त्या नेमणूकपत्राकडे पाहिलेसुद्धा नाही.

'या गावात आम्ही कागदाच्या तुकड्यांवर हुकूम देत नसतो,' आपली शांतता न सोडता तो म्हणाला, 'आणि तुला हे एकदाच नीट कळायला हवे की या गावात आम्हाला मॅजिस्ट्रेटची गरज नाही. कारण, न्यायनिवाडा करावा असे इथे काहीही नसते.'

डॉन आपोलिनार मोस्कोतेला उद्देशून आणि अजूनही आपला आवाज न चढवता, त्यांनी ते गाव कसे स्थापन केले, जमिनीचे कसे वाटप केले, रस्ते कसे सुरू केले आणि सरकारला त्रास न देता वा त्यांनाही कुणाचा त्रास होऊ न देता आवश्यक त्या सुधारणा कशा केल्या त्याचे होझे आर्केदियो बुयेंदियाने तपशीलवार वर्णन केले. तो म्हणाला, 'आम्ही सगळे एवढे शांत आहोत की, आमच्यापैकी कुणीही अजून

इथे नैसर्गिक मरणानेसुद्धा मेलेला नाहीय. आमच्या इथे दफनभूमीसुद्धा नाही हे तुला दिसलेच. सरकारने मदत केली नाही म्हणून कुणाचे काही बिघडले नाही. उलट, आम्ही सगळे अगदी सुखात होतो. कारण, सरकारने आम्हाला शांततेत जगू दिले आहे आणि मला अशा आहे की, सरकार अजूनही आम्हाला तसेच शांततेने जगू देईल. कुणीही उपटसुंभाने यावे आणि आम्ही काय करायचे ते आम्हाला सांगावे, यासाठी आम्ही हे गाव स्थापन केलेले नाही.' आपल्या आविर्भावातील रुबाब न सोडता डॉन आपोलिनार मोस्कोतेने आपल्या विजारीसारखेच पांढरेशुभ्र डेनिम जाकीट अंगावर चढवले.

होझे आर्केदियो बुयेंदियाने आपले सांगणे संपवले. 'तेव्हा जर तुला इथे एखाद्या इतर सामान्य नागरिकासारखे राहायचे असेल तर तुझे इथे स्वागत आहे; पण जर का तू इथे येऊन लोकांना त्यांची घरे निळ्या रंगाने रंगवायला सांगून गडबड गोंधळ करणार असशील तर तुझे हे भंगार तू उचल आणि जिथून आला आहेस तिकडे चालता हो. कारण, माझे घर आहे तसे कबुतरासारखे पांढरेशुभ्रच राहणार आहे.' डॉन आपोलिनार मोस्कोते पांढराफटक पडला. तो एक पाऊल मागे सरकला आणि आपला जबडा ताणून काहीशा दुःखाने त्याने म्हटले,

'तुला ताकीद देणं मला भागच आहे की मी सशस्त्र आहे.'

पूर्वी ज्या ताकदीने होझे आर्केदियो बुयेंदियाने घोड्यांना खाली लोळवले होते ती ताकद पुन्हा त्याच्या अंगात कधी संचारली, ते त्यालाच कळले नाही. त्याने डॉन आपोलिनार मोस्कोतेला त्याच्या कोटाच्या कॉलरच्या पुढच्या टोकांना धरून आपल्या डोळ्यांच्या उंचीपर्यंत उचलले आणि म्हणाला, 'मी हे असं करतोय ते अशासाठी की तुला मेलेला उचलून माझ्या उरलेल्या आयुष्यभर हिंडवत राहण्यापेक्षा जिवंतपणीच तुला असे घेऊन जाणे मला ठीक वाटते.'

त्याला तसेच कोटाच्या कॉलरला धरून रस्त्यामधून लोंबकाळत त्याने थेट दलदलीच्या प्रदेशातील मुख्य रस्त्यावर नेले आणि खाली ठेवून त्याला त्याच्या दोन पायांवर उभे केले. एक आठवड्यानंतर डॉन आपोलिनार मोस्कोते ओबडधोबड दिसणाऱ्या, छोट्या बंदुकींनी सज्ज अशा सहा अनवाणी शिपायांना बरोबर घेऊन परत आला. एका बैलगाडीत आपली बायको आणि सात मुलींनाही त्याने बरोबर आणले होते. त्यानंतर फर्निचर, इतर सामान आणि घरगुती भांडी घेऊन दोन गाड्या त्या गावात आल्या. आपले कुटुंब हॉटेल जेकबमध्ये ठेवून तो घराचा शोध घेऊ लागला. त्या शिपायांच्या संरक्षणात त्याने आपले ऑफिसही उघडले. माकोन्दोच्या संस्थापकांनी त्या आक्रमकांना हाकलून देण्याचा निर्धार केला आणि त्यासाठी आपापल्या थोरल्या मुलांना घेऊन होझे आर्केदियो बुयेंदियाच्या हवाली करण्यासाठी ते त्याच्याकडे गेले; परंतु होझे आर्केदियो बुयेंदिया अशा गोष्टींच्या विरुद्ध होता. त्याने त्यांना समजावून सांगितले की, एखाद्याच्या बायकोमुलांदेखत त्याला त्रासात

घालणे पुरुषांना शोभणारे नाही आणि डॉन आपोलिनार मोस्कोते आपले बायको व मुलींना घेऊन परत आला होता, त्यामुळे ती सगळी परिस्थिती त्याने सुखावह रीतीने हाताळायचे ठरवले.

औरेलियानोही त्याच्याबरोबर गेला. त्या सुमारास त्याने आपल्या काळ्या मिशांना टोकाशी मेण लावून त्या वरती वळवायला आणि खणखणीत आवाजात बोलायला सुरुवात केली होती. तो आवाज पुढे युद्धात त्याचे खास वैशिष्ट्य ठरणार होता. मॅजिस्ट्रेटच्या पहारेकऱ्यांकडे अजिबात लक्ष न देता आणि कुठलेही शस्त्र न घेताच ते त्याच्या ऑफिसात गेले. डॉन आपोलिनार मोस्कोतेने आपला शांतपणा सोडला नाही. त्याने तिथे सहजच असलेल्या आपल्या दोन मुलींशी त्यांची ओळख करून दिली. त्यातली आम्यारो सोळा वर्षांची होती आणि रेमेदियोस ही तर फक्त नऊ वर्षांची छोटीशी सुरेख मुलगी होती. तिची त्वचा लिलीच्या फुलासारखी आणि डोळे हिरव्या रंगाचे होते. त्या मुली चांगल्या रीतीभातीच्या आणि गोड होत्या. ती माणसे आत आली तेव्हा ओळख करून देण्यापूर्वीच त्यांनी त्या दोघांना बसायला खुर्च्या दिल्या; परंतु ते दोघेही उभेच राहिले. होझे आर्केदियो बुयेंदिया म्हणाला, 'ठीक आहे. माझ्या मित्रा तू इथे राहू शकतोस. दाराशी बंदुका घेतलेले तुझे ते लुटारू इथे आहेत म्हणून नव्हे तर तुझ्या बायकोचा आणि मुलींचा विचार करून आम्ही हे सांगतो आहोत.' डॉन आपोलिनार मोस्कोते अस्वस्थ झाला होता; पण होझे आर्केदियो बुयेंदियाने त्याला उत्तर द्यायला वेळ दिला नाही. तो पुढे म्हणाला, 'आम्ही फक्त दोनच अटी घालतो. पहिली : प्रत्येक जणाने आपल्या घराला हवा तो रंग द्यावा. दुसरी : त्या शिपायांनी ताबडतोब इथून निघून जावे. तुमच्या सुव्यवस्थेची हमी आम्ही देतो.' त्या मॅजिस्ट्रेटने आपली सगळी बोटे लांब करून उजवा हात उंचावला आणि म्हटले,

'हे एका सन्माननीय सभ्य गृहस्थाचे वचन आहे ना?'

'तुझ्या शत्रूचे वचन आहे ते,' होझे आर्केदियो बुयेंदिया म्हणाला आणि पुढे कडवट स्वरात त्याने असेही म्हटले, 'कारण तुला सांगायलाच हवे की तू आणि मी अजूनही शत्रूच आहोत.' त्याच दुपारी ते शिपाई निघून गेले.

काही दिवसांनंतर होझे आर्केदियो बुयेंदियाने त्या मॅजिस्ट्रेटच्या कुटुंबासाठी एक घर शोधून दिले. औरेलियानो सोडून बाकीचे सगळे शांत झाले. त्या मॅजिस्ट्रेटची छोटी मुलगी रेमेदियोस हिच्या वयाकडे पाहिले तर ती औरेलियानोची मुलगी शोभली असती; पण तिची छबी औरेलियानोच्या शरीराच्या कुठल्या तरी भागात घुसल्यासारखी सतत त्याला दुखवत राहिली. त्या दुखण्याची जाणीव त्याला एखाद्या शारीरिक दुखण्यासारखी सतावत राहिली, अगदी सहज चालताना बुटातला खडा टोचत राहावा तशी छळत राहिली.

४

नवे घर कबुतरासारख्या पांढऱ्या शुभ्र रंगाचे होते. त्याचे उद्घाटन नाचाच्या कार्यक्रमाने झाले. एका दुपारच्या वेळी रेबेका आणि आमारान्ता या दोघींना पाहून अर्सूलाला जाणवले की, त्या दोघीही आता वयात येत आहेत आणि त्यांना भेटायला येणाऱ्यांचे स्वागत करण्यासाठी योग्य अशी जागा हवी. किंबहुना याच विचाराने तिने आपले जुने घर मोठे करून नव्याने बांधायचे मनावर घेतले असावे असे म्हणणे बरोबर ठरेल. घराच्या वैभवात कुठलीही उणीव राहू नये म्हणून ती जहाजावर वल्ही मारणाऱ्या एखाद्या गुलामासारखी राबली. घराचे नूतनीकरण पूर्ण होण्याआधीच तिथे त्याची सजावट चांगली व्हावी म्हणून डायनिंग टेबलसाठी किमती सामान तर मागवले होतेच; पण सगळे गाव आणि विशेषतः गावातील सगळे तरुण हर्षभरीत व आश्चर्यचकित होतील अशी अद्भुत वस्तू म्हणजे एक स्वयंचलित पियानोलासुद्धा[१] तिने मुद्दाम मागवला होता. बाकीच्या बऱ्याचशा सामानाच्या पेट्यांबरोबर त्यांनी तो पियानोला मोडलेल्या अवस्थेत आणून पोहोचवला. त्या सामानात व्हिएन्नाहून मागवलेले फर्निचर होते, बोहेमियाहून आणवलेले काचेचे नितळ पारदर्शक ग्लास व डायनिंग टेबलवरील पाण्याची भांडी होती, जेवणासाठी लागणारी सारी उपकरणे इंडिज् कंपनीकडून मागवली होती, तर टेबलक्लॉथ हॉलंडहून आणवले होते. त्याशिवाय कितीतरी विविध प्रकारचे दिवे, मेणबत्त्यांचे स्टँड्स, तसेच पडदे आणि छतावर, भिंतींवर लटकवण्याच्या विविध वस्तू होत्या. त्या वस्तू आयात करणाऱ्या कंपनीने पियानोला दुरुस्त करण्यासाठी स्वखर्चाने पिएत्रो क्रेस्पी नावाचा एक इटालियन तज्ज्ञ पाठवून दिला होता. तो पियानोलाची जुळणी करून देणार होता, तसेच त्या वाद्याबरोबरच आलेल्या सहा कागदी गुंडाळ्यांवर छापलेल्या अद्ययावत संगीताच्या साथीने नृत्य कसे करावयाचे तेही त्यांना शिकवणार होता.

पिएत्रो क्रेस्पी हा तरुण गोरा होता. त्याचे केस फिकट तपकिरी रंगाचे होते. त्याच्याइतका देखणा आणि शिष्टाचारांमध्ये अत्यंत तरबेज असा तरुण माकोन्दोमध्ये तरी अजूनपर्यंत कुणी पाहिला नव्हता. पोशाखाच्या बाबतीत तो एवढा काटेकोर असायचा की, माकोन्दोमधल्या गुदमरायला लावणाऱ्या उष्म्यातदेखील तो जरतारी जाकीट आणि गडद रंगाचा जाडजूड कोट घालूनच आपले काम करायचा. औरेलियानो जसा आपल्या चांदीच्या कामात गढून जायचा तसाच कामात पूर्णपणे गढून जाऊन घामाने निथळत त्याने आपले काम पूर्ण केले. त्यादरम्यान घराच्या मालकांपासून अदबीने काहीसा दूर दूरच राहत त्याने किती तरी आठवडे स्वतःला दिवाणखान्यात जणू कोंडून घेतले होते. एके दिवशी सकाळीच त्याने दरवाजा न उघडता आणि कुणालाही तो चमत्कार पाहायला न बोलावता पियानोलामध्ये ती कागदी गुंडाळी घालून पियानोला सुरू केला. लाकडी कातकामच्या त्या हातोड्यांच्या सतत होणाऱ्या आवाजावर पियानोलातून निघणाऱ्या सुविहित संगीताने मात केली आणि तिथे एकाएकी चकित करणारी एक प्रकारची शांतता निर्माण झाली. सगळे जण दिवाणखान्याकडे धावले. होझे आर्केदियो बुयेंदियावर तर विजेच्या आघातासारखा परिणाम झाला. ते सुंदर संगीत हे काही त्याच्या तशा अवस्थेचे कारण नव्हते, तर पियानोलाच्या पट्ट्या आपोआप काम करताहेत हे पाहून तो स्तंभित झाला होता म्हणून त्याने त्या अदृश्य वादकाचा फोटो काढण्यासाठी मेल्कियादेसचा तो कॅमेरा तिथे लावून ठेवला. त्या इटालियन माणसाने त्या दिवशी त्यांच्याबरोबरच जेवण घेतले. जेवणाच्या टेबलावरील भांडी आपल्या फिकट आणि बिनअंगठीच्या हातांनी[२] हाताळणाऱ्या त्या देखण्या माणसाच्या नेटक्या हालचाली पाहून टेबलावर खाद्यपदार्थ वाढणाऱ्या आमारान्ता आणि रेबेका काहीशा दबून गेल्या होत्या. दिवाणखान्याजवळील बैठकीच्या मोठ्या दालनात पिएत्रो क्रेस्पीने त्यांना नृत्याचे धडे दिले. स्वयंचलित तालयंत्राच्या साथीवर ताल सांभाळत त्यांना स्पर्शसुद्धा होऊ न देता त्याने नृत्याचे धडे दिले. तिथे त्या दालनातच बसून अर्सूला त्यांच्या हालचालींवर स्नेहपूर्ण लक्ष ठेवून होती. मुलींच्या नृत्याचे धडे घेणे चालू होते तोवर तिने ते दालन सोडले नाही. त्या दिवसांत पिएत्रो क्रेस्पी नृत्यासाठी अगदी लवचीक, घट्ट बसणाऱ्या खास पॅन्ट्स व खास बूट घालून यायचा. होझे आर्केदियो बुयेंदियाने तिला म्हटले, 'तुला एवढी काळजी करायचे कारण नाही, तो माणूस अगदी परीकथेतल्यासारखा आहे.' पण मुलींची नृत्यातली उमेदवारी संपेपर्यंत आणि तो इटालियन माणूस माकोन्दो सोडून जाईपर्यंत तिने त्यांच्यावरचा आपला पहारा काही सोडला नाही. त्यानंतर त्यांनी घरातील पार्टीच्या तयारीला सुरुवात केली. पार्टीला काही ठरावीक लोकांनाच आमंत्रित करायचे अर्सूलाने ठरवले होते. तिने अशा लोकांची एक नेटकी यादी तयार केली. त्या यादीत फक्त माकोन्दो स्थापन करणाऱ्यांच्या वंशजांचा समावेश होता. त्यात तिने पिलार तेर्नेरालाही

आमंत्रित केले होते. पिलारला तोवर अज्ञात पित्यांपासून आणखी दोन मुले झाली होती. निमंत्रितांच्या यादीमध्ये खरोखर अगदी उच्च वर्गातील असामींचाच समावेश होता. त्यांच्या कुटुंबाचे जवळचे मित्र म्हणावेत असेच लोक निमंत्रितांमध्ये होते. माकोन्दोच्या स्थापनेपूर्वीपासून ते लोक त्यांच्या बरोबर होते, आपले पूर्वीचे गाव आणि घरदार कायमचे सोडून ते सगळे एकमेकांसोबतच माकोन्दोला आले होते. शिवाय त्यांच्या मुलांना आणि नातवंडांनासुद्धा आमंत्रित केले होते. त्यातले काही अगदी बालपणापासून आर्केदियो आणि औरेलियानोचे नेहमीचे सोबती होते. होझे आर्केदियो बुर्येदियाच्या सोबत्यांच्या काही मुली कशिदाकारी करण्यासाठी रेबेका आणि आमारान्ताकडे यायच्या, त्यांनाही पार्टीला निमंत्रित केले होते. डॉन आपोलिनार मोस्कोते नावालाच दयाळू प्रशासक उरला होता. कारण, त्याचा सगळा उद्योग म्हणजे त्याच्या त्या निव्वळ दंडुकेधारी दोन पोलिसांना त्यांच्या मर्यादित साधनांचा आधारे सांभाळण्यापुरताच मर्यादित होऊन गेला होता. त्याच्या मुलींनी घरखर्चाला हातभार लावण्यासाठी शिवणकामाचे दुकान उघडले होते. शिवाय, त्या लोकरीची फुले तयार करीत, ऑर्डरप्रमाणे हवी तशी प्रेमपत्रे लिहून देत, तसेच पेरूपासून विविध खाद्यपदार्थ तयार करून विकत असत. त्या अत्यंत शालीन, कामसू आणि गावातील सर्वांत सुंदर तरुणी होत्या. शिवाय, नव्या पद्धतीच्या नृत्यामध्ये त्या प्रवीण होत्या तरीही अर्सूलाच्या पार्टीचे निमंत्रण त्यांना मिळवणे जमले नव्हते. इकडे अर्सूला आणि घरातील मुली नव्या घरासाठी मागवलेल्या फर्निचरची खोकी सोडवण्यात, चांदीच्या वस्तूंना पॉलिश करण्यात आणि गवंड्यांनी मोकळ्या सोडलेल्या जागांवर गुलाबपुष्पांनी भरलेल्या नौकांमधील मुलींची चित्रे टांगून त्या जागा सजीव करण्यात गर्क होत्या, त्याच वेळी तिकडे 'परमेश्वर अस्तित्वातच नाही' अशी होझे आर्केदियो बुर्येदियाची खात्री पटली होती, तेव्हा त्याने पियानोला पूर्णपणे उचकटून तो आपोआप वाजण्याचे रहस्य शोधण्याचा प्रयत्न केला होता. पियानोलामध्ये सतत इकडून तिकडे जाणाऱ्या अनेकानेक तारांच्या गुंडाळ्या आणि वाजवण्याच्या पट्ट्यांचा बेसुमार गोंधळ होता. त्यातूनही ते वाद्य पार्टीच्या दोन दिवस आधी कसेबसे जोडण्यात होझे आर्केदियोला एकदाचे यश आले. त्या दिवसांत अभूतपूर्व अशा आकस्मित घडामोडी आणि वस्तूंची पडझड झाली, काही वस्तू फुटल्यासुद्धा, तरीही नव्याने मागवलेले डांबराचे दिवे ठरलेल्या दिवशी नियोजित वेळीच पेटवले गेले. घराचे उद्‌घाटन झाले तेव्हा अजूनही त्या घराला राळेचा आणि पांढऱ्या चुन्याचा ओलसर वास येत होता. माकोन्दोच्या संस्थापकांच्या मुलां-नातवंडांनी ते फर्न्स आणि बेगोनियाने भरलेले तिथले पोर्च पाहिले, गुलाब फुलांच्या सुवासाने गच्च भरून गेलेली बाग आणि आतली शांत दालने पाहिली. नंतर ते सगळे जण दिवाणखान्यात पांढऱ्या चादरीने झाकून ठेवलेल्या त्या नव्या अनोख्या शोधाभोवती गोळा झाले. दलदलीच्या प्रदेशातील इतर गावांमधून लोकप्रिय असलेल्या पियानोलाची माहिती

असणारी माणसे तो पियानोला पाहून काहीशी खट्टू झाली. पियानोलात कागदाची गुंडाळी घातल्यानंतर आमारान्ता आणि रेबेका नृत्याला सुरुवात करतील अशा अपेक्षेत अर्सूला होती; परंतु पियानोलाची यांत्रिक करामत सुरू न झाल्यामुळे तो वाजेना, त्यामुळे झालेली अर्सूलाची निराशा जास्तच कडवट होती. एव्हाना वार्धक्यामुळे जवळजवळ आंधळ्या व जराजर्जर झालेल्या मेल्कियादेसने आपल्या अनादी कालापासूनच्या कारागिरीकौशल्याने त्या पियानोला ठाकठीक करण्याचा प्रयत्न केला. होझे आर्केदियो बुर्येदियाने शेवटी एकदाचा त्यातील एक घट्ट अडकून बसलेला भाग चुकून हलवला तर पियानोलातून अकस्मात संगीताचे स्वर निघाले. सुरुवातीला ते स्वर एकाएकी झालेल्या स्फोटासारखे भासले; परंतु नंतर स्वरांचा मिश्र प्रवाह सावकाश निघत राहिला. कशाबशा जोडलेल्या व निव्वळ धाडसाने नीट स्वरांत जुळवल्या गेलेल्या त्या तारांवर आतले हातोडे आपोआप आदळायला सुरुवात झाली. माकोन्दोच्या एकवीस निर्भय संस्थापकांनी पश्चिमेला समुद्र सापडेल म्हणून अनेक पर्वत पालथे घातले होतेच, त्यांचे ते हट्टी वंशजही मंजुळ सुरांच्या गदारोळातील छुपे खडक व्यवस्थित टाळत राहिले आणि त्या रात्री त्यांचा नाच दुसरा दिवस उजाडेपर्यंत चालू राहिला.

पियानोला दुरुस्त करण्यासाठी पिएत्रो क्रेस्पी परत आला. रेबेकाने आणि आमारान्ताने त्याला आतल्या तारा नीट बसवायला मदत केली आणि बिघडलेल्या त्या वाद्ययंत्रातून निघणाऱ्या मंजुळ सुरावटींच्या गमतीदार गोंधळाला हसत राहून त्याची करमणूकही केली. ते सगळेच आपल्या परीने इतके सुखद आणि निर्भेळ मजेचे होते की, अर्सूलाने स्वतः होऊनच त्यांच्यावरचा पहारा बंद केला. पिएत्रो क्रेस्पी परत जाण्याच्या आदल्या संध्याकाळी त्याच्यासाठी निरोपाचा म्हणून पियानोलाच्या साथीवर नृत्याचा एक कार्यक्रम ठेवला होता. त्यात त्याने रेबेकाबरोबर आधुनिक नृत्यांचा एक छानसा कार्यक्रम सादर केला. आर्केदियो आणि आमारान्ताही कौशल्यपूर्ण आकर्षक नृत्यात त्या दोघांना तोलास तोल ठरले. त्या कार्यक्रमात एकदाच अडथळा आला. कारण, इतर बघ्यांबरोबर दारात थांबून कार्यक्रम पाहणाऱ्या पिलार तर्नेराचे एका स्त्रीशी भांडण झाले. अगदी एकमेकींना चावे घेणे, केस ओढणे वगैरे सगळे झाले. ती बाई म्हणे 'आर्केदियोचा पार्श्वभाग स्त्रीसारखा आहे' असे म्हणत होती. मध्यरात्रीच्या सुमारास पिएत्रो क्रेस्पीने सगळ्यांचा निरोप घेताना एक छोटेसे भाषण केले आणि लवकरच परत येण्याचे आश्वासन दिले. रेबेका त्याला सोडायला दरवाजापर्यंत गेली. नंतर तिने घराचे दरवाजे बंद केले, दिवे घालवले आणि आपल्या खोलीत जाऊन ती रडत राहिली. अनेक दिवस तिचे रडणे चालू होते. तिचे सांत्वन करता येणे जवळजवळ अशक्य होते. तिच्या रडण्याचे कारण आमारान्तालाही माहीत नव्हते. तिचे ते वैराग्य तसे विक्षिप्त वाटण्यासारखे नव्हते. ती मनमोकळी आणि अगत्यशील वागणारी असली तरी तिचा स्वभाव एकान्तप्रिय,

काहीसा वेगळाच होता. तिच्या अंतःकरणाचा ठाव घेणे सहसा कुणाला जमले नसते. रेबेका ही मजबूत लांबलचक हाडांची अत्यंत सुंदर तरुणी होती. एका लहानशा झुलत्या लाकडी खुर्चीसह त्या घरात ती आली होती आणि त्याच खुर्चीत सतत बसण्याचा तिचा आग्रह असायचा. खरे तर ती खुर्ची नादुरुस्त झाल्यामुळे अनेकदा तिला लाकडी पट्ट्यांचा आधार द्यावा लागला होता. आता तर त्या खुर्चीचे हातही मोडून गेले होते. रेबेकाला या वयातही आपले बोट चोखत बसायची सवय होती हे कुणाच्याच लक्षात आले नव्हते, त्यामुळे ती अनेकदा स्वतःला न्हाणीघरात कोंडून घेण्याची संधी सोडत नसे आणि भिंतीकडे तोंड करून झोपायची सवयही तिने लावून घेतली होती. पावसाळी दिवसांत मैत्रिणींबरोबर बेगोनियाच्या पोर्चवर बसून कशिदाकारी करताना बागेत ओलसर जमिनीचे पट्टे आणि गांडुळांनी बाहेर काढून ठेवलेल्या ओल्या मातीचे ढीग दृष्टीस पडले की मध्येच ती संभाषणाचा धागा विसरायची आणि गतकारकतेच्या आसवांनी तिची जीभ खारट व्हायची. ती रडू लागली की, मातीच्या व चुन्याच्या त्या गूढ चवी पुन्हा चाखायची अनावर इच्छा तिच्या मनात उफाळून यायची. तिची माती खाण्याची सवय सुटावी म्हणून लहानपणी तिला मुद्दाम खाऊ घातलेल्या रेवाचिनीने आणि संत्र्यांनी तिच्यापासून ती चव हिरावून घेतली होती. आता या वयात तिने पुन्हा माती खायला सुरुवात केली. पहिल्यांदा तिने निव्वळ कुतूहलापोटी माती खाऊन पाहिली. तिला जवळपास खात्रीच होती की, मातीची वाईट चव जिभेला लागली की, माती खाण्याच्या आपल्या इच्छेवर मात करता येईल. तिला मातीची चव जिभेवर खरोखरच सहन होईना; पण तरीही वाढत्या अस्वस्थतेपायी तिने चिकाटीने ते चालूच ठेवले. पूर्वजांच्या माती खाण्याच्या तीव्र आदिम भुकेकडे ती हळूहळू ओढली गेली. ती भूक म्हणजे मूळ क्षारांच्या चवीविषयीच्या ओढीचे समाधान करणे होते आणि तेच तर प्राण्यांचे मूळ अन्न होते. मूठभर माती ती खिशात भरून घ्यायची आणि कुणी पाहत नसताना त्यातली थोडी थोडी खात राहायची. खाताना तिचा मनात सुख आणि रागाची संमिश्र भावना असायची. त्या वेळी ती एकीकडे तिच्या मैत्रिणींना विणकामातल्या अवघड भागांचे धडे द्यायची आणि भलत्याच माणसांविषयी बोलत राहायची आणि गुपचूप थोडी थोडी माती खात राहायची. भिंतीवरच्या पांढऱ्या रंगातील माती खाण्यासारखा त्याग करावा, अशी त्या माणसांची योग्यता नसायचीच. जगात एकच माणूस असा होता की, त्याच्यासाठी माती खाण्यासारखी हलकी गोष्टसुद्धा ती करायची. तो माणूस त्याचे ते नेहमीचे लेदरचे बूट घालून जगातल्या कुठल्यातरी भागात जमिनीवरून चालत असेल. ती जमीनच खारट चवीद्वारे जणू काही तिच्याकडे त्याच्या रक्ताच्या, वजनाच्या आणि उष्णतेच्या संवेदना पाठवायची, त्यामुळे तिला वाटायचे की, तो तिच्यापासून कमी दूर आणि जास्ती खात्रीचा आहे आणि त्यातून तिच्या जिभेवर क्षाराची एक तीव्र चव आणि हृदयात शांततेचा गाळ राहून जायचा. तसे काहीही

कारण नसताना एका दुपारी आम्पारो मोस्कोतेने त्यांचे घर पाहायची परवानगी मागितली. तिच्या त्या अनपेक्षित भेटीमुळे आमारान्ता आणि रेबेका जरा अस्वस्थच होत्या. यामुळे त्या भेटीमध्ये त्या दोघी तिच्याशी काहीशा कोरड्या औपचारिकपणे वागत राहिल्या. त्यांनी तिला नव्याने पुन्हा बांधलेले आपले मोठे घर दाखवले, पियानोलावरील संगीत ऐकवले आणि ऑरेंज् मार्मालेड व क्रॅकर्सचा अल्पोपहार दिला. आम्पारोने स्वतःच्या वागण्यातून आपली प्रतिष्ठा, व्यक्तिगत मोहकता आणि उत्तम रीतीरिवाजांचे दर्शन घडवले, त्यामुळे तिच्या भेटीत काही क्षणच जवळपास असलेली अर्सूला प्रभावित होऊन गेली. दोन तासांनंतर त्यांच्यामधले संभाषण हळूहळू कमी होऊ लागले, तेव्हा आमारान्ताचे लक्ष नाही असे पाहून आम्पारोने रेबेकाला एक पत्र दिले. रेबेकाला तेवढ्यात असे दिसले की, त्या पत्रावर 'एस्टिमेबल रेबेका बुयेंदिया' असे लिहिलेले होते. पियानोला वापरण्याविषयीच्या सूचना ज्या वळणदार हस्ताक्षरात हिरव्या शाईने आणि नाजूक शब्दांत लिहिलेल्या दिसत होत्या, तशाच हस्ताक्षरात त्या शाईने व शब्दांच्या तशाच नाजूकपणाने ते पत्रही लिहिलेले दिसत होते. रेबेकाने बोटांच्या टोकांनी त्या पत्राची घडी करून आपल्या वक्षःस्थळी ते पत्र दडवून ठेवले आणि आम्पोरो मोस्कोतेकडे मनमोकळ्या अमर्याद कृतज्ञतेने पाहून मृत्यूपर्यंत त्या 'अपराधा'तील आपल्या सहभागित्वाचे निःशब्द वचन दिले.

आम्पारो मोस्कोते आणि रेबेका बुयेंदिया यांमध्ये अकस्मात निर्माण झालेल्या त्या मैत्रीमुळे औरेलियानोच्या आशा पालवल्या. छोट्या रेमेदियोसविषयीच्या आठवणींनी त्याला सतविण्याचे थांबवले नव्हते; पण तिला भेटायची संधीही त्याला मिळाली नव्हती. माग्निफिको विस्वाल आणि गेरिनेल्दो मार्केझ हे दोघे त्याच नावाच्या माकोन्दोच्या संस्थापकांचे मुलगे औरेलियानोचे खास जवळचे मित्र होते. तो त्यांच्याबरोबर गावातून चक्कर टाकायचा तेव्हा मोस्कोते भगिनींच्या शिवणकामाच्या दुकानात ती दिसावी म्हणून उत्कंठेने तो तिकडे दृष्टिक्षेप टाकायचा तर तिथे तिच्या मोठ्या बहिणीच दिसायच्या. आम्पारोचे त्यांच्या घरी येणे-जाणे हा त्याला आगाऊ शुभशकुनच वाटत होता. 'तिने तिच्याबरोबर यायला हवे' औरेलियानो स्वतःशीच पुटपुटायचा. 'तिने यायलाच हवे.' त्याने ते एवढ्या वेळा आणि इतक्या खात्रीने म्हटले की, एके दिवशी तो त्याच्या वर्कशॉपमध्ये सोन्याचे छोटे छोटे मासे तयार करीत होता, तेव्हा त्याला एकदम खात्रीने वाटून गेले की त्याच्या त्या इच्छेला तिने प्रतिसाद दिलाय आणि खरोखरच थोड्याच वेळाने त्याने तिचा बालिश आवाज ऐकला. त्याने सहज वर पाहिले तर गुलाबी ऑर्गंडीचा पोशाख आणि पांढरे शुभ्र बूट घातलेली रेमेदियोस वर्कशॉपच्या दारात उभी. भयाने त्याचे हृदय थिजलेच.

'तुला आत जाता येणार नाही,' आम्पारो हॉलमधून तिला म्हणाली, 'ते काम करताहेत.' पण औरेलियानोने तिला काही म्हणायला सवड दिली नाही. त्याने त्या छोट्या माशाच्या तोंडातून बाहेर आलेल्या साखळीला धरून तो उचलला आणि

तिला म्हटले, 'आत ये.' रेमेदियोस आत गेली आणि तिने त्या माशासंबंधी काही प्रश्न विचारले; पण औरेलियानोला त्या प्रश्नांचे उत्तर देता आले नाही. कारण, एकाएकी त्याला दम्याचा अ‍ॅटॅक आला. लिलीच्या फुलांसारख्या मुलायम त्वचेपाशी, पाचूसारख्या डोळ्यांच्या निकट सान्निध्यात, प्रत्येक प्रश्नाच्या वेळी त्याला 'सर' असे संबोधताना आपल्या वडिलांइतकाच मान त्याला देणाऱ्या तिच्या त्या आवाजाच्या अगदी जवळ कायमचे थांबावे असे त्याला वाटत होते. मेल्कियादेस तिथेच कोपऱ्यात एका टेबलपाशी काहीतरी अगम्य चिन्हे खरडत होता. औरेलियानोला त्याचा तिरस्कार वाटला. आपण तो मासा रेमेदियोसला देणार आहोत हे कसेबसे तिला सांगणे तेवढे त्याला शक्य झाले. ते ऐकून ती मुलगी एवढी घाबरली की जमेल तेवढ्या वेगाने ते वर्कशॉप सोडून ती निघून गेली. औरेलियानोने अव्यक्त संयमाने तिच्या भेटीच्या संधीची वाट पाहिली होती; पण तो सारा संयम त्या दुपारी त्याने गमावला. तो आपल्या कामाकडे दुर्लक्ष करू लागला. लक्ष एकाग्र करण्याचा असाध्य प्रयत्न अनेक वेळा करताना ती समोर यावी असेच त्याला सारखे वाटत होते; पण आता रेमेदियोसने त्याला प्रतिसाद दिला नाही. तिच्या बहिणींच्या दुकानात, तिच्या घराच्या खिडकीच्या तावदानामागे, तिच्या वडिलांच्या ऑफिसमध्ये असे सगळीकडे त्याने तिला शोधले; पण स्वतःच्या व्यक्तिगत भयाण एकान्तातील प्रतिमेशिवाय त्याला ती कुठेही आढळली नाही. रेबेकाबरोबर तो तासन्‌तास पियानोलावरचे ते संगीत ऐकत बसायचा. रेबेका ते ऐकत बसायची. कारण, त्याच संगीताच्या साथीवर पिएत्रो क्रेप्सीने त्यांना नृत्य करायला शिकवले होते. औरेलियानो ते ऐकायचा कारण त्याला प्रत्येक गोष्ट – अगदी ते संगीतसुद्धा रेमेदियोसची आठवण करून देत होते.

सारे घरच प्रेमाने भारले होते. औरेलियानोने ते प्रेम आगापिछा नसलेल्या कवितांमधून व्यक्त केले. तो त्या कविता मेल्कियादेसने दिलेल्या चामड्याच्या कडक तुकड्यांवर लिहायचा, न्हाणीघराच्या भिंतींवर लिहायचा, हाताच्या त्वचेवरही लिहायचा. त्या सगळ्यांमध्ये रेमेदियोस रूपांतरित झालेली असायची. सकाळच्या वाफाळणाऱ्या पावामध्ये रेमेदियोस. सगळीकडे आणि सर्वकाळ रेमेदियोस. दुपारी चार वाजता रेबेका तिच्या प्रियकराच्या पत्राची वाट पाहत खिडकीजवळ कशिदाकारी करत बसलेली असायची. टपाल घेऊन येणाऱ्या माणसाचे खेचर दोन दोन आठवड्यांनी यायचे हे तिला माहीत होते; पण तिला खात्री होती की, केव्हा तरी ते चुकून वेगळ्याच दिवशी येईल. घडले मात्र नेमके त्याच्या उलट. एकदा ते खेचर त्याच्या नेहमीच्या ठरलेल्या दिवशी आलेच नाही. निराशेने वेडी झालेली रेबेका त्या दिवशी मध्यरात्री उठून बागेत गेली आणि आत्मघातकी ईर्ष्येने तिने तिथली मूठभर माती खाल्ली. ती रडत संतापत होती, मऊ गांडुळे चघळत होती आणि गोगलगायींचे शिंपले दातांनी फोडत होती. मग ती पहाटेपर्यंत ओकत राहिली. तापामुळे शक्तिहीन होऊन शुद्ध हरपून ती पडून राहिली आणि मग तिला बेभान

भ्रमिष्टपण आलं. दुखावलेल्या मनाने अर्सूलाने रेबेकाच्या ट्रंकेचे कुलूप जबरदस्तीने उघडले तर तिला ट्रंकेच्या तळाशी गुलाबी रिबनने बांधलेली सोळा सुवासिक पत्रे सापडली. त्या पत्रांबरोबर जुन्या पुस्तकांमध्ये ठेवतात तसली सुकलेली जाळीदार पाने आणि पाकळ्याही सांभाळून ठेवलेल्या होत्या आणि सुकलेलीच फुलपाखरेही होती. त्यांना स्पर्श झाला की, त्यांची पावडर व्हायची.

एकट्या औरेलियानोमध्येच ही एवढी उद्‌ध्वस्तता समजण्याची कुवत होती. त्या दुपारी अर्सूला रेबेकाला बुद्धिभ्रमाच्या त्या दलदलीतून वाचवण्याचा प्रयत्न करत असताना औरेलियानो आपले मित्र माग्निफिको विस्वाल आणि गेरिनेल्दो मार्केझ यांच्याबरोबर कातारिनोच्या दुकानात गेला. ते दुकान आता वाढवले होते. तिथे लाकडी सज्ज्यांच्या खोल्या होत्या आणि त्या खोल्यांमधून सुकलेल्या फुलांचा वास येणाऱ्या बाया एकट्याच राहत होत्या. तिथे एक गट ॲकॉर्डियन आणि ड्रम्स वाजवत फ्रान्सिस्को द मॅनची गाणी म्हणत होता. फ्रान्सिस्को द मॅन मात्र माकोन्दोमध्ये कित्येक वर्षे दिसला नव्हता. तिथे उसाच्या आंबवलेल्या रसाची दारू त्या तिघा मित्रांनी घेतली. माग्निफिको आणि गेरिनेल्दो हे औरेलियानोचे समवयस्क असले तरी जगाच्या रीतीभातींमध्ये ते त्याच्याहून अधिक प्रवीण होते. ते पद्धतशीरपणे बायांना मांड्यांवर बसवून पीत होते. दातांवर सोने बसवलेल्या एका सुकलेल्या बाईने औरेलियानोला कुरवाळले तर तो शहारलाच. त्याने तिला धुत्कारले. त्याला तेव्हा असा शोध लागला की, तो जितकी जास्त जास्त दारू प्यायला तितकी त्याला रेमेदियोसची अधिकाधिक आठवण येत राहिली; पण दारू प्यायल्यामुळे तिच्या आठवणीच्या वेदना तो जरा चांगल्या तऱ्हेने सोसू शकत होता. आपण तरंगायला कधी लागलो ते त्याला समजलेच नाही. त्याला आपले मित्र आणि त्या बाया वेगळ्याच तऱ्हेच्या प्रकाशात चमकताना दिसू लागल्या, त्यांना वजनही नव्हते आणि वस्तुमानाशिवाय वेगळ्याच तऱ्हेच्या प्रकाशात चमकताना दिसू लागल्या. ते सगळेच काही तरी म्हणत होते; परंतु ते शब्द त्यांच्या तोंडातून निघत नव्हते आणि ते कसल्या तरी खुणाही करीत होते; पण त्यांच्या चेहऱ्यावरील हावभावाशी त्या खुणा जुळत नव्हत्या. कातारिनोने त्याच्या खांद्यावर हात ठेवला आणि त्याला म्हटले, ‘अकरा वाजत आले आहेत.’ औरेलियानोने डोके वळवून कानामागे लोकरीचे फूल असलेल्या त्या भल्यामोठ्या वेड्यावाकड्या चेहऱ्याकडे पाहिले आणि मग त्याची स्मरणशक्ती नष्ट झाली. पूर्वी स्मृतिभ्रंशाच्या त्या दिवसांत त्याची स्मरणशक्ती अशीच नाहीशी झाली होती. मग एका विलक्षण पहाटे त्याची स्मरणशक्ती परत आली, तेव्हा तो एका वेगळ्याच अगदी अनोळखी खोलीत होता. तिथे घाबरलेली पिलार तेर्नेरा घरगुती कपड्यांत अनवाणी उभी होती. तिचे केस मोकळे होते आणि हातात एक दिवा धरून ती अविश्वासाने त्याला न्याहाळत त्याच्यापाशी उभी होती.

‘औरेलियानो!’

औरेलियानोने आपले पाय चाचपून पाहिले आणि डोके वर उचलले. तिथे तो कसा आला होता ते त्याला समजले नाही, तरी त्याला काय पाहिजे होते ते मात्र कळले होते. कारण, ते तर तो अंतःकरणाच्या एका अक्षत कोपऱ्यात लपवून जवळ वागवत आला होता. तो म्हणाला, 'मी तुझ्याबरोबर झोपायला आलो आहे.'

त्याचे कपडे मातीने आणि ओकारीने माखलेले होते. त्या दिवसांत पिलार तेर्नेरा आपल्या दोन लहान मुलांबरोबर एकटीच राहत होती. तिने त्याला कसलेही प्रश्न विचारले नाही. बिछान्याकडे नेऊन तिने त्याचा चेहरा ओल्या कपड्याने साफ केला, त्याचे कपडे काढले, स्वतःचेही सगळे कपडे उतरवले आणि मच्छरदाणीचे पडदे खाली ओढले. कारण, की मुलांना जाग आली तर त्यांनी यांना बघायला नको. तिच्याजवळ राहील अशा माणसांची वाट पाहायचा आता तिला कंटाळा आला होता. सोडून गेलेल्यांचा कंटाळा आला होता, तिच्या पत्त्यांच्या अनिश्चततेने गोंधळून गेलेल्या व तिच्या घराची वाट चुकलेल्या असंख्य लोकांचा तिला कंटाळा आला होता. अशी वाट पाहता पाहता तिची त्वचा सुरकुतली होती, स्तन सुकले होते आणि अंतःकरणातले निखारे विझून गेले होते. त्या काळोखात तिने औरेलियानोला चाचपले, त्याच्या पोटावर हात ठेवला आणि आईच्या हळुवारपणाने त्याच्या मानेचे चुंबन घेतले. ती कुजबुजली, 'बिच्चारं माझं बाळ ते.' औरेलियानो शहारला. एकही पाऊल न चुकता त्याने अंतःकरणात साठवलेले दुःख थंड कौशल्याने मागे टाकले आणि मग त्याला क्षितिजाविरहित दलदलीमध्ये रूपांतरित झालेली रेमेदियोस आढळली. तिला अपक्व जनावराचा आणि नुकत्याच इस्त्री केलेल्या कपड्यांचा वास येत होता. त्या दलदलीतून तो पृष्ठभागावर आला तेव्हा तो रडत होता. सुरुवातीला त्याला आपोआप तुटक तुटक हुंदके येत होते, नंतर मात्र त्याने अनिर्बंधपणे रडून स्वतःला मोकळे केले. काहीतरी सुजलेले फार वेदनादायक असे त्याच्या आत आत जणू फुटले होते. त्याच्या आतच असलेल्या पण त्याला जगू न देणाऱ्या त्या काळ्याकुट्ट गोष्टीपासून त्याच्या शरीराची पूर्ण सुटका होईपर्यंत पिलार तेर्नेरा आपल्या बोटांच्या टोकांनी त्याचे डोके खाजवत राहिली. नंतर तिने त्याला विचारले, 'कोण आहे ती?' औरेलियानोने तिला ते नाव सांगितले. ती हसली. एरवी त्या आवाजाने कबुतरे घाबरायची; पण आता तिची मुलेसुद्धा जागी झाली नाहीत. 'आधी तिलाच वाढवावे लागेल तुला,' तिने उपहासाने म्हटले खरे पण त्या उपहासातसुद्धा औरेलियानोला समजूतदारपणाचा मोठा साठा आढळला. तिच्या खोलीतून बाहेर जाताना त्याने आपल्या पौरुषाविषयीचा स्वतःचा संशय तर मागे सोडलाच, शिवाय अंतःकरणात कित्येक महिने वागवलेले कडवट ओझेदेखील टाकून दिले. पिलार तेर्नेराने त्याला लगेचच एक आश्वासन दिले. ती म्हणाली, 'मी त्या मुलीशी बोलेन. मग तिच्यापुढे मी काय वाढून ठेवते ते तू बघशीलच.' तिने आपले आश्वासन पाळले; पण ती वेळच चांगली नव्हती. कारण, त्या घराची पूर्वीची शांतता नाहीशी

झाली होती. आमारान्ताला रेबेकाच्या तीव्र अभिलाषेचा पत्ता लागला होता. रेबेकाच्या ओरडण्यामुळे ती गोष्ट गुप्त राहणे शक्यच नव्हते, त्यामुळे आमारान्ताला खूप जोराचा ताप आला, तिलाही एकाकी प्रेमाचा उफराटा काटा सलू लागला होता. स्वतःला न्हाणीघरात कोंडून घेऊन ती तापात असल्यासारखी प्रेमपत्रे लिहायची आणि आपल्या निराश प्रेमयातनांतून स्वतःला मोकळे करायची. तिने ती पत्रे शेवटी आपल्या ट्रंकेच्या तळाशी लपवून ठेवली होती. त्या दोन्ही आजारी मुलींची काळजी घेण्याची शक्ती अर्सूलाकडे जवळजवळ नव्हतीच म्हटले तरी चालेल. कितीतरी वेळ धूर्तपणे कसून केलेल्या चौकशीनंतरसुद्धा आमारान्ताच्या अशक्त होण्याचे कारण तिला समजून घेता आले नाही. शेवटी एका क्षणी अकस्मात काही तरी सुचल्यासारखे तिने आमारान्ताच्या ट्रंकेचे कुलूप जबरदस्तीने उघडले, तर तिला ती गुलाबी रिबनीने बांधलेली ताज्या लिलीच्या फुलांनी फुगलेली आणि अश्रूंमुळे अजून ओली असलेली पत्रे सापडली. ती पिएत्रो क्रेस्पीला उद्देशून लिहिलेली होती; पण कधीही पाठवली मात्र नव्हती. संतापाने रडत अर्सूलाने तो पियानोला विकत घेण्याची बुद्धी तिला झाली, त्या दिवसालाच शिव्या दिल्या. तिने कशिदाकारीचे धडे बंद करून टाकले आणि कुणी मेलेले नव्हते तरीसुद्धा एक प्रकारचा दुखवटा पाळायचा हुकूम दिला. मुलींची त्या वेड्या आशांमधून सुटका होईपर्यंत तो दुखवटा चालू राहायचा होता. होझे आर्केदियो बुयेंदियाची मध्यस्थी निरुपयोगीच होती. त्याने पिएत्रो क्रेस्पीविषयीचे आपले सुरुवातीचे मत बदलले होते आणि संगीताची यंत्रे कौशल्याने हाताळण्याच्या त्याच्या क्षमतेचे कौतुक केले होते, त्यामुळे जेव्हा पिलार तेर्नेराने औरेलियानोला सांगितले की, रेमेदियोसने लग्न करायचे ठरवले आहे, तेव्हा ती बातमी त्याच्या आई-वडिलांना अधिकच तापदायक होईल असे त्याला वाटले. बैठकीच्या दालनात औपचारिक भेटीसाठी मुद्दाम बोलावल्यानंतर होझे आर्केदियो बुयेंदिया आणि अर्सूलाने औरेलियानोचे म्हणणे एखाद्या दगडासारखे स्तब्धपणे ऐकून घेतले. तथापि, भावी वधूचे नाव ऐकताच क्षणी होझे आर्केदियो बुयेंदिया संतापाने लाल झाला. तो गरजला, 'प्रेम हा एक रोग आहे. एवढ्या चांगल्या चांगल्या मुली आजूबाजूला असताना तुला मात्र नेमके आपल्या शत्रूच्या मुलीशी लग्न करायचे सुचते आहे.' अर्सूलाला मात्र ती निवड मान्य होती. त्या सातही मोस्कोते भगिनींचे सौंदर्य, काम करण्याची क्षमता, शालीनपणा आणि चांगल्या रीतीभातींमुळे तिला त्यांच्याविषयी माया वाटू लागली होती हे तिने कबूलच केले. आपल्या मुलाच्या दूरदर्शीपणाबद्दल तिने त्याचे उघड कौतुक केले. होझे आर्केदियो बुयेंदियाने बायकोच्या उत्साहामुळे तिच्यापुढे हार खाल्ली व फक्त एक अट घातली; त्याच्या इच्छेनुसार रेबेकाने पिएत्रो क्रेस्पीशी लग्न करावे. अर्सूलाने सवड मिळेल तेव्हा आमारान्ताला घेऊन प्रांताच्या राजधानीला सहज फिरून यावे म्हणजे तिथे वेगवेगळ्या लोकांशी संपर्क आल्यावर तिचे नैराश्याचे दुःख कमी होईल. असे

सारे ठरल्याचे ऐकताच रेबेकाची प्रकृती सुधारली आणि तिने आपल्या नियोजित वराला आनंदाने एक पत्रही लिहिले, संमतीसाठी ते आई-वडिलांना दाखवले आणि कुणाही मध्यस्थाची मदत न घेता टपालात टाकले. तो निर्णय मान्य असल्याचे वर वर दाखवीत आमारान्ता हळूहळू तिच्या तापातून बरी झाली. मात्र तिने स्वतःशी प्रतिज्ञाच केली की, रेबेका केवळ आमारान्ताच्या मृत्यूनंतरच पिएत्रो क्रेस्पीशी लग्न करू शकेल.

त्यानंतरच्या शनिवारी होझे आर्केदियो बुयेंदियाने आपला गडद रंगाचा सूट चढवला त्यावर सेल्युलॉईडची कॉलर घातली, पार्टीच्या रात्री त्याने एकदाच घातले होते ते हरणाच्या कातड्याचे बूट चढवले आणि आपल्या मुलाकरता रेमेदियोस मोस्कोतेला मागणी घालण्यासाठी डॉन आपोलिनार मोस्कोतेकडे पोहोचला. मॅजिस्ट्रेटने आणि त्याच्या बायकोने त्याचे स्वागत केले. त्यांना आनंदही झाला होताच आणि तरीही त्या आकस्मित भेटीचे कारण कळत नव्हते म्हणून काळजीही वाटली होती. मग त्यांना असे वाटले की, भावी वधूच्या नावाबाबत होझे आर्केदियो बुयेंदियाचा काही तरी गोंधळ झाला असावा. त्याची चूक सुधारावी म्हणून रेमेदियोसच्या आईने तिला जागे करून बैठकीच्या दालनात आणले. ती अजूनही झोपेच्या गुंगीतच होती. त्यांनी तिला विचारले की, तिने लग्न करायचे ठरवले हे खरे आहे का तर तिने मुसमुसतच उत्तर दिले की, त्यांनी फक्त तिला झोपू द्यावे. मोस्कोते मंडळींची दुःखी अवस्था लक्षात घेऊन नीट खुलासा करून घेण्यासाठी होझे आर्केदियो बुयेंदिया परत औरेलियानोकडे गेला. तो मोस्कोतेंच्या घराकडे परतला तेव्हा मोस्कोते मंडळींनी औपचारिक पोशाख केला होता, फर्निचर पुन्हा व्यवस्थित लावले होते, फुलदाण्यांमध्ये ताजी फुले ठेवली होती आणि ते आपल्या मोठ्या मुलींबरोबर त्याची वाट पाहत होते. त्या प्रसंगाच्या अप्रियतेमुळे आणि त्या त्रासदायक कॉलरमुळे होझे आर्केदियो बुयेंदिया अत्यंत अस्वस्थ झाला होता. त्याने त्यांना खात्रीने सांगितले की, रेमेदियोस हीच औरेलियानोने निवडलेली होती. डॉन आपोलिनार मोस्कोतेची त्रेधा उडाली. तो म्हणाला, 'यात काही अर्थ नाही. आम्हाला अजून सहा मुली आहेत, सगळ्या लग्नाला योग्य वयाच्या आहेत. त्यांच्यापैकी कुणालाही तुमच्या मुलासारख्या गंभीर आणि खूप कष्ट करणाऱ्या सभ्य माणसाची सन्माननीय पत्नी होण्यात आनंद वाटला असता आणि औरेलियानो आपली दृष्टी वळवतोय ती नेमकी रेमेदियोसकडे. ती अजूनही अंथरूण ओले करते.' त्याची पत्नी ही एक मुरब्बी स्त्री होती, तिने दुःखी डोळ्यांनी आणि दुःखी हावभावांद्वारे आपल्या नवऱ्याला त्याच्या चुकीबद्दल खडसावले. मिश्र फळांचा रस पिऊन झाल्यावर त्यांनी औरेलियानोचा निर्णय आनंदाने स्वीकारला. अपवाद इतकाच की, सेन्योरा मोस्कोतेने एकटीनेच अर्सूलाशी बोलायची संधी मिळावी म्हणून विनंती केली. आपल्याला उगाचच पुरुषांच्या कामकाजात गुंतवले जातेय

याचा निषेध करत; पण खरे तर फार भावनावश होत दुसऱ्या दिवशी अर्सूला खूपच कुतूहलाने सेन्योरा मोस्कोतेला भेटायला गेली. 'अजून रेमेदियोसने तारुण्यात प्रवेश केलेला नाही' ही बातमी ऐकून अर्ध्या तासाने परत आली. औरेलियानोला तो काही फारसा गंभीर अडथळा वाटला नाही. तो इतके दिवस थांबला होता की, त्याची वधू गर्भधारणेच्या वयाची होईपर्यंत आणखीन आवश्यक तेवढा काळ थांबणे त्याला सहज शक्य होते.

नव्याने निर्माण झालेल्या त्या ऐक्यात मेल्कियादेसच्या मृत्यूमुळे अडथळा निर्माण झाला. तसा तो प्रसंग जरी अपेक्षितच होता, तरी प्रत्यक्ष घडला तेव्हा ती परिस्थिती तशी आधी कळण्यासारखी नव्हती. माकोन्दोला परतल्यानंतर काही महिन्यांतच मेल्कियादेसची म्हातारा होण्याची प्रक्रिया फार वेगाने व चिंताजनक होऊ लागली. लवकरच त्याला एखाद्या निरुपयोगी पणजोबांसारखे वागवण्यात येऊ लागले. तसले पणजोबा शेजघरात आपले पाय ओढत सावल्यांसारखे इकडेतिकडे फिरत असतात. त्यांना आठवत असलेल्या चांगल्या दिवसांविषयी ते मोठ्याने बडबडत असतात. तशी त्यांची कुणालाच खरोखर फिकीर नसते वा आठवणही नसते आणि एखाद्या सकाळी अकस्मात ते अंथरुणात मरण पावलेलेच आढळतात, तेव्हा कुठे सगळ्यांना त्यांची आठवण होते. सुरुवातीला होझे आर्केदियो बुयेंदियाने त्या डॅग्युरोटाइप फोटोग्राफीच्या कामामुळे आणि नोस्त्रादामस्च्या भाकितांमुळे उत्साहित होऊन त्याच्या कामामध्ये मदत केली; परंतु हळूहळू त्याने मेल्कियादेसला एकान्तात सोडून द्यायला सुरुवात केली. कारण, त्यांच्याशी संवाद करणे अधिकाधिक अवघड होत चालले होते. त्याचे डोळे आणि कान अधू होत होते. कुणाशीही तो बोलत असायचा, तेव्हा त्या माणसांचा दुसऱ्याच कुठल्या तरी माणसांबरोबर गोंधळ व्हायचा. ती माणसे भलत्याच कुठल्या तरी मानवी युगांमधली पण त्याला माहीत असलेली असायची. प्रश्नांची उत्तरे देताना तो भाषांची खिचडी करायचा. हवेत चाचपडत दिशा सापडण्याची काही तरी पूर्वज्ञानावर आधारित अंतःप्रेरणा असल्यासारखा अत्यंत सहजपणे तो वस्तूंच्या मधून इकडेतिकडे जायचा. एके दिवशी तो बिछान्याजवळच्या एका ग्लासात रात्रीच्या वेळी ठेवलेले आपले नकली दात पुन्हा तोंडात बसवायला विसरला आणि मग त्याने ते पुन्हा बसवलेच नाहीत. त्याचे नकली दात ठेवलेल्या त्या ग्लासमध्ये काही बारीक पिवळ्या फुलांच्या पाणवनस्पती उगवल्या होत्या. घराच्या विस्तारासाठी अर्सूलाने ते पुन्हा बांधायला काढले, तेव्हा तिथे औरेलियानोच्या वर्कशॉपशेजारी घाईगर्दी आणि आवाजापासून दूर अशी एक खोली त्याच्यासाठी बांधायची आज्ञा दिली होती. तिथे भरपूर उजेड आत येईल, अशी एक खिडकी होती आणि त्याची पुस्तके अर्सूलानेच तिथे नीट लावून ठेवली होती. त्या पुस्तकांतील काही पुस्तके कसर व धुळीमुळे जवळजवळ नष्ट होत आली होती. शिवाय त्याचे अगम्य खुणांनी भरलेले कागदांचे खूपसे ढीगही तिथे होते, त्या

कागदांचे तुकडे निघत होते. मेल्कियादेसला ती नवीन जागा आवडली असावी. कारण, नंतर तो इतरत्र म्हणजे अगदी जेवणघरातसुद्धा दिसायचा नाही. तो फक्त औरेलियानोच्या वर्कशॉपमध्ये जायचा आणि बरोबर आणलेल्या चर्मपत्रांवर आपले गूढ साहित्य खरडत बसायचा. ती चर्मपत्रे कसल्या तरी सुकवलेल्या पदार्थाची खळ वापरून बनवलेली होती आणि सहज चुरडली जायची. त्याच्या शेवटच्या दिवसांत त्याची भूक नाहीशी झाली होती आणि तो फक्त भाज्याच खायचा तरी विसितासियॉनने त्याच्यासाठी दिवसातून दोनदा आणून दिलेले जेवण तो जेवायचा, त्यामुळे शाकाहाऱ्यांच्या चेहऱ्यावर दिसतो तसा दीनवाणा भाव त्याच्या चेहऱ्यावर दिसायला लागला होता. आपल्या अंगातील जाकीट तो कधीच काढायचा नाही. त्या जुनाट जाकिटावर आणि त्याच्या त्वचेवरदेखील बारीक शेवाळाचा थर जमला होता आणि त्याच्या उच्छ्वासातून एखाद्या निद्रिस्त जनावरासारखा वास येत असे. शेवटी शेवटी तर औरेलियानो त्याला जवळपास विसरलाच होता. कारण, तो आपल्या कविता करण्यामध्ये गर्क झाला होता; परंतु एकदा औरेलियानोला असे वाटले की, मेल्कियादेस चाचरत चाचरत जे काही म्हणत होता त्यातला काही भाग त्याला कळलाय म्हणून त्याने त्याच्याकडे जरा बारकाईने लक्ष दिले. त्या अस्थिर, अस्पष्ट बडबडीमध्ये तो सातत्याने *इक्विनॉक्स, इक्विनॉक्स, इक्विनॉक्स*[३] या शब्दावर आणि अलेक्झांडर व्हॉन हम्बोल्ट[४] या नावावर भर देत होता. आर्केदियो त्या सुमारास चांदीवरच्या कामात औरेलियानोला मदत करू लागला होता, तेव्हा औरेलियानो जरा त्याच्या अधिक जवळ गेला. मेल्कियादेस त्याच्या त्या प्रयत्नांना प्रतिसाद द्यायचा, तेव्हा तो स्पॅनिशमध्ये काही तरी शब्द बडबडायचा; पण त्या शब्दांचा वास्तवाशी काहीही संबंध नसायचा. एका दुपारी मात्र तो एकाएकी कुठल्या तरी भावनेने उजळल्यासारखा झाला होता. मेल्कियादेस आपले ते अनेक पानांचे अगम्य लिखाण मोठ्या विशिष्ट तालात आर्केदियोला वाचून दाखवत होता. ते वाचत असताना त्या विशिष्ट तालामुळे ते पोपमहाराजांच्या प्रदीर्घ पत्रासारखे वाटत होते. अनेक वर्षांनंतर आर्केदियो जेव्हा फायरिंग स्क्वॉडसमोर उभा राहिला, तेव्हा त्याला मेल्कियादेसच्या तेव्हाच्या थरथर कापण्यासकट ते सगळे बरोबर आठवले. बऱ्याच काळानंतर पहिल्यांदाच मेल्कियादेसने स्मित केले आणि तो स्पॅनिशमध्ये म्हणाला, 'मी मरेन तेव्हा तीन दिवस माझ्या खोलीमध्ये पारा जाळा.' आर्केदियोने होझे आर्केदियो बुयेंदियाला हे सांगितले, तेव्हा त्याने मेल्कियादेसकडून अधिक स्पष्ट माहिती मिळवण्याचा प्रयत्न केला; परंतु त्याला फक्त एकच उत्तर मिळाले, 'मला अमरत्व सापडले आहे.' मेल्कियादेसच्या श्वासोच्छ्वासातून वास यायला लागला तेव्हा दर गुरुवारच्या सकाळी आर्केदियो त्याला नदीवर आंघोळीसाठी नेऊ लागला. तो सुधारतोय असे तेव्हा वाटले. कपडे काढून तो मुलांबरोबर पाण्यात शिरायचा तेव्हा त्याच्या त्या गूढ जाणिवेच्या साह्याने पाण्यातल्या खोल आणि धोक्याच्या

जागा टाळायचे त्याला बरोबर कळायचे. एकदा तो म्हणाला, 'आपण पाण्यातूनच येतो ना!' त्या घरामध्ये बराच काळ तो कुणाला दिसला नव्हता, अपवाद फक्त एका रात्रीचा; त्या रात्री त्याने पियानोला दुरुस्त करण्याचा केविलवाणा प्रयत्न करून पाहिला होता. आपल्या काखेमध्ये एक भोपळा आणि टॉवेलमध्ये गुंडाळलेला पामतेलाचा साबण घेऊन आंघोळीला जाताना मात्र तो इतरांच्या दृष्टीस पडायचा. एका गुरुवारी त्याला नदीवर जाण्यासाठी बोलावले, तेव्हा औरेलियानोला त्याचे शब्द ऐकू आले की, 'मी सिंगापूरच्या समुद्रकाठी वाळूच्या टेकडीवर तापाने मरण पावलो आहे.' त्या दिवशी तो पाण्यातल्या एका भलत्याच वाईट जागी गेला होता, त्यामुळे त्यांना तो मुळी सापडलाच नाही. मात्र नंतर दुसऱ्या दिवशी नदीच्या प्रवाहात खूप खालच्या दिशेला वाहून जाऊन प्रवाहातल्या एका स्पष्ट वळणापाशी तो आढळला. एक गिधाड त्याच्या पोटावर बसलेले होते. अर्सूला तर तिच्या वडिलांच्या मृत्यूच्या दुःखानेदेखील रडली नव्हती तेवढी मेल्कियादेसच्या मृत्यूमुळे रडत होती. त्या प्रकारामुळे ती दुःखाने हादरून गेली होती. तिच्या निषेधाला न जुमानता मेल्कियादेसच्या दफनाला होझे आर्केदियो बुयेंदिया विरोध करीत होता. तो म्हणत होता, 'मेल्कियादेस अमर आहे आणि त्याने स्वतःच आपण पुन्हा जिवंत कसे होणार याविषयीचे सूत्र उलगडून ठेवले आहे.' कुठे तरी विसरून ठेवला गेलेला तो पाण्याचा पाइप त्याने आणला आणि मेल्कियादेसच्या शरीराजवळ एका किटलीमध्ये पारा उकळत ठेवला. हळूहळू ते शरीर चमकणाऱ्या काळ्यानिळ्या बुडबुड्यांनी भरायला लागले होते. 'बुडून मेलेल्या माणसाचे न पुरलेले शरीर सार्वजनिक आरोग्याला धोकादायक असते' असे डॉन आपोलिनार मोस्कोतेने त्याला सांगण्याचे धाडस केले. होझे आर्केदियो बुयेंदियाचे एकच उत्तर होते, 'तसले काहीही नाही, कारण तो जिवंत आहे.' त्याने पाऱ्याचा धूप जाळण्याचे बहात्तर तास पूर्ण केले. एव्हाना मेल्कियादेसचे शरीर फुटायला लागले होते. त्यातून प्रकाशकिरण परावर्तित होत होते आणि शिटीसारख्या आवाजाबरोबर घातक वाफेचा भपकारा बाहेर निघायला लागला होता. तेव्हा कुठे होझे आर्केदियो बुयेंदियाने मेल्कियादेसचे दफन करायला संमती दिली; पण एखाद्या सर्वसाधारण माणसासारखे त्याचे दफन न करता माकोन्दोच्या सर्वश्रेष्ठ कल्याणकर्त्यालाच शोभेल अशा सन्मानाने दफन केले गेले. माकोन्दोमधली ती पहिलीच अंत्ययात्रा होती तरी लोकांच्या अति प्रचंड उपस्थितीमुळे ती तिथली सर्वोत्तम अंत्ययात्रा ठरली. पुढे शंभर वर्षांनंतर 'बिग ममा'च्या अंत्ययात्रेची मिरवणूक तेवढीच प्रचंड आणि एखाद्या कार्निव्हलसारखी झाली. दफनभूमी म्हणून राखून ठेवलेल्या भूखंडाच्या अगदी मध्यभागी त्यांनी त्याचे दफन केले, त्याच्या थडग्यावर एक दगड होता. त्याच्याविषयी त्यांना माहीत असलेली एकच गोष्ट त्यावर लिहिली होती; मेल्कियादेस त्याच्यासाठी नऊ रात्रींचे जागरण[५] केले गेले. कॉफी पिणे, पत्ते खेळणे, विनोद सांगणे इत्यादीच्या त्या

गडबडगोंधळामध्ये आमारान्ताला पिएत्रो क्रेस्पीजवळ आपले प्रेम व्यक्त करण्याची संधी मिळाली, त्याने काही आठवड्यांपूर्वीच रेबेकाला आपले औपचारिक वचन दिले होते. गावाच्या एका भागात एके काळी अरब लोक मकाव पोपटांच्या बदल्यात किरकोळ चिजा विकत रेंगाळायचे, त्या भागाला लोक 'तुर्कांचा रस्ता' असे म्हणत. तिथेच आता त्याने आपले संगीतवाद्यांचे आणि यांत्रिक खेळण्याचे दुकान उघडले होते. त्या इटालियनाचे डोके कुरळ्या केसांसारख्या दिसणाऱ्या सवयीच्या लेदरच्या झुलपांनी झाकलेले असायचे, त्यामुळे स्त्रियांना सुस्कारे सोडण्याची अनावर इच्छा व्हायची. आमारान्ताच्या बोलण्यावर एखाद्या गांभीर्याने घेण्याजोग्या नसलेल्या लहान छंदिष्ट मुलीशी बोलावे तसाच पिएत्रो क्रेस्पी तिला म्हणाला, 'माझा एक धाकटा भाऊ आहे, तो मला दुकानात मदत करण्यासाठी येणार आहे.'

आमारान्ताला अपमानित झाल्यासारखे वाटले. तिने पिएत्रो क्रेस्पीला प्रखर संतापाने सांगितले की, तिच्या बहिणीचे त्याच्याशी होऊ घातलेले लग्न थांबण्यासाठी वेळ पडली तर स्वतःचे मृत शरीरसुद्धा दारात आडवे पाडायची तिची तयारी होती. त्या धमकीच्या नाट्यमयेने तो एवढा प्रभावित झाला की, त्याला ते रेबेकाला सांगायचा मोह आवरता आला नाही, त्यामुळेच अर्सूलाच्या कामाच्या गर्दीमध्ये सतत पुढे पुढे ढकलली जाणारी आमारान्ताची दूर देशाची ट्रिप एका आठवड्याच्या आत ठरवली गेली. आमारान्ताने कसलाच विरोध केला नाही. मात्र रेबेकाचे निरोपाचे चुंबन घेताना ती तिच्या कानात कुजबुजली.

'तुझ्या आकांक्षांना फार पालवी फुटू देऊ नकोस. कुणी मला पृथ्वीच्या टोकाला जरी धाडले तरी मी तुझे लग्न होऊ न देण्याचा काहीतरी मार्ग शोधून काढीनच, त्यात तुझा जीव घ्यावा लागला तरी बेहेत्तर आहे.'

अर्सूलाची गैरहजेरी आणि चोरपावलांनी सगळ्या खोल्यांमधून भटकणाऱ्या मेल्कियादेसची अदृश्य उपस्थिती यामुळे ते घर प्रचंड आणि रिकामे रिकामे वाटायला लागले होते. रेबेकाने घरातील व्यवस्थेचा ताबा घेतला तर त्या इंडियन स्त्रीने बेकरी सांभाळण्याचे काम अंगावर घेतले. संध्याकाळच्या वेळी पिएत्रो क्रेस्पी यायचा, त्यापूर्वी थंड वाऱ्याबरोबर लॅव्हेंडरचा वास यायचा. तो नेहमीच भेट म्हणून काही तरी खेळणे घेऊन येत असे. त्याची भावी वधू बैठकीच्या मुख्य जागेत त्याचे स्वागत करायची. कुणालाही संशय नको म्हणून खिडक्या आणि दारे उघडीच असायची. खरे म्हणजे तशा प्रकरच्या खबरदारीची आता आवश्यकता नव्हती. कारण, पिएत्रो क्रेस्पीने आपली सभ्यता अगदी निश्चितपणाने दाखवून दिली होती, त्यामुळे वर्षभरातच त्याची पत्नी होऊ घातलेल्या त्या स्त्रीच्या हातालाही त्याने तोवर स्पर्श केला नव्हता. त्या भेटींमुळे घर वेगवेगळ्या लक्षणीय खेळण्यांनी भरून चालले होते : त्यात यांत्रिक बॅलेरिना होत्या, संगीताच्या पेट्या होत्या, कसरत करणारी माकडे होती, दुडक्या चालीचे घोडे होते, डफ वाजवणारे विदूषक होते.

मेल्कियादेसच्या मरणामुळे मनःस्थिती बिघडलेल्या होझे आर्केदियो बुयेंदियाला ते दुःख विसरायला लावता येईल आणि अल्केमीच्या जुन्या छंदाकडे त्याला पुन्हा आकर्षित करू शकेल, असे पिएत्रो क्रेस्पीला वाटले म्हणून त्याने थक्क करणाऱ्या यांत्रिक खेळण्यांच्या रूपात सगळे प्राणिमात्र होझे आर्केदियो बुयेंदियासाठी आणले होते, तेव्हा होझे आर्केदियो बुयेंदिया त्या यांत्रिक प्राण्यांची आतडी काढून सुट्या केलेल्या यांत्रिक अल्केमीच्या स्वर्गात रंगून गेला. लंबकाच्या तत्त्वावर आधारित अशा अखंड हालचालीतून ती खेळणी त्याला परिपूर्णतेकडे न्यायची होती. छोट्या रेमेदियोसला लिहाय-वाचायला शिकवण्यासाठी औरेलियानोने वर्कशॉपकडे दुर्लक्ष केले होते. सुरुवातीला त्या पोरीला त्या माणसापेक्षा आपल्या बाहुल्याच जास्त हव्याशा वाटायच्या. कारण, तो दररोज दुपारी यायचा आणि तिला आंघोळ व कपडे घालून बैठकीच्या खोलीत भेटीला येणाऱ्यांचे स्वागत करण्यासाठी न्यायचा, त्यामुळे तिच्या मते तिला तिच्या खेळण्यांपासून दूर न्यायलासुद्धा तोच जबाबदार होता; परंतु औरेलियानोची सहनशीलता आणि निष्ठा यामुळे ती इतकी जिंकली गेली की, त्याच्याबरोबर अक्षरांचा अर्थ शिकण्यात तसेच एका स्केचबुकात रंगीत पेन्सिलींनी चित्रे काढण्यात ती तासन्तास घालवू लागली. तिच्या त्या चित्रांमध्ये गाई, त्यांचे गोठे, घरे आणि टेकडीआड लपलेल्या पिवळ्या किरणांच्या सूर्याची चित्रे असायाची.

फक्त रेबेका तेवढी आमारान्ताच्या धमकीमुळे दुःखी होती. तिला आपल्या बहिणीचा स्वभाव, तिच्या अंतःकरणाचा ताठरपणा माहीत होता म्हणून तिच्या संतापाच्या जहरीपणामुळे ती घाबरून गेली होती. आपले बोट चोखत ती न्हाणीघरात तास तास घालवायची आणि पोलादी इच्छेच्या जोरावर स्वतःला माती खाण्यापासून रोखायची. आयुष्यातल्या अनिश्चिततेपासून थोडीफार सुटका मिळवण्यासाठी पिलार तेर्नेराला तिने आपले भविष्य वाचावे म्हणून बोलावले. काही सांकेतिक लहरींनंतर पिलार तेर्नेराने भविष्य वर्तवले. 'तुझ्या आई-वडिलांचे दफन होत नाही, तोवर तू सुखी होणार नाहीस.' रेबेका शहारली. एका स्वप्नात तिला दिसले होते की, एक अगदी लहान मुलगी असून त्या घरात शिरली तेव्हा तिच्याजवळ एक ट्रंक, एक छोटी झुलती खुर्ची आणि एक बॅग होती. त्या बॅगेत काय होते ते तिला कधीच कळले नव्हते. तिला आठवले की, एक टक्कल पडलेला सद्गृहस्थ होता. त्याच्या अंगावर सुती कपडे होते आणि कॉलरला सोन्याचे बटण होते; पण बदामाच्या राजाशी त्याचा काहीही संबंध नव्हता. एक अतिशय देखणी, तरुण स्त्री तिला आठवली. तिच्या उबदार हातांना छान वास यायचा; पण चौकटच्या गुलामाशी आणि त्याच्या संधिवात झालेल्या हातांशी तिचे कसलेही साम्य नव्हते. ती स्त्री केसांत फुले माळायची आणि ती तिला दुपारच्या वेळी हिरव्या रस्त्यांच्या गावातून फिरायला न्यायची. रेबेका म्हणाली, 'मला काहीच कळत नाही.' अस्वस्थ होऊन पिलार तेर्नेरा म्हणाली, 'मला काही कळत नाही; पण हे पत्ते तेवढंच सांगताहेत.' त्या गूढ गोष्टींमध्ये

रेबेकाचे मन एवढे गुंतले की, तिने होझे आर्केदियो बुयेंदियाला सांगितले. पत्त्यांच्या भविष्यावर तिने विश्वास ठेवला म्हणून तो तिला रागे भरला; परंतु मग त्याने शांतपणे ट्रंका आणि कपाटे शोधणे, बिछाने हलवणे, फर्निचर इकडेतिकडे करणे, जमिनीच्या फळ्या काढणे अशी खटपट सुरू केली आणि तो हाडे ठेवलेली ती पिशवी शोधत राहिला. त्याला आठवले की, घराचे पुन्हा बांधकाम केल्यापासून ती पिशवी त्याला दिसली नव्हती. ज्या गवंड्यांनी ते काम केले होते, त्यांना त्याने गुपचूप बोलावले, तर त्यांतल्या एकाने त्याच्याजवळ कबुली दिली की ती पिशवी त्याला काम करताना त्रासदायक ठरायची म्हणून त्याने कुठल्यातरी शेजघराच्या भिंतींमध्ये घालून ठेवली होती. कित्येक दिवस भिंतींना कान लावून ऐकल्यानंतर खोलवर त्यांना ते *क्लक् क्लक्* ऐकायला आले. मग त्यांनी ती भिंत खोल उकरली तर तिथे त्या पिशवीमध्ये ती हाडे जशीच्या तशी होतीच. ती हाडे त्याच दिवशी मेल्कियादेसच्या थडग्याशेजारीच कुठल्याही नावाचा दगड न ठेवता त्यांनी पुरून टाकली आणि मग होझे आर्केदियो बुयेंदिया त्या ओझ्यातून मुक्त होऊन घरी परतला. एका क्षणी तर ते ओझे प्रूडेन्शियो आगिलारच्या आठवणीइतकेच त्याच्या सदसद्विवेकबुद्धीला तापदायक वाटले होते. स्वयंपाकघरातून जाताना त्याने रेबेकाच्या कपाळाचे चुंबन घेऊन तिला म्हटले,

'ते वाईट विचार आता तुझ्या डोक्यातून काढून टाक. तू सुखी होणार आहेस.'

रेबेकाबरोबरच्या मैत्रीमुळे त्यांच्या घराची दारे पिलार तर्नेराला पुन्हा खुली झाली. अर्सूलाने पिलारला ती दारे आर्केदियोच्या जन्मापासून बंद केली होती. ती केव्हाही त्यांच्या घरात शेळ्यांच्या कळपासारखी शिरायची आणि तापातल्या माणसासारखी तिची ताकद घरातल्या कठीण कामांसाठी अनिर्बंधपणे वापरायची. कधी कधी ती वर्कशॉपमध्ये जाऊन आर्केदियोला त्या फोटोग्राफीच्या प्लेट्सवरील प्रतिमा स्पष्ट करण्याच्या प्रक्रियेत मदत करायची. तेही ती इतक्या कार्यक्षमतेने आणि हळुवारपणे करायची की त्यामुळे आर्केदियोला गोंधळात पडल्यासारखे व्हायचे. तिच्या त्वचेचा बदामी रंग, धुराचा वास, डार्करूममधल्या तिच्या हसण्याचा गोंधळ या सगळ्यांमुळे त्याचे चित्त विलचित होऊन तो कशावर तरी आदळायचा.

एकदा औरेलियानो तिथे त्याचे चांदीकाम करीत होता, तेव्हा त्याच्या त्या कष्टप्रद सहनशीलतेचे कौतुक करीत ती टेबलावर वाकली होती आणि अकस्मात ते घडले. आर्केदियो डार्करूममध्ये आहे, याची औरेलियानोने खात्री करून घेतली आणि वर पाहत त्याने पिलार तेर्नेराच्या नजरेला नजर भिडवली. तिच्या मनातला विचार एवढा स्पष्टपणे चेहऱ्यावर प्रतिबिंबित झाला होता की, जणू सूर्यप्रकाशातच त्याला तो दिसत होता. त्याने तिला विचारले,

'हं तर मनात काय आहे ते मला सांग तरी.' पिलार तेर्नेराने एक करुण स्मित करून आपले ओठ चावले आणि म्हटले, 'हेच की तू युद्धामध्ये चांगलाच यशस्वी ठरशील. जिथे तुझी दृष्टी अडेल तिथे तुझी गोळी बसेल.'

शकुनाच्या त्या पुराव्यामुळे औरेलियानो निश्चिंत झाला. जणू काहीच घडले नाही अशा थाटात त्याने पुन्हा आपल्या कामावर लक्ष केंद्रित केले आणि त्याच्या आवाजात नेहमीची ताकद आली. तो म्हणाला,

'मी त्याला ओळखीन. तो माझे नाव धारण करील.'

शेवटी होझे आर्केदियो बुयेंदियाला हवे होते ते सापडले. त्याने घड्याळातील यंत्र एका यांत्रिक बॅलेरिनाला जोडले आणि ते खेळणे तीन दिवस अखंडपणे स्वतःच्याच संगीताच्या तालावर नाचत राहिले. इतर कोणत्याही अविचारी उद्योगांपेक्षासुद्धा त्याच्या त्या नव्या शोधामुळे तो फारच उत्तेजित झाला होता. त्याने खाणे बंद केले. केवळ रेबेकाने त्याची काळजी घेत त्याच्यावर सतत लक्ष ठेवले म्हणून तो आपल्या कल्पनेच्या आहारी जाऊन भ्रमातल्या असंबद्ध वातसदृश बडबडीमध्ये कायमचा वाहवत गेला नाही. एरवी तसल्या वातभ्रमामधून तो कधीच बरा झाला नसता. रात्रीच्या रात्री तो खोलीच्या भोवती मोठमोठ्याने बडबडत फिरायचा. बैलगाड्या, हातगाड्या, फार काय गती असलेल्या सगळ्याच गोष्टींमध्ये लंबकाचे तत्त्व उपयोगात आणता येईल का याचा तो शोध घेत होता. या प्रकारच्या जागरणांचा ज्वर त्याला एवढा थकवणारा ठरला की, एकदा पहाटे त्याच्या झोपायच्या खोलीत अनिश्चित हालचाली करणारा एक म्हातारा आला; पण त्या माणसाला तो ओळखू शकला नाही. तो माणूस प्रृडेन्शियो आगिलार होता. शेवटी एकदाचे होझे आर्केदियो बुयेंदियाने त्याला ओळखले, तेव्हा मृत व्यक्तीदेखील म्हाताऱ्या होतात या जाणिवेने तो घाबरून गेला आणि गतकाळच्या आठवणींमुळे हलल्यासारखा झाला. तो म्हणाला, 'प्रृडेन्शियो तू खूपच दूर आलास की रे.' एवढी वर्षे मृतावस्थेत काढल्यामुळे प्रृडेन्शियो आगिलारला जिवंत व्यक्तींच्या सहवासाची ओढ आणि मृत्यूच्याही आत आत वसणाऱ्या त्या मृत्यूची जवळीक एवढ्या तीव्रतेने जाणवली होती की, तो आपल्या सर्वांत वाईट शत्रूवरसुद्धा प्रेम करायला लागला होता. त्याने बराच काळ होझे आर्केदियो बुयेंदियाचा शोध घेण्यात घालवला होता. रिओहाचामधल्या मृतांना त्याने होझे आर्केदियो बुयेंदियासंबंधी विचारले, उपार व्हॅलीमधून आलेल्या तसेच दलदलीच्या प्रदेशामधून आलेल्या मृतांनाही त्याच्याविषयी विचारले; पण कुणालाच ते सांगता आले नाही. कारण, माकोन्दो हे गाव मृतांना माहीत नव्हते. नंतर मात्र मेल्कियादेस आला आणि मृत्यूच्या बहुरंगी नकाशावर एका छोट्या काळ्या ठिपक्याची खूण होऊन गेली. होझे आर्केदियो बुयेंदिया प्रृडेन्शियो आगिलारशी पहाटेपर्यंत गप्पा करीत राहिला. सतत जागा राहिल्यामुळे काही तासांनंतर थकून जाऊन तो औरेलियानोच्या वर्कशॉपमध्ये गेला आणि त्याने त्याला विचारले, 'आज वार कोणता आहे?' औरेलियानोने त्याला सांगितले की, 'मंगळवार आहे.' 'मीदेखील तसाच विचार करीत होते; पण एकाएकी माझ्या लक्षात आले की, आज अजूनही कालच्यासारखा सोमवारच आहे, तिकडे आकाशाकडे बघ. भिंतींकडे

बघ, बेगोनियांकडे बघ. आजसुद्धा सोमवारच आहे.' त्याच्या त्या तसल्या खुळांची सवय असल्यामुळे औरेलियानोने त्याच्याकडे लक्ष दिले नाही. दुसऱ्या दिवशी म्हणजे बुधवारी होझे आर्केदियो बुयेंदिया पुन्हा वर्कशॉपकडे गेला आणि म्हणाला, 'हा महाभयंकर अनर्थ आहे. या हवेकडे पाहा. सूर्याच्या गुणगुणण्याकडे कान देऊन पाहा, कालच्यासारखे आणि त्याच्या आदल्या दिवसासारखेच ते गुणगुणणे व सारे काही आजही तेच आहे, तेव्हा आजही सोमवारच आहे.' त्या रात्री पिएत्रो क्रेस्पीने त्याला पोर्चमध्ये रडताना पाहिले. प्रूडेन्शियो आगिलारसाठी, मेल्कियादेससाठी, रेबेकाच्या आई-वडिलांसाठी, त्याच्या स्वतःच्या आई-वडिलांसाठी इतकेच काय पण मृत्यूमुळे एकाकी झालेले जे जे कोणी त्याला आठवत होते आणि जे आत्तासुद्धा एकाकी होते, त्या सगळ्यांसाठी होझे आर्केदियो बुयेंदिया रडत होता. एकेरी दोरावरून मागच्या पायांवर चालणारे एक यांत्रिक अस्वल पिएत्रो क्रेस्पीने त्याला दिले; परंतु त्याला पछाडून राहिलेल्या त्या कल्पनेपासून त्याचे लक्ष दुसरीकडे वेधणे पिएत्रो क्रेस्पीला शक्य झाले नाही. काही दिवसांपूर्वी होझे आर्केदियो बुयेंदियाने त्याला समजावून सांगितलेल्या प्रकल्पाचे काय झाले असे पिएत्रो क्रेस्पीने त्याला विचारले. त्या प्रकल्पात लंबकावर आधारलेले एक असे यंत्र होझे आर्केदियो बुयेंदियाला बनवायचे होते की, ते वापरून माणसांना हवेत उडता येईल, अशी त्याची कल्पना होती. मात्र आता त्याने पिएत्रो क्रेस्पीला उत्तर दिले की, ते अशक्य होते. कारण, लंबक दुसऱ्या कोणत्याही वस्तूला हवेत उचलू शकतो; पण लंबकाला स्वतःलाच हवेत उचलता येणे अशक्य आहे. गुरुवारी पुन्हा तो वर्कशॉपमध्ये आला तेव्हा त्याचा अवतार नांगरलेल्या जमिनीसारखा करुण दिसत होता. जवळजवळ हुंदके देतच तो म्हणाला, 'कालाचे यंत्र मोडून गेले आहे आणि अर्सूला आणि आमारान्ता तर केवढ्या दूर दूर गेल्या आहेत.' एखाद्या लहान मुलाला रागे भरावे तसा औरेलियानो त्याच्यावर रागावला तेव्हा त्याने पश्चात्ताप झाल्यासारखे दाखवले. मात्र नंतर त्याने बारकाईने वस्तू न्याहाळण्यामध्ये सहा तास घालवले. आदल्या दिवशी त्या वस्तू जशा दिसत होत्या, तशाच त्या आताही दिसताहेत की त्यांच्यामध्ये काही फरक दिसतोय हे तो शोधत होता. त्या फरकातून त्याला गेलेल्या काळाची जाणीव व्हायला हवी होती. त्याच आशेने तो वस्तूंमधला फरकाचा शोध घ्यायचा प्रयत्न करत होता. रात्रभर बिछान्यात तो जागाच होता आणि त्याच्या दुःखात सहभागी होण्यासाठी प्रूडेन्शियो आगिलारला, मेल्कियादेसला तसेच सगळ्या मृत व्यक्तींना तो हाका मारीत होता; पण कुणीही आले नाही. शुक्रवारी दुसरे कुणी उठायच्या आधी त्याने निसर्गाच्या दृश्याकडे पुन्हा लक्षपूर्वक पाहिले आणि तो दिवस सोमवारच होता, याबद्दल त्याला थोडीशीही शंका उरली नाही. मग त्याने दाराचा लोखंडी दांडा घेतला आणि आपल्या असामान्य रानटी शक्तीनिशी त्या अल्केमीच्या प्रयोगशाळेतील, फोटोग्राफीच्या खोलीतील, तसेच चांदीकामाच्या

वर्कशॉपमधील सगळी साधने त्याने तोडून फोडून टाकायला सुरुवात केली. त्या वेळी तो एखाद्या झपाटलेल्या माणसासारखा कुठल्यातरी पूर्णपणे अगम्य, उच्च वाटणाऱ्या भाषेमध्ये अस्खलितपणे ओरडत होता. तोडफोड करत करत बाकीचे सगळे घरसुद्धा संपवण्याच्याच बेतात तो होता; पण तेवढ्यात औरेलियानोने शेजाऱ्यांना मदतीसाठी बोलावले, तेव्हा होझे आर्केदियो बुयेंदियाला आवरायला दहा माणसे लागली. बांधून घालायला चौदा माणसे लागली, तर पटागंणातल्या चेस्टनटच्या झाडाखाली त्याला ओढून न्यायला वीस माणसे लागली. त्यांनी तिथे त्याला बांधून ठेवले तरीही तो त्या विचित्र भाषेत भुंकतच होता आणि त्याच्या तोंडातून हिरवट फेस बाहेर पडत होता. अर्सूला आणि आमारान्ता परत आल्या तरीही तो तिथेच त्या चेस्टनट झाडाच्या बुंध्याला हातपाय बांधलेल्या स्थितीत तसाच होता. पावसात तो संपूर्ण भिजला होता आणि अगदी निरागस दिसत होता. त्या दोघी त्याच्याशी बोलल्या; पण त्याने त्यांना ओळखले नाही उलट तो कुणालाही न कळणारे असे काहीतरी बोलत राहिला. दोरखंडाच्या दाबाने त्याच्या मनगटांवर आणि घोट्यांवर जखमा झाल्या होत्या. अर्सूलाने त्याच्या हातापायावरचे दोर काढून टाकले आणि कमरेपुरतेच त्याला बांधलेले ठेवले. नंतर त्यांनी उन्हापावसापासून त्याचे रक्षण व्हावे म्हणून पामच्या फांद्यांचा निवारा बांधला.

५

औरेलियानो बुयेंदिया आणि रेमेदियोस मोस्कोते यांचे लग्न मार्चमधल्या एका रविवारी झाले. फादर निकानोर रेयना याने बैठकीच्या दालनात त्यासाठी अल्तार उभारले होते. छोट्या रेमेदियोसने तारुण्यात पदार्पण केले तरी अजून तिच्या लहानपणीच्या सवयी सुटल्या नव्हत्या. खरे तर तिच्या आईने मुलगी वयात येताना होणाऱ्या बदलांसंबधी तिला समजावून सांगितले होते, तरीही फेब्रुवारीत एका दुपारी तिच्या बहिणी बसाय-उठायच्या दालनात औरेलियानोशी गप्पा मारत बसल्या होत्या तिथे ती ओरडतच आली आणि चॉकलेटी रंगाच्या चिकट घट्ट द्रवाने माखलेले आपले अंतर्वस्त्र तिने बहिणींना दाखवले. सर्वानुमते एका महिन्याने तिचा विवाह करण्याचे ठरले. स्वतःची आंघोळ कशी करायची, कपडे कसे घालायचे आणि घरातल्या प्रमुख कामांचे मूलभूत स्वरूप कसे ध्यानात घ्यायचे या साऱ्या गोष्टी तिला शिकवण्यासाठी तसा पुरेसा वेळ जवळजवळ नव्हताच. अंथरुण ओले करण्याची तिची सवय जावी म्हणून त्यांनी तिला गरम विटांवर लघवी करायला लावली. वैवाहिक गौप्याच्या पावित्र्याविषयी तिची खात्री पटवण्यासाठी त्यांना बरेच कष्ट घ्यावे लागले. या साऱ्यामुळे रेमेदियोस एकाच वेळी खूप गोंधळून गेली होती आणि उत्तेजितही झाली होती, त्यामुळे पहिल्या रात्रीच्या तपशिलाविषयी तिला सगळ्यांशी बोलावेसे वाटत होते. तिला समजावणे हे अगदी कठीण काम होते, तरीही लग्नसमारंभाच्या ठरलेल्या दिवशी ती पोर जगाच्या व्यवहारात आपल्या कोणत्याही बहिणीएवढी प्रवीण झाली होती. डॉन आपोलिनार मोस्कोते माकोन्दोच्या रस्त्यावरून तिला मायेने हाताला धरून घेऊन निघाला. तो रस्ता फुलांनी आणि पुष्पचक्रांनी सजवलेला होता. तिथे रॉकेट्स उडत होती आणि अनेक बँड्सवर संगीत वाजत होते. खिडक्यांमधून तिला अनेक हातांनी शुभेच्छा देणाऱ्या सर्वांना हात हलवून सस्मित अभिवादन करीत रेमेदियोस त्यांचे आभार मानत होती. औरेलियानोने काळा सूट परिधान

करून बकल्स व धातूचे पट्टे असलेले पेटंट लेदरचे बूट चढवले होते. पुढे अनेक वर्षांनंतर तो फायरिंग स्क्वॉडला सामोरा गेला तेव्हाही त्याच्या पायात तेच बूट होते. औरेलियानो त्या वेळी फारच फिकट दिसत होता. आपल्या वधूपाशी जाऊन त्याने तिला अल्तारकडे नेले तेव्हा त्याच्या घशात मोठा आवंढा आला होता. रेमेदियोस त्या वेळी योग्यायोग्याचा विचार करत एवढ्या सहजपणे वावरली की, तिच्या बोटात अंगठी चढवताना औरेलियानोच्या हातातून निसटून अंगठी खाली पडली तरी तिने आपला शांतपणा सोडला नाही. पाहुण्यांची कुजबूज आणि गोंधळ चालू होता, तेव्हा उंचावून धरलेला मोजा चढवलेला आपला अंगठी घालायचा हात तिने तसाच ठेवला. अंगठी घरंगळत जाताना नवऱ्यामुलाने ती आपल्या बुटाने कशीबशी अडवली आणि संकोचत तो पुन्हा अल्तारकडे येईपर्यंत तिने अंगठी घालण्यासाठी बोट तसेच तयार ठेवले. त्या समारंभात ती पोर काही तरी चुकीचे करून बसेल या भीतीने तिची आई आणि बहिणी इतक्या धास्तावल्या होत्या की, शेवटी तिला चुंबनासाठी उचलून घेण्याचा अप्रस्तुत प्रकार त्यांनीच केला. त्या दिवसापासून अत्यंत प्रतिकूल परिस्थितीला सामोरे जातानाही रेमेदियोसची जबाबदारीची जाणीव, नैसर्गिक डौल आणि शांतपणा उठून दिसू लागला. स्वतःच पुढे होऊन तिने विवाहसमारंभातील केकचा सर्वांत मोठा तुकडा काट्याने उचलून एका प्लेटमध्ये घेतला आणि होझे आर्केदियो बुयेंदियाला नेऊन दिला. त्याला चेस्टनट झाडाच्या बुंध्याला बांधून ठेवलेले होते. त्याच अवस्थेत पामच्या छपराखाली एका लाकडी स्टुलावर तो कसातरी बसला होता. उन्हापावसामुळे अगदीच रया गेलेल्या त्या प्रचंड माणसाने एक अस्फुट स्मित केले आणि नीटसे कळत नसलेले एक स्तोत्र पुटपुटत त्याने तो केकचा तुकडा खाल्ला. सोमवारच्या पहाटेपर्यंत समारंभाचा गडबड-गोंगाट चालू होता. त्या समारंभात एकच व्यक्ती दुःखी होती ती म्हणजे रेबेका बुयेंदिया. तिचीच ती निष्फळ ठरलेली पार्टी होती. अर्सूलाच्या योजनेनुसार त्या दिवशी तिचाच विवाह व्हायचा होता; पण त्या शुक्रवारी पिएत्रो क्रेस्पीला एक पत्र मिळाले. 'त्याची आई लवकर मरणार आहे' अशी बातमी त्यात होती. साहजिकच त्याचा विवाहसमारंभ पुढे ढकलला गेला. ते पत्र मिळाल्यानंतर एका तासातच पिएत्रो क्रेस्पी प्रांताच्या राजधानीकडे निघाला; पण वाटेत त्याची आणि त्याच्या आईची चुकामूक झाली. अगदी वेळेवर म्हणजे शनिवारी रात्री ती माकोन्दोला पोहोचली. आपल्या मुलाच्या लग्नासाठी रचलेले करुण गीत शेवटी तिने औरेलियानोच्या लग्नात गायले. पिएत्रो क्रेस्पी रविवारी मध्यरात्री पार्टीची उरलेली राख झाडायला पोहोचला. आपल्या विवाहासाठी वेळेवर पोहोचण्याच्या प्रयत्नात त्याने प्रवासादरम्यान थकलेले पाच घोडे बदलले होते. ते पत्र कोणी लिहिले होते त्याचा कधीच पत्ता लागला नाही. अर्सूलाने सतावल्यामुळे संतापलेली आमारान्ता रडत राहिली. तिथले अल्तार सुतारांनी तोपर्यंत हलवले नव्हते, त्याच्यासमोर तिने आपण निरपराधी असल्याचे शपथेवर सांगितले.

डॉन आपोलिनार मोस्कोतेने विवाहप्रसंगी पौरोहित्य करण्यासाठी दलदलीच्या प्रदेशातून फादर निकानोर रेयनाला आणले होते. त्याच्या चर्चमधील इतर धर्मोपदेशाकांच्या कृतघ्नतेमुळे तो कठोर बनला होता. त्याची हाडे बाहेर आल्यासारखी उठून दिसत, त्यामुळे त्याची त्वचा दुःखी दिसायची. गोलच गोल पोट उठून दिसायचे आणि चांगुलपणापेक्षा त्याच्या साधेपणामुळे तो एखाद्या म्हाताऱ्या देवदूतासारखा वाटायचा. त्या विवाहानंतर त्याने आपल्या पॅरिशकडे परतण्याचा बेत केला होता; परंतु माकोन्दोमधील रहिवाशांच्या निगरगट्टपणामुळे तो भलताच अस्वस्थ झाला होता, लोकापवादाला न जुमानता ते लोक आपल्या मुलांचे ख्रिस्ती धार्मिक विधीनुसार नामकरण वगैरे करतच नसत. ते आपले सणसमारंभ धर्माधिष्ठित पावित्र्याशिवायच साजरे करत होते आणि खुशाल निव्वळ निसर्गाच्या कायद्यांनुसार समृद्धीने जगत होते. त्याला वाटले दुसऱ्या कुठल्याच प्रदेशात इथल्याइतकी देवाच्या बीजाची गरज नाहीय म्हणून त्याने आणखी एक आठवडा तिथेच राहायचे ठरवले. ज्यांची अंतःकरणशुद्धी झालेली आहे व जे ख्रिश्चन आहेत, अशा सगळ्यांच्याच ख्रितीकरणाचा उचित विधी करायचा असे त्याने ठरवले. तसेच जे रखेल्यांबरोबर राहत होते, त्यांच्या त्या संबंधांना धर्माधिष्ठित कायदेशीर स्वरूप प्रदान करण्याचे आणि मरत्या जिवांवर योग्य धार्मिक संस्कार करण्याचे कार्यही त्याला करावयाचे होते; पण कुणीच त्याच्याकडे लक्ष दिले नाही. ते त्याला म्हणत की, किती तरी वर्षे ते धर्मगुरूशिवायच राहिले होते, त्यांच्या आत्म्यांचा जो काही व्यवहार होता तो सगळा ते सरळ परमेश्वराबरोबरच पार पाडत होते आणि 'आदिम पापा'तील हीनता त्यांनी नाहीशी केली होती. उघड्यावर धर्मोपदेश करण्याचा फादर रेयनाला कंटाळा आला होता म्हणून धर्माविषयीच्या अनादराचा त्या तसल्या अड्ड्यात जगातले सर्वांत मोठे चर्च बांधायचा त्याने निश्चय केला. त्या चर्चमध्ये संतांचे पूर्णाकृती पुतळे आणि खिडक्यांना रंगीत काचा बसवल्या जाणार होत्या म्हणजे मग परमेश्वरच्या गौरवासाठी रोमहून लोक तिथे आले असते. एक तांब्याची थाळी घेऊन धर्मादाय भिक्षा मागत तो सगळीकडे हिंडला. लोकांनी त्याला बरीच मोठी रक्कम दिली; परंतु चर्चसाठी त्याला एवढी मोठी घंटा हवी होती की, बुडून मेलेले लोकसुद्धा त्या घंटेचा आवाज ऐकून पाण्याच्या पृष्ठभागावर यावेत. त्यासाठी त्याला आणखी पैसा हवा होता. त्याने लोकांपुढे एवढ्या कळकळीने विनवण्या केल्या की, त्याचा घसा बसला, हाडांमध्ये काहीतरी आवाज भरल्यासारखे वाटू लागले. मात्र तरीही दरवाजांचा खर्च भागेल एवढासुद्धा पैसा जमा झाला नव्हता, तेव्हा एका शनिवारी तो विलक्षण गोंधळात पडला. मग त्याने चौकात प्रार्थनेसाठी आयत्या वेळी एक अल्तार तयार केले आणि निद्रानाशाच्या त्या दिवसांतल्यासारखी छोटी घंटा वाजवत तो सबंध गावभर हिंडला. त्याने लोकांना खुल्या जागेत प्रार्थनेसाठी निमंत्रण दिले. बरेच जण कुतूहलापोटी तिथे

गेले, इतर कुणी गतकाळच्या आठवणींमुळे गेले, तर परमेश्वराने त्याच्या मध्यस्थाच्या अपमानासाठी आपला तिटकारा करू नये म्हणूनही काही जण तिथे गेले, त्यामुळे अनेक विनवण्या करून चिरक्या झालेल्या आवाजात फादर निकानोर सकाळी आठ वाजता प्रवचनातून ख्रिस्ताची शिकवण सांगत होता, त्या वेळी तिथे अर्धे गाव लोटले होते. प्रार्थनेच्या शेवटी भाविक लोकांचा तो जमाव हळूहळू पांगायला सुरुवात झाली, तेव्हा त्यांचे लक्ष वेधण्यासाठी त्याने आपले हात उंचावले आणि तो म्हणाला, 'एक क्षणभर थांबा. आपण आता परमेश्वराच्या अमर्याद शक्तीविषयीचा प्रत्यक्ष पुरावा पाहणार आहोत.' प्रार्थनेदरम्यान फादरला मदत करणाऱ्या मुलाने वाफाळलेल्या चॉकलेटच्या पेयाचा एक कप याच्यासाठी आणला. फादरने तो कप श्वास घेण्यापुरतेही न थांबता पिऊन टाकला. मग त्याने बाहीमधून काढलेल्या एका हातरुमालाने आपले ओठ पुसले, डोळे मिटले आणि लगेचच तो जमिनीच्या पातळीवरून सहा इंच वरती उचलला गेला. ती एक खात्री पटवण्याची युक्तीच होती. पुढे कित्येक दिवस चॉकलेटच्या साह्याने उंच उचलेले जाण्याच्या प्रयोगाचे दर्शन करत फादर निकानोर घरोघर हिंडला. त्या वेळी चर्चमधील त्याच्या साहाय्यकाने एका थैलीत एवढे पैसे गोळा केले की, महिन्याच्या आतच त्याने चर्चच्या बांधकामाला सुरुवात केली. एकट्या होझे आर्केदियो बुयेंदियाचा अपवाद सोडला तर बाकी कोणीही त्या प्रदर्शनाच्या मुळाशी दैवी योजना असल्याबद्दल शंका घेतली नाही. एका सकाळी तो चमत्कार पुन्हा एकदा पाहण्यासाठी चेस्टनटच्या झाडाभोवती जमा झालेल्या लोकांच्या झुंडीकडे होझे आर्केदियो बुयेंदियाने आपल्या चेहऱ्यावरची रेषाही हलू न देता पाहिले. फादर निकानोरा बसला होता त्या खुर्चीसकट तो वरती उचलला जाऊ लागला, तेव्हा स्टुलावर बसल्या बसल्याच थोडा आळस देत होझे आर्केदियो बुयेंदियाने खांदे उडवले.

'हॉक एस्त सिंप्लिसिसिमुस्,' होझे आर्केदियो बुयेंदिया म्हणाला, 'होमो इस्ते स्टॅटम् क्वार्तुम् मटेरिया इन्व्हेनिट.'

फादर निकानोराने आपले हात उंचावले मात्र त्याच वेळी त्याच्या खुर्चीचे चारही पाय एकदमच जमिनीवर आदळले. तो म्हणाला,

'नेगो, फाक्तुम हॉक इक्सिस्टेन्शिअम देइ प्रोबात सिने दुबियो.'

होझे आर्केदियो बुयेंदियाची सैतानी वाटणारी अस्पष्ट बोली म्हणजे लॅटिन भाषा होती हे यातून उघड झाले. आपण एकटेच होझे आर्केदियो बुयेंदियाशी लॅटिनमधून संवाद करू शकतो, याचा फायदा घेत फादर निकानोरने त्याच्या विपर्यस्त मनामध्ये श्रद्धा घुसवण्याचा प्रकार केला. दररोज दुपारी तो चेस्टनटच्या झाडापाशी बसून त्याला लॅटिनमध्ये उपदेश करायचा; परंतु होझे आर्केदियो बुयेंदियाने सगळ्या तात्त्विक क्लृप्त्या तसेच चॉकलेटचे रूपांतर ठामपणे नाकारले. परमेश्वराचे प्रत्यक्ष प्रतिबिंब हेच फक्त त्याच्या अस्तित्वाचा पुरावा म्हणून फादरने दाखवावे, असा त्याने

आग्रह धरला. मग फादर निकानोरने वेगवेगळी मेडल्स, चित्रे आणि व्हेरोनिकाची प्रतिकृतीसुद्धा[१] आणली; परंतु होझे आर्केदियो बुयेंदियाने त्या सगळ्या गोष्टी नाकारल्या, कारण त्याच्या मते त्या चिजा म्हणजे शास्त्रीय पायाचा कसलाही आधार नसलेल्या कलात्मक वस्तू होत्या. तो इतका हट्टी होता की, नंतर फादर निकानोरने त्याला ख्रिस्ताचा शुभसंदेश सांगण्याचे सोडून दिले आणि निव्वळ मानवतेच्या भावनेतून त्याला भेटायला सुरुवात केली. मग होझे आर्केदियो बुयेंदियानेच पुढाकार घेतला आणि बुद्धिवाद्यांच्या युक्त्या वापरून त्या धर्मगुरूची श्रद्धा मोडून टाकण्याचा प्रयत्न सुरू केला. एकदा फादर निकानोरने चेस्टनट झाडापाशी चेकर्सचा सेट आणला आणि होझे आर्केदियो बुयेंदियाला खेळायला बोलावले तर होझे आर्केदियो बुयेंदिया ते मान्य करेना. कारण, त्याच्या मते ज्या स्पर्धेमध्ये दोघा प्रतिस्पर्ध्यांनी नियम आधीच मान्य केलेले असतात त्या स्पर्धेला काही अर्थच नसतो. होझे आर्केदियो बुयेंदिया म्हणत होता तशा पद्धतीने चेकर्सचा खेळ फादर निकानोरने कधी पाहिला नव्हता, त्यामुळे पुन्हा कधीही तो चेकर्स खेळ खेळू शकला नाही. वेडाचा लवलेशही नसलेल्या होझे आर्केदियो बुयेंदियाच्या मनाच्या स्वच्छ अवस्थेमुळे अधिकच घाबरलेल्या फादर निकानोरने त्याला विचारले की, असे आहे तर त्यांनी त्याला झाडाशी बांधून ठेवलेय हे घडलेच कसे?

'*हॉक एस्त सिंपलिसिसिमुस.* अगदी साधं आहे. कारण, मी वेडा आहे,' होझे आर्केदियो बुयेंदियाने उत्तर दिले, तेव्हापासून तो धर्मगुरू आपल्याच श्रद्धेची काळजी करू लागला आणि त्याला भेटायला आला नाही. त्याचे ते चर्च घाईने बांधण्याच्या कामाला त्याने वाहून घेतले. रेबेकाच्या आशा पुन्हा पल्लवित झाल्या. चर्च बांधून पूर्ण होण्याशी रेबेकाचे भवितव्य पक्के जोडले गेले. कारण, एका रविवारी फादर निकानोर त्यांच्या घरी जेवायला बसला होता, तेव्हा सगळे कुटुंबच टेबलाशी बसलेले होते. ते चर्च एकदाचे बांधून पूर्ण झाले की, सगळ्या धार्मिक समारंभांना केवढे गांभीर्य आणि शोभा प्राप्त होईल याविषयी त्यांचे बोलणे चालू होते, तेव्हा आमारान्ता म्हणाली, 'सर्वांत जास्त भाग्यवान ठरेल ती रेबेका.' रेबेकाला तिच्या म्हणण्याचा अर्थ काय ते कळले नाही म्हणून आमारान्ताने निष्पाप स्मित करीत तिला तो अर्थ समजावून सांगितला.

'तुझ्या लग्नासमारंभाने तूच त्या चर्चचे उद्घाटन करणार आहेस.' रेबेकाने त्यावर सरळ काहीही म्हणायचे टाळले. चर्चचे बांधकाम त्या वेळी अशा तऱ्हेने चालले होते की आणखी दहा वर्षांतही ते बांधून तयार झाले नसते. फादर निकानोर मात्र त्यांच्याशी सहमत झाला नाही. भाविक लोकांच्या वाढत्या औदार्याने त्याला जास्तच आशावादी बनवले होते. रेबेकाला मात्र आपले जेवण पूर्ण करता आले नाही, तिच्या मूक संतापातच अर्सूलाने आमारान्ताच्या कल्पनेचे स्वागत केले आणि काम वेगात व्हावे म्हणून लक्षणीय रकमेची देणगी दिली. फादर निकानोरला वाटले

की, तेवढीच आणखी एखादी देणगी मिळाली तर ते चर्च तीन वर्षांत पूर्ण होईल, तेव्हापासून रेबेका आमारान्ताशी एकही शब्द बोलली नाही, कारण तिची खात्रीच झाली होती की, आमारान्ता दाखवीत होती तेवढा तिचा या बाबतीतला पुढाकार निष्पाप नव्हता. त्या रात्री दोघींमध्ये भयंकर वाद झाला. आमारान्ताने रेबेकाला सुनावले, 'ती तर बिलकूल गंभीर नसलेली अशी गोष्ट मी करू शकले. त्या पद्धतीने गोष्टी घडल्या तर मला तीन वर्षे तरी तुला ठार करावे लागणार नाही.' रेबेकाने ते आव्हान स्वीकारले.

आणखी एकदा लग्न पुढे ढकलले गेल्याचे पिएत्रो क्रेस्पीला समजले, तेव्हा तो कमालीचा निराश झाला; परंतु रेबेकाने त्याला आपल्या निष्ठेची अंतिम ग्वाही दिली. तिने त्याला म्हटले, 'तू म्हणशील तेव्हा आपण दोघे पळून जाऊ.' तथापि, पिएत्रो क्रेस्पी हा काही धाडसी मनुष्य नव्हता. त्याच्या वाग्दत्त वधूसारखा त्याचा स्वभाव भावनावश नव्हता आणि एखाद्याने दिलेला शब्द म्हणजे उधळून टाकायची संपत्ती नव्हे असे त्याचे मत होते. मग मात्र रेबेका जास्तीच धीट उपायांचा अवलंब करू लागली. एकदा बैठकीच्या दालनातले दिवे गूढ वाऱ्याने मालवले गेले आणि ते प्रणयी जोडपे एकमेकांचे चुंबन घेताना अर्सूलाला अकस्मात सापडले. त्या वेळी पिएत्रो क्रेस्पीने 'हल्लीच्या दिव्यांचा दर्जा कसा खराब आहे,' असे काही तरी संदिग्ध स्पष्टीकरण तिला दिले. त्या दालनात अधिक सुरक्षित प्रकाशाची व्यवस्था करण्यासाठी त्याने अर्सूलाला मदतसुद्धा केली; पण नंतर पुन्हा दिव्यांचे इंधन अपुरे पडले किंवा त्यांच्या वातीवर काजळी धरली गेली आणि रेबेका तिच्या वाग्दत्त वराच्या मांडीवर बसलेली अर्सूलाला सापडली. आता मात्र तिने कुठलेही स्पष्टीकरण मानायचे नाकारले. बेकरीची जबाबदारी तिने त्या इंडियन स्त्रीवर सोपवली आणि पिएत्रो क्रेस्पी आणि रेबेका यांच्या भेटीदरम्यान ती तिथेच एका झुलत्या खुर्चीत बसून त्यांच्या धिटाईच्या युक्त्यांवर लक्ष ठेवू लागली. खरे तर अर्सूला स्वतः एक मुलगी होती, तेव्हाच या युक्त्या जुन्या झाल्या होत्या. त्यांच्या भेटींच्या कंटाळवाण्या काळात तिला जांभया देताना पाहून रेबेका खोट्याच संतापाने म्हणायची, 'बिच्चारी आई! ती मरेल तेव्हा परमेश्वरी न्यायनिवाड्याच्या वेळी त्या झुलत्या खुर्चीत बसूनच ती आपले बक्षीस घ्यायला जाईल.' अर्सूलाच्या देखरेखीखाली त्यांच्या प्रेमाचे असे तीन महिने गेले. चर्चच्या बांधकामाकडे नजर टाकायला रोजच्या रोज जाता जाता त्या कामाच्या संथ गतीमुळे पिएत्रो क्रेस्पी कंटाळला आणि त्याने ते बांधकाम पूर्ण करण्यासाठी लागणारी रक्कम फादर निकानोरला देऊन टाकायचे ठरवले; पण त्यामुळे आमारान्ता अस्वस्थ झाली नाही. घरासमोरच्या मोकळ्या जागेत बसून भरतकाम करायला तिच्याकडे येणाऱ्या तिच्या मैत्रिणींशी बोलता बोलता तिने नव्या युक्त्यांचा विचार सुरू केला. रेबेकाने आपल्या शेजघरातील कपड्यांच्या कपाटातल्या वधुवेषामध्ये ठेवलेल्या कसरविरोधक गोळ्या काढून टाकायच्या हा

उपाय आमारान्ताला अत्यंत परिणामकारक वाटत होता; परंतु तो उपाय विवाहाच्या तारखेसंबंधीच्या अंदाजातल्या चुकीमुळे वाया गेला. चर्चचे बांधकाम पूर्ण व्हायला दोन महिने राहिलेले होते, तेव्हा तिने तो उद्योग केला होता; परंतु लग्न जसजसे जवळ येऊ लागले तशी रेबेका एवढी अस्वस्थ झाली की, आमारान्ताने कल्पना केली होती त्याहीपेक्षा आधीच आपला वधुवेष तयार व्हावा असे तिला वाटले. आपले कपड्यांचे कपाट तिने उघडले आणि प्रथम वधुवेषाचे कागदी आवरण व नंतर कापडी आवरण काढून पाहिले, तेव्हा वधुवेषाच्या कापडाचे तंतू, बुरख्याचे टाके आणि नारिंगी फुलांचा मुकूट अशा सगळ्याच वस्तूंना कसरीने भोके पाडल्याचे तिला आढळले. आपण चांगल्या मूठभर कसरविरोधक गोळ्या त्या पोशाखामध्ये ठेवल्या होत्या याची तिला खात्री होती तरी हे संकट तिला इतके नैसर्गिक वाटले की, आमारान्ताला दोष देण्याचे धैर्य तिला झाले नाही. लग्नाला आता एकच महिना उरला होता; परंतु आम्पोरो मोस्कोतेने एका आठवड्याच्या आत नवा वधुवेष शिवून देण्याचे आश्वासन दिले. एका पावसाळी दुपारी जणू सुयांच्या जंजाळामध्ये गुंडाळल्यासारखी आम्पोरो मोस्कोते त्यांच्या घरी आली, तेव्हा आमारान्ताला चक्कर आल्यासारखे झाले. कारण, रेबेकाच्या पोशाखाचे अगदी शेवटचे फिटिंग बघावे म्हणून आम्पारो मोस्कोते तिथे आली होती. आमारान्ताचा आवाजच बंद झाला आणि पाठीच्या कण्यातून घामाची बारीक धार वाहत गेली. तिथे त्या क्षणाची वाट पाहत, भयाने थरथर कापत अनेक कंटाळवाणे प्रदीर्घ महिने घालवले होते. कारण, लग्नामध्ये अडथळा आणण्याचा अंतिम उपाय तिला सापडला नसता आणि अगदी शेवटच्या क्षणी तिच्या कल्पनाशक्तीचे सगळे मार्ग खुंटले असते तर मग मात्र रेबेकाला विष घालण्याचे धैर्य तिला दाखवावेच लागले असते. त्या दुपारी आम्पारो मोस्कोते हजारो सुयांच्या साह्याने ते धाग्यांचे चिलखत अत्यंत सहनशीलतेने रेबेकाच्या अंगाभोवती बसवून पाहत होती आणि रेबेका उष्म्याने गुदमरत होती, तेव्हा आमारान्ताकडून क्रोशाच्या विणकामात असंख्य चुका झाल्या. अनेक वेळा तिच्या बोटात सुई घुसली; परंतु भयंकर थंडपणाने तिने असा निश्चय केला की, तो दिवस म्हणजे लग्नाच्या आधीचा शुक्रवार असेल आणि त्या दिवशी रेबेकाच्या कॉफीमध्ये अफूचा अर्क टाकायचा.

एका फारच मोठ्या अगदी अनपेक्षित आणि अत्यंत अनिवार्य अडथळ्यामुळे ते लग्न अनिश्चित काळापर्यंत तहकूब करणे भाग पडले. लग्नासाठी निश्चित केलेल्या तारखेपूर्वी एक आठवडा एका मध्यरात्री रेमेदियोसच्या पोटामध्ये काही तरी फुटले आणि जोरात बाहेर फेकल्या जाणाऱ्या उष्ण रक्तमय द्रवाने भिजून ती जागी झाली. तिच्या पोटात एक आडवे झालेले जुळे होते. नंतर तीन दिवसांनी आपल्या रक्ताच्या विषारी परिणामाने ती मरण पावली. सदसद्विवेकबुद्धीच्या टोचणीने आमारान्ताला त्रस्त केले. काहीतरी फार भयंकर घडावे आणि आपल्याला रेबेकाला विष

घालावे लागू नये म्हणून तिने इतक्या कळकळीने परमेश्वराची करुणा भाकली होती की, रेमेदियोसच्या मृत्यूबद्दल तिलाच अपराधी वाटू लागले. तिने काही तसल्या अडथळ्यासाठी परमेश्वराकडे एवढी करुण याचना केली नव्हती. रेमेदियोसने त्यांच्या घरामध्ये आनंद आणि उत्साहाचे वारे आणले होते. वर्कशॉपजवळच्या एका खोलीमध्ये तिने नवऱ्याबरोबर संसार थाटला होता. नुकत्याच संपलेल्या आपल्या बालपणातल्या खेळण्यांनी आणि बाहुल्यांनी तिने ती खोली छान सजवली होती. तिचा मौजमजेचा उत्साह एखाद्या आरोग्यदायी वातचक्रासारखा त्यांच्या शेजघराच्या भिंती ओलांडून बेगोनियाच्या पोर्चपर्यंत जायचा. पहाटेच ती गायला सुरुवात करायची. आमारान्ता आणि रेबेकाच्या वादामध्ये मध्यस्थी करायचे धैर्य दाखवणारी त्या घरात ती एकटीच होती. होझे आर्केदियो बुयेंदियाची काळजी घेण्याच्या कष्टप्रद कामामध्ये तिने स्वतःला झोकून दिले होते. त्याच्यासाठी ती जेवण आणायची, त्याच्या रोजच्या गरजांमध्ये त्याला मदत करायची, अंग घासायचा ब्रश आणि साबण घेऊन त्याचे अंग धुवायची. त्याचे केस आणि दाढी उवा-लिखांपासून मुक्त ठेवायची. त्याच्या डोक्यावरचे पामच्या पानांचे छप्पर नीटनेटके ठेवायची आणि जलाभेद्य कॅन्वासच्या साह्याने वादळी हवेपासून ते सुरक्षित करायची. तिच्या शेवटच्या महिन्यांमध्ये प्राथमिक स्वरूपाच्या लॅटिन शब्दप्रयोगांच्या साह्याने तिने त्याच्याशी संवाद करायलाही सुरुवात केली होती. औरेलियानो आणि पिलार तेर्नेराचा मुलगा जन्माला आल्यावर त्याला घरी आणले गेले. एका जिव्हाळ्याच्या समारंभात त्याचे औरेलियानो होझे असे नामकरण करण्यात आले. त्या वेळी तिने त्याला आपला सर्वांत मोठा मुलगा मानायचे ठरवले होते. तिच्या मातृत्वप्रेरणेचे अर्सूलाला आश्चर्य वाटायचे. औरेलियानोला तर हवे असलेले जगण्याचे प्रयोजनच जणू तिच्या रूपाने लाभले होते. दिवसभर आपल्या वर्कशॉपमध्ये तो काम करायचा आणि रेमेदियोस सकाळी त्याच्यासाठी काळ्या कॉफीचा कप घेऊन यायची. दररोज रात्री ती दोघेही मोस्कोतो मंडळींच्या घराला भेट देत असत. औरेलियानो आपल्या सासऱ्याबरोबर डॉमिनोज्च्या खेळाचे अनेक डाव खेळायचा आणि त्या वेळी रेमेदियोस आपल्या बहिणींशी गप्पा मारायची किंवा आईशी अधिक महत्त्वाच्या गोष्टीविषयी बोलायची. बुयेंदिया मंडळींशी असलेल्या त्याच्या संबंधामुळे डॉन आपोलिनार मोस्कोतेचा गावावर अधिकार दृढ झाला. त्या प्रांताच्या राजधानीला त्याने अनेक खेपा केल्यावर त्याला सरकारकडून त्या गावात एक शाळा बांधून घेण्यामध्ये यश आले, त्यामुळे आपल्या आजोबांच्या शैक्षणिक उत्साहाचा वारसा लाभलेल्या आर्केदियोला त्या शाळेचा सर्व भार स्वीकारणे शक्य झाले. लोकांना आग्रह करून देशाच्या स्वातंत्र्यदिनापूर्वी गावातल्या बहुतेक सगळ्या घरांना निळा रंग देऊन घेण्यातही डॉन आपोलिनार मोस्कोते यशस्वी झाला. फादर निकनोरच्या विनंतीवरून कातारिनोच्या दुकानाची जागा बदलून त्याने ते मागील बाजूच्या एका

रस्त्यावर न्यायला लावले आणि गावाच्या ऐन मध्यावर असलेल्या कितीतरी बदनाम जागा त्याने बंद पाडल्या. एकदा तो सहा रायफलधारी सैनिकांना घेऊन परत आला आणि गावातील सुव्यवस्थेची जबाबदारी त्यांच्यावर सोपवली गेली. सशस्त्र माणसे गावात आणायची नाहीत, असा होझे आर्केदियो बुयेंदियाने डॉन आपोलिनार मोस्कोतेकडून करवून घेतलेला मूळचा करार त्या वेळी कुणालाही आठवला नाही. औरेलियानोला आपल्या सासऱ्याच्या कार्यक्षमतेबद्दल आदर वाटे. त्याचे मित्र त्याला म्हणायचे 'तूसुद्धा त्याच्याचसारखा जाड्या होणार आहेस.' औरेलियानोच्या बैठ्या जीवनपद्धतीमुळे त्याच्या गालाची हाडे वर आली आणि डोळ्यांतली चमक अधिक तीव्र झाली; परंतु तरीही त्याचे वजन वाढले नाही वा त्याचा काटकसरी स्वभावही बदलला नाही, उलट एकान्तातील चिंतन व कठोर निर्धाराची निदर्शक अशी त्याच्या ओठावरची सरळ रेषा अधिक पक्की झाली. औरेलियानो आणि त्याच्या पत्नीमुळे त्या दोन्ही कुटुंबांमध्ये एवढे गाढ प्रेम निर्माण झाले होते की, रेमेदियोसने तिला मूल होणार असल्याचे जाहीर केले, तेव्हा रेबेका आणि आमारान्तानेसुद्धा आपापसात तात्पुरता तह जाहीर केला होता आणि होणारे मूल जर मुलगी असेल तर गुलाबी लोकरीच्या आणि मुलगा असेल तर निळ्या लोकरीच्या वस्तू दोघींनीही विणायला घेतल्या होत्या. अनेक वर्षांनंतर आर्केदियो जेव्हा फायरिंग स्क्वॉडसमोर उभा होता, तेव्हा त्याला आठवलेली शेवटची व्यक्ती म्हणजे रेमेदियोस होती.

रेमेदियोसच्या आकस्मित मृत्यूनंतर घराचे खिडक्या-दरवाजे बंद ठेवत अर्सूलाने दुखवटा जाहीर केला. कुणीही घरातून अत्यावश्यक कामाशिवाय बाहेर जायचे नाही व घरात यायचे नाही, असा दंडकही त्यादरम्यान तिने लागू केला. एक वर्षभरासाठी तिने घरामध्ये मोठ्याने बोलायलाही बंदी घातली. रेमेदियोसला शेवटी ठेवले होते, तिथे तिचा एक फोटो ठेवून त्याच्याभोवती काळी रिबन लावण्यात आली आणि एक तेलाचा दिवा अखंड पेटता ठेवला गेला. पुढच्या पिढ्यांतील माणसांनीही तो दिवा कधीच विझू दिला नाही. मात्र त्या फोटोतील मुलीकडे पाहून ते नेहमीच गोंधळात पडत. प्लेट्स असलेल्या स्कर्टमधल्या, पांढरे बूट घातलेल्या आणि डोक्याला ऑर्गंडीचा पट्टा बांधलेल्या त्या फोटोतल्या मुलीची खापरपणजीच्या ठरावीक प्रतिमेशी सांगड घालणे त्यांना कधीच जमले नाही. औरेलियानो होझेचा ताबा आमारान्ताने घेतला. तिने त्याला आपला मुलगा म्हणून दत्तक घेतले. तोच तिचे एकाकीपणाचे दुःख कमी करणार होता आणि तिच्या इच्छेच्या आत्यंतिकतेमुळे जो अफूचा अर्क रेमेदियोसच्या कॉफीमध्ये टाकला गेला होता, त्याच्या अवांच्छित परिणामापासून तिला तोच सोडवणार होता. संध्याकाळच्या वेळी पिएत्रो क्रेस्पी आपल्या हॅटला काळी फीत लावून पावले वाजू न देता यायचा, तेव्हा रेबेका मनगटांपर्यंत खाली ओढलेल्या बाह्यांच्या काळ्या पोशाखात असायची आणि जणू रक्तस्रावाच्या परिणामी मरणपंथाला लागल्यासारखी निस्तेज भासायची. त्यांच्या

लग्नाच्या नव्या तारखेची कल्पना त्या परिस्थितीत फारच अनादरसदृश्य अपवित्र मानली गेली असती. कोणे एके काळी परस्परांचे चुंबन घेता यावे म्हणून त्या प्रेमी जिवांनी दिवेसुद्धा गूढरीत्या मालवले होते; पण आता कुणालाच त्यांची काळजी करावीशी वाटत नव्हती, त्यामुळे त्यांच्या वाङ्निश्चयाचे रूपांतर एखाद्या थकलेल्या अंतहीन प्रणयात झाले होते, त्यांना जणू मृत्यूच्या अनिर्बंध इच्छेवर सोपवून देण्यात आले होते. रेबेका पूर्णतया हताश झाली. स्वतःवरचा ताबाच नाहीसा झाल्यासारखी तिने पुन्हा माती खायला सुरुवात केली.

तो दुखवटा एवढा लांबला गेला होता की, हळूहळू विणकामाची सत्रे सहज पुन्हा सुरू झाली. अशा वेळी दुपारी दोन वाजता अकस्मात कुणीतरी घराचा रस्त्याकडचा दरवाजा ढकलून उघडला आणि प्रचंड उष्णतेच्या त्या भयाण शांततेत घराच्या पायामधले भक्कम सांधे जोराने हादरले. पोर्चमध्ये शिवणकाम करणाऱ्या आमारान्ता व तिच्या मैत्रिणी, आपल्या शेजघरात बोट चोखत बसलेली रेबेका, स्वयंपाकघरात असलेली अर्सूला, वर्कशॉपमध्ये असलेला औरेलियानो इतकेच काय पण चेस्टनट झाडाखाली एकाकी असलेला होझे आर्केदियो बुयेंदिया या सर्वांनाच भूकंपामुळे घर मोडतेय असा भास झाला. एक प्रचंड माणूस आला होता. दरवाज्यांमधून त्याचे औरसचौरस रुंद खांदे कसेबसे आत जाऊ शकले. जंगली रेड्यासारख्या त्याच्या गळ्यात त्याने 'अवर लेडी ऑफ हेल्प'चे[२] मेड्ल घातले होते. त्याचे बाहू गूढार्थसूचक गोंदण्याने भरलेले होते आणि उजव्या मनगटात तांब्याच्या कड्यावर घट्ट बसवलेला *निन्योस-एन्-क्रूझचा*[३] ताईत होता. मोकळ्या हवेतल्या खारेपणामुळे त्याची त्वचा तांबूस झालेली होती. केस आखूड आणि एखाद्या खेचराच्या आयाळीसारखे सरळ होते, जबडा लोखंडाचा वाटत होता आणि चेहऱ्यावर करुण स्मित होते. त्याने कमरेवर घातलेला पट्टा घोड्याच्या पाठीवर खोगीर कसण्यासाठी असत तसल्या पट्ट्यापेक्षा दुप्पट जाड होता. त्याच्या बुटांना पायासाठी ज्यादा बाह्यवेष्टन, तळव्यांना आऱ्या आणि लोखंडी टाचा बसवलेल्या होत्या. तिथले त्याचे अस्तित्व भूकंपाच्या धक्क्यासारखे होते. बैठकीच्या आणि उठाय-बसायच्या दालनांतून तो पुढे गेला. त्याच्या हातात खोगिरावरच्या अर्धवट झिजलेल्या बॅगा होत्या, बेगोनियाच्या पोर्चमधून पुढे जाताना तर तो विजेच्या कडकडाटासारखा भासला. तिथे आमारान्ता आणि तिच्या मैत्रिणी एकदम स्तंभित होऊन गेल्या, त्यांच्या विणकामाच्या सुया हवेतच राहिल्या. थकलेल्या आवाजात तो त्यांना 'हॅलो' म्हणाला. जवळच असलेल्या कामाच्या टेबलावर त्याने आपल्या बॅगा टाकल्या आणि तो सरळ घराच्या मागील भागाकडे निघाला. एकदम दचकलेल्या रेबेकाने त्याला आपल्या शेजघराजवळून जाताना पाहिले, तिलाही तो 'हॅलो' म्हणाला. औरेलियानो आपल्या चांदीकामाच्या बाकावर काम करीत होता आणि त्याची सगळे ज्ञानेंद्रिये जागृत होती, त्यालाही त्याने 'हॅलो' म्हटले. तिथे कुणाहीजवळ तो रेंगाळला नाही. सरळ स्वयंपाकघरात गेला

आणि जगाच्या दुसऱ्या भागामध्ये सुरू झालेल्या प्रवासाच्या अखेरीस पहिल्यांदाच तो थांबला. तिथे असलेल्या अर्सूलाला तो म्हणाला 'हॅलो'. अर्सूला क्षणार्ध तोंडाचा आ वासून थांबली, तिने त्याच्या डोळ्यांत पाहिले आणि ती एकदम ओरडलीच. त्याच्या गळ्याभोवती आपले हात टाकून ओरडत अत्यानंदाने ती रडू लागली. तो होझे आर्केदियो होता. घरातून गेला, तेव्हा होता तस्सा गरीब राहूनच तो परतला होता. एवढा गरीब की घोड्याच्या भाड्यासाठी अर्सूलाला त्याला दोन पेसोज द्यावे लागले. खलाशांच्या गावठी भाषेतील खूपसे शब्द मिसळलेली स्पॅनिश भाषा तो बोलत होता. त्याला घरातल्यांनी विचारले की, 'कुठे गेला होतास' तर तो उत्तरला, 'तेथे तिकडे.' त्याला दिलेल्या खोलीमध्ये त्याने आपली झोपायची झोळी टांगली आणि तीन दिवस तो तिथेच नुसता झोपून राहिला. जागा झाला तेव्हा त्याने सोळा अंडी कच्चीच खाल्ली आणि सरळ कातारिनोच्या दुकानाकडे गेला. तिथे त्याचा तो फारच प्रचंड आकार पाहून बायकांना कुतूहलाने धडकीच भरली. त्याने संगीतासाठी फर्माईश केली आणि सगळ्यांना स्वतःच्या खर्चाने उसाच्या रसाची दारू पाजायला सांगितली. एकाच वेळी पाच जणांबरोबर तो इंडियन पद्धतीची कुस्ती खेळत होता. प्रतिस्पर्ध्यांची खात्रीच होती की, त्याचा हात ते हलवू शकणार नाहीत. ते म्हणाले, 'त्याच्याजवळ *निन्योस-एन्-क्रूझ* आहे.' शक्तीच्या बाबतीत जादूची शक्ती वगैरे गोष्टींवर कातारिनोचा विश्वास नव्हता, त्याने होझे आर्केदियोशी बारा पेसोज्‌ची पैज लावली आणि 'आपल्या दुकानातला काउंटर तो हलवू शकणार नाही' असे म्हणाला. होझे आर्केदियोने तो काउंटर त्याच्या जागेवरून खेचला, आपल्या डोक्यावर उचलला आणि रस्त्यात ठेवून दिला. तो मूळ जागी ठेवायला अकरा माणसे लागली. पार्टीच्या वातावरणाची गरमागरमी होती, तेव्हा तांबड्या-निळ्या रंगात रंगवलेली चित्रे आणि वेगवेगळ्या भाषांमधील शब्दसुद्धा गोंदल्यामुळे झाकल्या गेलेल्या आपल्या असामान्य पौरुषाचे त्याने बारवर प्रदर्शन मांडले. त्याची अभिलाषा धरून त्याला वेढून राहिलेल्या बायांना त्याने 'त्याला जास्तीत जास्त पैसे कोण देईल' असा प्रश्न केला. जिच्याजवळ जास्त पैसे होते तिने त्याला वीस पेसोज् द्यायची तयारी दाखवली. मग तर त्याने एका चान्ससाठी दहा पिसोज् या दराने स्वतःला उपलब्ध करायचा प्रस्ताव मांडला. ती तशी जबरदस्तच किंमत होती. कारण, जास्तीत जास्त मागणी असलेली बाईसुद्धा एका रात्रीत आठ पेसोज् कमवीत असे; पण त्या सगळ्यांनी ते मान्य केले. त्या बायांनी आपापली नावे कागदाच्या चौदा तुकड्यांवर लिहिली, ते तुकडे एका हॅटमध्ये ठेवण्यात आले आणि प्रत्येक बाईने एकेक तुकडा बाहेर काढला. शेवटी जेव्हा दोनच तुकडे काढायचे उरले होते तेव्हा ते कुणाच्या नावाचे आहेत ते स्पष्टच झाले. मग होझे आर्केदियोने प्रस्ताव मांडला, 'आणखी पाच पाच पेसोज् प्रत्येकीने द्यावेत आणि मी दोघींमध्ये वाटला जायला तयार आहे.'

अशा रीतीने तो आपला उदरनिर्वाह करीत होता. ज्यांना कुठलाही देश नव्हता, अशा लोकांबरोबर खलाशी म्हणून बोटीवर काम करून तो पासष्ट वेळा जगाची सफर करून आला होता. त्या रात्री ज्या बाया कातारिनोच्या दुकानात त्याच्याशी झोपल्या त्यांनी त्याला नाचाच्या दालनात नागडाच आणले. त्याच्या अंगावर मागे पुढे आणि मानेपासून पायाच्या बोटापर्यंत गोंदणाशिवाय एक चौरस इंचही जागा राहिलेली नाही हे सगळ्या लोकांना बघता यावे म्हणून त्यांनी त्याला तिथे तसे आणले होते. आपल्या कुटुंबात सामावला जाणे काही त्याला जमले नाही. दिवसभर तो झोपा काढायचा आणि आपल्या शक्तीवर पैजा लावीत बदनाम वस्तीमध्ये रात्र घालवायचा. काही दुर्मीळ प्रसंगी त्याला अर्सूला जेवणाच्या टेबलाशी बसवायची, तेव्हा तो छान प्रफुल्लित मनोवृत्तीचे दर्शन घडवायचा. विशेषतः, दूरदूरच्या देशांमधल्या त्याच्या साहसाच्या कथा सांगायचा तेव्हा तो खूश असायचा. जपानच्या समुद्रात एकदा त्यांचे जहाज फुटले तेव्हा दोन आठवडे तो समुद्रात तरंगत इकडे-तिकडे वाहवत होता. उष्माघाताला बळी पडलेल्या आपल्याच एका सहकाऱ्याचे मांस खाऊन त्याला त्या वेळी जगावे लागले होते. ते मांस म्हणे उन्हात शिजत राहिल्यामुळे फारच खारट झाले होते; पण तशी त्याची चव गोड आणि रवाळ होती. एका तळपत्या दुपारी बंगालच्या आखातात त्याच्या जहाजाने एक सी-ड्रॅगन मारला होता. त्याच्या पोटात कुना क्रुझेडरचे[४] शिरस्त्राण, हत्यारे आणि बकल्स् सापडली होती. एकदा तर कॅरिबियन समुद्रात विक्टोर युरोसच्या लुटारू जहाजाचे भूत त्याने पाहिले होते. त्या जहाजाची शिडे मृत्यूच्या वाऱ्यांनी फाटली होती, डोलकाठ्या जलचरांनी खाऊन टाकल्या होत्या आणि ते 'जहाज' अजूनही ग्वादेलोपेचा मार्ग शोधीत होते. अर्सूला जेवणाच्या टेबलाशी बसून रडायची. त्याने आपल्या मोठमोठ्या कामांची आणि दुःसाहसांची हकिकत पत्रांतून कळवली होती; पण ती पत्रे घरापर्यंत कधीच पोहोचली नव्हती. अर्सूला जणू काही ती पत्रेच आता वाचत होती. 'आणि इथे तुझ्यासाठी केवढे घरदार होते आणि केवढे तरी अन्न आम्ही डुकरांपुढे फेकायचो रे!' हुंदके देता देता ती म्हणायची; परंतु या सगळ्याच्या आत कुठे तरी तिला कल्पनाच करता येत नव्हती की, ज्या पोराला ते जिप्सी घेऊन गेले होते तोच हा समोर बसलेला ठोंब्या आहे. दुपारच्या जेवणाला हा डुकराचे अर्धे पिल्लू गट्ट करतो आणि हा पादला तर फुले कोमजतात. बाकीच्या कुटुंबीयांच्या बाबतीतदेखील असेच काहीसे झाले. जेवणाच्या टेबलावर तो जनावरासारखा ढेकर द्यायचा, त्या वेळी आमारान्ताला वाटणारी शिसारी तिला लपवता यायची नाही. आर्केदियोला त्यांच्या नात्याचे गुपित कधीच समजले नाही; परंतु होझे आर्केदियो उघडच त्याचे प्रेम संपादन करण्यासाठी त्याला काही प्रश्न विचारायचा तेव्हा तो क्वचितच त्यांची उत्तरे द्यायचा. औरेलियानो आणि होझे आर्केदियो कधी तरी एकाच खोलीत झोपत तेव्हा औरेलियानो त्यांच्या लहानपणाचा तो काळ आठवणींमधून

पुन्हा जगायचा प्रयत्न करायचा; परंतु लहानपणातल्या त्या सगळ्या गोष्टी होझे आर्केदियो विसरून गेला होता. कारण, त्याची स्मरणशक्ती समुद्रावरच्या जगण्यामुळे असंख्य लक्षणीय गोष्टींनी खच्चून भरली होती. फक्त रेबेका तेवढी त्याच्या पहिल्याच दर्शनाच्या धक्क्याची बळी ठरली. ज्या दिवशी तिने त्याला प्रथमच आपल्या शेजघराजवळून जाताना पाहिले तेव्हा तिला वाटले की, त्याचा ज्वालामुखीसारखा श्वासोच्छ्वास साऱ्या घरभर ऐकू येतोय आणि पौरुषाच्या अशा त्या मूळ नमुन्याकडे पिएत्रो क्रेस्पी हा निव्वळ नखरेबाज गुळचट माणूस आहे. कसल्याही निमित्ताने ती त्याच्या जवळ जायचा प्रयत्न करायची. अशाच एका प्रसंगी होझे आर्केदियो बेशरमपणे तिच्या शरीराकडे पाहत राहिला आणि म्हणाला, 'वा! छोट्या बहिणी, तू तर बाई झाली आहेस.' तेव्हापासून रेबेकाचा स्वतःवरचा ताबाच सुटला. ती पूर्वीसारखीच हावरटाप्रमाणे पुन्हा माती आणि भिंतीवरचा चुना खायला लागली आणि आपले बोट एवढ्या उत्कंठेने चोखू लागली की, तिच्या अंगठ्यावर घट्टा पडला. एकदा ती हिरवट पदार्थ ओकली, तर त्यात मेलेल्या जळवा सापडल्या. होझे आर्केदियो पहाटे घरी परतायचा, तेव्हा सगळे घर हादरत असे, तोपर्यंत रात्र रात्रभर रेबेका तापाने फणफणत वातभ्रमाशी झगडत जागीच असायची. एकदा सगळे दुपारची विश्रांती घेत होते, तेव्हा अगदीच न राहवून ती त्याच्या शेजघरात गेली. त्याने घराच्या तुळईला जहाजाच्या दोरखंडाने आपली झोळी टांगली होती. त्या झोळीत तो आखूड चड्डीतच विसावलेला तिला आढळला. त्याच्या त्या प्रचंड रंगीबेरंगी नग्नतेने ती एवढी प्रभावित झाली की तिला लगेचच परत फिरावेसे वाटले. 'माफ कर, मला माहीत नव्हते तू इथे आहेस म्हणून,' ती म्हणाली खरी पण तेही एवढ्या हळू आवाजात की कुणालाही जाग येऊ नये. 'इकडे ये,' त्याने म्हटले. तिने ती आज्ञा पाळली. त्याच्या झोळीजवळ ती थांबली तेव्हा तिला बर्फगार घाम सुटला होता आणि पोटात गोळे आले होते. त्याने आपल्या बोटांच्या टोकांनी तिच्या घोट्यांना कुरवाळले, मग तिच्या पोटऱ्यांना, मांड्यांना कुरवाळले आणि तो 'ओह छोटी बहीण, ओह छोटी बहीण' असे कुजबुजत राहिला. मग त्याने वादळासारख्या भयानक शक्तीने तिला कमरेला धरून उचलले, आपल्या पंज्याच्या तीन फटक्यांत तिचे अंतर्वस्त्र काढून टाकून एखाद्या छोट्या पाखरासारखे धरून तिला झोळीत जागा दिली. तेव्हा आपण मरून जाऊ नये म्हणून तिला अद्भुत प्रयत्न करावा लागला. असह्य वेदना देणाऱ्या त्या कल्पनातीत सुखामध्ये हरवून जाण्यापूर्वी तेवढ्यातल्या तेवढ्यात तिला जन्माला घातल्याबद्दल तिने परमेश्वराचे आभार मानून घेतले. झोळीच्या वाफाळणाऱ्या दलदलीत स्फोट झालेल्या तिच्या रक्ताचे शिंतोडे उडाले आणि झोळीत ते टिपकागदासारखे शोषले गेले.

तीन दिवसांनंतर पाच वाजताच्या प्रार्थनेदरम्यान त्यांचे लग्न लागले. त्याच्या आदल्या दिवशी होझे आर्केदियो पिएत्रो क्रेस्पीच्या दुकानात गेला होता. त्या वेळी

तो विद्यार्थ्यांना झिदर वाद्य शिकवत होता; पण होझे आर्केदियोने त्याला खाजगी बोलण्यासाठी बाजूला वगैरे घेतले नाही. तो म्हणाला, 'मी रेबेकाशी लग्न करणार आहे.' पिएत्रो क्रेस्पी पांढराफटक पडला. झिदर वाद्य त्याने एका विद्यार्थ्याजवळ दिले आणि शिकवणे थांबवून विद्यार्थ्यांना सोडून दिले. संगीतवाद्ये आणि यांत्रिक खेळण्यांनी भरलेल्या त्या खोलीत ते दोघेच राहिले, तेव्हा पिएत्रो क्रेस्पी म्हणाला, 'ती तुझी बहीण आहे.' होझे आर्केदियो उत्तरला, 'मी त्याची पर्वा करीत नाही.' पिएत्रो क्रेस्पीने लव्हेंडरमध्ये भिजलेल्या हातरुमालाने कपाळ पुसले.

'हे निसर्गाच्या विरुद्ध आहे,' त्याने स्पष्टीकरण दिले, 'आणि शिवाय ते कायद्याच्याही विरुद्ध आहे.' त्या युक्तिवादापेक्षाही पिएत्रो क्रेस्पीच्या पांढऱ्याफटक पडण्यामुळे होझे आर्केदियो जास्तच अस्वस्थ झाला. 'निसर्ग गेला झवायला,' तो म्हणाला आणि 'मी तुला असं सांगायला आलोय की, रेबेकाला काहीही विचारायला जाऊ नकोस.'

मात्र पिएत्रो क्रेस्पीचे डोळे ओले झालेले पाहून त्याचे पाशवी वागणे बदलले. तो वेगळ्या आवाजात त्याला म्हणाला, 'आता हे बघ, तुला जर आमचे कुटुंब खरोखरच आवडत असेल तर तुझ्यासाठी आमारान्ता आहे.' फादर निकानोरने रविवारच्या प्रार्थनेच्या वेळी होझे आर्केदियो आणि रेबेका हे बहीणभाऊ नाहीत असा गौप्यस्फोट केला. फादर निकानोरचे ते वर्तन अर्सूलाला तिच्या प्रतिष्ठेविषयीच्या कल्पनेचा पराकाष्ठेचा अनादर करणारे वाटले. चर्चमधून घरी परतताच तिने त्या नवविवाहितांना पुन्हा घरात पाऊल टाकायला बंदी केली. तिच्या दृष्टीने ती दोघेही आता मेल्यातच जमा होती. मग त्यांनी दफनभूमीच्या पलीकडे एक घर भाड्याने घेतले. होझे आर्केदियोच्या झोपायच्या झोळीखेरीज आणखी कुठल्याही प्रकारच्या फर्निचरशिवायच ते राहू लागले. लग्नाच्या रात्री रेबेकाच्या चपलेमध्ये शिरलेला एक विंचू तिला चावला, त्यामुळे तिची जीभ लुळी पडली; पण म्हणून काही त्यांचा लज्जास्पद हनिमून व्हायचा राहिला नाही. एका रात्रीत आठ वेळा व दुपारच्या विश्रांतीच्या वेळी तीन वेळा ऐकू येणाऱ्या व सगळ्या प्रदेशाला जागे करणाऱ्या तिच्या किंचाळ्यांनी त्यांचे शेजारी तर घाबरूनच जायचे आणि असल्या क्रूर, रानटी वासनेमुळे मृतांची शांतता भंग पावू नये म्हणून ते परमेश्वराची प्रार्थना करायचे.

एकट्या औरेलियानोलाच त्यांच्याबद्दल आस्था वाटायची. त्याने त्यांच्यासाठी काही फर्निचर आणून दिले. होझे आर्केदियो भानावर येऊन त्याला वास्तवाची जाणीव होईपर्यंत उपयोगी पडावेत म्हणून त्याने थोडेसे पैसेही त्यांना दिले. त्यानंतर बुयेंदियांच्या घराच्या हद्दीपलीकडे कुणाच्याच मालकीची नसलेल्या जमिनीवर होझे आर्केदियो काम करायला लागला. आमारान्ताने स्वप्नातही कल्पना केली नव्हती असे समाधान जीवनाने तिला देऊ केले होते तरीसुद्धा रेबेकाविषयीचा आपला दीर्घद्वेष मात्र तिने कधीच सोडला नाही. या प्रकरणामुळे वाट्याला आलेली

शरम कशी नाहीशी करावी हे अर्सूलाला समजत नव्हते, तरी तिच्या पुढाकारामुळे पिएत्रो क्रेस्पीने आपल्या पराभवातूनही शांतपणे आपला आब राखत दर मंगळवारी दुपारचे जेवण अर्सूलाच्या घरी घेण्याचे चालूच ठेवले. त्या कुटुंबाविषयीचा आदर व्यक्त करण्यासाठी तो अजूनही आपल्या हॅटवर काळी रिबन लावत असे आणि अर्सूलासाठी पोर्तुगीज सार्डिन्स, तुर्की गुलाबांचा गुलकंद अशा विलक्षण, विदेशी भेटवस्तू आणून तिच्याबद्दलचे आपले प्रेम व्यक्त करीत असे. एकदा तर त्याने तिला सुंदर मनिला शाल भेट दिली. आमारान्ता प्रेमळपणे त्याची परिश्रमपूर्वक काळजी घेत असे. त्याच्या गरजा तिला आधीच कळायच्या. तिने त्याच्या शर्ट्सच्या बाह्यांवरील कफांचे धागे उपसून काढले, त्याच्या वाढदिवसासाठी एक डझन हातरुमालांवर त्याच्या आद्याक्षरांसहीत कशिदा काढला. दर मंगळवारी जेवणानंतर ती पोर्चमध्ये भरतकाम करायची, तेव्हा तो तिच्याजवळ थांबून आनंदाने तिला सोबत करायचा. मात्र तो नेहमी तिला एखाद्या लहान मुलासारखे वागवायचा; पण आता त्याच्या दृष्टीने ती स्त्री म्हणजे एक विलक्षण चमत्कारच होता. तिच्या मनोवृत्तीमध्ये दयाळूपणाचा अभाव असला तरी ऐहिक गोष्टी समजून घेण्याची एक खास संवेदनशीलता आणि एक गूढ नाजूकपणाही होता. अशा परिस्थितीत जे केव्हा तरी होणारच याबद्दल कुणालाही शंका नव्हती ते घडले. पिएत्रो क्रेस्पीने एका मंगळवारी तिला लग्नासाठी मागणी घातली. तिने आपले काम थांबवले नाही. कानांना आलेली उष्ण लाली नाहीशी होईपर्यंत ती थोडी थांबली आणि आपल्या आवाजाला गांभीर्याने वजन देत म्हणाली,

'अर्थातच क्रेस्पी. तसे होईलही पण जेव्हा आपण एकमेकांना अधिक चांगले ओळखायला लागू तेव्हाच ते होईल. कुठल्याही गोष्टीत घाई करणे कधीही चांगले नसते.'

अर्सूला गोंधळात पडली. पिएत्रो क्रेस्पीविषयी तिला आदर होता, तरी एवढे दिवस त्याचा रेबेकाशी वाङ्‌निश्चय झालेला असून तो जाहीरही झालेला असताना त्याच्या सध्याचा निर्णय नैतिकदृष्ट्या चांगला होता की वाईट हे तिला ठरवता येत नव्हते; परंतु शेवटी तिने ती वस्तुस्थिती बिनशर्त स्वीकारली. कारण, तिच्या तसल्या त्या शंकांशी कुणीच सहमत नव्हते. औरेलियानो आता त्यांच्या घरातील कर्ता पुरुष होता, त्याने आपल्या गूढ आणि अंतिम मताने तिला आणखीच गोंधळात टाकले.

'हे काही लग्नांविषयी विचार करीत बसण्याचे दिवस नव्हेत.'

त्याचा त्या मताचा अर्थ अर्सूलाला पुढे काही महिन्यांनंतर समजला. औरेलियानोने व्यक्त केलेले ते मत अगदी प्रामाणिक होते. केवळ लग्नाविषयीचेच नव्हे तर युद्धाखेरीज दुसऱ्या कोणत्याही गोष्टीसंबंधी त्याचे तेच मत होते. फायरिंग स्क्वॉडसमोर तो उभा होता तेव्हा ज्या गूढ अटळ अपघातमालिकेने त्याला त्या क्षणाशी आणून पोहोचवले होते, त्यातल्या कितीतरी गोष्टी त्याला नीटशा समजल्याच

नव्हत्या. रेमेदियोसच्या मृत्यूमुळे त्याला भीती वाटली होती; पण तेवढे नैराश्य आले नव्हते. उलट त्याच्यात एक मंद संतापाची भावना उद्‌भवली होती, तिचे रूपांतर हळूहळू निष्क्रिय नैराश्यात झाले होते. पूर्वी त्याला बाईशिवायच जगायची पाळी आली होती, तेव्हाही अशीच भावना त्याने अनुभवली होती. त्याने पुन्हा स्वतःला कामामध्ये झोकून दिले; परंतु आपल्या सासऱ्याशी डॉमिनोज्‌चा खेळ खेळण्याचा रिवाज त्याने चालूच ठेवला. एरवी शोकात बुडालेल्या त्या दोन्ही कुटुंबांचे मैत्रीसंबंध त्या दोघांमध्ये होणाऱ्या रात्रींच्या गप्पांमुळे अधिकच दृढ झाले होते.

त्याचा सासरा त्याला म्हणायचा, 'औरेलियानो, तू पुन्हा लग्न कर. मला आणखी सहा मुली आहेत. त्यांच्यामधून एखादी तुला निवडता येईल.' एकदा डॉन आपोलिनार मोस्कोते राजधानीला भेट देऊन निवडणुकीच्या आदल्या दिवशी परतला तेव्हा देशातल्या राजकीय परिस्थितीमुळे तो चिंताग्रस्त झाला होता. लिबरल पक्षाच्या लोकांना युद्ध हवेच होते. औरेलियानोला या काळात लिबरल्स आणि कंझर्व्हेटिव्हज् यांच्यामधल्या फरकाविषयी नीटशी कल्पना नव्हती म्हणून त्याच्या सासऱ्याने त्याला त्याविषयी ढोबळमानाने थोडेफार धडे दिले. त्याच्या सासऱ्याच्या मते ते लिबरल्स म्हणजे फ्रीमेसन्स[५] संघटनेचे सभासद असावेत तसे दुष्ट लोक होते. त्यांना धर्मगुरूंना फासावर चढवायचे होते. ते सिव्हिल मॅरेजेस् आणि घटस्फोटाची पद्धत रूढ करू पाहणारे आणि अनौरस मुलांना औरस संततीच्या बरोबरीने हक्क देऊ इच्छिणारे होते. त्यांना देशाचे अनेक तुकड्यांमध्ये विभाजन करून संघराज्यपद्धती सुरू करायची होती, तसेच त्याद्वारे सर्वोच्च अधिकाऱ्यांचे अधिकारसुद्धा काढून घ्यायचे होते. त्याउलट, कंझर्व्हेटिव्हज्‌ना प्रत्यक्ष परमेश्वराकडूनच त्यांची सत्ता प्राप्त झालेली होती, ते सार्वजनिक सुव्यवस्था स्थापण्यासाठी झटणारे आणि कौटुंबिक नीतिमत्तेचे रक्षण करू इच्छिणारे होते. येशू ख्रिस्तावरील श्रद्धेचे आणि अधिकाराच्या तत्त्वाचे ते रक्षणकर्ते होते आणि देशाचे तुकडे होऊन त्याचे छोट्या छोट्या स्वायत्त भागांमध्ये रूपांतरण होऊ द्यायला तयार नव्हते. औरेलियानोच्या स्वाभाविक मानवतावादी प्रवृत्तीमुळे त्याला निसर्गतः झालेल्या संततीचे हक्क मान्य करणाऱ्या लिबरल्सच्या दृष्टिकोनाविषयी सहानुभूती होती. मात्र ज्यांना हातांनी स्पर्श करता येत नाही अशा अमूर्त गोष्टींसाठी कुठल्याही परिस्थितीत युद्ध सुरू करण्याच्या टोकापर्यंत कुणीही कसे जातात हेच त्याला समजत नव्हते, त्यामुळे त्याच्या सासऱ्याने निवडणुकीसाठी सरकारी अधिकाऱ्यांना एका सार्जंटच्या देखरेखीखाली सहा राफयलधारी सशस्त्र सैनिकांची तुकडी त्यांच्या गावात पाठवायला लावली ही गोष्ट त्याला एक प्रकारे अतिरेकच वाटत होती. सशस्त्र सैनिक गावात तर आलेच; पण गावात मतपत्रिका वाटण्यापूर्वी घरोघर हिंडून त्यांनी गावकऱ्यांजवळची शिकारीची हत्यारे, मोठाले चाकू इतकेच नव्हे तर त्यांच्या स्वयंपाकघरांतले चाकूसुद्धा जप्त केले. त्यांनी गावातील एकवीस वर्षे वयाच्या वरच्या पुरुषांना मतपत्रिका वाटल्या. त्यातल्या

निळ्या मतपत्रिकांवर कंझर्व्हेटिव्ह पक्षाच्या उमेदवारांची नावे होती, तर तांबड्या मतपत्रिकांवर लिबरल पक्षाच्या उमेदवारांची नावे होती. निवडणुकीच्या आदल्या दिवशी डॉन आपोलिनार मोस्कोतेने एक आदेश लोकांना वाचून दाखवला. त्या आदेशानुसार लोकांना मद्य व तत्सम पेये विकायला तसेच एकाच कुटुंबातील लोकांखेरीज इतर तीनपेक्षा अधिक लोकांना एकत्र यायला मनाई करण्यात आली होती. कसलाही लक्षणीय अपप्रकार न घडता निवडणुका पार पडल्या. रविवारी सकाळी आठ वाजता चौकामध्ये एक लाकडी पेटी ठेवण्यात आली, तिच्यावर त्या सैनिकांचा पहारा होता. मतदान अगदी मोकळेपणाने झाले, याविषयी औरेलियानोदेखील ग्वाही देऊ शकला असता. कारण, तो जवळजवळ सगळा दिवसच आपल्या सासऱ्याबरोबर थांबून कुणीही दोनदा मतदान करत नाही ना याची खात्री करून घेत होता. चार वाजता चौकात पडघम वाजवून मतदान संपल्याचे जाहीर करण्यात आले आणि डॉन आपोलिनार मोस्कोतेने एका लेबलवर आपली सही केली, ते लेबल मतपेटीच्या छिद्रावर चिकटवून मतपेटी सीलबंद केली. त्याच रात्री एकीकडे औरेलियानोबरोबर डोमिनोज्‌चा खेळ खेळता खेळता त्याने त्या सार्जंटला मते मोजून पाहण्यासाठी सील तोडायची आज्ञा केली. पेटीमध्ये जेवढ्या निळ्या मतपत्रिका होत्या, तेवढ्याच जवळजवळ तांबड्याही मतपत्रिका होत्या; परंतु त्या सार्जंटने फक्त दहाच तांबड्या मतपत्रिका पेटीत राहू दिल्या आणि निळ्या मतपत्रिकांच्या साह्याने फरक भरून काढला. नंतर त्याने नवे लेबल लावून ती पेटी सीलबंद केली आणि दुसऱ्या दिवशी सकाळी पहिली गोष्ट त्यांनी केली ती म्हणजे ती पेटी राज्याच्या राजधानीकडे नेण्यात आली. औरेलियानो म्हणाला, 'लिबरल्स आता युद्ध सुरू करतील.' डोन आपोलिनार मोस्कोतेने डोमिनोज्‌च्या सोंगट्यांवर आले लक्ष केंद्रित केले आणि म्हटले, 'मतपत्रिकांच्या अदलाबदलीमुळे तू असे म्हणत असशील तर ते तसे करणार नाहीत. कारण, आम्ही काही तांबड्या मतपत्रिका राहू दिल्या होत्या, तेव्हा तशी काही तक्रार असणार नाही.' विरोधकांमध्ये असण्याचे तोटे औरेलियानोला समजून चुकले. 'मी जर लिबरल पक्षाचा असतो तर त्या मतपत्रिकांमुळेच मी युद्ध पत्करले असते.'

त्याच्या सासऱ्याने चष्म्याच्या वरून त्याच्याकडे पाहिले आणि तो म्हणाला, 'हे बघ औरेलियानो, तू जर लिबरल पक्षाचा असला असतास तर तू माझा जावई असूनदेखील तुला मतपत्रिकांची अदलबदल पाहायला मिळाली नसती.'

गावात संतापाची लाट उसळली होती. निवडणुकांच्या निकलामुळे नव्हे तर त्या सैनिकांनी गावकऱ्यांची हत्यारे परत केली नव्हती म्हणून लोक संतापले होते. औरेलियानोने आपल्या सासऱ्याकडून त्यांच्या स्वयंपाकघरातल्या सुऱ्या परत मिळवून द्याव्यात यासाठी बायकांचा एक गट त्याचाशी बोलला. डॉन आपोलिनार मोस्कोतेने त्याला अत्यंत विश्वासार्ह म्हणून समजावून सांगितले की, सैनिकांनी ती

शस्त्रे घेतली. कारण, त्यांना लिबरल पक्षाचे लोक युद्धाची तयारी करताहेत याचा पुरावा दाखवायचा होता. त्या उत्तरातल्या दुष्टपणामुळे औरेलियानो हादरला. तो काही बोलला नाही; परंतु नंतर एकदा गेरिनेल्दो मार्केझ, माग्निफिको विस्वाल आणि आणखी काही मित्रांशी त्या सुऱ्यांच्या प्रसंगासंबंधी तो बोलत असताना त्यांनी त्याला विचारले की 'तू कंझर्व्हेटिव्ह आहेस की लिबरल?' तेव्हा तो म्हणाला,

'मला काही व्हावेच लागले तर मी लिबरल पक्षाचा होईन. कारण, कंझर्व्हेटिव्ह पक्षाचे लोक लबाड असतात.'

दुसऱ्या दिवशी त्याच्या मित्रांच्या आग्रहावरून त्याच्या यकृतामध्ये नसलेल्या दुखण्यावर इलाज करण्यासाठी म्हणून तो डॉक्टर आलिरो नोगेराकडे गेला. त्या युक्तीचा अर्थ काय तेही त्याला समजले नाही. काही वर्षांपूर्वी डॉ. आलिरो नोगेरा काहीच चव नसलेल्या गोळ्यांची औषधांची पेटी घेऊन माकोन्दोमध्ये आला होता. कुणाचाही विश्वास बसणार नाही असले त्याचे वैद्यकीय घोषवाक्य होते : *एक खिळा दुसऱ्या खिळ्याला बाहेर काढतो.* वस्तुतः तो एक ढोंगी डॉक्टर होता. फारशी प्रतिष्ठा नसलेला डॉक्टर असण्याच्या निष्पाप बुरख्यामागे खरे म्हणजे एक दहशतवादी लपलेला होता. पाच वर्षे खोड्यात ठेवल्या गेलेल्या त्याच्या पायांवर वण झाले होते, ते तो आपल्या आखूड बुटांच्या साह्याने झाकून टाकायचा. फेडरेलिस्टांच्या पहिल्याच साहसामध्ये त्याला कैद करण्यात आले होते. कॅसक[६] या वस्त्राचा त्याला जास्तीत जास्त तिटकारा वाटायचा.

पण नेमक्या त्याच वस्त्रात स्वतःला लपवून घेऊन त्याने स्वतःची सुटका करवून घेतली होती. तो कुरासावला पळून जाण्यात यशस्वी झाला. दीर्घ हद्दपारीच्या अखेरीस कॅरिबियनमधल्या हद्दपारांना कुरासावमध्ये आणले गेले आहे, या सनसनाटी बातमीने तो अस्वस्थ झाला आणि एका गलबतामध्ये बसून रिओहाचामध्ये पोहोचला. अनेक डोलकाठ्यांचे ते गलबत स्मगलरांचे होते. त्याच्याजवळ फक्त त्याच्या त्या शुद्ध साखरेच्या बारीक गोळ्या आणि स्वतःच बनवलेला लाइप्झिग युनिव्हर्सिटीचा बनावट डिप्लोमा होता. निराशेने तो रडला होता. फेडरॅलिस्टांच्या त्या उत्साहामुळे सगळ्या हद्दपार लोकांना वाटले होते की, स्फोटक दारू ठासून भरलेल्या एखाद्या पिंपाचा स्फोट व्हावा तसे काही तरी होईल; पण तसे काहीही झाले नाही. तो सारा उत्साह निव्वळ संदिग्ध निवडणुकीच्या भ्रमामध्ये विरघळून गेला. अपयशामुळे कडवट बनून म्हातारपणासाठी एखादी सुरक्षित जागा मिळावी म्हणून तळमळत त्या ढोंगी होमिओपॅथने माकोन्दोमध्ये आश्रय घेतला. चौकाच्या एका बाजूला त्याने एक अरुंद खोली भाड्याने घेतली व बाटल्यांनी भरलेल्या त्या खोलीत तो राहू लागला. नैराश्यग्रस्त रोग्यांना तो त्या गोळ्या विकायचा. अशी त्याने कित्येक वर्षे काढली. त्या रोग्यांनी बाकीचे सगळे उपचार आधी करून पाहिले होते आणि आता ते साखरेच्या गोळ्या खाऊन स्वतःचे समाधान करीत होते. जोपर्यंत डॉन आपोलिनार मोस्कोते

गावातला प्रमुख अधिकारी होता, तोपर्यंत या होमिओपॅथ डॉक्टरची चळवळी प्रवृत्ती थंड पडलेली होती. आपल्या दम्याशी झगडत जुन्या आठवणी काढत तो दिवस कंठत असे. निवडणुका जवळ येण्याच्या सुमारास त्याच्या विध्वंसक वृत्तीने पुन्हा उचल खाल्ली. गावातल्या तरुणांशी त्याने संधान बांधले; पण त्यांना कसलेच राजकीय ज्ञान नव्हते म्हणून त्याने गुप्तपणे चिथावणीचे उद्योग सुरू केले. मतपेटीमध्ये सापडलेल्या अनेक तांबड्या मतपत्रिका डॉन आपोलिनार मोस्कोतेला वाटले होते तशा तरुणांकडून पण निव्वळ कुतूहलापोटी आलेल्या नव्हत्या तर डॉक्टरने रचलेल्या बेताबरहुकूम आल्या होत्या. त्याने आपल्या तरुण अनुयायांना मतदान करायला लावले होते. त्याला त्या तरुणांना दाखवून द्यायचे होते की, निवडणुका हा निव्वळ फार्स आहे. तो म्हणायचा, 'एकच गोष्ट खरी परिणामकारक ठरेल ती म्हणजे हिंसाचार.' औरेलियानोच्या बहुसंख्य मित्रांना कंझर्व्हेटिव्हांच्या प्रस्थापित शक्तींना नष्ट करून टाकण्याच्या कल्पनेविषयी चांगलाच उत्साह होता; पण त्यांच्यापैकी कुणालाही त्या बेतामध्ये औरेलियानोला सहभागी करून घ्यायचे धैर्य झाले नव्हते. कारण, एक तर त्याचे मॅजिस्ट्रेटशी संबंध होते आणि दुसरे म्हणजे त्याचा एककल्ली आणि मनस्वी स्वभाव. शिवाय आपल्या सासऱ्याच्या सांगण्यानुसार त्याने निळ्या मतपत्रिकेद्वारा मतदान केले होते, असेही त्यांना समजले होते, त्यामुळे त्याने आपल्या राजकीय भावना उघड करणे हा एक निव्वळ योगायोगाचा भाग होता आणि तो त्या डॉक्टरकडे स्वतःला नसलेल्या दुखण्यावर इलाज करायला गेला होता ते तर केवळ कुतूहल किंवा एक लहर म्हणूनच त्याने केले होते. कापराचा वास आणि कोळिष्टके भरलेल्या त्या अंधाऱ्या खोलीत धुळीने माखलेल्या एखाद्या घोरपडीसारख्या दिसणाऱ्या माणसासमोर औरेलियानो जाऊन उभा राहिला. तो माणूस श्वासोच्छ्वास करायचा तेव्हा त्याच्या छातीतून शिटी वाजल्यासारखा आवाज यायचा. त्याला काही प्रश्न विचारण्यापूर्वी त्या डॉक्टरने त्याला खिडकीजवळ नेले आणि त्याच्या पापण्यांच्या आतल्या बाजू तपासल्या. त्यांनी सांगितले होते त्यानुसार औरेलियानो त्याला म्हणाला, 'तिथे काही नाही.' आणि आपल्या यकृताच्या जागी बोट खुपसून त्याने म्हटले,

'इथेच दुखते आहे, त्यामुळे मला झोप लागत नाही.' नंतर डॉक्टर नोगेराने जास्त ऊन येते म्हणून खिडकी बंद केली आणि मग कंझर्व्हेटिव्हांना ठार करणे हे कसे देशभक्तीचे कृत्य ठरेल ते त्याने औरेलियानोला साध्या शब्दांत सांगितले. पुढे कित्येक दिवस औरेलियानोने शर्टाच्या खिशात होमिओपॅथिक गोळ्यांची बाटली बाळगली. दर दोन तासांनी तो ती बाटली बाहेर काढायचा, त्यातल्या तीन गोळ्या तळहातावर घ्यायचा आणि तोंडात टाकून जिभेवर विरघळवायचा. त्याच्या त्या होमिओपॅथीवरील विश्वासाची डॉन आपोलिनार मोस्कोते चेष्टा करायचा; परंतु त्या कारस्थानात सहभागी असणाऱ्यांना त्याच्यामध्ये आणखी एक 'आपला माणूस' दिसायचा. माकोन्दोच्या बहुतेक सगळ्याच संस्थापकांचे मुलगे त्यात गुंतले होते. मात्र

आपण सगळे नेमके काय कारस्थान करतो आहोत हे त्यांनाही नक्की माहीत नव्हते. तथापि, ज्या दिवशी त्या डॉक्टरने ते रहस्य औरेलियानोला सांगितले, त्या दिवशी त्याने सगळाच बेत त्याच्याकडून काढून घेतला. त्या वेळी कंझर्व्हेटिव्हांची सत्ता नष्ट करण्याची आवश्यकता जरी त्याला पटली होती तरी त्या सगळ्या बेताने त्याला धडकीच भरली. डॉक्टर नोगेराला माणसांचा खून करण्याविषयी एक वेगळेच गूढ आकर्षण होते. त्याची एकूण मानसिकताच अशी झाली होती की, सबंध देशभरात एकाच वेळी जणू एकाच जबरदस्त प्रहारात सगळ्या कंझर्व्हेटिव्हांची तत्त्वप्रणाली मुळापासून उखडून टाकता येईल व कंझर्व्हेटिव्ह राजवटीतील सगळ्या अधिकाऱ्यांना त्यांच्या कुटुंबासकट – विशेषतः, त्यांच्या मुलांसकट नष्ट करता येईल, अशा कृतींची मालिका घडवून आणायची मनोमन तयारी त्याने केली होती. डॉन आपोलिनार मोस्कोते, त्याची बायको आणि सहा मुली त्यांच्या यादीवर होत्या हे सांगायला नकोच. औरेलियानोने आपला तोल अजिबात न सुटू देता त्याला म्हटले,

'तू लिबरल वगैरे नाही आहेस. तू निव्वळ खाटीक आहेस.'

डॉक्टरने तितक्याच शांतपणे त्याला म्हटले, 'तसे असेल तर ती गोळ्यांची बाटली मला परत देऊन टाक. तुला आता तिची गरज नाही.'

फक्त सहाच महिन्यांनी औरेलियानोला समजले की, त्या डॉक्टरने एक कृतिशील माणूस म्हणून त्याची गणना करण्याचे सोडूनच दिले होते. कारण, त्याच्या मते औरेलियानो हा एक भावनाप्रधान मनुष्य होता, त्याला कसलेही भवितव्य नव्हते आणि निश्चित एकच एक असा उद्योगही नव्हता. तो कदाचित कटाची माहिती उघड करील या भीतीने इतर तरुण सतत त्याला वेढून असायचे. औरेलियानोने त्यांना शांत केले, तो एकही शब्द बोलला नाही; परंतु ज्या ज्या वेळी रात्री ते मोस्कोते मंडळींना मारायला जात असत, तेव्हा त्यांना औरेलियानो त्यांच्या दारावर पहारा करताना आढळायचा. त्याने एवढा खात्रीचा दृढ निर्धार दाखवला की, त्यांनी तो सगळा बेतच अनिश्चित काळासाठी पुढे ढकलला. त्याच दिवसांत अर्सूलाने आमारान्ता आणि पिएत्रो क्रेस्पी यांच्या लग्नाविषयी औरेलियानोला विचारले होते आणि त्याने म्हटले होते की, अशा गोष्टींचा विचार करण्याचे ते दिवस नव्हते. एक आठवडा तो त्याच्या शर्टाच्या आत एक जुन्या पद्धतीचे पिस्तूल घेऊन हिंडत होता. आपल्या मित्रांवरही नजर ठेवून होता. दुपारच्या वेळी तो होझे आर्केदियो आणि रेबेकाबरोबर कॉफी प्यायचा, त्या दोघांनीही आपले घर नीटनेटके करायला सुरुवात केली होती. नंतर सात वाजल्यापासून तो आपल्या सासऱ्याबरोबर डॉमिनोज खेळायचा. दुपारच्या जेवणाच्या वेळी तो आर्केदियोबरोबर गप्पा मारायचा. आर्केदियो हा एव्हाना पौंगडावस्थेतला भलामोठा पोरगा झाला होता आणि युद्ध होण्याच्या कल्पनेने तो दिवसेंदिवस उत्तेजित झाल्यासारखा वाटत होता. शाळेमध्ये आर्केदियोपेक्षा जास्त वयाचे विद्यार्थी होते, त्याचबरोबर ज्यांनी नुकतीच बोलायला सुरुवात केली

होती अशी लहान मुलेही त्या विद्यार्थ्यांमध्ये मिसळलेली होती. तिथेही लिबरल पक्षाचा ज्वर पसरायला सुरुवात झाली होती. अनिर्बंध प्रेमाला उत्तेजन देणे, फादर निकानोरला गोळी घालणे, चर्चचे शाळेमध्ये रूपांतर करणे असल्या गोष्टी तिथे बोलल्या जात होत्या. औरेलियानोने त्याचा उत्साह जरा थंड करण्याचा प्रयत्न केला आणि आर्केदियोला सारासारविवेकाने आणि शहाणपणाने वागण्याची शिफारस केली. औरेलियानोच्या स्वभावातील दुबळेपणाबद्दल आर्केदियो त्याला जाहीरपणे दोष देत असे. औरेलियानो वाट पाहत राहिला. शेवटी डिसेंबरच्या सुरुवातीला अर्सूला त्याच्या वर्कशॉपमध्ये अगदी अस्वस्थ होऊनच शिरली व उद्गारली,

'युद्ध सुरू झालंय!'

खरे म्हणजे युद्ध तीन महिन्यांपूर्वीच सुरू झाले होते. सबंध देशभरात लष्करी कायदा लागू झालेला होता. डॉन आपोलिनार मोस्कोते या एकाच माणसाला ते लगेच कळाले होते; परंतु त्यानी ही बातमी आपल्या बायकोलाही सांगितली नव्हती आणि तिकडे या गावावर अकस्मात कब्जा करण्यासाठी सैन्याची एक तुकडी गावाकडे यायला निघाली होती. खेचरांकडून वाहून आणलेल्या दोन तोफा घेऊन ते सैनिक आवाज न करता पहाटेपूर्वी गावात शिरले आणि त्यांनी शाळेमध्ये आपले हेडक्वॉर्टर्स उभारले. सायंकाळी सहापासून संचारबंदी लावली गेली. त्यांनी पूर्वीपेक्षाही अधिक कडक अशी तपासणी घराघरांतून केली आणि या वेळी तर ते शेतीची अवजारेसुद्धा घेऊन गेले. त्यांनी डॉक्टर नोगेराला घराबाहेर ओढून काढले, चौकात एका झाडाला बांधले आणि कुठल्याही प्रकारची कायदेशीर कारवाई वगैरे न करता त्यांनी त्याला गोळी घातली. फादर निकानोरने शरीर उचलले जाण्याचा चमत्कार दाखवून मिलिटरीच्या अधिकाऱ्यांवर छाप टाकायचा प्रयत्न केला; पण एका सैनिकाने बंदुकीच्या दस्त्याने त्याचे डोके फोडले. लिबरल विचारांच्या लोकांना झालेला अत्यानंद विरून जाऊन त्याचे निःशब्द दहशतीमध्ये रूपांतर झाले होते. निस्तेज आणि गूढ भासणाऱ्या औरेलियानोने आपल्या सासऱ्याबरोबर डोमिनिज् खेळणे चालूच ठेवले. औरेलियानोला कळून चुकले की, माकोन्दो गावचा लष्करी आणि नागरी प्रमुख म्हणून डॉन आपोलिनार मोस्कोतेचा हुद्दा कायम असला तरी तो पुन्हा तिथला नामधारी प्रमुख बनला होता. सगळे निर्णय तो लष्करातील कॅप्टन घ्यायचा आणि सकाळी नागरी सुव्यवस्था रक्षणाच्या नावाखाली जादा पैशांची वसुलीही करायचा. एकदा त्याच्याच नेतृत्वाखाली चार सैनिकांनी एका स्त्रीला तिच्या कुटुंबातून ओढून काढले आणि तिला पिसाळलेले कुत्रे चावले होते म्हणून बंदुकीच्या दस्त्यांनी प्रहार करून मारून टाकले. त्यांनी गावाचा कब्जा घेतल्यानंतर दोन आठवड्यांनी एका रविवारी गेरिनेल्दो मार्केझच्या घरी औरेलियानो गेला आणि त्याने आपल्या नेहमीच्या कमी शब्दांत बोलण्याच्या पद्धतीप्रमाणे, साखरेशिवाय कॉफीचा मग मागितला. स्वयंपाकघरात ते दोघेच राहिले तेव्हा पूर्वी

कधीही तो बोलला नव्हता अशा अधिकारवाणीने बोलत औरेलियानोने त्याला म्हटले, 'आपल्या पोरांना तयार राहायला सांग, आपण युद्धावर जातो आहोत.' गेरिनेल्दो मार्केझचा त्याच्यावर विश्वास बसला नाही. त्याने विचारले,

'कोणत्या शस्त्रांनी?'

औरेलियानोने उत्तर दिले,

'त्यांच्याच शस्त्रांनी.'

मंगळवारी मध्यरात्री एका वेड्या साहसी कृतीमध्ये शहराबाहेर ठेवलेल्या सैन्याच्या ठाण्यावर तीस वर्षांखालच्या एकवीस जणांनी औरेलियानो बुयेंदियाच्या नेतृत्वाखाली अचानक हल्ला केला. त्यांच्यापाशी निव्वळ स्वयंपाकघरातले चाकू आणि इतर टोकदार हत्यारे होती. ठाण्यातील सैनिकांची सगळी शस्त्रे हस्तगत केली. ज्या कॅप्टनने व चार सैनिकांनी त्या स्त्रीला ठार मारले होते, त्यांना पटांगणात नेऊन त्यांनी ठार केले.

त्याच रात्री फायरिंग स्क्वॉडचा आवाज येत होता, तेव्हा इकडे आर्केदियोला शहराचा नागरी व लष्कर प्रमुख नेमण्यात आले. बंडखोरांमधल्या विवाहित तरुणांना त्यांच्या बायकांची परवानगी घ्यायलाही पुरेसा वेळ मिळाला नव्हता. त्यांनी त्यांना आपापली सोय पाहायला सांगितले. बंडखोरांनी दुसऱ्या दिवशी पहाटे जनरल विक्टोरियो मेदिनाला जाऊन मिळण्यासाठी गाव सोडले. लष्कराच्या दहशतीपासून त्यांनी मुक्त केलेल्या लोकांनी त्यांना प्रोत्साहन देण्यासाठी जल्लोष केला. ताज्या बातमीनुसार जनरल विक्टोरियो मेदिना मानाउरेकडे निघाला होता. निघण्यापूर्वी औरेलियानोने डॉन आपोलिनार मोस्कोतेला एका छोट्या खोलीतून बाहेर आणले.

'आरामात विश्रांती घ्या सासरेबुवा,' त्याने त्याला सांगितले. 'नवे सरकार तुमच्या आणि तुमच्या कुटुंबीयांच्या सुरक्षिततेचे सन्माननीय वचन देत आहे.' उंच बुटातला आणि खांद्यावरून रायफल लटकवलेला तो कटवाला आणि त्या संध्याकाळी नऊ वाजेपर्यंत आपल्याशी डॉमिनोज्‌चा खेळ खेळणारा औरेलियानो या दोन्ही व्यक्ती एकच आहेत हे डॉन आपोलिनार मोस्कोतेला कळायला त्रास पडला.

'हा वेडेपणा आहे औरेलियानो,' तो उद्‌गारला.

औरेलियानो म्हणाला, 'वेडेपणा नव्हे, युद्ध. आणि इथून पुढे मला औरेलियानो म्हणत जाऊ नका. मी आता 'कर्नल औरेलियानो बुयेंदिया' आहे.'

६

कर्नल औरेलियानो बुयेंदियाने बत्तीस सशस्त्र उठाव केले आणि त्या साऱ्यांमध्ये तो हरला. सतरा वेगवेगळ्या स्त्रियांपासून त्याला सतरा मुले झाली आणि त्यांच्यातला सर्वांत मोठा मुलगा पस्तीस वर्षांचा होण्यापूर्वीच त्या सगळ्यांचा एका रात्रीत एकापाठोपाठ एक असा समूळ नाश झाला. त्याच्या जिवावर उठलेल्या हल्लेखोरांच्या चौदा जीवघेण्या हल्ल्यांमधून तो बचावला होता, दबा धरून बसलेल्यांच्या तावडीतून त्र्याहत्तर वेळा तो सुटला होता आणि एकदा फायरिंग स्क्वॉडला सामोरा जाऊनही जिवंत राहिला होता. एखाद्या घोड्याला ठार करू शकेल इतका मोठा स्ट्रिक्निनचा डोस त्याच्या कॉफीत मिसळला होता तरी त्याच्या दुष्परिणामातूनही तो वाचला होता. रिपब्लिकच्या अध्यक्षांनी त्याला दिलेला 'ऑर्डर ऑफ मेरिट' हा किताब त्याने नाकारला. क्रांतिकारकांच्या सैन्यामध्ये तो 'कमांडर इन चीफ' या पदापर्यंत चढला तेव्हा त्याची कार्यकक्षा व अधिकार देशाच्या या सीमेपासून त्या सीमेपर्यंत होता. सरकारला त्याची जास्तीत जास्त भीती वाटत होती. मात्र त्याने कधीही आपला फोटो काढू दिला नाही. युद्धानंतर त्याला देऊ केलेली आयुष्यभरासाठीची पेन्शन त्याने नाकारली आणि अगदी म्हातारा होईपर्यंत माकोन्दोमधील आपल्या वर्कशॉपमध्ये स्वतः तयार केलेल्या छोट्या सोनेरी माशांच्या विक्रीमधून तो आपला चरितार्थ चालवत असे. आपल्या माणसांच्या प्रमुखपदी राहूनच तो नेहमी लढत राहिला तरीही नेरलांदियाच्या तहावर सह्या केल्यानंतर त्याने स्वतःवर गोळी झाडून घेतली, तेवढी एकच जखम त्याला झाली होती. त्या तहामुळे जवळजवळ वीस वर्षे चाललेले यादवी युद्ध संपुष्टात आले. त्याने आपल्या छातीमध्ये पिस्तूल झाडून घेतले तेव्हा ती गोळी छातीमधून आरपार जाऊन पाठीतून बाहेर आली; परंतु त्याच्या कुठल्याही महत्त्वाच्या अवयवांना कसलीही इजा झाली नाही. त्या सगळ्यांतून एकच गोष्ट नंतर शिल्लक राहिली ती म्हणजे त्याचे

नाव दिलेला माकोन्दोमधला एक रस्ता आणि वार्धक्यामुळे त्याचा मृत्यू झाला त्यापूर्वी त्याने स्वतःच जाहीर केले की, आपल्या एकवीस सहकाऱ्यांबरोबर जनरल विक्टोरियो मेदिनाच्या सैन्याला जाऊन मिळण्यासाठी तो निघाला होता, त्या पहाटे त्याने त्यातल्या कोणत्याही गोष्टींची अपेक्षा केली नव्हती.

निघण्यापूर्वी त्याने आर्केदियोला फक्त एवढेच म्हटले, 'आम्ही तुमच्या ताब्यात माकोन्दो देऊन जात आहोत. ते चांगल्या स्थितीमध्ये तुमच्या हवाली करतो आहोत. आम्ही परत येऊ तेव्हा त्याची स्थिती आणखी सुधारलेली असेल असा प्रयत्न करा.' आर्केदियोने या सूचनांचा वेगळाच व्यक्तिगत अर्थ लावला. मेल्कियादेसच्या एका पुस्तकामध्ये छापलेल्या एका चित्रात त्याने पाहिला होता तसला गोफ आणि खांद्यावर लावायच्या मार्शलसारख्या अधिकारदर्शक चिन्हांचा पोशाख त्याने स्वतःसाठी शोधून काढला आणि बंडखोरांनी ठार केलेल्या त्या कॅप्टनच्या कमरेची सोनेरी झुबक्याची तलवार त्याने कमरेला लटकवली. सरकारी सैन्याने गुपचूप आणलेल्या त्या दोन तोफा त्याने गावाच्या प्रवेशद्वारापाशी ठेवून दिल्या. त्याच्या कडक जाहीरनाम्यांमुळे जागृत झालेल्या त्याच्या एके काळच्या विद्यार्थ्यांना त्याने मिलिटरी युनिफॉर्म घालायला लावला आणि आपल्या अजिंक्यत्वाची जाणीव सगळ्यांना व्हावी म्हणून त्या पोरांना गावामधून शस्त्रे घेऊन हिंडायला लावले. तशी ती एक दुहेरी फसवणूक होती. कारण, त्यामुळे दहा महिने त्यांच्यावर हल्ला करण्याचे धैर्य सरकारला झाले नाही हे खरे; परंतु शेवटी त्यांनी हल्ला केला तेव्हा तो एवढ्या मोठ्या सैन्यानिशी केला की, अर्ध्या तासात सारा प्रतिकार संपुष्टात आला. आपल्या कारकिर्दीच्या पहिल्या दिवसापासूनच हुकूमनामे जारी करण्याची आपली हौस त्याने दाखवून दिली. त्याच्या डोक्यात येईल ते काहीही तो त्याच्या हुकूमनाम्यांच्या कक्षेत आणायचा आणि असे चार चार हुकूमनामे दिवसाला वाचले जायचे. अठरा वर्षांवरील सर्व पुरुषांना त्याने लष्करी सेवा अनिवार्य केली. संध्याकाळी सहानंतर रस्त्यांत आढळणारी गुरेढोरे ही सार्वजनिक मालमत्ता होईल, असे त्याने जाहीर केले आणि जास्ती वय झालेल्या माणसांना हातावर तांबडे पट्टे घालायला लावले. फादर निकानोरला त्याने पॅरिश हाउसमध्ये अडकवून ठेवले आणि लोकांकडून चर्चमधली प्रार्थना म्हणवून घ्यायला तसेच चर्चची घंटा वाजवायलाही त्याला बंदी केली. लिबरल पक्षाच्या विजयोत्सवासाठी मात्र घंटा वाजवता येईल, असाही नियम त्याने केला. नियम मोडणाऱ्यास देहान्त शिक्षेची भीती घातली. त्याच्या हेतूंबद्दल कुणालाही शंका राहू नये म्हणून त्याने चौकात फायरिंग स्क्वॉड उभे करून त्यांना एका बुजगावण्यावर गोळ्या झाडायला लावल्या. सुरुवातीला कुणीही त्यांच्याकडे विशेष गांभीर्याने लक्ष दिले नाही. कारण, ती तर केवळ शाळकरी पोरंच होती, आपण मोठी माणसे झालो आहोत असा नुसता खेळ ती पोरे खेळत होती; परंतु एके रात्री तो कातारिनोच्या दुकानात गेला तेव्हा तिथे ट्रम्पेट वाजवणाऱ्याने

अधिकाऱ्याबद्दल असले अवमानदर्शक वर्तन केले म्हणून आर्केदियोने त्याला गोळी घालायला लावली. ज्यांनी त्याला विरोध केला त्यांना त्याने शाळेच्या एका खोलीत खोडात त्यांचे घोट्याइतके पाय अडकवून निव्वळ ब्रेड आणि पाण्यावर ठेवले. दर वेळी त्याच्या नव्याच जुलमी कृत्यांविषयी ऐकायला आले की, अर्सूला ओरडायची, 'अरे खुन्या! औरेलियानोला हे सारे समजेल, तेव्हा तो तुलाच गोळी घालील आणि त्यामुळे सगळ्यात जास्त आनंद मला होईल.' परंतु त्याचा काही उपयोग नव्हता. आर्केदियोने आपले पाश अधिकाधिक जोराने आवळायला सुरुवात केली. परिणामी माकोन्दोमध्ये होऊन गेलेल्या राज्यकर्त्यांमधला तो सर्वांत जास्त क्रूर राज्यकर्ता ठरला. एका प्रसंगी डॉन आपोलिनार मोस्कोतेने म्हटले, 'आता राज्यकर्त्यांमधला फरक लोकांना सोसू दे. हाच तर तो लिबरलांचा स्वर्ग आहे.' आर्केदियोला हे समजले तेव्हा एका तुकडीचे नेतृत्व करीत त्याने डॉन आपोलिनार मोस्कोतेच्या घरावर हल्ला केला, फर्निचरचा नाश केला, मुलींना चाबकाचे फटके मारले आणि डॉन आपोलिनार मोस्कोतेला ओढून बाहेर काढले. अर्सूला गावात 'शेम शेम' असे संतापाने ओरडत, हातात डांबराने माखलेला चाबूक नाचवत हेडक्वॉर्टर्सच्या पटांगणात घुसली, तेव्हा आर्केदियो स्वतः फायरिंग स्क्वॉडला हुकूम देण्याच्या तयारीतच होता. अर्सूला ओरडली, 'अरे रांडेच्या, आत्ता बघतेच मी तुझ्याकडे.' आर्केदियोला काही करायला वा म्हणायला वेळ मिळू न देता तिने आपल्या चाबकाचा पहिला फटका त्याच्यावर ओढला आणि ओरडली, 'अरे खुन्या! आत्ता बघतेच तुझ्याकडे. अरे पापिणीच्या कारट्या, मलाही मारून टाक. मेले म्हणजे असल्या राक्षसाला पोसल्याच्या शरमेने मला रडावे तरी लागणार नाही.' त्याला चाबकाने निर्दय फोडून काढत पटांगणाच्या मागील बाजूपर्यंत तिने त्याचा पाठलाग केला, तेव्हा आर्केदियो अगदी एखाद्या शिंपल्यात स्वतःला गुंडाळून घेणाऱ्या गोगलगायीसारखा होऊन गेला. डॉन आपोलिनार मोस्कोते बेशुद्ध झाला होता. पोरांनी गोळ्या झाडून बुजगावण्याचे जिथे पार तुकडे तुकडे केले होते, त्याच खांबाला त्याला बांधलेले होते. फायरिंग स्क्वॉडमधली पोरे घाबरून इतस्ततः पांगली. त्यांना भीती वाटली की, अर्सूला त्यांच्याही मागे लागेल; परंतु तिने त्यांच्याकडे पाहिलेसुद्धा नाही. फाटलेल्या युनिफॉर्ममध्ये आर्केदियो संतापाने आणि वेदनेने ओरडत पडला होता, तिने त्याला तिथेच तसेच पडू दिले आणि डॉन आपोलिनार मोस्कोतेला सोडवून घरी नेले. आर्केदियोने खोड्यात अडकवून ठेवलेल्या कैद्यांनाही तिने हेडक्वार्टर्समधून निघण्यापूर्वी मुक्त केले.

त्या वेळेपासून गावावर तिचाच अंमल सुरू झाला. तिने रविवारच्या प्रार्थनासभा पुन्हा सुरू केल्या, वृद्धांसाठी तांबड्या पट्ट्याचा वापर बंद करवला आणि आर्केदियोचे ते अविचारी हुकूमनामेही रद्द केले. मात्र तिच्याजवळ पुरेशी शक्ती होती तरीदेखील ती आपल्या दुर्दैवाला दोष देत राहिली. तिला एवढे एकाकी

वाटू लागले की, तिने अखेरीस त्या चेस्टनट झाडाखाली विसरल्या गेलेल्या आपल्या नवऱ्याची निरुपयोगी सोबत शोधली. जूनमधल्या पावसामुळे चेस्टनट झाडाजवळचा तो निवारा पडायला झालेला होता. ती त्याला म्हणायची, 'बघ आपली काय अवस्था झाली आहे! आपले घर कसे रिकामे रिकामे झाले आहे, मुले जगभर सगळीकडे पांगली आणि सुरुवातीला होतो तसे आपण दोघेच पुन्हा एकाकी राहिलो आहोत.' होझे आर्केदियो बुयेंदिया जाणीवशून्यतेच्या गर्तेत बुडालेला होता, त्यामुळे तिचा सारा शोक त्याच्यापर्यंत पोहोचायचा नाही. वेडाच्या सुरुवातीच्या काळात तो लॅटिनमध्ये काही तरी बोलून आपल्या दैनंदिन गरजा सगळ्यांना सांगायचा. आमारान्ता त्याच्यासाठी जेवण घेऊन जायची, तेव्हा मध्येच जाणवणाऱ्या स्पष्ट शहाणपणाच्या निसटत्या लहरींमध्ये तो आपल्याला कसला त्रास जास्ती होतोय ते तिला सांगायचा आणि तिच्याकडून शांतपणे नळीने ओढून प्यायचे ते पेले आणि मोहरीचे लेप गुपचूप घ्यायचा; परंतु अर्सूला त्याला आपले रडगाणे सांगायची तेव्हा मात्र त्याचा वास्तवाशी असलेला सगळा संबंध नाहीसा होऊन जायचा. तो आपल्या स्टुलावर बसून असायचा, एकीकडे ती त्याच्या शरीराचा एकेक भाग धुऊन काढायची आणि त्याच वेळी त्याला कुटुंबातल्या बातम्या सांगायची. 'औरेलियानो चार महिन्यांपूर्वी युद्धावर गेलाय आणि त्याची कसलीच खबर मिळालेली नाहीय.' साबण लावलेल्या ब्रशने त्याची पाठ घासता घासता ती म्हणायची. 'होझे आर्केदियो चांगलाच मोठ्ठा माणूस होऊन परत आलाय, तुझ्यापेक्षाही तो उंच झालाय, सगळ्या अंगभर ते गोंदून ठेवलेय. आपल्या सगळ्या घराला त्यानेच आणलीय लाज.' तेवढ्यात तिच्या लक्षात आले की, त्या वाईट बातमीने आपला नवरा दुःखी होईल. मग तिने त्याला खोटेच सांगायचे ठरवले. नवऱ्याच्या विष्ठेवर राख टाकून फावड्याने ती दूर टाकून देता देता अर्सूला म्हणाली, 'मी काय सांगतेय त्यावर तुझा विश्वास बसायचा नाही; पण त्याचे असे झाले की, होझे आर्केदियो आणि रेबेका यांचा विवाह व्हावा अशी देवाचीच इच्छा असावी आणि ती दोघेही आता अगदी मजेत आहेत.' त्या फसवणुकीतसुद्धा आपण खरेच बोलतो आहोत, असे स्वतःलाच मनापासून वाटावे म्हणून, 'आर्केदियो आता चांगला गंभीर माणूस झाला आहे आणि फारच शूर आहे तो. त्याच्या त्या युनिफॉर्म आणि कमरेच्या तलवारीमुळे तो छान उमदा तरुण वाटतो,' असे खोटेच बोलून तिने ते बोलणे संपवले. एखाद्या मृत माणसाशी बोलावे तसेच ते बोलणे होते. कारण, होझे आर्केदियो बुयेंदिया केव्हाच सगळ्या काळज्यांच्या पलीकडे पोहोचला होता; पण त्याला काही तरी सांगण्याचा प्रयत्न तिने चालूच ठेवला. तो इतका शांत आणि तटस्थ वाटत होता की, त्याला एवढे दिवस बांधून ठेवलेले असले तरी आता तिने त्याला सोडायचे ठरवले. तो आपल्या स्टुलावरून हललासुद्धा नाही, तिथेच आपला ऊन-पाऊस अंगावर घेत बसून राहिला. जणू काही त्याला जखडणाऱ्या त्या चामड्याच्या वाद्या अनावश्यक

असल्यासारख्या, कोणत्याही दृश्य बंधनांहून अधिक समर्थ अशा एखाद्या वेगळ्याच शक्तीने बांधून ठेवल्यासारखा तो त्या चेस्टनट झाडाच्या बुंध्याला खिळून राहिला होता. ऑगस्टचा सुमारास कायमचा लागल्यासारखा हिवाळा सुरू झाला तेव्हा अखेरीस अर्सूलाने एक खरी म्हणता येईल अशी बातमी त्याला दिली. ती म्हणाली, 'तुला खरे वाटेल का की अजूनही आमच्यावर सुदैवाचा वर्षाव होतोय? आमारान्ता आणि तो पियानोलावाला इटालियन लग्न करणार आहेत.'

आमारान्ता आणि पिएत्रो क्रेस्पी या दोघांचेही नाते एव्हाना अर्सूलाच्या संरक्षणाखाली खरोखरच दृढ होत गेले होते. आता त्यांच्या भेटीदरम्यान तिला त्यांच्यावर लक्ष ठेवण्याची आवश्यकता वाटत नव्हती. ती संध्याकालीन एंगेजमेन्ट होती. संध्याकाळच्या वेळी पिएत्रो क्रेस्पी आपल्या बटणहोलमध्ये गार्डेनिया खोवून यायचा आणि पेत्रार्कची सुनीते भाषांतरित करून आमारान्ताला ऐकवायचा. ऑरेगॅनो आणि गुलाबांच्या वासाने जणू श्वास कोंडून घेत ती दोघे पोर्चमध्ये बसायची. दोघेही युद्धाचे धक्के आणि वाईट बातम्यांकडे दुर्लक्ष करायचे, डासांनी त्यांना पार्लरमध्ये आसरा घ्यायला लावेपर्यंत ती लेसचे कफ्स शिवत असायची, तर तो वाचत असायचा. आमारान्ताची संवेदनशीलता आणि तिचा सहज भुलवून, घेरून टाकणारा दूरदर्शी हळुवारपणा तिच्या नियोजित वराभोवती एक अदृश्य जाळे गुंफित असायचा. त्याला आपल्या निस्तेज, बिनअंगठीच्या बोटांनी ते अदृश्य जाळे अक्षरशः दूर करूनच संध्याकाळी आठ वाजता ते घर सोडावे लागायचे. इटलीहून त्याला आलेल्या पोस्टकार्डाचा एक सुंदर अल्बम त्यांनी तयार केला होता. त्या कार्डावर एखाद्या बागेत एकान्तात असलेल्या प्रेमिकांची चित्रे असत आणि त्यांच्या जोडीला कबुतरांनी सोनेरी फितीमध्ये धरलेली, बाणाने भेदलेल्या हृदयाची आकृती असायची. ती कार्डे पाहताना पिएत्रो क्रेस्पी म्हणायचा, 'फ्लॉरेन्समधल्या या पार्कमध्ये मी गेलो होतो. कुणीही आपला हात सहज पुढे करावा अन् ती पाखरे हातावरचे खाणे खायला पुढे येतात.' कधी कधी व्हेनिसचे एखादे जलरंगातील चित्र पाहिले की, तिथल्या कॅनॉल्समधल्या कुजणाऱ्या कालवांच्या वासाचे त्याच्या स्मरणरमणीयतेमुळे फुलांच्या उबदार वासामध्ये रूपांतर व्हायचे. आमारान्ता निःश्वास सोडायची, हसायची. कुठली तरी लहान मुलांसारखी भाषा बोलणाऱ्या देखण्या स्त्री-पुरुषांनी भरलेल्या भावी सासरघरच्या देशाची, तिथल्या प्राचीन वैभवशाली शहरांची स्वप्ने पाहायची. त्या गतवैभवापैकी आता फक्त जुन्या पडक्या दगडविटांच्या अवशेषांवर भटकणारी मांजरे तेवढी शिल्लक राहिली होती. खऱ्या प्रेमाच्या शोधात महासागर ओलांडून आलेला पिएत्रो क्रेस्पी पूर्वी रेबेकाचे आवेशाने गोंजरणे व वासना यांनाच चुकून प्रेम समजायचा; परंतु आता त्याला ते प्रेम अखेर असे सापडले होते. सुखाच्या जोडीला समृद्धीही होती. तिथला जवळजवळ सगळा ब्लॉक व्यापणाऱ्या त्याच्या स्टोअरमध्ये केवळ कल्पनाच करावी अशी विलक्षण संगीतवाद्ये व खेळणी पाहायला

मिळत. त्यात फ्लॉरेन्सच्या बेलटॉवरची प्रतिकृती होती, वेळ समजावी म्हणून मुद्दाम बसवलेल्या घंटांचे मंजुळ संगीत तिच्यातून निघत असे. तिथे सॉरेंटोच्या म्युझिक बॉक्सेस आणि चीनमधल्या संगीताच्या अगदी लहानशा पेट्या होत्या. त्या उघडल्या म्हणजे त्यांच्यामधून पाच स्वरांचे मंजुळ संगीत निघायचे. अशी सगळी विलक्षण खेळणी आणि संगीताची कितीतरी साधने तिथे भरलेली होती. त्या सगळ्यांचा ताबा त्याचा धाकटा भाऊ ब्रुनो क्रेस्पीकडे होता. कारण, पिएत्रो क्रेस्पीला आपल्या संगीत विद्यालयाची काळजी घ्यायला क्वचितच वेळ मिळायचा. केवळ त्याच्याचमुळे एरवी तो किरकोळ खेळण्यांनी आणि तसल्याच झगमगणाऱ्या वस्तूंनी भरलेला 'तुर्कांचा रस्ता' संगीताचे ओॲसिस बनून गेला होता. तिथे आले की दूरवर चालू असणाऱ्या युद्धाचे दुःस्वप्न आणि आर्केदियोची जुलमी कृत्ये यांचा कुणालाही विसर पडत असे. अर्सूलाने रविवारची प्रार्थना पुन्हा सुरू करण्याचा हुकूम दिला, तेव्हा पिएत्रो क्रेस्पीने एक जर्मन हार्मोनिअम चर्चला भेट दिला. मुलांचा एक गानवृंद त्याने तयार केला आणि गाणी व तदनुषंगिक संगीताचे एक ग्रेगोरियन संकलनही[१] तयार केले, त्यामुळे फादर निकानोरच्या निव्वळ गंभीर प्रवचनाला एक प्रकारचे सौंदर्य प्राप्त झाले. तो आमारान्ताला एक भाग्यवान जोडीदार ठरेल, याबद्दल कुणालाही शंका राहिली नाही. आपल्या भावनांना अनावश्यक आवेग न देता अंतःकरणांच्या सहज प्रवाहाबरोबर स्वतःला वाहू देत ती दोघे अशा एका अवस्थेला पोहोचली की, आता फक्त त्यांच्या लग्नाची तारीख तेवढी ठरवायची बाकी राहिली होती. त्यांना कुठलेही अडथळे उरले नव्हते. रेबेकाचे भवितव्य बदलावयाला आपणच कारणीभूत आहोत. कारण, आपण तिचे लग्न सतत पुढे पुढे ढकलत राहिलो असे मानत अर्सूला स्वतःला दोष देत होती आणि तिला आता औरेलियानोची गैरहजेरी, आर्केदियोचा पाशवीपणा तसेच होझे आर्केदियो आणि रेबेका यांची हकालपट्टी या सगळ्या गोष्टींमुळे रेमेदियोसच्या मृत्यूच्या दुखवट्यातील कठोरपणा थोडासा बाजूला पडला होता. आता लवकरच होऊ घातलेल्या लग्नामुळे पिएत्रो क्रेस्पीने औरेलियानो होझेला आपले सर्वांत मोठे मूल मानण्याचा विचार सूचित केला. कारण, त्या मुलाविषयी त्याच्या मनात अगदी पितृसदृश्य वात्सल्याची भावना जागी झाली होती. सगळ्या गोष्टींमुळे आमारान्ताला वाटले की, ती आता नक्कीच निर्वेध सुखाच्या दिशेने वाटचाल करीत आहे; परंतु रेबेकासारखी चिंताग्रस्तता तिने दाखवली नाही. शांत चिकाटीने तिने टेबलक्लॉथ्स रंगवले, लेसपासून उत्तमोत्तम कलाकृती शिवून तयार केल्या आणि विणकामाच्या सुयांनी कशिदाकारीतले मोर जसे भरले त्याच चिकाटीने ती पिएत्रो क्रेस्पीच्या अंतःकरणातील तीव्र अभिलाषांचा असह्य आवेग पाहत होती. ऑक्टोबरच्या दुर्दैवी पावसात तो दिवस उगवला. पिएत्रो क्रेस्पीने तिच्या मांडीवरील शिवणकामाची बास्केट बाजूला केली आणि तिला म्हटले, 'आपण पुढच्या महिन्यात लग्न करू या.' त्याच्या बर्फासारख्या

हाताच्या स्पर्शाने आमारान्ता अजिबात थरथरली नाही. एखाद्या भित्र्या प्राण्यासारखा तिने आपला हात मागे घेतला आणि ती पुन्हा आपल्या कामाला लागली. 'वेडा आहेस का क्रेस्पी तू?' तिने स्मित करीत म्हटले, 'मी प्राण गेला तरी तुझ्याशी लग्न करणार नाही.'

पिएत्रो क्रेस्पीचा स्वतःवरचा ताबाच नष्ट झाला. निराशेच्या भरात आपली बोटे जवळ जवळ मोडून टाकत तो लाजशरम सोडून रडू लागला; परंतु तिचा निर्धार मोडून काढणे त्याला शक्य झाले नाही. 'तुझा वेळ वाया घालवू नकोस.' एवढेच आमारान्ता त्याला म्हणाली, 'तू जर खरोखरच माझ्यावर प्रेम करत असशील तर पुन्हा या घरात पाऊल टाकू नकोस.'

अर्सूलाला तर असे वाटले की, शरमेने आपल्याला वेडच लागेल. पिएत्रो क्रेस्पीने विनवण्याचे सगळे प्रकार करून पाहिले. एक दिवस सबंध दुपारभर अर्सूलाच्या मांडीवर डोके ठेवून तो रडत होता, त्याचे सांत्वन करण्यासाठी तिने आपला आत्मासुद्धा विकला असता. पावसाळी रात्रीच्या वेळी आमारान्ताच्या शेजघरातला दिवा दिसावा म्हणून तो घराचा आसपास चोरपावलांनी हिंडताना दिसू लागला. त्या वेळी तो जेवढा छान पोशाख करायचा तितका त्याने एरवी कधीही केला नसेल. एखाद्या दुःखी सम्राटासारख्या त्याच्या उदात्त मस्तकाला आता एक वेगळेच वैभव प्राप्त झाले होते. आमारान्ताबरोबर पोर्चमध्ये बसून ज्या मैत्रिणी शिवणकाम करायच्या त्यांच्यापाशीही त्याने तिचे मन वळवण्यासाठी विनवण्या केल्या. आपल्या व्यवसायाकडे तो दुर्लक्ष करू लागला. सबंध दिवस आपल्या स्टोअरच्या मागील भागात बसून तो आपल्या विलक्षण चिठ्ठ्या लिहायचा आणि फुलांच्या पाकळ्या व सुकलेली फुलपाखरे त्यांत घालून त्या चिठ्ठ्या आमारान्ताकडे पाठवून द्यायचा. त्या चिठ्ठ्या न उघडताच ती तशाच परत पाठवायची. आपले झिदर वाद्य वाजवत तो तासन्‌तास स्वतःला कोंडून घ्यायचा. एका रात्री तो स्वतः गायला. त्या वेळी आपले ते वाद्य त्याने असे काही वाजवले आणि अशा काही विलक्षण आवाजात तो गात राहिला की, सबंध माकोन्दो गाव त्यामुळे एका सुंदर गुंगीमध्ये जागे झाले. तेव्हाचे ते संगीत इतके सुंदर होते की, या जगाबाहेरून कुठून तरी ते आले असावे असे वाटत होते. त्या वेळी त्याच्या आवाजात इतकी आर्तता भरलेली होती की, जगातल्या दुसऱ्या कुठल्याही माणसाला असे प्रेम वाटू शकणार नाही, अशी सर्वांची खात्रीच होऊन गेली. पिएत्रो क्रेस्पीने त्या वेळी गावातील सगळ्या खिडक्यांमध्ये दिवे पेटलेले पाहिले. दिवा पेटला नाही तो फक्त आमारान्ताच्या खिडकीमध्ये. दोन नोव्हेंबरला 'ऑल सोल्स् डे'च्या[२] दिवशी त्याच्या भावाने दुकान उघडले तर त्याला आतले सगळे दिवे पेटलेले दिसले, सगळ्या म्युझिक बॉक्सेस उघडलेल्या होत्या, सगळी घड्याळे अखंड टोल देत होती आणि त्या वेड्या संगीत मैफलीच्या मधोमध मागील बाजूच्या डेस्कजवळ ब्रुनो क्रेस्पीला पिएत्रो क्रेस्पी आढळला; त्याची मनगटे

वस्त्ऱ्याने कापलेली होती आणि त्याने आपले हात बेंझाइनच्या बेसिनमध्ये घातलेले होते. मृताप्रीत्यर्थ केले जाणारे जागरण आपल्या घरात होईल, असे अर्सूलाने जाहीर केले. खरे तर फादर निकानोर अशा प्रसंगी कुठल्याही धार्मिक संस्कारांच्या विरुद्ध होता आणि ख्रिश्चनांच्या पवित्र दफनभूमीत त्याचे विधिपूर्वक दफन करणेसुद्धा त्याला मान्य नव्हते.[३] अर्सूला अशा वेळी फादर निकानोरच्या विरोधात उभी राहिली. ती त्याला म्हणाली, 'तुला किंवा मलाही हे कळायचे नाही; पण मी सांगते तो मनुष्य खरोखरच संत होता. मी तुमच्या इच्छेविरुद्ध त्याचे दफन मेल्कियादेसच्या थडग्याजवळ करणार आहे.' त्या वेळी साऱ्या गावाने तिला पाठिंबा दिला आणि तिने पिएत्रो क्रेस्पीची अत्यंत भव्य अशी अंत्ययात्रा काढायला लावली. आमारान्ताने आपले शेजघर सोडले नाही. आपल्या बिछान्यावरूनच तिने अर्सूलाचे रडणे ऐकले. असंख्य लोकांनी अंत्यदर्शनासाठी त्यांच्या घरावर अक्षरशः आक्रमणच केले होते. त्यांच्या पावलांचे आवाज, त्यांची कुजबुज, तसेच शोक करणाऱ्यांचे विलापही तिने ऐकले आणि नंतर पायदळी तुडवल्या गेलेल्या फुलांच्या वासाने भरून गेलेला सन्नाटा तिथे पसरला. पुढे कितीतरी काळापर्यंत संध्याकाळच्या वेळी तिला पिएत्रो क्रेस्पीचा लव्हेंडरमिश्रित श्वासोच्छ्वास जाणवायचा; परंतु कसल्याही वातभ्रमाला बळी न पडण्याएवढी ताकदही तिच्याजवळ होती. अर्सूलाने तर तिचा त्यागच केला. एकदा दुपारी आमारान्ताने स्वयंपाकघरात जाऊन शेगडीमधल्या धगधगत्या निखाऱ्यांवर आपला हात बराच वेळ ठेवला; पण तिला वेदना जाणवल्या नाहीत. मात्र तिच्याच जळालेल्या मांसाचा भयंकर दुर्गंध तिला जाणवत राहिला, तेव्हादेखील अर्सूलाने तिची कीव केली नाही वा मान वर करून तिच्याकडे पाहिलेसुद्धा नाही. आमारान्ताने स्वतःला जखमी करून घेणे हा खरे म्हणजे तिच्या पश्चात्तापातल्या मूर्खपणाचा उपाय होता. अनेक दिवस ती आपला एक हात एका भांड्यात अंड्याचा पांढऱ्या बलकामध्ये बुडवून घरात वावरायची. नंतर जेव्हा ती भाजल्याची जखम बरी झाली तेव्हा असे वाटले की, त्या पांढऱ्या बलकामुळे तिच्या हृदयावरच्या जखमांवरदेखील व्रण पडला असावा. नंतर तिने आपल्या भाजलेल्या हातावर काळ्या गॉझ्ची एक पट्टी बांधली. त्या शोकांतिकेची तेवढीच एक दृश्य खूण मागे राहिली होती. ती काळी पट्टी तिने मरेपर्यंत आपल्या हातावर वागवली.

आर्केदियोने पिएत्रो क्रेस्पीच्या मरणानंतर अधिकृत दुखवटा जाहीर करून आपल्या औदार्याचे एक वेगळेच दर्शन घडवले. अर्सूलाने त्याचा अर्थ असा लावला की, भरकटलेले कोकरू जणू परत आले आहे; परंतु ती तिची चूक होती. आर्केदियोने मिलिटरीचा युनिफॉर्म अंगावर चढवला तेव्हा नव्हे तर त्याही पूर्वी अगदी सुरुवातीपासूनच तो तिच्यापासून दुरावला होता. तिला वाटत होते की, तिने रेबेकाला वाढवले तसेच त्यालाही आपल्याच एखाद्या मुलासारखे, कसलाही दुजाभाव न करता वाढवले होते. तथापि, त्या निद्रानाशाच्या काळात अर्सूलाचा उपयुक्ततावादी

तळमळीमध्ये, होझे आर्केदियो बुयेंदियाचा वातभ्रमामध्ये, औरेलियानोच्या विरक्त जगण्यामध्ये, तर आमारान्ता आणि रेबेकाच्या आमरण टिकलेल्या जीवघेण्या वैरभावनेच्या काळात आर्केदियो हा अगदीच एकाकी आणि घाबरून गेलेला लहानगा जीव होता. औरेलियानोने इतरच गोष्टींचा विचार करत करत एखाद्या परक्या माणसाला शिकवावे तसे त्याला लिहायला-वाचायला शिकवले होते. तो त्याला आपले कपडे घालायला द्यायचा आणि ते अगदी टाकायला झाले की मगच विसितासियॉन ते काढून घ्यायची. आर्केदियोला त्याच्या पायाच्या मापापेक्षा खूप मोठे बूट आणि ठिगळे लावलेल्या पँट्स घालाव्या लागत आणि त्याचे ढुंगण बायकी दिसायचे या साऱ्या गोष्टींचा त्याला फारच त्रास व्हायचा. विसितासियॉन आणि काताउरे यांच्याशी त्यांच्या भाषेत त्याचा संवाद असायचा, त्यांच्याखेरीज इतरांशी संवाद साधणे त्याला कधीच जमले नाही. एकट्या मेल्कियादेसला मात्र त्याच्याविषयी खरी आस्था वाटायची. कारण, तो त्याला आपले अगम्य लिखाण ऐकवायचा आणि फोटोग्राफीच्या कलेचे प्राथमिक धडेही द्यायचा. आर्केदियो एकटाच गुपचूप किती रडायचा आणि केवढ्या निराशेतून त्याने मेल्कियादेसला त्याच्याच त्या लिखाणाच्या निरुपयोगी अभ्यासाच्या साह्याने पुन्हा जिवंत करण्याचा प्रयत्न केला, त्याची कुणालाही कल्पना आली नाही. शाळेमध्ये त्याच्याकडे लक्ष दिले गेले आणि त्याला मान मिळाला. तसेच नंतर मिळालेली सत्ता, त्याचा तो उत्कृष्ट युनिफॉर्म आणि ते अनंत फतवे या साऱ्यांमुळे आपल्या भूतकालीन कडवटपणाच्या ओझ्यापासून तो मुक्त झाला. एका रात्री कातारिनोच्या दुकानात कुणीतरी त्याला धाडसानेच म्हटले की, 'तू वागवतोस त्या तुझ्या नावामधले बुयेंदिया हे आडनाव लावायची तुझी लायकी नाही.' त्या सर्वांच्या अपेक्षेविरुद्धच घडले, आर्केदियोने लगेच त्याला गोळी घालायला लावली नाही. उलट तो उद्गारला, 'मी बुयेंदिया नाही याचा मला फारच अभिमान वाटतो.' त्याच्या आई-वडिलांविषयीचे ते रहस्य माहीत असणाऱ्यांना वाटले की, त्यालासुद्धा ते रहस्य माहीत असावे; परंतु ते रहस्य त्याला कधीच समजले नव्हते. मात्र तिच्यामुळे अंधाऱ्या खोलीत त्याचे रक्त उकळायला लागायचे, त्यामुळे सुरुवातीला होझे आर्केदियो आणि नंतर औरेलियानो या दोघांनाही पिलार तेर्नेराविषयी वाटली होती, तशीच तीव्र अभिलाषा त्यालाही वाटू लागली होती. तिचा पूर्वीचा आकर्षकपणा आणि हसण्यातली जादू एव्हाना नाहीशी झालेली असली तरी तो तिचा शोध घेऊ लागायचा आणि तिच्याजवळ रेंगाळणाऱ्या त्या धुराच्या वासाच्या आधारे त्याला ती बरोबर सापडायची. युद्धापूर्वी थोडे आधी एकदा दुपारच्या वेळी आपल्या लहान मुलाला घेण्यासाठी ती शाळेत नेहमीपेक्षा जरा उशिरा आली तर आर्केदियो तिची वाट पाहत एका खोलीत थांबला होता. त्याच खोलीत दुपारची विश्रांती घ्यायचा त्याचा रिवाज बनला होता आणि तिथेच नंतर त्याने ते शिक्षेसाठीचे खोडेही ठेवले होते. ते मूल शाळेच्या पटांगणात

खेळत होते म्हणून इकडे पिलार तेर्नेराला आपल्या जवळून जावे लागणार हे जाणून तो आपल्या झोळीमध्ये पडून उत्कंठेने थरथर कापत होता. ती आली. आर्केदियोने अचाकन तिच्या मनगटाला धरून कवटाळले आणि तिला झोळीत उचलून घेण्याचा प्रयत्न केला. पिलार तेर्नेरा भयंकर भीतीने म्हणाली, 'नको नको, मला ते शक्य नाही. तुला सुखी करावे असे मला किती वाटते, त्याची तुला कल्पनाही करता येणार नाही; पण परमेश्वरच साक्षी आहे की मला ते शक्य नाही.' आर्केदियोने आपल्या आनुवंशिक ताकदीने तिला कमरेला धरले. तिचा कातडीचा स्पर्श होताच त्याला वाटले की, आजूबाजूचे जग जणू नाहीसे झाले आहे. 'उगाच संत बनण्याचा आव आणू नकोस. काही झाले तरी तू एक वेश्या आहेस हे सगळ्यांना माहीतच आहे की.' पिलार तेर्नेराने आपल्या वाट्याला आलेल्या विलक्षण दुर्दैवामुळे स्वतःला वाटणाऱ्या घृणेवर ताबा मिळवला आणि ती कुजबुजली, 'मुलांना दिसेल सगळे. त्यापेक्षा आज रात्री तू दरवाजाला अडसर घातला नाही तर फार बरे होईल.'

त्या रात्री आर्केदियो कामज्वराने थरथर कापत आपल्या झोळीमध्ये तिची वाट पाहत राहिला होता. पहाटेच्या न संपणाऱ्या घटिकांमध्ये जाग्या झालेल्या रातकिड्यांचा आवाज ऐकत आणि लांब चोचीच्या पाणबुड्या पक्ष्यांकडून निर्दयपणे सांगितला जाणारा वेळ मोजत, न झोपता तो तिची वाट पाहत होता. एव्हाना त्याची अधिकाधिक खात्रीच पटत गेली होती की, आपण फसवले गेलो आहोत आणि एकाएकी त्याच्या उत्कंठेचे रूपांतर संतापामध्ये होत होते, तेवढ्यात दरवाजा उघडला गेला. काही महिन्यांनंतर तो फायरिंग स्क्वॉडसमोर उभा राहणार होता, तेव्हा त्या वर्गाच्या खोलीतले त्याचे इकडेतिकडे भटकणे, बाकांना अडखळणे व शेवटी एका शरीराचे ओझे आणि त्याच्याखेरीज आणखी एका हृदयाचे जोरजोरात धडधडणे हे सगळे पुन्हा जगत असल्यासारखे त्याला आठवणार होते. त्याने हात लांब केला आणि काळोखात भरकटायच्या बेतात असलेला दुसरा हात त्याला सापडला. त्या हाताच्या एका बोटात दोन अंगठ्या होत्या. त्या शरीरावरच्या शिरांची ठेवण त्याने चाचपली. त्या हाताच्या दुर्दैवाची नाडी आणि ओलसर तळव्यावरची अंगठ्याच्या तळापाशी संपणारी मृत्यूच्या पंज्यांनी कापून टाकलेली आयुष्यरेषासुद्धा बोटांनी चाचपली. तेव्हा त्याला कळून चुकले की, तो वाट पाहत होता ती स्त्री ही नव्हे. कारण, तिला धुराचा वास येत नव्हता, तर फुलांच्या लोशनचा वास येत होता. शिवाय, तिचे स्तन कृत्रिमपणे मोठे केलेले होते, त्यांची अग्रे पुरुषांच्या स्तनांसारखी होती आणि तिची योनी दगडासारखी, एखाद्या टणक फळासारखी गोलसर होती. तिचा गोंधळलेला नाजूकपणा उत्तेजित अननुभवीपणाचा द्योतक होता. ती कुमारिका होती आणि तिचे नाव अगदी अशक्य वाटावे असे सान्ता सोफिया द ला पिएदाद असे होते. पिलार तेर्नेराने पन्नास पेसोज् म्हणजे स्वतःच्या आयुष्यभराच्या बचतीमधले निम्मे पैसे ती जे काही आत्ता करत होती ते करण्यासाठी

तिला दिले होते. आर्केदियोने किती तरी वेळा तिला तिच्या आई-वडिलांच्या मालकीच्या तयार अन्नपदार्थांच्या छोट्याशा दुकानात पाहिले होते; पण तेव्हा ती त्याला नीट दिसलीच नव्हती. कारण, तिचा एक दुर्मीळ गुण असा होता की, नेमकी वेळ सोडली तर एरवी ती जणू पूर्णपणे असून नसल्यासारखीच असायची. मात्र त्या दिवसानंतर तो एखाद्या मांजरासारखा तिच्या काखेच्या उबेत गुरफटून राहू लागला. दुपारच्या विश्रांतीच्या वेळात ती आई-बापाच्या संमतीनेच शाळेत आर्केदियोकडे जायची. तिच्या आई-वडिलांना पिलार तेर्नेराने आपल्या बचतीमधले उरलेले अर्धे पैसे दिले होते. ते ज्या शाळेत समागम करत असत तिथून सरकारी सैनिकांनी त्यांना हुसकावून लावले, तेव्हा त्यांनी शृंगार करण्याकरता उपरोक्त दुकानाच्या मागील बाजूस आश्रय घेतला. तिथे डुकराच्या चरबीचे डबे आणि धान्याची पोती ठेवलेली होती. आर्केदियोला माकोन्दोचा नागरी आणि लष्करी प्रमुख म्हणून नेमले गेले त्या सुमारास त्यांना एक मुलगी झाली.

होझे आर्केदियो आणि रेबेका या दोघा नातेवाइकांनाच फक्त हे सारे माहीत होते. कारण, त्या काळात आर्केदियोने केवळ त्यांच्याशीच जवळचे संबंध ठेवले होते, तेही नातेसंबंधामुळे नव्हे तर अपराधातले सहभागी म्हणून. होझे आर्केदियोने लग्नाच्या जोखडात स्वतःला गुंतवून घेतले होते. रेबेकाचा दृढ स्वभाव, पोटाचा अधाशीपणा आणि निग्रही महत्त्वाकांक्षा या सगळ्यांनी तिच्या नवऱ्याची प्रचंड ताकद जणू शोषून घेतली होती, त्यामुळे बायांच्या मागे लागणाऱ्या तिच्या त्या आळशी नवऱ्याचे एका प्रचंड कष्टकरी प्राण्यात रूपांतर झाले होते. त्यांनी आपले घर स्वच्छ, नीटनेटके ठेवले होते. रेबेका सकाळीच घर सताड उघडायची, दफनभूमीतला वारा खिडक्यांतून आत शिरायचा आणि पटांगणाकडच्या दारांमधून बाहेर जायचा. चुन्याचा रंग दिलेल्या त्यांच्या घराच्या भिंती दफनभूमीतल्या मृतांच्या शरीरांवरून निघालेल्या खनिज मिठाने काळवंडून जायच्या. तिची मातीसाठीची भूक, आईबापाच्या हाडांचे *क्लक्-क्लक्, क्लक्-क्लक्*, पिएत्रो क्रेस्पीची निष्क्रियता हे सारे आता तिच्या आठवणींच्या माळ्यावर मागे कुठे तरी पडले होते. दिवसभर खिडकीपाशी बसून कपाटातले सिरॅमिक पॉट्स् हादरू लागेपर्यंत ती आपली युद्धाच्या अवस्थेतून स्वतःला दूर ठेवत कशिदाकारी करीत असायची. मग होझे आर्केदियो प्रत्यक्ष समोर येण्यापूर्वीच उठून ती जेवण गरम करायची. आधी त्याचे ते हिडीस शिकारी कुत्रे यायचे, मग तो बक्लल्स, पट्टे आणि टोकदार आऱ्यांचे बूट चढवलेला प्रचंड माणूस आणि त्याची डबल बॅरल बंदूक दृष्टीस पडायची. त्याच्या खांद्यांवर कधी कधी एखादे हरीण असायचे आणि जवळ जवळ नेहमीच एखादी सशांची किंवा रानटी बदकांची माळही लटकवलेली असायची. आर्केदियोने आपल्या कारकिर्दीच्या सुरुवातीलाच त्यांच्या घराला अकस्मात भेट दिली. त्यांनी बुयेंदियांचे घर सोडले तेव्हापासून त्यांनी आर्केदियोला पाहिले नव्हते; परंतु तो एवढा मित्रत्वाने आणि कौटुंबिक जिव्हाळ्याने

वागत होता की, त्यांनी मंदाग्नीवर शिजवलेले मांस खाण्यासाठी त्याला आग्रहाने आपल्याबरोबर बसवून घेतले. फक्त ते नंतर कॉफी घ्यायला लागले तेव्हा कुठे आर्केदियोने आपल्या येण्यामागचा हेतू उघड केला. त्याच्याकडे होझे आर्केदियोच्या विरुद्ध एक तक्रार देण्यात आली होती. त्या तक्रारीत असे म्हटले होते की, त्याने आपली जमीन नांगरता नांगरता आपल्या हद्दीच्या पुढे जाऊन शेजाऱ्यांची कुंपणे आणि इमारतीही बैलांकरवी तोडून टाकल्या होत्या. शेजाऱ्यांच्या हद्दीत प्रवेश केला होता आणि जबरदस्तीने आजूबाजूच्या उत्कृष्ट जमिनीचा ताबा घेतला होता. काही थोडे शेतकरी असे होते की, त्यांची जमीन बळकावून त्याने त्यांना नागवले नव्हते. कारण, त्यांच्या जमिनीमध्ये त्याला रस नव्हता. मात्र अशा शेतकऱ्यांवर त्याने वर्गणी लादली होती व ती तो दर शनिवारी आपले शिकारी कुत्रे आणि बंदुकीच्या जोरावर वसूल करत असे. त्याने ते नाकारले नाही. होझे आर्केदियो बुयेंदियाने माकोन्दोच्या स्थापनेच्या वेळी जमिनीचे जे काही वाटप केले होते, त्यावर आधारून त्याने बळकावलेल्या जमिनींवरच्या आपल्या हक्काचा दावा केला होता आणि त्याला असे वाटत होते की, त्याचे वडील तेव्हापासून वेडे झालेले होते हे सिद्ध करता येईल. कारण, त्यांनी कुटुंबाच्या मालकीची काही वडिलोपार्जित मालमत्ता विकली होती. तसा हा आरोप अनावश्यक होता. कारण, आर्केदियो काही न्यायनिवाडा करायला आला नव्हता. त्याने केवळ एक रजिट्री ऑफिस तिथे उघडावयाची तयारी दाखवली होती. त्या ऑफिसमार्फत होझे आर्केदियोला बळकावलेल्या मालमत्तेवरील आपला हक्क कायदेशीर करून घेता येणार होता. मात्र त्यासाठी अट अशी की त्याने त्या लोकांकडून घ्यावयाचा महसूल गोळा करण्याचा अधिकार स्थानिक सरकारकडे राहू द्यावा. होझे आर्केदियो आणि आर्केदियोने तसा करार केला. पुढे अनेक वर्षांनी कर्नल औरेलियानो बुयेंदियाने लोकांच्या मालमत्तेच्या मालकीच्या नोंदी तपासल्या तेव्हा त्याला असे आढळले की, त्यांच्या घराच्या मागील बाजूपासून दफनभूमीसकट थेट क्षितिजापर्यंतची जमीन त्याच्या भावाच्या नावावर दाखवलेली होती, तसेच आर्केदियोने त्याच्या कारकिर्दीच्या अकरा महिन्यांच्या कालावधीत केवळ महसूलच वसूल केला होता असे नव्हे तर होझे आर्केदियोच्या जागेत मृतांना पुरू दिल्याबद्दल त्यांच्या नातेवाइकांकडून फीसुद्धा वसूल केली होती.

हे सारे जे जगजाहीर झालेले होते ते अर्सूलाला कळायला मात्र काही महिन्यांचा काळ जावा लागला. कारण, तिला आणखीन त्रास होऊ नये म्हणून लोकांनी ते तिच्यापासून लपवून ठेवले होते. सुरुवातीला तिला नुसता संशय होता. तिने एक चमचाभर कॅलाबॅशचे सिरप[४] नवऱ्याला भरवण्याचा प्रयत्न करता करता त्याला विश्वासात घेऊन खोट्याच अभिमानाने म्हटले, 'आर्केदियो घर बांधतोय.' स्वतःच्या नकळत तिने एक निःश्वास सोडला आणि पुढे म्हटले, 'का ते कळत नाही; पण या साऱ्या गोष्टींत मला काही तरी वाईट वास येतोय.' नंतर तिला समजले की,

आर्केदियोने केवळ घरच बांधले असे नव्हे तर व्हिएन्नाहून फर्निचरसुद्धा मागवले आहे, तेव्हा तर तिला आलेला संशय खराच ठरला की, तो त्या साऱ्या गोष्टींसाठी सार्वजनिक पैशांचा वापर करीत होता. एका रविवारी प्रार्थनेनंतर तिने त्याला त्याच्या नव्या घरात आपल्या अधिकाऱ्यांबरोबर पत्ते खेळताना पाहिले तेव्हा ती त्याच्यावर ओरडली, 'तू आमच्या घराण्याच्या नावाला लाज आणतो आहेस.' आर्केदियोने तिच्याकडे लक्षच दिले नाही तेव्हा कुठे तिला समजले की, तो ज्या सान्ता सोफिया द ला पिएदादबरोबर लग्नाशिवायच राहतोय तिला सहा महिन्यांची मुलगीही आहे, शिवाय ती पुन्हा गरोदर आहे. कर्नल औरेलियानो बुयेंदिया जिथे कुठे असेल तिथे त्याला एकूण परिस्थितीविषयी अद्ययावत माहिती द्यावी म्हणून अर्सूलाने पत्र लिहायचे ठरवले; परंतु त्या दिवसांत वेगाने घडणाऱ्या काही घटनांनी तिला आपले बेत अमलात आणता आले नाहीत, उलट ते बेत केल्याबद्दल पश्चात्ताप वाटू लागला. युद्ध म्हणजे तोपर्यंत केवळ एक शब्द होता. त्या शब्दामुळे एका दूरवरच्या अस्पष्ट परिस्थितीचे संसूचन व्हायचे. ते युद्धच आता प्रत्यक्ष वास्तव बनून समोर आले होते. फेब्रुवारीच्या अखेरीस राखेसारखी कळकट दिसणारी एक म्हातारी स्त्री गाढवावर बसून गावात आली. त्या गाढवाच्या पाठीवर झाडू लादलेले होते. ती म्हातारी एवढी निरुपद्रवी दिसत होती की, पहारेकऱ्यांनी कसलेही प्रश्न न विचारता तिला आत येऊ दिले. कारण, दलदलीच्या प्रदेशातल्या इतर गावांमधून येणाऱ्या कितीतरी इतर विक्रेत्यांसारखीच तीही असावी असे त्यांना वाटले. ती सरळ बराकींकडे गेली. पूर्वी वर्ग भरायचा त्या खोलीत आर्केदियोला ती भेटली. आता त्या जागेचे रूपांतर एक प्रकारचा पिछाडीच्या छावणीमध्ये झाले होते. तिथे हुकांना अडकवलेल्या झोपायच्या झोळ्या गुंडाळून ठेवलेल्या होत्या, कोपऱ्यात चटयांचा ढीग होता आणि जमिनीवर रायफली, कार्बाईन्स आणि शिकारीच्या बंदुकासुद्धा इतस्ततः पसरल्या होत्या. आपली ओळख पटवण्यापूर्वी त्या म्हाताऱ्या स्त्रीने ताठ होऊन लष्करी सलाम केला.

'मी कर्नल ग्रेगोरियो स्टिवन्सन आहे.'

त्याने वाईट बातमी आणली होती. त्या बातमीनुसार प्रतिकार करणाऱ्या लिबरल पक्षाच्या शेवटच्या ठाण्यांचा आता नाश होत आला होता. त्याने कर्नल औरेलियानो बुयेंदियाचा निरोप घेतला तेव्हा तो रिओहाचाजवळ माघार घेत लढत होता. आर्केदियोसाठी त्याने असा निरोप पाठविला होता की, प्रतिकार न करता एका अटीवर त्याने शरणागती पत्करावी ः लिबरल पक्षाच्या लोकांचे जीवित आणि वित्त सुरक्षित राहिले पाहिजे. आर्केदियोने त्या विलक्षण दूताला नीट निरखून पाहिले. कदाचित, ती व्यक्ती म्हणजे एखादी निराश्रित आजी असावी तसा तिचा एकूण अवतार फार करुण दिसत होता.

'तू सोबत नक्कीच काहीतरी लेखी आणले असशील,' आर्केदियोने म्हटले. त्या दूताने उत्तर दिले,

'तुमची अपेक्षा स्वाभाविकच आहे. अर्थात, तुम्ही म्हणताय तसले काहीही मी बरोबर आणलेले नाही. सध्याच्या विशिष्ट परिस्थितीमध्ये कुणाही माणसाला तो धोक्यात येऊ शकेल असले काहीही जवळ बाळगता येणार नाही हे तुम्हाला सहज कळण्यासारखे आहे.' बोलता बोलता त्याने आपल्या अंतर्वस्त्रात हात घालून एक छोटासा सोन्याचा मासा बाहेर काढला. 'मला वाटते की, तुमची खात्री पटवायला हे पुरेसे होईल.' आर्केदियोला कळत होते की, तो खरोखरच कर्नल औरेलियानो बुर्येंदियाने तयार केलेला सोनेरी मांशांपैकी एक मासा होता; परंतु युद्ध सुरू होण्यापूर्वी कुणीही तसला मासा विकत घेणे किंवा चोरणे शक्य होते. साहजिकच अभयपत्र म्हणून त्याला काहीही किंमत नव्हती. मग त्या दूताने आपली ओळख पटवण्यासाठी एक लष्करी गुपितसुद्धा फोडण्याची टोकाची कृती केली. कुरासावकडे तो एका विशिष्ट कामगिरीवर निघाला होता, त्याला आशा होती की, तिथे तो संपूर्ण कॅरेबियनमधल्या हद्दपार लोकांना भरती करून शस्त्रे आणि रसद मिळवू शकेल म्हणजे मग वर्षाच्या शेवटी त्यांना नक्कीच त्या प्रदेशावर ताबा मिळवण्याचा प्रयत्न करता येईल. हे गुपितही याने उघड केले. याच योजनेवरच्या विश्वासामुळे कर्नल औरेलियानो बुर्येंदिया 'तोपर्यंत निष्फळ त्याग करू नयेत' अशा मताचा होता. एवढे सगळे त्याने सांगितले तरी आर्केदियो बधला नाही. आपली ओळख पटवणे शक्य होईपर्यंत त्या कैद्याला त्याने खोड्यामध्ये अडकविले आणि मरेपर्यंत गावचे रक्षण करण्याचा निर्धार केला. त्याला फार काळ वाट पाहावी लागली नाही. लिबरल पक्षाच्या पराभवाची बातमी अधिकाधिक खरी ठरत गेली. मार्चच्या अखेरीला अकाली पडणाऱ्या पावसात एका पहाटे जिवावर उदार होऊन केलेले शिंगांचे आवाज ऐकू आले, तसेच एका तोफगोळ्याचा आवाजही ऐकू आला. त्या गोळ्याने चर्चचा घुमट जमीनदोस्त केला होता. प्रतिकार करण्याच्या आर्केदियोचा निर्णय वेडेपणाचा होता. त्याच्याकडे अगदीच तुटपुंजी शस्त्रास्त्रे जवळ असलेली केवळ पन्नास माणसे होती, त्यांच्याजवळ प्रत्येकी वीस गोळ्यांचा साठा होता; परंतु एके काळचे त्याचे विद्यार्थी असलेल्या त्या सैनिकांमध्ये एरवी जवळजवळ हरलेल्या युद्धात आपल्या कातडीचाही त्याग करायची भावना फारच प्रबळ झालेली होती. बूट आपटण्याचे आवाज, परस्परविरोधी हुकूम, जमीन हादरवणारे तोफांचे आवाज, अंदाधुंदी झाडलेल्या गोळ्या आणि शिंगांचे निरर्थक आवाज चालू असताना मध्येच तो तथाकथित कर्नल स्टिवन्सन आर्केदियोला कसेबसे म्हणाला, 'निदान या खोड्यातच बायकी पोशाखात मरण्याचा अपमान माझ्या वाट्याला येऊ देऊ नका. मरायचेच असेल तर मला लढता लढता मरू द्या.'

आर्केदियोला तेवढे पटवण्यात तो यशस्वी झाला. आर्केदियोने त्याला एक शस्त्र आणि वीस काडतुसे द्यायचा हुकूम दिला. त्याच्या हाताखाली पाच माणसे देऊन त्याने त्या सर्वांना हेडक्कार्टर्सचे रक्षण करायला सांगितले व आर्केदियो स्वतः आपल्या माणसांना घेऊन प्रतिकाराचे नेतृत्व करण्यासाठी निघाला. दलदलीच्या

प्रदेशाकडे जाणाऱ्या रस्त्यापर्यंतही तो पोहोचला नाही. तिथली बाजूची तटबंदी पाडून टाकलेली होती आणि प्रतिकार करणारे आता उघड्यावरच लढत होते. सुरुवातीला त्यांच्याजवळ रायफलींसाठी गोळ्या होत्या तोवर त्या रायफलींनी आणि नंतर रायफलींविरुद्ध पिस्तुलांनी आणि शेवटी तर ते नुसत्या हातांनीच लढू लागले. पराभव डोळ्यांसमोर दिसू लागला तेव्हा काही स्त्रिया काठ्या आणि स्वयंपाकघरांतील सुऱ्या घेऊन रस्त्यांवर उतरल्या. तेवढ्यात त्या गोंधळामध्ये आमारान्ता एखाद्या वेड्या बाईसारखी त्याचा शोध घेत असलेली आर्केदियोला दिसली. ती नाइट गाऊनमध्येच आली होती आणि तिच्याजवळ होझे आर्केदियो बुर्येंदियाची दोन जुनी पिस्तुले होती. लढताना निःशस्त्र झालेल्या एका अधिकाऱ्याकडे आर्केदियोने आपली रायफल दिली आणि आमारान्ताला घरी पोहोचविण्यासाठी जवळच्याच एका रस्त्यातून तो निसटला. शेजारच्या घराच्या पुढील भागाला तोफगोळ्याने भगदाड पाडले होते, त्याकडे दुर्लक्ष करीत अर्सूला वाट पाहत दारात थांबली होती. पाऊस फक्त भुरभुरत होता; परंतु रस्ते वितळलेल्या साबणासारखे मऊ, निसरडे झाले होते. अंधारामध्ये एखाद्याला अंतराचा केवळ अंदाज तेवढा करता येत होता. आर्केदियोने आमारान्ताला अर्सूलापाशी सोडले आणि रस्त्याच्या कोपऱ्यावरून गोळ्यांचा वर्षाव करणाऱ्या दोन सैनिकांशी सामना करण्याचा तो प्रयत्न करू लागला. खूप वर्षे कपाटात ठेवली गेलेली ती जुनी पिस्तुले उडाली नाहीत. आर्केदियोला आपल्या शरीराआड झाकून अर्सूलाने त्याला घराकडे ओढण्याचा प्रयत्न केला.

'देवाशप्पथ तू इकडे तरी ये. झाला तेवढा वेडेपणा पुरे झाला,' ती त्याच्यावर ओरडली. त्या सैनिकांनी त्यांच्यावर आपला नेम धरला. त्यांच्यापैकी एक जण ओरडला.

'बाईसाहेब, त्या माणसाला सोडा नाही तर होणाऱ्या परिणामाला आम्ही जबाबदार असणार नाही.'

आर्केदियोने अर्सूलाला घराकडे ढकलले आणि तो त्यांच्या स्वाधीन झाला. थोड्याच वेळाने गोळीबार थांबला आणि घंटा वाजू लागल्या. सगळा प्रतिकार अर्ध्या तासाच्या आतच आटोपला. आर्केदियोच्या माणसांपैकी एकही त्या हल्ल्यातून बचावला नाही; परंतु मरण्यापूर्वी त्यांनी विरुद्ध बाजूचे तीनशे सैनिक गारद केले होते. बरॅक्स हे त्यांचे अगदी शेवटचे मजबूत ठाणे ठरले. बरॅक्सवर हल्ला होण्यापूर्वी कर्नल ग्रेगोरियो स्टिवन्सनने तिथल्या सगळ्या कैद्यांना मुक्त केले होते आणि त्याच्या माणसांना बाहेर रस्त्यावर जाऊन लढायला सांगितले होते. असामान्य गतिशीलता आणि अत्यंत परिपूर्ण नेमबाजीने त्याने केलेला वीसच काडतुसांचा वापर यामुळे शत्रूचा असा समज झाला की, बरॅक्सचे संरक्षण पक्के आहे. त्यामुळे हल्लेखोरांनी तोफांचा मारा करून बरॅक्स उद्ध्वस्त केल्या. त्या हल्ल्याचे नेतृत्व करणाऱ्या कॅप्टनला मातीच्या ढिगाऱ्यामध्ये कुणीही नाही आणि एकच मृत मनुष्य आपल्या आखूड

अंडरवेअरमध्ये असून त्याच्याजवळ एक रिकामी रायफल बाहूमध्ये घट्ट धरलेली आहे, त्याचा हात गोळीने उडवला गेला आहे असे आढळले, तेव्हा तो दचकलाच. त्याचे डोके पूर्णतया स्त्रीचे वाटत होते, मानेजवळ फणी होती आणि गळ्यात एका साखळीला छोटासा सोनेरी मासा लटकत होता. त्याने त्या मेलेल्या माणसाला आपल्या बुटाच्या टोकाने सुलटे केले आणि त्याच्या तोंडावर प्रकाश टाकला तेव्हा तो कॅप्टन गोंधळलाच. तो उद्गारला, 'जीझस ख्राइस्ट.' दुसरे अधिकारी तिथे आले.

'हा कुठे सापडला पाहिलंत! हा तर ग्रेगोरियो स्टिवन्सन आहे.'

पहाटे झटपट कोर्ट मार्शल संपल्यानंतर आर्केदियोला सिमेटरीच्या भिंतीपाशी उभे करून गोळी घातली गेली. ज्या भीतीने त्याला लहानपणापासून आयुष्यभर छळले होते ती भीती शेवटच्या दोन तासांत कशी गायब झाली होती ते काही केल्या त्याला समजले नाही. अलीकडच्या काळातल्या त्याच्या शौर्याचे पुन्हा दर्शन घडवण्याविषयी बेफिकीर होऊन भावनारहिततेने आपल्यावर ठेवले जाणारे असंख्य आरोप त्याने ऐकून घेतले. त्याला अर्सूलाची आठवण झाली. त्या वेळी ती नक्कीच चेस्टनट झाडाखाली होझे आर्केदियो बुयेंदियाबरोबर कॉफी घेत असेल. मग त्याला आपल्या आठ महिन्यांच्या मुलीची आठवण झाली. तिचे अजूनही नाव ठेवले नव्हते. नंतर त्याच्या मनात येत्या ऑगस्टमध्ये जन्माला येऊ घातलेल्या आपल्या मुलाचा विचार आला. त्याला सान्ता सोफिया द ला पिएदादची आठवण आली. आदल्या रात्री तिला सोडून तो निघाला तेव्हा ती दुसऱ्या दिवशीच्या जेवणासाठी हरीण खारवून ठेवत होती. खांद्यावर पसरलेल्या तिच्या केसांची आणि कृत्रिम असाव्यात अशा दिसणाऱ्या तिच्या पापण्यांची त्याला फारच आठवण आली. त्याला आपली सगळी माणसे आठवली, त्याने भावनारहित होत त्यांचा विचार केला, आयुष्याचा हिशेब पूर्ण करता करता त्याला आता कळायला लागले होते की, त्याने अनेकांचा जास्तीत जास्त तिरस्कार केला होता तरी ती सारी माणसे त्याला केवढी प्रिय होती. कोर्ट मार्शलच्या अध्यक्षाने आपले अंतिम भाषण सुरू केले, तेव्हा आर्केदियोच्या लक्षात आले की दोन तास उलटून गेलेत. 'सिद्ध झालेल्या आरोपांमध्ये पुरेसे तथ्य नसले तरीदेखील ज्या बेजबाबदारपणे आणि गुन्हेगारी धारिष्ट्याने आरोपीने आपल्या हाताखालच्या लोकांना निरर्थक मृत्यूचा खाईत लोटले आहे, तेवढ्यासाठीसुद्धा तो देहान्ताच्या शिक्षेला पात्र ठरतो.' शाळेच्या उद्ध्वस्त झालेल्या त्याच इमारतीत आर्केदियोला सत्तेमधल्या सुरक्षिततेचा साक्षात्कार झाला होता. काही पावलांच्या अंतरावर तिथेच त्याला प्रेमाच्या अनिश्चिततेची जाणीव झाली होती आणि आता तिथेच मृत्यूच्या औपचारिकतेतील हास्यास्पदताही त्याला कळून चुकली. मृत्यूचे त्याला खरोखर काहीच वाटत नव्हते; पण जीवनाविषयी मात्र खूप काही वाटत होते, त्यामुळे त्याच्याबद्दलचा निर्णय त्यांनी ऐकवला तेव्हा त्याला भीती जाणवली नाही; पण गतकारकता मात्र नक्कीच जाणवली. त्यांनी त्याला शेवटची इच्छा काय ते विचारले, तोपर्यंत तो काही बोलला नव्हता. मग शब्दांवरचे आघात नीट

देत त्याने उत्तर दिले. 'माझ्या बायकोला सांगा की, माझ्या मुलीचे नाव तिने अर्सूला ठेवावे.' तो जरासा थांबला आणि पुन्हा म्हणाला, 'अर्सूला. तिच्या आजीसारखेच अर्सूला आणि तिला असेही सांगा की, जे मूल अजून जन्माला यायचे आहे ते जर मुलगा असेल तर त्याचे नाव होझे आर्केदियो असे ठेवावे म्हणजे त्याच्या काकाच्या नावावरून नव्हे तर आजोबांच्या नावावरून.'

देहान्ताची शिक्षा अमलात आणण्यासाठी त्याला त्या भिंतीकडे नेले जाण्यापूर्वी फादर निकानोरने त्याला काही सांगण्याचा प्रयत्न केला तर तो म्हणाला, 'मला कशाचाही पश्चात्ताप होत नाही.' एवढे म्हणून आर्केदियोने एक कप ब्लॅक कॉफी घेतली आणि स्वतःला फायरिंग स्क्वॉडच्या हवाली केले. त्या स्क्वॉडचा प्रमुख अशा त्वरित देहान्त शिक्षेमधला एक तज्ज्ञ होता. त्याच्या नावाची गंमत अशी होती की, त्यात निव्वळ योगायोगापेक्षा जास्तच अर्थ असावा, ते होते कॅप्टन रोके कार्निसेरो म्हणजे खाटीक. दफनभूमीकडे जाणाऱ्या रस्त्यावर सतत पावसाची भुरभुर चालू होती, तेव्हा आर्केदियोला दिसले की क्षितिजावर बुधवारची झगमगती सकाळ फुलून येतेय. धुक्याबरोबर त्याची गतकारकतेची भावनाही नाहीशी झाली आणि तिची जागा एका जबरदस्त कुतूहलाने घेतली. त्यांनी त्याला पाठ भिंतीला टेकवण्याचा हुकूम दिला, तेव्हा आर्केदियोला रेबेका तिच्या घराचा दरवाजा सताड उघडताना दिसली. तिने गुलाबी फुलाफुलांचा पोशाख घातला होता आणि तिचे केस ओले होते. तिने त्याला ओळखावे म्हणून त्याने प्रयत्न केला. तेवढ्यात रेबेकाने सहजच त्या भिंतीकडे पाहिले आणि शुद्ध हरपल्यासारखी होऊन तिने कशीबशी प्रतिक्रिया दाखवत आर्केदियोला उद्देशून निरोपाचा हात हलवला. आर्केदियोनेही तिला उद्देशून तसाच हात हलवला. त्या क्षणी धूर ओकणारी रायफलींची तोंडे त्याच्यावर रोखलेली होती, पोपच्या आज्ञापत्रासारख्या सुरात मेल्कियादेसने म्हटलेल्या मंत्रांचे अक्षरन्अक्षर त्याला ऐकू आले, त्याला सान्ता सोफिया द ला पिएदाद या कुमारिकेची त्या शाळेच्या वर्गात हरवलेली पावले ऐकू आली आणि रेमेदियोसच्या प्रेताच्या नाकामध्ये त्याला जाणवला होता तसलाच बर्फगार कठीणपणा स्वतःच्या नाकामध्ये जाणवला, त्याला कसेबसे वाटून गेले, 'अरे देवा, मी सांगायला विसरलोच की, जर ती मुलगी असेल तर तिचे नाव रेमेदियोस असे ठेवावे.' आयुष्यभर ज्या दहशतीचा कब्जा त्याच्या मनावर बसला होता ती सारी दहशत एकाएकी एखाद्या शक्तिशाली पंज्याच्या पकडीत एकवटून आली आणि त्या कॅप्टनने 'फायर' असा हुकूम दिला. आर्केदियोला आपली छाती पुढे काढून डोके वर उचलून धरायला अगदी कसाबसा वेळ मिळाला, त्याच्या मांड्यांना भाजणारा द्रव कुठून कोसळतो आहे ते त्याला कळत नव्हते.

तो ओरडला, 'रांडेच्चे! लिबरल पक्ष चिरायू होवो!'

७

युद्ध मेमध्ये संपले. युद्धसमाप्तीची अधिकृत घोषणा जाहीरपणे करण्यापूर्वी दोनच आठवडे आधी सरकारने एका घोषणेद्वारे असेही जाहीर केले होते की, बंड सुरू करणाऱ्यांना निर्दयपणे शिक्षा करण्यात येईल. इंडियन मांत्रिक वैदूच्या वेषात असलेला कर्नल औरेलियानो बुयेंदिया पश्चिम आघाडीपर्यंत पोहोचण्याच्या अगदी थोडेच आधी त्याला कैद करण्यात आले. सुरुवातीला त्याच्याबरोबर जे एकवीस जण युद्धासाठी निघाले होते, त्यांच्यापैकी चौदा लोक लढताना कामी आले, सहा जण जखमी झाले आणि शेवटचा पराभवापर्यंत एकच जण त्याच्याबरोबर राहिला होता; तो म्हणजे कर्नल गेरिनेल्दो मार्केझ. कर्नल औरेलियानो बुयेंदियाच्या अटकेची बातमी माकोन्दोमध्ये खास जाहीरनाम्यातून घोषित केली गेली. अर्सूलाने नवऱ्याला म्हटले, 'तो जिवंत आहे. आपण परमेश्वराजवळ प्रार्थना करू या की, त्याच्या शत्रूंनी त्याला क्षमा करावी.' तीन दिवस रडून झाल्यानंतर एकदा ती स्वयंपाकघरात गोड दुधाची कँडी ढवळीत होती तर तिला कानात आपल्या मुलाचा आवाज स्पष्ट ऐकू आला. 'हा नक्कीच औरेलियानो आहे.' असे ओरडून ती चेस्टनटच्या झाडाखाली असलेल्या आपल्या नवऱ्याला ती बातमी सांगायला धावत गेली. 'हा चमत्कार कसा घडला ते मला माहीत नाही; पण तो जिवंत आहे आणि आपण लवकरच त्याला भेटणार आहोत.' तिने ते गृहीतच धरले होते. घरातील जमीन तिने घासून स्वच्छ करवली आणि फर्निचरची जागा बदलवली. एका आठवड्यानंतर एक अफवा आली, त्या अफवेला कोणत्याही जाहीर घोषणेची वा पुराव्याची पुष्टी मिळाली नव्हती तरी तिच्यामुळे त्या भाकिताविषयी नाट्यपूर्णरीत्या खात्रीच झाली. कर्नल औरेलियानो बुयेंदियाला देहान्ताची शिक्षा झाली होती आणि गावातील सगळ्या लोकांना धडा मिळावा म्हणून त्या शिक्षेची अंमलबजावणी माकोन्दोमध्ये केली जाणार होती. एका सोमवारी सकाळी साडेदहा वाजता आमारान्ता औरेलियानो होझेला कपडे

घालत होती, तेव्हा एकाएकी तिला दुरून येणाऱ्या सैनिकांच्या तुकडीचा आणि शिंगांचा आवाज ऐकू आला. तेवढ्यात अर्सूला त्या खोलीत अकस्मात आली आणि ओरडली, 'त्याला ते आत्ताच घेऊन येताहेत.' त्या सैनिकांच्या तुकडीने रायफलींच्या दस्त्यांचा वापर करत लोकांच्या वाढत्या गर्दीला काबूत आणण्यासाठी खूप प्रयत्न केला. अर्सूला आणि आमारान्ता लोकांना ढकलत आपली वाट काढत त्या कोपऱ्यापर्यंत गेल्या तेव्हा तो त्यांच्या दृष्टीस पडला. एखाद्या भिकाऱ्यासारखा दिसत होता तो. कपडे फाटलेले होते, डोक्यावरच्या आणि दाढीच्या केसांचा गुंता झालेला होता. त्याच्या पायात काहीही नव्हते. पायाला चटके देणाऱ्या धुळीची जाणीव होऊ न देता तो चालत होता, हात पाठीमागे घेऊन बांधलेल्या दोरीचे टोक एक घोडेस्वार अधिकाऱ्याने आपल्या घोडाच्या गळ्याला अडकवलेले होते. त्याच्याचबरोबर कर्नल गेरिनेल्दो मार्केझलाही असेच पराभूत अवस्थेत फाटक्या कपड्यांमध्ये आणण्यात येत होते. ते दोघेही दुःखी दिसत नव्हते; पण गर्दीतले लोक त्या सैनिकांच्या तुकडीला उद्देशून वाट्टेल तशा शिव्या देत होते ओरडत होते, त्यामुळे ते अस्वस्थ झाले होते.

'अरे माझ्या पोरा!' ती त्या गदारोळात ओरडली आणि तिला मागे ओढणाऱ्या सैनिकाच्या तिने फाड्दिशी तोंडात ठेवून दिली. त्या अधिकाऱ्याचा घोडा मागे सरकला. मग कर्नल औरेलियानो बुर्येदिया थांबला, थरथर कापत त्याने आईला मिठी घालू न देता तिच्या डोळ्यांत नजर रोखून पाहत म्हटले, 'आई तू घरी जा, अधिकाऱ्यांची परवानगी घे आणि मग मला तुरुंगात भेटायला ये.' त्याने आमारान्ताकडे पाहिले. ती तिथेच अर्सूलाच्या दोनच पावले मागे अनिश्चितपणे उभी होती. त्याने स्मित केले आणि तिला विचारले, 'तुझ्या हाताला काय झालंय?' काळे बँडेज असलेला हात आमारान्ताने उचलून धरला आणि म्हणाली, 'भाजण्याची जखम.' आणि अर्सूलाला घोड्यांनी टापांखाली तुडवू नये म्हणून तिने तिला जवळ ओढून घेतले. सैनिकांची ती तुकडी तिथून निघाली. खास रक्षकांनी कैद्यांभोवती कडे केले आणि दुडक्या चालीने घोडे दामटीत त्यांना तुरुंगाकडे नेण्यात आले.

सूर्यास्ताच्या वेळेला अर्सूला कर्नल औरेलियानो बुर्येदियाला तुरुंगात भेटली. तिने डॉन आपोलिनार मोस्कोतेमार्फत परवानगी मिळवण्याचा प्रयत्न केला होता; परंतु सगळीकडे मिलिटरीचा संचार सुरू झाल्याने त्याचा साराच अधिकार नाहीसा झाला होता. फादर निकानोर यकृताच्या तापाने बिछान्याला खिळून बसला होता. कर्नल गेरिनेल्दो मार्केझला देहान्ताची शिक्षा झालेली नव्हती; पण त्याच्या आई-वडिलांनी त्याला भेटायचा प्रयत्न केला, तेव्हा त्यांना बंदुकीच्या दस्त्यांनी ढकलून पिटाळले गेले होते. कुणी मध्यस्थी करण्याची शक्यताच नाही हे तिच्या लक्षात आले. आपल्या मुलाला दुसऱ्या दिवशी सकाळी गोळी घातली जाणार म्हणून अर्सूलाने त्याला द्यायच्या वस्तू गुंडाळून बरोबर घेतल्या आणि ती एकटीच तुरुंगाकडे गेली.

'मी कर्नल औरेलियानो बुयेंदियाची आई आहे,' तिथे येताच तिने म्हटले. पहारेकऱ्यांनी तिचा रस्ता अडवला. तिने त्यांना ताकीद दिली, 'काही झाले तरी मी आत जाणारच आहे. तेव्हा हे बघा, तुम्हाला गोळ्या घालायचा हुकूम असेल तर आत्ताच गोळ्या घालायला सुरुवात करा.' तिने त्यातल्या एकाला बाजूला ढकलले आणि पूर्वी वर्ग असायचा तिथे प्रवेश केला. अर्धवट कपड्यांमधल्या सैनिकांचा एक गट तिथे आपल्या हत्यारांना तेल देत बसला होता. एका अधिकाऱ्याने तिला अडवणाऱ्या पहारेकऱ्याला दूर व्हायचा इशारा केला. त्याच्या रीतीभाती अत्यंत औपचारिक होत्या. त्याने खूप जाड भिंगांचा चष्मा लावला होता आणि त्याचा चेहरा निकोप लालसर रंगाचा होता. त्याच्या अंगावर रणभूमीवरचा गणवेष होता.

'मी कर्नल औरेलियानो बुयेंदियाची आई आहे,' अर्सूला पुन्हा म्हणाली.

काहीसे मैत्रीपूर्ण हसत त्या अधिकाऱ्याने तिला म्हटले, 'म्हणजे तुम्हाला असं म्हणायचंय, की तुम्ही *मिस्टर* औरेलियानो बुयेंदियाची आई आहात.'

त्याच्या आवाजात पठारी प्रदेशातील लोकांच्या बोलण्याची आढ्यताखोर सुस्त तऱ्हा होती. अर्सूलाच्या ती लक्षात आली. त्याचे म्हणणे मान्य करत ती म्हणाली, 'ठीक आहे. तुम्ही म्हणताय तसे *मिस्टर तर मिस्टर*; पण मला त्याला भेटायला मिळालं म्हणजे झालं.' मृत्युदंडाची शिक्षा झालेल्या कैद्यांना भेटायला वरिष्ठांच्या हुकुमानुसार बंदीच होती. तथापि, त्या अधिकाऱ्याने आपल्या जबाबदारीवर तिला पंधरा मिनिटे भेटीची परवानगी दिली. अर्सूलाने जवळच्या पुडक्यात काय आहे ते त्याला दाखवले. त्यात तिच्या मुलाने त्याच्या लग्नात घातलेले बूट, बदलायचे स्वच्छ कपडे आणि गोड दुधाची कँडी होती. तो परत येणार असे कळल्यापासून तिने ती सांभाळून ठेवली होती. कोठडी म्हणून वापरल्या जाणाऱ्या एका खोलीत कर्नल औरेलियानो बुयेंदिया कॉटवर पसरलेला तिला दिसला. त्याने आपले हात पसरले होते. कारण, त्याच्या काखेत जखमा झाल्या होत्या. त्याला दाढी करायला त्यांनी परवानगी दिली होती. टोकाशी वळवलेल्या भरगच्च मिशांमुळे त्याच्या गालाची हाडे उठून दिसत होती. अर्सूलाला तो थोडासा फिकट झाल्यासारखा, थोडा अधिक उंच आणि पूर्वीपेक्षा अधिकच एकाकी झालाय असे वाटले. पिएत्रो क्रेस्पीची आत्महत्या, आर्केदियोचे लहरी तऱ्हेवाईक वागणे आणि शेवटी देहान्ताच्या शिक्षेने त्याचा झालेला मृत्यू, चेस्टनटच्या झाडाखाली असलेल्या होझे आर्केदियो बुयेंदियाचा निर्भयपणा वगैरे त्यांच्या घराविषयीचे सारे काही त्याला माहीत झाले होते. त्याला हेही माहीत होते की, आमारान्ताने आपले 'कुमारिकेच्या वैधव्या'तील जीवन औरेलियानो होझेला वाढवण्यासाठी व्यतीत करावयाचे ठरवले होते, औरेलियानो होझे बोलायला शिकत होता, तेव्हाच तो लिहायला-वाचायला शिकला असून त्याची विचारशक्ती एकूण चांगली विकसित होत होती, हेही सारे त्याला ठाऊक होते. त्या खोलीत शिरल्यापासून आपल्या मुलाच्या प्रगल्भतेचे, त्याच्या अधिकाराच्या वलयाचे तसेच

जणू त्याच्या त्वचेतूनही बाहेर निघणाऱ्या अधिकाराच्या तेजाचे तिच्या मनावर काहीसे दडपण आले होते. त्याला इतके सारे माहीत आहे याचे तिला आश्चर्य वाटले.

'मी जादूगार आहे, ते तुला एवढ्या काळात चांगले माहीत आहेच,' तो गमतीने म्हणाला आणि पुढे गंभीर स्वरात त्याने असेही म्हटले, 'आज सकाळी त्यांनी मला आणलं तेव्हा मला वाटलं की, या सगळ्यातून आपण पूर्वीच गेलो आहोत.' खरे म्हणजे लोकांची गर्दी त्याच्या आजूबाजूला गरजत होती, तेव्हाच तो दचकून आपल्या विचारांवर लक्ष केंद्रित करू पाहत होता. ते गाव अगदी झपाट्याने जुनाट होऊ लागले होते. बदामाच्या झाडांची पाने तुटून गेली होती. एकदा निळ्या रंगात रंगवलेली आणि नंतर तांबड्या रंगाने रंगवलेली तिथली घरे आता कोणत्या रंगाची आहेत तेच समजत नव्हते. अर्सूला म्हणाली, 'तुला काय वाटलं? काळ बदलत असतोच ना.'

औरेलियानोने ते कबूल केले, 'ते खरंच आहे; पण तरीही एवढा नाही.'

त्या दोघांनीही त्या भेटीसाठी प्रश्नांची तयारी केली होती, उत्तरे काय असणार त्याचीही कल्पना केली होती आणि फार काळ त्या भेटीची वाट पाहिली होती; पण ती भेट म्हणजे अशी त्यांच्या नेहमीच्या गप्पागोष्टी होऊन गेली. पहारेकऱ्यांनी वेळ संपल्याचे सांगितले तेव्हा औरेलियानोने कॉटच्या खालून घामाने खराब झालेले काही कागद बाहेर काढले. ते कागद म्हणजे रेमेदियोसमुळे स्फुरलेल्या त्याच्या कविता होत्या. घर सोडून निघाला तेव्हा त्याने त्या आपल्याबरोबर घेतल्या होत्या, शिवाय त्याने युद्धामध्ये योगायोगाने सहज थोडा अवधी मिळताच काही कविता लिहिल्या होत्या. तो म्हणाला, 'त्या कुणीही वाचणार नाही असे मला वचन दे आणि आज रात्रीच त्या कागदांनी भट्टी पेटव.' अर्सूलाने त्याला तसे वचन दिले आणि निरोपाच्या चुंबनासाठी ती उठून उभी राहिली.

'मी तुझ्यासाठी एक रिव्हॉल्वर आणले आहे,' ती कुजबुजली.

पहारेकरी त्यांना पाहू शकत नाही ना याची कर्नलने खात्री करून घेतली. 'त्याने माझे काहीच बरे होणार नाही.' तो हलक्या आवाजात म्हणाला. 'पण तरी तू ते माझ्याकडे दे. त्यांनी परतीच्या वाटेवर तुझी झडती घेतली तर...' अर्सूलाने ते रिव्हॉल्वर आपल्या पोलक्यातून बाहेर काढले आणि त्याच्या कॉटवरच्या गादीखाली ठेवून दिले. 'आणि गुडबाय म्हणू नकोस.' त्याने अत्यंत शांतपणे ती भेट संपवत म्हटले. 'कुणाकडेही कसली याचना करू नकोस किंवा कुणाही पुढे वाकू नकोस. त्यांनी मला किती तरी दिवसांपूर्वीच गोळी घातली आहे असे समज.' रडू फुटू नये म्हणून अर्सूलाने आपले ओठ चावले.

'त्या जखमांवर थोडे गरम दगड ठेव,' अर्सूलाने त्याला म्हटले.

अर्ध्या वाटेवर तिने वळून पाहिले आणि मग खोली सोडून ती निघाली.

दरवाजा बंद होईपर्यंत कर्नल औरेलियानो बुयेंदिया उभाच राहून विचार करीत थांबला. मग पुन्हा कॉटवर हात पसरून तो पडून राहिला. पौंगडावस्थेपासूनच स्वतःला मिळत असलेल्या आगाऊ इशाऱ्यांची त्याला जाणीव होऊ लागली होती. त्याला वाटायचे की, आपला मृत्यूसुद्धा निश्चित निःसंदिग्ध, अपरिवर्तनीय अशा इशाऱ्यानंतर होईल; परंतु आणखी काही तासांतच तो मरणार होता, तरीही अजून तसा कसलाच आगाऊ इशारा त्याला जाणवला नव्हता. एकदा तुकुरिंकामध्ये तो आपल्या कँपमध्ये असताना एक अत्यंत सुंदर स्त्री तिथे आली. त्याला भेटण्यासाठी तिने पहारेकऱ्यांची परवानगी मागितली. त्यांनी तिला आत सोडले. कारण, अतिप्रसिद्ध योद्ध्यांच्या शेजघरात आपल्या लेकीला पाठवलं तर तिची अवलाद चांगली निपजते, असा अतिरेकी समज अनेक आयांचा होता, याची पहारेकऱ्यांना कल्पना होती. त्या रात्री कर्नल औरेलियानो बुयेंदिया पावसात हरवलेल्या माणसाविषयीची आपली कविता पूर्ण करत होता, तेवढ्यात ती मुलगी आत आली. तो आपल्या कविता ज्या ड्रॉवरमध्ये ठेवायचा तिथेच तो कागदही ठेवण्यासाठी त्याने तिच्याकडे पाठ वळवली आणि एकाएकी त्याला ते जाणवले. मागे न पाहता त्याने ड्रॉवरमधले पिस्तूल उचलले.

'कृपा करून गोळी झाडू नकोस,' त्याने म्हटले.

हातात पिस्तूल धरून तो मागे वळला, तेव्हा त्या पोरीने आपले पिस्तूल खाली केले होते आणि काय करावे ते तिला समजत नव्हते. अकरांपैकी चार सापळे त्याने अशाच तऱ्हेने यशस्वीपणे टाळले होते. त्याउलट, एकदा एका रात्री मानाउरेमधल्या क्रांतिकारकांच्या हेडक्वार्टर्समध्ये एक जण शिरला (मात्र नंतर तो पुढे कधीच सापडला नाही) आणि त्याने सुरा खुपसून माग्निफिको विस्वाल या औरेलियानोच्या निकटच्या मित्राचा जीव घेतला. त्या रात्री माग्निफिको विस्वालला आपला ताप घामावाटे काढून टाकता यावा म्हणू औरेलियानोने आपली कॉट त्याला झोपण्यासाठी दिली होती. त्याच खोलीत त्या कॉटपासून काही यार्डाच्या अंतरावर तो स्वतः एका झोळीत झोपला होता, त्याला कशाचीच काही जाणीव झाली नाही. आपल्या पूर्वसूचनांना काही तरी पद्धतशीर रूप द्यावे म्हणून त्याने केलेले प्रयत्न निरुपयोगी ठरले होते. त्या पूर्वसूचना अद्‌भुत स्पष्टतेच्या लाटेसारख्या येत असत, एखाद्या क्षणमात्र टिकणाऱ्या निरंकुश खात्रीसारख्या त्या असत; पण नेमकेपणाने त्या पकडणे अशक्य असायचे. काही काही प्रसंगी तर त्या पूर्वसूचना इतक्या नैसर्गिक असायच्या की प्रत्यक्षात ते प्रसंग घडून गेल्यानंतरच पूर्वसूचना म्हणून त्या गोष्टी ओळखणे औरेलियानोला शक्य व्हायचे. बऱ्याचदा त्या पूर्वसूचना म्हणजे सर्वसामान्य स्वरूपाचे लोकभ्रमही असायचे. मात्र त्यांनी त्याला देहान्ताची शिक्षा सुनावली आणि त्याची अंतिम इच्छा काय ते विचारले, तेव्हा अशाच पूर्वसूचनेमुळे त्याने दिलेले उत्तर त्याला सुचले होते. ती पूर्वसूचना ओळखू यायला त्याला जराही अडचण आली नाही.

तो म्हणाला, 'ती शिक्षा माकोन्दोमध्ये अमलात आणली जावी, अशी मी विनंती करतो.'

कोर्टमार्शलच्या अध्यक्षाला त्यावर राग आला.

त्याने औरेलियानोला म्हटले, 'हुशारी करू नकोस बुयेंदिया. आणखी वेळ मिळावा यासाठी ही नुसती एक युक्ती आहे.'

'तुम्हाला माझी इच्छा पूर्ण करायची नसेल तर त्याची काळजी तुम्ही करा; परंतु माझी शेवटची इच्छा ही आहे.' कर्नलने म्हटले.

त्यानंतर त्या पूर्वसूचनांनी त्याच्याकडे पाठ फिरवली होती. अर्सूलाने तुरुंगात त्याची भेट घेतली, त्या दिवशी खूप विचार केल्यानंतर तो अशा निष्कर्षांपर्यंत येऊन पोहोचला होता की, त्या वेळी त्याला मृत्यूची पूर्वसूचना मिळणार नाही. कारण, हा मृत्यू योगायोगावर अवलंबून नसून त्याला देहान्त शासन करणाऱ्यांच्या इच्छेवर अवलंबून आहे. काखेतल्या जखमांच्या त्रासामुळे रात्रभर तो जागाच होता. पहाटेपूर्वी थोडा वेळ त्याला हॉलमधून पावलांचा आवाज ऐकू आला. 'ते येताहेत' तो स्वतःशीच म्हणाला आणि तसे काही कारण नसतानाही तो होझे आर्केदियो बुयेंदियाविषयी विचार करू लागला. तोसुद्धा त्याक्षणी त्या उदासवाण्या पहाटे चेस्टनट झाडाखाली कर्नल औरेलियानो बुयेंदियाचाच विचार करत होता. त्याला भीती वाटली नाही वा गतकारकतेचीही जाणीव झाली नाही; परंतु त्या कृत्रिम मृत्यूच्या कल्पनेने अगदी आतड्यातून संताप आला. कारण, त्यामुळे कितीतरी गोष्टी अपुऱ्या राहणार होत्या. दिवस उगवला, दरवाजा उघडला आणि एक पहारेकरी कॉफीचा मग घेऊन आत आला. त्या वेळीसुद्धा तो काखेतल्या जखमांच्या वेदनेमुळे तसाच संतापलेला होता आणि ते सगळे काही तसेच घडत होते. गुरुवारी त्याने ती गोड दुधाची कँडी आपल्या पहारेकऱ्यांबरोबर वाटून घेत खाल्ली, स्वच्छ कपडे घातले. ते आता घट्ट बसायला लागले होते. नंतर त्याने ते पेटंट लेदरचे बूटही चढवले. शुक्रवार उजाडला तरी त्यांनी अद्यापही त्याला गोळी घातली नव्हती. खरे म्हणजे ती शिक्षा अमलात आणण्याचे धाडस त्यांना होत नव्हते. त्या गावाच्या बंडखोरीपणामुळे तिथल्या लष्करी अधिकाऱ्यांना वाटू लागले होते की, कर्नल औरेलियानो बुयेंदियाच्या देहान्त शिक्षेची अंमलबजावणी केली तर त्याचे राजकीय परिणाम केवळ माकोन्दोपुरते न राहता सबंध दलदलीच्या प्रदेशात घडून येतील म्हणून त्यांनी त्या प्रदेशाच्या राजधानीतील अधिकाऱ्यांशी सल्लामसलत केली. शनिवारी रात्री ते लष्करी अधिकारी उत्तराची वाट पाहत होते, तेव्हा कॅप्टन रोके कार्निसेरो इतर काही अधिकाऱ्यांबरोबर कातारिनोच्या दुकानात गेला होता. तिथे एकच स्त्री नाखुशीने त्याला आपल्या खोलीमध्ये घेऊन गेली तेसुद्धा धमकीमुळे. तिने त्याच्याजवळ कबूलच केले, 'एखादा माणूस लवकरच मरणार आहे असे जर माहीत असेल तर त्या माणसाबरोबर झोपायला कुणीही तयार होत नाही. तसे ते

नक्की कसे घडून येईल हे कुणालाच माहीत नाही; पण सगळे लोक असे बोलताहेत की, कर्नल औरेलियानो बुयेंदियाला गोळी घालणाऱ्या अधिकाऱ्याचा आणि त्या स्क्वॉडमधल्या सगळ्याच सैनिकांचा एकापाठोपाठ एक खून केला जाईल. ते अगदी पृथ्वीच्या टोकापर्यंत कुठेही जाऊन लपले तरी कुणीही त्यातून जिवंत सुटणार नाही.' कॅप्टन रोके कार्निसेरोने ते बोलणे आपल्या इतर अधिकाऱ्यांना सांगितले आणि त्यांनी ते आपल्या वरिष्ठांना सांगितले. रविवारी कुणीही तसे स्पष्टपणे उघड केले नसले किंवा मिलिटरीच्या कुठल्याही कृतीने त्या गावाची तणावपूर्ण शांतता बिघडली नसली तरीसुद्धा सगळ्या गावाला कळून चुकले होते की, औरेलियानोच्या प्रत्यक्ष देहान्त शिक्षेची जबाबदारी टाळण्यासाठी ते अधिकारी कोणत्याही सबबीचा वापर करायला तयार होते. सोमवारच्या टपालाबरोबर अधिकृत हुकूम गावात येऊन थडकला : 'देहान्त शिक्षेची अंमलबजावणी चोवीस तासांच्या आत केली जावी.' त्या रात्री त्या अधिकाऱ्यांनी कागदाच्या सात चिठ्ठ्या एका टोपीत ठेवल्या आणि कॅप्टन रोके कार्निसेरोचे अशांत नशीब नेमके त्याच्या नावाच्या चिठ्ठीतून पुढे आले. तो अत्यंत कडवटपणाने म्हणाला, 'दुर्दैवात कुठेच एखादी फट नसते. मी रांडेचा[१] (कुत्रा) म्हणून जन्माला आलो आणि रांडेच्यांच्याच मौतीनं मरणार आहे.' सकाळी पाच वाजता त्याने चिठ्ठ्या टाकून आपल्या स्क्वॉडची निवड केली. त्यांना पटांगणात उभे केले आणि देहान्ताची सजा झालेल्या त्या माणसाला जागे केले.

त्याने कर्नल औरेलियानो बुयेंदियाला म्हटले, 'चल बुयेंदिया आपली वेळ भरली आहे.'

कर्नलने त्याला उत्तर दिले, 'हां म्हणजे हे असं आहे तर मला स्वप्न पडत होतं की, माझ्या जखमा फुटल्या आहेत.'

औरेलियानोला गोळी घालणार आहेत हे रेबेका बुयेंदियाला समजले, त्यामुळे ती पहाटे तीन वाजताच जागी झाली. अंधारात ती आपल्या शेजघरात बसून राहिली. अर्ध्या उघडलेल्या खिडकीमधून ती सिमेटरीच्या भिंतीकडे पाहत होती. ज्या बिछान्यावर ती बसली होती तो बिछाना होझे आर्केदियोच्या घोरण्यामुळे हलत होता. एके काळी पिएत्रो क्रेस्पीच्या पत्रांची तिने जशी गुप्त चिकाटीने वाट पाहिली होती तशीच गेला आठवडाभर ती वाट पाहत होती. 'ते त्याला इथे गोळी घालणार नाहीत, मध्यरात्री बरॅक्समध्येच ते गोळी घालतील म्हणजे मग फायरिंग स्क्वॉडमध्ये कोण कोण होते ते कुणालाही कळणार नाही आणि त्याचे दफनही ते तिथेच करतील,' होझे आर्केदियोने तिला म्हटले, तरीही रेबेका औरेलियानोला सिमेटरीकडे आणले जाण्याची वाट पाहत राहिली. ती म्हणाली, 'त्याला इथे गोळी घालण्याइतके ते नक्कीच मूर्ख दिसताहेत.' तिला त्याविषयी एवढी खात्री होती की, गुडबाय करण्यासाठी आपण दरवाजा कसा उघडू याचीदेखील तिने मनोमन कल्पना केली होती. होझे आर्केदियोने खात्रीपूर्वक म्हटले, 'इथले लोक काहीही करायच्या

तयारीत आहेत हे माहीत असल्यामुळे निव्वळ सहा घाबरलेल्या सैनिकांबरोबर ते त्याला रस्त्यातून आणणार नाहीत.' आपल्या नवऱ्याच्या तर्काकडे दुर्लक्ष करीत रेबेका तिथे खिडकीतच थांबून राहिली.

ती म्हणाली, 'ते तेवढे मूर्ख आहेत हे तुला दिसेलच.'

मंगळवारी सकाळी पाच वाजता होझे आर्केदियोने कॉफी घेतली आणि कुत्र्यांना बाहेर सोडले, तेवढ्यात रेबेकाने खिडकी बंद केली आणि आपण खाली कोसळू नये म्हणून पलंगाच्या उशाकडच्या बाजूला तिने धरून ठेवले. 'ते पाहा, ते त्याला आणताहेत. केवढा देखणा आहे ना तो!' होझे आर्केदियोने खिडकीतून बाहेर पहाटेच्या प्रकाशात थरथर कापत असलेल्या कर्नलला पाहिले. एव्हाना त्याने भिंतीला पाठ टेकवली होती आणि आपले हात मागे पार्श्वभागावर धरले होते. कारण, त्याच्या काखेतल्या जखमांमुळे त्याला ते त्याहून खाली घेता येत नव्हते. कर्नल औरेलियानो बुयेंदिया म्हणाला, 'एखादा माणूस एवढा चुतिया बनतो एवढा चुतिया बनतो की सहा नामर्द त्याला ठार करू पाहतात आणि तरी त्याला काहीही करता येत नाही.' हे तो स्वतःशीच पुन्हा एवढ्या तीव्र संतापाने म्हणाला अन् ते इतके उत्कट होते की तो प्रार्थनाच करतोय असे कॅप्टन रोके कार्निसेरोला वाटले आणि त्याला त्याची दया आली. फायरिंग स्क्वॉडने नेम धरला. कर्नल औरेलियानो बुयेंदियाच्या संतापाचे रूपांतर त्याच्या तोंडातल्या चिकटपणात झाले होते, त्यामुळे त्याची जीभ झोपल्यासारखी लुळी पडली, त्याने आपले डोळे मिटले आणि मग पहाटेचा ॲल्युमिनियमसारखा प्रकाश नाहीसा झाला. ...आणि कर्नल औरेलियानो बुयेंदियाला तो स्वतः शॉर्ट पॅण्ट्समध्ये, गळ्याभोवती टाय बांधलेला अशा स्वरूपात दिसू लागला. त्याचे वडील त्याला एका अत्यंत छान अशा दुपारी बर्फ ठेवलेल्या तंबूकडे नेताना दिसले आणि तो बर्फही दिसला. एकाएकी त्याला आरडाओरडा ऐकू आला तेव्हा त्याला वाटले की, तो आवाज म्हणजे फायरिंग स्क्वॉडला गोळ्या झाडण्यासाठी दिलेला तो अंतिम हुकूमच असावा. आता रायफलींच्या गोळ्यांचा हवेतला प्रकाशमान मार्ग दिसेल अशा अपेक्षेत उत्सुकतेने शहारत त्याने डोळे उघडले तेव्हा त्याला कॅप्टन रोके कार्निसेरोने आपले हात हवेत उंचावलेले दिसले आणि होझे आर्केदियो आपली शॉटगन झाडायच्या तयारीत रस्ता ओलांडून येताना दिसला.

कॅप्टन रोके कार्निसेरो होझे आर्केदियोला म्हणाला, 'गोळी झाडू नकोस. तुला साक्षात परमेश्वरानेच धाडले आहे.'

तिथेच आणखी एका युद्धाला सुरुवात झाली. कॅप्टन रोके कार्निसेरो आणि त्याचे ते सहा सैनिक कर्नल औरेलियानो बुयेंदियाबरोबरच क्रांतिकारकांचा सेनापती जनरल विक्टोरियो मेदिनाला कैदेतून सोडवण्यासाठी रवाना झाले. जनरल विक्टोरिया मेदिना रिओहाचामध्ये कैदेत होता व त्याला देहान्ताची शिक्षा फर्मावण्यात आलेली होती. होझे आर्केदियो बुयेंदियाने माकोन्दोची स्थापना करण्यापूर्वी ज्या मार्गाने

प्रवास केला होता, त्या मार्गाने आपण गेलो तर वेळ वाचू शकेल, अशा कल्पनेने त्या मार्गाचा त्यांनी अवलंब केला; परंतु एक आठवडा संपण्यापूर्वीच त्यांची अशी खात्री झाली की, ते अशक्यच होते, त्यामुळे त्यांना खडकाळ रस्ता पत्करावा लागला. शिवाय, ते फायरिंग स्क्वॉड बनवले गेले, त्या वेळी त्यांच्याजवळ जेवढा दारूगोळा होता, तेवढाच आत्ता शिल्लक होता. ते गावाच्या जवळ छावणी टाकायचे आणि त्यांच्यापैकी कुणी तरी एक जण हातात सोनेरी मासा घेऊन गुप्तपणे पण चांगल्या दिवसाउजेडी निष्क्रिय असणाऱ्या लिबरलांशी संपर्क साधायचा. ते लिबरल दुसऱ्या दिवशी सकाळी जे शिकारीला जायचे ते परत यायचेच नाहीत. त्यांना डोंगराच्या एका सुळक्यावरून रिओहाचा दृष्टीस पडले तेव्हा जनरल विक्टोरियो मेदिनाला गोळी घातली गेलेली होती. कर्नल औरेलियानो बुयेंदियाच्या माणसांनी त्याला कॅरेबियन किनाऱ्यावरील क्रांतिकारकांच्या सैन्यातील जनरलच्या हुद्द्याचा लष्करप्रमुख म्हणून घोषित केले. त्याने ती जबाबदारी स्वीकारली. तथापि, बढती नाकारली आणि अशी भूमिका घेतली की जोपर्यंत कंझर्व्हेटिव्हांची राजवट कायम आहे, तोपर्यंत तो तशी बढती स्वीकारणार नाही. तीन महिन्यांच्या अखेरीस एक हजार माणसांना सशस्त्र करण्यात ते यशस्वी झाले; परंतु त्या सगळ्यांचा नाश झाला. वाचले ते सगळे पश्चिम आघाडीवर पोहोचले. नंतर त्यांच्याविषयी असे ऐकायला मिळाले की, ते आन्तिलेसच्या छोट्या पर्वतांवरून काब दे ला बेलावर जाऊन थडकले आहेत. टेलिग्राफवरून सबंध देशभर अत्यंत आनंदाने एक संदेश प्रसारित करण्यात आला की, कर्नल औरेलियानो बुयेंदियाचा मृत्यू झाला आहे; पण दोन दिवसांनी आधीच्या संदेशाला बाजूला सारून दुसरे अनेक संदेश असे प्रसारित झाले की, दक्षिणेकडच्या मैदानी प्रदेशात आणखी उठाव झाले आहेत. त्यातूनच एक अशी दंतकथा निर्माण झाली की, कर्नल औरेलियानो बुयेंदिया सर्वव्यापी आहे. एकाच वेळी त्याच्याबद्दल परस्परविरोधी माहितीच्या बातम्या प्रसारित होत होत्या, त्यानुसार तो बियानोएवामध्ये विजयी झाला होता, तर ग्वाकामायालमध्ये पराजित झाला होता, मोतिलॉन इंडियन्सनी त्याला खाऊन टाकले होते, दलदलीच्या प्रदेशातील एका खेड्यात तो मरण पावला होता तर उरूमितामध्ये त्याने पुन्हा शस्त्रे उचलली होती. लिबरल पक्षाचे नेते त्या वेळी काँग्रेसमध्ये सामील होण्याच्या दृष्टीने देवाणघेवाणीची चर्चा करत होते, त्यांनी 'कर्नल औरेलियानो बुयेंदिया हा आपल्या पक्षाचे प्रतिनिधित्व करत नाही' असे म्हणून त्याच्यावर 'अतिसाहसी' असा शिक्का मारला. राष्ट्रीय सरकारने त्याला बंडखोर म्हणून घोषित केले आणि त्याला जिंवत वा मृत हजर करणाऱ्याला पाच हजार पेसोज्चे बक्षीस जाहीर केले. सोळा पराभवांनंतर कर्नल औरेलियानो बुयेंदियाने दोन हजार उत्तम शस्त्रसज्ज इंडियनांसह ग्वाखिरो सोडले आणि रिओहाचामधल्या लष्करी ठाण्यावर अकस्मात हल्ला केला. ते सारे तेव्हा झोपेत होते. सरकारी सैन्याने ते ठाणे सोडून दिले आणि कर्नल औरेलियानो

बुयेंदियाने रिओहाचाचा ताबा घेतला. मग त्याने तिथे आपले हेडक्वार्टर्स उभारून प्रस्थापित राजवटीविरुद्ध सर्वंकष युद्ध घोषित केले. सरकारकडून त्याला जो पहिला संदेश मिळाला त्यात, त्याने आपले सैन्य घेऊन पूर्वेच्या आघाडीकडे अठ्ठेचाळीस तासांच्या आत माघार घेतली नाही, तर कर्नल गेरिनेल्दो मार्केझ याला गोळी घातली जाईल, अशी धमकी दिलेली होती. कर्नल रोके कार्निसेरो हा आता त्याचा चीफ ऑफ स्टाफ बनला होता, त्याने ती टेलिग्राम भीतीयुक्त आश्चर्याने पाहत कर्नल औरेलियानो बुयेंदियाकडे दिली; पण त्याने ती अनपेक्षित आनंदाने वाचली.

'काय आश्चर्य आहे पाहा. आता आपल्या माकोन्दोमध्ये तार ऑफिसही आलेले आहे.'

कर्नल औरेलियानो बुयेंदियाचे उत्तर मात्र अत्यंत ठाम आणि निश्चित होते. तीन महिन्यांतच तो माकोन्दोमध्ये आपले हेडक्वार्टर्स उभारणार होता आणि त्याच वेळी जर कर्नल गेरिनेल्दो मार्केझ जिवंत आढळला तर जे अधिकारी त्याचे कैदी बनले होते, त्या सगळ्यांना तो स्वतःच गोळ्या घालणार होता. तसे करताना तो जनरल्सपासून सुरुवात करणार होता. त्याचप्रमाणे तो आपल्या कनिष्ठ अधिकाऱ्यांनादेखील युद्ध संपेपर्यंत तसेच करण्याचा आदेश देणार होता. तीन महिन्यांनंतर त्याने माकोन्दोमध्ये प्रवेश केला, तेव्हा दलदलीच्या रस्त्यावर त्याला पहिल्यांदा आलिंगन दिले ते कर्नल गेरिनेल्दो मार्केझ यानेच.

घर मुलांनी भरून गेले होते. आर्केदियोला गोळी घातली गेल्यानंतर पाच महिन्यांनी जन्मलेली त्याची जुळी मुले आणि मोठी मुलगी त्यांच्यासह सान्ता सोफिया द ला पिएदादला अर्सूलाने आपल्या घरात घेतले होते. आर्केदियोच्या अंतिम इच्छेविरुद्ध तिने त्या मुलीचे नाव रेमेदियोस असे ठेवले. अर्सूलाने खुलासा केला, 'मला खात्री आहे की आर्केदियोला तसेच अभिप्रेत होते. आपण तिला अर्सूला नाही म्हणायचे. कारण, त्या नावाच्या व्यक्तीला आयुष्यात खूपच दुःख भोगावे लागते.' त्या जुळ्या मुलांची नावे होझे आर्केदियो सेगुन्दो आणि औरेलियानो सेगुन्दो अशी ठेवण्यात आली. आमारान्ता त्या सगळ्यांना सांभाळायची. उठाय-बसायच्या दालनात तिने लहान लाकडी खुर्च्या ठेवल्या आणि आसपास राहणाऱ्या कुटुंबातील मुलांसह तिथे एक नर्सरी सुरू केली. घंटांच्या आवाजात, रॉकेट्स उडताहेत अशा थाटात कर्नल औरेलियानो बुयेंदिया गावामध्ये परत आला, तेव्हा लहान मुलांच्या गानवृंदाने त्याचे स्वागत झाले, आपल्या आजोबांसारखाच उंच झालेल्या औरेलियानो होझेने क्रांतिकारक अधिकाऱ्याच्या पोशाखात त्याला लष्करी सलामी दिली.

अर्थात सगळेच काही आलबेल होते असे नव्हे. कर्नल औरेलियानो बुयेंदिया माकोन्दोतून निघून गेल्यानंतर एक वर्षाने होझे आर्केदियो आणि रेबेका ही दोघे आर्केदियोने बांधलेल्या घरामध्ये राहायला गेली. कर्नल औरेलियानो बुयेंदियाला गोळी

घातली जाण्याच्या वेळी त्याने केलेल्या हस्तक्षेपाविषयी कुणालाच काही कळले नाही. नवे घर तिथल्या चौकातल्या उत्कृष्ट कोपऱ्यात बदामाच्या झाडाच्या सावलीत बांधलेले होते. ते बदामाचे झाड रेडब्रेस्ट पक्ष्यांच्या तीन घरट्यांनी सुशोभित झाले होते. घराला मोठा दरवाजा आणि उजेडासाठी चार खिडक्या असून, त्या दोघांनी आतले घर चांगले आतिथ्यशील बनवले होते. मध्यंतरी खूप वर्षांपूर्वी बंद पडलेली बेगोनियाच्या पोर्चवरील कशिदाकारीची सत्रे पुन्हा एकदा सुरू केली गेली. अजून अविवाहित असलेल्या चार मोस्कोते भगिनी आणि रेबेकाच्या इतर जुन्या मैत्रिणी त्या कशिदाकारीच्या सत्रांमध्ये असत. पूर्वीच बळकावलेल्या जमिनींपासून होझे आर्केदियो फायदा काढत राहिला. त्या जमिनींवरचा त्याचा हक्क कंझर्व्हेटिव्ह सरकारने मान्य केला होता. दररोज दुपारी घोड्यावर बसून तो आपले शिकारी कुत्रे व डबल बॅरल शॉटगन आणि खोगिरावरून लटकणारी सशांची एखादी माळ घेऊन परतताना दिसायचा. सप्टेंबरमधल्या एका दुपारी वादळ होण्याच्या शक्यतेमुळे तो नेहमीपेक्षा लवकर घरी परतला. जेवणाच्या दालनात त्याने रेबेकाला अभिवादन केले, कुत्र्यांना पटांगणात बांधले, सशांची माळ खारवण्यासाठी स्वयंपाकघरात टांगली आणि तो शेजघरात कपडे बदलण्यासाठी गेला. रेबेकाने नंतर खुलासा केला की, तिचा नवरा शेजघरात गेला, तेव्हा ती स्नानघरात अडकलेली होती आणि तिला काहीही ऐकायला आले नाही. तिच्या सांगण्यावर विश्वास ठेवणे अवघड होते; परंतु त्यापेक्षा दुसरे काहीही संभवनीय दिसत नव्हते आणि ज्या माणसाने तिला सुखी केले होते, त्याचा खून करण्याचे रेबेकाला काही कारण असावे असे कुणालाही वाटत नव्हते. माकोन्दोमध्ये बहुधा तेवढे एकच गूढ असे होते की, त्याचा उलगडा झाला नाही. शेजघराचा दरवाजा होझे आर्केदियोने बंद केल्यावर लगेचच पिस्तुलाच्या आवाजाचा पडसाद घरात घुमला. दरवाजाखालून रक्ताची बारीक धार बाहेर आली, उठाय-बसायचे दालन ओलांडून रस्त्यावर गेली, कठडे पार करून तुर्कांचा रस्ता त्या धारेने ओलांडला, मग ती धार उजव्या बाजूला वळली मग डावीकडे वळली, बुयेंदियांच्या घराजवळ तिने काटकोन केला, बंद दरवाज्यातून ती आत शिरली, बैठकीचे दालन त्या धारेने ओलांडले, तिथल्या रग्जवर डाग पडू नयेत म्हणून भिंतींना लगटून उठाय-बसायच्या दुसऱ्या दालनातील जेवणाचे टेबल टाळून त्या धारेने एक मोठे वळण घेतले, बेगोनियाच्या पोर्चवरून पुढे ती धार जात राहिली. वाटेत औरेलियानो होझेला गणिताचे धडे देत असलेल्या आमारान्ताच्या लक्षातही न येता ती धार तिच्या खुर्चीखालून जेवणाच्या सामानाच्या कोठीमधून स्वयंपाकघरात जाऊन पोहोचली. तिथे अर्सूला पाव तयार करण्यासाठी छत्तीस अंडी फोडायच्या तयारीत होती.

ती एकदम ओरडली, 'अरे देवा!'

ते रक्त कुठून आले याचा शोध घेण्यासाठी ती त्या रक्ताच्या धारेचा माग काढत निघाली. जेवणाच्या सामानाच्या कोठीतून बेगोनियाच्या पोर्चमध्ये औरेलियानो होझे

तीन अधिक तीन सहा अधिक तीन नऊ हे घोकत होता, तिथून ती जेवणाच्या दालनातून आणि बसाय-उठायच्या दालनातून थेट रस्त्यावर गेली. तिथे आधी उजवीकडे आणि मग डावीकडे वळली व तुर्कांच्या रस्त्यावर जाऊन पोहोचली. आपण अजूनही घरात घालायच्या चपला आणि बेकरीत काम करताना वापरतो त्या ॲप्रनवरच तिथपर्यंत आलो आहोत हे लक्षात न घेता अर्सूला तशीच चौकात गेली आणि ज्या घरात ती अजून कधीच गेली नव्हती, अशा त्या घराच्या दारात पोहोचली. तिथे शेजघराचा दरवाजा ढकलून उघडला, तर तिथे कोंदून भरलेल्या बंदुकीच्या दारूच्या जळक्या वासाने तिला अगदी घुसमटल्यासारखे झाले. तिथे जमिनीवर नुकत्याच काढलेल्या पायावरच्या वेष्टनांवरच होझे आर्केदियो पालथा पडलेला तिला आढळला आणि मग तिला त्या रक्ताच्या धारेचा उगम सापडला. त्याच्या उजव्या कानामधून निघालेली ती धार आता वाहायची थांबली होती. त्या शरीरावर कुठेही एकही जखम आढळली नाही, एखादे शस्त्रही तिथे जवळपास दिसले नाही. त्या प्रेताला येणारा बंदुकीच्या दारूचा वासदेखील घालवणे त्यांना शक्य झाले नाही. प्रथम त्यांनी त्याला घासायचा ब्रश आणि साबण वापरून तीन वेळा धुऊन काढले. नंतर त्यांनी त्या मृत शरीराला मीठ आणि व्हिनेगर चोळले, नंतर ते राख आणि लिंबाने घासले, शेवटी सोडाखाराच्या पिपात सहा तास ठेवून दिले. त्यांनी ते शरीर एवढे घासले की, त्यावरची गोंदणामधली पानाफुलांची नक्षी अस्पष्ट होऊ लागली होती. नंतर एक निर्वाणीचा उपाय म्हणून त्यांनी पाण्यात काळी मिरी, जिरे आणि लॉरेलची पाने घालून त्यात मंदाग्नीवर ते शरीर दिवसभर उकळायचे ठरवले होते; पण एव्हाना ते कुजायला लागले होते म्हणून त्यांना घाई घाईने ते पुरून टाकावे लागले. आतून लोखंडी पट्ट्या व स्टीलच्या बोल्ट्सनी मजबूत केलेल्या साडेसात फूट लांब व चार फूट रुंद अशा एका खास शवपेटीमध्ये ते शरीर ठेवून त्यांनी ती पेटी पूर्णपणे हवाबंद करून पक्की केली, तरीदेखील ज्या रस्त्यांवरून अंत्ययात्रा गेली, त्या रस्त्यांवर तो वास जाणवतच होता. फादर निकानोरचे यकृत सुजले होते आणि पोट नगाऱ्यासारखे टम्म फुगले होते म्हणून त्याने आपल्या बिछान्यावरूनच त्याला आशीर्वाद दिला. नंतरच्या काही महिन्यांमध्ये जरी त्यांनी त्याच्या थडग्याभोवती घट्ट केलेली राख लाकडाचा भुसा आणि मध्ये चुनखडी घातलेल्या भिंती बांधून ते थडगे पक्के बंद केले, तरी तो बंदुकीच्या दारूचा वास कमी होत नव्हता. पुढे काही काळानंतर बनाना कंपनीने त्या थडग्यावर काँक्रीटचे आवरण घालून ते आणखी पक्के बंद करेपर्यंत किती तरी वर्षं त्या सगळ्या सेमिटरीलाच बंदुकीच्या दारूचा वास येत राहिला होता. त्यांनी ते प्रेत बाहेर नेल्याबरोबर रेबेकाने आपल्या घराची दारे बंद करून घेतली आणि स्वतःला जणू तिरस्काराच्या दाट आवरणात असे काही गुरफटून घेतले की, नंतर जगातल्या कोणत्याही मोहाने त्या आवरणाला तडा गेला नाही. खूप म्हातारी झाल्यानंतर एकदाच जेव्हा तो भटक्या ज्यू२ गावात आला होता

आणि जेव्हा त्याच्या नुसत्या आगमनाबरोबर त्या प्रदेशात आलेल्या उष्णतेच्या तीव्र लाटेमुळे पक्ष्यांनी खिडक्यांची तावदाने फोडून ते सगळे शेजघरात मरण्यासाठी घुसले होते, त्या काळात एके दिवशी ती बाहेर रस्त्यावर गेली होती. तिच्या पायात त्या वेळी जुन्या चांदीच्या रंगाचे शूज् होते आणि तिने चिमुकल्या फुलांची हॅट घातली होती. तिला कुणी शेवटचे पाहिले असेल तर ते एकदा तिच्या घराचे दार जबरदस्तीने उघडू पाहणाऱ्या एका चोराला तिने एकाच गोळीमध्ये खल्लास केले होते तेव्हाच. त्यानंतर आर्‌खेनिदा नावाच्या तिच्या विश्वासू मोलकरणीशिवाय आणखी कुणाचाही तिच्याशी संपर्क राहिला नव्हता. तिच्या एका दूरच्या भावाला ती पत्र लिहायची असे एकदा समजले होते. तो म्हणे तिचा मावस की चुलत भाऊ होता. मात्र त्याच्याकडून तिला कधी उत्तर आले की कसे याविषयी कुणी कधीच काही बोलले नाही. गावाला तिचा विसरच पडला.

कर्नल औरेलियानो बुयेंदिया जरी विजयी होऊन परतला असला तरी एकूण परिस्थितीबद्दल त्याला फारसा उत्साह नव्हता. सरकारी सैन्याने आपल्या ताब्यातली ठाणी प्रतिकाराशिवाय सोडून दिली, त्यामुळे लिबरल पक्षाच्या सर्वसामान्य जनतेला विजयाचा भ्रम झाला आणि तो नष्ट होणे योग्य नव्हे, असे त्यांना वाटू लागले; परंतु क्रांतिकारकांना खरे काय ते माहीत होते, कर्नल औरेलियानो बुयेंदियाला तर ते इतरांपेक्षा जास्तच माहीत होते. त्या क्षणी जरी त्याच्या अधिकाराखाली पाच हजारांहून जास्त माणसे आणि किनारी प्रदेशातील दोन राज्ये होती तरीही त्याला असे वाटत होते की, आपल्याला समुद्राच्या साह्याने कोंडले गेले आहे आणि आपण अशा गोंधळलेल्या विचित्र परिस्थितीमध्ये सापडलोय, त्यामुळे पूर्वी सरकारी सैन्याच्या तोफेच्या गोळ्यामुळे जमीनदोस्त झालेला चर्चचा घुमट पुन्हा बांधून काढायचा त्याने हुकूम दिला तेव्हा फादर निकानोरने आपल्या रुग्णशय्येवरून असे उद्गार काढले की, 'हा मूर्खपणाच आहे की ख्रिस्तावरील श्रद्धेचे रक्षक चर्चचा नाश करतात आणि मेसन्स[३] मात्र ते चर्च पुन्हा बांधायचा हुकूम देतात.' या अवस्थेतून सुटण्यासाठी एखादी पळवाट दिसते की काय ते पाहण्यासाठी कर्नल औरेलियानो बुयेंदिया टेलिग्राफ ऑफिसमध्ये तासन्‌तास बसून इतर शहरांच्या कमांडरांशी चर्चा करायचा आणि प्रत्येक वेळी त्याचा असा पक्का समज व्हायचा की, युद्ध कुंठितावस्थेला पोहोचले आहे. लिबरलांच्या विजयाच्या ताज्या बातम्या आल्या की, साहजिकच हर्षभरित घोषणांनी त्या बातम्यांचे स्वागत केले जायचे; परंतु कर्नल औरेलियानो बुयेंदियाला नकाशावर पाहून त्यांच्या सैन्याच्या विजयाच्या खऱ्या अर्थाचा अंदाज घेता यायचा, त्याला कळून यायचे की, त्याचे सैन्य जंगलात खोलवर घुसलेय खरे पण तिथे त्यांना मलेरिया आणि डासांपासून आपला बचाव करावा लागेल. अशा तऱ्हेने त्यांची वास्तवाच्या विरुद्ध दिशेने आगेकूच चालली होती. तो आपल्या अधिकाऱ्यांना म्हणायचा, 'आपण इथे वेळ वाया

घालवतोय आणि तिकडे रांडेच्चे पक्षातले लोक काँग्रेसमध्ये जागा मागताहेत.' पूर्वी ज्या खोलीमध्ये त्याने मरणाची वाट पाहिली होते, त्याच खोलीत आता तो रात्रीच्या वेळी आपल्या झोळीमध्ये हात-पाय पसरून पाठीवर पडलेला असायचा, तेव्हा डोळ्यांसमोर त्याला अध्यक्षांच्या प्रासादातून त्याच्याकडे यायला निघालेल्या काळ्या पोशाखातल्या वकिलांच्या प्रतिमा दिसू लागायच्या; उदासवाण्या बर्फगार सकाळच्या प्रहरात लवकर उघडणाऱ्या कॅफेचा त्यांनी आसरा घेतलेला असायचा; थंडीपासून बचावासाठी आपल्या कोटांच्या कॉलर्स त्यांनी वर केलेल्या असायच्या आणि ते आपले हात एकमेकांवर घासत असलेले दिसायचे. अध्यक्ष जेव्हा 'होय' म्हणाले, तेव्हा त्यांना काय अभिप्रेत असावे आणि 'नाही' म्हणाले तेव्हा त्यांना काय अभिप्रेत असावे याचा ते वकील विचार करायचे. तसेच अध्यक्ष पंचाण्णव अंश तापमानात एकीकडे डासांना पळवून लावता लावता दुसरीकडे वेगळेच काही तरी म्हणाले, तेव्हा ते कसला विचार करत असावेत त्याविषयी त्या वकिलांचे कुजबुजत्या आवाजात अंदाज बांधणे चालू असायचे. अशी ती जवळ येत असलेली भयंकर पहाट त्याला जाणवायची. तसल्या पहाटे त्याला आपल्या माणसांना समुद्रात उड्या टाका, असाच हुकूम द्यावा लागला असता.

अशाच एका अनिश्चिततेच्या रात्री पिलार तेर्नेरा पटांगणात सैनिकांबरोबर गात होती तेव्हा त्याने तिला तिच्या त्या पत्त्यांमधून भविष्य वाचायला सांगितले. तीन वेळा ते पत्ते पसरून तिने त्यातले काही पत्ते उचलून पाहिले; पण तिन्ही वेळा 'तोंडाच्या बाबतीत दक्षता घे' असेच उत्तर तिला मिळाले. 'त्याचा अर्थ काय होतो ते मला समजत नाही; पण हा संदेश अतिशय स्पष्ट आहे. तोंडाच्या बाबतीत दक्षता घे.' त्यानंतर दोनच दिवसांनी कुणी तरी एका शिपायाजवळ एक ब्लॅक कॉफीचा मग दिला, त्याने तो कुणाजवळ तरी दिला, त्याने तो आणखी कुणाला दिला, असे करता करता तो मग थेट कर्नल औरेलियानो बुयेंदियाचा ऑफिसमध्ये पोहोचला. त्याने काही कॉफी मागवली नव्हती; पण समोर आलीच होती म्हणून तो ती कॉफी प्यायला. त्या कॉफीमध्ये एखाद्या घोड्याचा जीव घेईल एवढा नक्स व्हमिकाचा डोस होता. त्यांनी त्याला घरी नेले तेव्हा तो अगदी थंडगार पडला होता, शरीराची ताठरलेली धनुकली होऊन गेली होती आणि जीभ दातांमधून बाहेर येऊन लुळी पडली होती. अर्सूलाने त्याच्यासाठी मरणाशी झुंज घेतली. त्याला वांतिकारका देऊन तिने आधी त्याचे पोट आतून धुऊन काढले, त्याला ब्लँकेट्समध्ये गुंडाळले, त्याचे एकदम चिपाडासारखे होऊन गेलेले शरीर पुन्हा पूर्ववत होईपर्यंत त्याला अंड्याचा पांढरा बलक खाऊ घातला आणि त्याच्या शरीराचे तापमान पूर्वपदावर आणून ठेवले. चौथ्या दिवशी त्याची धोक्यातून सुटका झाली. आपल्या इच्छेविरुद्ध परंतु अर्सूलाच्या आणि त्याच्या सहकारी अधिकाऱ्यांच्या आग्रहामुळे तो एक आठवडाभर अंथरुणात पडून राहिला, तेव्हा कुठे त्याला समजले की, त्याच्या

कविता जाळून टाकल्या गेल्या नव्हत्या. अर्सूलाने खुलासा केला, 'मला उगाच घाई करायची नव्हती. त्या दिवशी मी शेगडी पेटवायला गेले तेव्हा स्वतःशीच म्हटले की, त्याचे मृत शरीर घेऊन येईपर्यंत मी थांबले तर अधिक बरे होईल.' आजारपणातून बरे होण्याच्या वैचारिक गोंधळाच्या काळात त्याच्या आजूबाजूला रेमेदियोसच्या जुन्या धुळकट बाहुल्या होत्या. त्या काळात कर्नल औरेलियानो बुयेंदियाने आपल्या कविता वाचून आपल्या आयुष्यातले पूर्वीचे निर्णायक दिवस परत जागवून पाहिले. कसलेही भवितव्य नसलेल्या युद्धासंबंधीच्या चमत्काराच्या टोकावर स्वतःला तासन्तास तो तोलत असायचा. तशाच स्थितीत त्याने मृत्यूच्या किनाऱ्यावरील आपले आयुष्य कविताबद्ध करायचे ठरवले आणि त्याने पुन्हा लिहायला सुरुवात केली. त्यानंतर त्याचे सगळे विचार त्यालाच एवढे स्पष्ट होऊन गेले की, त्याला ते विचार मानसिक कालावशात मागेपुढे करीत तपासून पाहणे शक्य झाले. त्याने एका रात्री कर्नल गेरिनेल्दो मार्केझला विचारले.

'मित्रा, मला एक गोष्ट सांग पाहू. तू कशासाठी लढत आहेस?'

'आणखी दुसरे काय कारण असू शकेल? मी आपल्या थोर लिबरल पक्षासाठी लढतो आहे,' कर्नल गेरिनेल्दो मार्केझने म्हटले.

'म्हणजे तुला माहीत आहे आपण का लढतोय ते, तेव्हा तू भाग्यवारन आहेस असेच म्हटले पाहिजे,' कर्नल औरेलियानो बुयेंदियाने उत्तर दिले. 'माझ्याबद्दल म्हणशील तर मला आत्ताच समजले की, मी केवळ अभिमानासाठी लढतो आहे.'

'तसे असेल तर ते वाईटच आहे,' कर्नल गेरिनेल्दो मार्केझने म्हटले.

कर्नल औरेलियानो बुयेंदियाला त्याच्या उत्तरातील भीतीची गंमत वाटली. त्याने पुढे म्हटले, 'साहजिकच आहे; परंतु काहीही झाले तरी आपण का लढतो आहोत ते न कळण्यापेक्षा हे अधिक चांगलेच आहे.' एवढे म्हणून त्याने सरळ त्याच्या डोळ्यांत पाहिले आणि नंतर स्मित करत तो म्हणाला, 'किंवा तुझ्याचसारखे अशा एखाद्या गोष्टीसाठी लढायचे की त्याचा कुणालाच काहीही अर्थ लागत नाही.'

देशाच्या अंतर्भागातील सशस्त्र गटांशी त्याचा संपर्क साधण्याच्या आड त्याचा स्वाभिमान येत होता. त्याच्या पक्षाच्या नेत्यांनी तो बंडखोर नाही अशी जाहीरपणे कबूली द्यावी हे त्याला आवश्यक वाटत होते. तथापि, त्याला हे माहीत होते की त्याने त्याविषयीची शंका मनातून दूर केली की लगेचच युद्धाचे ते दुष्टचक्र भेदणे त्याला शक्य होईल. आजारपणातून बरे होताना त्याला चिंतनाला अवधी मिळाला. मग अर्सूलाचे मन वळवून तिच्याकडून मोठी रक्कम मिळवण्यात त्याला यश आलं. ती रक्कम तिला वारसाहक्काने मिळाली होती आणि तिने ती पुरून ठेवलेली होती शिवाय तिने बरीच मोठी बचतसुद्धा करून ठेवली होती. कर्नल गेरिनेल्दो मार्केझची माकोन्दोच्या लष्करी आणि नागरी प्रमुख म्हणून त्याने नेमणूक केली आणि नंतर देशाच्या अंतर्भागातील बंडखोर गटांशी संपर्क साधण्यासाठी तो निघाला.

कर्नल गेरिनेल्दो मार्केझ हा काही केवळ कर्नल औरेलियानो बुर्येदियाचा अगदी जवळचा माणूस होता असे नव्हे. अर्सूला तर कर्नल गेरिनेल्दो मार्केझला आपल्या कुटुंबातील एक व्यक्ती म्हणूनच वागवत असे. तो जरी नाजूक, स्वभावाने बुजरा, निसर्गतःच चांगल्या रितीभातीचा असा असला तरी प्रशासनापेक्षा युद्धासाठी तो जास्त योग्य होता. त्याचे राजकीय सल्लागार त्याला सहजच तात्त्विक चक्रव्यूहात गुंतवीत असत, तरीही कर्नल औरेलियानो बुर्येदियाने माकोन्दोविषयी त्या प्रकारचे स्वप्न पाहिले होते, तशा शांत, सुखी गावाचा चेहरा माकोन्दोला देण्यात तो यशस्वी झाला, त्यामुळे कर्नल औरेलियानो बुर्येदिया आता छोटे छोटे सोनेरी मासे बनवत सुखाने म्हातारा होऊन मरण्याचे स्वप्न पाहू शकत होता. तो स्वतः जरी आपल्या आई-वडिलांच्या घरात राहत होता तरी आठवड्यातून दोन वा तीन वेळा दुपारचे जेवण तो अर्सूलाच्या घरी घेत असे. त्याने औरेलियानो होझेला बंदुका, पिस्तुले असल्या शस्त्रांच्या वापराने सुरुवात करून देऊन प्राथमिक लष्करी शिक्षण दिले होते. तो पक्का बाप्या व्हावा म्हणून अर्सूलाच्या अनुमतीने त्याने औरेलियानो होझेला अनेक महिने बरॅक्समध्ये राहण्यासाठीसुद्धा नेले होते. औरेलियानो होझे लहान होता तेव्हा अनेक वर्षांपूर्वी गेरिनेल्दो मार्केझने आमारान्ताविषयीचे आपले प्रेम प्रकट केले होते. त्या काळात ती पिएत्रो क्रेस्पीविषयीच्या अभिलाषेच्या असल्या काही भ्रमात होती की, गेरिनेल्दो मार्केझला ती हसली होती. गेरिनेल्दो मार्केझ वाट पाहत राहिला. एकदा त्याने आमारान्ताला तुरुंगातून एक चिठ्ठी पाठवली आणि तलम सुती कापडाच्या एक डझन हातरुमालांवर कशिदाकारीने आपल्या वडिलांची आद्याक्षरे तिने भरून द्यावीत, अशी विनंती केली. त्यानी तिला त्यासाठी पैसेही पाठवले. एक आठवड्यानंतर आमारान्ताने ते डझनभर हातरुमाल तर त्याच्यासाठी तुरुंगात आणलेच; पण त्याबरोबर ते पैसेही आणले आणि मग त्यांनी एकमेकांबरोबर बरेच तास गतकाळाबद्दल बोलत घालवले. ती तेथून निघताना गेरिनेल्दो मार्केझने तिला सांगितले, 'मी इथून बाहेर पडेन तेव्हा तुझ्याशी लग्न करीन.' त्यावर आमारान्ता हसली; परंतु मुलांना वाचायला शिकवत असताना ती त्याच्याविषयी विचार करायची आणि त्याचबरोबर ती पिएत्रो क्रेस्पीविषयीच्या आपल्या कोवळ्या तारुण्यातील स्वप्नांसारखी स्वप्नेही पुन्हा पाहत राहायची. कैद्यांना भेटायच्या दिवशी म्हणजे दर शनिवारी ती गेरिनेल्दो मार्केझच्या आई-वडिलांच्या घराजवळ थांबून त्यांच्याबरोबर त्याला भेटायला जात असे. अशाच एका शनिवारी तिला स्वयंपाकघरात थांबलेली पाहून अर्सूलाला आश्चर्य वाटले. आमारान्ता स्वयंपाकघरातल्या भट्टीतून ताजी बिस्किटे बाहेर निघण्याची वाट पाहत थांबली होती. कारण, तिला त्यातली उत्कृष्ट बिस्किटे निवडून खास त्या प्रसंगासाठी काशिदाकारी केलेल्या हातरुमालामध्ये ती गुंडाळून घ्यायची होती. अर्सूलाने तिला म्हटले, 'त्याच्याशी तू लग्न कर. तुला त्याच्यासारखा दुसरा माणूस

सापडायला फारच कठीण पडेल.' आपल्याला ते बोलणे अजिबात आवडले नाही असे आमारान्ताने दाखवत ती उत्तरली, 'मला पुरुषांची अशी 'शिकार' शोधायला जावे लागणार नाही. मी ही बिस्किटे गेरिनेल्दोकडे घेऊन जातेय. कारण, लवकरच किंवा काही कालावधीनंतर ते त्याला गोळी घालणार आहेत, त्यामुळे मला फार वाईट वाटतेय.' अर्थात तिने विचार न करताच तसे म्हटले होते; परंतु त्याच सुमारास सरकारने घोषणा करून अशी धमकी दिली होती की, जर बंडखोरांच्या सैन्याने रिओहाचावरचा आपला ताबा सोडला नाही, तर सरकार कर्नल गेरिनेल्दो मार्केझला गोळी घालील. मग त्या भेटी बंद झाल्या. आमारान्ताने तीव्र दुःखाने रडण्यासाठी स्वतःला कोंडून घेतले. पूर्वी तिच्या निष्काळजीपणाने उच्चारलेले शब्दच जणू रेमेदियोसच्या मृत्यूला जबाबदार होते, अशा अपराधी भावनेने जसे तिला छळले होते, तसेच हे दुःखही आता तिला छळू लागले. तिच्या आईने तिचे सांत्वन केले. कर्नल गेरिनेल्दो मार्केझला गोळी घातली जाऊ नये, यासाठी कर्नल औरेलियानो बुयेंदिया काही तरी करेलच असे अर्सूलाने आमारान्ताला खात्रीपूर्वक सांगितले आणि तिला असेही आश्वासन दिले की, युद्ध एकदाचे संपले की गेरिनेल्दो मार्केझला तिच्याकडे खेचून आणण्याचे काम अर्सूलाचे राहील. लष्करी आणि नागरी प्रमुखपदाच्या नव्या थाटात गेरिनेल्दो मार्केझ जेव्हा घरी परत आला, तेव्हा अर्सूलाने त्याचे आपल्या मुलासारखे स्वागत केले आणि त्याच्या प्रशंसेच्या छोट्या छोट्या गोष्टींनी त्याला आपल्या घरात राहवून घेण्याचे उपाय शोधले. आमारान्ताशी लग्न करण्याचा आपला बेत त्याला आठवावा यासाठी अंतःकरणापासून देवाची प्रार्थना केली. तिच्या त्या विनवणीची दखल घेतली गेली असावी. ज्या दिवशी तो त्यांच्या घरी दुपारचे जेवण घ्यायचा, त्या दिवशी आमारान्ताबरोबर चिनी चेकर्स खेळण्यासाठी तो बेगोनियाच्या पोर्चवर हटकून रेंगाळायचा. अर्सूला त्यांच्यासाठी कॉफी, दूध आणि बिस्किटे आणायची आणि त्यांना त्रास होऊ नये म्हणून मुलांचा ताबा घ्यायची. आमारान्ता आपल्या हृदयातील तारुण्यातल्या प्रेमभावनेला फुंकर घालायचा खरोखर प्रयत्न करत होती. असह्य उत्कंठेने ती त्याच्या जेवणाच्या दिवसांची आणि दुपारी चालणाऱ्या त्यांच्या चिनी चेकर्स खेळाची वाट पाहत असायची. स्मरणरमणीय नाव कमावलेल्या त्या योद्ध्याच्या संगतीत वेळ भराभर निघून जायचा. सोंगट्या हलवताना त्याची बोटे कळतील न कळतील अशा तऱ्हेने थरथर कापत असत; परंतु कर्नल गेरिनेल्दो मार्केझने तिच्याशी लग्न करण्याची आपली इच्छा तिच्याजवळ पुन्हा व्यक्त केली, तेव्हा तिने त्याला नकार दिला.

तिने त्याला म्हटले, 'मी कुणाशीही लग्न करणार नाही, तुझ्याशी तर नाहीच नाही. तू औरेलियानोवर एवढे प्रेम करतोस की, तुला माझ्याशी लग्न करायचे आहे ते केवळ तू त्याच्याशी लग्न करू शकत नाहीस म्हणून.'

कर्नल गेरिनेल्दो मार्केझ हा एक अतिशय शांत माणूस होता. तो म्हणाला, 'मी पुन्हा पुन्हा लग्नाविषयी विचारत राहीन. केव्हा ना केव्हा मी तुझी खात्री पटवीनच.' तो त्यांच्या घरी येत राहिला. आपल्या शेजघरात स्वतःला कोंडून घेत आमारान्ता मूक आसवे गिळत राहिली. कर्नल गेरिनेल्दो मार्केझ अर्सूलाला युद्धाच्या ताज्या बातम्या देत असायचा, तेव्हा आपल्याशी लग्न करू इच्छिणाऱ्या त्या माणसाचा आवाजही कानी पडू नये म्हणून ती कानांत बोटे घालायची आणि त्याला भेटण्यासाठी तिचा जीव तळमळत असायचा तरी त्यासाठी बाहेर न जाण्याइतकी ती मनाने खंबीरसुद्धा होती.

दर दोन आठवड्यांनी माकोन्दोला सविस्तर हकिकत कळवण्यासाठी कर्नल औरेलियानो बुयेंदिया मुद्दाम वेळ काढून पत्र लिहायचा; परंतु माकोन्दो सोडून गेल्यापासून जवळ जवळ आठ महिन्यांनंतर एकदाच अर्सूलाला पत्र पाठवणे त्याला शक्य झाले. एका खास दूताबरोबर एक सील केलेला लिफाफा त्याने घरी पाठवला होता, त्यात कर्नल औरेलियानो बुयेंदियाच्या नाजूक अक्षरांमध्ये लिहिलेला एक कागद होता; *पप्पांची चांगली काळजी घे. कारण, ते मरणार आहेत.* अर्सूला एकदम भ्यायली. ती म्हणाली,

'औरेलियानो तसे म्हणतोय म्हणजे त्याला ते माहीत आहे.' आणि मग तिने होझे आर्केदियो बुयेंदियाला त्याच्या शेजघरात आणायला लावले. तो नेहमीसारखाच खूप जाड झालेला होता, एवढेच नव्हे तर चेस्टनट झाडाखालच्या त्याच्या त्या प्रदीर्घ वास्तव्यात त्याने काही एक खास शक्ती प्राप्त केली होती; त्या शक्तीमुळे तो इच्छेनुसार आपले वजन असे वाढवायचा की सात माणसांनादेखील त्याला उचलणे शक्य व्हायचे नाही, तेव्हा त्यांनी त्याला बिछान्याकडे ओढत नेले.

ऊन-पावसाचा भरपूर मारा सोसलेल्या त्या प्रचंड, म्हाताऱ्या माणसाच्या श्वासोच्छ्वासाबरोबर नाजूक अळंब्यांचा, लाकडावरील फुलांच्या बुरशीचा, तसेच घराबाहेरच्या जुनाट गोष्टींचा तीव्र वास येत असे, त्यामुळे त्या शेजघरातील हवा कोंदून गेली होती. नंतरच्या सकाळी तो बिछान्यात नव्हता. तशी त्याच्या अंगातली ताकद अजिबात कमी झालेली नव्हती, तरी त्याला प्रतिकार करणे जमत नव्हते. सगळे काही त्याच्या दृष्टीने सारखेच होते. चेस्टनट झाडाखाली तो परतला ते काही त्याला तिथे जायचे होते म्हणून नव्हे तर त्याच्या शरीराला ती एक सवय होऊन बसली होती. अर्सूला त्याची सगळी काळजी घ्यायची. ती त्याला खाऊ-पिऊ घालायची, औरेलियानोची बातमी सांगायची. तथापि, फक्त एकाच व्यक्तीशी त्याचा संपर्क होत होता ती व्यक्ती म्हणजे प्रृडेन्शियो आगिलार. मृत्यूतल्या जराजीर्णतेमुळे प्रृडेन्शियोचे शरीर अगदी पिठासारखे बारीक कणांचे बनल्यासारखे भासायचे. त्याच शरीराने तो दिवसातून दोन वेळा त्याच्याशी गप्पा मारायला येत असे. ते दोघे झुंजीच्या कोंबड्यांविषयी बोलायचे. भल्यामोठ्या प्रचंड पक्ष्यांची

पैदास करण्यासाठी एखादे फार्म उभारण्याचे आश्वासन ते एकमेकांना देत असत. अर्थात, तेही काही विजयाचा आनंद मिळवायला म्हणून नव्हे. कारण, आता त्यांना तसल्या विजयाची गरज नव्हती, तरीही मृत्यूनंतरच्या म्हातारपणातल्या कंटाळवाण्या रविवारी काही तरी करायला हवे म्हणून त्यांना त्या फार्मची गरज होती. प्रुडेन्शियो आगिलार हाच त्याला स्वच्छ करायचा, खाऊपिऊ घालायचा आणि औरेलियानो नावाच्या कुणा अपरिचित माणसाविषयीची फारच छान अशी माहितीही द्यायचा. तो औरेलियानो म्हणे युद्धामध्ये कर्नल होता. एकटा असायचा तेव्हा होझे आर्केदियो बुयेंदिया असंख्य खोल्यांचे स्वप्न पाहून स्वतःचे समाधान करीत होता. तो असे स्वप्न पाहायचा की, आपण आपल्या बिछान्यातून बाहेर निघत आहोत, दरवाजा उघडतो आहोत आणि तसल्याच दुसऱ्या एका खोलीत जात आहोत. तिथे तसलीच बिडाच्या लोखंडाचे उसे असलेली कॉट आहे, या खोलीत आहे तसलीच विणलेली खुर्ची तिथेही आहे आणि मागील भिंतीवर तशाच प्रकारचे 'व्हर्जिन ऑफ हेल्प'[४]चे छोटे चित्रही आहे. त्या खोलीतून तो अगदी तसल्याच दुसऱ्या खोलीत जाणार आहे आणि त्याही खोलीचे दार आणखी एका तशाच प्रकारच्या खोलीत उघडेल आणि मग आणखी एका तसल्या खोलीत आणि मग आणखी एका खोलीत असे करीत करीत तो एखाद्या समोरासमोर समांतर आरसे ठेवलेल्या गॅलरीत जावे तसे. प्रुडेन्शियो आगिलार त्याच्या खांद्यावर हात ठेवेपर्यंत त्याला तसे करत राहायला आवडायचे. मग तो त्या खोल्यांमधून मागे चालत जात जात तिथे प्रुडेन्शियो आगिलार खऱ्याखुऱ्या खोलीत असायचा तिथे जाऊन पोहोचायचा; पण त्यांनी त्याला बिछान्याकडे नेले होते, त्यानंतर दोन आठवड्यांनी एके रात्री मधल्याच एका खोलीमध्ये प्रुडेन्शियो आगिलारने त्याच्या खांद्याला स्पर्श केला आणि मग तीच खरीखुरी खोली आहे असे त्याला वाटत राहिले म्हणून तो तिथेच कायमचा राहून गेला. त्यानंतरच्या सकाळी अर्सूला त्याच्यासाठी नाश्ता घेऊन येत होती, तेव्हा तिला हॉलमध्ये एक माणूस येताना दिसला. तो बुटका आणि अंगाने धष्टपुष्ट होता. त्याने काळा सूट आणि खूप मोठ्ठी काळी हॅट घातलेली होती व त्याने ती आपल्या शांत डोळ्यांपर्यंत खाली ओढलेली होती. 'अरे देवा! मी तर शपथेवर म्हटले असते की, हा मेल्कियादेसच आहे म्हणून.' तो विसितासियॉनचा भाऊ काताउरे होता. निद्रानाशाच्या साथीपासून वाचण्यासाठी तो पळून गेला होता आणि नंतर त्याची कसलीच बातमी नव्हती. विसितासियॉनने त्याला तो का परत आलाय ते विचारले. त्याने त्यांच्या त्या गंभीर भाषेमध्ये तिला उत्तर दिले,

'मी राजेसाहेबांच्या अंत्यविधीसाठी आलो आहे.'

मग ते होझे आर्केदियो बुयेंदियाच्या खोलीत गेले. त्यांनी जेवढ्या जोरात त्याला हलवणे शक्य होईल तेवढ्या जोरजोरात हलवले, त्याच्या कानात मोठ्याने ओरडले, त्याच्या नाकपुडीसमोर त्यांनी आरसा धरून पाहिले; पण ते त्याला जागे

करू शकले नाहीत. थोड्या वेळानंतर सुतार त्याच्यासाठी शवपेटीची मापे घेत होता, तेव्हा त्यांनी खिडकीतून बाहेर पाहिले तर बारीक पिवळ्या फुलांचा हलका पाऊस पडत असलेला दिसला. रात्रभर ती पिवळी फुले सबंध गावावर शांत वादळासारखी बरसत राहिली, सगळ्या घरांची छपरे त्या फुलांनी झाकून गेली आणि त्या फुलांमुळे दारांनाही अडथळा निर्माण झाला, घराबाहेर झोपलेल्या जनावरांना घुसमटल्यासारखे झाले. ती फुले इतक्या प्रचंड प्रमाणात बरसली की, सबंध रस्त्यावर फुलांचे दाट रुजामे तयार झाले होते. नंतर तिथून अंत्ययात्रेची मिरवणूक नेण्यासाठी लोकांना फावडी आणि दाताळ्यांनी ती फुले बाजूला काढून टाकावी लागली.

८

विणलेल्या झुलत्या खुर्चीत बसून आमारान्ता मध्येच अर्धवट राहिलेले काम मांडीवर ठेवून औरेलियानो होझेला न्याहाळून बघत राहिली. तो पहिल्यांदाच दाढी करणार होता. कातडी पट्ट्यावर वस्तऱ्याला धार लावताना त्याची हनुवटी फेसाने भरली होती. ओठांवरची तांबूस लव कातरून तो आपल्या मिशांना आकार देण्याचा प्रयत्न करीत होता. त्या प्रयत्नात त्याचा वरचा ओठ थोडा कापला गेला आणि तोंडावरच्या पुळ्यांची टोकेही कापली जाऊन त्यातून रक्त येऊ लागले. सगळी दाढी करून झाल्यावरसुद्धा तो पूर्वी दिसत होता तसाच दिसू लागला; पण दाढी करण्याच्या त्या कष्टप्रद कामात आमारान्ताला तो एकदमच मोठा झाल्याचे जाणवले.

ती म्हणाली, 'तू अगदी औरेलियानोसारखाच दिसतोस. तो तुझ्या वयाचा होता तेव्हा अगदी अस्साच दिसायचा. तू आता मोठा माणूस झाला आहेस.'

तो अजून लहानच आहे असे समजून न्हाणीघरात आमारान्ता जेव्हा पूर्वीसारखी त्याच्या समोरच आपले कपडे उतरवायची तेव्हाच खरे तर तो तसा 'मोठा' झालेला होता. वास्तविक पाहता पिलार तेर्नेराने त्याला सांभाळण्यासाठी तिच्या हाती सोपवले होते, तेव्हापासून ती तसेच करायची. त्याने तिला पहिल्यांदाच जेव्हा तसे पाहिले तेव्हा तिच्या स्तनांच्या मधल्या खोल खळगीकडे त्याचे लक्ष खिळून राहिले होते. तो एवढा निरागस होता की, त्याने तिला विचारलेसुद्धा की तिला तिथे काय झाले होते, तर आपली बोटे स्तनांच्या मधल्या खळगीत खोल खुपसण्याचा आविर्भाव करीत तिने म्हटले की, 'इथे मला कुणी तरी खूप जोरात कापले होते.' काही कालावधीनंतर पिएत्रो क्रेस्पीच्या आत्महत्येच्या धक्क्यातून सावरल्यावर ती पुन्हा त्याच्याबरोबर आंघोळ करू लागली, तेव्हा तो तिच्या स्तनांकडे लक्ष देईनासा झाला; पण काळपट लालसर रंगाच्या स्तनाग्रांच्या त्या भव्य छातीकडे पाहून त्याला एक वेगळीच थरथर अनुभवाला येऊ लागली. तो तिच्याकडे बारकाईने पाहत

तिच्या जवळिकीच्या चमत्काराचा इंचाइंचांनी अनुभव घेत राहिला, पाण्याच्या स्पर्शाने तिच्या त्वचेवर शिरशिरी उठली की, त्याच्याही त्वचेवर तशीच शिरशिरी उठते हेही त्याला जाणवले. तो अगदी लहान होता तेव्हापासून त्याला अशी सवय होती की, आपली झोपायची झोळी सोडून पहाटे तिच्या अंथरुणात जागे व्हायचे. कारण, तिच्या अगदी निकट असणे हा त्याला वाटणाऱ्या अंधाराच्या भीतीवर मात करण्याचा एक उपाय होता; पण त्या दिवशी त्याला आपल्या नग्नतेची जाणीव झाली, तेव्हापासून भीतीमुळे नव्हे तर पहाटेच्या वेळी आमारान्ताच्या गरम श्वासाच्या निकट जाणिवेच्या ओढीमुळे तो तिच्या मच्छरदाणीच्या खालून तिच्या बिछान्यात शिरायचा. एके दिवशी पहाटेच्या वेळी त्याला असे जाणवले की, आपल्याला श्वासोच्छ्वास करणे जड जाते आहे. त्या दिवसांत आमारान्ताने कर्नल गेरिनेल्दो मार्केझला नकार दिला होता आणि पहाटे आमारान्ताची बोटे उत्सुक सुरवंटासारखी त्याच्या पोटावरून चाचपत सरकत होती. झोपेचे सोंग करत त्याने जराशी हालचाल करून आपली जागा बदलली व तिला ते चाचपणे सोपे केले, तेव्हा शिंपल्यातील आंधळ्या कालवासारखा तिचा काळे बँडेज नसलेला हात आपल्या उत्कंठेच्या शेवाळात घुसतोय, अशी जाणीव त्याला झाली. त्या दोघांनाही जे माहीत होते त्याकडे ते दुर्लक्ष करीत होते, तरी त्या रात्रीपासून त्यांची त्या अपराधातली अतूट भागीदारी सुरू झाली. पार्लरमधल्या घड्याळातून जोवर वॉल्टझ्च्या सुरांचे बाराचे टोले ऐकू येत नसत, तोवर औरेलियानो होझेला झोप येत नसे. त्वचा निस्तेज व्हायला लागलेल्या त्या प्रौढ कुमारिकेलाही जोवर झोपेत चालणारा औरेलियानो होझे तिच्या मच्छरदाणीत शिरत नसे तोवर क्षणाचीही विश्रांती लाभत नसे. त्याला तिने वाढवले होते खरे; परंतु पुढे तो आपले एकाकीपणाचे दुःख असे कमी करणारा ठरेल असे तिला वाटले नव्हते. पुढे तर ते फक्त एकत्र नग्न झोपून थकवा येईपर्यंत सतत एकमेकांच्या मिठ्यांमध्ये राहू लागले, इतकेच नव्हे तर अनेकदा ते घराच्या कानाकोपऱ्यांत एकमेकांचा पाठलाग करू लागले आणि आपल्या शेजघरात कोंडून घेऊन उतार न पडणाऱ्या उत्तेजित अवस्थेत कायमच राहू लागले. एकदा दुपारी कोठीघरात ती दोघे चुंबन घेणार तेवढ्यात तिथे गेलेल्या अर्सूलाने त्यांना अगदी पकडलेच. औरेलियानो होझेला तिने काहीशा निष्पापपणे प्रश्न केला, 'तुला तुझी आत्या इतकी आवडते का रे?' त्याने 'होय' असे उत्तर दिले. 'हे चांगले आहे हं तुझे,' असे म्हणून अर्सूलाने ब्रेडसाठी पीठ मोजून घेण्याचे संपवले आणि ती स्वयंपाकघराकडे परतली. त्या प्रसंगाने आमारान्ताला तिच्या वातभ्रमातून फट्दिशी जागे केले. ती काही एखाद्या लहान मुलाबरोबर चुंबनाचा खेळ खेळत नव्हती, हेदेखील तिला समजले आणि एका झटक्यात तिने ते संपवून टाकले. औरेलियानो होझेने आपले लष्करी शिक्षण त्या वेळी संपवत आणले होते, त्यालाही अखेर वास्तवाची जाणीव झाली आणि मग तो बरॅक्समध्ये झोपायला जाऊ लागला.

शनिवारच्या रात्री इतर सैनिकांबरोबर तो कातारिनोच्या दुकानाकडे जायचा. त्याच्या वाट्याला अकस्मात आलेल्या एकाकीपणावर आणि अकाली प्रौढपणावर तो तिथल्या बायांच्या संगतीत उपाय शोधू लागला, त्या बायांना सुकलेल्या फुलांचा वास येत असे. काळोखात आपल्या उत्कंठित कल्पनाशक्तीच्या साह्याने तो त्या बायांमध्येच आमारान्ताला पाहू लागला.

थोड्या कालावधीनंतर युद्धाविषयी परस्परविरोधी बातम्या येऊ लागल्या. एकीकडे सरकारच क्रांतिकारकांच्या प्रगतीविषयी कबुली देत होते, तर दुसरीकडे माकोन्दोमधील अधिकाऱ्यांकडे लवकरच होऊ घातलेला चर्चेनंतर संभाव्य शांतता–तहाविषयी गुप्त रिपोर्ट्स आलेले होते. एक एप्रिलच्या सुमारास एक खास दूत आला. त्याने कर्नल गेरिनेल्दो मार्केझला आपली ओळख पटवली. त्याने खात्रीपूर्वक सांगितले की, पक्षाच्या नेत्यांनी अंतर्भागातील क्रांतिकारक नेत्यांशी खरोखरच संपर्क साधला असून ते तह घडवण्याच्या तयारीत होते, तसेच लिबरल पक्षाच्या सदस्यांना तीन कॅबिनेट मंत्र्यांच्या जागा, काँग्रेसमध्ये अल्पसंख्याकासाठीचे काही प्रतिनिधित्व आणि शस्त्रे खाली ठेवणाऱ्या क्रांतिकारकांना सर्वसाधारण माफी या गोष्टी देऊ केलेल्या असून, त्यांच्या बदल्यात शस्त्रसंधी व्हायचा होता. त्या दूताने एक अत्यंत गुप्त असा हुकूम कर्नल औरेलियानो बुयेंदियाकडून आणला होता, त्या हुकुमानुसार प्रस्तावित तहाच्या अटी स्वतः कर्नल औरेलियानो बुयेंदियालाच मान्य नसल्यामुळे कर्नल गेरिनेल्दो मार्केझने पाच उत्कृष्ट साथीदार निवडून त्यांच्यासह देश सोडून जाण्याची तयारी करावयाची होती. या हुकुमाची अंमलबजावणी अत्यंत गुप्तपणे केली जाणार होती. तह होण्याच्या ठरलेल्या दिवसाच्या एक आठवडा आधी परस्परविरोधी अफवांच्या गदारोळामध्ये कर्नल औरेलियानो बुयेंदियाने दहा अत्यंत विश्वासू अधिकारी निवडले. त्यांच्यामध्ये एक कर्नल रोके कार्निसेरो हाही होता आणि त्यांच्यासह गुप्तपणे तो मध्यरात्रीनंतर माकोन्दोमध्ये येऊन पोहोचला. त्याने तिथे ठेवलेल्या सैनिकांना कर्तव्यमुक्त केले, त्यांची शस्त्रे पुरून टाकली आणि तिथले कागदपत्र नष्ट करून टाकले. पहाटे कर्नल गेरिनेल्दो मार्केझ आणि त्याच्या पाच विश्वासू अधिकाऱ्यांबरोबर त्यांनी माकोन्दो गाव सोडले. ती सगळी कारवाई इतक्या चपळाईने व गुप्तपणे झाली की, अर्सूलाला अगदी शेवटच्या क्षणापर्यंत त्याविषयी काही समजले नाही. त्या वेळी कुणी तरी तिच्या शेजघराच्या खिडकीवर टक टक केली आणि कुजबुजत्या आवाजात तिला म्हटले की, 'तुला कर्नल औरेलियानो बुयेंदियाला पाहायचे असेल, तर ताबडतोब दरवाज्याकडे ये.' तिने बिछान्यातून बाहेर उडी मारली आणि नाइटगाऊनमध्येच ती दरवाजाकडे गेली, तर धुळीच्या निःशब्द ढगामध्ये काही घोडेस्वार दौडत गाव सोडून निघालेले तिला दिसले. दुसऱ्या दिवशी तिला कळून चुकले की, औरेलियानो होझेदेखील आपल्या वडिलांबरोबर गेला होता.

दहाच दिवसांनी सरकार आणि विरोधी पक्ष यांच्या संयुक्त पत्रकाद्वारे असे जाहीर करण्यात आले की, युद्ध समाप्त झाले आहे. त्याच वेळी अशीही एक बातमी आली होती की, पश्चिम सीमेवर कर्नल औरेलियानो बुयेंदियाने पहिला सशस्त्र उठाव केला आहे. तुटपुंजी शस्त्रास्त्रे जवळ असलेले त्याचे छोटेसे सैन्य एका आठवड्यात आताच इकडेतिकडे पांगले; परंतु त्या वर्षभरात एकीकडे लिबरल आणि कंझर्व्हेटिव्ह हे दोन्ही पक्ष उभयंतांमध्ये सलोखा झाला आहे, असा सगळ्या देशाचा समज करून देत होते आणि तिकडे कर्नल औरेलियानो बुयेंदियाने आणखी सात वेळा ठिकठिकाणी उठाव करण्याचा प्रयत्न केला होता. एका रात्री त्याने एका स्कूनरवरून रिओहाचावर बाँबफेक केली तर त्याचा बदला म्हणून गावातल्या चौदा उत्कृष्ट लिबरल्सना त्यांच्या बिछान्यातून ओढून काढून गोळ्या घालण्यात आल्या. जवळ जवळ दोन आठवड्यांहून जास्त दिवस त्याने सीमेवरील एक कस्टमचे ठाणे ताब्यात घेऊन ठेवले आणि तेथून सबंध देशाला युद्धाचे आव्हान केले. राजधानीच्या आजूबाजूच्या भागात युद्ध घोषित करता यावे म्हणून त्याने जवळजवळ एक हजार मैल लांबीचा प्रदेश पार करण्याचा वेडा प्रयत्न केला होता. त्या प्रदेशातली झाडेही कधी तोडली गेली नव्हती; पण त्याची ती मोहीम जंगलात हरवून गेली. एकदा तर तो माकोन्दोपासून केवळ पंधरा मैल अंतरावर आला होता; परंतु सरकारच्या गस्ती सैनिकांनी त्याला डोंगरात लपून बसायला भाग पाडले होते. खूप वर्षांपूर्वी त्याच्या वडिलांना जिथे त्या स्पॅनिश जहाजाचा सांगाडा सापडला होता, त्याच मंतरलेल्या प्रदेशाजवळच्या जंगलात तो लपला होता.

त्याच काळाच्या दरम्यान विसितासियॉन मरण पावली. निद्रानाशाच्या भीतीमुळे तिने राज्यसिंहासनाचा त्याग केला होता. बुयेंदियांच्या घरी वीस वर्षे काम करून कमावून शिल्लक ठेवलेला पैसा तिने आपल्या बिछान्याखाली पुरून ठेवला होता.

तिची अखेरची इच्छा अशी होती की, तो पैसा उकरून काढावा आणि कर्नल औरेलियानो बुयेंदियाकडे पाठवून द्यावा म्हणजे त्याचे युद्ध चालू राहील; परंतु अर्सूला तो पैसा उकरून काढायच्या भानगडीत पडली नाही. कारण, त्या वेळी अफवा अशी होती की, त्या प्रांताच्या राजधानीजवळ घुसण्याचा प्रयत्न करताना कर्नल औरेलियानो बुयेंदिया मारला गेला. त्याविषयीची ती घोषणा जवळजवळ सहा महिन्यांपर्यंत खरीच मानली गेली होती. कारण, त्यासंबंधी पुढे निश्चित असे काहीच ऐकू येत नव्हते; पण तशा अधिकृत घोषणा दोन वर्षांत चार वेळा झाल्या होत्या. अर्सूला आणि आमारान्ताने आधीच्या शोककालाला नवा शोककाल जोडला, त्याच सुमारास अनपेक्षितपणे बातमी आली की कर्नल औरेलियानो बुयेंदिया जिवंत आहे. मात्र असे दिसत होते की, त्याने आपल्या देशाच्या सरकारला त्रास देणे थांबवले असून, कॅरेबियनमधील इतर प्रदेशांमधल्या विजयी प्रजासत्ताकांच्या संघाशी हातमिळवणी केली आहे. आपल्या देशापासून दूरदूरच्या भागात मधूनच त्याचे

वेगवेगळ्या नावांनी दर्शन होत होते. त्या काळात नंतर अशीही बातमी होती की, औरेलियानो बुयेंदिया मध्य अमेरिकेतील संघराज्यात्मक शक्तींचे एकत्रीकरण करू पाहत असून अलास्कामधून पॅटागॉनियापर्यंत असलेल्या कंझर्व्हेटिव्ह राजवटी नष्ट करून टाकायच्या असा त्याचा विचार आहे. तो माकोन्दोमधून गेला त्यानंतर कित्येक वर्षांनी प्रत्यक्ष त्याच्याकडून अर्सूलाला मिळालेली पहिली गोष्ट म्हणजे सुरकुत्या पडलेले व त्यावरची अक्षरे अस्पष्ट झालेले असे एक पत्र होते. क्युबामधील सान्तियागो इथून पाठवलेले ते पत्र कित्येक हातांमधून तिच्यापर्यंत पोहोचले होते.

ते पत्र वाचल्यावर अर्सूला उद्गारली, 'आपण जवळ जवळ कायमचेच त्याला गमावून बसलो आहोत. यात सांगितल्या मार्गाने जर तो आलाच तर तो ख्रिसमसमध्ये पृथ्वीच्या टोकाजवळ असेल.'

तिने हे उद्गार काढून ज्याला ते पत्र दाखवले ती व्यक्ती म्हणजे कंझर्व्हेटिव्ह जनरल होझे राकेल मोंकादा होता. युद्ध समाप्त झाले तेव्हापासून तो माकोन्दोचा मेयर होता. तो उद्गारला, 'हा औरेलियानो कंझर्व्हेटिव्ह पक्षाचा नाही ही केवढी दुर्दैवी गोष्ट आहे.' त्याला खरोखरच औरेलियानोचे कौतुक वाटायचे. अनेक कंझर्व्हेटिव्ह नागरिकांप्रमाणे होझे राकेल मोंकादानेसुद्धा आपल्या पक्षाच्या रक्षणासाठी युद्धात भाग घेतला होता. तो व्यावसायिक लष्करी माणूस नव्हता तरीही युद्धभूमीवर त्याने जनरल पदवी प्राप्त केली होती. उलट त्याच्या किती तरी पक्षसहकाऱ्यांसारखाच तोही लष्करी सामर्थ्य व सत्ता यांच्यावरील श्रद्धेच्या विरुद्ध होता. त्याच्या मते लष्करातले लोक म्हणजे तत्त्वशून्य कामचुकार, महत्त्वाकांक्षी, कारस्थानी व अशांततेच्या काळात स्वतःची समृद्धी वाढवताना नागरी अधिकाऱ्यांनाही खाली मान घालायला लावणारे होते. जनरल मोंकादा हा लालसर चेहऱ्याचा, बुद्धिमान आणि आनंदी मनुष्य होता. त्याला खाण्यात रुची होती, तसेच कोंबड्यांच्या झुंजी पाहणे त्याला आवडत असे. एकेकाळी तो कर्नल औरेलियानो बुयेंदियाचा भयंकर कट्टर शत्रू होता. किनारी प्रदेशातील बऱ्याच मोठ्या भागामधल्या नागरी आणि लष्करी अधिकाऱ्यांवर त्याने आपला वचक बसवला होता. एकदा डावपेचाचा भाग म्हणून त्याला जेव्हा एक महत्त्वाचे ठाणे कर्नल औरेलियानो बुयेंदियाच्या सैन्यासाठी खाली करायची वेळ आली होती, तेव्हा त्याने कर्नल औरेलियानो बुयेंदियासाठी दोन पत्रे ठेवली. त्यांपैकी एका बऱ्याच दीर्घ पत्रात त्याने कर्नल औरेलियानो बुयेंदियाला 'युद्ध अधिक मानवीय पातळीवर नेण्याच्या मोहिमेत सहभागी' होण्याचे आव्हान केले होते. दुसरे पत्र त्याच्या बायकोसाठी होते, ती लिबरल पक्षाच्या ताब्यातील प्रदेशात राहत होती आणि तिच्यापर्यंत ते पत्र औरेलियानोने पोहोचवावे अशी त्याने विनंती केली होती, तेव्हापासून ते दोघेही लष्करी अधिकारी युद्धातील अत्यंत रक्तरंजित काळातदेखील कैद्यांची देवाण-घेवाण करण्यासाठी तात्पुरती युद्धबंदी करत असत. ते तात्पुरते युद्धविराम काहीसे उत्सवी स्वरूपाचे असायचे

आणि जनरल मोंकादाने तशा विरामांचा फायदा घेत कर्नल औरेलियानो बुयेंदियाला बुद्धिबळ शिकण्याची संधी घेतली होती. असे ते दोघेही फारच चांगले मित्र बनून गेले. पुढे पुढे तर त्या दोघांनी असाही विचार करायला सुरुवात केली की, राजकारणी लोक आणि लष्करातील मुत्सद्दी या दोन्ही प्रकारच्या लोकांचा प्रभाव कमी करून दोन्ही पक्षांच्या लोकप्रिय घटकांमध्ये समन्वय साधून दोन्ही पक्षांच्या तत्त्वप्रणालींमध्ये उत्कृष्ट गोष्टींवर आधारलेली राजवट प्रस्थापित करता येईल किंवा कसे याची शक्यता आजमावून पाहायची. युद्ध समाप्त झाले, त्या वेळी एकीकडे कर्नल औरेलियानो बुयेंदिया अजूनही शत्रुपक्षाच्या कायमच्या पाडावासाठी छोट्या छोट्या मार्गांचा अवलंब करत होता, तेव्हा इकडे सरकारने जनरल मोंकादाला माकोन्दोचा मॅजिस्ट्रेट नेमले होते. तो नागरी पद्धतीचा पोशाख करायचा आणि लष्करी सैनिकांच्या जागी त्याने निःशस्त्र पोलिसांची नेमणूक केली, युद्धाच्या संदर्भातली माफीच्या कायद्याची त्याने अंमलबजावणी केली आणि लिबरल पक्षाचे जे लोक युद्धात मारले गेले होते, अशांच्या थोड्या कुटुंबीयांना मदतही केली. माकोन्दोला म्युनिसिपालिटीचा दर्जा मिळवून देण्यात त्याला यश आले, त्यामुळे तो त्या म्युनिसिपालिटीचा पहिला मेयर बनला. एकंदरीत त्याने असे वातावरण निर्माण केले की त्यामुळे लोकांना युद्ध हे एक भूतकाळातले निरर्थक दुःस्वप्न होते असे वाटू लागले. यकृतज्वरामुळे क्षीण बनून गेलेल्या फादर निकानोरच्या जागी युद्धातल्या सुरुवातीच्या काळातील फादर कोरोनेल या नावाच्या एका मुरलेल्या स्वायत्तराष्ट्रवादी वीराची नेमणूक करण्यात आली. लोक त्याला 'द पप' असे म्हणत असत. ब्रुनो क्रेस्पीचे लग्न आम्पोरो मोस्कोतेशी झाले. त्याचे संगीत वाद्ये आणि खेळण्यांचे दुकान जोरात चालले होते. त्याने गावात एक थिएटर बांधले होते आणि स्पॅनिश नाटककंपन्यांनी त्यांच्या कार्यक्रमाच्या नेहमीच्या मार्गावरील थिएटरांच्या यादीमध्ये त्या थिएटरचा समावेश केला होता. त्या थिएटरमध्ये लाकडी बेंचेस् व एक प्रचंड खुला रंगमंच, मखमली पडदा आणि सिंहाची तोंडे चितारलेल्या तिकिटविक्रीच्या तीन खिडक्या होत्या. साधारण त्याच सुमारास तिथली शाळा पुन्हा बांधण्यात आली. दलदलीच्या प्रदेशातून आणलेल्या डॉन मेल्कर एस्कालोना या एका म्हाताऱ्या शिक्षकाच्या ताब्यात ती शाळा देण्यात आली. तो शिक्षक आळशी विद्यार्थ्यांना शाळेच्या पटांगणातून गुडघ्यांवर रांगायला लावत असे. त्या पटांगणात चुनखडी टाकलेली होती. जे विद्यार्थी वर्गात बडबड करीत असत त्यांना तो शिक्षक त्यांच्या आई-वडिलांच्या संमतीनेच तिखट मिरच्या खायला भाग पाडत असे. औरेलियानो सेगुन्दो आणि होझे आर्केदियो सेगुन्दो हे सान्ता सोफिया द ला पिएदादचे दोन्ही हट्टी मुलगे त्याचे विद्यार्थी होते. आपल्या पाट्या, खडू आणि स्वतःच्या पाण्याचा बाटल्या असलेली अशी त्या वर्गात बसणारी ती पहिलीच मुले होती. रेमेदियोसला आपल्या आईच्या शुद्ध सौंदर्याचा वारसा

लाभलेला होता. तिला रेमेदियोस द ब्युटी या नावाने ओळखले जात असे. त्या घरात पहिला शोककाल संपण्यापूर्वीच पुढचा शोककाल सुरू होत असे, तरीही अशा शोककालांच्या आणि कालगतीच्या परिणामांना किंवा साठत चाललेल्या दुःखाला न जुमानता अर्सूला वृद्ध व्हायचे नाकारत राहिली. सान्ता सोफिया द ला पिएदादच्या मदतीने आपला पॅस्ट्रीच्या धंद्यामध्ये चांगली बरकत आणून थोड्याच वर्षांमध्ये एवढा पैसा कमावला की, तिच्या मुलाने युद्धामध्ये गमावलेली संपत्ती तर तिने परत मिळवलीच; पण शेजघरात तिने पुरून ठेवलेले भोपळे पुन्हा शुद्ध सोन्याने भरून टाकले. ती म्हणायची, 'जोपर्यंत परमेश्वर मला आयुष्य देतोय, तोपर्यंत या वेड्या घरात पैसा नक्कीच असेल.' त्या काळात साधारण परिस्थिती अशीच असताना तिकडे औरेलियानो होझेने निकारागुवामधली सैन्यातली नोकरी सोडून देऊन खलाशी म्हणून नोकरी पत्करली आणि एक दिवस त्या घराच्या स्वयंपाकघरात त्याने प्रवेश केला, तेव्हा तो एखाद्या घोड्यासारखा दांडगा आणि इंडियनांसारखा काळा व लांब केसांचा होऊन आला होता आणि त्याने मनोमन गुप्तपणे आमारान्ताशी विवाह करण्याचा निर्धार केला होता.

आमारान्ताने त्याला आत येताना पाहिले तेव्हा त्याने काहीही म्हटले नाही तरी तो का परत आलाय हे तिला लगेचच कळून चुकले. जेवणाच्या टेबलवर ते एकमेकांकडे बघण्याचे धाडस करत नसत; परंतु परत आल्यावर सुमारे दोन आठवड्यांनी अर्सूलाच्या समोरच आमारान्तावर नजर रोखत त्याने तिला म्हटले, 'मी तुझ्याविषयी खूप विचार करत असायचो.' आमारान्ता त्याला टाळू लागली. त्याची एकान्तात भेट होऊ नये म्हणून ती खबरदारी घेऊ लागली. रेमेदियोस द ब्युटीपासून ती दूर होईनाशी झाली. त्याने तिला जेव्हा विचारले की, 'आणखी किती दिवस ती हातावर ते काळे बँडेज् वागवणार आहे' तेव्हा लाजेने तिचा चेहरा लाल झाला; पण त्याबद्दल तिला शरमही वाटली. कारण, त्याने तसे विचारणे म्हणजे ती आणखी किती दिवस कुमारिका राहणार आहे असा अर्थ तिने घेतला. तो आल्यानंतर तिने आपल्या शेजघराच्या दाराला आतून अडसर घालायला सुरुवात केली होती; परंतु शेजारच्या खोलीतले त्याचे शांत घोरणेही तिने अनेक रात्री ऐकले आणि मग अडसर घालायची खबरदारी ती विसरून गेली. तो परत आल्यानंतर जवळजवळ दोन महिन्यांनी एक दिवस अगदी पहाटे पहाटे तिच्या शेजघरात तो आल्याचा आवाज तिने ऐकला आणि पळून जाण्याऐवजी किंवा तिनेच ठरवल्याप्रमाणे ओरडण्याऐवजी हळुवारपणे शिथिल होत जाण्याचा उत्कट अनुभव घेणे तिने पसंत केले. लहान मुलगा असताना तो जसा नेहमी तिच्या मच्छरदाणीतून बिछान्यात शिरायचा, तसा तो शिरल्यानंतर तिच्या जेव्हा लक्षात आले की, तो पूर्ण नागडा आहे, तेव्हा तिला आलेला थंड घाम आणि दातांचे थडथड उडणे तिला थांबवता आले नाही. उत्कंठेने गुदमरून जात ती कुजबुजली, 'दूर चालता हो, नाही तर मी ओरडेन;'

परंतु औरेलियानो होझे आता काही लहान मुलगा राहिला नव्हता, तर बरॅक्समध्ये राहिलेला जनावर झाला होता. आपण काय करायला हवे हे त्याला माहीत होते. त्या रात्रीपासून त्यांच्यामधल्या त्या सुस्त अंतहीन झटापटी पुन्हा सुरू झाल्या आणि पार पहाटेपर्यंत त्या तशाच चालू राहायच्या. थकून गेलेली आमारान्ता कुजबुजत म्हणायची, 'अरे, मी तुझी आत्या आहे रे म्हणजे जणू काय तुझी आईच की आणि अरे हे काही केवळ वयामुळे म्हणत नाही, तर फक्त तुला अंगावर पाजले नाही बाकी मी तुझ्यासाठी सारे काही केले आहे.' औरेलियानो पहाटे निघून जायचा, तो दुसऱ्या दिवशी पहाटे तिने दाराला आतून अडसर घातलेला नाही, या पुराव्यामुळे दर वेळी अधिकच उत्तेजित होऊन तिच्याकडे यायचा. तिची अभिलाषा धरण्याचे त्याने कधी क्षणभरदेखील सोडले नव्हते. सैन्याने ताब्यात घेतलेल्या गावातल्या विशेषतः अगदी हलक्या काळोख्या शेजघरांमध्ये किंवा जखमी लोकांच्या सुकलेल्या रक्ताचा वास असलेल्या बँडेजेस्‌मध्ये तत्काळ होऊ शकणाऱ्या मृत्यूच्या ऐन भीतीच्या क्षणीसुद्धा कुठेही केव्हाही तो तिला कल्पनेत साकार करायचा. तिची आठवण पुसून टाकण्यासाठी तो तिच्यापासून दूर पळून गेला होता आणि केवळ अंतराच्या साह्याने नव्हे तर वेळोवेळी व्यक्त केलेल्या संदिग्ध त्वेषातूनही त्याचा धीटपणा वाटायचा; परंतु तिची प्रतिमा जितकी जितकी त्या युद्धाच्या उकिरड्यावर लोळायची तेवढे त्याला युद्ध आणि आमारान्ता हे सारखेच वाटायचे. आपल्या हद्दपारीच्या त्या अवस्थेमध्ये स्वतःच्या मरणानेच तिला ठार मारण्याचा जणू तो मार्ग शोधत होता आणि मानसिक यातना सहन करत होता. तेवढ्यात त्याला एक म्हातारा भेटला. त्याने त्याला स्वतःच्या आत्याशी एका माणसाने लग्न कसे केले, ती त्याची दूरची बहीणही कशी होती आणि मग तो आपल्याच मुलाचा आजोबा कसा झाला त्याची गोष्ट सांगितली.

औरेलियानो होझेने दचकून विचारले, 'एखादा माणूस आपल्या आत्याशी लग्न करू शकतो काय?'

एका सैनिकाने त्याला उत्तर दिले, 'करू शकतो. एवढेच नव्हे तर आपण हे युद्ध धर्मगुरूंशी अशासाठी लढतो आहोत की, एखाद्या माणसाला त्याच्या आईशीदेखील लग्न करता यावे.'

त्यानंतर दोन आठवड्यांनी तो सैन्यातून पळून आला. आपल्या आठवणीतल्यापेक्षाही याला आमारान्ता जास्तच सुकल्यासारखी, अधिक लाजाळू आणि उदास अशी दिसली. आता ती प्रौढतेच्या शेवटच्या वळणावर पोहोचली होती; पण शेजघरातल्या काळोखात ती अधिकच अस्वस्थ आणि विरोध करताना जास्तच आव्हानकारक बनली होती. तो जेव्हा तिला आपल्या शिकारी कुत्र्यांकडून छळायचा तेव्हा ती त्याला म्हणायची, 'तू निव्वळ पशू आहेस. तू हे असले काहीही करू नयेस. हां. तुला जर पोपची खास परवानगीच मिळवता आली तर...'

औरेलियानो होझे तिला युरोपला जाण्याचे वचन द्यायचा. तो तिला म्हणायचा तिने त्या लग्नाला तयार व्हावे म्हणून पोपमहाराजांच्या सँडलचे चुंबन घेण्यासाठी सगळा युरोप गुडघ्यांवर रांगत जायचीसुद्धा त्याची तयारी होती.

आमारान्ताने त्याला प्रत्युत्तर केले की, 'नुसते तेवढेच नाही. यातून जी मुले जन्माला येतील, त्यांना डुकराचे शेपूट असेल.'

तसल्या सगळ्या युक्तिवादाकडे औरेलियानो होझेने पूर्ण दुर्लक्ष केले. त्याने विनवणी करत तिला म्हटले, 'मुले खवले मांजरासारखी[१] झाली तरी मला त्याची पर्वा नाही.'

एकदा भल्या पहाटे आपल्या दडपलेल्या पौरुषाच्या वेदनांपुढे हार खाऊन तो कातारिनोच्या दुकानाकडे गेला. त्याला एक शिथिल स्तनांची, स्वस्त परंतु प्रेमळ बाई सापडली. तिने काही काळ त्याच्या भुकेचे समाधान केले, त्यामुळे त्याने आमारान्ताला तिटकाऱ्याने वागवण्याचा प्रयत्न केला. पोर्चमध्ये ती शिवणाच्या मशिनवर काम करत असायची, त्या कामात तिने कौतुकास्पद कौशल्य प्राप्त केले होते, तिला ते काम करत असलेली तो पाहायचा; परंतु तिच्याशी बोलायचा नाही. आमारान्ताला एखाद्या पाण्याखालच्या खडकापासून सुटल्यासारखे झाले; परंतु त्याच सुमारास ती कर्नल गेरिनेल्दो मार्केझविषयी पुन्हा पुन्हा का विचार करू लागली ते तिचे तिला समजेना झाले. एवढ्या गतकातरतेने तिला त्या चायनीज् चेकर्सच्या दुपारच्या सत्रांची का आठवण होऊ लागली, तसेच तो आपल्या शेजघरातला माणूस असावा, अशी इच्छा तिला का होऊ लागली, तेच तिला कळेनासे झाले. तटस्थपणाचा फार्स जेव्हा त्याला अजिबात सहन होईना, तेव्हा आपण त्यासंदर्भात किती पराभूत झालो आहोत, हे न उमगून औरेलियानो होझे आमारान्ताच्या खोलीकडे गेला. तिने अत्यंत दुराग्रहाने आणि अचूकपणे जाणवेल अशा निर्धाराने त्याला नकार दिला आणि आपल्या शेजघराच्या दरवाज्याला अडसर लावून घेतला तो कायमचाच.

औरेलियानो होझे परत आल्यानंतर काही महिन्यांनी एक भरपूर नटलेली आणि शरीराला जस्मिनचा सुवास येणारी स्त्री त्यांच्या घरी आली. तिने एका पाच वर्षांच्या मुलाला बरोबर आणले होते. तिचे म्हणणे होते की, तो मुलगा कर्नल औरेलियानो बुयेंदियापासून झालेला होता, तिने त्याला अर्सूलाकडे बाप्तिस्म्यासाठी आणले होते. अजून नाव नसलेल्या त्या मुलाच्या पितृत्वाविषयी कोणालाच शंका आली नाही. कारण, कर्नल औरेलियानो बुयेंदियाला लहानपणी त्याच्या वडिलांनी पहिल्यांदा बर्फ पाहायला नेले होते, तेव्हा तो जसा दिसायचा तसाच हा मुलगा दिसत होता. ती बाई म्हणाली की, तो मुलगा उघड्या डोळ्यांनी जन्माला आला होता आणि एखाद्या मोठ्या माणसाच्या नजरेने तो लोकांकडे बघत होता, तसेच तो ज्या तऱ्हेने पापणी न लववता वस्तूंकडे पाहायचा, त्यामुळेही तिला भीती वाटायला लागलेली होती.

अर्सूला म्हणाली, 'तो अगदी हुबेहुब त्याच्यासारखा आहे. एकच गोष्ट कमी आहे ती म्हणजे निव्वळ बघण्यातून तो खुर्च्यांना हादरे देत नाही.' मग त्यांनी त्या मुलाचे नाव औरेलियानो असे ठेवले आणि आडनावाच्या जागी त्याच्या आईचे आडनाव लावले. कारण, त्या बाबतीतला कायदा असा होता की, जोवर एखाद्या मुलाला त्याच्या वडिलांनी स्वीकारलेले नसते, तोवर त्याचे आडनाव मुलाला देता येत नाही. जनरल मोंकादा हा त्या मुलाचा गॉडफादर[२] बनला. आमारान्ताचा आग्रह होता की, त्या मुलाला तिथेच ठेवून घ्यावे म्हणजे त्याला वाढवण्याचे काम ती करील; परंतु त्याची आई मात्र तसे करण्याच्या विरुद्ध होती.

एखाद्या उत्कृष्ट कोंबड्याच्या आसपास जशा कोंबड्या मोकळ्या सोडल्या जातात, तशाच तऱ्हेने सैनिकांच्या शेजघरात कुमारिकांना पाठवण्याची प्रथा होती, हे अर्सूलाला माहीत नव्हते; परंतु त्या वर्षभरात कर्नल औरेलियानो बुयेंदियाच्या आणखी नऊ मुलग्यांना बुयेंदियांच्या घरी बाप्तिस्म्यासाठी आणले गेले. त्यांच्यापैकी सर्वांत मोठा मुलगा दहा वर्षांहून मोठा होता, तो बुयेंदियांसारखा अजिबात दिसत नव्हता, तर काळा होता आणि त्याचे डोळे हिरवे होते. सगळ्या प्रकारच्या रंगाची आणि वेगवेगळ्या वयांची मुले तिथे आणली गेली; परंतु ते सारे मुलगे होते आणि सगळ्यांच्या चेहऱ्यावर एकाकीपणाचा असा काही भाव होता की, त्यामुळे त्यांच्या बुयेंदियांशी असलेल्या नात्यांविषयी कसलाच संशय वाटत नसे. एक मुलगा त्याच्या वयाहून मोठा दिसायचा. तो फ्लॉवरपॉट्स आणि चिनी मातीच्या भांड्यांचे बारीक तुकडे करायचा. कारण, त्याच्या हातांमध्ये अशी काही तरी शक्ती होती की, तो ज्या ज्या वस्तूला हात लावायचा ती मोडून जायची. आणखी एक मुलगा फिकट रंगाचा होता, त्याचे डोळे आईसारखेच फिक्या रंगाचे होते, केस लांब वाढवलेले आणि बायकांसारखे कुरळे होते. घरात शिरताना तो अगदी त्याच घरात वाढलेल्या माहितगारासारखा आत आला आणि सरळ अर्सूलाच्या शेजघरात जाऊन 'मला ती यांत्रिक चावीची बॅलेरिना पाहिजे,' असे म्हणायला लागला. अर्सूला दचकलीच. तिने कपाट उघडले, मेल्कियादेसच्या दिवसांपासून तिथे असलेल्या जुनाट धुळकट वस्तू तिने शोधल्या आणि स्टॉकिंग्जमध्ये गुंडाळून ठेवलेली यांत्रिक चावीची बॅलेरिना तिला सापडली. पिएत्रो क्रेस्पीने ती केव्हा तरी त्या घरात आणली होती. घरातले सगळे जण ती बॅलेरिना विसरून गेले होते. बारा वर्षांपेक्षा कमी काळात सतरा मुलगे त्या घरात बाप्तिस्म्यासाठी आणले गेले. औरेलियानोचे नाव व त्यांच्या त्यांच्या आईचे आडनाव देऊन त्या सगळ्यांचे नामकरण केले गेले. कर्नल औरेलियानो बुयेंदियाने त्याच्या त्या युद्धाच्या रंगभूमीवर जागोजागी त्या मुलांचे बीजारोपण केले होते. सुरुवातीला अर्सूला त्यांचे खिसे पैशांनी भरायची तर आमारान्ता त्यांना ठेवून घ्यायला पाहायची; पण नंतर नंतर त्यांनी फक्त त्यांना भेटवस्तू देणे आणि बाप्तिस्म्याच्या वेळी गॉडमदर[३] म्हणवून घेणेच पसंत केले.

'त्यांना बाप्तिस्मा देण्याचे आपले कर्तव्य आपण केले आहे,' असे म्हणत अर्सूला त्यांची नावे एका रजिस्टरमध्ये नोंदवून त्या प्रत्येकाची जन्मतारीख, जन्माचे ठिकाण व त्यांच्या आयांचा पत्ता हा तपशील लिहून ठेवायची. 'औरेलियानोला सगळ्या गोष्टींचा व्यवस्थित हिशोब ठेवलेला हवा असतो. तो परत आला म्हणजे त्याला काही गोष्टींविषयी निर्णय घेता येईल.' गोंधळात टाकणाऱ्या त्या द्रुतगती वाढीसंबंधी जनरल मोंकादाशी जेवणाच्या टेबलावर बोलत असताना 'औरेलियानो आता कधी तरी परत आला आणि या सगळ्या मुलांना त्याने घरात गोळा केले तर बरे होईल,' अशी इच्छाही अर्सूलाने बोलून दाखवली.

तेव्हा जनरल मोंकादाने गूढपणे तिला म्हटले, 'काळजी करू नकोस प्रिय मैत्रिणी. तुला वाटतेय त्याहीपेक्षा तो लवकर परत येणार आहे.' जनरल मोंकादाला जरी माहीत होते की, औरेलियानो माकोन्दोकडे यायला निघालेला आहे आणि त्याने आतापर्यंत सुरू केलेल्या बंडांमधल्या सर्वांत जास्त दीर्घ, अतिजहाल आणि खूप रक्तरंजित अशा बंडाचे नेतृत्व त्या वेळी तो करतो आहे, तरी हे सगळे जेवणाच्या वेळी कुणाही समोर त्याला उघड करायचे नव्हते.

पहिले युद्ध सुरू होण्यापूर्वी काही महिने जशी तणावपूर्ण परिस्थिती होती तशीच ती आताही तणावपूर्ण झाली. मेयरने स्वतःच सुरू केलेल्या कोंबड्यांच्या झुंजी बंद करण्यात आल्या. म्युनिसिपालिटीचे अधिकार माकोन्दोमधील सैन्याच्या कॅप्टन ॲकिलस रिकार्डो या अंमलदाराने स्वतःकडे घेतले. लिबरल पक्षाचे लोक त्याच्याकडे चिथावणीखोर म्हणूनच पाहत असत. अर्सूला औरेलियानो होझेला सांगायची, 'काही तरी भयंकर घडणार आहे. संध्याकाळी सहानंतर तू काळोखामध्ये रस्त्यात जात जाऊ नकोस.' त्या विनंत्यांचा काही उपयोग नव्हता. पूर्वी आर्केदियोच्या बाबतीत जे घडले होते, तसेच आता घडत होते. औरेलियानो होझे काही आता तिच्या ताब्यात राहिला नव्हता. त्याचे घरी परतणे म्हणजे जणू काही त्याच्या होझे आर्केदियो या विषयसक्त आळशी काकाचा त्याच्यात संचार झाल्यासारखा प्रकार होता. त्या काकाचेही असेच रोजच्या गरजांशी काहीच घेणे-देणे नसायचे. आमारान्ताविषयीची त्याची अभिलाषा कसलीही खूण मागे न ठेवता विझून गेली होती. तो नुसता इकडेतिकडे भटकायचा, जुगार खेळायचा आणि कधी कधी आपला एकाकीपणा बायांच्या साह्याने कमी करायचा. अर्सूलाने दडवून ठेवलेले पण ती विसरून गेलेले पैसे जिथे असतील तिथून तो पळवायचा. पुढे पुढे तर तो फक्त कपडे बदलण्यापुरता घरी यायला लागला. अर्सूला दुःखाने म्हणायची, 'ही सगळी पोरे सारखीच असतात. सुरुवातीला ते खूप चांगले वागतात; आज्ञाधारक असतात, तत्पर असतात आणि एखादी माशीसुद्धा मारू शकतील की नाही असे वाटते; पण एकदा का दाढी फुटली की मग ते विनाशाच्या वाटेला लागतात.' तो कुणाचा मुलगा होता वगैरे हे आर्केदियोला कधी समजलेच नव्हते. औरेलियानो होझेचे तसे झाले नाही. आपण पिलार तेर्नेराचा मुलगा आहोत, हे

त्याने शोधून काढले. त्याला दुपारची विश्रांती घेता यावी म्हणून तिने आपल्या घरात त्याच्यासाठी एक झोळी टांगून ठेवली होती. केवळ आई आणि मुलाच्या नात्यापेक्षाही ते दोघे एकाकीपणाचे वाटेकरी म्हणून एकमेकांच्या जवळची होती. पिलार तेर्नेराच्या आयुष्यातील सगळी आशा आता नाहीशी झाली होती. तिचे हसणे आता एखाद्या ऑर्गनच्या आवाजासारखे होऊन गेले होते आणि अमर्याद कुरवाळण्यामुळे तिचे स्तन कंटाळ्याचे बळी झाले होते, तर पोट आणि मांड्या भागीदारीतल्या स्त्रीच्या अपरिहार्य दुर्दैवाचे बळी होऊन गेल्या होत्या; परंतु तिचे हृदय मात्र कडवटपणा न ठेवता वृद्ध झाले होते. आता ती लठ्ठ, बडबडी बनली होती, अवमानित कोठेवालीची दुर्दशा तिच्या आविर्भावातून प्रकट होत होती. आपल्या निष्फळ पत्त्यांच्या भ्रमाचा त्याग करून आता इतरांच्या प्रेमामध्ये सांत्वन शोधत शांतता अनुभवत होती. औरेलियानो होझे ज्या घरात दुपारची विश्रांती घ्यायचा, तिथेच शेजारपाजारच्या मुली आपल्या प्रियकरांची भेट घेत असत. आतमध्ये शिरूनच त्या मुली तिला म्हणायच्या, 'मला जरा तुझी खोली दे ना पिलार.' पिलार तेर्नेरा उत्तर द्यायची, 'अर्थात, घे ना.' त्यातही दुसरे कुणी इथे असलेच तर ती म्हणायची, 'दुसरी माणसे बिछान्यात आनंद मिळवतात ते पाहून मलाही आनंद होतो.'

या प्रकारच्या सोयींसाठी ती कधीच मोबदला घ्यायची नाही किंवा तिची संगत शोधणाऱ्या असंख्य पुरुषांना जसा तिने कधी नकार दिला नाही, तसेच असली मेहेरबानी करायलाही तिने कधी नकार दिला नाही. ती उतारवयाकडे झुकत होती, तरीदेखील ते तिच्याकडे येत असत. ते तिला पैसे वा प्रेम देत नसत तरी तिला त्यातून क्वचित सुखही मिळायचे. तिच्या पाचही मुलींना तिच्या धगधगत्या वासनेचा वारसा लाभला होता. तारुण्यात येता येताच त्या सगळ्या जणी आयुष्याच्या गल्लीबोळांमध्ये हरवून नाहीशा झाल्या होत्या. ज्या दोन मुलांना तिने वाढवले होते, त्यांच्यापैकी एक जण कर्नल औरेलियानो बुर्येंदियाच्या सैन्यात लढता लढता मरण पावला, तर दुसरा मुलगा दलदलीच्या प्रदेशातील एका गावात कोंबड्यांचा क्रेट चोरायचा प्रयत्न करत असताना चौदाव्या वर्षीच जखमी होऊन पकडला गेला होता. तिच्या पत्त्यांमधल्या बदामच्या राजाने अर्धशतकापूर्वी ज्याच्या येण्यासंबंधी निश्चित भाकीत केले होते, तो उंच काळसर माणूस म्हणजे एका अर्थी औरेलियानो होझेच असावा. त्या पत्त्यांनी तिच्याकडे धाडलेल्या सगळ्या माणसांसारखा तो तिच्या काळजापर्यंत पोहोचला होता खरा; पण तसाच त्याच्यावर मृत्यूचा शिक्काही बसलेला असावा. तिच्या त्या पत्त्यांमध्ये तिला तसे 'दिसले' होते.

तिने त्याला म्हटले, 'आजच्या रात्री तू बाहेर जाऊ नकोस. येथेच थांब आणि इथेच झोप. कार्मेलिता मॉंतिएल दमली आहे तुझ्या खोलीत मी तिला पाठवावे, अशी विनवणी करून करून.' पिलारच्या त्या विनवणीमधली कळकळीची भावना औरेलियानो होझेला उमगली नाही. औरेलियानो होझे म्हणाला, 'तिला मध्यरात्री

माझ्यासाठी वाट पाहायला सांग.' मग तो थिएटरमध्ये गेला. तिथे *द डॅगर ऑफ द फॉक्स* या नाटकाचा प्रयोग व्हायचा होता. खरे तर ते नाटक म्हणजे झोरिलाचे[४] नाटक होते; पण कॅप्टन ॲकिलस् रिकार्डोच्या हुकुमावरून त्याचे शीर्षक बदलण्यात आले होते. कारण, लिबरल्स-कंझर्व्हेटिव्हांना गॉथ्स[५] असे म्हणत असत. औरेलियानो होझेने आपले तिकीट द्वारपालाकडे दिले तेव्हाच त्याच्या असे लक्षात आले की, कॅप्टन ॲकिलस् रिकार्डो दोन रायफलधारी सैनिकांबरोबर प्रेक्षागृहामध्ये लोकांची तपासणी करीत आहे. औरेलियानो होझेने त्याला इशारा दिला, 'सांभाळा कॅप्टन, मला हात लावेल असा माणूस अजून जन्माला यायचाय.' कॅप्टन ॲकिलस् रिकार्डोने जबरदस्तीने त्याची तपासणी करण्याचा प्रयत्न केला तर औरेलियानो होझे निःशस्त्र असल्यामुळे पळायला लागला. कॅप्टनने त्याच्यावर गोळी झाडायचा दिलेला हुकूम सैनिकांनी मानला नाही. त्यांच्यापैकी एकाने खुलासा केला, 'तो बुयेंदिया आहे.' तेव्हा संतापाने आंधळ्या झालेल्या कॅप्टनने त्याची रायफल हिसकावून घेतली आणि रस्त्याच्या मधोमध उभा राहून त्याने औरेलियानो होझेवर नेम धरला.

तो ओरडला, 'भित्रे कुठले, हाच जर कर्नल औरेलियानो बुयेंदिया असता तर फार छान झाले असते.'

गोळीबाराचा आवाज घुमला तेव्हा कार्मेलिता माँतिएलाने नुकतीच संत्र्यांच्या फुलांच्या पाण्याने आंघोळ केली होती आणि ती पिलार तेर्नेराच्या बिछान्यात रोझमेरी पाने पसरत होती. जे सुख आमारान्ताने औरेलियानो होझेला नाकारले होते, ते त्याला आता कार्मेलिताच्या संगतीत लाभायचे होते, त्यांना सात मुले व्हायची होती आणि तिच्याच मिठीत त्याला वार्धक्यात मरायचे होते; परंतु त्याच्या पाठीतून शिरून छाती फोडून बाहेर आलेली गोळी भविष्यसूचक पत्त्यांच्या चुकीच्या अर्थामुळे झाडली गेली असावी. कॅप्टन ॲकिलस् रिकार्डो हा खरे म्हणजे त्या रात्री मरणारच होता आणि तो औरेलियानो होझेच्या मरणापूर्वी चार आस आधी मरण पावला. ज्या क्षणी त्याने औरेलियानो होझेवर झाडलेल्या गोळीचा आवाज ऐकू आला त्याच क्षणी कॅप्टन ॲकिलस् रिकार्डोवर झाडल्या गेलेल्या दोन गोळ्यांनी त्यालाही आडवा केले. त्या गोळ्या कुणी झाडल्या होत्या ते कधीच समजले नाही; पण त्या वेळी अनेक आवाज गरजत राहिले,

'लिबरल पक्ष चिरायु होवो. कर्नल औरेलियानो बुयेंदिया चिरायु होवो.'

रात्री बाराच्या सुमारास औरेलियानो होझेचा अति रक्तस्रावामुळे मृत्यू झाला तर कार्मेलिता माँतिएलाला तिचे भविष्यसूचक पत्ते कोरे असल्याचे आढळले. त्या वेळी चारशेहून अधिक माणसांनी थिएटरच्या जवळून जाताना तिथेच टाकून दिलेल्या कॅप्टन ॲकिलस् रिकार्डोच्या मृत शरीरावर आपले रिव्हॉल्वर्स रिकामी केली. पाण्यात भिजलेल्या पावाच्या लादीसारखे तुकडे पडत असलेला त्याचा देह हलवण्यासाठी शिपायांना ढकलगाडी वापरावी लागली.

नियमित लष्कराच्या नीती पार ठोकरून लावणाऱ्या निर्लज्ज कारवायांमुळे वैतागलेल्या जनरल होझे राकेल मोंकादाने आपला राजकीय प्रभाव वापरला आणि पुन्हा लष्करी पोशाख चढवून माकोन्दोचे नागरी आणि लष्करी प्रमुखपद हाती घेतले. जे अपरिहार्य आहे ते आपल्या मनमिळावू वृत्तीमुळे थांबवता येईल, अशी त्याची अपेक्षा नव्हती. सप्टेंबरमधली बातमी काही वेगळीच होती. एकीकडे सरकार घोषणा करत होते की, देशभर आपले नियंत्रण मजबूत आहे, तर तिकडे लिबरलांकडे अशी बातमी होती की, अंतर्भागात सशस्त्र उठाव चालू आहेत. जोपर्यंत कर्नल औरेलियानो बुयेंदियाच्या गैरहजेरीत त्याच्यावर कोर्टमार्शल करून त्याला मृत्युदंड फर्मावला गेल्याचा हुकूम जारी होत नाही, तोपर्यंत युद्धजन्य स्थिती मान्य करायला सरकारची राजवट तयार नव्हती. जी पहिली लष्करी तुकडी त्याला पकडेल, तिने त्या शिक्षेची अंमलबजावणी करावी, असा आदेश सरकारी सैन्याला देण्यात आला होता. ते कळल्यावर अर्सूला आनंदाने जनरल मोंकादाला म्हणाली, 'याचा अर्थ तो परत आला आहे;' परंतु, स्वतः मोंकादालाच त्याविषयी नक्की काही माहीत नव्हते.

खरे म्हणजे कर्नल औरेलियानो बुयेंदिया त्या प्रदेशात आला, त्याला एव्हाना एक महिन्याहून अधिक काळ लोटला होता. तो येण्यापूर्वी परस्परविरोधी बातम्या येत होत्या. त्या बातम्यांमुळे एकाच वेळी तो अगदी दूर दूर असलेल्या अनेक ठिकाणी हजर होता. त्याने किनाऱ्यावरची दोन राज्ये जिंकून घेतली आहेत अशी अधिकृत घोषणा होईपर्यंत तो परत येईल, या बातमीवर जनरल मोंकादाचासुद्धा विश्वास नव्हता. अर्सूलाला त्यासंबंधीचा टेलिग्राम दाखवून तो तिला म्हणाला, 'अभिनंदन, प्रिय मैत्रीण अभिनंदन. लवकरच तुझा मुलगा इकडे येईल.' पहिल्यांदाच अर्सूला चिंताग्रस्त झाली. तिने जनरल मोंकादाला विचारले, 'मग तू काय करशील?' तो प्रश्न जनरल मोंकादाने स्वतःलाच किती तरी वेळा विचारला होता.

त्याने उत्तर दिले, 'त्याने केले असते तसेच मीही करीन प्रिय मैत्रिणी. मी माझे कर्तव्य करीन.'

एक ऑक्टोबरला पहाटे कर्नल औरेलियानो बुयेंदियाने सुसज्ज अशा एक हजार सैनिकांनिशी माकोन्दोवर हल्ला केला. तिथल्या सरकारी सैन्याला कर्नल औरेलियानो बुयेंदियाच्या हल्ल्याचा प्रतिकार करण्याचे आदेश मिळाले होते. दुपारच्या वेळी जनरल मोंकादाने सुस्कारा टाकत म्हटले, 'आम्ही जितके चांगले शस्त्रसज्ज आहोत तेवढेच तेही चांगले सज्ज दिसताहेत; परंतु ते केवळ लढायचे म्हणून लढताहेत.' दुपारी दोन वाजता दोन्ही बाजूंच्या तोफखान्याच्या माऱ्यामुळे जमीन हादरत असताना जनरल मोंकादोने अर्सूलाचा निरोप घेतला, त्या वेळी त्याची खात्रीच झाली की आपण लढाई लढतो आहोत.

तो म्हणाला, 'मी देवाची प्रार्थना करतो की, आज रात्री औरेलियानो घरात यायला नको; परंतु तसे झालेच तर त्याला माझ्या वतीने आलिंगन दे. कारण, माझी व त्याची आता कधी भेट होईल अशी काही मला अपेक्षाच नाही.'

त्या रात्री कर्नल औरेलियानो बुयेंदियाला एक प्रदीर्घ पत्र लिहून तो निसटण्याचा प्रयत्न करत असताना पकडला गेला. त्या पत्रात त्याने युद्ध अधिक मानवीय पातळीवर नेण्याच्या आपल्या समान ध्येयाची कर्नल औरेलियानो बुयेंदियाला आठवण करून दिली होती, तसेच लष्करवादी आणि दोन्ही पक्षांतील 'महत्त्वाकांक्षी' राजकारणी अशा दोन्ही प्रकारच्या लोकांच्या भ्रष्टाचाराविरुद्ध त्याने सुरू केलेल्या कार्यात त्याला अंतिम विजय मिळावा, अशी इच्छाही प्रकट केली होती. दुसऱ्या दिवशी अर्सूलाच्या घरी त्याच्याबरोबर कर्नल औरेलियानो बुयेंदियाने दुपारचे जेवण घेतले. क्रांतिकारकांच्या कोर्टमार्शलकडून त्याचे भवितव्य ठरेपर्यंत त्याला त्या घरातच अटकेत ठेवण्यात येणार होते. तसे ते एकत्र येणे मैत्रीपूर्ण होते. परस्परांचे विरोधक असलेले ते दोघे एकीकडे युद्ध विसरून गतकालीन गोष्टींच्या आठवणीत रमले होते तरी तिकडे अर्सूलाला मात्र आपला मुलगाच तिथे आगंतुक वाटत होता. तो जेव्हा त्याच्या लष्करी लवाजम्यासह तिथे आला तेव्हापासून तिला असे वाटत होते. कर्नल औरेलियानो बुयेंदियाने तिथे कसलाही धोका नाही ना हे पाहण्यासाठी आपल्या सुरक्षारक्षकांना तिथली शेजघरे आतून बाहेरून तपासून पाहायची आज्ञा केली. त्यांनी तसे पाहून झाल्यावर कर्नल औरेलियानो बुयेंदियाने ते मान्य केले आणि त्याच्या सुरक्षारक्षकांनी घराच्या जवळपास आपापल्या जागा नक्की केल्या. कर्नल औरेलियानो बुयेंदियाने असा कडक हुकूम दिला की कुणीही – अगदी अर्सूलानेसुद्धा – त्याच्याजवळ दहा फुटांच्या आत येता कामा नये. त्याने चढवलेल्या उंच बुटांना आऱ्या होत्या आणि त्याच्या तळव्याला माती आणि सुकलेल्या रक्ताचे थर चिकटले होते. कमरेवरच्या पट्ट्यातल्या कातडी पिशवीवरचे फ्लॅप सतत उघडेच असायचे. त्याचा एक हात पिस्तुलाच्या मुठीवर ठेवलेला असायचा. त्यावरून त्याच्या जगण्यातला निश्चयीपणा आणि सावधपणा यांचा ताण स्पष्ट होत होता. त्याच्या डोक्यावरचे केस आता बरेच मागे गेले होते आणि डोके जणू काही मंद भट्टीमध्ये शेकल्यासारखे दिसत होते. कॅरेबियनमधल्या क्षारांनी त्याच्या चेहऱ्यावर तांबूस काळसर रंग व एक प्रकारचा धातूसारखा कठीणपणा आला होता. लवकरच येऊ घातलेल्या वार्धक्यापासून त्याच्यातल्या चैतन्याने त्याला दूर ठेवले होते आणि त्या चैतन्याचा त्याच्या आतल्या थंडपणाशी संबंध होता. घरातून जाताना होता, त्यापेक्षा तो आता काहीसा फिकट, उंच आणि बारीक झाला होता आणि गतकातरतेला विरोध करण्याची आरंभीची लक्षणे तो दाखवू लागला होता. अर्सूला स्वतःशीच उद्गारली, 'अरे देवा, तो आता असा व्यक्ती बनला आहे, जो काहीही करू शकतो.' तसा तो होताच. त्याने आमारान्तासाठी अ‍ॅझ्टेक शाल आणली होती, जेवताना तो ज्या काही आठवणींविषयी बोलला आणि त्याने ज्या काही गमतीदार

गोष्टी सांगितल्या ते सारे म्हणजे कोणे एके काळच्या त्याच्या स्वभावातल्या शिल्लक राहिलेल्या गोष्टी होत्या. सगळ्या मृतांना एकाच थडग्यात दफन करण्याचा हुकूम अमलात आणला गेल्यानंतर लगेचच त्याने कॅप्टन रोके कार्निसेरोला कोर्टमार्शलच्या नेमणुका करण्याचे काम देऊन टाकले आणि पुन्हा प्रस्थापित झालेल्या कंझर्व्हेटिव्ह पक्षाच्या सरकारची आता काहीही निशाणी कुठे राहणार नाही, हे पाहण्याचे काम स्वतःकडे घेतले. आपल्या सहकाऱ्यांना त्याने म्हटले, 'आपल्याला पक्षातल्या राजकारण्यांच्या पुढे जायचे आहे. वास्तवाकडे पाहण्यासाठी ते डोळे उघडतील तेव्हा त्यांना पूर्ण केलेल्या गोष्टीच दिसतील.'

जमिनींच्या हक्काविषयीच्या शंभर वर्षांपासूनच्या नोंदीचे पुन्हा सर्वेक्षण करावे, असे त्याने याच सुमारास ठरवले. आपला भाऊ होझे आर्केदियोने कायदेशीर करून घेतलेली किती तरी निंद्य बेकायदा कृत्ये त्याच्या लक्षात आली. लेखणीच्या एका फटकाऱ्यासरशी त्याने त्या सगळ्या नोंदी बाद करून टाकल्या. सौजन्याची एक शेवटची कृती म्हणून त्याने एक तासभर सगळी कामे बाजूला ठेवली आणि आपण काय करायचे ठरवले होते, त्याची रेबेकाला संपूर्ण कल्पना द्यावी म्हणून तिची भेट घेतली. एके काळी त्याच्या दडपलेल्या प्रेमाची ती विश्वासू साक्षीदार होती. तिने आपल्या चिकाटीमुळे त्याचा जीव वाचवला होता. ती एकाकी विधवा आपल्या घराच्या काळोखात आता एखाद्या भूतकालाच्या पिशाच्चासारखी होऊन गेली होती. काळ्या पोशाखात नखशिखांत झाकलेल्या आणि हृदयाची राख होऊन गेलेल्या रेबेकाला युद्धाविषयी फारच कमी माहीत होते. कर्नल औरेलियानो बुयेंदियाला असेही वाटून गेले की, काळोखामुळे तिच्या कातडीतून तिची हाडे प्रकाशासारखी चमकताहेत आणि ती सेंट एल्मोच्या[६] आगीच्या वातावरणात फिरत आहे आणि तिथली हवा कोंडली गेली असून, तिच्यातून अजूनही बंदुकीच्या दारूचा वास येऊ शकेल. तिने आपल्या शोकपालनाचा कठोरपणा सौम्य करावा, घरात चांगली हवा खेळती ठेवावी आणि होझे आर्केदियोच्या मृत्यूबद्दल जगाला क्षमा करावी, असा सल्ला त्याने तिला देऊन पाहिला; परंतु रेबेका केव्हाच सर्व प्रकारच्या पोकळ डामडौलाच्या पलीकडे पोहोचलेली होती. मातीच्या चवीमध्ये, पिएत्रो क्रेस्पीच्या सुवासिक पत्रांमध्ये आणि नवऱ्याच्या वादळी बिछान्यामध्ये तिने शांतता शोधली खरी; परंतु ती शांतता शेवटी तिला सापडली होती ती तिच्या त्या घरामध्ये. तिथल्या शांत, एकाकी मठासारख्या काळोख्या खोल्यांमधून फिरताना तिच्या गतकाळच्या साऱ्या आठवणी जणू कठोर आवाहनाच्या परिणामी साक्षात होऊन माणसांसारख्या चालू लागत असत. आपल्या विणलेल्या झुलत्या खुर्चीमध्ये मागे झुकून रेबेका कर्नल औरेलियानो बुयेंदियाकडे तो जणू काही एखादे गत काळातले भूत असल्यासारखे पाहत होती. होझे आर्केदियोने लुबाडलेल्या जमिनी आता त्यांच्या मूळ कायदेशीर मालकांना परत कराव्या लागतील, या बातमीनेदेखील ती जराही विचलित झाली नाही.

सुस्कारा टाकत ती म्हणाली, 'औरेलियानो तू जे काही ठरवशील तसेच केले जाईल. तू आपल्या पक्षाकडे पाठ फिरवणारा आहेस असे मला नेहमी वाटायचे आणि आता तर तसा पुरावाच मिळाला आहे की.'

कर्नल गेरिनेल्दो मार्केझच्या अध्यक्षतेखाली झटपट कोर्टमार्शल भरवण्यात येऊन शेवटी क्रांतिकारकांनी ज्यांना कैद केले होते, अशा नियमित लष्कराच्या सर्व अधिकाऱ्यांना देहान्ताच्या शिक्षा सुनावल्या गेल्या. त्याच वेळी तिकडे जमिनींच्या नोंदीमधील सुधारणाही करण्यात आल्या. शेवटचे कोर्टमार्शल जनरल राकेल मोंकादाचे होते. अर्सूलाने रदबदली केली. तिने कर्नल औरेलियानो बुयेंदियाला म्हटले, 'त्याचे सरकार हे आम्ही माकोन्दोमध्ये आतापर्यंत पाहिलेले सर्वोत्तम सरकार होते. त्याच्या दयाळू अंतःकरणाविषयी तर मी तुला काहीही सांगायची गरज नाही. कारण, इतरांपेक्षा तुला ते फार चांगले माहीत आहे,' कर्नल औरेलियानो बुयेंदियाने तिच्याकडे पाहत तिचे म्हणणे मान्य नसल्याचे दर्शवले.

त्याने उत्तर दिले, 'न्यायदानाची जबाबदारी मी घेऊ शकत नाही. तुला काही म्हणावयाचेच असेल तर ते कोर्टमार्शलमध्ये सांग.'

अर्सूलाने ते तर केलेच; पण माकोन्दोमध्ये राहणाऱ्या क्रांतिकारक अधिकाऱ्यांच्या आयांनाही साक्ष द्यायला ती तिथे घेऊन आली. त्या गावाच्या संस्थापक अशा त्या म्हाताऱ्या स्त्रियांनी तेथे येऊन जनरल मोंकादाच्या गुणांची स्तुती केली. त्यांच्यापैकी कित्येक जणी माकोन्दोच्या स्थापनेपूर्वीच्या, पर्वत ओलांडण्याच्या त्या साहसामध्ये सहभागी झालेल्या होत्या. त्या रांगेत अर्सूला सर्वांत शेवटी होती. तिचा तो दुःखी डौल, नावाचा दरारा आणि खात्री पटवणारा आवेश पाहून न्यायाचा तराजूही क्षणभर विचलित झाला. तिने कोर्टमार्शलच्या सगळ्या सदस्यांना म्हटले, 'तुम्ही हा भयंकर खेळ फारच गंभीरपणे खेळत आहात; पण हे विसरू नका की जोपर्यंत परमेश्वराने आम्हाला आयुष्य दिले आहे, तोपर्यंत आम्ही आयाच राहणार आहोत आणि तुम्ही सारे केवढेही मोठे क्रांतिकारक असलात तरी तुम्ही चुकीचे वागलात, अवमानाने वागलात तर तुमच्या विजारी खाली खेचून तुम्हाला चाबकाने फोडून काढण्याचा अधिकार आम्हाला आहे.' जुन्या शाळेच्या जागी जिथे आता बरॅक्स होत्या, तिथे तिच्या शब्दांचे पडसाद अजूनही घुमत असतानाच विचारविनिमयासाठी कोर्ट तहकूब झाले. मध्यरात्रीच्या सुमारास जनरल होझे राकेल मोंकादाला देहान्ताची शिक्षा फर्मावण्यात आली. अर्सूलाने कर्नल औरेलियानो बुयेंदियावर कितीही उलटे दोषारोप केले तरी त्याने ती शिक्षा कमी करायला नकार दिला. पहाटेपूर्वी थोडे आधी त्याने देहान्त शिक्षा झालेल्या त्या माणसाच्या कोठडीला भेट दिली.

कर्नल औरेलियानो बुयेंदियाने त्याला म्हटले, 'जुन्या मित्रा, एक लक्षात घे की, मी तुला गोळी घालत नाहीय, तर ही क्रांती गोळी घालते आहे.'

तो आत आला तेव्हा जनरल मोंकादा आपल्या कॉटवरून उठलासुद्धा नाही. तो उत्तरला, 'मित्रा, तू नरकात जा.'

माकोन्दोला परतल्यापासून या क्षणापर्यंत कर्नल औरेलियानो बुयेंदियाने जनरल मोंकादाला नीटसे पाहिलेदेखील नव्हते. जनरल मोंकादा केवढा म्हातारा झाला आहे, त्याचे हात कसे थरथरताहेत, शिष्टाचाराचे काहीसे काटेकोर पालन तो कसा करतोय आणि कसा निर्धाराने मृत्यूची वाट पाहतोय, हे सगळे एकदम जाणवून कर्नल आर्केदियो बुयेंदिया दचकलाच. मग मात्र त्याला स्वतःचीच घृणा वाटू लागली आणि ती आधीच्या करुणेमध्ये मिसळू लागली.

कर्नल औरेलियानो बुयेंदिया त्याला म्हणाला, 'माझ्यापेक्षा तुला चांगले माहीत आहे की, सगळे कोर्टमार्शलचे प्रकार म्हणजे निव्वळ फार्सच असतात आणि तू इतरांच्या अपराधांची ही किंमत मोजतो आहेस. कारण, या वेळी कसलीही किंमत देऊन आम्हीच युद्ध जिंकणार आहोत. तूसुद्धा माझ्या जागी असतास तर हेच केले नसतेस का?'

जनावरांच्या शिंगांपासून बनवलेल्या जाड फ्रेमचा आपला चष्मा शर्टावर साफ करण्यासाठी जनरल मोंकादा उठला आणि म्हणाला, 'होय, बहुधा; परंतु माझ्यावर तू गोळ्या झाडायला लावणार आहेस याची मी फिकीर करत नाही. कारण, आपल्यासारख्या लोकांचा असला मृत्यू नैसर्गिकच असतो.' त्याने आपला चष्मा बिछान्यावर ठेवला आणि आपले घड्याळ आणि गळ्यातली साखळी काढली. तो पुढे म्हणाला, 'मला काळजी वाटतेय ती ही की लष्कराबद्दल एवढा तिरस्कार बाळगत असूनही त्यांच्याशी सतत लढल्यामुळे, त्यांचा सतत विचार केल्यामुळे तूदेखील त्यांच्याइतका वाईट झाला आहेस आणि इतका नीचपणा पत्करण्याच्या योग्यतेचे कुठलेही ध्येय नसतेच.' त्याने आपली लग्नातली अंगठी आणि गळ्यातले 'व्हर्जिन ऑफ हेल्प'चे मेडल काढले आणि आपला चष्मा व घड्याळ्याच्या बाजूला त्या दोन्ही गोष्टी ठेवून दिल्या.

आपल्या बोलण्याचा समारोप करताना त्याने म्हटले, 'याच पद्धतीने तू वागत राहिलास तर तू आपल्या इतिहासातला निव्वळ सर्वांत जास्त जुलमी आणि क्रूर हुकूमशहा ठरशील, एवढेच नव्हे तर माझ्या प्रिय मित्रा, आपल्या सदसद्विवेकबुद्धीचे समाधान करण्याच्या प्रयत्नात तू खुद्द अर्सूलालादेखील गोळी घालून ठार करशील.'

कर्नल औरेलियानो बुयेंदिया निर्विकारपणे उभा होता. जनरल मोंकादाने त्याला आपला चष्मा, मेडल, घड्याळ आणि अंगठी दिली आणि आवाज बदलत म्हटले, 'अरे; पण मी तुझी खरडपट्टी काढण्यासाठी तुला बोलावलेले नाही. मी तुला विनंती करणार होतो की, या वस्तू माझ्या बायकोकडे पाठवण्याची मेहेरबानी करशील काय?'

कर्नल औरेलियानो बुयेंदियाने त्या वस्तू आपल्या खिशात ठेवल्या.

'ती अजूनही मानाउरेमध्येच आहे काय?'

जनरल मोंकादाने दुजोरा देत म्हटले, 'होय, ती अजूनही मानाउरेमध्ये चर्चमागच्या त्याच घरात राहते, तिथेच तू ते पत्र पोहोचवले होतेस...'

कर्नल औरेलियानो बुयेंदियाने म्हटले, 'होझे राकेल मी ते आनंदाने करीन.'

धुक्याने निळसर झालेल्या हवेत तो बाहेर गेला, तेव्हा त्याच्या चेहरा गत काळातील एका पहाटे झाला होता तसाच ओलसर झाला आणि तेव्हा कुठे त्याच्या लक्षात आले की, आपण त्या शिक्षेची अंमलबजावणी सिमेटरीच्या भिंतीशी न करता पटांगणात करण्याचा हुकूम दिला आहे. दरवाजासमोर असलेल्या फायरिंग स्क्वॉडने त्याला राज्यप्रमुखाची सलामी दिली.

त्याने हुकूम दिला, 'आता ते त्याला बाहेर आणू शकतील.'

१

एकट्या कर्नल गेरिनेल्दो मार्केझलाच त्या युद्धाचा निरर्थकपणा पहिल्यांदा जाणवला होता. माकोन्दोचा नागरी आणि लष्करी प्रमुख या नात्याने त्याचा कर्नल औरेलियानो बुयेंदियाशी आठवड्यातून दोन वेळा टेलिग्राफवर संवाद होत असे. सुरुवातीला टेलिग्राफवरील माहितीच्या त्या देवाणघेवाणीत प्रत्यक्ष युद्धाच्या वाटचालीचा मार्ग कसा असावा हे ठरायचे. पूर्णपणे निश्चित केलेल्या त्या रूपरेषेवरून कोणत्याही क्षणी युद्ध नेमके कोणत्या ठिकाणी चालू आहे आणि युद्धाची पुढची वाटचाल कशी व्हायची आहे हे त्यांना कळायचे. कर्नल औरेलियानो बुयेंदियाने कधीही आपल्या जवळचा मित्रांच्या विश्वासू निकटवर्तियांमध्ये स्वतःचा समावेश होऊ दिला नव्हता, तरी त्याचा नेहमीचा सूर कायम असल्यामुळे टेलिग्राफवर पलीकडच्या टोकावर तोच आहे हे कर्नल गेरिनेल्दो मार्केझला ओळखू येत असे. बऱ्याचदा तो अपेक्षित वेळेपेक्षाही जास्त वेळ ती बोलणी वाढवत असे आणि मग त्यात कौटुंबिक स्वरूपाची विधानेही समाविष्ट होत असत. तथापि, हळूहळू युद्ध जसजसे अधिक व्यापक आणि तीव्र होऊ लागले, तसतशी त्याची प्रतिमा असत्याच्या विश्वात अधिकाधिक अस्पष्ट होत गेली. त्याच्या संभाषणाची वैशिष्ट्ये हळूहळू अनिश्चित स्वरूपाची होऊ लागली आणि मग तर ती एकमेकांत मिसळून असे काही शब्द तयार होऊ लागले की, त्यांचा अर्थ नाहीसा होऊ लागला होता. त्यानंतर कर्नल गेरिनेल्दो मार्केझच्या मनावर एक दडपण येऊ लागले की, तो टेलिग्राफवरून जणू दुसऱ्या जगातल्या एखाद्या परक्या माणसाशी संपर्क साधतो आहे, त्यामुळे त्याने फक्त ऐकत राहण्यापुरतेच आपले काम मर्यादित ठेवले.

टेलिग्राफची कळ दाबत संभाषण संपवत कर्नल गेरिनेल्दो मार्केझ म्हणायचा, 'मला समजतंय औरेलियानो. लिबरल पक्ष चिरायू होवो.'

शेवटी त्याचा युद्धाशी सगळाच संपर्क तुटला. एके काळी जी गोष्ट त्याच्या
दृष्टीने एक प्रत्यक्ष खरीखुरी कृती होती, त्याच्या तारुण्यातील एक अत्यंत आवडती,
अनिवार्य गोष्ट होती तीच आता केवळ एक दुरावलेला संदर्भबिंदू, एक प्रकारचा
रिक्तपणा होऊन बसली होती. आमारान्ताचे शिवणकामाचे दालन हा त्याचा एकुलता
एक आधार होता. दररोज दुपारी तो तिच्या भेटीला जायचा. रेमेदियोस द ब्युटी ते
मशिन फिरते ठेवायची आणि पेटीकोटचे फेसासारखे कापड मशिनमध्ये सरकवणाऱ्या
आमारान्ताच्या हातांकडे पाहत बसायला त्याला आवडायचे. ती दोघेही तासन्तास
काहीही न बोलता परस्परांच्या निव्वळ सहवासावर समाधान मानत असत; परंतु
एकीकडे त्याच्या उत्कट प्रेमाची आग अशी पेटती ठेवण्याने आमारान्ता आतल्या
आत सुखावत असली तरी तिच्या गूढ हृदयातील गुप्त बेतांची त्याला कल्पना
येत नव्हती. त्याच्या परत येण्याची वार्ता आली तेव्हा आमारान्ताला उत्कंठेने
गुदमरल्यासारखे झाले होते; परंतु तिने कर्नल औरेलियानो बुयेंदियाच्या गजबजलेल्या
लवाजम्याबरोबरच त्यालाही घरात शिरताना पाहिले मात्र आणि त्याच्यावर त्या
तसल्या एक प्रकारच्या हद्दपारीने केवढा वाईट परिणाम झाला होता, वय झाल्यामुळे
आणि विस्मृतीत गेल्यामुळे तो कसा म्हातारा होऊन गेला होता, त्याचा डावा हात
स्लिंगमध्ये कसा अडकवलेला होता, घामामुळे आणि धुळीमुळे तो किती कुरूप
दिसत होता आणि एखाद्या जनावरांच्या कळपातल्यासारखा त्याला कसा वास येत
होता, ते सारे तिला एकदमच कळून चुकले आणि त्या भ्रमनिरासामुळे तिला चक्कर
आल्यासारखे झाले. 'अरे देवा, ज्याची मी वाट पाहत राहिले होते तो हा माणूस
नव्हे.' दुसऱ्या दिवशी मात्र त्यांच्या घरात येताना दाढी वगैरे करून, स्वच्छ होऊन
मिशांना लव्हेंडरचे सुवासिक पाणी लावून आणि ती क्रूर स्लिंग न अडकवता तो
आला. तिच्यासाठी शिंपल्यांच्या सुंदर वेष्टनात बांधलेले एक प्रार्थनेचे पुस्तकही
त्याने आणले.

तिला त्यावर दुसरे काहीच म्हणता येत नव्हते म्हणून ती म्हणाली, 'माणसे
केवढी विचित्र असतात. आपले अख्खे आयुष्य ती धर्मगुरूंशी लढत असतात
आणि मग एखाद्याला प्रार्थनेचे पुस्तक भेट म्हणून देतात.' त्या दिवसापासून
युद्धातल्या अगदी आणीबाणीच्या दिवसांतदेखील तो दररोज दुपारी तिला भेटायला
येऊ लागला. बऱ्याचदा रेमेदियोस द ब्युटी तिथे नसायची तेव्हा आमारान्ताच्या
शिवणाच्या मशिनचे चाक तो स्वतः फिरवायचा. ज्या माणसाला एवढा मोठा
अधिकार होता त्याची ती चिकाटी, निष्ठा आणि नम्रता पाहून आमारान्ताला फार
अस्वस्थ वाटायचे. एवढा मोठा अधिकार असतानाही तो माणूस आपले कमरेवरचे
शस्त्र त्यांच्या घरातल्या उठाय-बसायच्या दालनात काढून ठेवून मगच तिच्या त्या
शिवणकामाच्या खोलीत जात असे; परंतु चार वर्षे तो सतत तिच्याजवळ आपले
प्रेम प्रकट करत राहिला आणि दर वेळी त्याला न दुखावता ती काही ना काही सबब

काढून त्याला नकार देत राहिली. जरी तिला त्याच्यावर प्रेम करणे शक्य झाले नसले तरी एव्हाना त्याच्याशिवाय जगणेही तिला शक्य वाटत नव्हते. रेमेदियोस द ब्युटी जरी सगळ्याच गोष्टींविषयी उदासीन दिसत असली आणि काहीशी मतिमंद वाटत असली तरीही एवढ्या उत्कट प्रेमाच्या संदर्भात ती काही संवेदनशून्य बनली नव्हती म्हणून तिने त्याच्या वतीने त्या दोघांमध्ये रदबदली करण्याचा प्रयत्न केला, तेव्हा आमारान्ताच्या एकाएकी असे लक्षात आले की ज्या मुलीला तिने लहानपणापासून वाढवले आणि जी नुकतीच वयात येतेय ती मुलगी आता माकोन्दोमधली सर्वांत सुंदर तरुणी झाली आहे. रेबेकाविषयी एके काळी तिला वाटला होता तसला दीर्घद्वेष तिला आता रेमेदियोस द ब्युटीविषयी वाटू लागला. ती मरावी असे आपल्याला वाटू नये म्हणून तिने परमेश्वराची करुणा भाकली आणि तिला शिवणाच्या खोलीत यायला तिने बंदी केली. याच सुमारास कर्नल गेरिनेल्दो मार्केझला युद्धाचा कंटाळवाणेपणा जाणवायला लागला होता. मन वळवण्यासाठी लागणाऱ्या आपल्या उरल्यासुरल्या क्षमतेला, व्यापक तरीही दबलेल्या हळुवारपणाला त्याने आवाहन केले आणि आमारान्तासाठी आपल्या साऱ्या वैभवाचासुद्धा त्याग करायची तयारी त्याने दर्शवली. खरे तर त्या वैभवासाठी त्याला आपल्या आयुष्यातील सर्वोत्तम वर्षांची किंमत मोजावी लागली होती; परंतु तिचे मन वळवण्यात त्याला यश आले नाही. ऑगस्ट महिन्यातल्या एका दुपारी आपल्याच हट्टीपणाचे ओझे आमारान्ताला सहन होईनासे झाले, लग्नाची मागणी घालणाऱ्या त्या निग्रही प्रियकराला तिने आपला अंतिम नकार सांगितला. आपल्या शेजघरात तिने स्वतःला कोंडून घेतले आणि आता मरेपर्यंत आपल्याला एकाकीपण सोसावे लागणार म्हणून ती रडत राहिली.

ती त्याला म्हणाली होती, 'आपण एकमेकांना कायमचे विसरून जाऊ या. असली गोष्ट करायला आता आपण फारच म्हातारे झालो आहोत.'

कर्नल गेरिनेल्दो मार्केझला त्या दुपारी टेलिग्राफ करून कर्नल औरेलियानो बुयेंदियाचा एक संदेश मिळाला. तसे ते नेहमीसारखेच संभाषण होते आणि ठप्प होऊन गेलेल्या युद्धामध्ये त्यामुळे काही फरक पडणार नव्हता. शेवटी त्या उद्ध्वस्त रस्त्याच्या कडेला असलेल्या बदामाच्या झाडांवरचे स्फटिकासारखे पाणी कर्नल गेरिनेल्दो मार्केझने पाहिले आणि आपण एकाकीपणात हरवलो आहोत असे त्याला वाटले.

टेलिग्राफच्या कळफलकावरून तो दुःखाने म्हणाला, 'औरेलियानो, माकोन्दोमध्ये पाऊस पडतो आहे.'

टेलिग्राफच्या यंत्रावर बराच काळ शांतता होती आणि मग एकाएकी त्या यंत्राने उडी मारत कर्नल औरेलियानो बुयेंदियाची निर्दय अक्षरे उमटवली.

'असा बावळट बनू नकोस गेरिनेल्दो, ऑगस्टमध्ये तिथे पाऊस पडत असणं हे स्वाभाविकच आहे.'

ते दोघेही बऱ्याच दीर्घकाळापर्यंत एकमेकांना भेटले नव्हते, औरेलियानोच्या त्या प्रतिक्रियेमुळे कर्नल गेरिनेल्दो मार्केझ अस्वस्थ झाला. तथापि, दोन महिन्यांनंतर कर्नल औरेलियानो बुयेंदिया माकोन्दोला परतला तेव्हा कर्नल गेरिनेल्दो मार्केझ त्याला पाहून गुंगच होऊन गेला. तो केवढा बदलला होता ते पाहून अर्सूलालासुद्धा आश्चर्य वाटले. तो आला तर कसलाही फारसा आवाज नव्हता, त्याच्याबरोबर त्याचा लवाजमा नव्हता. एवढ्या गरमीमध्येसुद्धा त्याने स्वतःला एका मोठ्या अंगरख्यात गुंडाळून घेतले होते. शिवाय त्याच्या बरोबर तीन रखेल्या होत्या, त्यांना आपल्या घरातच त्याने ठेवून घेतले आणि त्याचा बहुतेक सारा वेळ झोळीमध्ये पडून राहण्यात जात असे. टेलिग्राफवरून येणारे संदेश तो क्वचितच वाचत असे, त्यात नेहमीच्या हालचालींचा अहवाल असायचा. एकदा कर्नल गेरिनेल्दो मार्केझने सीमेवरील एक ठाणे खाली करण्याची सूचना द्यायची का, असा प्रश्न त्याला विचारला. कारण, तिथे चालू असलेला संघर्ष आंतरराष्ट्रीय प्रकरण बनण्याची शक्यता होती.

तेव्हा कर्नल औरेलियानो बुयेंदियाने हुकूम दिला, 'असल्या किरकोळ गोष्टींसाठी मला ताप देऊ नका. परमेश्वरी शक्तीचा सल्ला घ्या.'

तो बहुधा युद्धामधला अगदी आणीबाणीचा असा क्षण असावा. ज्या लिबरल जमीनदारांनी सुरुवातीला बंडाला पाठिंबा दिला होता, त्यांनीच आता कंझर्व्हेटिव्ह जमीनदारांबरोबर गुप्त सख्याचा करार केला होता. कारण, त्यांना मालमत्तेच्या हक्कांमध्ये सुधारणा होऊ द्यायच्या नव्हत्या. ज्या राजकारण्यांनी हद्दपार असतानासुद्धा युद्धासाठी पैसा पुरवला होता, त्यांनीच आता कर्नल औरेलियानो बुयेंदियाची उद्दिष्टे जाहीरपणे नाकारली; परंतु त्यांनी अशा तऱ्हेने त्याला दिलेले अधिकार काढून घेतले तरी कर्नल औरेलियानो बुयेंदियाला त्याचे काहीच विशेष वाटले नाही. आपल्या कवितांकडेही तो परत वळला नाही. त्या कवितांचे पाचपेक्षा जास्त खंड भरले होते आणि आता त्या विस्मृत अवस्थेत त्याच्या ट्रंकेच्या तळाशी पडून होत्या. रात्री किंवा विश्रांतीच्या वेळी तो त्याच्या त्या बायांपैकी एखादीला आपल्या झोळीकडे बोलवायचा, प्राथमिक स्वरूपाचे समाधान तिच्याकडून मिळवायचा आणि मग कसलीच किंचितही काळजी नसलेल्या एखाद्या दगडासारखा झोपी जायचा. त्याचे गोंधळलेले अंतःकरण आता कायमचे अनिश्चिततेत फेकले गेले होते आणि हे फक्त त्यालाच माहीत होते. सुरुवातीला तर आपण वैभवात परतलो आहोत म्हणून व आपल्या अनेक लक्षणीय विजयांच्या नशेत झिंगल्यामुळे त्याने मोठेपणाच्या गर्तेतही डोकावून पाहिले होते. ड्यूक ऑफ मार्‌लबरोची[१] प्रतिमा आपल्या जवळच उजव्या हाताला नेहमी ठेवण्यात त्याला आनंद वाटायचा. ड्यूक ऑफ मार्‌लबरोला त्याने आपला युद्धकलेतील गुरू मानले होते. ड्यूक ऑफ मार्‌लबरोचा पोशाख जंगली जनावरांच्या कातड्यांचा आणि वाघाच्या पंज्याचा होता, त्यामुळे मोठ्यांना त्याविषयी आदर वाटायचा तर मुलांना दरारा वाटायचा. त्याच सुमारास त्याने असे

ठरवले कुठल्याही व्यक्तीने – अगदी अर्सूलानेसुद्धा दहा फुटांच्या आत त्याच्याजवळ जायचे नाही. तो जिथे थांबायचा तो मध्य धरून त्याचे मदतनीस खडूने वर्तुळ काढत असत, त्या वर्तुळात फक्त तोच प्रवेश करू शकत असे, तिथून तो जगाचे भवितव्य ठरवणाऱ्या त्रोटक आज्ञा द्यायचा आणि त्या आज्ञांवर कसलेही अपील नसायचे. जनरल मोंकादाला ठार मारल्यानंतर तो मानाउरेमध्ये पहिल्यांदाच गेला, तेव्हा त्याच्या बळीची शेवटची इच्छा पूर्ण करावी म्हणून तो घाईने जनरल मोंकादाच्या घरीसुद्धा गेला. जनरल मोंकादाच्या विधवेने त्याचा चष्मा, मेडल, अंगठी या गोष्टी त्याच्याकडून घेतल्या खऱ्या; पण तिने त्याला दारातून आत येऊ दिले नाही.

ती म्हणाली, 'कर्नल तुम्हाला आत येता येणार नाही. तुम्ही तुमच्या युद्धाचे कमांडर असाल; पण माझ्या घराची मी कमांडर आहे.'

कर्नल औरेलियानो बुयेंदियाने रागाचे कसलेही चिन्ह दाखवले नाही; परंतु त्याच्या अंगरक्षकाने तिच्या घराची लुटालूट करून त्याची पार राखरांगोळी केल्यानंतरच त्याचा जीव शांत झाला. कर्नल गेरिनेल्दो मार्केझ त्याला म्हणायचा, 'औरेलियानो तुझ्या अंतःकरणावर नीट लक्ष ठेव. तू जिवंतपणी सडतो आहेस.' साधारणतः, त्याच सुमारास त्याने दुसऱ्यांदा क्रांतिकारकांच्या प्रमुख कमांडरांची एक परिषद बोलावली. त्या वेळी त्या कमांडरांमध्ये त्याला सगळ्या प्रकारचे लोक आढळले; कुणी ध्येयवादी, कुणी महत्त्वाकांक्षी, कुणी साहसी, कुणी समाजद्रोही तर कुणी सरळ सरळ गुन्हेगारसुद्धा होते. त्यांच्यामध्ये एक जण तर पूर्वीचा कंझर्व्हेटिव्ह पक्षाचा कार्यकर्ताही होता, त्याने निधीची अफरातफर केली होती म्हणून त्याला होऊ शकणारी शिक्षा टाळण्यासाठी त्याने बंडवाल्यांकडे आश्रय घेतला होता. त्यांच्यातल्या कित्येकांना तर आपण का लढतो आहोत तेही माहीत नव्हते. त्या बहुरंगी गर्दीमधल्या लोकांच्या मूल्यांमधली तफावत एवढी होती की, त्यामुळे केव्हाही त्यांच्यात अकस्मात अंतर्गत संघर्ष पेटण्याचा संभव होता. एकटा जनरल तिओफिलो वार्गास हा खिन्न चेहऱ्याचा अधिकारी मात्र त्यांच्यामध्ये उठून वेगळा दिसत होता. तो एक दुहेरी हाडापेराचा धष्टपुष्ट इंडियन होता. बिनमाणसाळलेला, निरक्षर, थंड कावेबाज आणि पीडितांसाठी प्रेषितवत कार्य करणारा असा तो असल्यामुळे त्याने आपल्या लोकांमध्ये एक प्रकारचा वेडा, फाजील उत्साह निर्माण केला होता. कर्नल औरेलियानो बुयेंदियाने राजकारण्यांच्या डावपेचांच्या विरोधात त्या साऱ्या क्रांतिकारक कमांडरांना संघटित करावे म्हणून ती बैठक बोलावली होती. जनरल तिओफिलो वार्गासने पुढे येऊन आपले हेतू उघड केले, काही तासांच्या आतच त्याने त्याच्यापेक्षा अधिक चांगल्या कमांडरांची आघाडी उद्ध्वस्त केली आणि क्रांतिकारकांच्या सैन्यातील प्रमुख पदाचा ताबा घेतला. कर्नल औरेलियानो बुयेंदियाने आपल्या अधिकाऱ्यांना उद्देशून म्हटले, 'तो जंगली जनावरच आहे. त्याच्याकडे नुसते पाहत राहावे! युद्धखात्याच्या मंत्र्यापेक्षादेखील आपल्या दृष्टीने तो

माणूस जास्त धोक्याचा आहे.' आपल्या भित्रेपणामुळे उठून दिसणाऱ्या एका अगदी तरुण कॅप्टनने सावधपणे आपली तर्जनी वर करून म्हटले,

'कर्नल हे तर अगदी सोपे आहे. त्याला सरळ ठार करायला हवे.'

कर्नल औरेलियानो बुयेंदिया त्या सूचनेच्या थंडपणामुळे दचकला नाही; परंतु क्षणार्ध आधीच त्याच्या मनात आलेला स्वतःचाच विचार त्या सूचनेतून व्यक्त झाला होता, त्यामुळे त्याला काहीसा धक्का बसला.

तो म्हणाला, 'तसला हुकूम मी देईन, अशी अपेक्षा करू नका.'

खरे म्हणजे त्याने तसा हुकूम दिलाही नाही; परंतु दोन आठवड्यांनंतर जनरल तिओफिलो वार्गासवर कुणी तरी छुपा हल्ला केला, त्या हल्ल्यात त्याचे भल्या मोठ्या सुऱ्याने तुकडे तुकडे करून टाकले गेले आणि कर्नल औरेलियानो बुयेंदियाने प्रमुख पदाचा ताबा घेतला. ज्या दिवशी साऱ्या क्रांतिकारक कमांडरांनी त्याचा अधिकार मान्य केला होता, त्या रात्री तो घाबरून जागा झाला आणि त्याने एक ब्लँकेट मागवले. आतूनच भरलेल्या आणि त्याची हाडे फोडणाऱ्या थंडीमुळे तो हैराण झाला होता. सूर्याच्या ऐन प्रखर उन्हाच्या दिवसांमध्येदेखील त्याला कित्येक महिने त्या थंडीने झोपू दिले नाही, मग तर ती त्याची सवयच होऊन गेली. अस्वस्थतेच्या लाटांनी त्याची सत्तेची धुंदी उतरायला लागली. त्या विलक्षण थंडीवरचा उपाय म्हणून कर्नल औरेलियानो बुयेंदियाने जनरल तिओफिलो वार्गासचा खून करण्याचा प्रस्ताव मांडणाऱ्या त्या तरुण अधिकाऱ्याला गोळी घालायला लावली. त्याचे हुकूम दिले जाण्यापूर्वीच त्यांची अंमलबजावणी होऊ लागली. इतकेच काय पण त्याने त्याविषयीचा विचारसुद्धा करण्यापूर्वी ते अमलात आणले जाऊ लागले आणि अंमलबजावणी करताना जे काही करायला सांगण्याचे धाडस त्याने स्वतः दाखवलेले नसायचे तेसुद्धा केले जाऊ लागले. आपल्या प्रचंड सत्तेच्या एकाकीपणात त्याचे एकूण सगळेच भान नष्ट होऊ लागले. जवळपासच्या खेड्यांतील लोक त्याचा जयजयकार करत असत. त्या लोकांचा त्याला त्रास वाटायचा. त्यांचा तो जयजयकार म्हणजे त्यांनी आपल्या शत्रूंसाठी केला होता तसलाच जयजयकार आहे, अशी त्याची भावना होऊ लागली. जिथे तिथे त्याला पौंगडावस्थेतले तरुण भेटायचे. ते त्याच्याकडे त्याच्याच डोळ्यांनी पाहायचे, त्याच्याच आवाजात त्याच्याशी बोलायचे, त्याच्याचसारखे अविश्वासाने त्याच्याकडे पाहत त्याला अभिवादन करायचे आणि त्याला असेही म्हणायचे की, मी तुमचा मुलगा आहे. त्याला वाटायचे की, आपण सगळीकडे विखुरले गेलो आहोत, एकाचे अनेक झालो आहोत आणि पूर्वीपेक्षा किती तरी एकाकी होऊन गेलो आहोत. त्याची अशी खात्रीच झाली होती की, आपले अधिकारी आपल्याशी खोटे बोलत असतात. तो ड्यूक ऑफ मार्लबरोशीसुद्धा भांडला. त्या वेळी तो म्हणाला, 'एखाद्या माणसाचा सर्वांत उत्तम मित्र म्हणजे जो नुकताच मरण पावला असेल तोच

असतो.' कधीच न संपणाऱ्या युद्धाच्या त्या दुष्टचक्राला, त्या अनिश्चिततेला तो कंटाळला होता. कारण, त्या युद्धात तो नेहमी होता तिथेच कुंठित झाल्यासारखा होऊन गेला होता आणि तरीही तो अधिक वयस्कर, अधिक कंटाळलेला असाही झाला होता. तसे का, कसे आणि कधी झाले हेसुद्धा त्याला काहीच कळत नव्हते. खडूने काढलेल्या त्याच्या त्या वर्तुळाच्या बाहेर सतत कुणी ना कुणी असायचेच. कुणाला पैसे हवे असायचे, कुणाच्या मुलाला डांग्या खोकला झालेला असायचा किंवा कुणी तरी एखादा असाही असायचा की, त्याला त्या युद्धाची घाणेरडी चव तोंडात नकोशी झालेली असायची आणि तिथून दूर निघून जाऊन कायमचे झोपी जावेसे वाटत असायचे आणि तरीही तो बापडा अटेन्शनमध्ये उभा राहून त्याला सांगायचा, 'कर्नल, सगळं काही आलबेल आहे.' सर्वसामान्यता हाच त्या अंतहीन युद्धाचा सर्वांत भयानक भाग होता. त्यात कधीही काहीही घडत नव्हते. त्याच्या त्या पूर्वसूचनांनी त्याच्याकडे पाठ फिरवली होती. अगदी एकाकी झाला होता तो आणि ती थंडी मरेपर्यंत त्याला सोडणार नव्हती, त्यामुळे शेवटी माकोन्दोमधल्या आपल्या जुन्यातल्या जुन्या आठवणीमध्ये त्याने आसरा शोधला. त्याचा आळस एवढा गंभीर होऊन बसला होता की, त्या वेळेच्या युद्धाच्या कुंठितावस्थेवर चर्चा करण्यासाठी त्याच्या पक्षातर्फे एक कमिशन तिथे आलेले आहे, असे त्याला सांगण्यात आले तेव्हा न उठता त्याने झोळीतल्या झोळीतच कुशी पालटली आणि म्हटले,

'त्यांना रांडांकडे घेऊन जा.'

फ्रॉक कोट्स आणि डोक्यावर टॉप हॅट्स घातलेले ते सहा वकील नोव्हेंबरातल्या प्रखर सूर्याचे ऊन कठोर निर्विकारपणे सहन करत तिथे पोहोचले होते. अर्सूलाने त्यांना आपल्या घरात ठेवून घेतले. दिवसभरातला जास्तीत जास्त वेळ ते शेजघरात बैठक भरवून कुणालाही तिथे प्रवेश न देता गंभीर चर्चा करीत आणि संध्याकाळच्या वेळी लवाजमा आणि ॲकॉर्डियन वाजवणाऱ्या वादकांना सोबत घेऊन कातारिनोच्या दुकानाकडे जात असत. कर्नल औरेलियानो बुयेंदियाने तेव्हा हुकूम दिला, 'त्यांना हवं ते करू द्या. शेवटी त्यांना काय हवं आहे ते मला माहीत आहे.' प्रदीर्घ काळ वाट पाहिलेला तो प्रत्यक्ष मुलाखतीचा कार्यक्रम डिसेंबरच्या सुरुवातीला एका तासात आटोपला. बऱ्याच जणांना वाटले होते की, तो एक कधीच न संपणारा वाद असेल.

अतिशय उकाडा होत असलेल्या त्या पार्लरमध्ये पांढऱ्या कापडाने झाकलेल्या पियानोलाच्या भुताशेजारी कर्नल औरेलियानो बुयेंदिया त्याच्या मदतनिसांनी खडूने काढलेल्या वर्तुळात खाली बसला नाही, तर आपल्या राजकीय सल्लागारांच्या मधोमध एका खुर्चीत बसला. त्याने एक वुलन ब्लँकेट स्वतःभोवती गुंडाळून घेतले होते. त्या गुप्त दूतांनी थोडक्यात मांडलेले प्रस्ताव त्याने शांतपणे ऐकून घेतले. सुरुवातीला त्यांनी सांगितले की, त्याने प्रथम मालमत्तेच्या हक्कांच्या नोंदीमधील बदल करण्याचे सोडून द्यावे म्हणजे कॅथलिक बहुसंख्यांचा पाठिंबा त्यांना मिळेल

आणि सर्वांत शेवटी कुटुंबातील प्रामाणिकपणा टिकवण्यासाठी, अनौरस मुलांना आणि औरस मुलांना समान हक्क मिळवून देण्याचेसुद्धा त्याने नाकारावे.

त्यांचे वाचन संपले तेव्हा कर्नल औरेलियानो बुयेंदिया म्हणाला, 'याचा अर्थ असा की, आपण सत्तेसाठी लढत आहोत.'

त्या प्रतिनिधींपैकी एक जण उत्तरला, 'हे केवळ डावपेचात्मक बदल आहेत. आत्ता सध्या गरज आहे ती युद्धाचा पाया व्यापक करून लोकांचा पाठिंबा वाढवण्याची. ते प्रथम व्हायला हवे. नंतर हेच बदल वेगळे दिसायला लागतील.'

कर्नल औरेलियानो बुयेंदियाच्या राजकीय समर्थकांपैकी एकाने घाईघाईने हस्तक्षेप करीत म्हटले, 'हे तर विपरीतच आहे. या बदलांना जर चांगले म्हणायचे असेल तर कंझर्व्हेटिव्ह राजवटही चांगलीच आहे. तुम्ही म्हणता तसला लोकांचा व्यापक पाठिंबा मिळवण्यात जर आपण यशस्वी झालो, तर त्याचा अर्थ असा होईल की, सध्याची राजवट तशी व्यापक पायावरच आहे. याचाच अर्थ असा की, जवळ जवळ वीस वर्षे आपण देशाच्या भावनांच्या विरोधात लढत आहोत.'

तो तसाच आणखीही बोलत राहिला असता; पण कर्नल औरेलियानो बुयेंदियाने त्याला इशारा करून थांबवले. 'तुमचा वेळ वाया घालवू नका डॉक्टर. महत्त्वाची गोष्ट म्हणजे आत्तापासून आपण फक्त सत्तेसाठी लढणार आहोत.' एवढे बोलून त्या प्रतिनिधींनी त्याच्या पुढे केलेले कागदपत्र त्याने घेतले आणि सह्या करण्याची तयारी केली.

'हे जर असेच असणार आहे तर ते स्वीकारायला आमची हरकत नाही,' त्याने समारोप केला.

त्याच्या समर्थकांनी एकमेकांच्या तोंडाकडे पाहिले. खरे म्हणजे त्यांची गाळण उडाली होती. कर्नल गेरिनेल्दो मार्केझने हळू आवाजात म्हटले, 'माफ करा कर्नल; पण हा आपल्या ध्येयाशी सरळ सरळ द्रोहच होईल.'

कर्नल औरेलियानो बुयेंदियाने शाईत बुडवलेले पेन हवेत धरले आणि आपला सगळा अधिकार शब्दांमधून त्याच्यावर ओतला.

त्याने हुकूम दिला, 'तुझी शस्त्रे आमच्या हवाली कर.'

कर्नल गेरिनेल्दो मार्केझ उभा राहिला आणि त्याने आपली कमरेची शस्त्रे टेबलावर काढून ठेवली.

कर्नल औरेलियानो बुयेंदियाने आज्ञा केली, 'बरॅक्समध्ये जा. स्वतःला क्रांतिकारकांच्या न्यायालयात स्वाधीन कर.'

नंतर त्याने त्या जाहीरनाम्यावर सही केली आणि त्या गुप्त दूतांना ते कागदपत्र देत म्हटले, 'हे घ्या तुमचे कागदपत्र. त्यातून तुमचा थोडा फायदा होईल अशी मी आशा करतो.'

त्यानंतर दोन दिवसांनी कर्नल गेरिनेल्दो मार्केझवर गंभीर द्रोहाचा आरोप ठेवून त्याला देहान्ताची शिक्षा सुनावण्यात आली. आपल्या झोळीमध्ये पडून राहिलेल्या कर्नल औरेलियानो बुयेंदियावर दयेच्या विनंत्यांचा काही परिणाम होत नव्हता. कर्नल गेरिनेल्दो मार्केझला गोळ्या घातल्या जाण्याच्या आदल्या दिवशी 'मला त्रास देऊ नका' अशी कर्नल औरेलियानो बुयेंदियाची आज्ञा मोडून अर्सूलाने त्याच्या शेजघरात त्याची भेट घेतली. काळा पोशाख परिधान करून एका दुर्मीळ गांभीर्याने व अधिकाराने फक्त तीनच मिनिटे ती तिथे उभी राहिली व शांतपणे त्याला म्हणाली, 'मला माहीत आहे की, तू कर्नल गेरिनेल्दो मार्केझला गोळ्या घालणार आहेस आणि ते थांबण्यासाठी मी काहीही करू शकत नाही; पण मी तुला एक ताकीद देऊन ठेवते. माझ्या आई-वडिलांच्या हाडांची शपथ घेऊन तुला सांगते, होझे आर्केदियो बुयेंदियाच्या आठवणींची शपथ घेऊन तुला सांगते, देवासमोर मी ही शपथ घेतेय की, ज्या क्षणी मी त्याचे प्रेत पाहीन, त्या क्षणी तू जिथे कुठे लपला असशील तिथून तुला ओढून काढीन आणि निव्वळ माझ्या या दोन हातांनी तुझा जीव घेईन.'

त्या खोलीतून बाहेर पडण्यापूर्वी तिने त्याला सुनावले, 'डुकराचे शेपूट घेऊन तू जन्माला आला असण्यासारखाच हा प्रकार आहे.'

त्या अंतहीन रात्री कर्नल गेरिनेल्दो मार्केझला आमारान्ताच्या शिवणाच्या दालनात त्याने घालवलेल्या कितीतरी दुपारच्या वेळा आठवत होत्या. आता त्या आठवणी निरर्थक होत्या आणि तिकडे कर्नल औरेलियानो बुयेंदिया किती तरी तासांपर्यंत आपल्या एकाकीपणाचे कवच भेदण्याचा प्रयत्न करत डोके खाजवत होता. लहानपणी वडिलांबरोबर तो बर्फ पाहायला गेला होता, त्या दुपारनंतर तसा आनंद त्याला फक्त त्याच्या चांदीकामाच्या वर्कशॉपमध्ये बसून छोटे छोटे सोनेरी मासे तयार करताना मिळाला होता. आयुष्यातले साधेपणाचे विशेष अधिकार जवळजवळ चाळीस वर्षे उशिराने समजून येण्यासाठी त्याला बत्तीस युद्धे सुरू करावी लागली होती, मृत्यूशी झालेले त्याचे सगळे करार मोडावे लागले होते आणि वैभवाच्या उकिरड्यावर डुकरासारखे लोळावेही लागले होते.

मानसिक यातना सोसत रात्रभर जागे राहिल्याने थकून जाऊन पहाटे देहान्त शिक्षेच्या वेळेच्या एक तास आधी तो कर्नल गेरिनेल्दो मार्केझच्या कोठडीत गेला.

'चल जुन्या मित्रा, तो फार्स आता संपला आहे. या डासांनी तुला ठार करण्यापूर्वीच आपण इथून बाहेर निघायला हवे.' कर्नल औरेलियानो बुयेंदियाच्या त्या तसल्या दृष्टिकोनाबद्दल वाटणारा तिटकारा कर्नल गेरिनेल्दो मार्केझला दडपून टाकता आला नाही.

तो उत्तरला, 'छे, छे, औरेलियानो तुला क्रूर, जुलमी हुकूमशहा बनलेला पाहण्यापेक्षा मला मरण आलं तरी चालेल.'

कर्नल औरेलियानो बुयेंदिया म्हणाला, 'मला तसा बनलेला पाहायची वेळ तुझ्यावर येणार नाही. तुझे बूट चढव आणि एकदाचे हे घाणेरडे युद्ध संपवण्यासाठी मला मदत कर.'

तो असे म्हणाला, तेव्हा त्याला माहीत नव्हते की, एखादे युद्ध थांबवण्यापेक्षा ते सुरू करणे सोपे असते. क्रांतिकारकांना अनुकूल अशा शांततेच्या अटींचा प्रस्ताव सरकारने मांडावा यासाठी त्याला जवळ जवळ एक वर्षभर भयंकर कठोर प्रयत्न करावे लागलेच; पण आपल्या कट्टर पक्षाभिमान्यांना ते प्रस्ताव स्वीकारण्यामध्ये असलेली सोय पटवून द्यायला आणखी एक वर्ष लागले. त्याचे काही अधिकारी त्याच्या विचाराला विरोध करणारे व विजयासाठीच हट्ट धरणारे होते. त्यांचे बंड मोडून काढण्यासाठी त्याला कल्पनातीत क्रूरतेचे टोक गाठावे लागले आणि त्यांना शरण यायला भाग पाडण्यासाठी शत्रूच्या सैन्याचा आधार घ्यावा लागला.

त्या वेळी जसा तो मोठा योद्धा म्हणून चमकला तसा पूर्वी कधीही चमकला नव्हता. आपण स्वतःलाच मुक्त करण्यासाठी लढतो आहोत, कुठल्यातरी अमूर्त कल्पनांसाठी नव्हे किंवा ज्या घोषणा परिस्थितीनुसार राजकारणी डावीकडे किंवा उजवीकडे कशाही वाकवतात, त्यासाठीही नव्हे या जाणिवेने तो प्रचंड उत्साहाने भारला गेला होता. एके काळी विजयासाठी लढलेला कर्नल गेरिनेल्दो मार्केझ आता पराभवासाठी तेवढ्याच दृढ विश्वासाने लढत होता. त्या निरुपयोगी दुःसाहसाबद्दल तो कर्नल औरेलियानो बुयेंदियाची निंदाही करायचा. तो स्मित करत त्याला म्हणायचा, 'काळजी करू नकोस. माणूस कल्पना करू शकतो, त्यापेक्षाही मरणे हे बरेच अवघड असते.' त्याच्या स्वतःच्या बाबतीत ते खरेच होते. त्याचा दिवस ठरलेला होता, याविषयीच्या खात्रीने त्याला एक प्रकारची गूढ अशी मुक्तता दिली होती. जणू काही एका ठरवीक कालावधीसाठी त्याला अमर्त्यता प्राप्त करून दिली होती, त्यामुळे तो युद्धातल्या धोक्यांच्या बाबतीत अजिंक्य बनून गेला होता आणि शेवटी त्या विजयापेक्षाही अवघड, भयंकर क्रूर आणि अधिक महागडा असा पराभव जिंकणे त्याला शक्य झाले.

जवळ जवळ वीस वर्षे चाललेल्या त्या युद्धाच्या दरम्यान कर्नल औरेलियानो बुयेंदिया अनेक वेळा आपल्या घरी आला होता; परंतु तो नेहमीच घाईघाईने यायचा आणि तो जाईल तिथे त्याच्याबरोबर लष्करी लवाजमा असायचा. त्याच्या भोवती अर्सूलालादेखील जाणवणाऱ्या, एखाद्या दंतकथेतल्यासारख्या तेजोवलयामुळे आणि त्या घाईगर्दीमुळे शेवटी तो स्वतःच्या घरात परका बनून गेला होता. शेवटच्या वेळी तो माकोन्दोमध्ये आला होता आणि त्याच्या त्या तीन रखेल्यांसाठी त्याने वेगळे घर घेतले होते, तेव्हा दोन-तीन वेळा तो त्याच्या स्वतःच्या घरी आलेला दिसला होता. त्या वेळी त्याला आपल्या घरी जेवणाचे आमंत्रण स्वीकारण्याइतकी सवड मिळाली होती. रेमेदियोस द ब्युटी आणि युद्धाच्या मध्यावर जन्मलेल्या त्या

जुळ्या भावंडांना तर तो जवळ जवळ माहीतच नव्हता. आमारान्ताला तिच्या तरुणपणाच्या सुरुवातीच्या काळातली आपल्या भावाची प्रतिमा आठवत होती, तेव्हा तो छोटे सोनेरी मासे तयार करायचा. अखिल मानवजातीपासून स्वतःला दहा फूट दूर ठेवणाऱ्या आणि एखाद्या कल्पित कथेतल्यासारख्या त्या योद्ध्याची ही प्रतिमा आठवणीतल्या त्या प्रतिमेशी कुठेच जुळताना दिसत नव्हती; परंतु शस्त्रसंधी दृष्टिपथात आल्याचे समजले, तेव्हा तो आता युद्धापासून मुक्त होऊन माणसासारखा माणूस बनून कुटुंबीयांमध्ये परत येईल, अशा विचाराने त्याच्याबद्दलच्या कुटुंबीयांच्या जिव्हाळ्याच्या भावना पूर्वीपेक्षा अधिक तीव्र उफाळून आल्या.

अर्सूला म्हणाली, 'शेवटी एकदाचा पुन्हा आपल्या घरात पुरुष माणूस असेल.'

आमारान्ताला पहिल्यांदा संशय आला की, कुटुंबीयांच्या दृष्टीने तो गमावल्यासारखाच झाला आहे. शस्त्रसंधीपूर्वी एक आठवडा आधी तो आपल्या घरी आला, तेव्हा त्याच्याबरोबर तो लवाजमा नव्हता, फक्त दोन अनवाणी शिपाई होते. त्यांनी खेचरावरचे खोगीर आणि त्याच्या कवितांनी भरलेली ट्रंक पोर्चमध्ये आणून ठेवली. पूर्वीच्या त्याच्या त्या राजेशाही सामानांपैकी आता तेवढेच शिल्लक राहिले होते. आमारान्ताने तिच्या शिवणाच्या दालनाजवळून जाताना त्याला पाहिले आणि त्याला हाक मारली. तिला ओळखणे कर्नल औरेलियानो बुयेंदियाला अवघड झाले. तिने आनंदाने त्याला म्हटले, 'मी आमारान्ता आहे.' तो परत आला आहे म्हणून सुखावून जात तिने आपला काळे बँडेज बांधलेला हात त्याला दाखवला आणि म्हटले,

'पाहा ना!'

कर्नल औरेलियानो बुयेंदियाने तिच्याकडे पाहून स्मित केले. पूर्वी त्याला देहान्ताची शिक्षा सुनावली गेल्यानंतर तो माकोन्दोला परत आला होता, त्या दूरच्या काळातल्या सकाळी तिला पाहून त्याने जसे स्मित केले होते तसेच ते स्मित होते.

तो तिला म्हणाला, 'वेळ कसा निघून जातो, हे केवढे भयंकर असते ना.'

सरकारच्या नियमित लष्करातील सैनिक त्याच्या घराच्या संरक्षणासाठी नेमले गेले होते. तो परतला खरा पण अपमान सहन करतच परतला होता. लोक त्याच्यावर थुंकत होते, त्याने युद्ध मुद्दामच लवकर संपवले. कारण, त्याला त्यातून स्वतःसाठी अधिक फायदा मिळवायचा होता, असा त्याच्यावर आरोप केला गेला. तो थंडीने व तापाने थरथर कापत होता आणि त्याच्या काखा जखमांनी पुन्हा भरून गेल्या होत्या. सहा महिन्यांपूर्वी अर्सूलाने शस्त्रसंधीविषयी ऐकले, तेव्हा तिने त्यांच्या घरातील नववधूचे शेजघर उघडून ते साफसूफ करवून तिथल्या कोपऱ्यांतून धूप जाळला होता, तिला वाटले होते की, तो परत आला म्हणजे रेमेदियोसच्या जुन्या बाहुल्यांबरोबर वेळ घालवत शांतपणे म्हातारा होईल; परंतु खरे म्हणजे शेवटच्या दोन वर्षांत त्याने आयुष्याचे सगळेच देणे – म्हणजे अगदी म्हातारा होण्याचेसुद्धा देणे – देऊन

टाकले होते. अर्सूलाने विशेष परिश्रम घेऊन तयार ठेवलेल्या त्या चांदीकामाच्या वर्कशॉपशेजारी तो सहज थांबला, तेव्हा त्याच्या लक्षातही आले नाही की त्या वर्कशॉपच्या दाराच्या किल्ल्या कुलुपामध्ये सरकवून उघडण्यासाठी ते तयार आहे. कालगतीमुळे त्या घरावर कोसळत असलेल्या सूक्ष्म हानीचीदेखील त्याला किंचितही जाणीव झाली नाही. वास्तविक ज्याने आपली स्मरणशक्ती शाबूत ठेवली असेल, अशा कुठल्याही माणसाला एवढ्या दिवसांच्या अनुपस्थितीनंतर ती हानी एखाद्या आकस्मित अरिष्टासारखी तत्काळ जाणवली असती. भिंतीवरच्या रंगाच्या निघालेल्या पोपड्यांमुळे, कोपऱ्याकोपऱ्यांत माजलेल्या कापसासारख्या घाणेरड्या कोळिष्टकांमुळे, बेगोनियांवरच्या धुळीमुळे, छताच्या तुळयांवर वाळवीने काढलेल्या शिरांसारख्या आकृत्यांमुळे किंवा बिजागऱ्यांवर जमलेल्या शेवाळामुळे, अगदी कुठल्याही गोष्टीमुळे त्याला जरासेदेखील दुःख झाल्याचे जाणवले नाही किंवा स्मरणरमणीयतेच्या कुठल्याही कावेबाज सापळ्यांत अडकल्याचे दुःखही त्याला झाले नाही. तो आपला त्या ब्लँकेटमध्ये स्वतःला गुंडाळून घेऊन पायात बूट तसेच ठेवून जणू आभाळ स्वच्छ होण्याची वाट बघत, पावसाकडे पाहत पोर्चमध्येच बसून राहिला. सगळी दुपार त्याने बेगोनियावर पडणाऱ्या पावसाकडे पाहत घालवली. अर्सूलाला तेव्हा कळून चुकले की, तो काही फार काळ त्यांच्याजवळ राहणार नाही. तिला वाटले, 'आता जर युद्धामुळे तो दूर गेला नाही तर मृत्यूच त्याला दूर घेऊन जाईल.' तिचे ते वाटणे इतके बरोबर आणि समर्पक होते की, पूर्वसूचना म्हणूनच तिने ते स्वीकारले.

त्या रात्री ज्याला औरेलियानो सेगुन्दो समजले जायचे त्याने उजव्या हाताने ब्रेडचा तुकडा मोडून घेतला आणि डाव्या हाताने तो सूप प्यायला. त्याच्या जुळ्या भावाने म्हणजे त्या तथाकथित होझे आर्केदियो सेगुन्दोने डाव्या हाताने ब्रेडचा तुकडा मोडला आणि उजव्या हातात सूप घेऊन तो ते प्यायला. वेळ आणि कृतीचे त्यांचे गणित एवढे पक्के जुळून गेले की, ते दृश्य म्हणजे दोघे भाऊ एकमेकांसमोर बसले आहेत असे न दिसता आरशाच्या साह्याने केलेली एखादी 'ट्रीक' असावी तसे वाटले. त्या दोघा भावांच्या जेव्हा लक्षात आले होते की, ते दोघे अगदी सारखेच दिसतात, तेव्हा त्यांनी हा मजेदार दृश्याचा खेळ शोधून काढला होता. आताचा तो प्रयोग त्यांनी नव्याने आलेल्या त्या ज्येष्ठ कुटुंबीयाच्या सन्मानार्थ केला खरा; परंतु कर्नल औरेलियानो बुयेंदियाच्या ते लक्षातही आले नाही. सगळ्या गोष्टींना तो एवढा परका होऊन गेला होता की, रेमेदियोस द ब्युटी तिच्या शेजघराकडे नागडीच गेली तरी त्याला ते जाणवले नाही. त्याच्या त्या शून्यमनस्कतेला धक्का लावण्याचे धाडस फक्त अर्सूलात झाले.

जेवण अर्ध्यावर होत आले तेव्हा ती म्हणाली, 'तुला जर पुन्हा दूर जावे लागणार असेल तर निदान आम्ही सगळे आज जसे तुझ्या मनात आहोत, तशीच आमची आठवण तरी ठेव.'

त्यावर कर्नल औरेलियानो बुयेंदियाला आश्चर्य वाटले नाही; परंतु त्याच्या लक्षात आले की, फक्त अर्सूला या एकाच व्यक्तीला त्याच्या दुःखाचे कवच भेदणे शक्य झाले होते आणि एवढ्या वर्षांमध्ये पहिल्यांदाच त्याने तिच्या चेहऱ्याकडे पाहिले. तिची त्वचा कातड्यासारखी झाली होती, दात किडून गेले होते, केस फिकट रंगहीन झाले होते आणि तिचा एकूण अवतार भयानक वाटत होता. त्याच्या लक्षात असलेल्या तिच्या अगदी जुन्यातल्या जुन्या प्रतिमेशी त्याने मनोमन तिच्या आत्ताच्या अवताराशी तुलना केली. ती जुनी प्रतिमा तो लहान असताना दुपारच्या वेळी त्याला एक पूर्वसूचना मिळाली तेव्हाची होती. त्या पूर्वसूचनेनुसार टेबलावर ठेवलेले उकळलेल्या सुपाचे भांडे खाली पडून सांडणार होते आणि तसेच झालेही होते. त्याला जाणवले की, अर्सूला वाढत्या वयामुळे अगदी जराजीर्ण होऊन गेली आहे. अर्धशतकाहून अधिक काळ आयुष्याने तिच्यावर लादलेले सगळे ओरखडे, फटके, व्रण, क्षते, चट्टे त्याला एका क्षणात कळून आले आणि त्याला जाणवले की, त्या क्षतीमुळे त्याच्या मनात किंचितही करुणेची भावना उमटली नाही. आपल्या मनातला प्रेमळपणा नेमका कुठे आणि कसा कुजून गेला ते शोधण्याचा एक अखेरचा प्रयत्न त्याने करून पाहिला; परंतु त्याला ते जमले नाही. आणखी एकदा त्याला असे जाणवले होते की, आपल्या त्वचेतून अर्सूलाचा वास येतोय आणि त्याला अस्पष्टपणे लाज वाटली. आणखी दोन-तीनदा त्याला असे वाटले होते की, अर्सूलाचे विचार आपल्या विचारांना अडथळा करताहेत; परंतु युद्धाने ते सारे काही पुसून टाकले होते. त्या क्षणी त्याची बायको रेमेदियोस हीसुद्धा त्याच्या दृष्टीने त्याचीच एखादी मुलगी असावी तशी एक अस्पष्ट प्रतिमा होऊन गेली होती. प्रेमाच्या वाळवंटात ज्या असंख्य स्त्रिया त्याला भेटल्या होत्या आणि ज्यांनी त्या प्रदेशाच्या संपूर्ण किनाऱ्यावर त्याचे बीज पसरवले होते, त्यांनी त्याच्या मनात कसल्याच भावनांचा मागमूसही ठेवला नव्हता. त्यांच्यापैकी बहुतेक जणी रात्रीच्या काळोखात त्याच्या खोलीत येऊन पहाटेपूर्वी निघून गेल्या होत्या आणि दुसऱ्या दिवशी त्या स्त्रिया म्हणजे त्याच्या शरीराच्या आठवणीतला निव्वळ एक थकव्याचा स्पर्श म्हणून उरल्या होत्या. त्याचा भाऊ होझे आर्केदियोबद्दलची भावना मात्र त्याच्या मनात युद्ध आणि काळ यांच्या रेट्यातही टिकून राहिली होती. ती भावना बालपणातल्या प्रेमाची नव्हती, तर गुन्ह्यातल्या भागीदारीची भावना होती.

त्याने अर्सूलाची विनंती अव्हेरत तिला म्हटले, 'मला माफ कर. युद्धाने सगळेच कसे नष्ट करून टाकले आहे.'

नंतरचा दुसरा सगळा दिवस त्याने या जगात तो येऊन गेल्याच्या घरातल्या सगळ्या खुणा नष्ट करण्यात घालवला. चांदीकामाच्या वर्कशॉपमधील सगळ्या गोष्टी त्याने काढून टाकल्या आणि तिथे फक्त व्यक्तिगत नसलेल्या वस्तू तेवढ्या राहू दिल्या. आपले कपडे त्याने शिपायांना देऊन टाकले आणि शस्त्रे घराच्या

आवारात पुरून टाकली. त्याच्या वडिलांनी ज्या भाल्याने प्रुडेन्शियो आगिलारला ठार मारले होते, तो भालादेखील त्यांनी असल्याच प्रायश्चित्ताच्या भावनेतून तेव्हा जमिनीत पुरून टाकला होता. आता एकच गोळी असलेले केवळ एक पिस्तूल त्याने आपल्याजवळ ठेवले. अर्सूलाने त्यात काही ढवळाढवळ केली नाही. पार्लरमध्ये ठेवलेला रेमेदियोसचा फोटोसुद्धा तो नष्ट करू पाहत होता, तेव्हा मात्र तिने त्याला तसे करून दिले नाही. त्या फोटोजवळ एक दिवा कायमचा जळत असायचा. तिने त्याला म्हटले, 'तो फोटो तुझ्या मालकीचा होता, त्याला आता खूप काळ लोटला आहे. तो आता तुझ्या मालकीचा राहिलेला नाही, तो आता कुटुंबाने सांभाळून ठेवलेले स्मृतिचिन्ह झाले आहे.' शस्त्रसंधीच्या आदल्या दिवशी जेव्हा त्याची आठवण जागवणारी एकही वस्तू घरात राहिली नाही, तेव्हा त्याने कवितांनी भरलेली ट्रंक बेकरीकडे नेली. सान्ता सोफिया द ला पिएदाद भट्टी पेटवण्याच्या तयारीत होती.

पिवळ्या पडलेल्या कागदाची पहिली गुंडाळी तिच्यापुढे करीत तो म्हणाला, 'या कागदांनी पेटव तुझी भट्टी. ते कागद फार जुनाट असल्यामुळे तुझी भट्टी चांगली पेटेल.' सान्ता सोफिया द ला पिएदाद नेहमी शांत असायची. आपल्याहून लहान असणाऱ्या व्यक्तीशीसुद्धा ती सतत नम्रपणे वागायची. कधीही कुणाला कशालाही ती विरोध करत नसे. अगदी स्वतःच्या मुलांच्या बाबतीतदेखील ती असेच वागायची. तिला वाटले की, ही गोष्ट तिने कधीही करता कामा नये.

ती म्हणाली, 'ते फार महत्त्वाचे कागद आहेत.'

कर्नल औरेलियानो बुयेंदियाने तिला म्हटले, 'तसे काहीही नाही. एखादा माणूस स्वतःलाच सांगतो तसल्या गोष्टी आहेत.'

ती म्हणाली, 'कर्नल तसे असेल तर तुम्हीच त्या जाळा.'

त्याने ते कागद तर जाळलेच; पण ज्या ट्रंकेत ते ठेवलेले होते, ती ट्रंकही कुऱ्हाडीने तोडून ते तुकडे भट्टीत टाकून दिले. काही तासांपूर्वी त्याला भेटायला पिलार तर्नेरा आली होती. तिला एवढी वर्षे त्याने पाहिलेले नव्हते, त्यामुळे ती केवढी म्हातारी व जाड झाली आहे ते पाहून कर्नल औरेलियानो बुयेंदिया थोडा दचकलाच. एके काळची तिच्या हसण्यातली ती चमकदार जादूदेखील कशी नष्ट झाली होती, ते पाहून आणि तिने त्या पत्ते वाचण्याच्या बाबतीत खूपच सखोल गती मिळवली होती तेही पाहून त्याला धक्काच बसला. तिने त्याला सांगितले, 'तुझ्या तोंडाची काळजी घे.' त्याला वाटून गेले की, पूर्वी तो वैभवाच्या ऐन शिखरावर असताना तिथे त्याला असेच काही तरी सांगितले होते, तेव्हा ते जसे त्याच्या भविष्याचे आधीच जाणवलेले आश्चर्यकारक 'दृश्य' होते, तसेच हेही नसेल ना! थोड्याच वेळानंतर त्याच्या व्यक्तिगत डॉक्टरने त्याच्या जखमा ठीक केल्या, तेव्हा त्याने विशेष उत्सुकता न दाखवता आपल्या हृदयाची नेमकी जागा कुठे आहे

ते त्याला विचारले. डॉक्टरने स्टेथॅस्कोपच्या साह्याने त्याच्या छातीतील आवाज लक्षपूर्वक ऐकले आणि आयोडिनमध्ये बुडालेल्या कापसाच्या बोळ्याने त्याच्या छातीवर एक वर्तुळ काढून ठेवले.

शस्त्रसंधीचा मंगळवार उजाडला तेव्हा उकाडा होत होता आणि पाऊसही पडत होता. कर्नल औरेलियानो बुयेंदिया पाच वाजण्यापूर्वीच स्वयंपाकघरात गेला आणि साखरेशिवाय आपली नेहमीची ब्लॅक कॉफी त्याने घेतली. अर्सूला त्याला म्हणाली,

'अशाच एके दिवशी तू या जगात आलास. तुझे उघडे डोळे पाहून सगळ्यांना आश्चर्य वाटले होते.' त्याने तिच्याकडे लक्ष दिले नाही. कारण, पहाटेच्या वेळी बाहेरून येणाऱ्या सैनिकांच्या तुकडीचे सज्ज होतानाचे आवाज, तुताऱ्यांचे आवाज आणि सैनिकांना दिले जाणारे हुकूम या साऱ्यांमुळे पहाटेची शांतता भंग होत होती, ते सारे तो बारकाईने ऐकत होता. खरे म्हणजे युद्धाच्या एवढ्या वर्षांच्या सरावानंतर त्याला ते आवाज नेहमीच्या सरावाचे वाटायला हवे होते; परंतु तो तरुण होता, तेव्हा एखाद्या नग्न स्त्रीच्या सान्निध्यात त्याला जसा गुडघ्यांमध्ये अशक्तपणा वाटायचा आणि त्वचेत मुंग्या आल्यासारखे जाणवायचे, तसेच त्याला वाटून गेले की, कदाचित आपण जर पिलारशी लग्न केले असते तर आपण युद्धाशिवाय आणि तद्नुषंगिक वैभवाशिवाय केवळ माणूस म्हणून, एक सामान्य नाव नसलेला कारागीर, एक सुखी प्राणी झालो असतो. उशिराने जाणवलेल्या त्या थरकापाने त्याचा नाश्ता कडू होऊन गेला. सात वाजता कर्नल गेरिनेल्दो मार्केझ त्याला न्यायला आला तेव्हा कर्नल औरेलियानो बुयेंदिया खूपच अबोल, खिन्न आणि एकाकी झालाय असे जाणवले. त्याच्या खांद्यावर पांघरण्यासाठी एक नवीन कपडा टाकायचा अर्सूलाने प्रयत्न केला. ती त्याला म्हणाली, 'सरकारला वाटेल की तू शरणागती पत्करतोयस. कारण, अंगावर घ्यायला कपडा विकत घेण्यासाठीसुद्धा तुझ्याजवळ पैसा उरलेला नाही.' पण तो काही कपडा घ्यायला तयार नव्हता. दरवाजाशी पोहोचल्यावर कर्नल औरेलियानो बुयेंदियाने तिला आपल्या डोक्यावर होझे आर्केदियो बुयेंदियाची एक जुनी फेल्टहॅट ठेवू दिली.

ती त्याला म्हणाली, 'औरेलियानो मला एवढे वचन दे की तिथे तुझ्यावर वाईट वेळ आलीय असे जर तुला जाणवले तर तू तुझ्या आईची आठवण करशील.'

त्याने दुरूनच तिच्याकडे पाहून स्मित केले आणि सगळी बोटे लांब करत आपला हात वर केला, एकही शब्द न बोलता त्याने घर सोडले आणि माकोन्दो गाव सुटेपर्यंत लोकांनी केलेला आरडाओरडा, अपमान आणि निंदा यांना तो तोंड देत राहिला. अर्सूलाने दरवाजाला आतून अडसर घातला आणि उरलेल्या आयुष्यभरात कधीही तो काढायचा नाही असा तिने निर्धार केला. तिने स्वतःलाच बजावले, 'आम्ही येथेच कुजून जाऊ. पुरुष माणसे नसलेल्या या घरात आम्ही राख होऊन जाऊ; परंतु आम्ही रडतोय हे पाहण्याचा आनंद या भिकारड्या गावाला

मिळून देणार नाही.' आपल्या मुलाच्या आठवणीची एखादी तरी वस्तू सापडावी म्हणून तिने सबंध सकाळ घालवून घरभर शोध घेतला; परंतु तशी एकही गोष्ट तिला आढळली नाही.

माकोन्दोपासून पंधरा मैलांवर एका प्रचंड सीबा[२] वृक्षाच्या सावलीमध्ये तो समारंभ पार पडला. नंतर त्या वृक्षाभोवती नेरलांदिया गावाची स्थापना झाली. सरकारच्या व लिबरल पक्षाच्या प्रतिनिधींची आणि शस्त्रे खाली ठेवणार असणाऱ्या क्रांतिकारकांच्या मंडळाच्या प्रतिनिधींची सरबराई करण्यासाठी तिथे पांढरे कॅसक्स परिधान केलेला नवशिक्या धर्मगुरूंचा एक गट होता. नवशिक्या धर्मगुरूंचा तो गट पावसाने एखाद्या कबुतरांच्या घाबरलेल्या कळपासारखा वावरत होता आणि बराच आवाजही करत होता. कर्नल औरेलियानो बुयेंदिया एका धुळकट खेचरावर बसून तेथे आला. त्याने दाढीही केली नव्हती. आपली स्वप्ने भंगली त्यापेक्षाही त्याला त्या काखेतल्या जखमांचा त्रास अधिक होत होता. कारण, एव्हाना तो वैभव आणि त्याच्या स्मरणरमणीय आठवणींच्या पलीकडे, सगळ्याच आशांच्या शेवटच्या टोकाशी पोहोचला होता. त्याने ठरवून दिले होते त्यानुसार त्या वेळी तिथे संगीत, आतषबाजी, घंटानाद, विजयाच्या घोषणा किंवा ज्यामुळे त्या शस्त्रसंधीचे दुःखद स्वरूप बदलले असते असे काहीही होऊ दिलेले नव्हते. एका फिरत्या फोटोग्राफरने कर्नल औरेलियानो बुयेंदियाचा एकच फोटो काढला आणि तो सांभाळून ठेवला गेलाही असता; परंतु त्या फोटोग्राफरला त्या फोटोच्या प्लेट्स जबरदस्तीने तोडून टाकायला लावले गेले.

सह्या करायला लागेल तेवढाच वेळ तो समारंभ चालला. ठिगळे लावलेल्या एका सर्कसच्या तंबूत मध्यभागी ठेवलेल्या एका साध्या गावठी टेबलभोवती कर्नल औरेलियानो बुयेंदियाशी एकनिष्ठ असलेले क्रांतिकारकांचे प्रतिनिधी बसले होते. सह्या घेण्यापूर्वी रिपब्लिकच्या अध्यक्षांच्या व्यक्तिगत प्रतिनिधीने शरणागतीविषयीचा लेखी मसुदा मोठ्याने वाचून दाखवण्याचा प्रयत्न केला. तथापि, तसा तो वाचून दाखवायला कर्नल औरेलियानो बुयेंदियाचा विरोध होता. 'आपण औपचारिकतेमध्ये वेळ वाया घालवायची गरज नाही,' असे म्हणत त्याने न वाचताच त्या कागदपत्रांवर सही करण्याची तयारी दाखवली, तेव्हा तंबूमधल्या त्या कंटाळवाण्या शांततेचा भंग करीत त्याच्या अधिकाऱ्यांपैकी एकाने म्हटले, 'कर्नल, कृपा करून आमच्यावर एक मेहेरबानी करा. तुम्ही पहिल्यांदा सही करू नका.'

कर्नल औरेलियानो बुयेंदियाने तेवढे मान्य केले. तिथे पसरलेली शांतता एवढी निर्भेळ होती की, एखाद्याला पेन खरडण्याच्या आवाजावरून सह्यादेखील ओळखू आल्या असत्या. तशा शांततेत ते कागदपत्र टेबलाभोवतीच्या सगळ्यांकडे फिरवले गेले. पहिल्या ओळीवरची जागा अजून कोरी होती. कर्नल औरेलियानो बुयेंदियाने ती जागा सही करून भरायची तयारी केली.

आणखी एका अधिकाऱ्याने म्हटले, 'कर्नल अजूनही वेळ आहे, सर्व काही ठाकठीक होईल.' चेहऱ्यावरील भाव न बदलता कर्नल औरेलियानो बुयेंदियाने पहिल्या प्रतीवर सही केली. अजून शेवटच्या प्रतीवर त्याची सही व्हायची होती तेवढ्यात क्रांतिकारकांतील एक तरुण कर्नल एक खेचर पुढे घालून तंबूच्या दरवाजात आला, त्या खेचरावर दोन मोठ्या जाडजूड पाट्या होत्या. तो अधिकारी खूपच तरुण असला तरी अगदी सुकून गेला होता आणि आजारी दिसत होता. तो माकोन्दोच्या परिसरातील क्रांतिकारकांचा खजिनदार होता. सहा दिवसांच्या अतिशय कठीण प्रवास करून त्या खेचराला तो आपल्याबरोबर ओढतच घेऊन आला होता. खेचर भुकेने मरायला झाले होते. शस्त्रसंधीसाठीच्या नेमक्या वेळेवर त्याला तिथे पोहोचायचे होते. संतापजनक कंजूषपणाने त्याने त्या पेट्या सावकाश खाली घेतल्या, उघडल्या आणि त्यांतून एकेक करत बहात्तर सोन्याच्या विटा बाहेर काढून ठेवल्या. त्या संपत्तीच्या अस्तित्वाचा सगळ्यांनाच विसर पडला होता. गेल्या वर्षभरात क्रांतिकारकांच्या मध्यवर्ती समितीची फाटाफूट होऊन नेत्यांच्या आपापसातील रक्तरंजित स्पर्धेत त्या समितीचे रूपांतर झाले होते, त्यामुळे कसलीही जबाबदारी निश्चित करता येत नव्हती. क्रांतिकारकांजवळचे सगळे सोने वितळवून त्याच्यावर भाजलेल्या मातीचा थर दिला होता आणि त्या विटा आता कुणाच्या ताब्यात राहिल्या नव्हत्या. कर्नल औरेलियानो बुयेंदियाने शरणागतीच्या विस्तृत यादीमध्ये सोन्याच्या त्या बहात्तर विटांचा समावेश केला आणि कुठलीही भाषणे होऊ न देता समारंभ संपवला. तो ओंगळ पोरगेला अधिकारी आपल्या मधाच्या रंगाच्या शांत डोळ्यांनी कर्नल औरेलियानो बुयेंदियासमोर थेट त्याच्या डोळ्यांत पाहत उभा राहिला.

कर्नल औरेलियानो बुयेंदियाने त्याला विचारले, 'आणखी काय?'

तो उत्तरला, 'पोच पावती.'

कर्नल औरेलियानो बुयेंदियाने स्वतःच्या हस्ताक्षरातच एक पावती लिहिली. त्यानंतर त्या नवशिक्या धर्मगुरूंनी सगळ्यांना लेमोनेडचे ग्लास दिले, त्यातला एक ग्लास आणि एक बिस्कीट कर्नल औरेलियानो बुयेंदियाने घेतले आणि विश्रांतीसाठी तयार केलेल्या एका तात्पुरत्या तंबूमध्ये तो गेला. तिथे त्याने आपला शर्ट काढला, कॉटच्या कडेला बसला आणि दुपारच्या सव्वातीन वाजता आपले पिस्तूल घेऊन त्याने स्वतःवर गोळी झाडून घेतली. त्याच्या व्यक्तिगत डॉक्टरने आयोडिनने काढलेल्या वर्तुळातून बरोबर त्याने स्वतःच्या छातीत गोळी झाडली होती. नेमक्या त्याच क्षणी तिकडे माकोन्दोमध्ये अर्सूलाने दूध उकळायला एवढा वेळ का लागतोय ते पाहण्यासाठी दुधावरचे झाकण बाजूला केले तर तिला दुधाचे ते भांडे किड्यांनी भरून गेलेले आढळले.

ती एकदम उद्गारली, 'त्यांनी औरेलियानोला ठार मारलंय!'

तिच्या एकटेपणातल्या सवयीनुसार तिने पटांगणात पाहिले तर तिथे होझे आर्केदियो बुयेंदिया तिला पावसात भिजत असलेला आणि दुःखी दिसला. तो मरण पावला त्या वेळेपेक्षा आता अधिक वयस्कर दिसत होता. अर्सूलाने अधिक नेमकेपणाने म्हटले, 'त्यांनी औरेलियानोला पाठीत गोळी घातली आणि कुणाला त्याचे डोळे झाकण्याएवढीसुद्धा दया दाखवावीशी वाटली नाही.' संध्याकाळच्या वेळी तिच्या अश्रूभरल्या डोळ्यांना प्रकाशमान तबकड्या उच्छ्वासासारख्या, वेगाने आकाशातून जाताना दिसल्या. त्या पाहून तिला वाटले की, त्यातून मृत्यूचा संकेत मिळाला आहे. ती अद्यापही चेस्टनट झाडाखाली आपल्या नवऱ्याच्या गुडघ्याशी हुंदके देत बसली होती, तेवढ्यात त्यांनी कर्नल औरेलियानो बुयेंदियाला तिथे आणले. त्याला एका ब्लँकेटमध्ये गुंडाळलेले होते, ब्लँकेट रक्ताने कडक झाले होते आणि कर्नलचे डोळे संतापाने उघडेच होते.

त्याच्या जिवाला धोका राहिला नव्हता. त्या गोळीने इतका सरळ मार्ग पार केला होता की, डॉक्टरला त्या जखमेतून आयोडिनमध्ये भिजवलेली एक चिंधी छातीवरच्या छिद्रातून आरपार आत घालून पाठीतून बाहेर काढता आली. डॉक्टरने समाधानाने म्हटले, 'ती माझी अत्युत्कृष्ट कामगिरी होती. तेवढाच भाग असा होता की, त्यातून गोळी आरपार जाऊनदेखील कुठल्याही महत्त्वाच्या अवयवाला इजा झाली नव्हती.' कर्नल औरेलियानो बुयेंदियाला दिसले की, आपल्या भोवती दयाळू नवशिके धर्मगुरू असून ते त्याच्या आत्म्याला शांती लाभावी म्हणून बारीक सुरांत मंत्र म्हणत होते. त्याला वाईट वाटले की, आपण गोळी तोंडाच्या आत टाळूतून झाडायला पाहिजे होती, तेही अशासाठी की त्यामुळे आपोआपच पिलार तेर्नेराच्या भविष्याची चेष्टा होऊन गेली असती.

कर्नल औरेलियानो बुयेंदिया त्या डॉक्टरला म्हणाला,

'माझ्या हाती अजूनही अधिकार असता तर मी आपल्या हातांनी तुला गोळी घातली असती. मला वाचवलेस म्हणून नव्हे तर मला मूर्ख बनवले म्हणून.'

काही तासांच्या अवधीतच कर्नल औरेलियानो बुयेंदियाच्या त्या फसलेल्या आत्महत्येमुळे त्याची गमावलेली प्रतिष्ठा त्याच्याकडे परत आली. सोन्याच्या विटांनी बांधलेली खोली मिळवण्यासाठी त्याने युद्धाचा सौदा केला, अशी अफवा ज्या लोकांनी पसरवली होती, त्यांनीच आता त्याचा आत्महत्येचा प्रयत्न म्हणजे आत्मसन्मानाची कृती होती, असे म्हणायला सुरुवात केली आणि हुतात्मा म्हणून त्याला गौरवले. त्यानंतर रिपब्लिक अध्यक्षांनी त्याला देऊ केलेला 'ऑर्डर ऑफ मेरिट' हा किताब त्याने नाकारला, तेव्हा त्याच्या अगदी कडव्या शत्रूंनीसुद्धा त्याच्या खोलीत हजेरी लावून त्याला अशी विनंती केली की, शस्त्रसंधीला दिलेली मान्यता त्याने माघारी घ्यावी आणि नवे युद्ध सुरू करावे. त्याच्या विरोधात केलेल्या गोष्टींचे परिमार्जन म्हणून त्याला दिलेल्या भेटवस्तूंनी त्याचे घर भरून गेले होते. आपल्या

पूर्वीच्या सगळ्या समर्थकांच्या प्रचंड पाठिंब्यामुळे प्रभावित झालेल्या कर्नल औरेलियानो बुयेंदियाने त्यांना खूश करण्याच्या शक्यतेला दूर सारले नाही. उलट, एका विशिष्ट क्षणी तर तो नवे युद्ध सुरू करण्याच्या बाबतीत एवढा उत्साही झालेला दिसला की, कर्नल गेरिनेल्दो मार्केझला वाटले की, युद्ध घोषित करण्यासाठी तो आता केवळ काही तरी बहाणा शोधतो आहे. पूर्वी लढाईत भाग घेतलेल्या लोकांना रिपब्लिकच्या अध्यक्षांनी सरसकट पेन्शन देण्याचे नाकारले. ते लढवय्ये कंझर्व्हेटिव्ह पक्षाचे असोत की लिबरल पक्षाचे असोत, त्या प्रत्येक प्रकरणाचा एक खास नियुक्त केलेल्या कमिशनकडून विचार केला जाईल आणि त्या व्यक्तीच्या पेन्शनला काँग्रेसने मंजुरी दिल्यानंतरच पेन्शन दिली जाईल, अशी रिपब्लिकच्या अध्यक्षांची भूमिका होती. अध्यक्षांनी अशा तऱ्हेने सरसकट पेन्शन देण्याचे नाकारणे हे एक निमित्तच कर्नल औरेलियानो बुयेंदियाला मिळाले. तो म्हणाला, 'हा भयंकर अन्याय आहे. ते बापडे सरकारच्या पत्राची वाट पाहत पाहत म्हातारे होऊन मरून जातील.' त्याच्या आजारपणातून बरे होण्यासाठी अर्सूलाने आणलेली झुलती खुर्ची पहिल्यांदाच सोडून आपल्या शेजघरात इकडेतिकडे चकरा मारत त्याने अत्यंत कडक मजकुराची एक टेलिग्राम रिपब्लिकच्या अध्यक्षांना पाठवण्यासाठी डिक्टेट केली. त्या टेलिग्राममध्ये नेरलांदियाचा तह प्रथम मोडल्याबद्दल त्याने सरकार पक्षाला दोष दिला होता आणि दोन आठवड्यांच्या आत जर पेन्शनचा प्रश्न सोडवला गेला नाही, तर मरेपर्यंत युद्ध घोषित करण्याची धमकी दिली होती, त्या टेलिग्राममधील मजकूर पुढे केव्हाही प्रसिद्ध झाला नव्हता. त्याचा दृष्टिकोन एवढा न्याय होता की पूर्वीच्या कंझर्व्हेटिव्ह लढवय्यांचासुद्धा पाठिंबा आपल्याला मिळेल, असे त्याला वाटले; परंतु याला उत्तर म्हणून सरकारने फक्त त्याच्या घरावरचा लष्करी पहारा त्याला संरक्षण देण्याच्या बहाण्याने अधिक कडक केला आणि सर्व प्रकारच्या भेटींसाठी त्या घरात येणाऱ्यांना बंदी केली. देशभरातील इतर नेत्यांसाठीही अशाच प्रकारच्या पद्धतींचा अवलंब करण्यात आला, त्यांनी ते सर्व सहन करत परिस्थितीवर लक्ष ठेवण्याचे पसंत केले. हे सगळेच काम अशा गतिमानतेने, एवढ्या कठोर पद्धतशीरपणे आणि परिणामकारकतेने पार पाडले गेले की, शस्त्रसंधीनंतर दोनच महिन्यांनी कर्नल औरेलियानो बुयेंदिया आजारपणातून उठला तेव्हा त्याच्या अत्यंत निष्ठावंत अशा कटवाल्या साथीदारांपैकी काही जण मरण पावले होते, काहींना हद्दपार केले गेले होते, तर काहींना प्रशासकीय यंत्रणेमध्ये सामावून घेण्यात आले होते.

कर्नल औरेलियानो बुयेंदियाने एकदा पोर्चकडे डिसेंबरमध्ये पाहिले आणि युद्धाचा विचार पूर्णपणे काढून टाकला. तिच्या वयाला झेपणार नाही, अशा ताकदीने अर्सूलाने सगळ्या घरामध्ये नवे चैतन्य आणले. जेव्हा अर्सूलाला कळले की, तिचा मुलगा हे घर सोडून जाणार आहे, तेव्हा ती म्हणाली की, 'मी काय आहे, हे आता त्यांना कळेल.' अर्सूला म्हणाली, 'या वेडपट घरापेक्षा अधिक खुले आणि नीटनेटके

सुंदर घर जगात कुठलेही असणार नाही.' तिने घर स्वच्छ करून घेतले, रंगरंगोटी करवून घेतली, फर्निचर बदलले, तसेच बागबगिचाही सुधारून घेतला, तसेच दारे-खिडक्या उघडल्या जेणेकरून मोकळा सूर्यप्रकाश पार बेडरूमपर्यंत जाईल. तिने घरावर लादले गेलेले अनेकानेक शोककाल संपवण्याची आज्ञा दिली आणि स्वतःचे जुने कपडे फेकून देऊन युवतींना शोभतील असे कपडे घेतले. पियानोलामधून निघणाऱ्या मधुर संगीताने सारे घर पुन्हा एकदा चैतन्यमय झाले, जेव्हा तिने हे संगीत ऐकले तेव्हा आमारान्ताला पिएत्रो क्रेस्पी, त्याला आवडणारे गार्डेनिया सेंट आणि लव्हेंडरचा सुगंध हे सगळे आठवले आणि त्याच वेळेला मनात साठून राहिलेला जुना दीर्घ द्वेष उफाळून वर आला. एकदा दुपारच्या वेळी अर्सूलाने घरापुढचे पार्लर आवरून नीटनेटके करताना पहाऱ्यावर असलेल्या शिपायांची मदत घेतली. घरावर पहारा करणाऱ्या सर्वांत तरुण कमांडरने त्यांना तशी परवानगी दिली. अर्सूला हळूहळू त्यांना छोटी छोटी कामे सांगू लागली. तिने त्यांना जेवणाचे आमंत्रण दिले व नवे कपडे आणि बूट घेऊन दिले, तसेच लिहायला आणि वाचायलाही शिकवले. पुढे जेव्हा सरकारने त्या घरावरचा पहारा काढून घेतला, तेव्हा त्यांच्यातील एक तरुण त्याच घरात नोकर म्हणून राहू लागला. रेमेदियोस द ब्युटीकडून वारंवार झिडकारला गेल्यामुळे वेडा झालेला तो जवान नववर्षाच्या पहिल्या दिवशी तिच्या खिडकीखाली मरण पावलेला आढळला.

१०

अनेक वर्षांनंतर औरेलियानो सेगुन्दो मृत्युशय्येवर होता, तेव्हा त्याला जूनमधली ती पावसाळी दुपार आठवली. तो आपल्या पहिल्या मुलाला भेटायला शेजघरात गेला होता. ते मूल सुस्त आणि रडके दिसत होते, त्याच्या चेहऱ्यावर तो बुयेंदिया असल्याची काही खूण दिसत नव्हती तरी त्याचे नाव काय ठेवावे, याचा त्याला दोनदा विचार करावा लागला नाही.

तो म्हणाला, 'आपण त्याला होझे आर्केदियो म्हणू या.'

आदल्याच वर्षी फेर्नाद देल कार्पियो या सुंदर स्त्रीशी त्याने लग्न केले होते. तिने ते नाव मान्य केले. त्याउलट, अर्सूलाला अस्पष्टपणे वाटणारी संशयाची भावना काही तिला लपवता आली नाही. कुटुंबाच्या प्रदीर्घ इतिहासात सातत्याने होणाऱ्या नावांच्या पुनरावृत्तीमुळे तिने काही पक्के निष्कर्ष काढले होते. कुटुंबातील औरेलियानो नावाची माणसे काहीशी अंतर्मुख पण स्पष्ट मनाची होती. तर होझे आर्केदियो नावाची माणसे उतावीळ आणि साहसी होती; पण त्याचबरोबर ती एक प्रकारच्या शोकात्मतेने लक्षणीय ठरत होती. फक्त होझे आर्केदियो सेगुन्दो आणि औरेलियानो सेगुन्दो ही दोन्ही प्रकरणे मात्र नेमक्या वर्गीकरणात बसवणे अशक्यच होते. ती जुळी मुले बालपणात एवढी सारखी आणि इतकी खोडकर होती की सान्ता सोफिया द ला पिएदादलादेखील त्या दोघांतला कोणता कोण ते सांगता येत नसे. त्यांच्या बाप्तिस्म्याच्या दिवशी आमारान्ताने त्यांच्या हातांवर त्यांच्या नावांची ब्रेसलेट्स घातली होती आणि नावांचे आद्याक्षरे असलेले वेगवेगळ्या रंगांचे पोशाखही त्यांना चढवले होते; पण ते दोघे जसे शाळेत जाऊ लागले तसे त्यांनी कपड्यांची आणि ब्रेसलेट्सची अदलाबदल करून एकमेकांना नेमक्या विरुद्ध नावांनी हाका मारायला सुरुवात केली. मेल्कोर एस्कॅलोना हा त्यांचा शिक्षक होझे आर्केदियो सेगुन्दोला त्याच्या हिरव्या रंगाच्या शर्टवरून ओळखायचा; पण त्याला जेव्हा समजले की,

होझे आर्केदियो सेगुन्दोने औरेलियानो सेगुन्दोचे ब्रेसलेट हातात घातले होते व त्यानेच त्याला असेही सांगितले की, त्याने पांढरा शर्ट व होझे आर्केदियो सेगुन्दोच्या नावाचे ब्रेसलेट घातलेले असले तरी तो औरेलियानो सेगुन्दो आहे, तेव्हा तो शिक्षक अगदी चक्रावूनच गेला. त्या वेळेपासून त्यांच्यापैकी नेमका कोणता कोण आहे, याविषयी त्याला कधीच खात्रीने सांगता येईनासे झाले. ते दोघे वयाने मोठे झाले आणि त्यांच्या आयुष्याने त्यांना वेगवेगळे केले, तरीही अर्सूलाला कधी कधी वाटायचे की, त्या दोघांनी त्यांचा तो भलताच गोंधळाचा खेळ खेळताना कधी तरी काही तरी चूक तर केली नसेल ना की त्यामुळे त्यांची कायमची अदलाबदल होऊन गेली असावी. त्यांची पौगंडावस्था सुरू होईपर्यंत ते दोघेही एकसारखे जुळवून ठेवलेल्या यंत्रांसारखेच वावरायचे. ते एकाच वेळी उठायचे, दोघांनाही एकाच वेळी बाथरूमला जायची इच्छा व्हायची, दोघांच्या तब्येती सारख्याच तऱ्हेने बिघडत असत. एवढेच काय पण त्यांना स्वप्नेदेखील एकमेकांच्या स्वप्नांसारखीच पडत असत. त्यांच्या घरामध्ये सर्वांना असे वाटायचे की, ते दोघे इतरांना गोंधळात टाकण्यासाठी आपापल्या कृती मुद्दाम सारख्याच तऱ्हेने करत असतील, त्यामुळे पुढील प्रसंग घडेपर्यंत कुणालाही नेमके काय घडते आहे ते कळत नसे. एके दिवशी सान्ता सोफिया द ला पिएदादने त्यांच्यापैकी एकाला पिण्यासाठी लेमोनेडचा ग्लास दिला आणि त्याने त्याची चव घेताच दुसऱ्याने म्हटले, त्यात साखर घालायला हवी. सान्ता सोफिया द ला पिएदाद खरोखरच साखर घालायला विसरली होती. तिने ते अर्सूलाला सांगितले, तेव्हा अर्सूलाला जराही आश्चर्य वाटले नाही. ती म्हणाली, 'ते सगळे तसलेच आहेत. जन्मापासून ते वेडेच असतात.' त्या गोंधळाच्या खेळामधून त्यांच्यापैकी जो पोरगा औरेलियानो सेगुन्दो या नावाने बाहेर आला, त्याची वाढ त्याच्या आजोबांसारखीच अगदी लक्षणीय झाली होती. ज्याचे नाव होझे आर्केदियो सेगुन्दो होते, तो कर्नल औरेलियानो बुर्येंदियासारखा कृश असा वाढला होता. त्यांच्यामध्ये एकच गोष्ट समान होती, ती म्हणजे त्यांच्या कुटुंबाचा ठसा असावा तसा चेहऱ्यावरचा एकाकीपणाचा भाव. त्यांच्या शरीरयष्टी, नावे आणि स्वभाव यांच्यामध्ये जी उलटापालट झाली, त्यामुळेदेखील बहुधा अर्सूलाला असा संशय येत राहिला की बालपणापासूनच पत्त्यांचा जोड पिसावा तसे ते पिसले गेले असावेत.

युद्धाच्या ऐन धामधुमीत त्यांच्यातला निर्णायक फरक नेमका दिसून आला. होझे आर्केदियो सेगुन्दोने तेव्हा एकदा कर्नल गेरिनेल्दो मार्केझला विनंती केली की, त्याला एखाद्याचे देहान्त शासन प्रत्यक्ष पाहायला मिळावे. अर्सूलाच्या रास्त सल्ल्याकडे दुर्लक्ष करून त्याची इच्छा पूर्ण करण्यात आली. उलट देहान्त शासन प्रत्यक्ष पाहण्याच्या नुसत्या कल्पनेनेदेखील औरेलियानो सेगुन्दोच्या अंगावर शहारा आला. त्याने तर घरीच राहणे पसंत केले. वयाच्या बाराव्या वर्षी त्याने अर्सूलाला विचारले होते की, त्या कुलूप लावलेल्या खोलीमध्ये काय आहे? अर्सूलाने उत्तर

दिले, 'कागद आहेत, मेल्कियादेसची पुस्तके आहेत आणि अखेरच्या वर्षांमध्ये तो ज्या काही विलक्षण गोष्टी लिहून ठेवत होता ते सारं काही तिथे आहे.' त्या उत्तराने समाधान होण्याऐवजी त्याची उत्सुकता अधिकच वाढली. त्याने ते सगळे पाहायला मिळण्यासाठी एवढा हट्ट धरला आणि त्या गोष्टी तो खराब होऊ देणार नाही हे त्याने एवढ्या खात्रीपूर्वक सांगितले की, अर्सूलाने शेवटी त्याला या खोलीच्या किल्ल्या दिल्या. मेल्कियादेसचे मृत शरीर तेथून बाहेर काढल्यानंतर तिथे एक कुलूप लावून टाकले होते, त्यानंतर कोणीच त्या खोलीमध्ये गेले नव्हते. त्या कुलुपाचे सगळे भाग गंजल्यामुळे एकमेकांना जोडले गेले होते; परंतु औरेलियानो सेगुन्दोने खिडक्या उघडल्यानंतर एक अगदी परिचित असा प्रकाश त्या खोलीत शिरला. तो प्रकाश जसा काही रोजच्या रोज ती खोली उजळवून टाकत होता. तिथे धुळीचा किंवा कोळिष्टकांचा मागमूसही नव्हता. मेल्कियादेसच्या दफनाच्या दिवशी होती, त्याहीपेक्षा ती खोली अधिक स्वच्छ आणि झाडलोट केलेली दिसत होती. दौतीमधली शाई वाळली नव्हती की गंज चढून तिथल्या धातूंची चमक नाहीशी झालेली नव्हती. होझे आर्केदियो बुयेंदियाने जिथे पाऱ्याची वाफ केली होती, त्या पाण्याच्या पाइपखालचे निखारे विझले नव्हते. तांबूस झालेल्या मानवी त्वचेसारख्या फिकट दिसणाऱ्या पुठ्ठ्यासारख्याच कुठल्या तरी पदार्थांच्या आवरणाने शेल्फमधली पुस्तके बांधलेली व हस्तलिखिते अगदी नीटनेटकी ठेवलेली होती, किती तरी वर्षे ती खोली बंद असली तरीदेखील बाकीच्या घरातल्यापेक्षा तिथली हवा अधिक ताजी वाटत होती. तिथले सगळे काही इतके स्वच्छ व टवटवीत दिसत होते की, काही आठवड्यांनी तिथली जमीन धुऊन काढावी म्हणून पाण्याचे भांडे व ब्रश घेऊन अर्सूला त्या खोलीत गेली तर तिला करण्यासारखे काही काम नव्हते. औरेलियानो सेगुन्दो एक पुस्तक वाचण्यात अगदी गढून गेला होता. त्या पुस्तकाला कव्हर नव्हते आणि त्यावर शीर्षकही कुठे दिसत नव्हते तरी त्या मुलाला त्या पुस्तकातली गोष्ट आवडली होती. त्यात एक स्त्री जेवणाच्या टेबलाशी बसून निव्वळ तांदळाच्या कण्या खात होती, त्या कण्या ती एका टाचणीने उचलायची, तसेच त्यातल्या एका गोष्टीमध्ये एक मच्छिमार होता, त्याने आपल्या जाळ्याला लावण्यासाठी शेजाऱ्याकडून वजन उसने घेतले होते आणि त्या वजनाच्या बदल्यात त्याने नंतर त्याला एक मासा दिला, तर त्याच्या पोटात एक हिरा होता. एक गोष्ट अशीही होती की, तिच्यातला दिवा आपल्या इच्छा पूर्ण करायचा. शिवाय उडत्या गालिच्यांचीही एक गोष्ट त्यात होती. त्याने अर्सूलाला आश्चर्याने विचारले की, या सगळ्या गोष्टी खऱ्या आहेत का तर ती म्हणाली, 'होय, त्या खऱ्या होत्या आणि कित्येक वर्षांपूर्वी जिप्सींनी तसले जादूचे दिवे आणि उडते गालिचे माकोन्दोमध्ये आणले होते.' सुस्कारा टाकत तिने पुढे असेही म्हटले की, 'खरे म्हणजे असे घडतेय की, ते जगच हळूहळू नाहीसे होणार असून तसल्या गोष्टी आता इकडे येत नाहीत.'

काही पाने गहाळ झाल्यामुळे त्या गोष्टींचा शेवट नसलेले ते पुस्तक औरेलियानो सेगुन्दोने वाचून संपवले आणि मेल्कियादेसच्या त्या हस्तलिखितांचा उलगडा करण्याचा प्रयत्न त्याने सुरू केला. ते अर्थात अशक्य होते. एखाद्या दोरीवर कपडे वाळत घातल्यासारखी ती अक्षरे दिसत होती; पण ती अक्षरे लिखित अक्षरांपेक्षाही संगीताची नोटेशन्स असावीत तशी काही तरी वाटत होती. एका अतिशय उकाड्याच्या दुपारी तो त्या हस्तलिखितांकडे लक्षपूर्वक पाहत होता, तेव्हा त्याला असे जाणवले की, खोलीत आपण एकटेच नाही आहोत. खिडकीतून येणाऱ्या उजेडातच मेल्कियादेस आपल्या गुडघ्यांवर हात ठेवून बसलेला दिसत होता. तो चाळीस वर्षांहून कमी वयाचा वाटत होता. त्याच्या अंगात तोच जुन्या फॅशनचा कुर्ता होता, त्याची हॅट डोमकावळ्याच्या पंखासारखी दिसत होती. उकाड्यामुळे केसांमधून वितळून ओघळलेले तेल निस्तेज कपाळावर चमकत होते. औरेलियानो आणि होझे आर्केदियो लहान असताना त्यांना ते तेल जसे दिसले होते, अगदी तसेच ते आताही दिसत होते. औरेलियानो सेगुन्दोने त्याला लगेचच ओळखले. कारण, ती आनुवंशिक आठवण मधल्या पिढ्यांकडून संक्रमित होत होत त्याच्या आजोबांमार्फत त्याच्यापर्यंत येऊन पोहोचली होती.

औरेलियानो सेगुन्दोने त्याला म्हटले, 'हॅलो.'

मेल्कियादेसनेही त्याला म्हटले, 'हॅलो, तरुण माणसा.'

तेव्हापासून पुढे अनेक वर्षे जवळजवळ प्रत्येक दुपारी ते दोघे एकमेकांना भेटत असत. मेल्कियादेस त्याच्याशी जगाविषयी बोलत राहायचा, आपला प्राचीन शहाणपणा त्याच्या मनात ओतण्याचा त्याचा प्रयत्न असायचा; परंतु त्या हस्तलिखितांचे भाषांतर करायला मात्र त्याने नकार दिला. 'शंभर वर्षांचा झाल्याशिवाय कोणत्याही माणसाने कधीही त्याचा अर्थ समजून घेता कामा नये.' त्याने आपल्या नकाराचे स्पष्टीकरण केले. औरेलियानो सेगुन्दोने त्याच्या व मेल्कियादेसच्या त्या भेटी कायमच गुप्त ठेवल्या. एका दुपारी मेल्कियादेस त्या खोलीमध्ये असताना अकस्मात अर्सूला तिथे आली, त्यामुळे औरेलियानो सेगुन्दोला आपले खाजगी विश्व दुभंगल्यासारखे वाटले; परंतु तिला मेल्कियादेस दिसलाच नाही.

तिने त्याला विचारले, 'तू कोणाशी बोलत होतास?'

औरेलियानो सेगुन्दोने म्हटले, 'कोणाशीच नाही.'

अर्सूला त्याला म्हणाली, 'तुझा पणजोबासुद्धा असेच करायचा. त्यालाही अशीच स्वतःशीच बोलायची सवय होती.'

दरम्यानच्या काळात होझे आर्केदियो सेगुन्दोने एखाद्या माणसाला गोळ्या घालून ठार केले जाताना पाहण्याची आपली इच्छा पुरी करून घेतली होती. उरलेल्या सबंध आयुष्यभर त्याला एकदमच झाडलेल्या सहा रायफलींतल्या गोळ्यांचा काळ्या-निळ्या रंगांचा चमचमता प्रकाश आणि टेकड्यांवर आदळून

आलेला रायफलींच्या आवाजाचा प्रतिध्वनी आठवणार होता. ज्याला गोळ्या घातल्या गेल्या त्या माणसाचे ते करुण स्मितहास्य, ते गोंधळलेले डोळे त्याला आठवणार होते. तो कसा ताठ उभा राहिला होता आणि त्याच वेळी त्याचा शर्ट कसा रक्ताने भिजला होता आणि त्यांनी त्याला खांबापासून सोडवून चुनखडी भरलेल्या पेटीत ठेवले, तेव्हाही त्याचे ते स्मितहास्य तसेच कसे राहिले होते हे सगळेच त्याला आठवत राहणार होते. त्याला वाटले, 'तो अजून जिवंत आहे. ते तर त्याला जिवंतच पुरणार आहेत.' त्या सगळ्याचा त्याच्यावर असा काही परिणाम झाला की, तेव्हापासून माणसांना गोळ्या घालून ठार मारले जाते म्हणून नव्हे, तर बळी ठरलेल्यांना जिवंत पुरले जाते म्हणून त्याला सगळ्या लष्करी व्यवहारांची घृणा वाटू लागली. त्यानंतर त्याने चर्चटॉवरमधली घंटा वाजवण्याचे काम केव्हा सुरू केले आणि 'द पप'चा वारसदार असलेल्या फादर आंतोनिया इझाबेलला सार्वजनिक प्रार्थनेच्या वेळी त्याच्या कामात मदत करायला कधी सुरुवात केली, तसेच पॅरिश हाउसच्या पटांगणामधील झुंजीच्या कोंबड्यांना सांभाळायचे काम तो कधी करू लागला ते कोणालाच कळले नाही. कर्नल गेरिनेल्दो मार्केझला जेव्हा हे समजले तेव्हा लिबरल पक्षाला मान्य नसलेले धंदे त्याने शिकायला सुरुवात केली म्हणून त्याने होझे आर्केदियो सेगुन्दोची खरडपट्टी काढली. त्याने उत्तर दिले, 'वस्तुस्थिती अशी आहे की, मला वाटतं मी आता कंझर्व्हेटिव्ह बनलो आहे.' जणू दैवानेच हे ठरवून दिले असावे, असा त्याचा विश्वास दिसत होता. कर्नल गेरिनेल्दो मार्केझला हा सारा प्रकार कुटुंबाच्या नावाला काळिमा फासणारा वाटला, त्यामुळे त्याने ते अर्सूलाला सांगितले.

तिने झाल्या गोष्टीला मान्यता देत म्हटले, 'तसे झाले तर देवच पावला म्हणायचा. आपण अशी आशा करू या की तो धर्मगुरू बनेल आणि त्यामुळे तरी शेवटी या घरात देवाचा प्रवेश होईल.' तेवढ्यात असे समजले की, फादर आन्तोनियो इझाबेल पहिल्या कम्युनियनसाठी[१] त्याची तयारी करून घेत आहे. आपल्या कोंबड्यांच्या मानेवरचे केस कापता कापता तो त्याला धार्मिक प्रश्नोत्तरमाला शिकवायचा. अंडी उबवण्याऱ्या कोंबड्या त्यांच्या घरट्यांत ठेवत असताना साध्या साध्या उदाहरणांतून जगाच्या निर्मितीच्या दुसऱ्या दिवशी परमेश्वराला कसे सुचले असावे की, अंड्यांच्या आतमध्ये पिल्ले कशी तयार होतील, ते त्याने होझे आर्केदियो सेगुन्दोला सांगितले. तेव्हापासून त्या पॅरिश धर्मगुरूमध्ये वयामुळे येणाऱ्या भ्रमिष्टपणाची लक्षणे दिसू लागली, त्यामुळे पुढे काही वर्षांनी त्याने असेही म्हणायला सुरुवात केली की, परमेश्वराविरुद्धच्या बंडामध्ये सैतानाचा बहुधा विजय झाला असावा. आपल्या समुपदेशकाच्या चिकाटीमुळे प्रोत्साहित होऊन थोड्याच महिन्यांत होझे आर्केदियो सेगुन्दो सैतानाला गोंधळवू शकतील, अशा धर्मशास्त्रातील तार्किक युक्त्यांमध्ये प्रवीण झाला. कोंबड्यांच्या झुंजीच्या मैदानातही तो तेवढाच प्रवीण झाला होता.

आमारान्ताने त्याच्यासाठी एक कॉलर आणि टाय असलेला तागाच्या सुताचा सूट शिवला, पांढरे बूट विकत घेतले आणि मेणबत्तीच्या रिबनवर त्याचे नाव सोनेरी अक्षरांत कोरले. त्याच्या कम्युनियनच्या दोन दिवस आधी चर्चमधल्या सामुदायिक प्रार्थनेच्या वेळी लागणाऱ्या सामान ठेवण्याच्या खोलीत पापांची डिक्शनरी^{२} घेऊन त्याच्याबरोबर एकान्तामध्ये फादर आन्तोनियो इझाबेलने त्याचे 'कबुलीजबाब' (कन्फेशन्स)^३ ऐकले. पापांची ती यादी एवढी लांबलचक होती की, सहा वाजता अंथरुणावर पडण्याची सवय असल्यामुळे ती संपण्यापूर्वींच फादर आपल्या खुर्चीत झोपी गेला. ते कबुलीजबाब, तसेच त्या वेळी विचारले जाणारे प्रश्न हे सारे होझे आर्केदियो सेगुन्दोच्या दृष्टीने आश्चर्यकारक गुह्य-प्रकटीकरणच होते. त्याला फादरने विचारले की, त्याने बायकांबरोबर वाईट गोष्टी केल्यात काय तेव्हा त्याला त्याचे आश्चर्य वाटले नाही आणि त्याने प्रामाणिकपणे 'नाही' असे उत्तर दिले; परंतु जेव्हा प्राण्यांबरोबर त्याने तसल्या गोष्टी केल्यात काय असा प्रश्न विचारला गेला, तेव्हा तो अस्वस्थ झाला. औत्सुक्यामुळे अस्वस्थ अवस्थेत तो असतानाच मे महिन्यातल्या पहिल्या शुक्रवारी त्याला पहिले कम्युनियन देण्यात आले. चर्चची घंटा वाजवणे, थडगी खोदणे इत्यादी कामे करणारा व चर्चमधल्या घंटेच्या टॉवरमध्ये राहणारा पेत्रोनियो नावाचा एक सेवक होता. लोक म्हणत असत की, तो वटवाघळे खात असतो. एकदा होझे आर्केदियो सेगुन्दोने न राहवून पेत्रोनियोला आपली शंका विचारली. तो उत्तरला, 'काही भ्रष्ट ख्रिश्चन लोक गाढविणीबरोबर तसला उद्योग करतात.' होझे आर्केदियो सेगुन्दोने तरीही एवढी उत्सुकता दाखवली आणि त्याला एवढे प्रश्न विचारले की, पेत्रोनियोची सहनशक्ती संपली. त्याने कबुली दिली, 'मी मंगळवारी जात असतो. कुणाला सांगणार नाहीस असे वचन दिलेस तर मी तुला पुढच्या मंगळवारी घेऊन जाईन.' नंतरच्या मंगळवारी रात्री पेत्रोनियो खरोखरच त्या टॉवरमधून एक स्टूल घेऊन खाली उतरला. ते स्टूल कशासाठी वापरले जाते हे तोपर्यंत कुणालाच माहीत नव्हते. त्याने होझे आर्केदियो सेगुन्दोला जवळच्या एका कुरणाकडे नेले. रात्रीच्या त्या आकस्मित उद्योगांचा त्या मुलाला एवढा नाद लागला की, तो बरेच दिवस कातारिनोच्या दुकानाकडे दिसला नाही. मग तो कोंबड्यांच्या झुंजीचा माणूस बनून गेला. आपले झुंजीचे उत्कृष्ट पक्षी घेऊन पहिल्यांदाच तो घरी गेला, तेव्हा अर्सूलाने त्याला बजावून सांगितले, 'ते प्राणी घेऊन वाट्टेल तिकडे कुठेही जा. तसल्या कोंबड्यांमुळे या घरात नको एवढ्या वाईट गोष्टी घडल्या आहेत. तू ते प्राणी इथे आणू नकोस.' कसलाही प्रतिवाद न करता होझे आर्केदियो सेगुन्दो ते पक्षी घेऊन गेला; परंतु नंतर त्याने पिलार तेर्नेरा या त्याच्या आजीच्या घरी ते पक्षी वाढवणे चालू ठेवले. पिलार तेर्नेराने त्याला आपल्या घरी ठेवून घेण्याच्या बदल्यात त्याला पाहिजे होते ते ते सगळे दिले. कोंबड्यांच्या झुंजीच्या रिंगणातले मोठेच कौशल्य त्याने फादर आन्तोनियो इझाबेलकडून मिळवले होते, ते सारे त्याने आता

प्रकट करायला सुरुवात केली. त्यावर त्याला इतका पैसा मिळायला लागला की, त्याने आपल्या झुंजीच्या कोंबड्यांची वीण तर भरपूर वाढवलीच, शिवाय माणसाला समाधान मिळवून देणाऱ्या गोष्टीदेखील त्याला मिळू लागल्या. त्या वेळी अर्सूलाने त्याची तुलना त्याच्या भावाशी केली. ते दोघे जुळे भाऊ बालपणी एवढे सारखे दिसत होते, तरीही आता ते इतके वेगळे कसे झाले आहेत, ते तिला समजेना. तिचा गोंधळ काही फार काळ टिकला नाही. कारण, लवकरच औरेलियानो सेगुन्दोने आळशीपणाची आणि व्यर्थ अपव्ययाची लक्षणे दाखवायला सुरुवात केली. कर्नल औरेलियानो बुयेंदिया जसा स्वतःमध्येच गुंग असायचा तसाच औरेलियानो सेगुन्दोही मेल्कियादेसच्या खोलीत कोंडून घेऊन स्वतःमध्येच रमायचा; परंतु नेरलांदियाच्या तहानंतर थोड्याच दिवसांनी अगदी योगायोगानेच तो त्याच्या त्या कोशामधून बाहेर आला आणि त्याला जगातल्या वास्तवाला सामोरे जाणे भाग पडले. एकदा एका तरुण स्त्रीने एक ॲकॉर्डियन रॅफल[४] करण्यासाठी आकडे घातलेली तिकिटे विकता विकता त्याच्याकडे पाहून खूपच जवळिकीने त्याला अभिवादन केले. औरेलियानो सेगुन्दोला त्याचे आश्चर्य वाटले नाही. कारण, अनेकदा त्याला पाहून तो त्याचा भाऊ आहे, असे समजून लोकांचा गोंधळ व्हायचा; परंतु त्या मुलीने हुंदके देत त्याचे मन विरघळवण्याचा प्रयत्न केला, तरी त्याने तिची ती चूक दुरुस्त करण्याचा प्रयत्न केला नाही. शेवटी तिने त्याला आपल्या खोलीवर नेले. त्या पहिल्या भेटीपासूनच तो तिला एवढा आवडला की, ते ॲकॉर्डियन त्यालाच जिंकता येईल, अशी तिने व्यवस्था केली. नंतर औरेलियानो सेगुन्दोच्या असे लक्षात आले की, ती स्त्री आळीपाळीने त्याच्याबरोबर आणि त्याच्या भावाबरोबर झोपत होती व ते दोघे नसून एकच व्यक्ती आहेत असे तिला वाटत होते, त्यामुळे त्याने त्याविषयीचा सगळा खुलासा करण्याऐवजी तीच परिस्थिती चालू राहील अशी योजना केली. दुपारच्या वेळी तो अर्सूलाच्या हरकतींना न जुमानता घराच्या पटांगणात केवळ कानाने ऐकून ॲकॉर्डियन शिकण्यात वेळ घालवत असे. अर्सूला त्याच्या ॲकॉर्डियन वाजवण्याला आक्षेप घ्यायची. कारण, तिने घरातल्या शोककालामुळे संगीताला प्रतिबंध केला होता. शिवाय तिच्या मते ॲकॉर्डियन हे वाद्य फ्रान्सिस्को द मॅनच्या वारसदार भटक्या मवाल्यांचे वाद्य होते म्हणून तिला त्या वाद्याचा तिटकारा होता. तथापि, औरेलियानो सेगुन्दो हा ॲकॉर्डियन वाजवण्यात अत्यंत निष्णात वादनपटू झाला, त्याच्या लग्नानंतर आणि मुलेबाळे झाल्यानंतरही तो तसाच निष्णात वादनपटू म्हणून माकोन्दोमध्ये प्रसिद्ध होता. माकोन्दोमध्ये त्याला एक सन्मान्य व्यक्ती म्हणून सर्व लोक मोठा मान देत असत.

जवळजवळ दोन महिने त्या स्त्रीच्या संदर्भात त्याची आपल्या भावाशी भागीदारी चालू होती. तो आपल्या भावावर लक्ष ठेवायचा, त्याचे बेत फसतील असे काही तरी करायचा आणि होझे आर्केदियो सेगुन्दो तिच्याकडे जाणार नाही अशी

खात्री झाली की, तिच्याकडे जाऊन तिच्याबरोबर झोपायचा. एके दिवशी सकाळी त्याच्या असे ध्यानात आले की, तो आजारी झाला आहे. दोन दिवसांनी त्याला त्याचा भाऊ घामाने भिजून न्हाणीघरातल्या आढ्याच्या लाकडाला लोंबकळताना दिसला. त्याच्या डोळ्यांतून अश्रू वाहत होते हे पाहिले आणि मग त्याला सारे काही समजले. भावाने त्याच्याजवळ कबुली दिली की, त्या बाईने त्याला हाकलून दिले होते. कारण, तिचे म्हणणे होते की त्याने तिला गुप्तरोग दिला होता. पिलार तेर्नेराने त्याच्यावर इलाज करण्याचा प्रयत्न कसा केला तेही त्याने त्याला सांगितले. मग औरेलियानो सेगुन्दोने पोटॅशियम परमँगनेट घातलेल्या उष्ण पाण्याच्या आंघोळींचा उपचार तीन महिने निमूटपणे घेतला, तसेच भरपूर लघवी होण्यासाठी काही पदार्थ मिसळलेल्या पाण्याचाही औषधी उपयोग केला. असे ते दोघेही इतरांच्या नकळत सोसलेल्या यातनांनंतर त्यांच्या त्या रोगातून स्वतंत्ररीत्या बरे झाले. होझे आर्केदियो सेगुन्दो पुन्हा कधी त्या स्त्रीकडे गेला नाही; परंतु औरेलियानो सेगुन्दोने तिची क्षमा मागितली आणि मरेपर्यंत तो तिच्याबरोबर राहिला.

तिचे नाव पेत्रा कोतेस असे होते. माकोन्दोमध्ये युद्धाच्या ऐन मध्यावर तिच्या तात्पुरत्या नवऱ्याबरोबर ती आली होती. तो नवरा रॅफल खेळून आपले पोट भरायचा. तो मरण पावल्यावर तिने तो धंदा चालू ठेवला. ती एक स्वच्छ, मिश्रवर्णीय, तरुण स्त्री होती. तिचे डोके पिवळसर बदामाच्या आकाराचे होते, त्यामुळे तिचा चेहरा चित्त्यासारखा क्रूर दिसायचा; परंतु तिचे अंतःकरण उदार होते, स्त्री-पुरुष प्रेमाविषयीचा तिचा दृष्टिकोन आणि आवड फारच विशाल होती. होझे आर्केदियो सेगुन्दो हा कोंबडे झुंजवणारा बनला आहे आणि औरेलियानो सेगुन्दो आपल्या रखेलीच्या घराच्या धांगडधिंग्याच्या पार्टीज्मध्ये अ‍ॅकॉर्डियन वाजवत असतो, हे अर्सूलाला कळून चुकले, तेव्हा त्या तसल्या सरमिसळीमुळे आपल्याला वेडच लागेल असे तिला वाटू लागले. त्यांच्या कुटुंबाच्या कुठल्याही चांगल्या गुणांऐवजी दोष मात्र त्या दोघांमध्येही अगदी पराकाष्ठेने एकवटले असावेत असेच जणू काही घडले होते, तेव्हा तिने ठरवले की, आता कुणाचीही औरेलियानो किंवा होझे आर्केदियो अशी नावे ठेवायची नाहीत; परंतु तरीही औरेलियानो सेगुन्दोला जेव्हा पहिला मुलगा झाला तेव्हा तिला काही त्याच्या इच्छेविरुद्ध जाता आले नाही.

अर्सूला म्हणाली, 'ठीक आहे; पण एका अटीवर ते नाव ठेवायचे. मी त्याला माझ्या देखरेखीखाली वाढवीन.'

ती जरी एव्हाना शंभर वर्षांची झाली होती आणि मोतीबिंदूंच्या परिणामी जवळजवळ आंधळी व्हायला लागली होती तरी तिची शारीरिक शक्ती, सचोटी आणि मानसिक संतुलन अगदी शाबूत होते. एखाद्या सद्गुणी माणसाचे चारित्र्य घडवायला तिच्याइतके समर्थ दुसरे कोणीच असू शकले नसते. तिने वाढवलेल्या अशा माणसाने तिच्या कुळाची प्रतिष्ठा परत मिळवून दिली असती. मात्र तो

माणूस कसा असावा? तर जो कधी युद्धाविषयी, झुंजीच्या कोंबड्यांविषयी, वाईट चालीच्या स्त्रियांविषयी किंवा वेड्या साहसांविषयी बोलल्याचे कुणी कधी ऐकले नसावे. अर्सूलाच्या मते या चार आपत्तींमुळेच तिच्या वंशाची अधोगती निश्चित झाली होती. तिने स्वतःलाच गंभीरपणे वचन दिले. 'हा धर्मगुरू होईल आणि देवाने जर मला आणखी आयुष्य दिलेच, तर तो कधी ना कधी पोपसुद्धा होईल.' तेव्हा सगळे जण हसले. केवळ शेजघरातच नव्हे तर औरेलियानो सेगुन्दोचे गुंड मित्र घरात जमा झाले होते, त्यांनाही तिचे ते बोलणे ऐकू गेले, तेव्हा सबंध घरभर त्या सगळ्यांचे हसणे दुमदुमले. शॅम्पेनच्या बाटल्या उंचावून धरत त्यांनी त्या उघडल्या. त्या वेळी एवढा आवाज झाला की, त्यामुळे वाईट स्मृतींच्या माळ्यावर ढकलल्या गेलेल्या युद्धाची सगळ्यांना आठवण झाली.

औरेलियानो सेगुन्दो म्हणाला, 'पोपमहाशयांच्या आरोग्यासाठी.' सगळ्यांनी एका सुरात तेच पुन्हा म्हणून अभिष्टचिंतन केले. मग यजमानाने ॲकॉर्डियन वाजवले, शोभेचे दारूकाम झाले आणि गावभर ड्रम्स वाजवत फिरत तो प्रसंग साजरा करण्यात आला. पहाटे पाहुणे मंडळी शॅम्पेनमध्ये भिजून गेली होती, तेव्हा त्यांनी सहा गाईंचा बळी देऊन त्या रस्त्यात जमलेल्या जमावाच्या हवाली केल्या. कुणालाच काहीही वाटले नाही. प्रमुख म्हणून औरेलियानो सेगुन्दोने घराचा ताबा घेतल्यापासून जरी वरीलप्रमाणे पोपच्या जन्मासारखे कसलेही विशेष निमित्त नसले तरी अशा प्रकारची मौजमजा ही नित्याची गोष्ट होऊन गेली होती. त्याची जनावरे अद्‌भुत गतीने वाढत असत, त्यामुळे कसलेही प्रयत्न न करता निव्वळ नशिबाच्या जोरावर औरेलियानो सेगुन्दोने थोड्याच वर्षांत त्या दलदलीच्या प्रदेशातली मोठ्यातली मोठी मालमत्ता संपादन केली होती. त्याच्या घोड्या एकाच वेळी तीन-तीन शिंगरांना जन्म द्यायच्या, कोंबड्या दिवसातून दोन वेळा अंडी घालायच्या आणि डुकरे अशी काही पुष्ट होत असत की, जादूटोण्याच्या वापराखेरीज तसल्या प्रचंड वैपुल्याचे दुसरे काहीही स्पष्टीकरण कुणालाही देता आले नसते. अर्सूला त्याला म्हणायची, 'आत्ताच काही तरी बचत करून ठेव. हे तुझे नशीब जन्मभर तुला साथ देणार नाही.' मात्र औरेलियानो सेगुन्दो तिच्याकडे लक्ष देत नसे. आपल्या दोस्तांना भरपूर दारू पाजायला तो जसा जास्तीत जास्त शॅम्पेनच्या बाटल्या उघडायचा, तसतशी त्याची जनावरे जास्त बेफामपणे पिलांना जन्म द्यायची आणि त्याची अधिकाधिक खात्रीच व्हायची की, त्यांचे सुदैव हे काही त्याच्या स्वतःच्या वर्तनाशी संबंधित बाब नाही, तर हा सगळा प्रभाव त्याला सतत चिथवणारे प्रेम देणाऱ्या त्याच्या रखेलीचा म्हणजे पेत्रा कोतेसचा होता. आपल्या भाग्याचे मूळ तिच्यात आहे, याची त्याला एवढी खात्री होती की, आपल्या जनावरांच्या पैदाशीच्या जागेपासून त्याने पेत्रा कोतेसला कधीही दूर जाऊ दिले नाही. पुढे त्याचे लग्न झाले, त्याला मुलेबाळे झाली, तरीही फेर्नांदच्या परवानगीने तो पेत्रा कोतेसबरोबर राहत असे. आपल्या

आजोबांसारखाच लक्षणीय मजबूत हाडापेराचा आणि धष्टपुष्ट असा औरेलियानो सेगुन्दो जगण्याचा निकोप आनंद घेणारा आणि त्याच्या आजोबांहून अगदी उलट स्वभावाचा, अनिवार्यपणे आनंदी होता. आपल्या जनावरांची काळजी घ्यायला औरेलियानो सेगुन्दोला क्वचितच वेळ मिळायचा. तो फक्त एकच गोष्ट करायचा; ती म्हणजे आपल्या जनावरांच्या पैदाशीच्या मैदानाकडे पेत्रा कोतेसला घेऊन जायचा आणि तिला आपल्या जमीनजुमल्यामधून घोड्यावरून फेरी मारायला लावायचा. तिच्या त्या फेरीच्या परिणामी त्याच्या मालकीची सारी जनावरे बेफाम संख्यावृद्धीच्या अनिवार्य रोगाला बळी पडत असत!

त्याच्या प्रदीर्घ आयुष्यात घडलेल्या सगळ्या चांगल्या गोष्टींचे मूळ योगायोगामध्ये होते. युद्धाच्या अखेरीपर्यंत पेत्रा कोतेस आपल्या रॅफल्सद्वारा मिळणाऱ्या पैशांमधून आपले खर्च भागवत असे आणि औरेलियानो सेगुन्दो मधून मधून अर्सूलाच्या बचतीतून उचल करीत असे. ते एक फारच मजेदार जोडपे होते. प्रत्येक रात्री म्हणजे अगदी निषिद्ध दिवशीसुद्धा एकमेकांबरोबर झोपणे आणि पहाटेपर्यंत बिछान्यात हुंदडणे यापलीकडे त्यांना दुसरी कसलीही काळजी नव्हती. आपल्या पतवंडांना सकाळच्या वेळी एखाद्या झोपेत चालणाऱ्या माणसासारखे आपल्या घरात शिरताना पाहून अर्सूला ओरडायची, 'त्या बयेने तुझा सत्यानाश केलाय. तिने तुझ्यावर कसली तरी जादू केलीय. एखादे दिवशी मला तू पोटदुखीने तळमळताना सापडशील आणि तुझ्या पोटातून एवढा मोठ्ठा बेडूक निघेल.' आपल्याला मोठ्या युक्तीने पेत्रा कोतेसकडून हुसकावून लावले गेले आहे, हे कळायला होझे आर्केदियो सेगुन्दोला बराच वेळ लागला. मात्र पेत्रा कोतेसविषयीच्या आपल्या भावाच्या तीव्र आकर्षणाचा अनर्थ त्याला समजत नसे. त्याला आठवत होते, त्यानुसार पेत्रा कोतेस ही एक अगदी सामान्य अशी स्त्री होती, बिछान्यात काहीशी आळशी आणि शृंगारात तर अगदीच अडाणी अशी बाई होती. अर्सूलाच्या आरडाओरड्याकडे आणि भावाच्या चिडवण्याकडे औरेलियानो सेगुन्दो दुर्लक्ष करायचा. त्या काळात त्याची फक्त एवढीच इच्छा होती की, आपल्याला एखादा असा धंदा सापडावा की, त्यातून पेत्रा कोतेससाठी आपल्याला एखादे घर बाळगता यावे आणि तिच्याबरोबर राहत असताना एखाद्या रात्री तिच्याबरोबर वर-खाली शृंगाराची धमाल करता करताच आपल्याला मरण यावे. म्हातारपणातल्या शांत, मोहक गोष्टींची भुरळ पडून कर्नल औरेलियानो बुयेंदियाने शेवटी आपले वर्कशॉप उघडले, तेव्हा औरेलियानो सेगुन्दोला वाटले की, त्याच्यासाठीसुद्धा हा छोटे छोटे सोन्याचे मासे तयार करण्याचा तो उद्योग फार छान होऊ शकेल. खूपच उकाडा होत असलेल्या त्या खोलीत कर्नल औरेलियानो बुयेंदिया धातूच्या कठीण पत्र्यांवर अगदी भ्रमनिरस्त सहनशीलतेने काम करायचा आणि हळूहळू त्या पत्र्यांचे सोन्याच्या छोट्या छोट्या खवल्यांमध्ये रूपांतर कसे व्हायचे ते औरेलियानो सेगुन्दो तासन्तास लक्षपूर्वक पाहत बसायचा. ते काम

त्याला एवढे कष्टाचे वाटले आणि त्याच वेळी मनातला पेत्रा कोतेसबद्दलचा विचार एवढा निकडीचा वाटला की, तीनच आठवड्यांनंतर तो वर्कशॉपमधून गायब झाला. साधारण त्याच काळात पेत्रा कोतेसने सशांची पैदास करून त्यांची रॅफल काढायचे मनावर घेतले. सशांचे उत्पादन आणि वाढ एवढ्या वेगाने आणि इतक्या मोठ्या प्रमाणावर असायची की, त्यांच्या रॅफलची तिकिटे विकण्यासाठी वेळ जवळजवळ मिळतच नव्हता. सुरुवातीला औरेलियानो सेगुन्दोला सशांच्या उत्पादनाचे वैपुल्य व प्रमाण ध्यानात आले नाही; परंतु एके रात्री जेव्हा गावातल्या कुणालाही सशांच्या रॅफलविषयी काही ऐकायचेदेखील नव्हते, तेव्हा पटांगणाच्या दरवाजाकडून त्याला कसला तरी आवाज ऐकू आला. पेत्रा कोतेस त्याला म्हणाली, 'उगाच काळजी करू नकोस. ते आपले ससेच आहेत.' त्या प्राण्यांच्या गडबडगोंधळामुळे त्यांना झोप लागू शकली नाही. पहाटे औरेलियानो सेगुन्दोने दरवाजा उघडला आणि पटांगणात पाहिले तर ते सगळे पटांगण सशांनी भरून गेले होते. पहाटेच्या चमकदार उजेडात ते ससे निळसर दिसत होते. पेत्रा कोतेसला मरणाचे हसू लोटले आणि औरेलियानो सेगुन्दोला चिडवण्याचा मोह तिला आवरता आला नाही.

ती म्हणाली, 'ते काल रात्री जन्मलेले आहेत बरं का.'

तो म्हणाला, 'अरे देवा! असे आहे तर तू गाईंची पैदास करून त्यांची रॅफल का काढत नाहीस?'

मग काही दिवसांनंतर आपले पटांगण मोकळे करण्याच्या प्रयत्नात पेत्रा कोतेसने ते ससे एका गाईच्या बदल्यात देऊन टाकले, तर त्या गाईने दोनच महिन्यांत एकदम तीन वासरांना जन्म दिला. अशा एकेक गोष्टी घडू लागल्या. एका रात्रीतून औरेलियानो सेगुन्दो जमिनीचा आणि अनेक जनावरांचा मालक बनून गेला. आपली कोठारे आणि डुकरांचे गोठे वाढवून मोठे करायलादेखील त्याला क्वचितच वेळ मिळायचा. ती सारी एखाद्या वातभ्रमातल्यासारखी समृद्धी पाहून त्यालाही हसू यायचे आणि आपली विनोदबुद्धी दाखवण्याचे फार विलक्षण उपाय त्याला सुचायचे. तो ओरडायचा, 'गायांनो! थांबा थांबा, आयुष्य फार छोटे असते.' अर्सूलाला प्रश्न पडायचा की, तो कुठल्या भानगडीत तर सापडला नसेल ना वा तो चोऱ्या तर करत नसावा ना किंवा गुरे तर चोरत नसावा ना? दर वेळी आपल्या डोक्यावर शॅम्पेनचा फेस ओतून मिळणाऱ्या मजेसाठी बाटलीचे बूच उघडताना दिसायचा, तेव्हा अर्सूला त्याच्यावर ओरडायची आणि तसल्या नासाडीबद्दल त्याला रागे भरायची. त्या गोष्टीची औरेलियानो सेगुन्दोला एवढी चीड आली की, एक दिवस तो उठला तोच एवढ्या गमतीदार मूडमध्ये होता की तो घरातून पैशांनी भरलेली एक पेटी, एक ब्रश आणि खळ घेऊन आला आणि आपल्या भल्या मोठ्या आवाजात फ्रान्सिस्को द मॅनची जुनी गाणी गात गात त्याने सगळ्या घरभर वरपासून खालपर्यंत आणि आतून बाहेरून सगळीकडे एक पेसोच्या नोटा चिकटवून टाकल्या.

पियानोला आणला होता तेव्हा त्यांच्या त्या भल्यामोठ्या घराला पांढरा रंग दिलेला होता; पण तेच घर आता एखाद्या मशिदीसारखे विचित्र दिसायला लागले. तिकडे कुटुंबातील सगळे जण हरखून गेले होते, तर अर्सूला त्या प्रकाराने फारच अस्वस्थ झाली होती. गावातील लोकांनी रस्त्यावर दाटीवाटीने जमून उधळपट्टीचा तो तसला गौरव फार आनंदाने पाहिला, तर इकडे औरेलियानो सेगुन्दोने घराच्या पुढच्या भागापासून, न्हाणीघरे, स्वयंपाकघर, शेजघरे इत्यादी सगळीकडे घरभर ते नोटांचे कागद चिकटवून झाल्यानंतर उरलेल्या नोटा पटांगणात फेकून दिल्या.

मग अखेरचे म्हणून त्याने म्हटले, 'मला आशा आहे की, या घरातले कुणीही आता पुन्हा मला पैशांवरून काहीही बोलणार नाही.'

तसेच घडले. अर्सूलाने पांढऱ्या रंगाच्या मोठमोठ्या पोपडय़ांना चिकटवलेल्या त्या नोटा काढवून घेतल्या आणि घराला पुन्हा रंग देण्यात आला. तिने देवाची करुणा भाकली, 'परमेश्वरा, आम्ही हे गाव स्थापन केले तेव्हा आम्ही होतो, तसे आम्हाला पुन्हा गरीब कर म्हणजे मग या असल्या उधळपट्टीची भरपाई पुढल्या आयुष्यात आमच्याकडून तू करवून घेणार नाहीस.' तिच्या त्या प्रार्थनेला अगदी विपरीत उत्तर मिळाले. भिंतीवरच्या नोटा काढून घेणाऱ्या एका कामगाराची नेमकी प्लास्टर ऑफ पॅरिसपासून बनवलेल्या एका पूर्णाकृती पुतळ्याशी टक्कर झाली. सेंट जोसेफचा तो पुतळा युद्धाच्या अखेरच्या वर्षांमध्ये कुणी तरी त्यांच्या घरात आणून ठेवला होता. तो पोकळ पुतळा जमिनीवर पडताच त्याचे तुकडे तुकडे झाले. तो पुतळा सोन्याच्या नाण्यांनी भरलेला होता. सेंट जोसेफचा तो पुतळा कुणी आणला होता तेच आता कुणालाही आठवत नव्हते. आमारान्ताने खुलासा केला, 'तीन माणसे तो घेऊन आली होती. 'पाऊस संपेपर्यंत तो इथे ठेवा,' असे त्यांनी म्हटले होते. मी त्यांना कुणाच्याही वाटेत येणार नाही अशा त्या कोपऱ्यात तो ठेवायला सांगितले. ती माणसे कधीच परत आली नाहीत, त्यामुळे तो अजून होता तिथेच आहे.' ते लोक तो पुतळा तिथेच ठेवून गेल्यानंतर पुढे अर्सूलाने त्याच्यासमोर मेणबत्त्या पेटवल्या होत्या आणि त्याच्यापुढे गुडघेही टेकले होते. त्या वेळी तिला हे माहीत नव्हते की, सेंट जोसेफऐवजी आपण जवळजवळ चारशे पौंड सोन्याची आराधना करतो आहोत. अभावितपणे आपल्याकडून झालेल्या मूर्तिपूजेच्या त्या सूक्ष्म पुराव्याने ती फारच अस्वस्थ झाली. डोळे दिपवणाऱ्या त्या नाण्यांच्या ढिगावर ती थुंकली. मात्र तिने ती सगळी नाणी कॅनव्हासच्या तीन पोत्यांमध्ये भरली आणि एका गुप्त जागी पुरून ठेवली. तिला अशी आशा वाटत होती की, कधी ना कधी तरी ती तीन माणसे ती सोन्याची नाणी परत मागायला येतील. पुढे बऱ्याच काळानंतर तिच्या म्हातारपणाच्या कठीण दिवसांत जेव्हा जेव्हा कुणी प्रवासी त्यांच्या घराजवळून जात असत, तेव्हा त्यांच्या बोलण्यात अर्सूला भाग घ्यायची आणि 'युद्धाच्या काळात त्यांनी सेंट जोसेफचा एखादा प्लास्टर ऑफ पॅरिसचा

पुतळा त्यांच्या घरात पावसाळा संपेपर्यंत सांभाळायला म्हणून ठेवला होता का' असे विचारायची. ज्या गोष्टीमुळे अर्सूलाची एवढी गाळण उडाल्यासारखी झाली होती तसल्या गोष्टी त्या दिवसांत अगदी नेहमीच्या होत्या. माकोन्दो हे गाव त्या काळात एकाएकी चमत्कार झाल्यासारखे समृद्धीने भरून गेले होते. गावाच्या कच्च्या विटांची घरे जाऊन त्यांची जागा आता पक्क्या विटांनी घेतली होती. त्या घरांमध्ये लाकडी तावदाने आणि सिमेंटच्या जमिनी होत्या, त्यामुळे दुपारच्या दोन वाजताची उष्णता काहीशी सुसह्य होत असे. होझे आर्केदियो बुयेंदियाच्या त्या पूर्वीच्या खेड्यामधली बदामाची धुळकट झाडे तेवढी आता अत्यंत प्रतिकूल परिस्थितीचा प्रतिकार करीत शिल्लक राहिली होती, तसेच ती स्वच्छ पाण्याची नदीही होतीच; पण तिच्यातले ते प्रागैतिहासिक काळातले खडक मात्र होझे आर्केदियो सेगुन्दोच्या उन्मत्त हातोड्यांच्या घावांनी चूर्ण होऊन गेले होते. कारण, त्याला तिथल्या खाडीमधून आगबोटीची नियमित सेवा सुरू करायची होती. त्याच्या पणजोबाने पूर्वी पाहिलेल्या स्वप्नांसारखेच ते एक वेडपटाचे स्वप्न होते आणि नदीच्या खडकाळ पात्रामुळे, तसेच प्रवाहामध्ये असलेल्या असंख्य धावत्यांमुळे[५] माकोन्दोपासून समुद्रापर्यंत नौकानयनाचा मार्ग तयार करणे अशक्य झाले होते; परंतु होझे आर्केदियो सेगुन्दोने हट्टाने, अनपेक्षित अशा अविचारी साहसाच्या धडाक्याने ते काम तसेच चालू ठेवले होते. तोपर्यंत त्याच्याजवळ कल्पनाशक्ती असल्याचे कसलेच चिन्ह त्याने दाखवले नव्हते. पेत्रा कोतेसबरोबरच्या त्याच्या त्या अनिश्चित सहवासाचा अपवाद वगळता त्याला कुठलीही बाई माहीत नव्हती. अर्सूला तर त्याला त्याच्या कुटुंबाच्या इतिहासातले सर्वांत अधिक शांत असे उदाहरणच समजत होती. तो कोंबड्यांच्या झुंजी खेळत असता तर त्यामुळे तरी तो उमटून दिसला असता; परंतु त्या झुंजीदेखील हाताळायला तो असमर्थ होता. कर्नल औरेलियानो बुयेंदियाने त्याला त्या स्पॅनिश बोटीची हकिकत सांगितली होती. ती बोट समुद्रापासून आठ मैलांवर होती आणि नंतर तिचा जळका सांगाडा कर्नलने स्वतःच्या युद्धाच्या दरम्यान पाहिला होता. अनेक लोकांना जी हकिकत कल्पनाविलास वाटत होती, ती गोष्ट होझे आर्केदियो सेगुन्दोच्या मते एक वेगळाच चमत्कार होता. त्याने आपले ते छान कोंबडे लिलावात जास्तीत जास्त बोली बोलणाऱ्याला देऊन टाकले, कामगारांची भरती केली आणि मग त्याने ते खडक फोडण्याचे, कालवे खणण्याचे, धावत्या साफ करण्याचे आणि धबधब्यांचा फायदा घेण्याचे जबरदस्त मोठे काम सुरू केले. अर्सूला ओरडायची, 'मला हे सारे कसे तोंडपाठ आहे. काळच जणू उलटच्या दिशेने गेलाय आणि आम्ही सुरुवातीला होतो तिथेच आता पोहोचलो आहोत.' त्यानंतर आता नदीमधून नौकानयन शक्य आहे, असे जेव्हा होझे आर्केदियो सेगुन्दोला वाटले, तेव्हा त्याने आपल्या सगळ्या योजनेची तपशीलवार माहिती आपल्या भावाला दिली आणि त्या भावाने त्या

उद्योगासाठी लागणारा पैसा त्याला दिला. मग तो बऱ्याच काळापर्यंत गायब झाला होता, तेव्हा असेही बोलले जाऊ लागले की, बोट विकत घेण्याचा सगळा बेत म्हणजे निव्वळ भावाचे पैसे घेऊन पळून जायची युक्ती असावी. तेवढ्यात एक बातमी आली की, एक विचित्र बोट त्या गावाकडे येत आहे. माकोन्दोचे रहिवासी खरे म्हणजे एव्हाना बोटीचा मार्ग सुरू करण्याचे होझे आर्केदियो सेगुन्दोने हाती घेतलेले ते अति प्रचंड काम विसरूनही गेले होते. माकोन्दोचे रहिवासी आता नदीकाठी धावत गेले आणि गावात नदीकाठाला लागणाऱ्या त्या पहिल्या आणि शेवटच्या बोटीचे आगमन अविश्वासाने डोळे फाडफाडून पाहू लागले. ती बोट म्हणजे निव्वळ एक लाकडी ओंडक्यांचा तराफा होता आणि किनाऱ्यावरून चालणारे वीस मजूर जाडजूड दोरखंडांनी तो तराफा नदीच्या पाण्यात पुढे पुढे ओढीत होते. त्या तराफ्याच्या पुढच्या भागात होझे आर्केदियो सेगुन्दो उभा होता. त्याच्या डोळ्यांमध्ये समाधानाची चमक दिसत होती आणि तराफा ओढण्याच्या त्या विलक्षण मेहनतीच्या कामात लोकांना तो मार्गदर्शनही करत होता. त्याच्याबरोबर सुंदर, मध्यवयीन बायांचा एक गटही आला. त्या बाया भडक रंगाच्या छत्र्यांनी कडक उन्हापासून आपले रक्षण करत होत्या. त्यांच्या खांद्यावर सुंदर रेशमी रुमाल होते, त्यांनी चेहऱ्याला रंगीत क्रिम लावले होते, केसांत फुले माळली होती, बाहूंवर सोनेरी साप रंगवलेले होते आणि त्यांच्या दातांमध्ये हिरे बसवलेले होते. तो लाकडी तराफा हेच एकुलते एक जहाज माकोन्दोमध्ये आणणे होझे आर्केदियो सेगुन्दोला शक्य झाले होते. मात्र त्याने ते आपल्या उद्योगातले अपयश असे कधीच मानले नाही, उलट आपले कृत्य म्हणजे इच्छाशक्तीचा विजय आहे असे त्याने जाहीर केले. अत्यंत तपशीलवारपणे आपल्या भावाला त्याने सगळा हिशोब दिला आणि मग तो आपल्या कोंबड्यांच्या झुंजीमध्ये पुन्हा गढून गेला. त्या दुर्दैवी साहसाचा शिल्लक राहिलेला भाग म्हणजे फ्रान्समधून आलेल्या त्या छटेल बायांनी गावात आणलेले नवीन उत्साहाचे वारे म्हणावे लागेल. कारण, प्रेम या विषयातल्या त्यांच्या श्रेष्ठ कौशल्यामुळे प्रेमाच्या पारंपरिक पद्धती बदलल्या गेल्या व त्यामुळे सामाजिकदृष्ट्या सुस्थितीच्या जाणिवेतून कातारिनोचे जुनाट दुकान नाहीसे होऊन तिथला रस्ता म्हणजे जपानी दिव्यांचा आणि बाजाच्या पेट्यांचा स्मरणरमणीय बाजार बनून गेला. त्याच बायांच्या पुढाकारामुळे नंतर माकोन्दोमध्ये तो रक्तरंजित शेवट झालेला कार्निव्हल घडून आला. त्या कार्निव्हलमुळे माकोन्दो तीन दिवस वातभ्रमात बुडून गेले होते. त्या कार्निव्हलचा एकच चिरकालीन परिणाम झाला, तो म्हणजे औरेलियानो सेगुन्दोला फेर्नांदा देल कार्पियोला भेटण्याची संधी मिळाली. त्या कार्निव्हलसाठी रेमेदियोस द ब्युटी हिची राणी म्हणून निवड होऊन तसे घोषित करण्यात आले. आपल्या त्या पणतीच्या अस्वस्थकारक सौंदर्यामुळे अर्सूलाचा थरकाप व्हायचा. तिला काही ती निवड थांबवता आली नाही. तोपर्यंत रेमेदियोस

द ब्युटी रस्त्यात कुणाच्याही दृष्टीला पडणार नाही अशा रीतीने तिला सांभाळणे अर्सूलाला शक्य झाले होते. आमारान्ताबरोबर चर्चमध्ये प्रार्थनेसाठी जाणे सोडले, तर ती रस्त्यावर दिसायची नाही आणि प्रार्थनेला जातानाही अर्सूलाच्या सांगण्यानुसार तिला आपला चेहरा काळ्या शालीने झाकावा लागायचा. कातारिनोच्या दुकानात धर्मगुरूचे सोंग घेऊन जे लोक पावित्र्यविडंबक अशी प्रार्थना करायचे ते लोकदेखील निव्वळ रेमेदियोस द ब्युटीचा चेहरा पाहायला मिळावा म्हणून चर्चमध्ये जायचे. कारण, तिच्या परिकथेतल्यासारख्या सौंदर्याविषयी दलदलीच्या सगळ्या प्रदेशात अगदी भीती वाटावी एवढ्या उत्साहाने गप्पा मारल्या जात असत. खूप कालावधीनंतरच त्यांना तिचा चेहरा पाहणे शक्य झाले; परंतु तसा तो चेहरा त्यांना पाहायला मिळाला नसता तर त्यांच्या दृष्टीने तेच फार बरे झाले असते. कारण, त्यानंतर त्यांची शांत झोप कायमची नष्ट झाली. ज्या माणसामुळे ते घडून आले तोसुद्धा आपली मनःशांती कायमची हरवून बसला आणि पुढे ओंगळपणाच्या व दैन्याच्या अति खोल दलदलीत फसत गेला. शेवटी तर रेल्वेरूळांवर पडून झोपी गेलेला असताना त्याच्या शरीरावरून आगगाडी गेल्यामुळे त्याचे तुकडे तुकडे झाले. त्या तरुणाने हिरव्या रंगाचा मखमली सूट आणि कशिदाकाम केलेले जाकीट परिधान केले होते. त्याला पाहून तो फार दुरून कदाचित देशाबाहेरच्या एखाद्या शहरातून रेमेदियोस द ब्युटीच्या मंत्रमुग्ध करणाऱ्या सौंदर्यामुळे आकर्षित होऊनच तिथे आला असावा, याविषयी कुणालाच शंका राहिली नव्हती. तो एवढा देखणा, सुरेख आणि प्रतिष्ठित दिसत होता आणि त्याचे व्यक्तिमत्त्व असे होते की, पिएत्रो क्रेस्पी त्याच्यापुढे निव्वळ नखरेबाज माणूस ठरला असता. त्याला पाहून अनेक स्त्रियांनी मत्सराने स्मित करत म्हटले की, खरे म्हणजे त्यानेच शाल पांघरायला हवी होती. माकोन्दोमधल्या कुणाशीही तो बोलला नाही. एखाद्या परिकथेतल्या राजपुत्रासारखा तो रविवारी पहाटे चांदीच्या रिकिबी असलेल्या घोड्यावर बसून मखमली ब्लँकेट पांघरून आलेला दिसायचा आणि चर्चमधील प्रार्थना संपली की, गावातून निघून जायचा.

त्या व्यक्तित्वाचे सामर्थ्य विलक्षण होते, त्यामुळे अगदी पहिल्यांदा तो चर्चमध्ये लोकांच्या दृष्टीस पडला तेव्हापासून प्रत्येकाने असे गृहीतच धरले की, तो आणि रेमेदियोस द ब्युटी यांच्यामध्ये एक गुप्त करार एक प्रकारचे स्तब्ध पण तणावपूर्ण द्वंद्व निर्माण झाले आहे आणि त्यांच्यामधल्या त्या अपरिवर्तनीय आव्हानाचा शेवट केवळ प्रेमातच नव्हे तर मृत्यूमध्ये होणार आहे. सहाव्या रविवारी तो सभ्य गृहस्थ हातामध्ये पिवळे गुलाबाचे फूल घेऊन आला. तो नेहमी जशी उभ्यानेच प्रार्थना ऐकायचा तशी त्याने उभे राहूनच ऐकली आणि प्रार्थनेच्या शेवटी तो रेमेदियोस द ब्युटीच्या समोर जाऊन उभा राहिला. हातातले ते एकमेव फूल त्याने तिला देऊ केले. त्या सन्मानासाठी जणू ती तयारच असावी एवढ्या सहजपणे तिने

स्वीकारले. आपल्या चेहऱ्यावरील आवरण तिने सहज दूर केले आणि स्मित करत त्याचे आभार मानले. तिने फक्त तेवढेच केले. केवळ त्या सद्‌गृहस्थाच्याच नव्हे तर तिला पाहण्याची खास पण दुर्दैवी संधी ज्यांना ज्यांना लाभली त्या सर्वांच्या दृष्टीने तो क्षण चिरंतन महत्त्वाचा ठरला.

तेव्हापासून त्या सद्‌गृहस्थाने संगीतकारांचे एक पथक रेमेदियोस द ब्युटीच्या खिडकीखाली संगीत वाजवत राहील, अशी व्यवस्था केली. कधी कधी तर पहाटेपर्यंत ते संगीत चालू असायचे. एकट्या औरेलियानो सेगुन्दोलाच त्याच्याविषयी मनापासून सहानभूती वाटली आणि त्याने त्या सद्‌गृहस्थाची चिकाटी मोडून काढण्याचा प्रयत्नही केला. त्याने त्याला म्हटले, 'तू तुझा वेळ अजिबात वाया घालवू नकोस. त्या घरातल्या स्त्रिया हट्टीपणात खेचरांहूनही अधिक वाईट आहेत.' त्याने त्याच्याशी मैत्री करण्याचा प्रयत्न केला, आपल्याबरोबर शॅम्पेनची आंघोळ करायचे निमंत्रण त्याला दिले. त्याला असेही समजावण्याचा प्रयत्न केला की, त्यांच्या घरातल्या स्त्रियांची अंतःकरणे गारगोटीच्या दगडाची आहेत; परंतु त्यांचा हट्टीपणा त्याला सोडायला लावणे औरेलियानो सेगुन्दोला काही शक्य झाले नाही. त्या न संपणाऱ्या संगीत रात्रींच्या पायी संतापल्यामुळे कर्नल औरेलियानो बुयेंदियाने पिस्तुलांच्या काही गोळ्यांनी त्या सद्‌गृहस्थाचे दुःख संपवण्याची धमकी दिली. त्याच्या स्वतःच्याच दुबळेपणाचा अपवाद सोडला तर दुसऱ्या कुठल्याही गोष्टीमुळे तो आपल्या उद्योगापासून विचलित झाला नाही. अत्यंत चांगला पोशाख करणाऱ्या त्या नीटनेटक्या गृहस्थाचे आता ओंगळ, चिंध्या पांघरलेल्या माणसात रूपांतर झाले. दरम्यान, असाही एक प्रवाद ऐकू आला होता की त्या सद्‌गृहस्थाने दूरच्या देशातील आपली सत्ता आणि संपत्ती यांचाही त्याग केला होता. तथापि, तो मूळचा कुठला आहे, हे मात्र कधीही कुणाला कळले नाही. मग पुढे पुढे तर तो सद्‌गृहस्थ एक विनाकारण वाद घालणारा, मद्यालयातला भांडकुदळ माणूस बनून गेला आणि कातारिनोच्या दुकानात आपल्याच घाणीत लोळत तो जागा होऊ लागला. या सगळ्या शोकांतिकेतली अत्यंत दुःखाची बाब ही होती की, तो जेव्हा अगदी एखाद्या राजपुत्रासारख्या पोशाखात चर्चमध्ये आला होता, तेव्हासुद्धा रेमेदियोस द ब्युटीचे त्याच्याकडे लक्षही गेले नव्हते. तिने ते पिवळे गुलाबाचे फूल कसल्याही कपटभावनेशिवाय स्वीकारले होते. त्याच्या त्या कृतीतील अतिरेकाची गंमत वाटून केवळ त्याचा चेहरा अधिक चांगला पाहता यावा म्हणून तिने आपल्या चेहऱ्यावरची शाल बाजूला केली होती, आपला चेहरा दाखवण्यासाठी नव्हे.

खरे म्हणजे रेमेदियोस द ब्युटी ही काही या जगातली स्त्री नव्हतीच. ती चांगली तारुण्यात प्रवेश करेपर्यंत सान्ता सोफिया द ला पिएदादलाच तिला आंघोळ घालून कपडेही चढवावे लागत असत. नंतर जरी ती आपली काळजी घेण्याइतपत समजदार झाली तरीदेखील आपल्या विष्ठेत बुडवलेल्या काडीने ती भिंतीवर प्राण्यांची

चित्रे काढत नाही ना असे पाहण्यासाठी सान्ता सोफिया द ला पिएदादला तिच्यावर बारीक लक्ष ठेवावे लागायचे. ती वीस वर्षांची झाली तरी तिला लिहाय-वाचायला येत नव्हते की जेवताना टेबलावरची चांदीची उपकरणे नीट वापरता येत नव्हती आणि घरामध्ये तर ती सगळीकडे नागडीच हिंडत असायची. कारण, आपल्या निसर्गदत्त स्वभावामुळे तिने सगळ्याच शिष्ट रीतीभाती नाकारल्या होत्या. त्या तरुण कमांडरने तिच्यावरचे आपले प्रेम प्रकट केले, तेव्हा त्याच्या छिचोरपणामुळे ती दचकली होती. ती आमारान्ताला म्हणाली, 'बघ ना तो केवढा साधा भोळा आहे ते. तो म्हणतोय की, तो माझ्यामुळे मरतोय. जणू काही मी भयंकर पोटशूळच आहे.' तिच्या खिडकीपाशी जेव्हा तो मेलेला आढळला, तेव्हा त्याच्याविषयीची आपली पहिली प्रतिक्रिया बरोबरच होती याची रेमेदियोस द ब्युटीला खात्रीच पटली.

तिने शेरा दिला, 'बघा ना, तो अगदी पक्का भोळसटच निघाला.'

कुठल्यातरी भेदक स्वच्छतेमुळे तिला कोणत्याही गोष्टीचे कसल्याही औपचारिकतेशिवायचे खरे रूप पाहणे शक्य होत असावे. निदान कर्नल औरेलियानो बुर्येदियाचा तरी तिच्याविषयी तसा दृष्टिकोन होता. त्याच्या दृष्टीने रेमेदियोस द ब्युटी ही लोक समजत असत तशी मतिमंद नव्हती, वस्तुस्थिती अगदी त्याच्या विरुद्ध होती. तो म्हणायचा, 'जणू काही युद्धाच्या वीस वर्षांपूर्वीच्या काळातून ती परत आली होती.' अर्सूला मात्र तिच्या रूपाने आपल्या कुटुंबाला परमेश्वराने एक अपवादात्मक अशी शुद्धता बहाल केली आहे, यासाठी परमेश्वराचे आभार मानायची. तरीही तिच्या निष्पापपणामध्ये असलेल्या धोकादायक सापळ्याच्या जाणिवेतून रेमेदियोस द ब्युटीच्या सौंदर्यामुळे अर्सूलाला अस्वस्थ वाटायचे. जगातल्या भौतिक मोहांपासून तिचे रक्षण व्हावे म्हणून अर्सूला तिला जगापासून अगदी दूर ठेवायची; परंतु तिला हे माहीत नव्हते की, ती अगदी आईच्या पोटात होती, तेव्हापासूनच कसल्याही संसर्गापासून मुक्त होती. कार्निव्हलच्या त्या दंगलगोंधळामध्ये सौंदर्यराणी म्हणून तिची निवड करतील हे तिच्या डोक्यातच शिरले नाही. औरेलियानो सेगुन्दोला त्या कार्निव्हलमध्ये वाघाचे सोंग घेऊन नाचायची तीव्र इच्छा होती व त्याच कल्पनेने तो भारल्यासारखा झाला होता. अर्सूला म्हणत होती त्याप्रमाणे कार्निव्हल हा मूर्तिपूजकांचा उत्सव नसून कॅथलिकांच्या पारंपरिक प्रथेचाच तो एक भाग होता हे तिला पटवून द्यावे म्हणून त्याने मुद्दाम फादर आंतोनियो इझाबेलला घरी आणले. शेवटी नाखुशीनेच तिला ते पटले, त्यामुळे तिने सौंदर्यराणी म्हणून रेमेदियोस द ब्युटीच्या होऊ घातलेल्या त्या 'राज्याभिषेका'ला परवानगी दिली.

सौंदर्यराणी म्हणून रेमेदियोस द ब्युटी निवडली गेल्यामुळे ती कार्निव्हलच्या उत्सवात सर्वोच्च सम्राज्ञी होणार आहे, ही बातमी काही तासांच्या आतच दलदलीच्या प्रदेशाच्या सीमेपलीकडेही सर्वदूर जाऊन पोहोचली; परंतु रेमेदियोस द ब्युटीच्या सौंदर्याची ख्याती काही तिथपर्यंत पोहोचली नव्हती आणि तिचे बुर्येदिया हे आडनाव

अजूनही काही लोकांना विध्वंसाचे प्रतीक वाटत होते. वास्तविक पाहता लोकांना वाटणारी तसली चिंता निराधार होती. खरे म्हणजे त्या काळात कर्नल औरेलियानो बुयेंदिया अगदी निरुपद्रवी बनून गेला होता. कारण, दिवसेंदिवस तो अधिकाधिक म्हातारा झाला होता आणि त्याचा भ्रमनिरासही झाला होता. आपल्या देशाच्या वास्तव परिस्थितीशी त्याचा सगळा संपर्क एव्हाना हळूहळू तुटून गेला होता. त्याने आपल्या वर्कशॉपमध्ये स्वतःला जणू कोंडूनच घेतले असल्याने केवळ त्याच्या त्या सोन्याचे छोटे मासे बनवायच्या उद्योगामुळे त्याचा बाकीच्या जगाशी थोडाफार संबंध यायचा. शांततेच्या सुरुवातीच्या काळात त्यांच्या घराची राखण करणाऱ्या अनेक सैनिकांपैकी एक जण दलदलीच्या प्रदेशातील खेड्यांमध्ये जाऊन ते सोन्याचे छोटे मासे विकायचा आणि येताना भरपूर पैसे आणि बातम्या घेऊन यायचा. तो सांगायचा की, काही लिबरलांच्या पाठिंब्यावर कंझर्व्हेटिव्ह सरकार कॅलेंडरसुद्धा अशा प्रकारे बदलायचा विचार करत होते की, त्यामुळे प्रत्येक अध्यक्षाला शंभर वर्षे सत्तेत राहता येईल. त्याप्रमाणे पोपशी मित्रत्वाच्या करारावर सह्या झाल्या आहेत आणि रोमहून एक कार्डियन हिऱ्यांचा मुकूट आणि सोन्याचे भरीव सिंहासन घेऊन आलेला असून, त्याच्या अंगठीचे चुंबन घेत असताना लिबरल पक्षाच्या मंत्र्यांचे फोटोही काढले गेले आहेत. जवळून जाणाऱ्या एका फिरत्या स्पॅनिश कंपनीतील प्रमुख नटीला काही बुरखाधारी लोकांच्या टोळीने पळवून नेले होते आणि नंतर तिने रिपब्लिकच्या अध्यक्षांच्या उन्हाळी बंगल्यात अध्यक्षांसमोर नग्न नृत्य केले होते. अशा वेळी कर्नल औरेलियानो बुयेंदिया त्याला म्हणायचा, 'माझ्याशी राजकारणावर बोलू नकोस. आपला उद्योग फक्त हे सोन्याचे मासे विकायचा आहे.' देशातल्या परिस्थितीविषयी कर्नल औरेलियानो बुयेंदियाला काहीही ऐकावयाचे नाही, कारण, तो आपल्या वर्कशॉपमधल्या धंद्याच्या जोरावर खूप श्रीमंत होतो आहे ही अफवा अर्सूलाच्या कानावर आली, तेव्हा अर्सूलाला हसू आले. तिचे व्यावहारिक ज्ञान विलक्षणच असल्यामुळे तिला कर्नलच्या त्या सोन्याच्या छोट्या माशांच्या उद्योगाचे काहीच समजत नव्हते. कारण, तो सोन्याच्या नाण्यांच्या बदल्यात ते छोटे मासे विकायचा आणि ती नाणी वितळवून पुन्हा त्यांचे ते छोटे मासे बनवायचा आणि हे असेच सारखे चालू होते. परिणामी ते मागणी–पुरवठ्याचे संतापजनक दुष्टचक्र निर्माण झाले होते आणि लोकांची मागणी पुरवण्यासाठी त्याला अधिकाधिक काम करत राहावे लागत होते. खरे म्हणजे किफायतशीर धंद्यापेक्षा त्यातून काम करत राहायला मिळते म्हणूनच त्या उद्योगात त्याला रस होता. सोनेरी माशांचे ते खवले जोडण्यासाठी, डोळ्यांच्या जागी बारीक माणके बसविण्यासाठी, माशाच्या श्वासेंद्रियाच्या जागी बसवण्यासाठी ठोकून पातळ पत्रा तयार करताना आणि माशाचे ते बारीक कल्ले बसविताना त्याला एवढे लक्ष केंद्रित करावे लागायचे की युद्धाच्या भ्रमनिरस्त जाणिवेने भरून काढावा असा एखादा अगदी लहानसुद्धा रिकामा क्षण

त्याला मिळत नसे. त्याच्या त्या कल्पनेच्या अत्यंत नाजूक कारागिरीमध्ये एवढे पुरेपूर लक्ष द्यावे लागायचे की, युद्धामध्ये गेलेल्या त्याच्या वर्षांमुळे तो जेवढा वयस्कर झाला होता, त्याहीपेक्षा त्या कामामुळे तो अगदी थोडक्याच काळात जास्त वयस्कर झाला, तसेच विशिष्ट तऱ्हेने बसण्यामुळे त्याचा कणा वाकला होता. बंद खोलीतल्या कामामुळे त्याची दृष्टी अधू झाली होती; परंतु त्या अतिनिर्दय, दुराराध्य एकाग्रतेच्या परिणामी त्याच्या अंतरात्म्याला एक प्रकरची शांतता लाभली होती. युद्धासंबंधीच्या गोष्टींमध्ये तो रस घेतो आहे, असे अखेरचे दिसले ते जेव्हा पक्षांमधल्या थोर थोर लढवय्यांनी सरकारकडून तहहयात पेन्शनच्या मंजुरीसाठी त्याचा पाठिंबा मागितला तेव्हा. तशा पेन्शनबद्दल आश्वासन नेहमीच दिले जायचे आणि ती योजना अगदी अमलात यायचे तेवढे बाकी असायचे. कर्नल औरेलियानो बुयेंदियाने त्याला म्हटले, 'विसरा ती पेन्शन. माझेच पाहा ना. तसल्या पेन्शनची मरेपर्यंत वाट पाहण्याच्या यातना टाळण्यासाठी मी ती नाकारतो आहे.' सुरुवातीला कर्नल गेरिनेल्दो मार्केझ संध्याकाळच्या वेळी त्याला भेटायला यायचा. ते दोघेही रस्त्याच्या बाजूला असलेल्या दरवाजात बसायचे आणि गतकाळाविषयी बोलायचे; परंतु कर्नल गेरिनेल्दो मार्केझ टक्कलामुळे म्हातारपणाच्या गर्तेत फेकल्यासारखा झाला होता, त्यामुळे जाग्या होणाऱ्या त्याच्या जुन्या आठवणी आमारान्ताला नकोशा वाटायच्या. ती तुच्छतादर्शक शेऱ्यांनी त्याला अशी छळायची की, त्यामुळे तो अगदी विशेष प्रसंग सोडले तर एरवी त्यांच्या घरी येईनासा झाला आणि अखेर त्याला अर्धांगाच्या झटक्याने पूर्ण निकामी केल्यामुळे तर तो नाहीसाच झाला. घराला हलवणाऱ्या चैतन्याच्या नव्या वाऱ्यांनी अजिबात विचलित न होणाऱ्या, अबोल, शांत अशा कर्नल औरेलियानो बुयेंदियाला एवढे कळत होते की, चांगल्या म्हातारपणाचे रहस्य केवळ एकान्ताशी केलेल्या सन्मान्य करारामध्ये असते. रात्रीच्या सावध झोपेनंतर तो पहाटे पाच वाजता उठायचा, स्वयंपाकघरात जाऊन त्याचा तो कायमचा कडू कॉफीचा मग घ्यायचा, आपल्या वर्कशॉपमध्ये स्वतःला दिवसभर कोंडून घ्यायचा आणि थेट दुपारच्या चार वाजता तो पोर्चमधून एक स्टूल ओढत घेऊन जायचा. तिथल्या गुलाबाच्या रोपांचा तेजस्वी झगमगाट त्याच्या नजरेत भरायचा नाही की त्या वेळचा प्रखर उजेडही त्याला जाणवायचा नाही. आमारान्ताचा हेकेखोरपणाही त्याच्या लक्षात यायचा नाही. एखाद्या उकळत्या भांड्यासारखा आवाज करणारा तिचा विषाद सायंकाळच्या वेळी कुणालाही सहज जाणवायचा; पण त्याला तो कळायचाही नाही. तो आपला रस्त्याच्या बाजूला असलेल्या दरवाजात, डास तिथे थांबू देतील तोपर्यंत बसून राहायचा. एकदा कुणी तरी त्याच्या एकाकीपणाला धक्का लावण्याचे धाडस केले. जाता जाता त्याने सहज विचारले,

'कसे आहात तुम्ही कर्नल?'

त्याने उत्तर दिले, 'हा काय इथेच आहे. माझी अंत्ययात्रा इथून जायची वाट पाहतोय.'

कार्निव्हलसाठी रेमेदियोस द ब्युटीच्या होणाऱ्या राज्याभिषेकाच्या निमित्ताने त्याच्या कुटुंबाचे नाव जाहीरपणे पुढे आले, त्यामुळे सरकारी वर्तुळात चांगलीच चिंता निर्माण झाली होती. वास्तविक ती चिंता तशी निराधार होती; परंतु तरीही अनेक लोकांना असे वाटत नव्हते. मौजमजेचा जणू काही स्फोट व्हावा, अशा रितीने गडबडगोंधळ करीत गावातले लोक मुख्य चौकात जमा झाले. त्या मौजमजेच्या मुळावर येऊ शकणाऱ्या नंतरच्या शोकांतिकेची गावातील लोकांना काहीच कल्पना नव्हती. कार्निव्हलचा उन्माद आता अगदी कळसाला पोहोचला होता आणि औरेलियानो सेगुन्दोने एकदाचे वाघाचे सोंग काढायचे आपले स्वप्न पुरे केले होते. तो त्या लोकांच्या बेफाम जमावाबरोबर चालत होता. खूप ओरडल्यामुळे त्याचा आवाज बसला होता. तेवढ्यात दलदलीच्या प्रदेशातील रस्त्यावरून अनेक लोकांची एक मिरवणूक रोमन पद्धतीच्या पालखीत बसलेल्या एका स्त्रीला घेऊन येताना दिसली. तिच्या कमालीच्या आकर्षकपणाची केवळ कल्पनाच कुणीही करू शकेल एवढी ती मोहक होती. डोळे दिपवणाऱ्या त्या व्यक्तीला नीट निरखून पाहण्यासाठी एका क्षणभरापुरते माकोन्दोच्या रहिवाशांनी आपापले मुखवटे बाजूला केले. तिच्या मस्तकावर पाचूंचा मुकूट होता आणि तिने शुभ्र रंगाच्या उंची लोकरीचा सैल झगा परिधान केला होता. तशी ती काही निव्वळ तलम कापडाचा पोशाख ल्यायलेली आणि कंकणे धारण केलेली नकली सार्वभौम राणी वाटत नव्हती, तर तिला जणू काही खराच तसा अधिकार प्राप्त झाल्यासारखे दिसत होते. त्या वेळी तिथे असलेल्या अनेक लोकांना असे वाटले की, हा सारा चिथावणी देण्याचा प्रकार आहे; परंतु औरेलियानो सेगुन्दोने चटकन आपल्या मनातल्या गोंधळावर मात केली आणि नव्याने आलेल्या त्या लोकांना आपले सन्माननीय पाहुणे म्हणून घोषित करून थेट सालोमनच्या शहाणपणाने त्या घुसखोर राणीला आणि रेमेदियोस द ब्युटीला एकाच मंचावर विराजमान केले. बेदोइंनींसारखा पोशाख केलेले ते परके लोक चांगले मध्यरात्रीपर्यंत त्या धांगडधिंग्यात सहभागी झाले, त्यांनी भरपूर आतषबाजी आणि कौशल्यपूर्ण कसरती करून त्या सगळ्या मौजमजेची रंगत आणखीच वाढवली. त्या कसरतींनी कुणाकुणाला जिप्सींच्या कसरतींची आठवण झाली. उत्सवाच्या त्या मिरवणुकीमध्ये एकाएकी कुणीतरी तो नाजूक समतोल ढासळून टाकला.

तो ओरडला, 'लिबरल पक्ष चिरायु होवो! कर्नल औरेलियानो बुयेंदियाचा विजय असो!'

तेवढ्यात झालेल्या बंदुकांच्या गोळीबाराच्या आवाजाने शोभेच्या दारूकामाचे सौंदर्य नष्ट होऊन गेले आणि लोकांच्या भीतीच्या आरड्याओरड्यामध्ये संगीत बुडून गेले. त्या वेळच्या सगळ्या आनंदाचे रूपांतर घबराटीमध्ये झाले. काही

लोकांचा अनेक वर्षांनंतर अजूनही असा दावा होता की, तिथे घुसखोरी करणाऱ्या राणीची शाही सैनिक तुकडी ही सरकारच्या नियमित सैन्यातील सैनिकांचीच तुकडी होती आणि त्यांनी आपल्या बेदोइंनी झग्यांच्या पेहरावाखाली सरकारी रायफलीच दडवून आणल्या होत्या. सरकारने एका खास जाहीरनाम्याद्वारे हा आरोप नाकारला आणि त्या रक्तरंजित घटनेचा संपूर्ण तपास करण्याचे आश्वासनही दिले; परंतु सत्य कधीच उजेडात आले नाही. त्या घटनेविषयीची एक हकिकत अशी प्रचलित होती की, त्या शाही तुकडीतल्या सैनिकांनी कुणाच्याही कसल्याही चिथावणीशिवाय त्यांच्या कमांडरकडून इशारा मिळताच लढण्याचा पवित्रा घेतला आणि तिथल्या गर्दीतल्या जमावावर निर्दय गोळीबार सुरू केला. नंतर जेव्हा सगळीकडे शांत झाले तेव्हा त्या सोंग घेऊन आलेल्या बेदोइंनींपैकी कोणी एकही जण गावात राहिला नव्हता, चौकात किती तरी लोक मरून पडले होते आणि किती तरी जखमी झाले होते; त्यात नऊ विदूषक होते, चार कोलंबियन्स होते, सतरा पत्त्यांतले राजे होते, एक राक्षस होता, चार भाट होते, दोन फ्रान्सचे सरदार होते आणि तीन जपानच्या राण्या होत्या. घबराटीच्या त्या गोंधळातून रेमेदियोस द ब्युटीची सुटका करणे होझे आर्केदियो सेगुन्दोला कसे बसे शक्य झाले. मध्येच घुसलेल्या त्या राणीला औरेलियानो सेगुन्दोने हातांवर उचलून घरी नेले. तिचा पोशाख फाटला होता आणि उंची लोकरीच्या झग्यावर रक्ताचे डाग पडले होते. तिचे नाव फेर्नांद देल कार्पियो होते. त्या प्रदेशातील पाच हजार अत्यंत सुंदर स्त्रियांमधून सर्वांत सुंदर स्त्री म्हणून ती निवडली गेली होती. तिला माकोन्दोमध्ये आणले गेले होते ते 'मादागास्करची राणी' असा किताब तिला द्यायचा होता म्हणून. अर्सूलाने स्वतःच्या मुलीसारखी तिची काळजी घेतली. तिच्या निरपराधीपणाचा संशय घेण्याऐवजी सगळे गाव तिच्या मनमोकळेपणाची कीव करू लागले. त्या कत्तलीनंतर सहा महिन्यांनी जखमी लोकांच्या जखमा बऱ्या झाल्या आणि त्या प्रचंड एकत्रित थडग्यावरची शेवटी फुले सुकली तेव्हा औरेलियानो सेगुन्दो त्या स्त्रीचा शोध घेत घेत एका अत्यंत दूरवरच्या शहरात गेला. त्या शहरात ती तरुणी आपल्या वडिलांसमवेत राहत होती. अखेर तिला शोधून घेऊन तो परत आला. माकोन्दोमध्ये त्याने तिच्याशी मोठ्या गाजावाजासह लग्न लावले. तो समारंभ वीस दिवस चालला होता.

११

दोन महिन्यांच्या आतच औरेलियानो सेगुन्दोचे लग्न जवळपास मोडायच्याच बेतात होते. कारण, पेत्रा कोतेसची समजूत घालण्याच्या प्रयत्नात त्याने तिचा 'मादागास्कारची राणी' म्हणून खास पोशाखात फोटो काढून घेतला होता हे नेमके फेर्नांदाला कळले, तेव्हा तिने वधूचा पोशाख वगैरेंच्या ट्रंका भरल्या आणि कुणाचा निरोपही न घेता ती माकोन्दो सोडून निघाली. दलदलीच्या रस्त्यावर जाऊन औरेलियानो सेगुन्दोने तिला गाठले. खूप वेळ तिची मनधरणी केली. आपण सुधारणार असल्याची खूपदा वचने दिली, तेव्हा कुठे ती माघारी परत यायला तयार झाली. मग त्याने पेत्रा कोतेस या रखेलीला सोडून दिले.

पेत्रा कोतेसला आपल्या सामर्थ्याची कल्पना होती, त्यामुळे तिने फिकीरच केली नाही. तिनेच त्याला पुरुष बनवले होते. तो लहान होता तेव्हा त्याचे डोके भन्नाट कल्पनांनी भरलेले असायचे आणि वास्तवाशी काहीही संबंध नसायचा. अशा वेळी तिथेच त्याला मेल्कियादेसच्या खोलीतून बाहेर काढून वास्तव जगात एक जागा दिली होती. निसर्गतःच तो अबोल, अंतर्मुख, चिंतनशील प्रवृत्तीचा आणि एकलकोंडा असा घडला होता. मात्र तिने त्याला पूर्णतया बदलवून विरुद्ध प्रकृतीचा करून टाकले. इतके की तो अगदी उत्साही, मोकळ्या मनाचा बनून गेला. त्याच्या अंतःकरणात तिने जगण्याची उमेद, पैसा खर्च करण्यातला आनंद घेण्याची आणि समारंभाची गोडी निर्माण केली. *त्याला अंतर्बाह्य बदलवून आपल्या नवतारुण्याच्या स्वप्नांतील पुरुष बनवले. सगळीच मुले केव्हा तरी करतात तसे मग त्यानेही लग्न केले. ते तिला सांगायचे धैर्य त्याला झाले नाही. त्या वेळी तो अगदी पोरकटासारखा वागला. तिच्यावर संतापण्याचे, चिडण्याचे ढोंगही त्याने करून पाहिले, त्यामुळे पेत्रा कोतेस स्वतःच त्याच्यापासून दूर जाईल, असा त्याचा कयास होता. एकदा त्याने तिला विनाकारणच दोष द्यायचा*

प्रयत्न केला, तिने मात्र तो सापळा चातुर्याने टाळला आणि नेमके वास्तव त्याला दाखवून दिले.

'या सगळ्याचा अर्थ एवढचा की तुला राणीशी लग्न करायचंय.'

औरेलियानो सेगुन्दो शरमिंदा झाला, त्याने संतापल्याचे ढोंगही केले. आपल्याविषयी गैरसमज झालाय आणि तिने आपली निंदा केलीय असे तिला म्हटले आणि तो पुन्हा लवकर तिच्याकडे गेला नाही. एखादे जंगली जनावर विश्रांती घेताना एखाद्या क्षणी जसे स्तब्ध असते तसा आपला शांतपणा न सोडता पेत्रा कोतेसने त्याच्या लग्नाच्या निमित्ताने चाललेले संगीत, शोभेचे दारूकाम वगैरे धांगडधिंगा व समारंभाचा सगळा गडबडगोंधळ दुरूनच ऐकला. जणू तिने ते सारे दुरूनच अनुभवले. कुणी कुणी तिच्या नशिबावरून तिची कीव केली तर त्यांना तिने शांतपणे हसतमुखाने तोंड दिले. ती म्हणाली,

'काही काळजी नको. राण्या तर माझ्यासाठी किरकोळ कामे करतात.' दुरावलेल्या प्रियकराचे चित्र जाळून टाकायला तिला उपयोगी पडाव्यात म्हणून एका शेजारणीने तिला मेणबत्त्या आणून दिल्या, तेव्हा गूढ थंडपणाने ती म्हणाली,

'त्याला माझ्याकडे खेचून आणील अशी मेणबत्ती तर माझ्यापाशी सदैव पेटलेलीच आहे.'

मधुचंद्र संपताच तिच्या भाकिताप्रमाणे औरेलियानो सेगुन्दो तिच्या घराकडे परत गेला. आपल्याबरोबर त्याने नेहमीच्या मित्रांचा घोळका आणि एक फिरता फोटोग्राफरदेखील नेला. शिवाय, फेर्नांदाने कार्निव्हलमध्ये घातलेला, रक्ताचे डाग पडलेला अर्मिन लोकरीचा सैल झगाही त्याने बरोबर घेतला होता. त्या संध्याकाळी तिथे मौजमजेची धमाल उडाली. पेत्रा कोतेसला त्याने राणीसारखा पोशाख करायला लावला आणि 'मादागास्करची तहहयात आणि सार्वभौम राणी' म्हणून तिला घोषित केले. तिचे तसे फोटो काढायला लावून ते आपल्या मित्रांना दिले. त्यांच्या त्या तसल्या मौजमजेत ती सामील तर झालीच; पण तिला त्याच्याविषयी वाईटही वाटत राहिले. तिचे सांत्वन करण्यासाठी तेवढा तो प्रचंड खर्च करण्याची कल्पना त्याला करावी लागली म्हणजे तो मनातून नक्की खूप घाबरला असला पाहिजे, असे तिला वाटले. संध्याकाळी सात वाजता राणीच्या पोशाखातच तिने आपल्या बिछान्यात त्याचे स्वागत केले. त्याचे लग्न होऊन केवळ दोनच महिने झाले होते, तरीही त्यांच्या शेजघरात 'सगळे काही ठाकठीक नाही' हे तिला चटकन कळून चुकले आणि तिला सुडाचा झकास आनंद मिळाला. दोन दिवसांनंतर मात्र तो तिच्याकडे फिरकलाच नाही, उलट त्याला तिच्यापासून वेगळे होता येण्यासाठी अटी ठरवाव्यात म्हणून त्याने कुणा मध्यस्थाला तिच्याकडे पाठवले, तेव्हा तिच्या ध्यानात आले की, वाटले होते त्याहून खूपच सहनशीलता तिला बाळगावी लागणार आहे. कारण, तो आता निव्वळ देखाव्यासाठीच स्वतःच कसलाही त्याग करायला तयार झाला होता.

मात्र, ती त्याही वेळी विचलित झाली नाही. पुन्हा एकदा तिने नमते घेतले आणि तिच्या स्वतःच्या दुष्टपणाविषयीचा लोकांचा सर्वसाधारण समज तिने पक्का केला. औरेलियानो सेगुन्दोची आठवण म्हणून तिने फक्त त्याची पेटंट लेदरच्या बुटांची जोडी तेवढी ठेवून घेतली. तोच मागे म्हणाला होता की, ते बूट तो कॉफिनमध्ये घालणार होता. तिने ते बूट कापडात गुंडाळून ट्रंकेच्या तळाशी ठेवून दिले आणि निराश न होता निव्वळ त्याच्या आठवणींवर दिवस काढायची तयारी केली. तिने स्वतःलाच बजावले, 'कधी ना कधी तरी त्याला माझ्याकडे यावेच लागणार आहे, भले मग ते बूट शेवटी घालण्यासाठीच का होईना; पण त्याला यावे लागेलच.'

तिला वाटले होते, तेवढ्या उशिरापर्यंत काही तिला वाट पाहावी लागली नाही. लग्नाच्या रात्री औरेलियानो सेगुन्दोला कळून चुकले होते की, त्याला अगदी ते बूट घालायच्या वेळेपेक्षाही बऱ्याच लवकर पेत्रा कोतेसकडे जावे लागणार आहे. कारण, फेर्नांदा या स्त्रीची अवस्था अशी होती की, या जगात ती जणू हरवल्यासारखीच होती. ती जवळ जवळ सहाशे मैल दूर असलेल्या एका शहरात जन्मली-वाढली होती. त्या अंधाऱ्या उदास शहरात अजूनही भुतांच्या रात्री तिथल्या घडीव फरसबंदीच्या रस्त्यांवरून व्हॉइसरॉयांच्या आलिशान गाड्या धडधडत जात असत. तिथे बत्तीस चर्चटॉवर्सवरच्या घंटा संध्याकाळच्या सहा वाजता शोकगीत वाजवत असत. तिथल्या मेनर हाउसमध्ये थडग्यांवर असतात तसल्या फरश्यांची जमीन होती आणि सूर्यप्रकाश कधी तिथे पोहोचलाच नव्हता. आवारातील सुरूच्या झाडांमधली, तिथल्या शेजघरांमधली आणि बागेतल्या बारमाही टिकणाऱ्या झाडांच्या कमानींमधली हवा केव्हाच मरून गेली होती. तारुण्यात पदार्पण करेपर्यंत फेर्नांदाला जगाची काही माहितीच नव्हती. याला अपवाद होता तो फक्त तिने एका शिक्षकाकडून घेतलेल्या पियानोवादनाच्या धड्यांचा. तो शिक्षक जवळच्याच घरात राहायचा आणि दुपारची विश्रांती घेण्याची इच्छा वर्षानुवर्षे त्याने मारून टाकलेली होती. फेर्नांदाच्या आजारी आईच्या दालनाला असलेल्या खिडक्यांच्या तावदानांमधून हिरव्या पिवळ्या भुग्यासारखा प्रकाश यायचा. तिथे बसून ते नेटके पण हट्टी हृदयशून्य पट्टीतले सूर कानी पडत असताना तिला वाटायचे की, ते संगीत या जगातले असून ते इथेच राहील, तर आपण मात्र अंत्ययात्रेसाठीची पुष्पचक्रे गुंफत हळूहळू संपतो आहोत. पाच वाजता नियमित येणाऱ्या ज्वरामुळे घामाघूम होणारी तिची आई तिला भूतकाळाच्या वैभवाच्या गोष्टी सांगत असे. फेर्नांदा लहान मुलगीच असताना तिने एका चांदण्या रात्री एक अत्यंत सुंदर स्त्री बाग ओलांडून पलीकडे चॅपलमध्ये जाताना पाहिली होती. त्या दृश्यातली ती स्त्री अगदी तिच्याचसारखी दिसत होती, हा भाग फेर्नांदाला अस्वस्थ करीत होता, जणू काही ती वीस वर्षांनंतरच्या अवस्थेत स्वतःलाच पाहत होती. 'ती स्त्री तुझी पणजी होती,' आपल्या सततच्या खोकल्यामधून थोडी उसंत मिळाली, तेव्हा

तिच्या आईने तिला सांगितले, 'कंदमुळांची एक माळ ती कापत होती, तेव्हा कुठल्या तरी विषारी वायूच्या परिणामी ती मरण पावली.' पुढे अनेक वर्षांनी फेर्नांदा जेव्हा जवळपास त्या पणजीच्या वयाची झाली, तेव्हा तिला बालपणातल्या त्या दृश्याच्या खरेपणाविषयी शंका वाटू लागली, तेव्हा तिची आई तिला रागे भरली. तिने फेर्नांदाला म्हटले, 'आपण फार फार श्रीमंत आहोत. एक दिवस तू नक्कीच राणी होशील.' त्या वेळी त्या दोघीही फक्त टेबलक्लॉथ अंथरलेल्या आणि चांदीची भांडी ठेवलेल्या एका लांबलचक टेबलाशी बसून पाण्यात मिसळलेले चॉकलेट आणि गोड बन्चा आस्वाद घेत होत्या, तरीही फेर्नांदाचा त्यावर विश्वास बसला. तिच्या विवाहाच्या वेळी तिच्या वडिलांना म्हणजे डॉन फेर्नांदोना वधुवेश खरेदी करण्यासाठी घरच गहाण ठेवावे लागले होते, तरीदेखील ती अगदी लग्नाच्या वेळेपर्यंत परिकथेतल्या राज्याची स्वप्ने पाहत होती. तो केवळ निरागसपणा वा भ्रम नव्हता, तर त्यांनी तिला तसेच वाढवले होते. तर्काचा वापर करता येऊ लागला तेव्हापासून तिला आठवत होते की, प्रातर्विधीसाठी जे शौचपात्र ती वापरायची ते सोन्याचे होते आणि त्यावर त्यांच्या वंशाचे चिन्ह कोरलेले होते. वयाच्या बाराव्या वर्षी तिने पहिल्यांदा आपले घर सोडले आणि घोडागाडीतून बसून ती दोनच ब्लॉक्सच्या पलीकडे असलेल्या केवळ मुलींसाठीच्या शाळेत गेली. ती शाळा चर्चने चालवलेली होती. सर्वांपासून वेगळी अशी ती एका फारच उंच पाठीच्या खुर्चीत बसायची. तसे बसलेल्या तिच्याकडे पाहून वर्गातील विद्यार्थिनींना आश्चर्य वाटायचे. मधल्या सुट्टीत ती त्यांच्यामध्ये अजिबात मिसळत नसे. तिच्या त्या शाळेतल्या नन्स खुलासा करीत, 'ती वेगळीच आहे. ती राणी होणार आहे.' तिच्या शाळेतील मुलींचा त्यावर सहज विश्वास बसायचा. कारण, त्यांनी तोपर्यंत पाहिलेल्या सर्वांमध्ये तीच अत्यंत सुंदर, प्रतिष्ठित आणि दूरदर्शी दिसत होती. आठ वर्षांच्या शेवटी ती लॅटिनमध्ये कविता करायला आणि क्लॅव्हिकॉर्ड[१] हे वाद्य वाजवायला शिकली होती. त्याशिवाय ती सभ्य गृहस्थांबरोबर बोलताना बहिरी ससाण्याच्या साह्याने केल्या जाणाऱ्या शिकारींसंबंधी काय कसे बोलायचे ते शिकली होती आणि आर्चबिशपांच्या भेटींत त्यांच्याशी क्षमायाचक पद्धतीने कसे बोलायचे तेही तिला जमू लागले होते. परक्या राजकर्त्यांशी राज्यकारभाराविषयी आणि पोपशी परमेश्वराच्या कारभाराविषयी चर्चा करणेही तिला शिकवण्यात आले होते. एवढे सगळे शिकून ती आपल्या आई-वडिलांच्या घरी अंत्ययात्रांसाठीची पुष्पचक्रे गुंफायला परत आली होती. ते घर लुबाडले गेले आहे असे तिला वाटले. कारण, घरात अगदी अत्यावश्यक होते तेवढेच फर्निचर शिल्लक राहिले होते. मेणबत्त्यांचे चांदीचे स्टॅण्ड्स आणि जेवणाच्या वेळची भांडी तेवढी त्या घरात राहिली होती. त्याचे कारण असे होते की, इतर सारी जेवणाची भांडी एकेक करून तिच्या शिक्षणाचा खर्च भागवण्यासाठी विकली गेली होती. तिची आई त्या पाच वाजता

नियमित येणाऱ्या ज्वराला बळी पडली होती. तिच्या वडिलांच्या अंगावर ताठ कॉलरचा काळा पोशाख असायचा आणि हातावर सोन्याच्या साखळीचे घड्याळ असायचे. ते तिला दर सोमवारी एक चांदीचे नाणे आडवड्याभराच्या घरखर्चासाठी देत असत आणि आधीच्या आठवड्यात पूर्ण केलेली अंत्ययात्रांसाठीची पुष्पचक्रे घेऊन जात असत. ते आपला जास्तीत जास्त वेळ अभ्यासिकेत घालवत असत आणि कधीही बाहेर गेलेच तरी तिच्याबरोबर प्रार्थना म्हणायला घरी परतत असत. तिची कुणाशीही खास अशी मैत्री नव्हती. देशात अंतर्गत युद्धांमध्ये रक्तपात घडत होता; परंतु तिला त्याविषयी काहीच माहीत नव्हते. दुपारी तीन वाजता ती आपले पियानोचे धडे गिरवत असायची. आपण राणी असल्याचा भ्रम सोडून द्यायलाही तिने सुरुवात केली होती, तेवढ्यात तिला दरवाजावर दोन निर्णायक जोरदार थापांचा आवाज ऐकू आला. तिने दरवाजा उघडला. एक नीटनेटका, लष्करी पोशाख केलेला माणूस दारात उभा होता. त्याच्या गालवर जखमेचा व्रण होता, छातीवर सोन्याचे पदक होते आणि वागण्याबोलण्याच्या त्याच्या रीतीभाती औपचारिक होत्या. तिचे वडील व तो असे दोघेही तिच्या वडिलांच्या अभ्यासिकेत गेले. त्या बंद खोलीत दोघांखेरीज तिसरे कुणीही नव्हते. नंतर दोन तासांनी तिचे वडील तिच्या शिवणकामाच्या खोलीत तिला न्यायला आले. त्यांनी तिला म्हटले,

'तुझे स्वतःचे सगळे सामान एकत्र करून घे. तुला दूरच्या प्रवासाला जायचे आहे.' अशा तऱ्हेने तिला माकोन्दोला जावे लागले तिच्यापासून वर्षानुवर्षे दूर ठेवलेल्या वास्तवाचे सगळे ओझे जीवनाने असे एकाएकी तिच्या माथ्यावर आणून टाकले होते. ती जेव्हा घरी परतली तेव्हा त्या क्रूर विनोदाच्या जखमा बुजवण्यासाठी डॉन फेर्नांदोने केलेल्या आर्जवी विनवण्यांकडे आणि खुलाशांकडे लक्ष न देता तिने स्वतःला आपल्या खोलीत एकान्तात रडण्यासाठी कोंडून घेतले. मरेपर्यंत आपल्या शेजघराच्या बाहेर पडावयाचे नाही, असा तिने निर्धार केला होता. मात्र तेवढ्यात तिला नेण्यासाठी औरेलियानो सेगुन्दो तिथे येऊन पोहोचला. तो एक अशक्यप्राय वाटावा असा नशिबाचा खेळच होता. शरम, संताप आणि अवमानित अवस्थेच्या त्या गोंधळात तिने त्याला स्वतःविषयी खोटेच सांगितले होते, त्यामुळे ती खरी कोण होती ते त्याला कधीच समजले नाही. तिचे अगदी अचूक असे पठारी प्रदेशातील उच्चार आणि पुष्पचक्रे गुंफण्याचा तिचा व्यवसाय या दोनच खुणांच्या आधारे तिचा शोध घेत तो निघाला होता. अजिबात कुठेही न थांबता त्याने तो शोध घेतला. ज्या भयंकर धाडसीवृत्तीने होझे आर्केदियो बुयेंदियाने माकोन्दोची स्थापना करण्यासाठी तो सगळा पाणथळ प्रदेश ओलांडला होता, ज्या आंधळ्या अभिमानातून कर्नल औरेलियानो बुयेंदियाने ती निष्फळ युद्धे सुरू केली होती किंवा ज्या वेड्या चिकाटीने अर्सूलाने आपला वंश कसा टिकेल ते पाहिले होते, अगदी तशाच तऱ्हेने एका क्षणाचीही विश्रांती न घेता औरेलियानो सेगुन्दोने फेर्नांदाचा शोध

घेतला होता. अंत्ययात्रेसाठी लागणारी पुष्पचक्रे कुठे विकतात असे विचारत तो त्या गावात शिरला, तेव्हा त्याला उत्तम निवड करता यावी म्हणून तिथल्या लोकांनी तशी पुष्पचक्रे विकणाऱ्या सगळ्या घराघरांतून त्याला हिंडवले. जगातल्या सर्वांत सुंदर स्त्रीविषयी त्याने चौकशी केली, तेव्हा सगळ्या स्त्रियांनी आपापल्या मुलींना त्याच्यासमोर आणले. हमखास विस्मृतीत जाणाऱ्या काळामध्ये, धुक्याने भरलेल्या गल्लीबोळांमध्ये आणि निराशेच्या चक्रव्यूहांमध्ये तो अनेकदा हरवल्यासारखा झाला. त्याने एक पिवळसर मैदान ओलांडले. तिथे त्याला आपल्याच विचाराचे पडसाद ऐकू येत होते आणि मनाची चिंताग्रस्तता पूर्वसूचना देणारी मृगजळे त्याला दाखवत होती. अनेक आठवड्यांच्या निष्फळ वाटचालीनंतर तो एका अनोळखी शहरात पोहोचला. तिथल्या सगळ्याच चर्चेसवर घंटा एक शोकगीत आळवीत होत्या. त्याने ते घर पूर्वी कधी पाहिले नव्हते किंवा कुणीही त्याला त्या घराचे वर्णन करून सांगितले नव्हते. तरी कसे कोण जाणे त्याला ते घर चटकन ओळखू आले. त्या घराच्या भिंती बोन सॉल्टने जवळपास खाऊन टाकल्या होत्या आणि मोडलेल्या बाल्कन्यांचा बुरशीने संपूर्णच नाश करून टाकला होता. तिथेच बाहेरच्या भिंतींवर खिळ्याने ठोकलेला एक पुठ्ठ्याचा बोर्ड होता – *अंत्ययात्रेसाठी पुष्पचक्रे मिळतील.* त्या क्षणापासून ते फेर्नांदाने एका बर्फगार सकाळी मदर सुपिरियरच्या देखरेखीखाली आपले घर सोडेपर्यंत त्यांना तिचा वधुवेश शिवायलादेखील पुरेसा वेळ मिळाला नव्हता. त्यांनी सहा ट्रंकांमधून मेणबत्त्यांची झुंबरे, भोजनाच्या वेळची सारी चांदीची भांडी व उपकरणे आणि ते सोन्याचे शौचपात्र, तसेच दोन शतके उशिराने घडून आलेल्या महान कौटुंबिक आपत्तीच्या अवशेषस्वरूप अशा असंख्य निरुपयोगी वस्तू घाईघाईने कशाबशा ट्रंकमध्ये भरल्या. डॉन फेर्नांदोने त्यांच्याबरोबर जाण्याचे आमंत्रण नाकारले. आपली कामे संपताच त्यांच्याकडे जाण्याचे आश्वासनही त्याने दिले. मुलीला आपला आशीर्वाद दिल्याच्या क्षणापासून त्याने स्वतःला पुन्हा आपल्या अभ्यासिकेत कोंडून घेतले. त्याला आपल्या वंशाच्या अधिकारदर्शक ढालीच्या शिक्क्यासह शोकपूर्ण मसुद्यांची प्रसिद्धीपत्रके लिहून काढायची होती. आपल्या मुलीशी म्हणजेच फेर्नांदाशी आलेला तो त्याचा पहिलाच माणसासारखा संपर्क म्हणता आला असता. तोच तिच्यासाठी तिच्या जन्माचा खरा दिवस म्हणावा लागेल. औरेलियानो सेगुन्दोसाठी मात्र त्याच वेळी झालेली त्याच्या सौख्याची ती सुरुवात होती आणि शेवटही होता.

फेर्नांदाने आपल्याबरोबर एक नाजूक कॅलेंडर नेले होते. त्यात सांकेतिक खुणा होत्या आणि त्या कॅलेंडरमधील काही दिवस तिच्या आधात्मिक मार्गदर्शकाच्या सल्ल्यानुसार संभोगसुखापासून दूर राहण्याचे म्हणून जांभळ्या शाईने खुणा करून ठेवलेले होते. पवित्र आठवडा, रविवार, पाळायलाच हवेत असे पवित्र दिवस, पहिले शुक्रवार, पवित्र एकान्तवासाचे दिवस, स्वेच्छात्यागाचे दिवस आणि तिच्या

नैसर्गिक अडचणींचे दिवस सोडले तर त्या जांभळ्या फुल्यांच्या जाळ्यातून उपयोगी पडतील असे वर्षभर पसरलेले फक्त बेचाळीस दिवस तिच्या वाट्याला कसेबसे येत होते. औरेलियानो सेगुन्दोला खात्री वाटत होती की, फेर्नांदाच्या कॅलेंडरवरचे प्रतिकूल खुणांचे ते जाळे काही दिवस जाताच तुटेल म्हणून त्याने लग्नसमारंभ साजरा करण्याचा कालावधी मुद्दामच अपेक्षेपेक्षा जास्त लांबवला. ब्रँडीच्या आणि शॅम्पेनच्या किती तरी रिकाम्या बाटल्या वाटेत येऊन खडखड करतात म्हणू त्या बाहेर फेकून देता देता अर्सूला कंटाळली होती आणि तरीही एकीकडे संगीताचा आणि शोभेच्या दारूकामाचा धुमाकूळ चालू असताना नवपरिणीत नवराबायको वेगवेगळ्या वेळी आणि वेगवेगळ्या खोल्यांमध्ये झोपतात, हे पाहून अर्सूला संभ्रमात पडली. तिला वाटले की, फेर्नांदासुद्धा पावित्र्यरक्षक पट्टा वापरत असावी आणि तसे असेल तर त्यातून गावात चेष्टामस्करी सुरू होईल आणि परिणामी एखादी शोकांतिकाही घडू शकेल; पण फेर्नांदाने तिच्यापाशी कबूल केले की, नवऱ्याशी पहिला संबंध होण्यापूर्वी ती केवळ दोन आठवडे जाऊ देणार होती. खरोखरच तिची पाळी संपल्यावर फेर्नांदाने नवऱ्यासाठी आपल्या शेजघराचे दार उघडले, तेव्हा तिची मनःस्थिती एखाद्या प्रायश्चित्त घेणाऱ्या दुर्दैवी माणसासारखी होती. भ्यालेल्या प्राण्याच्या चमकदार डोळ्यांची, जगातली ती सर्वांत सुंदर स्त्री औरेलियानो सेगुन्दोने पाहिली तेव्हा तिचे तांब्याच्या रंगाचे खूपच लांब केस उशीवर पसरलेले होते. त्या विलक्षण दृश्यामुळे तो एवढा चकित झाला की, तिने पायाच्या घोट्यापर्यंत पोहोचणारा लांब बाह्यांचा लांबलचक झगा घातला होता आणि त्याला ओटीपोटाजवळ नाजूकपणे कापलेले एक छिद्र होते हे समजायला त्याला जरा वेळ लागला! औरेलियानो सेगुन्दोला आपला हास्यस्फोट आवरता आला नाही.

'ही तर माझ्या उभ्या आयुष्यात मी पाहिलेली सर्वांत कुरूप गोष्ट आहे.'

घरभर आवाज घुमेल एवढ्या मोठ्याने हसत तो ओरडला,

'अरे देवा! मी एका 'सिस्टर ऑफ चॅरिटी'शी (ननशी)[२] लग्न केले आहे!'

जवळ जवळ एक महिन्यांनंतरही तिला तो झगा काढायला लावणे औरेलियानो सेगुन्दोला जमले नाही. मग त्याने पेत्रा कोतेसचा राणीच्या पोशाखात फोटो काढवून घेतला. नंतर जेव्हा त्याला परत घरी आणणे फेर्नांदाला शक्य झाले तेव्हा तिने केवळ त्याची समजूत घालण्याच्या तीव्र तापापायी त्याच्या इच्छेला मान दिला. मात्र त्याने तिला बत्तीस चर्चटॉवर्स असलेल्या तिच्या त्या शहरातून परत आणताना ज्या शांततेची स्वप्ने पाहिली होती, ती शांतता काही तिने त्याला लाभू दिली नाही. औरेलियानो सेगुन्दोला तिच्या ठिकाणी एक विलक्षण उदासीनतेची भावना आढळली. त्यांच्या पहिल्या अपत्याच्या जन्मापूर्वी एका रात्री फेर्नांदाच्या असे लक्षात आले की, आपला नवरा पुन्हा पेत्रा कोतेसच्या शेजघराकडे परत गेला आहे.

त्याने कबुली दिली, 'तसं घडलं आहे खरं.'

आणि त्याने क्षमायाचनेच्या पडखाऊ सुरात खुलासा केला. 'जनावरांची पैदास चालू राहावी म्हणून मला तसे करणे भागच पडते.'

या वेगळ्याच उपायाविषयी तिची खात्री पटवायला त्याला थोडा वेळ लागला; पण शेवटी जेव्हा काही निर्विवाद पुरावे देऊन तिला हे पटवणे शक्य झाले, तेव्हा त्याच्याकडून फेर्नांदाने एकच वचन मिळवले. ते हे की त्याच्या त्या रखेलीच्या बिछान्यात त्याला मृत्यूने अकस्मात गाठता कामा नये. तसे वचन घेतल्यामुळे त्या तिघांनाही एकमेकांना त्रास न होऊ देता जगणे शक्य झाले. औरेलियानो सेगुन्दोने दोघींवरील आपले प्रेम आणि वक्तशीरपणा कायम ठेवला, त्यांच्यातील दिलजमाईमुळे पेत्रा कोतेस ऐटीत वावरू लागली आणि फेर्नांदा आपल्याला सत्य माहीतच नाही, असा देखावा करीत राहिली.

तथापि, फेर्नांदाला त्यांच्या कुटुंबात पूर्णतया सामावून घेण्याच्या दृष्टीने हा करार फारसा फलद्रूप झाला नाही. फेर्नांदा ज्या दिवशी नवऱ्याबरोबर प्रेमक्रीडा करून उठत असे त्या दिवशी ती लोकरीचा खास गळपट्टा घालायची, तो तिने घालू नये असा अर्सूलाचा आग्रह असायचा. कारण, त्यामुळे शेजाऱ्यांना कुजबुजायला संधी मिळायची. अर्सूला तिला हेही पटवू शकली नाही की फेर्नांदाने रात्री शौचालयाचा वा स्नानगृहाचा वापर करावा आणि तिने माहेरून आणलेले ते सोन्याचे शौचपात्र कर्नल औरेलियानो बुयेंदियाला विकावे म्हणजे तो त्यापासून सोन्याचे छोटे मासे तयार करील. आमारान्ताला तर तिच्या त्या सदोष शब्दांच्या भाषेची आणि प्रत्येक ठिकाणी सौम्य पर्यायी शब्दांचा वापर करण्याची सवय एवढी हैराण करीत असे की, तिच्यासमोर बोलताना तिची नक्कल करत करत आमारान्ता बरीच निरर्थक बडबड करायची. 'थिफिसिफ,' ती म्हणत असे, 'इफसिफ, वनसोफ, ओफोसिफ, व्हूसोफू, स्मुफूमेलू, ओफोसिफ, थेरिसिर, शिफीशिफिट.'

एके दिवशी तिच्या तसल्या चेष्टेने चिडून जाऊन 'आमारान्ता काय म्हणते आहे' असे फेर्नांदाला विचारावेसे वाटले. आमारान्ताने तिला उत्तर दिले; पण तिच्या नेहमीच्या सौम्य पर्यायी शब्दांचा वापर न करता ती म्हणाली,

'मी म्हणत होते की, जी माणसे त्यांच्या गांड आणि गांडूळमध्ये नेहमी गोंधळ करतात अशांपैकी तू आहेस.'

तेव्हापासून त्या दोघीही एकमेकींशी कधीही बोलल्या नाहीत.

परिस्थितीवश जेव्हा त्यांना बोलायची गरज वाटायची, तेव्हा त्या एकमेकींना चिठ्ठ्या पाठवायच्या. सगळ्या कुटुंबाचेच उघड शत्रुत्व दिसत असूनही फेर्नांदाने आपल्या वाडवडिलांच्या चालीरीती त्या कुटुंबीयांवर लादण्याचा आपला हट्ट सोडला नाही. भूक लागली की वाट्टेल तेव्हा स्वयंपाकघरातच खाण्याची पद्धत तिने बंद केली आणि ठरावीक वेळी जेवणाच्या टेबलावर नीट टेबलक्लॉथ पसरवून चांदीचे मेणबत्तीस्टँड आणि जेवणाच्या वेळी चांदीची भांडी व सुऱ्या-काटे-चमचे

आदि उपकरणे वापरूनच सर्वांनी जेवण्याचा प्रघात तिने सुरू केला. अर्सूलाला एरवी ज्या गोष्टी अत्यंत साध्या वाटत होत्या, त्या खाण्याजेवण्याच्या गोष्टी तिने अशा गंभीर करून टाकल्या, त्यामुळे घरात एक प्रकारचा तणाव निर्माण झाला आणि होझे आर्केदियो सेगुन्दो या तिच्या शांतस्वभावी दिराने इतर सगळ्यांच्या आधी त्या प्रघाताविरुद्ध पहिल्यांदा बंड केले; पण सगळ्यांनी तो प्रघात पाळणे फेर्नांदाने अनिवार्यच करून टाकले. शिवाय रात्रीच्या भोजनापूर्वी सगळ्यांनी टेबलापाशी बसून प्रार्थना म्हणण्याची पद्धतही तिने सुरू केली. परिणामी शेजारच्या लोकांचे लक्ष वेधले जाऊन त्यांनी अशी अफवा उठवली की, बुयेंदिया मंडळींनी इतर सामान्य माणसांसारखे टेबलाशी बसून खाण्या-जेवण्यासारख्या गोष्टीला चक्क चर्चमधील प्रार्थनेचे गंभीर रूप दिले आहे. अर्सूलाला जाणवणारे शकुन-अपशकुन हे नेहमी त्या त्या क्षणी स्फुरलेले असत; परंतु त्यांमध्ये आणि फेर्नांदाच्या कडक रीतीरिवाजांमध्ये स्वाभाविकपणेच संघर्ष निर्माण होऊ लागले. कारण, फेर्नांदाला तिच्या रीतीरिवाजांचा वारसा तिच्या आईवडिलांकडून मिळाला होता. प्रत्येक प्रसंगासाठी ते रीतीरिवाज नीट ठरवून दिलेले असत आणि तिने तशी त्यांची नोंद केलेली होती. जोपर्यंत अर्सूलाच्या सगळ्या शारीरिक आणि मानसिक शक्ती पूर्ण वापरात होत्या, तोवर जुने रीतीरिवाज चालू राहिले आणि त्या कुटुंबाचे जीवन काहीसे तिच्या उत्स्फूर्त भावनावशतेच्या गुणवत्तेनुसार तिला त्या त्या वेळी जे सुचेल व करावेसे वाटेल त्या त्या गोष्टीच्या बरेवाईटपणानुसार चालत राहिले; पण जशी तिची दृष्टी अधू होत गेली आणि गतायुष्याच्या ओझ्याने तिला जणू कोपऱ्यात ढकलले, तसे फेर्नांदाने त्या घरात आल्यापासूनच सुरू केलेले कठोर शिस्तीचे वर्तुळ अधिकाधिक आवळले जाऊन पूर्णच बंद झाले आणि फेर्नांदाशिवाय कुणालाही त्या कुटुंबाचे भवितव्य ठरवणे अशक्य होऊन बसले. अर्सूलाच्या इच्छेनुसार पॅस्ट्रिज् आणि छोटे प्राणी बनविण्याचा जो उद्योग सान्ता सोफिया द ला पिएदादने चालू ठेवला होता, तो फेर्नांदाच्या दृष्टीने एक निरर्थक उद्योग असल्याने तिने तो अजिबात वेळ न गमावता बंद करून टाकला. पूर्वी त्या घराचे दरवाजे उजाडल्यापासून ते थेट रात्री झोपायच्या वेळेपर्यंत उघडे असायचे. उन्हामुळे शेजघरे तापतात या सबबीवर दुपारच्या विश्रांतीच्या वेळी ते दरवाजे बंद राहू लागले आणि नंतर कायमचेच बंद केले गेले. बाहेरच्या दारावर कोरफडीची फांदी आणि पावाचा मोठा तुकडा[३] अगदी घराच्या स्थापनेपासून टांगलेला असायचा, त्या जागी आता एका लहानशा उभट कोनाड्यात येशूच्या पवित्र हृदयाचे चित्र विराजमान झाले होते. कर्नल औरेलियानो बुयेंदियाला कसे कोण जाणे पण हे बदल समजले आणि त्यांचे भावी दुष्परिणामही त्याला आधीच दिसू लागले. त्याने आपला निषेध प्रगट केला. 'आपण आता काही खास दर्जाचे लोक होऊ लागले आहोत. याच गतीने अखेर आपण पुन्हा कंझर्व्हेटिव्हांच्या विरोधात लढायला लागू हे नक्कीच; पण या वेळी आपण त्यांच्या

जागी राजाची स्थापना करण्यासाठी लढू.' फेर्नांदाने त्याच्या वाटेला जाण्याचे अत्यंत धूर्तपणे टाळले. त्याच्या स्वतंत्र बाण्यामुळे आणि कुठल्याही सामाजिक बंधनांना विरोध करण्याच्या वृत्तीमुळे तिचा आतल्या आत जळफळाट व्हायचा. त्याचे पार झिजलेले ब्लँकेट, त्याच्या वर्कशॉपमधील अस्ताव्यस्तपणा, पहाटे पाच वाजताचे त्याचे कॉफीचे पेले आणि संध्याकाळी रस्त्याकडच्या दारात बसायचा त्याचा रोजचा रिवाज या साऱ्यांमुळे फेर्नांदा त्याच्यावर वैतागलेलीच असायची; परंतु कुटुंबयंत्रणेतील तो ढिला भाग तिला सहन करणे भागच होते. कारण, तिला खात्री होती की, कर्नल औरेलियानो बुयेंदिया हा एखाद्या हिंस्र प्राण्यासारखाच होता, फक्त प्रदीर्घ कालगतीतल्या अनेक वर्षांमुळे आणि वाट्याला आलेल्या नैराश्यामुळे तो थोडासा माणसाळला होता आणि तरीही एखादे वेळी त्याच्या वार्धक्यातील बंडखोर प्रवृत्तीमुळे घराचा पायासुद्धा उखडून टाकायची धमक त्याच्यात होती. आपल्या पहिल्या मुलाला त्याच्या खापरपणज्याचे नाव ठेवायचे असे औरेलियानो सेगुन्दोने ठरवले, तेव्हा त्याला विरोध करण्याचे धाडस तिला झाले नाही. कारण, ती त्या घरात येऊन एखादे वर्षच उलटले होते; परंतु तिच्या पहिल्या मुलीच्या जन्माच्या वेळी मात्र तिने त्या मुलीला आपल्या आईचे रेनाता हेच नाव द्यायचा स्पष्ट निर्धार व्यक्त केला. अर्सूलाने तिला रेमेदियोस म्हणून हाक मारायचे ठरवले होते. कडाक्याचा वादविवाद झाल्यानंतर आणि त्या वादात औरेलियानो सेगुन्दोने हसऱ्या मध्यस्थाची भूमिका बजावल्यानंतर त्यांनी तिचे रेनाता रेमेदियोस असे नामकरण केले; पण फेर्नांदा तिला रेनाता याच नावाने हाक मारत राहिली तर तिच्या नवऱ्याचे सारे कुटुंबीय आणि गावातील सगळे लोक तिला मेमे या रेमेदियोसच्या लाडक्या लघुरूपाने हाक मारत राहिले.

सुरुवातीला फेर्नांदा आपल्या कुटुंबाविषयी काही बोलत नसे; पण पुढे पुढे डायनिंग टेबलाशी असताना तिने आपल्या वडिलांना आदर्श मानून त्यांचे गुणगान सर्वांना ऐकवायला सुरुवात केली. ती त्यांच्याविषयी असेही म्हणू लागली की 'ते एक अपवादात्मक गृहस्थ असून, त्यांनी डामडौलाच्या सगळ्या प्रकारांचा पूर्णपणे त्याग केला आहे, तसेच त्यांची वाटचाल संतत्वाच्या दिशेने सुरू आहे.' आपल्या सासऱ्याविषयीच्या त्या बेफाम स्तुतीपर विधानांमुळे औरेलियानो सेगुन्दोला धक्काच बसला आणि त्यासंबंधात बायकोच्या पाठीमागे बारीकसारीक विनोदही करायचा मोह त्याला टाळता आला नाही. कुटुंबातील बाकीच्यांनीही त्याचाच कित्ता गिरवला. एरवी जी अर्सूला कौटुंबिक सुसंवाद सांभाळण्यासाठी आटोकाट प्रयत्न करायची आणि कुटुंबातल्या कुरबुरींचा जिला गुप्तपणे खूपच मनस्ताप व्हायचा, तिनेदेखील एकदा असे म्हणून घेतले की, तिचा खापरपणतू पोपच्या गादीवर नक्कीच बसणार आहे. कारण, तो 'एका संताचा नातू व एका राणीचा आणि गुरे चोरणाऱ्याचा मुलगा आहे.' कुटुंबीयांच्या असल्या स्मितहास्यांमागील गूढ मसलतीचे वास्तव असे

असले तरी मुलांना मात्र आपले आजोबा खरोखरच कुणी तरी दंतकथेतील सुप्रसिद्ध व्यक्ती असावेत असे वाटण्याची सवय होऊन गेली होती. ते आजोबा त्यांना जी पत्रे पाठवीत असत त्या पत्रांतून धार्मिक कवने लिहिलेली असायची आणि प्रत्येक ख्रिसमसच्या वेळी आजोबा त्यांना भेटवस्तूही पाठवत असत. त्या भेटवस्तू अशा असायच्या की, बाहेरच्या दारामधून मुश्किलीनेच आत आणता यायच्या. खरे पाहता त्या वस्तू म्हणजे त्यांच्या राजेशाही वारशांपैकी उरल्यासुरलेल्या शेवटच्या वस्तू होत्या. त्यांनी मुलांच्या शेजघरात संतांच्या पूर्णाकृती पुतळ्यांसह पवित्र अल्तार बनवण्यासाठी त्या वस्तूंचा वापर केला. त्या संतांच्या पुतळ्यांना काचेचे डोळे बसवलेले होते, त्यामुळे ते पुतळे सजीव वाटून त्यांच्याकडे पाहणाऱ्यांना अवस्थ करत असत. त्या पुतळ्यांच्या कलात्मक कशिदाकारी केलेल्या पोशाखासारखा पोशाख माकोन्दोमधल्या कुणाही रहिवाशाचा नव्हता. थोडे थोडे करून त्यांच्या त्या प्राचीन, बर्फगार प्रासादाचे अंत्ययात्रासदृश वैभव बुयेंदियांच्या वास्तूच्या वैभवामध्ये रूपांतरित होत होते. एक दिवस औरेलियानो सेगुन्दोने म्हटले, 'त्यांनी आत्ताच आपली कुटुंबासाठीची दफनभूमी आपल्याकडे पाठवून दिली आहे. आता आपल्याला फक्त विपिंग विलोज्[४] आणि थडग्यांवरच्या स्मृतिलेखाची तेवढी आवश्यकता आहे.' मुलांनी ज्या वस्तूंशी खेळावे असे काहीही त्या पेट्यांमधून आले नाही, तरीही मुले वर्षभर डिसेंबर येण्याची वाट पाहत असत. कारण, कसेही झाले तरी प्राचीन आणि कल्पना करता येणार नाही अशा त्या वस्तू म्हणजे त्यांच्या घरात येणारे नवेच काहीतरी असायचे. दहाव्या ख्रिसमसच्या दिवशी छोटा होझे आर्केदियो सेमिनरीला जाण्याच्या तयारीत होता, नेमक्या त्याच वेळी त्याच्या आजोबांकडून एक प्रचंड पेटी नेहमीपेक्षा लवकरच तेथे येऊन थडकली. ती पेटी खिळ्यांनी पक्की बंद करून डांबराने सुरक्षित केलेली होती. त्या पेटीवरती नेहमीसारखाच गॉथिक शैलीच्या अक्षरांमध्ये पत्ता घातलेला होता; 'सुप्रतिष्ठित ख्यातनाम डोना फेर्नांदा देल कार्पियो दे बुयेंदिया.' फेर्नांदा आपल्या खोलीत जाऊन पत्र वाचत होती. तेवढ्यात मुले घाईघाईने ती पेटी उघडायला गेली. नेहमीच्या प्रथेप्रमाणे त्यांना औरेलियानो सेगुन्दोची मदत होती. त्यांनी त्या पेटीचे सील तोडले, झाकण उघडले, आतल्या वस्तूंच्या संरक्षणासाठी घातलेला लाकडाचा बारीक भुगा बाहेर काढला, त्याच्या आत तांब्यांच्या बोल्ट्सने पक्की बंद केलेली शिशाची एक लांबलचक पेटी होती तीही काढली. मुले उत्कंठेने लक्षपूर्वक सगळे पाहत असतानाच औरेलियानो सेगुन्दोने ते आठ बोल्ट्स बाहेर काढले आणि झाकण बाजूला करून पाहिले तो त्याच्या तोंडातून किंकाळी निघाली. मुलांना एकदम बाजूला ढकलायला त्याला कसाबसा वेळ मिळाला. पेटीत काळ्या पोशाखात छातीवर क्रॉस असलेला डॉन फेर्नांदो त्याच्या दृष्टीला पडला. त्याची त्वचा जीवघेण्या जखमांनी फाटली होती, सारे शरीर जणू फेस बाहेर टाकत शिजत होते आणि त्यातून जिवंत मोत्यांसारखे बुडबुडे बाहेर पडत होते.

औरेलियानो सेगुन्दोच्या मुलीच्या जन्मानंतर थोड्याच काळाने नेरलांदियाच्या तहाचा वार्षिक दिन पुन्हा एकवार साजरा करावा म्हणून सरकारने अनपेक्षितपणे कर्नल औरेलियानो बुयेंदियासाठी ज्युबिली साजरी करण्याची घोषणा केली. सरकारच्या नेहमीच्या अधिकृत धोरणांहून हा निर्णय एवढा वेगळा होता की, कर्नल औरेलियानो बुयेंदिया त्या निर्णयाविरुद्ध मोठमोठ्याने आरडाओरडा करू लागला आणि त्याने त्यानिमित्ताने होणारा सन्मान नाकारला. तो म्हणाला, 'मी ज्युबिली हा शब्द पहिल्यांदाच ऐकतोय. त्याचा अर्थ काहीही असला तरी ती एक फसवी युक्तीच असली पाहिजे.' त्याचे ते छोटेसे चांदीकामाचे वर्कशॉप गुप्तदूतांनी भरून गेले. पूर्वी जे कर्नलच्या आजूबाजूला कावळ्यांसारखे घोटाळायचे असे डार्क सुट्स परिधान केलेले वकील आता परत त्याच्याकडे आले होते. आता ते जास्तीच वयस्कर व गंभीर झालेले होते. कर्नल औरेलियानो बुयेंदियाने त्यांना येताना पाहिले, तेव्हा त्याला वाटले की पूर्वी युद्ध थांबवण्यासाठी ते सगळे आले होते अगदी तसेच ते आताही आलेले आहेत. त्यांच्या स्तुतीमागे लपलेली तुच्छता त्याला सहन होत नव्हती. त्याने त्यांना 'मला शांतपणे राहू द्या' असे सांगितले. शिवाय त्यांना निक्षून असेही सुनावले की, ते म्हणत होते तसा तो काही त्या देशाचा 'हिरो' नव्हता, तर केवळ एक कसल्याही आठवणी नसलेला कारागीर होता, त्याचे एकच स्वप्न होते, ते म्हणजे कष्ट करता करता त्याच्या त्या छोट्या सोनेरी माशांच्या दुर्दशेतच मरून विस्मृतीत जायचे. रिपब्लिकचे अध्यक्ष स्वतः जातीने माकोन्दोमध्ये त्या समारंभांना हजर राहून 'ऑर्डर ऑफ मेरिट' या किताबाने त्याला सन्मानित करणार होते, या निरोपाने त्याला सर्वांत जास्त संताप आला. कर्नल औरेलियानो बुयेंदियाने त्या निरोपाच्या उत्तरादाखल शब्दशः पुढील निरोप पाठविला : 'उशिराने का होईना; पण अध्यक्षांना गोळीने उडवण्यासाठी आता मिळणाऱ्या योग्य संधीची मी फार उत्सुकतेने वाट पाहत होतो. अध्यक्षांनी त्यांच्या राजवटीत केलेल्या वाट्टेल त्या कृत्यांचा किंवा त्यांच्या राजवटीत झालेल्या कालविपर्यासाचा बदला म्हणून मी हे करणार नाही, तर मी कधीही कुणाचेही काही वाईट केले नसताना माझ्यासारख्या वृद्ध गृहस्थाविषयी अध्यक्षांना जरासाही आदर वाटत नाही म्हणून मला त्यांना गोळीने उडवायचे आहे.' त्याने दिलेल्या त्या धमकीमधला आवेश एवढा होता की, त्यामुळे रिपब्लिकच्या अध्यक्षांनी अगदी शेवटच्या क्षणी आपली माकोन्दोची भेट रद्द केली आणि सन्मानाचा किताब आपल्या एका व्यक्तिगत प्रतिनिधीबरोबर पाठवून दिला. कर्नल गेरिनेल्दो मार्केझ पक्षाघाताने आजारी होता तरी त्याच्यावर येणाऱ्या सर्व प्रकारच्या दडपणांमुळे तो आपला बिछाना सोडून कर्नल औरेलियानो बुयेंदियाकडे आला. झुलत्या खुर्चीत मोठाल्या उशांच्यामध्ये बसलेल्या आणि तरुणपणापासून आपल्या सगळ्या विजयपराजयांमध्ये सहभागी असलेल्या त्या मित्राला कर्नल औरेलियानो बुयेंदियाने पाहिले, तेव्हा तो मित्र आपल्याबद्दलची दृढ ऐक्यभावना

व्यक्त करण्यासाठीच एवढे सारे प्रयत्न करत आहे, याविषयी त्याला शंकाच उरली नाही; परंतु जेव्हा त्याला त्याचा खरा हेतू समजून चुकला तेव्हा त्याने त्याला आपल्या वर्कशॉपच्या बाहेर घालवून दिले.

तो त्याला म्हणाला, 'आता फार उशिराने का होईना; पण माझी खात्रीच झाली आहे की, मी जर कोर्टमार्शलनंतर तेव्हाच तुला गोळी घालू दिली असती तर ते तुझ्यावर मोठेच उपकार झाले असते.'

त्यामुळे बुयेंदिया कुटुंबांपैकी कुणीही हजर नसतानाच ती ज्युबिली साजरी झाली. योगायोगानेच तेव्हा नेमका कार्निव्हलचा आठवडा होता; परंतु त्यामुळे त्या चेष्टेमधला क्रूरपणा वाढणार होता आणि असा तो 'योगायोग' सरकारने जुळवूनच आणला होता, अशी कर्नल औरेलियानो बुयेंदियाची पक्की समजूत झालेली होती आणि त्याच्या डोक्यातून ती काढून टाकणे कुणालाच शक्य झाले नाही. आपल्या एकाकी वर्कशॉपमधून त्याला ते रणसंगीत, तोफांची सलामी, तसेच 'ते देऊम्'चा घंटानाद[५] ऐकायला आला. त्यांच्या घरापुढच्या रस्त्याला त्याचे नाव देण्याच्या वेळी झालेल्या भाषणातील काही अर्धवट वाक्येही त्याला ऐकू येत होती. संतापाने आणि क्रुद्ध दुर्बळतेने त्याचे डोळे ओले झाले होते. कंझर्व्हेटिव्ह राजवटीचा अंतिम मागमूस पुसून टाकण्यासाठी क्रूर युद्ध सुरू करायला आता आपल्याजवळ तारुण्यातली शक्ती राहिली नाही, याबद्दल त्याच्या पराभवानंतर पहिल्यांदाच त्याला दुःख झाले. त्याचे गौरवाचे प्रतिध्वनी अजून विरलेही नव्हते, तेवढ्यात अर्सूलाने त्याच्या वर्कशॉपचा दरवाजा ठोठावला.

'मला त्रास देऊ नकोस. मी कामात आहे,' त्याने म्हटले.

'दरवाजा उघड. त्या समारंभाशी याचा काहीही संबंध नाही.'

तेव्हा कर्नल औरेलियानो बुयेंदियाने दाराचा अडसर काढला आणि त्याला वेगवेगळ्या रूपांची आणि विविध रंगांची सतरा माणसे दरवाजामध्ये दिसली; परंतु त्यांच्या व्यक्तित्वांमध्ये एक विलक्षण असामान्य आविर्भाव असा होता की, त्यामुळे त्यांना पृथ्वीवर कुठेही ओळखणे शक्य झाले असते. ते सगळे कर्नलचे मुलगे होते. आधी काहीही ठरलेले नसताना, एकमेकांना न ओळखताही, किनाऱ्याच्या अत्यंत दूरदूरच्या कानाकोपऱ्यांतून ते सगळे ज्युबिलीविषयीच्या गप्पांमुळे मोहित होऊन तिथे येऊन पोहोचले होते. ते सगळे औरेलियानो आणि आपापल्या आयांचे नाव अभिमानाने मिरवत होते. तीन दिवस ते सगळे बुयेंदियांच्या घरी राहिले. ते दिवस जणू युद्धासारखेच होते, त्यामुळे अर्सूलाला समाधान वाटले तर फेर्नांदाला तो सारा प्रकार निंद्य वाटला. आमारान्ताने जुन्या कागदपत्रांमधून एक रजिस्टर शोधून काढले, त्यात अर्सूलाने त्यांच्या जन्मतारखा आणि त्यांचे नामकरण झाल्याची तारीख नोंदलेली होती. त्याशिवाय प्रत्येक नावाच्या नोंदीच्या बाजूच्या जागेत तिने त्याचा सध्याचा पत्ताही नोंदवला. वीस वर्षांच्या युद्धाच्या गोषवाऱ्याची नोंद म्हणूनदेखील

त्या यादीचा उपयोग होऊ शकला असता. कर्नल एका पहाटे आपल्या एकवीस सहकाऱ्यांचा प्रमुख म्हणून त्यांच्याबरोबर माकोन्दो सोडून एका विलक्षण बंडासाठी जो निघाला तो शेवटी रक्ताने माखून कडक झालेल्या ब्लँकेटमध्ये गुंडाळून परत आणला जाईपर्यंतचा त्याचा रात्रींच्या प्रवासमार्गनिदर्शक असा एक आराखडादेखील त्या नोंदींवरून बनवता आला असता. औरेलियानो सेगुन्दोने आपल्या चुलतभावांना शॅम्पेन आणि ॲकॉर्डियनची खास धूमधडाक्याची पार्टी देण्याची ती संधी दवडली नाही. त्या पार्टीचा असा अर्थ लावला गेला की, ज्युबिलीमुळे कार्निव्हल साजरा करायचे राहून गेले होते, त्याची त्यांनी भरपाई सावकाश परंतु अशा रीतीने केली. त्यांनी घरातल्या निम्म्या डिशेस फोडल्या, एका बैलाचा पाठलाग करून ते त्याला डुकरासारखा खोडा घालण्याचा प्रयत्न करीत होते, तेव्हा त्यांच्याकडून गुलाबाच्या रोपांचा नाश झाला, कोंबड्या तर त्यांनी गोळ्या घालून मारल्या. आमारान्ताला त्यांनी पिएत्रो क्रेस्पीचे दुःखी वॉल्ट्झ् नाचायला लावले, रेमेदियोस द ब्युटीला पुरुषांची पँट घालून ग्रीज् लावलेल्या खांबावर चढायला लावले, एका डुकराला चरबीत भिजवून जेवणघरात मोकळे सोडले तर त्या डुकराने फेर्नांदाला लोटांगण घालायला लावले; परंतु कुणालाही त्या धिंगाण्याचा वा नासाडीचा राग आला नाही. कारण, त्यामुळे ते घर एखाद्या निरुपद्रवी, आनंदी भूकंपाने हादरावे तसे हादरत होते. कर्नल औरेलियानो बुयेंदियाने सुरुवातीला काहीशा अविश्वासानेच त्यांचे स्वागत केले आणि काहींच्या पितृत्वाबद्दल शंकाही घेतली; पण त्यालाही त्यांच्या त्या रानटीपणाची गंमत वाटली आणि तिथून निघण्यापूर्वी त्याने त्या प्रत्येकाला एकेक छोटा सोन्याचा मासा भेट दिला. एरवी काहीशा मागेच राहणाऱ्या होझे आर्केदियो सेगुन्दोनेसुद्धा एका दुपारी त्यांच्यासाठी कोंबड्यांच्या झुंजी लावल्या. त्या झुंजीचे रूपांतर शेवटी शोकांतिकेमध्ये होऊ शकले असते. कारण, ते सगळे औरेलियानो स्वतःच कोंबड्यांच्या झुंजीच्या आखाड्यातले तज्ज्ञ होते, त्यामुळे त्यांना फादर आंतानियो इझाबेलच्या हातचलाख्या लगेचच ध्यानी आल्या. औरेलियानो सेगुन्दोला त्याच्या त्या नादिष्ट नातेवाइकांच्या अमर्याद भन्नाट कर्तबगारीची कल्पना आल्यामुळे त्याने त्या सर्वांना तिथेच ठेवून घेण्याचे आणि त्यांनी त्याच्याबरोबर काम करायचे असे ठरवूनही टाकले. मात्र त्यांच्यापैकी औरेलियानो त्रिस्ते नावाच्या एकानेच ते कबूल केले. तो एक दांडगा मिश्रवर्णीय होता आणि त्याच्यामध्ये त्याच्या आजोबांसारखी संशोधकाची जबर शक्ती होती. त्याने जवळ जवळ अर्धं जग हिंडून आपले नशीब आजमावले होते आणि कुठेही राहायचे ठरले असते तरी त्याला काही फरक पडणार नव्हता. बाकीच्यांची लग्ने झालेली नसली तरी त्यांच्या मते त्यांचे भवितव्य ठरून गेल्यासारखे होते. ते सगळे जण कुशल कारागीर आणि आपापल्या घरी राहणारे शांतताप्रिय लोक होते. ते सगळे जण किनाऱ्यावरच्या आपापल्या गावी जाण्यापूर्वी ॲश वेनस्डेच्या[६] दिवशी आमारान्ताने त्या सर्वांना रविवारचा पोशाख

करायला लावला आणि आपल्याबरोबर चर्चमध्ये नेले. भक्तिभावनेपेक्षा गंमत वाटून ते सारे चर्चमधल्या अल्तारजवळच्या आडव्या दांड्यापाशी गेले तर तिथे फादर आंतानियो इझाबेलने त्यांच्या कपाळावर राखेने क्रॉस रेखले. त्यांच्यामधल्या सर्वांत लहान औरेलियानोने बुयेंदियांच्या घरी परतल्यावर आपले कपाळ स्वच्छ करण्याचा प्रयत्न केला, तर त्याच्या असे लक्षात आले की, तो क्रॉस पुसला जात नाहीय. इतर भावांच्या कपाळावरचे क्रॉसही तसेच पुसले जात नव्हते. त्यांनी साबण आणि पाणी वापरून पाहिले, माती आणि घासायचा ब्रश वापरला, शेवटी वज्रीच्या दगडाचा आणि सोडाखाराच्या मिश्रणाचाही त्यांनी वापर करून पाहिला; परंतु त्यांना ते क्रॉस काही पुसून टाकता आले नाहीत. उलट आमारान्ता आणि इतर जे कुणी त्यांच्याबरोबर प्रार्थनेला गेले होते, त्यांना ते क्रॉस कुठल्याही त्रासाशिवाय सहज पुसता आले. अर्सूलाने त्यांना निरोप देताना म्हटले, 'आहे तसे ते चांगलेच आहे. आता इथून पुढे तुम्ही कोण आहात ते सगळ्यांना आपोआप कळेल.' आपापल्या गावी जाण्यासाठी ते सारे जण जमावाने निघाले, त्यांच्याबरोबर वाद्ये वाजवणाऱ्यांचे एक बँडपथक होते, फटाक्यांची आतषबाजी होती आणि ते तसे जात असताना गावात एक समज निर्माण झाला की, बुयेंदिया वंश पुढे कित्येक शकते चालू राहील एवढे पुरेसे बीज तयार आहे. होझे आर्केदियो बुयेंदिया त्याच्या शोधक वातभ्रमात होता, त्या वेळी त्याने बर्फाच्या फॅक्टरीचे स्वप्न पाहिले होते. तसली फॅक्टरी त्यांच्यामधल्या औरेलियानो त्रिस्तेने गावाच्या टोकाशी सुरू केली. त्याच्याही कपाळावर तो राखेने रेखलेला क्रॉस होताच.

तिथे आल्यानंतर काही महिन्यांनी जेव्हा तो सर्वांना परिचित झाला होता आणि सगळ्यांना आवडायला लागला होता, त्याच सुमारास त्याने आजूबाजूला घराचा शोध घ्यायला सुरुवात केली म्हणजे मग त्याला आपल्या आईला आणि अविवाहित बहिणीलाही तिथे बोलावून घेता आले असते (त्याची बहीण मात्र कर्नल औरेलियानो बुयेंदियाची मुलगी नव्हती). चौकाच्या एका कोपऱ्याशी असलेल्या मोठ्या जुनाट अशा एका घरात त्याला काहीसा रस वाटला. तिथे कुणी राहत नसेल असेच त्याला वाटले होते. त्या घराचा मालक कोण याविषयी त्याने विचारणा केली. त्याला कुणीतरी सांगितले की, त्या घराला कुणीच मालक नाही, फार पूर्वी तिथे भिंतींवरचा चुना आणि माती खाणारी एक विधवा स्त्री एकटीच राहत असे. तिच्या शेवटच्या वर्षांमध्ये ती चिमुकली कृत्रिम फुलांची हॅट आणि जुन्या चांदीच्या रंगाचे शूज् घालून रस्त्यावर दोनदाच दिसली होती. तेव्हा ती बिशपला लिहिलेले पत्र पोस्टात टाकायला गेली होती. त्यांनी त्याला असेही सांगितले की, तिच्याबरोबर एक अत्यंत निर्दय मोलकरीण राहायची. ती मोलकरीण त्यांच्या घरात शिरणाऱ्या कुठल्याही जनावराला किंवा कुत्र्या-मांजरांना ठार मारायची आणि कुजक्या मांसाच्या दुर्गंधीमुळे लोकांना त्रास व्हावा म्हणून त्यांची प्रेते रस्त्याच्या

मधोमध आणून टाकायची. शेवटच्या जनावरांची पोकळ कातडी प्रखर उन्हात सुकून तशीच राहून गेली, त्याला आता खूप काळ लोटला होता. सगळ्या लोकांनी असे गृहीत धरले होते की, त्या घराची मालकीण आणि मोलकरीण दोघीही युद्ध संपण्यापूर्वी बऱ्याच आधी मरण पावल्या असाव्यात. तरीही ते घर अजूनही तसेच उभे होते. कारण, गेल्या काही वर्षांत कडक हिवाळा किंवा विध्वंसक वादळही आले नव्हते. दारांच्या बिजागऱ्या गंज लावून निखळून पडल्या होत्या. ती दारे निव्वळ कोळ्यांच्या जाळ्यांच्या ढगांनीच जशी काही एकत्र धरून ठेवली होती. दमटपणामुळे खिडक्या घट्ट बंद होऊन गेल्या होत्या आणि घरातली जमीन गवत व रानटी फुलांनी भेगाळलेली होते. त्या भेगांमध्ये पालींनी आणि अनेक प्रकारच्या कीटकांनी घरे केली होती. त्या सगळ्यावरून एकच गोष्ट पक्की होती की, त्या घरात निदान गेले अर्ध शतक तरी कुणीही माणूस राहत नसावा. अर्थात उतावळ्या औरेलियानो त्रिस्तेला पुढे जाण्यासाठी असल्या पुराव्यांची गरज नव्हती. त्याने तो मुख्य दरवाजा आपल्या खांद्याने ढकलला आणि कीटकांनी खाल्लेली दरवाजाची चौकट आवाज न करता खाली कोसळली, धूळ आणि वाळवीच्या घरांची उलथापालथ झाली. औरेलियानो त्रिस्ते ती धूळ नाहीशी होईपर्यंत दरवाजाच्या उंबऱ्यात उभा राहिला तेव्हा त्याला त्या खोलीच्या मध्यभागी एक हिडीस स्त्री दिसली. तिने अजूनही गेल्या शतकातला पोशाख घातलेला होता, टक्कल पडलेल्या तिच्या डोक्यावर अजूनही काही केसांचे पिवळसर धागे शिल्लक होते. तिचे मोठाले डोळे अजूनही सुंदर होते; पण त्यातले शेवटचे आशेचे तारे विझून गेले होते आणि चेहऱ्यावरची त्वचा एकाकीपणाच्या खरखरीतपणाने सुरकुतलेली होती. भलत्याच जगातल्या त्या दृश्याने हादलेल्या औरेलियानो त्रिस्तेला अस्पष्टपणे दिसले की, त्या स्त्रीने एक अगदी जुनाट पिस्तूल त्याच्यावर रोखले होते. तो पुटपुटला,

'मला माफ करा.'

अनेक बारीकसारीक वस्तूंनी भरलेल्या त्या खोलीच्या मध्यभागी ती स्त्री निःस्तब्ध बसली होती. कपाळावर राखेची पक्की खूण कोरलेल्या औरसचौरस खांद्यांच्या त्या प्रचंड देहाला ती स्त्री इंच इंच न्याहाळत राहिली. धुळीच्या गोंधळातून त्याच्याकडे पाहताना तिला तो वेगळ्याच काळात खांद्यावर डबल बॅरल शॉटगन आणि हातात सशांची माळ असल्यासारखा भासला. हळू आवाजात ती पुटपुटली, 'हे परमेश्वरा! ती आठवण घेऊन त्यांनी माझ्याकडे असं येणं ठीक नाही.'

औरेलियानो त्रिस्ते म्हणाला, 'मला हे घर भाड्याने घ्यायचं आहे.' मग मात्र त्या स्त्रीने ते पिस्तूल हातात घट्ट धरून वरती उचलले आणि त्याच्या कपाळावरच्या राखेच्या क्रॉसवर रोखले. तिने पिस्तुलाचा चाप असा काही निर्धाराने धरला होता की, तिथे कुणाचेच काही चालले नसते.

तिने हुकूम सोडला, 'चालता हो बाहेर.'

त्या रात्री जेवणाच्या वेळेस औरेलियानो त्रिस्तेने हा सारा प्रकार त्या कुटुंबाला सांगितला, तो ऐकून अर्सूला तीव्र दुःखाने रडू लागली. दोन्ही हातांनी आपले डोके गच्च धरून ती उद्गारली, 'अरे देवा! ती अजूनही जिवंत आहे.' मध्ये गेलेला काळ, युद्धे, रोजचे असंख्य अनर्थ या सगळ्यांमुळे ती रेबेकाला विसरून गेली होती. ती जिवंत आहे आणि कीटकांनी भरलेल्या तिच्या त्या बिळासारख्या घरात ती कुजतेय याविषयीची जाणीव फक्त वयस्क होत चाललेल्या निर्दय आमारान्ताला मात्र एक मिनिटभरदेखील विसरता येत नव्हती. पहाटे जेव्हा तिचे थंडगार हृदय एकाकी बिछान्यात तिला जागे करायचे, तेव्हा आमारान्ता रेबेकाचाच विचार करायची, आंघोळीच्या वेळी आपल्या सुकलेल्या स्तनांना आणि बारीक पोटाला ती साबण चोळायची तेव्हा, तसेच पांढरा कडक स्टार्च केलेला पेटीकोट आणि वयानुसार येणारे कॉर्सेट्स घालायची तेव्हा आणि आपल्या हातावरचे भयानक प्रायश्चित्ताचे बँडेज बदलायची तेव्हाही ती तिचाच विचार करायची. अत्यंत उदात्त वा अत्यंत क्षुद्र अशा कोणत्याही क्षणी सतत क्षणोक्षणी आमारान्ता रेबेकाचाच विचार करत राहायची. कारण, एकान्ताने तिच्या स्मृतिमंजुषेमध्ये एक निवड करून ठेवली होती; सगळ्या आयुष्यभरात तिच्या अंतःकरणामध्ये स्मरणरमणीय गोष्टींच्या अस्पष्ट होत जाणाऱ्या आठवणींचे जे निरुपयोगी ढीग साचले होते ते सगळे तिच्या एकान्ताने जाळून टाकले होते, तर कटू आठवणींचे ढीग जणू शुद्ध, मोठे व चिरंतन करून ठेवले होते. आमारान्ताकडूनच रेमेदियोस द ब्युटीला रेबेकाच्या अस्तित्वाची माहिती झाली होती. त्या पडक्याशा घराजवळून जाताना दर वेळी आमारान्ता तिला दोघींमधल्या एखाद्या कटू प्रसंगाची, द्वेषपूर्ण हकिकत सांगायची आणि तिचा तो दीर्घद्वेष आपल्या भाचीनेही अनुभवावा म्हणजे तो दीर्घद्वेष आपल्या मृत्यूनंतरही टिकून राहील म्हणून ती प्रयत्न करायची; परंतु तिचा तो बेत काही सफल व्हायचा नाही. कारण, रेमेदियोसला कुठल्याही प्रकारच्या तीव्र भावनाच जाणवत नसत, इतरांच्या तर नाहीच नाही. अर्सूलाला मात्र नेमके आमारान्ताच्या भावनिक प्रक्रियेच्या विरुद्ध स्वरूपाच्या प्रक्रियेतून दुःख भोगावे लागले होते, तिच्या मनात रेबेकाची जी आठवण होती ती सर्व प्रकारच्या अशुद्धपणापासून मुक्त होती. कारण, रेबेकाच्या ज्या गुन्ह्यामुळे तिला बुयेंदियांच्या वंशवृक्षाशी नंतर कसलाही संबंध ठेवायला अपात्र ठरवले गेले होते, त्यापेक्षाही आपल्या आई-वडिलांची हाडे भरलेली पिशवी घेऊन बुयेंदियांच्या घरी आलेले एक करुणास्पद मूल म्हणून तिची जी प्रतिमा होती ती अधिक प्रभावी ठरली होती. औरेलियानो सेगुन्दोने तिला परत घरात आणून तिची काळजी घ्यायचे ठरवले होते; परंतु त्याच्या त्या सद्हेतूचा रेबेकाच्या दुराग्रहीपणाने पराभव केला. एकाकीपणाचे विशेष हक्क प्राप्त करण्यासाठी रेबेकाला अनेक वर्षे दुःख-दैन्य भोगावे लागले होते. दयेच्या खोट्या मोहापायी वाट्याला येणाऱ्या अस्वस्थ म्हातारपणाच्या बदल्यात त्या खास हक्कांचा त्याग करायची तिची तयारी नव्हती.

फेब्रुवारीमध्ये कर्नल औरेलियानोचे सोळा मुलगे परत आले. त्यांच्या कपाळावर ते राखेने रेखलेले क्रॉस तसेच होते. ते सगळे एकत्र आल्याचा आनंद साजरा करीत असतानाच त्या गोंधळात औरेलियानो त्रिस्तेने त्यांना रेबेकाविषयी सांगितले. अर्ध्याच दिवसात त्यांनी या घराचे दरवाजे आणि खिडक्या बदलल्या, पुढच्या भागाला छानसा रंग दिला, भिंतींना बळकटी आणली, जमिनीवर नवे सिमेंट घातले आणि त्या घराचे रंगरूप पहिल्यासारखे करून टाकले; परंतु त्यांना आतल्या भागात तेच काम पुरे करायला परवानगी मिळाली नाही. रेबेका नुसती दरवाजातसुद्धा आली नाही. तिने त्यांचे ते घराच्या पुनरुज्जीवनाचे वेडपटासारखे काम त्यांना संपवू दिले, त्या कामाला काय खर्च लागला असेल त्याचा मनोमन हिशोब केला आणि अजूनही तिच्याबरोबर राहत असणाऱ्या आरखेनिदा मोलकरणीला मूठभर नाणी घेऊन त्यांच्याकडे पाठविले. ती नाणी खरे तर मागल्या युद्धानंतर चलनामधून बाद झालेली होती आणि रेबेकाला मात्र वाटले होते की, त्या नाण्यांना अजूनही काही किंमत असेल. तेव्हा कुठे त्या सर्वांना समजून चुकले की जगापासून दुरावल्यानंतर ती कोणत्या कल्पनातीत अवस्थेला पोहोचली होती, तसेच तिचा श्वासोच्छ्वास चालू असेपर्यंत तिच्या त्या हट्टी एकान्तवासातून तिची सोडवणूक करणे अशक्यप्रायच होते हेही त्यांना कळून चुकले.

कर्नल औरेलियानो बुयेंदियाच्या मुलांच्या माकोन्दोच्या दुसऱ्या भेटीमध्ये औरेलियानो सेन्तेनो नावाचा आणखी एक मुलगा तिथेच राहून औरेलियानो त्रिस्तेबरोबर काम करू लागला. सुरुवातीलाच नामकरणासाठी आणल्या गेलेल्या मुलांपैकी तो एक होता आणि अर्सूला व आमारान्ताला तो अगदी चांगला आठवत होता. कारण, त्या घरातल्या फुटण्यासारख्या व त्याचा हात लागलेल्या सगळ्या वस्तू त्याने फोडून ठेवल्या होत्या. त्याची सुरुवातीची वाढण्याची नैसर्गिक प्रेरणा काळानेच थोडी सौम्य केली होती. तो एक सर्वसाधारण उंचीचा माणूस झाला होता, देवीच्या व्रणांनी तो चटकन ओळखू येत होता. मात्र वस्तूंचा नाश करण्याची त्याची आश्चर्यकारक मानवी ताकद अगदी तशीच राहिली होती. त्याने एवढ्या प्लेट्स हातसुद्धा न लावता फोडल्या होत्या की, फेर्नांदाने उरलेली महागडी चिनीमातीची भांडी त्याच्याकडून फुटण्यापूर्वीच त्याच्यासाठी काशाच्या भांड्यांचा एक सेट विकत घ्यायचे ठरविले. कारण, न फुटणाऱ्या धातूच्या भाड्यांनादेखील त्याने पोचे आले होते आणि काही भांडी वाकली होती. त्या विनाशकारी ताकदीचा इतरांसारखाच त्यालाही संताप येत असे; पण त्याचा नाइलाज होता. मात्र त्या दोषाची भरपाई करील, तसे इतरांचा विश्वास मिळवणारे अंगभूत सौजन्य त्याच्या ठायी होते आणि काम करण्याची त्याची क्षमता अमर्याद होती. थोडक्याच कालावधीत त्याने बर्फाचे उत्पादन एवढ्या प्रमाणात वाढवले की, स्थानिक बाजारासाठी ते जास्तीच होते आणि औरेलियानो त्रिस्तेला आपला व्यवसाय दलदलीच्या प्रदेशातील इतर शहरांमध्येही

वाढविण्याच्या शक्यतेचा विचार करावा लागला. तेव्हाच त्याने ते महत्त्वपूर्ण पाऊल उचलायचे ठरवले, त्यामुळे केवळ त्याचा व्यवसायच आधुनिक झाला असता असे नव्हे तर त्यांचे गाव बाकीच्या जगाशी जोडले गेले असते.

'आपल्याला आता इथे रेल्वे मार्ग आणायला हवा.'

रेल्वेमार्ग हा शब्द माकोन्दोमध्ये तेव्हा पहिल्यांदाच ऐकायला मिळाला होता. औरेलियानो त्रिस्तेने टेबलावर काढलेल्या आराखड्याकडे पाहिले तर तो आराखडा होझे आर्केदियो बुर्येदियाने दाखविलेल्या सौरयुद्धाच्या प्रकल्पासाठी बनवलेल्या आराखड्यावरूनच घेतलेला असावा असे वाटले, त्यामुळे 'काळाची गती वर्तुळाकार होती' हे आपले मत अर्सूलाने पक्के केले; परंतु औरेलियानो त्रिस्तेने आपल्या पूर्वजासारखी आपली भूक व झोप गमावली नाही किंवा आपल्या बिघडलेल्या मनःस्थितीमुळे दुसऱ्या कुणावरही ताणतणावाचे दडपणही आणले नाही; पण त्याने तातडीने करावयाच्या गोष्टी म्हणून अत्यंत अविचारी अशा प्रकल्पाचा विचार सुरू केला. त्यासाठी लागणाऱ्या खर्चाची आणि तारखांची तर्कशुद्ध गणिते केली आणि ते सगळे दरम्यानच्या कुठल्याही तापांशिवाय अमलात आणले. कर्नल औरेलियानो बुर्येदियाजवळ नसलेला; परंतु औरेलियानो सेगुन्दोजवळ असलेला त्याच्या पणजोबाचा एक गुण असा होता की, तो कुणाच्याही चेष्टेकडे पूर्णतया दुर्लक्ष करू शकत असे, त्यामुळे जेवढ्या सहजपणाने त्याने भावाच्या नौकानयनातील मूर्खपणाच्या प्रकल्पासाठी पैसा दिला होता तितक्याच सहजपणे त्याने माकोन्दोमध्ये रेल्वेमार्ग आणण्यासाठीदेखील पैसा दिला. औरेलियानो त्रिस्तेने कॅलेंडरकडे पाहून हिशोब केला आणि नंतरच्या बुधवारी तो जो तिथून निघाला तो पाऊस संपल्यानंतरच माकोन्दोला परतायचा होता. मात्र त्यानंतर त्याची काहीच खबरबात मिळाली नाही. औरेलियानो सेन्तेनोने बर्फाच्या फॅक्टरीमधून भरपूर उत्पन्न मिळतेय हे पाहून खूश झाल्यामुळे पाण्याऐवजी फळांचा रस घेऊन बर्फ तयार करण्याचा प्रयोग करून पाहिला आणि सरबत तयार करण्याची कसली कल्पनाही न करता, प्रत्यक्षात सरबत तयार करण्यासाठी आवश्यक त्या मूलभूत घटकांची मनोमन जुळवणीच केली. त्या उत्पादनांमध्ये अशा रीतीने विविधता आणून त्या उद्योगाचा विस्तार करण्याचे त्याने ठरवले. तो उद्योग तो आपला स्वतःचाच समजत होता. कारण, पावसाळा संपला आणि सगळा उन्हाळाही पार पडला तरी त्याचा भाऊ परतण्याची चिन्हे काही दिसत नव्हती, त्याची कसली बातमीही नव्हती. नंतरच्या दुसऱ्या हिवाळ्याच्या सुरुवातीला दिवसातल्या सर्वांत जास्त उकाड्याच्या वेळी नदीमध्ये कपडे धूत असलेली एक स्त्री भयंकर गोंधळलेल्या अवस्थेत गावातल्या मुख्य रस्त्यावरून ओरडतच पळत सुटली. तिने एकदाचा खुलासा केला.

'ते... ते... ते येतंय. काहीतरी भयंकरच आहे ते. एखादे स्वयंपाकघर त्याच्यामागून आख्खे खेडेच खेचत आणत असावे तसं दिसतंय ते.'

नेमक्या त्या क्षणी सगळा गाव एका शिट्टीच्या आवाजाने व त्याच्या प्रतिध्वनीबरोबर आलेल्या थरकापणाऱ्या भल्यामोठ्या श्वासोच्छ्वासाने हादरून गेला. आधीच्या आठवड्यांत त्यांनी कामगारांच्या टोळक्यांना रूळ व ते पक्के जोडणारी यंत्रणा बसविताना पाहिले होते; परंतु त्यांनी त्याकडे लक्ष दिले नव्हते. कारण, त्यांना वाटले होते की, जेरूसलेमच्या भटक्या प्रतिभावंतांनी बनवलेल्या कसल्यातरी बनावट गोष्टीच्या गुणांविषयीचे कधीकाळचे जुनाट, अविश्वसनीय गाणे म्हणत शिट्या, पडघम वाजवत आणि आपले नाच घेऊन ते जिप्सी परत आले असावेत. त्या जिप्सींचीच ती काहीतरी एखादी नवीच करामत असावी; पण त्या शिट्ट्या आणि इंजिनचे फुरफुरणे या आवाजांमधून थोडेफार सावरल्यानंतर गावातले सगळे रहिवासी रस्त्यामधून धावत गेले, तेव्हा त्यांना औरेलियानो त्रिस्ते इंजिनमधून हात हलवताना दृष्टीस पडला आणि त्यांना जणू काय तंद्रीमध्ये दिसावी तशी पहिल्यांदाच आणि तरीही आठ महिने उशिराने येणारी फुलांनी सजवलेली आगगाडी दिसली. ती निष्पाप पिवळी आगगाडी पुढे कितीतरी संदिग्ध आणि कित्येक निश्चित स्वरूपाच्या गोष्टी माकोन्दोला घेऊन येणार होती, कितीतरी सुखद आणि दुःखद क्षण आणणार होती, तसेच कितीतरी बदल, आपत्ती आणि गतकातरतेच्या भावनासुद्धा त्या आगगाडीबरोबर येणार होत्या.

१२

एवढ्या मोठ्या प्रमाणात नवनव्या आणि फारच आश्चर्यकारक शोधांमुळे माकोन्दोच्या लोकांचे डोळे दिपून गेले होते, तो सारा आश्चर्यजनक प्रकार केव्हा सुरू झाला होता तेच त्यांना आठवेना. मंद प्रकाशाच्या त्या विजेच्या दिव्यांकडे पाहत रात्रभर ते जागेच राहिले. औरेलियानो त्रिस्तेने आणलेल्या यंत्रातून मिळणाऱ्या ऊर्जेवर ते दिवे पेटत होते. औरेलियानो त्रिस्ते माकोन्दोला दुसऱ्यांदा आगगाडीतून आला, तेव्हा त्याने ते यंत्र आणले होते. गावातल्या लोकांना त्या यंत्राच्या *टूमूटूम्* आवाजाची सवय होण्यासाठी थोडेफार प्रयत्न करावे लागले आणि काही वेळही जावा लागला. ब्रुनो क्रेस्पी या समृद्ध व्यापाऱ्याने एक थिएटर उभारले. त्यात सिंहाचे तोंड चितारलेल्या तिकीट-खिडक्या होत्या. त्या थिएटरमध्ये एका प्रोजेक्टरद्वारे दाखवलेल्या सजीव हलत्या प्रतिमांमुळे लोक संतापले होते. कारण, त्यातले एक पात्र एका चित्रपटामध्ये मेलेले व नंतर पुरलेले दाखवले होते, तेव्हा ते पाहणाऱ्यांनी त्याच्या दुर्दैवासाठी दुःखाचे अश्रूसुद्धा ढाळले होते, तर पुढे तेच पात्र दुसऱ्या एका चित्रपटात पुन्हा एका अरबाच्या रूपात समोर आले होते. ज्या प्रेक्षकांनी त्या नटांच्या अडचणींमध्ये सहभागी होण्यासाठी एकरकमी दोन-दोन सेंट्स खर्च केले होते, त्यांना तो भलताच घोटाळा सहन होण्यासारखा नसल्यामुळे त्यांनी थिएटरमधल्या आसनांची मोडतोड केली. मग ब्रुनो क्रेस्पीच्या विनंतीवरून गावाच्या मेयरने एक जाहीर पत्रकाद्वारे खुलासा केला की, सिनेमा हा केवळ यंत्राद्वारे निर्माण होणारा दृष्टिभ्रम असतो, त्यामुळे प्रेक्षकांनी आपल्या भावनांचा उद्रेक होऊ द्यावा, अशी त्यांची योग्यता नसते. तसल्या त्या निरुत्साही करणाऱ्या स्पष्टीकरणामुळे अनेकांना असे वाटले की, जिप्सींच्या कुठल्या तरी नवीनच दिखाऊ उद्योगामुळे ते फसवले गेले होते म्हणून सर्वांनी असे ठरवले की, पुन्हा म्हणून सिनेमाला जावयाचे नाही, कारण त्या सगळ्यांना आपापलेच इतके त्रास पुरेसे होते की,

दुसऱ्या कुणा काल्पनिक व्यक्तीच्या अभिनय केलेल्या दुर्दैवासाठी रडायची त्यांना गरजच नव्हती. असाच काहीसा प्रकार त्या फ्रान्सहून आलेल्या, मौजमजा करणाऱ्या छटेल बायांनी त्यांच्याबरोबर आणलेल्या सिलिंडरसारख्या फोनोग्राफ्सच्या बाबतीत झाला. ते फोनोग्राफ्स त्यांनी जुनाट बाजाच्या हातपेट्यांच्याऐवजी आणलेले होते. वाद्ये वाजवणाऱ्या बँडवादकांच्या पोट भरायच्या धंद्यावर त्या फोनोग्राफ्सचा काही काळापर्यंत गंभीर परिणाम झाला. त्या निषिद्ध रस्त्यावरची गिऱ्हाइकांची वर्दळ सुरुवातीला कुतूहलामुळे वाढलीही होती. फोनोग्राफ्सचे नावीन्य स्वतःच्या डोळ्यांनी जवळून प्रत्यक्ष पाहण्यासाठी प्रतिष्ठित स्त्रियादेखील कामगारांच्या वेशामध्ये गुप्तपणे तिथे जाऊन आल्या होत्या, त्यांनी एवढ्या जवळून आणि इतक्या बारकाईने ते पाहून घेतल्यानंतर लवकरच सगळे अशा निष्कर्षाला पोहोचले होते की, त्या छटेल बाया आणि इतर सगळेच म्हणतात तशी ती काही एखादी जादूची गिरणी वगैरे नव्हती तर निव्वळ एक यांत्रिक करामत होती, वाद्ये वाजवणाऱ्या वादकांच्या बँडच्या मानवनिर्मित, भावस्पर्शी, दैनंदिन जीवनसत्याने परिपूर्ण अशा संगीताशी त्या फोनोग्राफच्या संगीताची तुलनाच होऊ शकणार नाही. ती सारीच एवढी घोर निराशा होती की, फोनोग्राफ्स अतिशय लोकप्रिय झाले आणि जवळजवळ प्रत्येक घरातही फोनोग्राफ्स आले तरी ती वस्तू प्रौढ माणसांच्या करमणुकीसाठी नसून लहान मुलांनी तिचे भाग सुटे करून पाहायची एखादी गोष्ट आहे, असे मानले जात होते. त्याउलट, रेल्वेस्टेशनमध्ये बसवलेल्या टेलिफोनचे ओबडधोबड वास्तव तपासून पाहण्याची संधी काही लोकांना मिळाली होती आणि त्याला बसवलेल्या फिरत्या दांड्यामुळे तो फोनोग्राफचाच एक प्राथमिक स्वरूपाचा अवतार आहे, असा त्यांचा समज दृढ झाला होता; परंतु त्यामुळे अत्यंत शंकेखोर लोकही अस्वस्थ झाले होते. परमेश्वराने जणू असे ठरवले होते की, माकोन्दोच्या रहिवाशांना खळबळ आणि निराशा, शंका आणि सत्यदर्शन अशा दोन अवस्थांमध्ये सारखे इकडून तिकडे आणि तिकडून इकडे असे काही भयंकर टोलवत राहावे की मग कुणालाही वास्तवाच्या नेमक्या मर्यादा काय आहेत त्याचा पत्ताच लागू नये. त्यातून मृगजळ आणि सत्य यांचे एक असे अजब रसायन तयार झाले की, त्यामुळे चेस्टनट झाडाखाली असलेले होझे आर्केदियो बुर्येदियाचे भूत उतावीळपणाने झटके देऊन साऱ्या घरभर अगदी दिवसाढवळ्यासुद्धा भटकू लागले. रेल्वेरस्त्याचे अधिकृत उद्‌घाटन झाल्यापासून दर बुधवारी आगगाडी अकरा वाजता नियमितपणे येऊ लागली होती आणि एक डेस्क, तिकिटांसाठी एक खिडकी व टेलिफोन असलेले एक ओबडधोबड लाकडी स्टेशनही तिथे बांधण्यात आले होते. माकोन्दोच्या रस्त्यावर वेगळेच स्त्री-पुरुष दृष्टीस पडू लागले होते. ते नेहमीचे रीतीरिवाज पाळत असले तरी ते सर्कसमधून आले आहेत असे वाटायचे. जिप्सींच्या युक्तिबाज कसरतींखाली ज्या गावातले लोक भरडले गेले होते तसल्या गावात खरे म्हणजे त्या भटक्या व्यावसायिक डोंबाऱ्यांना काही

भवितव्य नव्हते, तरी ते डोंबारी मोठ्या धिटाईने एक शिट्टी मारणारी किटली आणि सातव्या दिवशी मुक्तीची हमी देणारी रहाटी एकाच वेळी देऊ करत. हे सगळे समजून घेता घेता थकणाऱ्यांकडून तसेच नेहमी गैरसावध असणाऱ्यांकडून ते लोक प्रचंड फायदा उकळीत असत. घोडेस्वारांसारख्या विजारी, पायांवरची बाह्यवेष्टने आणि डोक्यावर मजबूत हेल्मेट घालणाऱ्या त्या दिखाऊ नाटकी प्राण्यांमध्ये स्टीलच्या काड्यांचे चष्मे, टोपाझ्सारखे डोळे आणि बारक्या कोंबड्यांसारखी कातडी असलेले लोकही होते. त्यांच्याचबरोबर मिस्टर हर्बर्ट नावाचा एक गुबगुबीत हसरा गृहस्थ माकोन्दोमध्ये उगवला. एकदा तो बुयेंदियांच्या घरी जेवायला आला होता.

जोपर्यंत केळ्यांचा पहिला घड फस्त झाला नव्हता, तोपर्यंत तो टेबलाशी आहे हेही कुणाच्या लक्षात आले नव्हते. योगायोगानेच औरेलियानो सेगुन्दोची आणि त्याची गाठ पडली होती. कारण, त्याने मोडक्यातोडक्या स्पॅनिश भाषेत 'हॉटेल जेकबमध्ये खोल्या उपलब्ध नसल्या'ची तक्रार त्याच्याकडे केली होती आणि औरेलियानो सेगुन्दो कुठल्याही परक्या लोकांना जसे अनेकदा घरी घेऊन यायचा तसेच त्यालाही त्याने आपल्या घरी आणले. तो गृहस्थ गरम हवा भरलेल्या मोठाल्या फुग्यांच्या साह्याने आकाशात जाण्याच्या व्यवसायामध्ये होता. त्या व्यवसायामध्ये भरपूर नफा कमवून तो अर्ध्या जगाची सफर करून आला होता; परंतु माकोन्दोमधल्या कुणालाही तसे हवेत घेऊन जाणे त्याला अजून जमले नव्हते. इथल्या लोकांच्या मते त्याचा तो शोध हा एकूण मागेच नेणारा होता. कारण, जिप्सींच्या उडत्या सतरंज्या त्यांनी पाहिल्या होत्या आणि त्यांचा प्रत्यक्ष अनुभवही घेतला होता, त्यामुळे मिस्टर हर्बर्ट पुढच्या आगगाडीने माकोन्दो सोडून जाणार होता. केळ्यांचा एखादा घड जेवणाच्या दालनात टांगून ठेवायची बुयेंदिया कुटुंबीयांची पद्धत होती, त्याप्रमाणे त्यांनी वाघाच्या पट्ट्यांच्या रंगाचा तो केळ्यांचा घड जेवणाच्या टेबलाशी आणला तेव्हा त्याने त्यातले एकच केळे फारसा उत्साह न दाखवता उचलले; पण नंतर बोलता बोलता तो आपले केळी खातच राहिला. मात्र हे सारे तो खवय्याच्या आनंदाने करत नव्हता, तर एखाद्या शहाण्या माणसाने सहज मजेसाठी चघळावे, खावे असे त्याचे चालले होते. केळ्यांचा पहिला घड खाऊन संपला, तेव्हा त्याने दुसरा आणायला सांगितले. तो नेहमीच आपल्याबरोबर एक हत्यारांची पेटी बाळगायचा. तिच्यातून त्याने एक खास सुरी काढली व ते केळे कापून त्याचे बारीक तुकडे केले, मग एक काचेचे भिंग काढून एखाद्या हिऱ्याच्या व्यापाऱ्यासारख्या लक्षपूर्वक संशयी नजरेने त्याने ते केळे अगदी नीट तपासून पाहिले. मग त्याने औषधविक्रेत्याच्या तराजूने त्या केळ्याच्या तुकड्यांचे वजन केले आणि बंदुका बनवण्याच्या कॅपिलरने त्या केळ्याच्या जाडीचे गणितही करून पाहिले. त्यानंतर त्याने त्या पेटीमधून आणखीही बरीचशी अवजारे बाहेर काढली आणि तिथल्या हवेचे तापमान, आर्द्रता आणि प्रकाशाची तीव्रतासुद्धा

मोजली. तो सगळा एवढा गुंतागुंतीचा प्रकार होता की, तो चालू असेपर्यंत कुणीही शांतपणे जेवू शकले नाही. कारण, सगळे जण मिस्टर हर्बर्टच्या साक्षात्कारी अंतिम प्रकटीकरणाची वाट पाहत थांबले होते. मात्र त्याच्या उद्दिष्टांविषयी काही अंदाज करता यावा, असे तो काहीच बोलला नाही.

त्यानंतर काही दिवस तो गावाबाहेरच्या भागात एक जाळे व एक लहानशी टोपली घेऊन फुलपाखरे पकडताना आढळायचा. बुधवारी काही इंजिनियर्स, ग्रामीण अर्थशास्त्रज्ञ, जलशास्त्रज्ञ, स्थानीय भूगोलतज्ज्ञ आणि सर्वेक्षण करणाऱ्यांचा एक गट गावात आला आणि ज्या भागात मिस्टर हर्बर्टने फुलपाखरे पकडली होती, त्या भागात त्यांनी काही आठवडे पाहणी केली. काही काळानंतर मिस्टर जॅक ब्राऊन हे गृहस्थ त्या पिवळ्या आगगाडीला जोडलेल्या एका खास डब्यातून माकोन्दोमध्ये येऊन ठेपले. त्या डब्याला सगळीकडून चांदीचा मुलामा दिलेला होता, त्यातली आसने बिशपांच्या आसनासारखी मखमलीची होती आणि छप्पर निळ्या काचेचे होते. त्याच खास डब्यामधून मिस्टर ब्राऊनच्या आवतीभोवती उगाचच घोटाळणारे पण गंभीर दिसणारे काळ्या पोशाखातले वकीलदेखील येऊन पोहोचले. कोणे एके काळी कर्नल औरेलियानो बुयेंदियाच्या मागोमाग तो जाईल तिथे असेच जाणारे काळ्या पोशाखातले वकील गावात आले होते, त्यामुळे लोकांना वाटू लागले की, ते ग्रामीण अर्थशास्त्रज्ञ, जलशास्त्रज्ञ, स्थानीय भूगोलशास्त्रज्ञ आणि सर्वेक्षण करणारे लोक तसेच मिस्टर हर्बर्ट आणि त्याचे ते उडणारे फुगे व रंगीत फुलपाखरे, मिस्टर ब्राऊन व त्याचे ते चाकांवरचे थडगे आणि ते भयंकर जर्मन शेफर्ड कुत्रे या साऱ्यांचा युद्धाशी काहीतरी संबंध असावा. मात्र त्याविषयी विचार करायला फारसा वेळ नव्हता. माकोन्दोच्या संशयग्रस्त रहिवाशांना ते सारे काय चालले होते, त्याचा विचार करायला फुरसतच मिळाली नव्हती. दरम्यान, सगळे माकोन्दो गावच पत्र्यांच्या छपरांच्या लाकडी घरांची छावणी बनून गेले होते. त्या तसल्या घरांमध्ये जवळजवळ निम्म्या जगामधून आलेले लोक राहत होते. ते सारे आगगाडीने प्रवास करून तिथे पोहोचले होते. येताना ते केवळ आगगाडीच्या डब्यांतल्या सीट्सवर आणि डब्यांच्या फूटबोर्डवरच नव्हते, तर डब्यांच्या छपरावरसुद्धा बसून आले होते. त्यांच्यामधले अमेरिकन लोक आपल्या सुस्त बायकांनाही बरोबर घेऊन आले होते. त्यांचे पोशाख मलमलीचे असत आणि त्या बायका पुढच्या बाजूला बुरख्यासारखे आच्छादन असलेल्या मोठाल्या हॅट्स घालायच्या. अमेरिकनांनी स्वतःसाठी रेल्वेलाइनच्या पलीकडे एक वेगळेच गाव वसवले होते, गावात रस्त्याच्या दुतर्फा पामची झाडे होती आणि त्यांनी बांधलेल्या घरांच्या खिडक्यांना पडदे लावलेले होते, गच्चीवर पांढरी छोटी टेबले होती, छतांवर पंखे बसवलेले होते आणि प्रत्येक घरापुढे हिरवळींवर लावपक्षी आणि मोर फिरत असत. तो सगळा भाग धातूच्या कुंपणाने वेढलेला होता. त्या कुंपणावर विजेचा प्रवाह सोडलेल्या बारीक तारा

बसवलेल्या होत्या. सकाळच्या थंडगार प्रहरी त्या तारांवर पाकोळ्या बसत आणि विजेच्या धक्क्याने जळून जात. जळून गेलेल्या त्या पाकोळ्यांमुळे तारा काळ्या पडायच्या. मात्र अजूनपर्यंत ते लोक नेमके काय करताहेत की कसे हेही समजत नव्हते. पूर्वी ते जिप्सी येऊन जेवढा गोंधळ घालून त्रास देत असत, त्यापेक्षा कितीतरी प्रचंड प्रमाणात जास्ती गोंधळ व त्रास या लोकांमुळे व्हायला लागला होता. मात्र हा त्रास वा गोंधळ जिप्सींच्या गोंधळासारखा तात्पुरता नव्हता आणि कळायला तसा कठीणही होता. पूर्वीच्या काळात जी साधने केवळ दैवीशक्तीसाठी राखीव होती, अशा साधनांच्या साह्याने त्यांनी पावसांचा पॅटर्न बदलला, पिके तयार होण्याचा वेग वाढवला, गावाजवळची नदी पूर्वीपासून जिथे नेहमी होती तिथून तिचा बर्फगार प्रवाह आणि पांढरे दगड यांच्यासकट ती नदी हटवून गावाच्या दुसऱ्या बाजूला सिमेटरीच्या मागे नेऊन ठेवली. त्याकाळात होझे आर्केदियोचे थडगे तिथेच होते; पण ते जवळजवळ नष्ट होत आले होते. त्या थडग्यातील मृत शरीराच्या वासाने नदीचे पाणी दूषित होऊ नये म्हणून त्यांनी त्या थडग्यावर सिमेंट काँक्रीटची एक छोटीशी गढीच बांधून काढली. जे परदेशी लोक स्त्रीसहवासाची काही सोय नसतानाही गावात येऊन उतरले होते, त्यांच्यासाठी त्यांनी फ्रान्सच्या त्या छटेल बायांच्या रस्त्याचे रूपांतर एका मोठ्या खेड्यात केले. तो रस्ता पूर्वी होता, त्याहीपेक्षा मोठा केला आणि एका छानशा बुधवारी त्यांनी एक सबंध आगगाडी भरून वेगळ्याच वेश्या माकोन्दोमध्ये आणल्या.

त्या विलक्षण बाबिलोनियन स्त्रिया प्राचीन काळापासून चालत आलेल्या पद्धतींमध्ये कुशल होत्या. जागृत न होणाऱ्यांना उत्तेजित करण्याची मलमे व सगळ्या तऱ्हेची साधने त्या विलक्षण स्त्रियांजवळ होती. त्यांच्या त्या उपायांनी भित्र्यांना धैर्य येत असे, अधाश्यांना तृप्त करता येत असे, लाजाळू माणसांना मोठ्या पदवीस चढवता येत असे, पुनरावृत्ती करणाऱ्यांना धडा शिकवता येत असे तर एकाकी माणसांना ठीक करता येत असे. तुर्कांच्या रस्त्यावरील जुने बाजार जाऊन त्यांची जागा आता चांगल्या प्रकारचा प्रकाश असलेल्या दुकानांनी व त्यांतल्या परदेशी उत्पादनांनी घेतली होती. शनिवारच्या रात्री साहसी लोकांच्या गर्दीने तो रस्ता भरभरून वाहत असे. जुगाराच्या टेबलांपाशी, नेमबाजीच्या गॅलऱ्यांमध्ये, भविष्य वाचले जायचे अशा जगांमध्ये, स्वप्नांचा अर्थ उलगडला जायचा अशा गल्ल्यांमध्ये, तसेच जिथे तळलेले पदार्थ व निरनिराळी पेये विकत मिळत त्या टेबलांपाशी त्या साहसी लोकांची एकमेकांशी ठोसाठोशी होत असे. रविवारी सकाळी तिथल्या जमिनीवर भरपूर पिण्याची मौजमजा केलेल्या लोकांची शरीरे विखुरलेली दिसत, बऱ्याचदा त्यांत काही शरीरे ही निव्वळ बघ्यांची असत, त्यातले कुणी बंदुकीच्या गोळ्यांनी आडवे झालेले असत, कुणी बुक्के खाऊन कोसळलेले असत, तर कुणी भांडणांच्या दरम्यान बाटल्या आणि चाकूंच्या प्रहारांनी कोसळलेले असत. ते सारेच आक्रमण

असले वादळी आणि बेसुमार झिंगल्यासारखे होते की, सुरुवातीच्या काही दिवसांत रस्त्यांतून चालणेही अशक्य व्हायचे. कारण, तिथे कुठेही मोकळ्या जागी नव्याने घरे बांधू पाहणाऱ्यांच्या सुतारकामाचे आवाज व गडबड चाललेली असायची आणि त्या रस्त्यांवर कुठेही इतस्ततः फर्निचर आणि ट्रंका पसरलेल्या असत. घरे बांधू पाहणाऱ्यांनी कुणाचीही परवानगी घेतलेली नसे. काही जोडप्यांचे वर्तन तर एवढे लज्जास्पद असायचे की, त्यांनी बदामाच्या झाडांमध्ये वाट्टेल तिथे आपल्या झोळ्या टांगलेल्या असत आणि भर दिवसा अगदी उघड्यावर थोड्याशा जाळीच्या खाली सगळ्यांच्या नजरेसमोरच त्यांच्या कामचेष्टा चाललेल्या असत. तिथे एकुलता एक प्रसन्न कोपरा शांतताप्रिय अशा वेस्ट इंडीज् काळ्यांनी व्यापलेला होता. त्या मुख्य रस्त्याच्या हद्दीवर कसल्या तरी ढिगांवर त्यांनी उभारलेली लाकडी घरे असलेला एक रस्ताही बांधला होता. संध्याकाळच्या वेळी ते काळे लोक आपापल्या घरांच्या दारांमध्ये बसून त्यांच्या यडतांग भाषेत करुण गीते म्हणत असत. इतक्या थोड्या कालावधीत एवढे बदल घडून आले होते की, मिस्टर हर्बर्टच्या पहिल्या भेटीनंतर आठच महिन्यांत माकोन्दोच्या रहिवाशांना आपले स्वतःचे गाव ओळखायला कठीण जाऊ लागले.

कर्नल औरेलियानो बुयेंदियाने त्या वेळी उद्गार काढले की, 'केवळ एका अमेरिकनाला आपण केळी खायला बोलावले आणि कसल्या विलक्षण गोंधळात आता गुंतून बसलो आहोत पाहा.'

याउलट, औरेलियानो सेगुन्दो मात्र गावावर होणारे परदेशी लोकांचे ते आक्रमण पाहून फारच खूश झाला होता. बुयेंदियाचे घर एकाएकी खूपशा अपरिचित पाहुण्यांनी भरून गेले होते. त्यांच्यामध्ये कितीतरी जण यथेच्छ दारू पिणारे आणि त्यात कुणालाही हार न जाणारे होते, त्यामुळे त्या घराच्या पटांगणाकडे आणखी शेजघरे बांधणे, जेवणघर आणखी रुंद करणे आणि जेवणाचे जुने टेबल बदलून त्याच्याऐवजी सोळा जणांची एकदम बसण्याची सोय होईल, असे मोठे टेबल बनवणे भाग पडले. जेवणाच्या टेबलावर चांदीची नवीन उपकरणे व चिनी मातीची नवीन भांडी घेणेही आवश्यक झाले. एवढे सारे करूनही त्यांना दुपारचे जेवण पाळीपाळीने घ्यावे लागत असे. फेर्नांदाला तर आपले शिस्तीचे सगळे सोपस्कार गिळून टाकणे भाग पडले. घराच्या पोर्चवर आपल्या बुटांनी घाण करणाऱ्या, पटांगणात कुठेही लघवी करणाऱ्या, दुपारच्या झोपेसाठी कुठेही आपल्या पथाऱ्या पसरवणाऱ्या आणि घरातल्या सभ्य स्त्रियांच्या हळुवार मनांचा विचार न करता वाट्टेल ते बोलणाऱ्या, असभ्य वर्तन करणाऱ्या त्या अनिष्ट पाहुण्यांना राजांसारखे वागवणे तिला भाग पडत होते. त्या गांवढळांच्या आक्रमणामुळे आमारान्ता एवढी दुखावली गेली होती की, तिने फार पूर्वीसारखे स्वयंपाकघरातच आपले जेवण घ्यायला सुरुवात केली. कर्नल औरेलियानो बुयेंदियाला खात्रीच झाली होती की, त्याला अभिवादन

करायला त्याच्या वर्कशॉपकडे येणाऱ्यांमधल्या बहुसंख्यांना त्याच्याविषयी आदर किंवा सहानुभूती होती असे नव्हे, तर ऐतिहासिक घडामोडींचा एक अवशेष किंवा म्युझियममधली प्राचीन वस्तू म्हणून ते लोक त्याला पाहायला येत असत, त्यामुळे त्याने आपल्या वर्कशॉपला आतून कडी घालून स्वतःला आत कोंडून घेतले आणि तो फारसा बाहेर दिसेनासा झाला. फक्त अगदी दुर्मीळ प्रसंगी तो रस्त्याच्या बाजूला असलेल्या त्यांच्या घराच्या दरवाजात बसत असे. उलट, अर्सूला मात्र वार्धक्यामुळे पाय कसेबसे ओढत आणि भिंतीला धरून चाचपडतच घरभर हिंडायची, तरीही आगगाडी यायची वेळ झाली की, ती लहान मुलांसारखी उत्तेजित व्हायची. चौघा आचाऱ्यांना ती हुकूम सोडायची, 'आपल्याला आता काही मांसाचे आणि माशांचे पदार्थही बनवले पाहिजेत.' सान्ता सोफिया द ला पिएदाद अत्यंत शांत असायची. तिच्या मार्गदर्शनखाली ते आचारी घाईघाईने सगळी तयारी करत असत. अर्सूला आग्रहाने त्यांना म्हणायची, 'आपल्याला सगळे बनवायलाच हवे. कारण, त्या परक्या लोकांना नेमकं काय खायला आवडते ते आपल्याला कधीच समजत नाही.'

नेमकी दिवसातल्या सर्वांत जास्त उष्णतेच्या वेळी आगगाडी येऊन पोहोचायची. दुपारच्या जेवणाच्या वेळी एखाद्या बाजारातल्या वर्दळीने हादरावे तसे ते घर हादरायचे आणि घामाने निथळणाऱ्या पाहुण्यांना आपले यजमान कोण हे कळले नाही तरी जेवणाच्या टेबलावरची सर्वोत्तम जागा पटकवण्यासाठी मात्र ते झुंडीने धडपडायचे. आचारी बापडे सूप भरलेल्या मोठाल्या किटल्या, मांसाच्या पदार्थांची भांडी, भाज्यांनी भरलेले मोठाले भोपळे आणि भाताचे मोठमोठे कुंडे घेऊन इकडेतिकडे जाताना एकमेकांवर आदळायचे आणि लेमोनेड भरलेल्या पिंपातले लेमोनेड अखंडपणे न दमता पळ्यांनी वाढत असायचे. तो सगळा गोंधळ असा काही असायचा की, त्यामुळे फेर्नांदा अस्वस्थ व्हायची. कारण, काही काही जण चक्क दोन-दोनदा जेवत होते हे तिला कळायचे. एक दोनदा तर ती एवढी संतापली होती की, तिच्या तोंडून एखाद्या भाजीविक्याच्या भाषेसारखी अपमानास्पद दुरुत्तरे बाहेर पडू पाहत होती. कारण, जेवणाच्या टेबलावर कुणी तरी त्या गोंधळामध्ये जेवणाच्या बिलाची विचारणा केली. मिस्टर हर्बर्ट भेटीनंतर वर्ष होऊन गेले होते. होझे आर्केदियो बुयेंदिया आणि त्याच्या माणसांनी थोर थोर शोधांच्या प्रदेशाकडे जाण्याचा मार्ग शोधावा म्हणून ओलांडलेल्या त्या मंतरलेल्या प्रदेशात आता ते अमेरिकन लोक केळ्यांची लागवड करणार होते एवढेच त्या वेळेपर्यंत सगळ्यांना समजले होते. कर्नल औरेलियानो बुयेंदियाचे आणखी दोन मुलगे त्या 'ज्वालामुखीच्या उद्रेका'मुळे तेथे येऊन ठेपले, त्यांच्याही कपाळावर राखेने रेखलेला क्रॉस होताच. आपल्या आगमनाच्या समर्थनार्थ त्यांनी जे उद्गार काढले ते जणू सगळ्यांनाच लागू पडले असे प्रातिनिधिक कारण होते. ते म्हणाले, 'आम्ही आलो, कारण प्रत्येक जण येतोच.'

केळ्यांच्या लागवडीच्या त्या महामारीपासून पूर्णपणे मुक्त राहिली होती ती फक्त रेमेदियोस द ब्युटी. ती आपल्या अतिसुंदर नवतारुण्यावस्थेचा अनुभव घेत शांत बनून गेली होती, औपचारिकतेच्या दृष्टीने तर ती अधिकाधिक अगम्य झाली होतीच; पण कपट व संशयाच्या बाबतीत अगदी उदासीन बनली होती. आपल्याच साध्या साध्या वास्तवाच्या जगात ती सुखी झाली होती. पेटीकोट्स आणि कॉर्सेट्स वापरून बायका आपले आयुष्य गुंतागुंतीचे का करतात ते तिला समजत नसे, त्यामुळे तिने स्वतःसाठी एक अगदी ओबडधोबड, साधासुधा झगा शिवला होता, तोच ती शरीरावर चढवायची. कपड्यांचा प्रश्न तिने अशा तऱ्हेने कुठल्याही अडचणींशिवाय सोडवून टाकला होता, त्यात तिने आपली नग्नतेची भावनाही नाहीशी होऊ दिली नव्हती. कारण, तिच्या समजुतीनुसार घरात असताना पोशाखाचा तेवढाच एक सभ्य मार्ग होता. मांड्यांपर्यंत पोहोचणारे आपले केस तिने वेण्या घालून, त्यांना फण्या लावून आणि तांबड्या रिबिनी बांधून नीट ठेवावेत असे तिला इतक्यांदा सांगितले गेले की, एकदा तिने डोक्यावरचे केसच पूर्णपणे कापून टाकून संतांच्या पुतळ्यांसाठी त्यांचा टोप बनवावा म्हणून देऊन टाकले. सर्व काही सोपे करून टाकायची तिची मूलभूत प्रवृत्ती एवढी धक्कादायक होती की, आरामाच्या शोधात ती जसजसा फॅशनचा त्याग करायची आणि सर्वसामान्य प्रथा जितक्या धुडकावून टाकायची तेवढे तिचे ते अविश्वसनीय सौंदर्य पुरुषांना अधिकाधिक मादक आणि मोहक वाटायचे. कर्नल औरेलियानो बुयेंदियाचे मुलगे पहिल्यांदाच माकोन्दोमध्ये आले, तेव्हा अर्सूलाला आठवले की, तिच्या त्या पणतीच्या नसांमधून वाहत होते तेच रक्त त्यांच्याही नसांमधून वाहत होते आणि एकाएकी ती फार जुनी भीती तिच्या मनात जागी झाली. तिने आपल्या त्या पणतीला धोक्याची सूचना देऊन ठेवली. 'तुझे डोळे नीट उघडे ठेव बरं का. त्यांच्यापैकी कुणाहीबरोबर तुझा संबंध आला तर होणाऱ्या तुझ्या मुलांना डुकरांचे शेपूट असेल.' त्या पोरीने त्या धोक्याच्या सूचनेकडे जवळपास दुर्लक्षच केले. पुरुषाचा पोशाख करून ग्रीज् लावलेल्या खांबावर चढता यावे म्हणून ती वाळूत लोळली आणि अशा अवताराला पोहोचली की, ती सतरा पोरे ते दृश्य पाहून वेडीच झालीत आणि त्यातून एक मोठा अनर्थ व्हायची पाळी आली होती म्हणूनच त्यांच्यापैकी कोणीही त्या घरात येत असत, तेव्हा तिथे झोपायला थांबत नसत आणि जे चौघे जण कायमचे राहिले, त्यांना अर्सूलाने आग्रहाने भाड्याच्या खोल्यांमध्ये राहायला लावले. तिच्यामुळे असली काळजी घेतली गेल्याचे जर रेमेदियोस द ब्युटीला समजले असते, तर ती हसून हसून बेजार झाली असती. पृथ्वीवरच्या तिच्या शेवटच्या क्षणापर्यंत तिला हेही माहीत नव्हते की, रोजच्या रोज अनर्थ घडवणारी एक स्त्री म्हणून तिचे दैव कधीच बदलणार नव्हते. जेव्हा जेव्हा अर्सूलाच्या आज्ञेकडे दुर्लक्ष करून ती जेवणाच्या दालनात यायची, तेव्हा तेव्हा तिच्यामुळे बाहेरच्या लोकांमध्ये एक जबरदस्त

घबराट निर्माण व्हायची. तिच्या ओबडधोबट नाइटशर्टच्या आत ती अगदी नग्न असायची हे अगदी स्पष्टच होते आणि तासून संपूर्ण गुळगुळीत केलेले तिचे डोके हे काही पुरुषांना जाणूनबुजून दिलेले आव्हान नसायचे हे तर कधीच कुणाला समजायचे नाही. गारव्यासाठी म्हणून ज्या धीटपणाने ती आपल्या मांड्यांवरचे आवरण सहजच दूर करायची तेव्हाची ती कृती म्हणजे गुन्हेगारी चिथावणी नसायची किंवा जेवल्यानंतर ती आपली उष्टी बोटे चोखायची, तेव्हा तिचे तसे करणेदेखील चिथावणीखोर नसायचे. एक प्रकारचा अत्यंत क्षुब्ध करणारा, फारच तापदायक असा उच्छ्वास रेमेदियोस द ब्युटी सोडत असे आणि ती जवळून गेल्यानंतरही जाणवणारा तो वास तिथेच घोटाळायचा, ती तिथून निघून दूर गेल्यानंतर किती तरी तास तो तिथेच रेंगाळत असलेला जाणवायचा. हे सारे परक्या लोकांच्या ध्यानात यायला फार वेळ लागला नाही. कुटुंबातल्या लोकांना मात्र हे कधीच समजले नाही. प्रेमातल्या अस्वस्थतेच्या बाबतीत जगभराच्या अनुभवामुळे तज्ज्ञ बनलेल्या पुरुषांनी असेही सांगितले की, रेमेदियोस द ब्युटीच्या नैसर्गिक वासामुळे मनात ज्या प्रकारची विशिष्ट चाळवाचाळव व्हायची तशी त्यांनी इतरत्र कुठेही अनुभवली नव्हती. बेगोनियाच्या पोर्चवर, पार्लरमध्ये किंवा घरात नेमकी कुठे ती येऊन गेली असेल आणि किती वेळ तिथे होती हे ती तिथून निघून गेल्यावरही सांगता येत असे. तिचा तो वास म्हणजे एक निश्चित, अचूक ओळखता येण्याजोगी खूण होती. परक्या लोकांना त्याच्या वैशिष्ट्यपूर्णतेमुळे तो वास चटकन ओळखू येत असे; परंतु कुटुंबातील कुणालाही तो ओळखता येत नसे. कारण, त्यांना तो नेहमीचाच असल्यामुळे तसा तो वेगळा जाणवायचाही नाही. त्या वासामुळे तो तरुण कमांडर तिच्या प्रेमापायी कसा मरण पावला असेल किंवा अतिदूरच्या देशातल्या त्या सभ्य गृहस्थाची कशी पराकोटीची निराशा झाली असेल ते फक्त त्या लोकांनाच कळू शकत होते. आपण ज्या अस्वस्थ वर्तुळात वावरतो आहोत, त्याची रेमेदियोस द ब्युटीला कल्पनाच नसायची. कुठूनही जाताना आपल्या सान्निध्यातून इतरांसाठी केवढी असह्य दुरवस्था आपण निर्माण करतो, त्याविषयीसुद्धा तिला कसली जाणीव व्हायची नाही. तिच्या जवळपास वावरणाऱ्या पुरुषांना रेमेदियोस द ब्युटी जराही कपटाने वागवत नसे, त्यामुळेच आपल्या निष्पाप संतुष्टेपायी अखेर ती त्यांना फारच अस्वस्थ करायला कारणीभूत व्हायची. ती परक्या लोकांच्या नजरेला पडू नये म्हणून आमारान्ताबरोबर स्वयंपाकघरातच तिने आपले जेवण घ्यावे, असा हुकूम एकदाचा जारी करणे शक्य झाले, तेव्हा अर्सूलाला फार बरे वाटले. कारण, रेमेदियोस द ब्युटी कसल्याही शिस्तीच्या पलीकडे पोहोचलेली होती. ती ठरावीक वेळी जेवायची नाही, आपल्या भुकेनुसार केव्हाही खायची, त्यामुळे कुठेही जेवली तरी तिला काहीच फरक पडायचा नाही. एखाद्या सहज घडणाऱ्या गोष्टीमुळे तिला सगळ्या गोष्टींच्या ठरावीक क्रमामध्ये स्वतःला बसवून घेणे भाग पडायचे; पण त्यामुळे

तिचे दिवसभराच्या सगळ्या गोष्टींचे वेळापत्रक कोलमडलेले असायचे. पहाटे तीन वाजता उठून ती जेवायची आणि सबंध दिवसभर झोपून राहायची. असे तिने कित्येक महिने घालवले. सगळ्या गोष्टी ठाकठीक चालल्या होत्या, त्या काळात ती अकरा वाजता उठायची आणि मग आपल्या प्रदीर्घ गाढ झोपेतून नीट जागे होता होता दोन वाजेपर्यंत बाथरूममध्ये स्वतःला पूर्ण नग्नावस्थेत कोंडून घ्यायची आणि तिथले विंचू मारून टाकायची. मग एका भोपळ्याने ती तिथल्या टाकीतले पाणी आपल्या शरीरावर ओतत राहायची. तो सगळा कार्यक्रम पद्धतशीरपणे, एखाद्या समारंभासारखा संपन्नतेने आणि खूप वेळ चालायचा. तिला न ओळखणाऱ्याला असे वाटले असते की, ती आपल्या शरीराचे वाजवी कौतुक करण्यासाठीच तसे करत होती, केवळ भूक लागेपर्यंत वेळ घालवण्याचा तिचा तो एक मार्ग होता. एक दिवस ती अशीच आंघोळीला सुरुवात करत असताना एका परक्या माणसाने स्नानगृहाच्या छपरावरचे एक कौल बाजूला केले, तेव्हा तिच्या त्या विलक्षण नग्न दृश्याने त्याचा श्वासदेखील अक्षरशः कोंडला. फुटक्या कौलारामधून त्याचे ते उद्ध्वस्त डोळे तिने पाहिले, तेव्हा तिला शरम वाटली नाही. मात्र ती दचकली. ती उद्गारली, 'सांभाळ रे स्वतःला, नाहीतर तू खाली पडशील.' तो परका माणूस म्हणाला, 'मला केवळ तुला पाहायचे होते.' ती म्हणाली, 'ठीक आहे; पण तू स्वतःला सांभाळ. कारण, ती कौलं खराब झाली आहेत.' त्या परक्या माणसाच्या चेहऱ्यावर दुःखी बेहोशीचा भाव होता आणि त्या विलक्षण दृश्याचे मृगजळ भंगू नये म्हणून आपल्या आदिम प्रेरणांशी तो झगडत असावा असे वाटत होते. रेमेदियोस द ब्युटीला वाटले की, त्या माणसाला कौले फुटण्याची भीती वाटत असावी. तो उगाच संकटात पडू नये म्हणून तिने घाईघाईने आपली आंघोळ नेहमीपेक्षा लवकर आटोपली. टाकीतील पाणी आपल्या अंगावर ओतून घेता घेता तिने त्याला सांगितले की, छप्पर खराब झाले होते. कारण, त्याच्यावरचे पानांचे आवरण पावसाने कुजून गेले होते आणि त्यामुळे ते स्नानगृह विंचवांनी भरून गेले होते. साध्या गोष्टींबद्दलचे तिचे ते सहज बोलणे ऐकून त्या परक्या माणसाला वाटले की, ते बोलणे म्हणजे तिची खूश करवून घेण्याची इच्छादर्शक खूण असावी म्हणून ती जेव्हा शरीराला साबण चोळू लागली, तेव्हा तो आपल्या मोहाला बळी पडला आणि बोलता बोलता जणू एक पाऊल पुढे सरल्यासारखा हळू आवाजात तिला म्हणाला, 'मला तुझ्या शरीराला साबण चोळू दे ना.' ती म्हणाली, 'तुझ्या सद्हेतूंबद्दल आभारी आहे; पण माझे दोन हात त्यासाठी पुरेसे आहेत.' त्याने याचना केली, 'तसे असले तरी निदान तुझ्या पाठीला तरी साबण चोळू दे.' ती म्हणाली, 'तो मूर्खपणाच होईल. आपल्या पाठीला कुणीही साबण चोळत नसतं.' त्यानंतर ती आपले अंग कोरडे करत होती, तेव्हा डोळ्यांत पाणी आणत त्या परक्या माणसाने 'आपल्याशी तिने लग्न करावे' असे तिला विनवले. तिने त्याला अगदी प्रांजळपणे

म्हटले की, 'एखाद्या स्त्रीला आंघोळ करताना पाहण्यासाठी जवळजवळ एक तास वाया घालवणाऱ्या आणि त्यापायी जेवणसुद्धा चुकवणाऱ्या असल्या भलत्याच साध्या माणसाशी मी मुळीच लग्न करणार नाही.' शेवटी तिने आपला तो झगा चढवला तेव्हा ती त्याच्या आतमध्ये दुसरे कसलेच वस्त्र वापरत नाही, याचा तो पुरावा त्याला अगदी असह्य झाला. कारण, प्रत्येकाला संशय वाटत होता तशी ती खरोखरच आत दुसरे कसलेच वस्त्र वापरत नव्हती आणि त्या तप्त झगझगीत लोखंडासारख्या रहस्याने जणू त्याच्यावर कायमची तप्तमुद्रा उमटवली. मग त्याने त्या स्नानगृहात उतरता यावे म्हणून आणखी दोन कौले बाजूला केली. तिने एकदम घाबरून जाऊन त्याला धोक्याची सूचना दिली. 'ते छप्पर फार उंच आहे. तिथून पडलास तर तू नक्की मरशील.'

भयानक आवाज करीत ती कुजकी कौले फुटून गेली आणि तोही खाली पडून त्याची कवटीपण फुटली. मात्र कवटी फुटता फुटताच एक भयानक किंकाळी कशीबशी त्याच्या तोंडून बाहेर पडली. सिमेंटच्या टणक फरशीवर पडताच तो तत्काळ गतप्राण झाला. जेवणघरातून काही परदेशी लोक तो आवाज ऐकून त्याचे मृत शरीर उचलण्यासाठी तिथे घाईघाईने येऊन पोहोचले तर त्यांना त्याच्या त्वचेमध्ये रेमेदियोस द ब्युटीच्या शरीराचा गुदमरवून टाकणारा तो विलक्षण वास जाणवला. तो वास त्याच्या शरीरात एवढा खोलवर मुरला होता की, त्याच्या फुटलेल्या डोक्याच्या भेगांतून रक्त बाहेर येण्याऐवजी तो गूढ सुवास गच्च भरलेले एक प्रकारचे पिवळसर रंगाचे तेलच आतून बाहेर आले. तेव्हा त्यांना समजून चुकले की, रेमेदियोस द ब्युटी ही पुरुषांना त्यांच्या मृत्यूनंतरदेखील पार त्यांच्या हाडांचा भुगा होईपर्यंत छळत राहणारी स्त्री आहे. तथापि, जी दुसरी दोन माणसे रेमेदियोस द ब्युटीमुळे मरण पावली, त्यांना त्या भयंकर अपघाताविषयी कुणीच काही सांगितले नाही. परक्या लोकांच्या समोर अजूनही आणखी एक बळी पडणे आवश्यक होते आणि रेमेदियोस द ब्युटी ही प्रेमाचा उच्छ्वास सोडत नसून, एखादा प्राणघातक वायू बाहेर टाकत असे, ही दंतकथा माकोन्दोमध्ये जुने रहिवासी खरी मानत असत. तो समज खरा ठरावा असा पुरावा नंतर आणखी काही महिन्यांनी घडलेल्या एका प्रसंगामुळे मिळाला. एकदा दुपारी रेमेदियोस द ब्युटी आपल्या मैत्रिणींबरोबर नव्याने लावलेली रोपे पाहायला म्हणून गेली होती. माकोन्दोमधल्या मुलींना तो अभिनव खेळ एकाच वेळी हसवणारा, चकित करणारा, घाबरवणारा आणि विनोदीही वाटत होता आणि रात्रीच्या वेळी त्या गोष्टींविषयी त्या पोरी अशा तऱ्हेने बोलत असत की, जणू काही तो त्यांच्या स्वप्नातला एखादा अनुभव असावा. त्या वेळची निःस्तब्ध शांतता एवढी विलक्षण होती की, अर्सूलाला रेमेदियोस द ब्युटीपासून मौज हिरावून घ्यायला मन होत नव्हते म्हणून एका दुपारी तिने तिला हॅट घालून व सभ्य पोशाख करण्याच्या अटीवर बागेत जाऊ दिले. मैत्रिणींचा तो जथा ज्या क्षणी

त्या रोपवाटिकेमध्ये शिरला त्या क्षणी तिथली हवा एका प्राणघातक वासाने भारली गेली. तिथे रोपांच्या रांगांमध्ये जी माणसे काम करत होती, त्यांना असे जाणवले की, एका विलक्षण आकर्षणाने ते सगळे जण झपाटले गेले आहेत, कुठल्या तरी अज्ञात, अदृश्य संकटाची छाया त्यांना भिववते आहे आणि त्यांच्यातले कित्येक जण रडण्याच्या अनिवार इच्छेला बळी पडले आहेत. रेमेदियोस द ब्युटी आणि तिच्या घाबरलेल्या मैत्रिणींनी जवळच्या एका घरामध्ये आश्रय घेतला. कारण, त्याच वेळी क्रूर पुरुषांचा एक जमाव त्यांच्यावर हल्ला करायच्या बेतात होता. तेवढ्यात कर्नल औरेलियानो बुर्येदियाच्या चार मुलांनी अकस्मात तिथे येऊन त्या मुलींना सोडवले. त्यांच्या कपाळावरचे ते राखेने रेखलेले क्रॉस त्यांच्या बुर्येदिया वंशाची खूण आणि अजिंक्यतेचे प्रतीक आहेत, असे भासून त्यांच्याविषयी एक अनामिक आदर वाटला. त्या माणसांपैकी एका जणाने त्या गडबडगोंधळाचा फायदा घेतला आणि रेमेदियोस द ब्युटीच्या पोटावर आपल्या नखांच्या पंज्याने हल्ला करण्यात तो यशस्वी झाला. एखाद्या गरुड पक्ष्याने डोंगराच्या कड्याला आपली नखे रुतवावीत तसे त्याने तिच्या पोटाला घट्ट पकडले. मात्र ही गोष्ट रेमेदियोस द ब्युटीने कुणालाच सांगितली नाही. त्या हल्लेखोराला तोंड देताना क्षणार्धात एखादी वीज चमकावी तसे घडून तिने त्याच्या विलक्षण दुःखी डोळ्यांकडे पाहिले, तेव्हा त्याचे ते डोळे जणू तिच्या हृदयावर करुणेच्या तप्त निखाऱ्यांसारखे कोरले गेले. त्याच रात्री तो माणूस 'तुर्कांच्या रस्त्या'वर आपल्या त्या धिटाईबद्दल बढाई मारत आपल्या भाग्याविषयी ऐट दाखवत होता, तेवढ्यात एका घोड्याने त्याच्या छाताडावर लाथ मारली आणि त्याच्याभोवती जमलेल्या तिऱ्हाईतांच्या जमावाला असे दिसले की, तो तिथेच रक्त ओकून त्या रक्ताच्या थारोळ्यात मरून पडला आहे.

रेमेदियोस द ब्युटीजवळ मृत्यूची कसली तरी अगम्य शक्ती असावी, या गोष्टीचे खंडन करणे अशक्य व्हावे असेच त्या चार प्रसंगांनी सिद्ध केले होते. आपल्या शब्दांच्या बाबतीत जरा ढिले असलेले काही लोक जरी असे म्हणायचे की, एवढ्या उन्मादक स्त्रीबरोबर प्रेमाची एक रात्र काढता यावी म्हणून प्राणांची किंमत मोजावी लागली तरी बेहेत्तर तर तसे त्यांचे म्हणणे योग्यच होते. मात्र हेही खरे होते की, असे वाटूनदेखील कुणीही तसे करण्यासाठी कसले प्रयत्न केले नाहीत. कदाचित, असेही असेल की केवळ तिची प्राप्ती करण्यासाठी तर सोडाच; पण केवळ तिची संकटे दूर व्हावीत म्हणूनसुद्धा कळकळीची विनंती करण्यासाठी प्रेमासारख्या अत्यंत साध्या आणि आदिम भावनेची आवश्यकता असावी; परंतु नेमकी तीच गोष्ट कुणालाही कधी सुचली नाही. अर्सूलाने रेमेदियोस द ब्युटीची काळजी करण्याचे सोडूनच दिले होते तरी तिला या दुनियेपासून वाचवायची कल्पना तिने अजूनही सोडून दिली नव्हती. आणखी एका प्रसंगी रेमेदियोस द ब्युटीने मूलभूत घरगुती गोष्टींमध्ये लक्ष घालावे यासाठी अर्सूलाने प्रयत्न केला होता. एखाद्या कोड्यासारख्या भाषेत बोलत

ती रेमेदियोस द ब्युटीला म्हणाली, 'तुला वाटते त्यापेक्षा बायकांकडून किती तरी अधिक गोष्टींची अपेक्षा पुरुष करत असतात. बरेचसे शिजवायचे असते, भरपूर झाडलोट करायची असते, बारीकसारीक गोष्टींसाठी तुला वाटतेय त्यापेक्षा किती तरी अधिक ताप सहन करायचा असतो.' रेमेदियोस द ब्युटीला अशी संसारसुखाची शिकवण देताना आतल्या आत ती स्वतःलाच फसवत होती. आपल्या वासनेची नीटपणे पूर्तता झाल्यावर बाकी इतर बाबींना महत्त्व देणार नाही आणि त्याबाबतीत एखादा दिवसदेखील बेपर्वाई सहन करील असा एकही पुरुष या पृथ्वीवर नसेल अशी तिची खात्रीच होती. अगदी अलीकडे होझे आर्केदियोचा जन्म झाला आणि अर्सूलाने दुर्दम्य इच्छाशक्तीच्या जोरावर स्वतःच त्याला पोप बनवण्यासाठी वाढवायचे ठरवल्यानंतर आपल्या पणतीविषयी काळजी करण्याचे सोडून दिले. केव्हा ना केव्हा तरी एखादे आश्चर्य घडून आणि सर्व प्रकारच्या बऱ्यावाईट गोष्टींनी भरलेल्या या जगात पुरेशी सहनशक्ती अंगी असलेला एखादा तरी पुरुष असा असेल की जो रेमेदियोस द ब्युटीला सहन करू शकेल. तेव्हा अशा खात्रीपूर्वक विचाराने तिने रेमेदियोस द ब्युटीला तिच्या नशिबाच्या हवाली केले. आमारान्तानेसुद्धा तिला एक उपयुक्त स्त्री बनवण्याचा प्रयत्न सोडून दिला होता. दुपारच्या वेळी आमारान्ताच्या शिवणकामाच्या मशिनचा दांडा फिरवण्यात तिच्या त्या भाचीला कसाबसा रस वाटायचा. अशा त्या विस्मृतीत गेलेल्या दुपारच्या घटिकांपासून आमारान्ता अशा निष्कर्षाला पोहोचली होती की, रेमेदियोस द ब्युटी अगदीच भोळसट आहे. पुरुषांचे शब्द तिच्या मनाला भेदून तिच्यापर्यंत पोहोचत नाहीत म्हणून गोंधळलेली आमारान्ता तिला म्हणायची, 'आम्हाला बहुधा रॅफलमध्येच तुला कुणाला तरी देऊन टाकावी लागणार आहे असं दिसतंय.' अर्सूलाने नंतर आग्रह धरला की, रेमेदियोस द ब्युटीने आमारान्ताबरोबर चर्चमध्ये प्रार्थनेला जावे आणि जाताना आपला चेहरा शालीने झाकून घ्यावा, तेव्हा आमारान्ताला वाटले की, तसल्या उपायाने एखाद्याला चिथावणी मिळून त्याच्या मनात नसते कुतूहल निर्माण होईल आणि त्यामुळे तो शांतपणे रेमेदियोस द ब्युटीच्या मनातला दुबळा कोपरा शोधण्याचा प्रयत्न करील; परंतु एखाद्या राजपुत्रापेक्षादेखील अधिक योग्य अशा एका तिच्या चाहत्याला तिने मूर्खासारखे नाकारले, हे जेव्हा आमारान्ताने पाहिले तेव्हा तिने सगळी आशाच सोडून दिली. फेर्नांदाने तिला समजून घेण्याचा जरासाही प्रयत्न केला नाही. त्या रक्तरंजित कार्निव्हलमध्ये तिने रेमेदियोस द ब्युटीला राणीच्या पोशाखात पाहिले होते, तेव्हा तिला ती एक असामान्य स्त्री वाटली होती; पण जेव्हा फेर्नांदाने तिला काट्याचमच्यांऐवजी हातांनीच जेवताना आणि अतीव भोळसटपणे उत्तर देताना पाहिले, तेव्हा तिला फक्त एकाच गोष्टीचे फार वाईट वाटले की, कुटुंबातली अशी मूर्ख माणसे किती दीर्घायुषी असतात! कर्नल औरेलियानो बुयेंदिया मात्र खात्रीपूर्वक असे मानायचा आणि पुन्हा पुन्हा तसे बोलूनही दाखवायचा की, रेमेदियोस द ब्युटी ही त्याला माहीत असलेली सर्वांत

जास्त सुबोध अशी व्यक्ती होती आणि ती क्षणोक्षणी तसे दाखवून देत असे. तरीही तिची इतरांना घाबरवून सोडण्याची क्षमताही एवढी विलक्षण होती की, त्यामुळे त्या सर्वांनी तिला हवे तसे वागू दिले. आपल्या एकान्ताच्या वाळवंटात भटकत रेमेदियोस द ब्युटी त्यांच्याबरोबर वावरत राहिली, तिच्या खांद्यावर कोणताही सूळ नव्हता, दुःस्वप्नांचा लवलेश नसलेल्या आपल्या स्वप्नांच्या जगातच ती प्रगल्भ होत होती, तिच्या त्या अखंड आंघोळी चालू होत्या. वेळकाळ नसल्यासारखी ती केव्हाही जेवायची. तिच्या त्या गंभीर आणि प्रदीर्घ शांततेच्या कालवधीत तिच्या मनात कसलीच आठवण नसायची. मार्चमधल्या एका दुपारपर्यंत हे असेच चालू राहिले, त्या दिवशी फेर्नांदाला बागेत तिच्या चादरींच्या घड्या करायच्या होत्या म्हणून तिने घरातल्या इतर स्त्रियांना मदतीला बोलावले. रेमेदियोस द ब्युटीने नुकतीच मदतीला सुरुवात केली होती, तेवढ्यात आमारान्ताला असे दिसले की, रेमेदियोस द ब्युटीचे सर्वांग एकाएकी अगदी खूप फिकट झाले आहे. तिने तिला विचारले,

'तुला बरे वाटत नाही का?'

रेमेदियोस द ब्युटीने चादरीचे दुसरे टोक धरले होते. तिने कीव केल्यासारखे स्मित केले व म्हटले, 'वस्तुस्थिती अगदी उलट आहे. इतके छान मला पूर्वी कधीच वाटले नव्हते.' हे तिचे बोलणे संपता संपताच फेर्नांदाला जाणवले की, प्रकाशाच्या हळुवार झोताने तिच्या हातातल्या चादरी ओढल्या गेल्या आणि त्या पूर्ण उलगडल्या गेल्या. आमारान्ताला आपल्या पेटीकोटाच्या लेसवर एक गूढ थरथर जाणवली आणि आपण पडू नये म्हणून तिने त्या चादरीला घट्ट पकडायचा प्रयत्न केला, अगदी त्याच क्षणी रेमेदियोस द ब्युटी आकाशात वर वर जाऊ लागली. खरे तर अर्सूला त्या वेळेपर्यंत जवळ जवळ आंधळीच झालेली होती तरीही तीच तेवढी पुरेशी शांत राहिली होती, त्यामुळे तिला तो निश्चित दिशेने जाणारा वारा नीटपणे कळून चुकला होता. तिने चादरी त्या प्रकाशझोताच्या स्वाधीन केल्या तेव्हा तिला असे दिसले की, रेमेदियोस द ब्युटी वर वर उचलल्या जाणाऱ्या त्या हालत्या चादरींच्या मधोमध उभी राहून सर्वांना हाताने 'गुड बाय' करत होती. दुपारचे चारचे टोले वाजून संपत होते, त्याच क्षणी रेमेदियोस द ब्युटीबरोबर त्या चादरींनीही डेलिया आणि मोगऱ्यांच्या वासाने भरलेले हे पृथ्वीवरचे वातावरण सोडले आणि अगदी उंचावरच्या वातावरणात तिच्याबरोबरच त्या चादरीदेखील वर वर जात राहिल्या आणि सर्वांत उंच उडणारे आठवणींचे पक्षीदेखील जिथे जाऊ शकणार नाहीत, इतक्या उंच जाऊन शेवटी कायमच्या नाहीशा झाल्या.

परक्या लोकांचा अर्थात असा समज झाला की, रेमेदियोस द ब्युटी ही अखेरीस तिच्या राणी मधमाशीच्या अपरिवर्तनीय भवितव्याचा बळी ठरली होती आणि तिचे कुटुंबीय मात्र ती आकाशात उचलली गेल्याची गोष्ट सांगून तिची अब्रू सांभाळण्याचा प्रयत्न करीत होते. फेर्नांदा असूयेने जळत होती; परंतु शेवटी

तिनेही तो चमत्कार एकदाचा मान्य केला आणि आपल्या चादरी परत पाठवून द्याव्यात, यासाठी कितीतरी काळ ती परमेश्वराची प्रार्थना करत राहिली. बहुतेक लोकांचा त्या चमत्कारावर विश्वास बसला, त्यांनी त्या जागी मेणबत्त्या पेटवल्या आणि नोबेनाच्या[१] प्रार्थनादेखील केल्या. काही दिवसांनंतर कर्नल औरेलियानो बुयेंदियाच्या मुलांचा रानटीपणाने समूळ नाश केला गेला, त्यामुळे आश्चर्याची जागा भयानक भीतीने घेतली गेली. त्या वेळेपर्यंत लोक कदाचित त्याच एका चमत्काराशिवाय इतर कुठल्याही गोष्टीविषयी बोलत राहिले नसते. त्या गोष्टीचा कर्नल औरेलियानो बुयेंदियाने जरी एक पूर्वसूचना म्हणून विचार केला नाही तरी त्याला एक प्रकारे आपल्या मुलांच्या भयानक अंताची काही तरी जाणीव झाली असावी. औरेलियानो सेरेदोर आणि औरेलियानो आर्काया हे दोघे जण त्या गोंधळाच्या काळात माकोन्दोमध्ये आले होते, त्यांनी माकोन्दोमध्येच राहण्याची इच्छा व्यक्त केली, तेव्हा त्यांच्या वडिलांनी त्यांना त्यापासून परावृत्त करण्याचा प्रयत्न केला. एका रात्रीत बदलून गेलेल्या त्या गावामध्ये ते दोघे जण काय करणार आहेत हे त्याला समजत नव्हते; परंतु औरेलियानो सेन्तानो आणि औरेलियानो त्रिस्ते या दोघांनी औरेलियानो सेगुन्दोच्या पाठिंब्यामुळे त्यांना आपल्या धंद्यामध्ये काम दिले. कर्नल औरेलियानो बुयेंदियाच्या त्या दृष्टिकोनामागे त्याच्या मनात काहीशी अस्पष्ट अशी कारणे होती, त्यामुळे तो त्यांच्या त्या निर्धाराच्या विरुद्ध होता. माकोन्दोमध्ये मिस्टर ब्राऊन अगदी पहिल्यांदाच एका नारिंगी रंगाच्या कन्व्हर्टिबल मोटारीत बसून आला, तेव्हा लोकांच्या खुशामतखोर खळबळीमुळे एके काळचा तो योद्धा चांगलाच संतापला होता. त्या गाडीचे भुंकणे कुत्र्यांना घाबरवणारे होते. मग त्यांच्या लक्षात आले की, तिथल्या लोकांच्या मानसिक घडणीमध्येच काही तरी बदल झाला होता, एरवी एके काळी ते आपापल्या बायकामुलांना सोडून खांद्यावर एक शॉटगन टाकून युद्धावर निघायचे, नेरलांदियाच्या तहानंतर ज्यांना स्थानिक अधिकारी म्हणून नेमले गेले होते ते सगळे माकोन्दोमधले आता थकलेले, वृद्ध आणि शांतताप्रिय कंझर्व्हेटिव्ह लोक होते. ते कसलाही पुढाकार घेऊ न शकणारे, केवळ नामधारी मेयर होते किंवा असेच सरकारकडून मुद्दाम नियुक्त केले गेलेले न्यायाधीश होते. हातात लाकडी दंडुके घेतलेले अनवाणी पोलीस जवळून जाताना कर्नल औरेलियानो बुयेंदियाच्या दृष्टीस पडायचे, तेव्हा त्याच्या तोंडून आपोआप शेरेवजा उद्गार निघायचा की, 'ही दळभद्री लोकांची राजवट आहे. आम्ही ती सगळी युद्धे लढलो आणि आणखीही सारे काही केले ते केवळ आम्हाला आमची घरे निळ्या रंगाने रंगवावी लागू नयेत म्हणून.' नंतर त्या गावात जेव्हा बनाना कंपनी आली, तेव्हा स्थानिक पदाधिकाऱ्यांच्या जागी हुकूमशाही प्रवृत्तीचे परदेशी लोक बसले. त्यांना मिस्टर ब्राऊनने आणले होते. गावातले डास, प्रचंड उष्मा, असंख्य प्रकारच्या गैरसोयी आणि हालअपेष्टा यांच्यापासून मुक्त राहता यावे म्हणून आणि

त्यांच्या प्रतिष्ठेला व दर्जाला शोभावे म्हणून त्या कोंबड्यांच्या खुराड्यांसारख्या बंदिस्त आवारात ते राहतात, त्यासाठीच त्या घरांना विजेच्या तारांचे कुंपणही बसवले आहे, असे स्पष्टीकरण मिस्टर ब्राऊन द्यायचा. आधीच्या जुन्या पोलिसांची जागा भाडोत्री सुरेधारी खुन्यांनी घेतली होती. कर्नल औरेलियानो बुयेंदियाने आपल्या वर्कशॉपमध्ये स्वतःला बंद करून घेतलेले होते, तिथेच त्याने या सगळ्या बदलांवर विचार केला आणि त्याच्या शांत एकाकीपणाच्या काळात त्याला निश्चितच खात्रीने असे वाटू लागले की, युद्ध त्याच्या नैसर्गिक अंतिम परिणामापर्यंत आपण जाऊ दिले नाही, यात आपली चूकच झाली होती आणि ती जाणीव त्याला छळू लागली. त्याच दिवसांत एकदा त्या विस्मृतीत गेलेल्या कर्नल माग्निफिको विस्वालचा भाऊ आपल्या सात वर्षांच्या नातवाला बरोबर घेऊन चौकातल्या एका ढकलगाडीमध्ये मिळणारे थंड पेय विकत घेऊन निघाला होता, तेवढ्यात त्या मुलाचा त्या नव्या पोलिसांमधल्या एका कार्पोरलला चुकून धक्का लागला आणि त्याच्या युनिफॉर्मवर ते पेय सांडले तर त्या जंगली पोलिसाने आपल्या सुऱ्याने त्या पोराचे तुकडे तुकडे करून टाकले आणि त्याच्या आजोबाने त्याला अडवण्याचा प्रयत्न केला तर एकाच फटक्यात त्याचेही मुंडके छाटून टाकले. शिरच्छेद झालेल्या त्या माणसाला काही लोक उचलून त्याच्या घराकडे घेऊन गेले, तेव्हा एक स्त्री त्याचे मुंडके केसांना धरून ओढत नेत होती आणि एका रक्ताळलेल्या पोत्यात त्या पोराचे तुकडे भरून न्यावे लागले हे सगळे साऱ्या गावाने पाहिले.

कर्नल औरेलियानो बुयेंदियाच्या दृष्टीने ही म्हणजे अगदी हद्दच्च झाली होती. त्याला एकाएकी लक्षात आले की, तो तरुण होता तेव्हा काही सैनिकांनी पिसाळलेला कुत्रा चावलेल्या एका बाईला रायफलींच्या दस्त्यांनी मारून ठार केले होते, तेव्हा तिच्या शरीराकडे पाहून त्याला जसा संताप आला होता तसाच संताप आताही आलेला आहे. त्या मृताच्या घरासमोर उभ्या असलेल्या बघ्यांच्या गटाकडे त्याने पाहिले आणि स्वतःविषयीच्या तिटकाऱ्यातून त्याचा एके काळचा खणखणीत आवाज परत आला. त्या आवाजात त्याने त्या लोकांना उद्देशून आपल्या अंतःकरणाला सहन न होणाऱ्या तिरस्काराचे ओझे खाली केले. तो ओरडला,

'एखाद्या दिवशी मी माझ्या मुलांना सशस्त्र करणार आहे म्हणजे मग या गुधाण अमेरिकनांपासून सगळ्यांची सुटका होऊन जाईल.'

त्या आठवड्यात किनारपट्टीवरील वेगवेगळ्या ठिकाणी अज्ञात गुन्हेगारांकडून त्याच्या त्या सतरा मुलांची सशांसारखी शिकार केली गेली. मारेकऱ्यांनी त्याच्या कपाळावर रेखलेल्या राखेच्या क्रॉसवरच नेम धरून गोळ्या झाडल्या होत्या. औरेलियानो त्रिस्ते आपल्या आईबरोबर संध्याकाळी सात वाजता घरातून निघाला होता तर अंधारातून एक बंदुकीची गोळी आली आणि तिने त्याच्या कपाळाला भोक पाडले.

औरेलियानो सेन्तेगो त्याच्या फॅक्टरीमध्ये नेहमी आपल्या झोळीमध्ये झोपायचा तिथेच मेलेला आढळला, बर्फ फोडायची लहान सुरी मुठीपर्यंत त्याच्या कपाळात घुसलेली होती. औरेलियानो सेरेदोर आपल्या मैत्रिणीबरोबर चित्रपट पाहून नंतर तिला तिच्या आई-वडिलांच्या घरी सोडून चांगला भरपूर प्रकाश असलेल्या 'तुर्कांच्या रस्त्या'तून परत निघाला होता, तेवढ्यात गर्दीतून आलेल्या कुणाच्या तरी रिव्हॉल्वरमधल्या गोळीने त्याला उडवले आणि तो डुकराच्या चरबीच्या उकळत्या कढईत कोसळला. गोळी कोणी झाडली होती, ते नंतर कायम अज्ञात राहिले. त्यानंतर काही मिनिटांनीच औरेलियानो आर्कोया एका बंद खोलीत कुणा बाईबरोबर होता तर कुणी तरी त्या खोलीचा दरवाजा खटखटवला आणि ओरडले, 'जल्दी कर. तुझ्या भावांना ठार मारताहेत.' त्यानंतर त्याच्या बरोबर असलेल्या बाईने सांगितले की, औरेलियानो आर्कोयाने बिछान्याबाहेर उडी मारली आणि त्याने दरवाजा उघडला तर आऊझरच्या गोळ्यांनी त्याला अभिवादन केले गेले, त्यामुळे त्याचे डोके फुटले. मृत्यूच्या त्या भीषण रात्री घरातली माणसे त्या चौघांच्या मृतदेहांसाठी जागरणाची तयारी करत असताना फेर्नांदा एखाद्या वेड्या बाईसारखी गावभर औरेलियानो सेगुन्दोचा शोध घेत धावत सुटली, त्याला पेत्रा कोतेसने एका कपाटात कोंडून ठेवले होते. तिला वाटले होते की, ज्यांच्या नावामध्ये औरेलियानो हे नाव होते अशा सगळ्यांचाच निर्मूलनाच्या त्या अज्ञात हुकमात समावेश असावा. चौथ्या दिवशीसुद्धा त्याला बाहेर जाऊ द्यायला ती तयार नव्हती; पण तेवढ्यात किनारपट्टीवरच्या वेगवेगळ्या ठिकाणांहून आलेल्या तारांवरून असे स्पष्ट झाले की, त्या अज्ञात शत्रूंचा सगळा क्षोभ हा ज्यांच्या कपाळावर राखेने क्रॉस रेखलेले होते, त्या भावांविरुद्ध होता. आमारान्ताने आपल्या त्या भाच्यांच्या सगळ्या माहितीचा तपशील लिहून ठेवलेल्या वह्या शोधून काढल्या आणि जसजशा तारा आल्या तसतशी त्यातल्या नावांवर तिने काट मारली, शेवटी सर्वांत मोठ्या भावाचे नाव तेवढे शिल्लक राहिले. त्यांना तो नक्कीच चांगला आठवत होता. कारण, त्याच्या काळ्या रंगात आणि हिरव्या डोळ्यांमध्ये स्पष्ट विसंगती होती. त्याचे नाव औरेलियानो आमादोर होते. डोंगराच्या पायथ्याशी दडलेल्या एका खेड्यात तो राहायचा. त्याला असलेल्या टांगत्या धोक्याविषयी त्याला कदाचित काही माहीत नसेल म्हणून औरेलियानो सेगुन्दोने त्याला तशी सूचना देण्यासाठी एक दूत पाठवला. औरेलियानो आमादोर सुरक्षित आहे अशी बातमी घेऊन तो परत आला. सगळ्या औरेलियानोंच्या समूळ विनाशाच्या त्या रात्री दोन माणसे त्याचा निकाल लावण्यासाठी त्याच्या घरी गेली होती आणि त्यांनी रिव्हॉल्वरमधून त्याच्यावर गोळ्याही झाडल्या होत्या; पण राखेच्या क्रॉसवरचा त्यांचा नेम हुकला होता. पटांगणाच्या भिंतीवरून उडी मारून निसटणे औरेलियानो आमादोरला त्या वेळी शक्य झाले आणि डोंगरांच्या चक्रव्यूहात तो नाहीसा झाला. तो सगळा प्रदेश त्याला

आपल्या हाताची मागची बाजू माहीत असावी तितका चांगला माहीत होता. कारण, ज्या इंडियनांकडून तो लाकूड विकत घ्यायचा त्यांच्याशी त्याने फार चांगली मैत्री ठेवली होती. नंतर त्याच्याविषयी काहीच ऐकायला मिळाले नाही.

कर्नल औरेलियानो बुयेंदियाचे ते दिवस फार वाईट होते. रिपब्लिकच्या अध्यक्षांनी त्याला सांत्वनपर तार पाठवली. त्या तारेमध्ये त्यांनी त्या प्रकाराची संपूर्ण सखोल चौकशी करण्याचे आश्वासन दिले होते आणि मृतांना श्रद्धांजली वाहिली होती. अध्यक्षांच्या आज्ञेवरून माकोन्दो गावचा मेयर दफनविधीपूर्वीच्या चर्चमधील प्रार्थनेसाठी चार पुष्पचक्रे घेऊन हजर राहिला व त्याने ती मृतांच्या शवपेट्यांवर वाहण्याचा प्रयत्न केला; परंतु कर्नल औरेलियानो बुयेंदियाने त्याला रस्त्यावर हाकलून द्यायला लावले. दफनविधीनंतर त्याने स्वतःच रिपब्लिकच्या अध्यक्षांसाठी एक भयंकर मजकुराची तार लिहिली; परंतु तार पाठवणाऱ्या कर्मचाऱ्याने तशी तार पाठवायचे नाकारले. मग त्याने त्या तारेतला मजकूर आणखीच विशेष आक्रमक केला आणि एका लिफाफ्यात घालून तो पोस्टाने अध्यक्षांकडे पाठवून दिला. त्याच्या बायकोच्या मृत्यूच्या वेळी वा युद्धामध्ये अनेक वेळा त्याच्या अगदी जिवलग मित्रांच्या मृत्यूच्या वेळीही त्याला दुःख झाले नव्हते, तसेच याही वेळी त्याला दुःख झाले नाही तर एक लक्ष्यहीन आंधळा संताप आला आणि नामर्दपणाची एक सर्वव्यापी भावना त्याला छळत राहिली. आपल्या सगळ्या मुलांच्या कपाळावर पुसता येणार नाही, असे राखेचे क्रॉस रेखून त्यांच्या निर्मूलनाच्या गुन्ह्यात सहभागी असल्याचा आरोप त्याने फादर आंतोनियो इझाबेलवरसुद्धा केला. कारण, त्या क्रॉसमुळेच त्यांच्या शत्रूंना ते मुलगे ओळखणे शक्य झाले होते. त्या जराजर्जर धर्मगुरूला आता कोणत्याही कल्पना परस्परांशी जोडणेदेखील शक्य होत नव्हते. अलीकडे पलपिटवरून[२] तो धार्मिक गोष्टींचे असे काही अन्वयार्थ सांगायचा की, त्यामुळे गावातले भाविक घाबरून जात. फार पूर्वी त्या धर्मगुरूने एका ॲश वेनस्‌डेला ज्या पेल्यामध्ये ती राख तयार केली होती, तो पेला घेऊन तो त्यांच्या घरी आला आणि कुटुंबातील सगळ्यांच्या कपाळी ते राखेचे मलम लावण्याचा त्याने प्रयत्न केला. त्याला असे दाखवायचे होते की, ते मलम पाण्याने धुऊन टाकता येते; परंतु नुकत्याच घडून गेलेल्या त्या दुर्दैवी घटनेचा भयानक परिणाम एवढा खोलवर झाला होता की, फेर्नांदानेसुद्धा फादरला तिच्या स्वतःवर तो प्रयोग करू दिला नाही आणि त्यानंतर कोणत्याही ॲश वेनस्‌डेच्या दिवशी कोणाही बुयेंदियाने चर्चमधील अल्तारसमोर आपले गुडघे कधी टेकले नाहीत.

पुढे किती तरी काळपर्यंत कर्नल औरेलियानो बुयेंदियाची मनःशांती त्याला परत मिळू शकली नाही. त्याने सोन्याचे छोटे मासे करण्याचे काम सोडून दिले, खूपच मुश्किलीने त्याला जेवण घेणे शक्य व्हायचे. सगळ्या घरभर तो झोपेत चालत असल्यासारखा पाय ओढत हिंडायचा आणि सगळा वेळ आपला शांत संताप

चघळत असायचा. तीन महिन्यांच्या अखेरीस त्याचे केस राखाडी रंगाचे होऊन गेले होते. मेण लावून वळवलेल्या त्याच्या पूर्वीच्या मिशा आता रंगहीन ओठांच्या बाजूला ओघळल्या होत्या, उलट त्याचे डोळे मात्र जळते निखारे झाले होते. तो जन्मला तेव्हा त्याचे तसले डोळे पाहून बघणारे घाबरूनच गेले होते आणि कोणे एके काळी ते डोळे केवळ एका साध्या दृष्टिक्षेपानेच खुर्च्यांना हादरे देत असत. त्या मनस्तापाच्या क्षोभामध्ये त्याने आपल्या पूर्वसूचनांना आवाहन करण्याचा निष्फळ प्रयत्न करून पाहिला होता. त्या पूर्वसूचनांनी त्याला तारुण्यामध्ये धोकादायक मार्गावरून वैभवाच्या एकाकी आणि निरुपयोगी प्रदेशाकडे नेले होते. एके काळी त्या पूर्वसूचना मार्गदर्शक ठरल्या होत्या. जिथे त्याच्या मनात कुणीही आणि कसलीही गोष्ट आता जिव्हाळ्याच्या भावनेचा लवलेशदेखील निर्माण करू शकत नव्हती, अशा एका परक्या घरात तो भरकटल्यासारखा हरवून गेला होता. एका युद्धपूर्व काळाच्या खुणा शोधण्यासाठी म्हणून मेल्कियादेसची खोली त्याने उघडून पाहिली, तर अनेक वर्षे ती खोली अजिबात वापरात नसल्यामुळे तिथे निव्वळ निरुपयोगी गोष्टींचा, दगडमातीचा ढीग व कचरा त्याला आढळला. जी पुस्तके नंतर पुन्हा कुणीही वाचली नव्हती अशा पुस्तकांच्या कव्हरांच्या मधल्या जागेत, ओलाव्यामुळे खराब झालेल्या त्या चर्मपत्रांमध्ये आता काळ्यानिळ्या रंगाची फुले माजली होती आणि जिथली हवा ही एके काळी त्या घरातील सर्वांत शुद्ध आणि तेजस्वी होती, तिथे आता कुजक्या आठवणींची असह्य दुर्गंधी पसरली होती. एकदा सकाळीच त्याला असे दिसले की, चेस्टनट झाडाखाली अर्सूला आपल्या मृत नवऱ्याच्या गुडघ्याशी बसून रडत होती. त्या घरात राहणारा कर्नल औरेलियानो बुयेंदिया हा एकटाच असा माणूस होता की, अर्ध शतकाहून अधिक काळ उघड्यावर काढून जर्जर झालेला तो म्हातारा त्याच्या कधी दृष्टीला पडला नव्हता. अर्सूलाने त्याला म्हटले,

'तुझ्या वडिलांना हॅलो म्हण.' तो क्षणभर तिथे चेस्टनट झाडासमोर थांबला आणि त्याला पुन्हा एकदा जाणवले की, चेस्टनट झाडाखाली ती रिकामी जागा त्याच्या मनात कसलीही जिव्हाळ्याची भावना जागवू शकत नव्हती.

त्याने विचारले, 'ते काय म्हणतायत?'

अर्सूलाने उत्तर दिले, 'ते खूप दुःखी आहेत. त्यांना वाटतेय की, तू आता मरणार आहेस.'

कर्नलने म्हटले, 'त्यांना सांग की, एखादा माणूस त्याने मरायला पाहिजे, तेव्हा मरत नाही तर त्याला मरणे शक्य होईल तेव्हा मरतो.'

मृत पित्याच्या त्या शकुनामुळे त्याच्या हृदयात शिल्लक राहिलेला अभिमानाचा शेवटचा अंश उजळला; पण गोंधळल्यामुळे त्याला तो एकाएकी झालेला शक्तीचा उद्रेक वाटला. त्याच कारणामुळे सेंट जोसेफच्या प्लास्टरच्या पुतळ्यात पूर्वी सापडलेली सोन्याची नाणी अर्सूलाने घराच्या पटांगणात कुठे दडवून ठेवली आहेत

ते सांगावे म्हणून त्याने तिचा पिच्छा पुरवायला सुरुवात केली. पूर्वी मिळालेल्या धक्क्यामुळे तिला एक प्रकारचा खंबीरपणा आला होता. त्याच खंबीरपणाने त्याला तिने सांगितले, 'तुला ते कधीच समजणार नाही. त्या भाग्यवान साठ्याचा मालक एक दिवस येईल आणि फक्त त्यालाच तो साठा खणून काढता येईल.' जो माणूस एवढा उदार होता तो आता इतक्या उत्कंठेने पैशाची इच्छा कसा करतोय हे कुणालाच समजेना. शिवाय ती रक्कमही एखाद्या आर्थिक पेचप्रसंगातून बाहेर निघण्यासाठी लागेल इतकी तशी साधारण नव्हे, उलट एवढ्या प्रचंड भाग्यशाली साठ्याची की त्या साठ्याविषयीचा नुसता उल्लेख झाल्याबरोबर औरेलियानो सेगुन्दोला आश्चर्यामुळे एखाद्या पाण्याच्या लाटेने भिरकावल्यासारखे झाले. कर्नल औरेलियानो बुयेंदिया आपल्या पक्षाच्या जुन्या सदस्यांकडे मदत मागण्यासाठी गेला, तर त्याचे स्वागत करावे लागू नये म्हणून ते लपून बसले. साधारणतः त्याच सुमारास तो असेही म्हणाल्याचे ऐकिवात आले की, 'आजच्या घडीला लिबरल आणि कंझर्व्हेटिव्हज् यांच्यात काही फरक असलाच तर तो फक्त एवढाच आहे की, लिबरल्स हे पाच वाजता चर्चमध्ये प्रार्थनेला जातात, तर कंझर्व्हेटिव्हज् आठ वाजता प्रार्थनेला जातात.' तथापि त्याने मदतीसाठी अत्यंत चिकाटीने पक्षातील लोकांचा पिच्छा पुरवला, आपल्या सन्मानाच्या कल्पनाही खूपच प्रमाणात बाजूला ठेवल्या व एवढ्या कळकळीने याचना केल्या की, आठच महिन्यांच्या काळात त्याने जमा केलेला पैसा अर्सूलाने पुरून ठेवलेल्या पैशापेक्षा जास्ती झाला होता. त्यासाठी त्याने अविश्वसनीय चिकाटीने आणि निर्दय हट्टीपणाने सगळीकडे गुपचूप हिंडत इथून थोडी तिथून थोडी अशी मदत मागून तो पैसा जमवला होता. मग त्याने सर्वंकष युद्ध सुरू करण्यात आजारी कर्नल गेरिनेल्दो मार्केझची मदत व्हावी म्हणून त्याची भेट घेतली.

अर्धांगवायू झालेल्या अवस्थेतही निव्वळ आपल्या खुर्चीवरून कर्नल गेरिनेल्दो मार्केझ क्रांतीच्या जुन्या कळा फिरवू शकत होता. नेरलांदियाच्या तहानंतर कर्नल औरेलियानो बुयेंदियाने आपल्या सोनेरी माशांच्या उद्योगात आधार शोधला होता, तर कर्नल गेरिनेल्दो मार्केझ पराभव होईपर्यंत त्याच्याशी एकनिष्ठ असणाऱ्या क्रांतिकारक अधिकाऱ्यांशी संपर्क ठेवून होता. त्यांच्यासह त्याने रोजच्या मानहानीचे, अर्जविनंत्यांचे दुःखद युद्ध सुरू ठेवले होते. त्यात 'उद्या-पुन्हा-या', 'आम्ही-या-प्रकरणाचा-नीट-विचार-करीत-आहोत' अशा अनेक गोष्टींचा समावेश होता. 'आपले-अत्यंत-विश्वासू' असे म्हणविणाऱ्या अनेक जणांबरोबरचे ते युद्ध अत्यंत निराशजनक अवस्थेत हरले गेले. वीस वर्षे चाललेल्या पूर्वीच्या त्या रक्तरंजित युद्धाने त्यांची जेवढी हानी केली नव्हती, तेवढी हानी त्या झिजवून टाकणाऱ्या तहकुबीच्या त्या चिरंतन युद्धाने केली होती. तीन वेळा झालेल्या जीवघेण्या हल्ल्यांमधून आणि पाच जखमा होऊनही जो बचावला होता, अनेक लढायांमध्ये भाग घेऊनही सहीसलामत सुटलेला कर्नल गेरिनेल्दो मार्केझसुद्धा वाट पाहण्याच्या

त्या भयानक वेढ्यामध्ये सापडला होता. ज्या बुजुर्गांनी त्याला शब्द दिलेला होता, त्यांचीच छायाचित्रे एका वर्तमानपत्रात रिपब्लिकच्या कुणा अनामिक अध्यक्षाच्या आजूबाजूला निर्लज्जपणे माना उंचावलेल्या अवस्थेत छापलेली त्याला आढळली. त्या अध्यक्षाने आपल्या छोट्या प्रतिमांची बटणे त्यांच्या कोटांच्या लेपल्सवर लावण्यासाठी त्यांना दिली होती आणि रक्ताने व बंदुकीच्या दारूने खराब झालेले ध्वजही त्यांना आपल्या कॉफिन्सवर घालायला म्हणून दिले होते. त्यांच्यापेक्षा अधिक स्वाभिमानी होते ते इतर बुजुर्ग वीर मात्र सरकारच्या पत्राची वाट पाहत होते, संतापातही जगत होते, म्हातारपणात कुजत होते, कुणी वैभवाच्या उत्कृष्ट घाणीत लोळत होते आणि कुणी लोकांच्या दयेच्या छायेत भुकेने मरत होते. असली ती भ्रष्टाचारी निंदास्पद राजवट परदेशी लोकांच्या पाठिंब्यावर उभी होती म्हणून तिच्यावर प्राणघातक हल्ला सुरू करावा आणि अखेर त्या राजवटीचा मागमूसही शिल्लक राहू देऊ नये म्हणून जेव्हा कर्नल औरेलियानो बुयेंदियाने कर्नल गेरिनेल्दो मार्केझला प्रत्यक्ष भेटीत आवाहन केले, तेव्हा कर्नल मार्केझला त्याच्याविषयी वाटणारी कणव लपवता आली नाही.

सुस्कारा टाकत त्याने म्हटले, 'औरेलियानो तू म्हातारा झाला आहेस, हे मला केव्हापासूनच माहीत होते; परंतु तू दिसतोस त्यापेक्षाही किती तरी जास्त म्हातारा झाला आहेस.'

१३

अर्सूला तिच्या अखेरच्या वर्षांमध्ये गोंधळलेल्या अवस्थेत होती, त्यामुळे होझे आर्केदियोच्या पोप बनण्यासाठीच्या प्रशिक्षणाकडे लक्ष द्यायला तिला फारच कमी वेळ मोकळा मिळायचा आणि तेवढ्याच सेमिनरीमध्ये जाण्यासाठी त्याची तयारी करायची वेळ येऊन ठेपली. साधारण त्याच काळात फेर्नांदाचा कठोरपणा आणि आमारान्ताचा कडवटपणा यांच्या कात्रीत होझे आर्केदियोची बहीण मेमे सापडली होती. मेमे हीदेखील त्या सुमारास नन्सच्या शाळेत जाण्यायोग्य वयाची झाली होती, तेथे तिला क्लॅव्हिकॉर्ड वाजवणारी उत्कृष्ट वादनपटू व्हायचे होते. अर्सूलाने त्या सुस्त होतकरू पोपचे अंतःकरण जसे घडवण्याचा प्रयत्न केला होता, ती पद्धती कितपत परिणामकारक होती, त्याबद्दल तिला स्वतःलाच गंभीर शंका होती, त्यामुळे तिला खूप मनस्ताप व्हायचा. तरीही त्याबद्दल आपले डगमगते म्हातारपण किंवा वस्तूंचे आकार समजून येण्यात अडथळा करणारे डोळ्यांपुढचे काळे ढग या गोष्टींना दोष न देता तिने कालगतीला दोष देणे पसंत केले. आपल्या गोंधळलेल्या मनःस्थितीत सतत बिघडत जाणाऱ्या त्या कालगतीचे तिला नीटसे आकलन होत नव्हते. रोजचे वास्तव आपल्या हातून निसटते आहे, याची जाणीव होऊन अर्सूला म्हणायची, 'पूर्वीची वर्षे जायची तशी आताची जात नाहीत.' पूर्वी तिला वाटायचे की, मुले मोठी व्हायला जरा जास्तीच वेळ लागतो आहे. कालगती समजावून घेण्यासाठी एखाद्याला एवढेच करावे लागले असते की, थोरला मुलगा होझे आर्केदियो मोठा होऊन त्या जिप्सींबरोबर निघून गेला आणि नंतर आपले सबंध शरीर एखाद्या सापासारखे रंगवून एखाद्या ॲस्ट्रॉनॉमरसारखा बडबडत परत आला ते आठवायचे आणि आमारान्ता व आर्केदियो इंडियनांची भाषा विसरून स्पॅनिशमध्ये बोलायला लागले, त्यापूर्वी ज्या काही गोष्टी घडल्या तो काळ आठवायचा. एखाद्याला फक्त बिचाऱ्या होझे आर्केदियो बुयेंदियाला उन्हापावसाच्या दिवसांत चेस्टनट झाडाखाली

कसे आयुष्य काढावे लागले आणि त्याच्या मृत्यूचा शोक करण्यापूर्वी अद्यापि पन्नाशीलाही न पोहोचलेल्या कर्नल औरेलियानो बुयेंदियाला ते युद्ध आणि अतोनात यातनांच्या परिणामी मरणाच्या दाढेत सापडलेल्या अवस्थेत कसे घरी आणले गेले होते तेवढेच पाहणे पुरेसे झाले असते. पूर्वी अर्सूला आपली साखरेची जनावरे तयार करण्यात सारा दिवस घालवायची आणि तरीही तिला मुलांसाठी पुरेसा वेळ मिळायचा, त्यांच्या डोळ्यांतल्या पांढऱ्या भागाकडे पाहून ती त्यांना एरंडेल देण्याची आवश्यकता आहे का ते ठरवायची. तथापि, आता तिने करावे असे फारसे दुसरे काम घरात राहिलेले नसले तरी सकाळपासून संध्याकाळपर्यंत ती होझे आर्केदियोला कमरेवर घेऊन हिंडायची. त्या वाईट दिवसांमध्येसुद्धा तिला किती तरी गोष्टी अर्धवट सोडाव्या लागत असत. खरी गोष्ट अशी होती की, अर्सूलाला आपल्या वयाचा हिशोब ध्यानी राहत नसला आणि प्रत्येक बाबतीत तिची सगळ्यांना एक प्रकारे कटकटच वाटत असली तरी ती अजूनही म्हातारी व्हायलाच तयार नव्हती आणि 'कुणी युद्धाच्या दिवसांमध्ये पावसाळा होईपर्यंत सेंट जोसेफचा एक प्लास्टरचा पुतळा ठेवून घ्या' असे सांगितले होते का असा प्रश्न परक्या माणसांना विचारून ती अजूनही त्यांना हैराण करत असे. तरीही तिची दृष्टी नेमकी केव्हापासून नाहीशी होऊ लागली ते कुणालाच समजले नाही. तिच्या अगदी अखेरच्या वर्षांमध्ये ती बिछान्याबाहेर येऊ शकत नव्हती, तेव्हासुद्धा तिला वार्धक्याने पराभूत केले आहे हे दिसत असूनही ती आंधळी झाली आहे हे कुणाच्याच लक्षात आले नाही. होझे आर्केदियोच्या जन्मापूर्वीच तिच्या स्वतःच्या लक्षात आले होते. सुरुवातीला तिला वाटले की, हे केवळ तात्पुरत्या टिकणाऱ्या अशक्तपणामुळे असावे म्हणून तिने कुणालाही नकळत हाडांच्या मगजाचा रस्सा घेतला आणि डोळ्यांमध्ये मध घालून पाहिला; पण लवकरच तिला कळून चुकले की आपण हळूहळू अंधारात बुडत चाललो असून आता त्यातून सुटका नाही. तिला विजेच्या दिव्यांच्या शोधाचे काही समजलेच नाही. कारण, जेव्हा पहिल्यांदा विजेचे बल्ब आणून लावले गेले, तेव्हा तिला केवळ त्यांचा पांढरट प्रकाश तेवढा अस्पष्टपणे जाणवला. तिने तसे कुणाला कधी सांगितले मात्र नाही. कारण, मग तिच्या निरुपयोगीपणाची ती जाहीर कबुलीच ठरली असती. नजरेअभावी सगळ्या वस्तू दिसेनाशा झालेल्या अवस्थेतच, वस्तूंपासून आणि लोकांच्या आवाजापासून दूर दूर अशा ठिकाणी तिने शांतपणे आपल्या नातवाच्या शिक्षणावर लक्ष केंद्रित केले, त्यामुळे डोळ्यांतल्या मोतीबिंदूच्या छायेत जे पाहणे तिला शक्य होत नव्हते, ते आपल्या स्मरणशक्तीच्या आधारे पाहणे तिला शक्य होऊ लागले. पुढे नंतरच्या काळात तिला वासांच्या अकल्पित उपयोगाचा शोध लागायचा होता. अंधारामध्ये वस्तू समजून घेण्यासाठी आकार-वजन आणि रंगांपेक्षादेखील ते वास अधिक सक्षम, नेमके, जास्त ताकदीचे व खात्रीचे होते, त्यामुळे शेवटी पराभव मान्य करण्याच्या लाजिरवाण्या अवस्थेपासून

ती बचावली. एखाद्या खोलीतल्या अंधारातही ती सुईमध्ये दोरा ओवू शकत असे, काजे शिवू शकत असे तसेच दूध नेमके केव्हा उकळायला लागले तेही तिला समजायचे. कोणती वस्तू नेमकी कुठे आहे हे तिला इतक्या खात्रीपूर्वक माहीत असायचे की, आपण आंधळे झालो आहोत हेच ती कित्येकदा विसरायची. एकदा 'आपली लग्नातली अंगठी सापडत नाही' म्हणून फेर्नांदाने सगळे घर डोक्यावर घेतले होते; परंतु अर्सूलाला ती अंगठी बरोबर मुलांच्या शेजघरातल्या शेल्फवर सापडली. हे इतके साधे सरळ होते की, घरातले बाकीचे सगळे जण निष्काळजीपणे आपापले सारे उद्योग करीत असताना ती मात्र आपल्या चार ज्ञानेंद्रियांनी सगळ्यांना लक्षपूर्वक 'पाहत' असायची, त्यामुळे ते कुणीही तिला अचानक चकित करून शकत नसत. काही दिवसांनी तर तिच्या असे लक्षात आले की, कुटुंबातली प्रत्येक व्यक्ती घरातसुद्धा स्वतःच्या नकळत त्याच त्या मार्गाने दररोज पुन्हा पुन्हा जात-येत होती, त्याच त्या कृती करत होती आणि जवळ जवळ तेच ते शब्द ठरावीक वेळी उच्चारत होती. फक्त त्यांच्याकडून रोजचा नित्यक्रम जेव्हा जागरूकपणे पाळला जायचा नाही, तेव्हाच त्यांच्याकडून काही तरी हरवण्याचा धोका असायचा, त्यामुळे फेर्नांदा 'आपली अंगठी हरवली' म्हणून फारच अस्वस्थ झाली आहे हे समजल्यावर अर्सूलाला बरोबर आठवले की, फेर्नांदाने फक्त एकच गोष्ट नेहमीपेक्षा वेगळी केली होती, ती म्हणजे मेमेच्या बिछान्यामध्ये आदल्या रात्री ढेकूण सापडला म्हणून घरातल्या गाद्या तिने उन्हात घातल्या होत्या. शेजघरात धुरी द्यायच्या वेळेला मुले तिथे हजर असल्यामुळे त्यांचा हात पोहोचणार नाही, अशा ठिकाणी म्हणजे शेल्फवर फेर्नांदाने अंगठी ठेवली असेल असा अर्सूलाने अंदाज केला. उलट फेर्नांदाने तिच्या रोजच्या जाण्यायेण्याच्या मार्गात ती अंगठी शोधण्याचा निष्फळ प्रयत्न केला. हरवलेल्या वस्तू शोधण्यात नित्यक्रमातल्या सवयींचाच अडथळा होतो व म्हणूनच त्या वस्तू सापडणे अवघड होऊन बसते हे तिला समजलेच नाही.

होझे आर्केदियोचा सांभाळ करत त्याला वाढवण्याच्या उद्योगातून अर्सूलाला घरातल्या लहानसहान बाबतीतल्या बदलांची माहिती वेळच्या वेळी होण्याचे कष्टप्रद काम सुकर झाले. आमारान्ता तिच्या शेजघरात सेंट्सच्या पुतळ्यांना नवे पोशाख चढवते आहे हे अर्सूलाला समजले तेव्हा तिने आपण जणू त्या मुलाला रंगांमधला फरक कसा ओळखायचा ते दाखावतो आहोत असे भासवले.

ती त्याला म्हणाली, 'हंअं, आता पाहू या अं. आर्चएंजल राफाएलच्या पोशाखाचा रंग कोणता आहे ते मला सांग.'

तिच्या डोळ्यांमार्फत तिला न मिळणारी माहिती त्या मुलाकडून तिला अशा तऱ्हेने समजायची आणि तो सेमिनरीमध्ये जाण्याच्या किती तरी आधीच तिला केवळ कपड्यांच्या पोतावरून वेगवेगळ्या सेंट्सच्या अंगावरचे कपडे कोणत्या रंगाचे आहेत ते ओळखता येऊ लागले होते. कधी कधी अनपेक्षितपणे काही अपघात घडून येत

असत. एकदा दुपारच्या वेळी बेगोनियांच्या पोर्चवर आमारान्ता काशिदाकारी करत बसलेली असताना अर्सूला येऊन तिच्यावर आदळली. आमारान्ताने निषेध प्रकट करत म्हटले, 'अरे देवा! कुठे जातेयस ते नीट पाहा तरी.'

अर्सूला तिला म्हणाली, 'ही तुझीच चूक आहे. जिथे तू बसायला हवे होतेस तिथे तू बसलेली नाहीस.' तिला तशी खात्रीच होती; परंतु त्या दिवशी इतर कुणालाच कळले नव्हते, ते वास्तव तिच्या लक्षात येऊ लागले. वर्ष जसजसे उलटते तसतसा सूर्यदेखील आपली जागा लक्षात येणार नाही, अशा तऱ्हेने हळूहळू बदलत जातो आणि पोर्चमध्ये बसणाऱ्यांनाही स्वतःच्या नकळत आपापली जागा थोडी थोडी बदलावी लागते हे ते वास्तव होते. त्या दिवसपासून अर्सूलाला आमारान्ता कुठे बसली असेल हे समजण्यासाठी फक्त तारीख तेवढी आठवावी लागत होती. तिच्या हातांचे थरथरणे जरी दिवसेंदिवस इतरांच्या जास्तच लक्षात यायला लागले होते आणि तिच्या पायांचे ओझेही तिला जरा जास्तीच व्हायला लागले होते, तरी तिची छोटीशी आकृती कधीच एखाद्या ठिकाणी फार वेळ दिसायची नाही. पूर्वी सबंध घराचे सगळे ओझे तिच्या खांद्यावर होते, तेव्हा ती जेवढी मेहनती होती जवळ जवळ तेवढीच मेहनती ती आताही होती. म्हातारपणाच्या अभेद्य एकाकीपणात तिला अशी एक दूरदृष्टी प्राप्त झाली होती की, पूर्वीच्या काळात तिच्या कार्यमग्नतेमुळे जे पाहणे तिला शक्य होत नसे अशा अत्यंत छोट्या छोट्या गोष्टींमधले सत्यदेखील तिला अतिशय स्पष्टपणे समजायचे. साधारणतः होझे आर्केदियो सेमिनरीला पाठवण्याच्या सुमारास तिने माकोन्दोच्या स्थापनेपासूनचा घरातील जीवनाचा जणू थोडक्यात गोषवारा मनोमन तयार केला होता आणि आपल्या वंशजांविषयीचे तिचे मत एव्हाना तिने बदलले होते. तिला पूर्वी वाटायचे की, कर्नल औरेलियानो बुर्येदिया युद्धामुळे खूप कठोर बनून गेला होता म्हणून त्याचे कुटुंबाविषयीचे सारे प्रेम नष्ट झाले होते; परंतु आता तिला कळून चुकले होते की, त्याने कुणावरही – अगदी त्याची बायको रेमेदियोस हिच्यावरदेखील कधी प्रेम केलेच नव्हते. त्याच्या आयुष्यात एकेका रात्रीपुरत्या येऊन गेलेल्या त्या असंख्य बायांवरही त्याचे कधी प्रेम नव्हते आणि त्याच्या मुलग्यांवर तर नव्हतेच नव्हते. तिला असे जाणवले की, त्याने केलेली ती इतकी युद्धे ही काही सगळ्यांना वाटले होते, तशी कुठल्याही आदर्शवादासाठी केली नव्हती, तर निव्वळ शुद्ध दुराभिमानासाठी केली होती. त्याने एखाद्या विजयाचा त्याग केला असेल तर तोसुद्धा इतर सगळ्यांना वाटले तसे थकल्यामुळे नव्हे, तर त्याच्या शुद्ध, दुराभिमानापोटीच केला होता. ज्या मुलासाठी आपला जीवदेखील द्यायची अर्सूलाची तयारी होती, तो आपला मुलगा कुणावरही कधी प्रेम करूच शकत नाही, या निष्कर्षाला ती येऊन पोहोचली होती. तो तिच्या पोटात होता, तेव्हा एकदा रात्री तिने अतिशय स्पष्टपणे त्याच्या रडण्याचा आवाज ऐकला होता. ते रडणे अतिशय स्पष्टपणे ऐकू येण्यासारखे असल्यामुळे तिच्या बाजूलाच असलेला होझे आर्केदियो

बुयेंदिया जागा झाला आणि आपला मुलगा, ज्याचे बोलणे दुरूनच कोठून तरी ऐकू येते आहे असे भासवणारा शब्दभ्रमकार होणार याचा त्याला आनंद झाला होता. तो प्रेषित होईल असे भाकीत इतरांनी केले होते. त्याउलट, त्याचे खोलवरचे कण्हणे म्हणजे आपल्याला डुकराच्या शेपटीचे भयानक मूल होणार असल्याचे पूर्वचिन्हच होय, अशा खात्रीने अर्सूला मात्र तेव्हा शहारली होती आणि तसले मूल पोटात असतानाच मरावे म्हणून तिने देवाची करुणासुद्धा भाकली होती. आताच्या तिच्या वार्धक्यातल्या सुबोध जाणिवेतून तिला असे कळून चुकले होते की, आईच्या पोटात असलेल्या मुलांचे रडणे हे शब्दभ्रमकरीचे वा प्रेषितत्वाचे द्योतक नसून ते मूल प्रेम करायला असमर्थ असल्याचे द्योतक होते. तिच्या मनातली आपल्या मुलाची प्रतिमा अशी बिघडवून गेल्यामुळे त्याच्याविषयी जेवढी म्हणून करुणा तिला वाटणे योग्य होते, तेवढी सारी करुणा एकाएकी तिच्या मनात दाटून आली. आमारान्ताच्या कठीण अंतःकरणाची तिला भीती वाटायची, तिच्या अतिरेकी कडवटपणामुळे अर्सूलाही कडवट बनायची. मात्र अंतिम विश्लेषणाअखेर करुणेच्या ओलाव्यामुळे एकाएकी स्पष्टपणे तिच्या लक्षात आले की, आमारान्ता ही सर्वांत जास्त हळव्या मनाची होती आणि पिएत्रो क्रेस्पीला ज्या अन्याय्य यातना तिने दिल्या होत्या, त्या सर्वांना वाटले तशा सुडाच्या भावनेतून नव्हत्या किंवा कर्नल गेरिनेल्दो मार्केझला तिच्यापायी जे संथ हौतात्म्य पत्करून आयुष्य बरबाद करावे लागले होते तेदेखील सर्वांना वाटले होते तसे तिच्या अंतःकरणाच्या कडवट कठोरपणापायी नव्हते, तर तिच्या त्या दोन्हीही कृती म्हणजे अमाप प्रेम आणि पराकाष्ठेचा अभेद्य भित्रेपणा होता. तसल्या असमंजस भीतीने तिच्या अंतःकरणाला सतत यातना दिल्या होत्या आणि अंती तिच्यावर मात केली होती. साधारणतः, त्याच सुमारास अर्सूलाने रेबेकाचे नाव घ्यायला सुरुवात केली होती. वास्तविक रेबेकाला तिने आपले दूध पाजले नव्हते, उलट ती जमिनीवरची माती आणि भिंतींवरचा पांढरा चुना खात असायची. तिच्या नसांमध्ये अर्सूलाचे रक्त नव्हते, कुणा तरी परक्या अज्ञात आईबापाचे रक्त खेळत होते आणि त्यांची हाडे तिथल्या थडग्यांमध्ये क्लक् क्लक् करत होती. रेबेकाचे अंतःकरण उतावळे होते, गर्भाशय अत्यंत उग्र होते आणि तिच्यापाशी अनिर्बंध धैर्य होते. अशी रेबेका त्यांच्या कुटुंबात एकटीतच होती, तसे धैर्य आपल्या स्वतःच्या वंशजांमध्ये असायला हवे होते, असे अर्सूलाला वाटायचे.

भिंतीवर चाचपडत अर्सूला म्हणायची, 'रेबेका आम्ही तुझ्याशी किती वाईट वागलो गं!'

घरामध्ये सगळ्यांना असेच वाटायचे की, तिचे मन नुसते भरकटत असावे. विशेषतः, तिने जेव्हा आर्चएंजल गॅब्रिएलसारखा[१] आपला उजवा हात उंचावून सगळीकडे वावरायला सुरुवात केली तेव्हापासून सगळ्यांना तसे वाटत होते. फेर्नांदाच्या मात्र लक्षात आले होते की, तिच्या भरकटण्याच्या छायेमध्ये दृष्टिआडचे

पाहू शकणाऱ्या शक्तीचा सूर्य प्रकाशत होता. कारण, मागल्या वर्षी घरात नेमका किती पैसा खर्च झाला ते अर्सूला अगदी न अडखळता तत्काळ सांगू शकत असे. आमारान्तालाही काहीसे असेच वाटत असावे, कारण, एकदा तिची आई स्वयंपाकघरात सूपाचे भांडे ढवळत होती तेव्हा तिचे बोलणे ते सगळे जण ऐकताहेत हे न कळून ती एकाएकी म्हणाली की, पहिल्यांदा गावात आलेल्या जिप्सींकडून आपण एक ग्राईंडर विकत घेतला होता, तो ग्राईंडर होझे आर्केदियोने जगाच्या पासष्ट सफरी केल्या त्या सुमारास नाहीसा झाला होता आणि तो अजूनही पिलार तेर्नेराच्याच घरात आहे. पिलार तेर्नेरादेखील तेव्हा सुमारे शंभर वर्षांची झाली होती आणि ती जरी कल्पनातीत लठ्ठ झालेली असली तरी अगदी व्यवस्थित आणि चपळ राहिली होती. पूर्वीच्या काळात तिचे हसणे जसे कबुतरांना घाबरवायचे तसा आता तिचा लठ्ठपणा मुलांना घाबरवायचा. अर्सूलाचे म्हणणे बरोबर होते, याचे पिलार तेर्नेराला आश्चर्य वाटले नाही. कारण, तिचा स्वतःचा अनुभवदेखील तिला आता सांगू लागला होता की, जागरूक वार्धक्य हे तिच्या त्या पत्त्यांपेक्षाही जास्त तीक्ष्ण असू शकते.

तथापि, अर्सूलाच्या जेव्हा लक्षात आले की, होझे आर्केदियोचा भावी व्यवसाय दृढ करण्याकडे आवश्यक तेवढे लक्ष द्यायला आता पुरेसा वेळ नाही, तेव्हा तिची काहीशी त्रेधातिरपिट होऊन ती अस्वस्थ झाली, त्यामुळे ज्या गोष्टी ती आपल्या अंतःस्फूर्तीने अधिक स्पष्टपणे पाहू शकायची, त्या ती आता डोळ्यांनी पाहण्याचा प्रयत्न करू लागली आणि त्यात तिच्या चुका व्हायला लागल्या. एकदा सकाळी तिने गुलाबपाणी समजून दौतीतील शाईच त्या पोराच्या डोक्यावर ओतली. प्रत्येक गोष्टीमध्ये भाग घ्यायच्या तिच्या हटवादी प्रयत्नांमध्ये ती इतक्यांदा कुठे तरी कशी तरी आदळायची की, चिडचिड्या बनलेल्या तिच्या वृत्तीचे अकस्मात उद्रेक सतत होत गेल्याने ती आणखीनच अस्वस्थ व्हायची. कोळिष्टकांच्या घट्ट जाकिटात तिला गुंतवू पाहणारा दृष्टीसमोरचा काळोख बाजूला हटवण्याचा ती प्रयत्न करू लागली. तेव्हा तिला वाटले की, तिचा अजागळपणा म्हणजेच म्हातारपणाने आणि काळोखाने तिच्यावर मिळवलेला पहिला विजय नसून काळाने तिला दिलेली जणू शिक्षाच होती. तिला वाटायचे की, पूर्वी घट्ट विणीचे सुती कापड मोजताना फसवाफसवी करणाऱ्या तुर्कांसारखाच महिने आणि वर्ष मोजताना परमेश्वरसुद्धा फसवाफसवी करीत नसे, तेव्हा गोष्टी वेगळ्या होत्या. आता मुले केवळ लवकर लवकर मोठी होत होती असे नव्हे, तर त्यांच्या भावनादेखील वेगळ्याच रीतीने विकसित होत होत्या. रेमेदियोस द ब्युटी सदेह स्वर्गात गेल्यानंतर लगेचच अविवेकी फेर्नांदाने आपल्या चादरीसुद्धा तिच्याबरोबर नाहीशा झाल्या त्यावरून तोंडातल्या तोंडात बडबड करायला सुरुवात केली होती. कर्नल औरेलियानो बुयेंदियाच्या मारल्या गेलेल्या मुलांची शरीरे त्यांच्या थडग्यांमध्ये अजून थंडगारसुद्धा पडली

नव्हती, तेवढ्यात इकडे औरेलियानो सेगुन्दोने घरात दिवे वगैरे पेटवून ॲकॉर्डियन वाजवणाऱ्या दारुड्यांना घरात जमवून शॅम्पेनमध्ये बुडवायला सुरुवात केली होती. जणू काही मेले होते ते ख्रिश्चन नव्हते तर कुत्रे होते, जणू काही तिचे ते वेड लागलेले घर म्हणजे संपूर्ण विनाशाकडे निघालेला एखादा कचऱ्याचा ढीग होता. ते घर उभारायला तिला किती तरी मनस्ताप सोसावा लागला होता आणि साखरेची असंख्य जनावरे तयार करावी लागली होती. होझे आर्केदियोची ट्रंक भरण्याची तयारी करता करता या साऱ्या गोष्टी अर्सूलाला आठवत होत्या. तिला वाटले यापेक्षा एकदाचे आपण आपल्या थडग्यात कायमचे पडून राहावे आणि सगळ्यांनी तिच्यावर माती लोटावी हे बरे. न घाबरता तिने परमेश्वरला खुशाल विचारले की, 'तू ही माणसे लोखंडाची घडवली आहेस का की त्यांनी सतत अमर्याद त्रास आणि तेजोभंग सहन करावेत.' हेच पुन्हा पुन्हा म्हणत ती आपला गोंधळ अधिकाधिक वाढवत राहिली. एखाद्या परक्या माणसासारखा तेथून पळ काढावा आणि बंडाचा एखादा तरी क्षण अनुभवावा अशी अनिवार इच्छा तिला झाली. खरे तर त्या क्षणाची तिला कितीदा तरी तळमळ लागून राहिली होती आणि तो क्षण तिने पुन्हा पुन्हा पुढे ढकलला होता. सर्वसंगपरित्यागाचा आपला विचार तिने सतत बाजूला टाकला होता. तिला वाटले त्या सगळ्या गोष्टींवर एकदाचे हागून घ्यावे आणि शंभर वर्षांच्या धर्मभीरुत्वाच्या परिणामी असंख्य वेळा गिळून टाकलेल्या, काळजात दपडपून ठेवलेल्या असंख्य शिव्यांचा एकदाच भडिमार करावा.

ती मोठ्याने ओरडली, 'शिट!'

आमारान्ता त्या वेळी ट्रंकेमध्ये कपडे ठेवायला लागली होती. तिला वाटले अर्सूलाला विंचू चावला असावा. तिने एकदम घाबरून जाऊन विचारले,

'कुठाय तो विंचू?'

अर्सूलाने आपले बोट काळजावर ठेवत म्हटले, 'या इथे आहे.'

गुरुवारी दुपारी दोन वाजता सेमिनरीत जाण्यासाठी होझे आर्केदियोने घर सोडले. निरोप घेताना तो गंभीर आणि स्तब्ध झाला होता; पण डोळ्यांतून त्याने अजिबात पाणी काढले नाही. अर्सूलाने त्याला तसेच शिकवले होते. दुपारच्या उन्हात अंगातल्या, तांब्याच्या बटणांचा हिरव्या रंगाचा कॉर्डुराय सूट आणि गळ्यातला स्टार्च केलेला बो यांच्यामुळे तो घामाघूम होत होता. तिला पुढे तो तसाच आठवणार होता. गुलाबपाण्याचा तीव्र सुवास कोंदलेले जेवणघर सोडून तो निघाला. घरात तो कुठे कुठे जातोय ते वासाच्या आधारे तिला समजत राहावे म्हणून तिने त्याच्या डोक्यावर गुलाबपाणी शिंपडले होते. निरोपाचे जेवण चालू असताना घरातले सगळे जण आपल्या मनाची दुर्बलता लपवण्यासाठी उत्सवी उद्गार काढत होते आणि फादर आंतानियो इझाबेलच्या बोलण्याला जरा जास्तच उत्साहाने दाद देत होते; परंतु नंतर जेव्हा मखमली आवरणात बांधलेली व चांदीचे कोपरे असलेली

त्याची ट्रंक त्यांनी घराबाहेर काढली तेव्हा जणू एखादे कॉफिन घराबाहेर काढावे तसे त्यांना झाले. त्या निरोपाच्या प्रसंगात फक्त कर्नल औरेलियानो बुयेंदियाने सामील व्हायचे नाकारले.

तो पुटपुटला, 'हं, आता आपल्याला केवळ एका पोपचीच गरज आहे.'

तीन महिन्यांनी औरेलियानो सेगुन्दो आणि फेर्नांदाने मेमेला शाळेत जाऊन सोडले आणि पियानोलाची जागा घेऊ शकेल असे एक क्लॅव्हिकॉर्ड घेऊन ते परत आले. साधारण त्याच सुमारास आमारान्ताने स्वतःसाठी अंत्यवस्त्र (कफन)[२] शिवायला घेतले होते. बनाना कंपनीमुळे निर्माण झालेला सगळा ताप एव्हाना निवळला होता. माकोन्दोच्या जुन्या रहिवाशांना समजून चुकले होते की, त्यांच्या आजूबाजूला सगळे नव्याने आलेले लोक आहेत; त्यामुळे त्यांनी खूप कष्ट करत गतकाळातील आपल्या अनिश्चित झालेल्या साधनांना घट्ट धरून राहणे पसंत केले. त्यांना एकच समाधन होते की, बोट फुटल्यानंतरदेखील आपण वाचलो आहोत. त्या घरात अजूनही दुपारच्या जेवणासाठी पाहुणे आलेले असत आणि पुढे बऱ्याच वर्षांनंतर बनाना कंपनी गाव सोडून निघून जाईपर्यंत घरातल्या पूर्वीच्या नित्यक्रमाची घडी काही पुन्हा बसू शकली नाही. तथापि, आदरातिथ्याच्या पारंपरिक कल्पनांमध्ये काही महत्त्वाचे बदल मात्र घडून आले. कारण, या काळामध्ये आपल्या इच्छेनुसार नियम करून घरातला कारभार फेर्नांदा चालवत होती. अर्सूला जणू अंधारामध्ये ढकलली गेल्यामुळे आणि आमारान्ता आपल्या अंत्यवस्त्राच्या कामात गुंतल्यामुळे एके काळच्या त्या होतकरू राणीला आपले पाहुणे निवडून त्यांच्यावर आपल्या आईवडिलांच्या शिकवणीनुसार कठोर नियम लादण्याचे स्वातंत्र्य लाभले होते. परदेशी लोकांनी सहजपणे मिळवलेल्या संपत्तीच्या गांवढळ उधळपट्टीमुळे ते गाव आता जणू आचके देत होते. तशा गावातले ते घर तिच्या कडकपणामुळे जुनाट रीतीभातींचा बालेकिल्ला बनून गेले होते. तिला आता कोणीही कसलेच प्रश्न विचारणारे नसल्यामुळे तिच्या दृष्टीने बनाना कंपनीशी काहीच घेणे-देणे नसलेले लोक हेच खरे योग्य लोक होते. होझे आर्केदियो सेगुन्दो हा तिचा दीरदेखील तिच्या असल्या पक्षपाती मत्सराचा बळी ठरला होता. कारण, सुरुवातीच्या उत्साहाच्या भरात त्याने आपल्या आश्चर्यकारक कोंबड्यांच्या झुंजी पुन्हा एकवार सोडून देऊन बनाना कंपनीमध्ये फोरमनची नोकरी पत्करली होती.

फेर्नांदाने तेव्हा म्हटले होते, 'जोवर तो त्या नको असलेल्या परदेशी लोकांचा लोंढा बरोबर घेऊन येतोय तोवर त्याला या घरात जागा नाही.' घरात तिने लादलेला सगळाच संकुचितपणा इतका पराकोटीला पोहोचला होता की, औरेलियानो सेगुन्दोला पेत्रा कोतेसच्या घरीच जास्त बरे वाटायचे. सुरुवातीला आपल्या पार्टीज्‌चे ओझे बायकोवर पडायला नको म्हणून त्याने त्या पार्टीज्‌ तिकडे करायला सुरुवात केली. त्यानंतर त्यांच्या जनावरांची पैदाशीची क्षमता कमी होतेय या सबबीखाली

त्याने आपले तबेले आणि कोठारे तिकडे हलवली. शेवटी आपल्या रखेलीच्या घरात जास्त थंडावा आहे या सबबीवर आपला उद्योग पाहायचे छोटे ऑफिसही त्याने तिकडेच हलवले. आपला नवरा अजून मेलेला नसला तरीही आपण विधवा झालो आहोत हे जेव्हा फेर्नांदाला कळून चुकले, तेव्हा गोष्टी अशा थराला आल्या होत्या की, पुन्हा पूर्वस्थिती निर्माण करायला आता नको तेवढा उशीर झाला होता. औरेलियानो सेगुन्दो क्वचितच घरी जेवायचा आणि ते घरात यायचा तो केवळ बायकोबरोबर झोपायला यायचा हे कुणालाही पटण्यासारखे नव्हते. एकदा त्याच्या निष्काळजीपणामुळे सकाळी तो पेत्रा कोतेसच्या बिछान्यात आढळला, तेव्हा नेमके अपेक्षेच्या उलट घडले. फेर्नांदाने त्याची जराशीही कानउघाडणी केली नाही किंवा रागाचा एखादा निःश्वासही सोडला नाही. मात्र घरातल्या त्याच्या कपड्यांच्या दोन ट्रंका तिने त्याच्या रखेलीच्या घरी धाडून दिल्या आणि त्याही भर दिवसा सर्वांना दिसाव्यात म्हणून 'रस्त्याच्या मधोमध चालत न्याव्यात' अशी सूचना नोकरांना देऊन पाठवल्या. त्या प्रकारची शरम वाटून तिचा वाट चुकलेला नवरा खाली मान घालून घरी परतेल असे तिला वाटले होते; पण आपल्या नवऱ्याच्या स्वभावाचे किंवा ज्या समाजाला तिच्या आईबापांशी काहीच घेणेदेणे नव्हते, त्या समाजाच्या स्वभावाचे ज्ञान तिला किती कमी होते, याचा पुरावाच तिच्या त्या 'वीरकृत्या'तून उघड होत होता. कारण, ज्याने ज्याने त्या ट्रंका रस्त्यातून नेल्या जाताना पाहिले त्याने असे उद्गार काढले की, 'सगळ्यांना फारच चांगली माहिती असलेल्या त्या गोष्टीचा स्वाभाविक शेवट असाच व्हायचा.' त्यामुळे औरेलियानो सेगुन्दोने आपल्याला मिळालेले स्वातंत्र्य तीन दिवस चाललेल्या पार्टीने साजरे केले. अनाठायी अभिमान, उदासवाणा लांबलचक पोशाख आणि जुन्या जमान्यातली अधिकारदर्शक चिन्हे या साऱ्यांसकट फेर्नांदा आधीच खिन्न अशा प्रौढावस्थेला पोहोचली होती. त्याच्या उलट औरेलियानो सेगुन्दोच्या रखेलीची अवस्था फेर्नांदाला अगदी प्रतिकूल होती. कारण, भडक रंगांचे नैसर्गिक सिल्कचे पोशाख आणि मिळालेल्या समर्थनामुळे चमकणारे वाघाच्या पट्ट्यांसारखे डोळे यांमुळे तिला नव्याने प्राप्त झालेल्या तारुण्याच्या उकळ्या फुटत होत्या. औरेलियानो सेगुन्दोने पौंगडावस्थेतल्यासारख्या जोशात पूर्वीसारखे पुन्हा स्वतःला तिच्या स्वाधीन केले. पूर्वी त्या दोघा जुळ्या भावांच्या संदर्भात झालेल्या गोंधळामुळे फक्त त्याच्या एकट्यावरच पेत्रा कोतेसने प्रेम केले नव्हते, तर एकाच वेळी ती दोघांबरोबर झोपत होती, त्यामुळे ती स्वतःचा असा समज करून घेत होती की, एकच माणूस आपल्याबरोबर दोन माणसांसारखा झोपतो आहे आणि असे भाग्य आपल्याला देवाने दिले आहे. पुन्हा उफाळून आलेल्या त्यांच्या वासनेचा आवेश एवढा होता की, कधी कधी ते जेवायची तयारी करत असताना केवळ एकमेकांच्या डोळ्यांत पाहायचे, काहीही न बोलता जेवणाच्या प्लेट्स झाकून ठेवायचे आणि भुकेने व वासनेने कासावीस होत शेजघरात शिरायचे. फ्रेंच बायांच्या

घरांना औरेलियानो सेगुन्दोने गुपचूप दिलेल्या भेटींमध्ये तिथे पाहिलेल्या गोष्टींपासून प्रेरणा घेऊन त्याने आर्चबिशपच्या बिछान्याच्या छतासारखे छत पेत्रा कोतेसच्या बिछान्यासाठी आणले, खिडक्यांना मखमली पडदे लावले आणि भिंतींवर व शेजघराच्या छपराला आतून मोठाले बिलोरी आरसे बसवून घेतले. त्याशिवाय तो पूर्वी होता त्याहीपेक्षा जास्तीच दारूबाज आणि उधळ्याही बनला होता. दररोज अकरा वाजता येणाऱ्या आगगाडीतून त्याच्याकडे भरपूर शॅम्पेन आणि ब्रँडीची खोकी येत असत. स्टेशनवरून परतताना तो *कोलंबियन* पद्धतीच्या लोकसंगीताच्या साथीने उत्स्फूर्तपणे मिरवत मिरवत ती खोकी रस्त्यावरच्या लोकांच्या नीट दृष्टीस पडतील अशा रीतीने ओढत आणायचा. त्या गर्दीत कसलाही भेदभाव नसलेले स्थानिक-बाहेरचे, परिचित-अपरिचित, पूर्णतया परके असे सगळ्या तऱ्हेचे लोक असायचे. तो अप्रामाणिक मिस्टर ब्राऊनदेखील पेत्रा कोतेसच्या घरात कितीतरी वेळा होझे आर्केदियो सेगुन्दोने केलेल्या खुणांना बळी पडून बेसुमार प्यायचा. सगळीकडे त्याच्याबरोबर ते भयंकर जर्मन शेफर्ड कुत्रे असायचे, त्यांनाही तो ॲकॉर्डियनच्या साथीने आपल्याबरोबर टेक्सासच्या कुठल्या तरी गाण्यांच्या तालावर नाचायला लावायचा आणि स्वतःही वेडावाकडा बडबडत ती गाणी म्हणायचा.

पार्टी अगदी रंगात आली म्हणजे औरेलियानो सेगुन्दो ओरडायचा, 'गायांनो थांबा, थांबा. कारण, आयुष्य तसे खूप छोटे असते.'

त्या वेळी तो दिसायचा तेवढा चांगला पूर्वी कधीच दिसत नसे. पूर्वी तेवढे प्रेमही त्याच्या वाट्याला आले नव्हते किंवा तेव्हा ज्या विलक्षण प्रमाणात त्याच्या जनावरांची पैदास व्हायची तेवढी पूर्वी कधीही होत नव्हती. त्याच्या त्या न संपणाऱ्या पार्टीज्‌साठी गाई, डुकरे आणि कोंबड्यांची एवढ्या मोठ्या प्रमाणात कत्तल व्हायची की पटांगणातली जमीन त्यांच्या रक्तामुळे काळ्या चिखलाची होऊन गेली होती. तिथली कत्तलीची जागा म्हणजे हाडे आणि जनावरांच्या पोटातली आतडी, उष्टे-खरकटे वगैरेंनी भरून गेल्यामुळे तिथे जमणाऱ्या गिधाडांना हुसकावून लावण्यासाठी त्यांना सतत डायनामाइट बॉंबस् फोडावे लागत असत. तसे केले नसते तर त्या गिधाडांनी पाहुण्यांचे डोळेसुद्धा फोडले असते. औरेलियानो सेगुन्दो जाड्या झाला होता, त्याचा रंग जांभळट आणि आकार कासवासारखा झाला होता. त्याचा खादाडपणा अतोनात वाढला होता. त्या खादाडपणाची तुलना फक्त सगळ्या जगभर फिरून परतलेल्या होझे आर्केदियोच्या खादाडपणाशीच करता आली आती. त्याचा विलक्षण खादाडपणा, प्रचंड खर्चिकपणा आणि अभूतपूर्व आतिथ्यशीलता इत्यादींची ख्याती दलदलीच्या प्रदेशाच्या सीमापार दूरवर पोहोचली होती, त्यामुळे त्या किनाऱ्यावरचे दूरदूरचे प्रस्थापित खवय्ये त्याच्याकडे आपोआप येत असत. खादाडपणाची क्षमता व प्रतिकारशक्ती आजमावण्याच्या अनेक स्पर्धा पेत्रा कोतेसच्या घरात भरवल्या जात असत. अविश्वसनीय वाटावेत एवढे खादाड लोक त्या स्पर्धांमध्ये

आपली क्षमता आजमावण्याकरता भाग घ्यायला जमत. एका दुर्दैवी शनिवारी कामिला सागास्च्युमे नावाची एक बंदूकधारी महिला तिथे येईपर्यंत अशा स्पर्धांमध्ये औरेलियानो सेगुन्दो हाच अजिंक्य खादाड ठरत असे. त्या संपूर्ण प्रदेशात ती 'हत्तीण' या नावाने ओळखली जायची. मंगळवारच्या पहाटेपर्यंत त्या दोघांमधले खादाडपणाचे द्वंद्व चालू होते. पहिल्या चोवीस तासांमध्ये याम्स, कसाव्हा आणि तळलेल्या केळ्यांच्या जोडीने एका वासराचे मांस आणि त्याशिवाय दीड खोके भरून शॅम्पेनच्या बाटल्या औरेलियानो सेगुन्दोने पोटामध्ये रिचवल्यानंतर त्या स्पर्धेमध्ये आपणच विजयी होणार अशी त्याची खात्री झाली होती. आपल्या प्रतिस्पर्धी स्त्रीपेक्षा तो जास्तीच उत्साही आणि चैतन्याने भारल्यासारखा वाटत होता. त्या घरात जमलेल्या मोठ्या गर्दीच्या दृष्टीने पाहिले तर त्याच्या धीम्या प्रतिस्पर्ध्याची म्हणजे त्या अतिविशाल महिलेची शैली मात्र अगदी स्पष्टपणे व्यावसायिक तसेच भावनारहित अशी होती. विजयाबद्दलच्या उत्कंठेपोटी औरेलियानो सेगुन्दो मोठमोठाले घास घेत खात होता तर उलट 'हत्तीण' म्हणजे ती अतिविशाल महिला मात्र एखाद्या शल्यविशारदाच्या व्यवस्थितपणाने मांसाचे बारीक बारीक तुकडे करत सावकाश आणि खाण्याचा आनंद घेत घेत खात होती. शरीराने ती अवाढव्य आणि चांगलीच बळकट होती; परंतु तिच्या त्या अफाट आकारातही स्त्रीत्वाचे एक मार्दव भरून राहिले होते. तिचा चेहरा फारच सुंदर होता, हात अतिशय काळजीपूर्वक छान राखलेले होते आणि तिच्याजवळ स्वतःची अशी एक खास मोहकता होती, त्यामुळे पेत्रा कोतेसच्या घरात शिरताना तिला पाहून औरेलियानो सेगुन्दोने हळू आवाजात म्हटले की, द्वंद्व जेवणाच्या टेबलाशी व्हायच्याऐवजी बिछान्यात झाले असते तर त्याला फारच आवडले असते. त्यानंतर, उत्तम टेबल-मॅनर्सचा कुठलाही नियम अजिबात न मोडता चांगले अर्धे वासरू तिने संपवलेले त्याने पाहिले, तेव्हा त्याने गंभीरपणे एक विधान केले की, तो नाजूक, मोहक आणि अत्यंत लोभी अशी 'हत्तीण' एका अर्थी एक आदर्श स्त्री होती. त्याचे हे निरीक्षण चुकीचे नव्हते. ती 'हत्तीण' तिथे येण्यापूर्वी 'हाडे मोडणारी' अशी जी तिची ख्याती त्यांच्यापर्यंत पोहोचली होती, तिला तसा काही आधार नव्हता. काही लोकांनी म्हटले तसे ती काही कायम जनावरांचे मांस चघळणारी किंवा ग्रीक सर्कशीतली दाढीवाली बाई नव्हती, तर ध्वनिनियंत्रणाच्या शास्त्रातली एक तज्ज्ञ आणि त्याचे प्रशिक्षण देणाऱ्या संस्थेची संचालिका होती. खायचे कसे हे ती एका सभ्य कुटुंबातली आई बनण्याआधीच शिकलेली होती. कुठल्या तरी कृत्रिम उपायांनी भूक प्रज्वलित न करता, उलट वृत्तींच्या समाधानतेने चांगले खायचे कसे ते तिला आपल्या मुलांना शिकवायचे होते. या बाबतीतला तिच्या आचरणात प्रत्यक्ष असलेला तिचा सिद्धान्त असा होता : 'ज्या व्यक्तीची सदसद्विवेकबुद्धी अगदी व्यवस्थितपणे जागेवर असेल, त्या व्यक्तीला अगदी दमेपर्यंत खाता येणे शक्य असले पाहिजे.' केवळ नैतिक कारणासाठी आणि खेळातला रस म्हणून ती आपले घर आणि शाळा सोडून बाहेर

पडली होती ते फक्त सबंध देशभर एक तत्त्वशून्य व भलताच खादाड माणूस अशी ख्याती असलेल्या त्या माणसाशी स्पर्धा करण्यासाठीच. त्याला पाहताक्षणीच तिला असे वाटले की, हा माणूस आपले पोट गमावणार नाही; परंतु आपले चारित्र्य सोडू शकेल. स्पर्धेच्या पहिल्या रात्रीच्या शेवटी ती 'हत्तीण' धीराने सामना देत होती, तर औरेलियानो सेगुन्दो मात्र उगाचच खूप बडबड करून आणि हसून स्वतःला दमवून घेत होता. त्यानंतर त्यांनी चार तास झोप काढली. जागे झाल्यानंतर प्रत्येकाने चाळीस संत्र्यांचा रस घेतला, आठ-आठ प्याले कॉफी घेतली आणि तीस तीस कच्ची अंडी खाल्ली, दुसऱ्या दिवशी सकाळपर्यंत दोघांनीही अनेक तास झोपेशिवाय घालवले होते. नंतर दोन डुकरे, केळ्यांचा एक घड आणि चार खोक्यांतल्या शॅम्पेनच्या बाटल्या फस्त केल्यानंतर 'हत्तीणी'ला असा संशय आला की, औरेलियानो सेगुन्दोला तिच्या खास शैलीचा शोध नकळतच लागला असावा. मात्र तोसुद्धा कसा तर पूर्ण बेजबाबदारीच्या हास्यास्पद मार्गाने म्हणजे तिला वाटले होते त्याहीपेक्षा तो फारच धोकादायक होता. तरीही पेत्रा कोतेसने जेव्हा दोन भाजलेली टर्की कोंबडे वाढायला आणले, तेव्हा औरेलियानो सेगुन्दो हा घशापर्यंत पूर्णपणे भरला जायला थोडासाच अवकाश राहिला होता.

'हत्तीणी'ने त्याला म्हटले, 'तुला शक्य नसेल तर तू खाऊ नकोस. आपण ही स्पर्धा बरोबरीत थांबवू या.'

तिने ते अगदी मनापासून म्हटले होते. कारण, तिच्या लक्षात आले होते की, तीदेखील यापुढे घासभरही खाऊ शकणार नाही आणि आपण प्रतिस्पर्ध्याच्या मृत्यूला कारणीभूत होत आहोत, याचा तिला पश्चात्ताप होत होता; परंतु तिच्या त्या म्हणण्याचा औरेलियानो सेगुन्दोने 'आणखी एक आव्हान' असा अर्थ घेतला आणि आपल्या क्षमतेच्या पलीकडे जात त्याने तो टर्की पोटात कोंबला मात्र आणि तो बेशुद्ध झाला. तिथेच खाली मान घालून तो पडला, हाडांनी भरलेल्या समोरच्या प्लेट्मध्ये तोंड घालून वेदनांनी विव्हळत राहिला. त्याच्या तोंडातून एखाद्या कुत्र्यासारखा फेस येत होता. त्यातच जाणवणाऱ्या काळोखामध्ये त्याला वाटू लागले की, आपण एखाद्या टॉवरच्या टोकावरून तळ नसलेल्या खड्ड्यात फेकलो गेलो आहोत व शुद्धीच्या शेवटच्या क्षणिक उजेडात त्याला हेही कळून चुकले की, कोसळण्याच्या त्या अंतहीन टोकाशी मृत्यू आपली वाट पाहतो आहे.

तो कसेबसे म्हणाला, 'मला फेर्नांदाकडे घेऊन चला.'

त्याच्या मित्रांनी त्याला त्याच्या घरी नेऊन सोडले. त्यांना वाटले की, आपल्या रखेलीच्या बिछान्यात मरायचे नाही असे त्याने बायकोला दिलेले वचन खरे करण्यासाठी आपण त्याला मदत करतो आहोत. पेत्रा कोतेसने त्याच्या पेटंट लेदरच्या बुटांना पॉलिश करून ठेवले. कारण, मरणानंतर कॉफिनमध्ये त्याला ते बूट घालायचे होते आणि ती कुणाला तरी ते न्यायला सांगणार होती, तेवढ्यात

कुणीतरी सांगत आले की, तो धोक्यातून बचावला आहे. खरोखरच तो एक आठवड्याच्या आत बरासुद्धा झाला आणि दोन आठवड्यांनी तर आपण बचावलो याचा आनंद त्याने अभूतपूर्व उत्सवाने साजरा केला. पेत्रा कोतेसच्या घरी राहणे त्याने चालू ठेवले; परंतु फेर्नांदाच्या घरीदेखील तो रोज जात असे आणि कधी कधी कुटुंबाबरोबर जेवतही असे. दैवानेच सगळी परिस्थिती एवढी उलटीपालटी केली होती की, जणू तो रखेलीचा नवरा आणि आपल्या बायकोचा प्रियकर बनला होता.

फेर्नांदाला मात्र त्यामुळे विश्रांती लाभली. औरेलियानो सेगुन्दोने तिला सोडून दिले होते, त्या काळात तिला फक्त दुपारच्या विश्रांतीच्या वेळी क्लॅव्हिकॉर्ड शिकण्याचा आणि तिच्या मुलांकडून येणाऱ्या पत्रांचा तेवढा विरंगुळा होता. दर दोन आठवड्यांनी पत्रांमधून त्यांना ती जो तपशीलवार वृत्तांत पाठवायची, त्यात एखादी ओळदेखील खरी नसायची. त्यांच्यापासून तिने आपले सगळे ताणतणाव लपवून ठेवले होते. बेगोनियांवर चांगला उजेड असायचा, दुपारच्या वेळी काहीसा जडपणा आलेला असायचा, रस्त्याकडून मौजमजेच्या लहरी मधून मधून येत असत. हे सारे असे असले तरीदेखील त्यांचे घर हे अगदीच तिच्या आईवडिलांच्या सरंजामशाही प्रासादासारखे होऊन गेले होते. त्या घराचे दुःखही तिने आपल्या मुलांपासून लपवून ठेवले होते. ती तीन जिवंत भुते आणि होझे आर्केदियो बुयेंदियाचे एक मेलेले भूत यांच्याबरोबर फेर्नांदा एकटीच घरभर फिरायची. होझे आर्केदियो बुयेंदियाचे ते भूत कधी कधी पार्लरमध्ये अर्धवट उजेड असला आणि फेर्नांदा क्लॅव्हिकॉर्ड वाजवत असली की, चौकसपणे लक्ष देऊन तिच्याकडे पाहत बसायचे. कर्नल औरेलियानो बुयेंदिया मात्र सावलीसारखा झाला होता. शेवटच्या वेळी कसलेच भविष्य नसलेले युद्ध सुरू करण्याविषयी तो कर्नल गेरिनेल्दो मार्केझशी बोलायचा म्हणून रस्त्याकडे गेला होता, त्यानंतर आता तो फक्त चेस्टनटच्या झाडाखाली लघवीला जाताना आपले वर्कशॉप सोडायचा. दर तीन आठवड्यांनी येणारा न्हावी सोडला, तर त्याच्या भेटीला दुसरे कोणीही येत नसे. अर्सूलाने दिवसातून एकदा आणलेला कुठलाही पदार्थ खाऊन त्याची भूक भागत असे आणि तो जरी ते छोटे सोनेरी मासे पूर्वीच्याच नेटाने बनवायचा तरी आता ते विकायचे त्याने बंद केले होते. कारण, त्याच्या असे लक्षात आले होते की, जे मासे विकत घेत असत, ते सोन्याची देखणी वस्तू म्हणून नव्हे तर एक ऐतिहासिक अवशेष म्हणून घेत असत. त्यांचे लग्न झाले तेव्हापासून त्यांच्या शेजघराची शोभा वाढवणाऱ्या रेमेदियोसच्या बाहुल्यांची त्याने पटांगणात होळी करून टाकली. सगळ्या गोष्टींकडे लक्ष ठेवून असणाऱ्या अर्सूलाला तो काय करतो आहे हे कळत होते; परंतु ती त्याला परावृत्त करू शकली नाही.

ती त्याला म्हणाली, 'तुझे काळीज दगडाचे झालेय.'

तो म्हणाला, 'हं काळजाचा प्रश्न नाही. त्या खोलीत खूप मोठ्या प्रमाणात कीटक येत आहेत.'

आमारान्ता आपले अंत्यवस्त्र विणत होती. ती मेमेला मधून मधून पत्रे लिहायची आणि कधी कधी भेटवस्तूसुद्धा पाठवायची ते कशासाठी आणि त्याउलट होझे आर्केदियोविषयी तर तिला काही ऐकूनही घ्यायचे नसायचे ते कशामुळे हे फेर्नांदाला मुळीच कळायचे नाही. फेर्नांदाने जेव्हा अर्सूलामार्फत त्याविषयी विचारले तेव्हा आमारान्ताने म्हटले, 'हे सारे कशासाठी ते न कळताच एक दिवस ते मरून जातील.' या उत्तराने फेर्नांदाच्या अंतःकरणात कोरले गेलेले गूढ उलगडणे तिला कधीच शक्य झाले नाही. आमारान्ता ही चांगली उंच, रुंद खांद्यांची आणि स्वाभिमानी स्त्री होती. ती नेहमी लेस लावलेला लांबलचक पेटीकोट वापरत असे. इतरांहून आपण कुणी तरी वेगळे आहोत असा भाव तिच्या वागण्याबोलण्यात असायचा, त्यामुळे तिच्यावर वयाचा आणि वाईट आठवणींचा परिणाम झालेला दिसत नसे. शिवाय ती जणू आपल्या कपाळावर कौमार्याचा राखेचा क्रॉस वागवत असावी असा भास व्हायचा. खरे तर तो क्रॉस ती आपल्या हातावरच्या काळ्या बँडेजच्या रूपात वागवायची. झोपतानाही ती ते बँडेज काढत नसे आणि स्वतःच ते धुऊन त्याला इस्त्री करायची. आपले अंत्यवस्त्र विणण्यामध्येच तिचे सगळे आयुष्य संपायचे होते. कदाचित, असेही असावे की दिवसा ती ते वस्त्र विणून रात्रीच्या वेळी पुन्हा उसवत असावी आणि आपले एकाकीपण नाहीसे करण्यासाठी ती हे करत होती असे नव्हे, तर उलट ते एकाकीपण नीट सांभाळण्यासाठीच ती तसे करत असावी.

फेर्नांदाच्या नवऱ्याने तिचा त्याग केला होता, त्या वर्षातली तिची सर्वांत मोठी चिंता ही होती की, मेमे आपली पहिली सुटी घालवण्यासाठी घरी येईल तेव्हा आपले वडील घरात नसतात हे तिला कळेल. त्याच्या फुप्फुसांत कफ साचल्यामुळे तिची ती काळजी दूर झाली. मेमे परत आली तेव्हा तिच्या आईवडिलांमध्ये एक करार झाला होता, त्यानुसार त्या पोरीला आपले वडील औरेलियानो सेगुन्दो हे चांगले संसारी गृहस्थ तर आहेतच असे वाटू द्यायचे, शिवाय घरातली दुःखी अवस्थाही तिच्या लक्षात येऊन द्यायची नाही, असे ठरले होते. दर वर्षी दोन महिने औरेलियानो सेगुन्दो आपली आदर्श नवऱ्याची भूमिका छान पार पाडायचा. आइस्क्रीम, कूकीज् इत्यादींचा समावेश असलेल्या पार्टीज तो घडवून आणायचा आणि त्या पार्टीजचा आनंद त्या उत्साही आणि मूळच्याच आनंदी मुलीच्या क्लॅव्हिकॉर्डवादनाने द्विगुणित व्हायचा. आपल्या आईच्या स्वभावातल्या कुठल्याही गोष्टी त्या मुलीने जवळपास उचलल्याच नव्हत्या हे तेव्हापासून स्पष्ट झाले. ती जणू काही दुसरी आमारान्ताच होती. वयाच्या बारा-चौदाव्या वर्षी आमारान्ताला कडवटपणा कसा तो माहीत नव्हता, आपल्या नृत्याच्या पदन्यासांनी ती सारे घर जागे करायची. पिएत्रो क्रेस्पीविषयीच्या गुप्त अभिलाषेमुळे तिच्या अंतःकरणाची दिशाच बदलली, त्यापूर्वी आमारान्ताचे हे सारे असे होते. मात्र मेमे आमारान्तासारखेच काय पण कुटुंबातील इतर कुणाहीसारखे एकाकीपणाचे नशीब घेऊन आलेली नव्हती, ती एका अर्थी

जगातलीच होती आणि जगाशी तिने चांगले जुळवून घेतले होते. दुपारी दोन वाजता ती क्लॅव्हिकॉर्डवादनाच्या सरावासाठी अगदी कठोर शिस्तीने स्वतःला पार्लरमध्ये कोंडून घ्यायची; पण तरीही ती तशी एकाकी नव्हती. तिला ते घर आवडायचे हे तर उघडच होते. ती परत आली की, घरात जमणाऱ्या तरुण माणसांमुळे ते घर उत्साहाने भरून जायचे. तसल्या घराची स्वप्ने पाहतच ती सारे वर्ष घालवयची. आपल्या वडिलांची उत्सवप्रियता आणि आतिथ्यामधला अतिरेकीपणा याहून तिचा स्वभाव फारसा वेगळा नव्हता. सुट्टीसाठी जेव्हा ती तिसऱ्यांदा घरी आली तेव्हाच तिने त्या अनिष्ट वारशाची पहिली चुणूक दाखवून दिली होती. कसलीही आगाऊ कल्पना न देता तिने स्वतःच पुढाकार घेऊन चार नन्स आणि अडुसष्ट वर्गमैत्रिणींना एक आठवडा आपल्या घरी राहण्यासाठी आमंत्रित केले होते.

फेर्नांदा स्वतःशीच म्हणाली, 'काय भयंकर आहे हे सारे. ही पोरगी म्हणजे बापासारखीच रानटी आहे असं दिसतंय.'

शेजाऱ्यांकडून बिछाने आणि झोपण्यासाठी झोळ्या उसन्या घ्याव्या लागल्या होत्या, जेवणाच्या टेबलावर बसण्यासाठी नऊ पाळ्या ठरवाव्या लागल्या होत्या आणि आंघोळीसाठी वेळा ठरवाव्या लागल्या होत्या. पुरुषी पोशाखासारखी बटणे असलेले युनिफॉर्म्स ल्यायलेल्या त्या मुलींच्या एका ठिकाणाहून दुसऱ्या ठिकाणी जाण्यात सबंध दिवस घालवावा लागू नये म्हणून चाळीस स्टूल्सही उसने घ्यावे लागले होते. त्या मुलींनी बुयेंदियांच्या घराला दिलेली ती भेट तशी अयशस्वीच म्हणावी लागेल. कारण, त्या मुलींची ब्रेकफास्ट संपते न संपते तोच त्यांना जेवणाची पाळी लावावी लागायची, तर जेवण संपता संपता रात्रीच्या जेवणाची वेळ व्हायची आणि सबंध आठवड्यात त्यांना फक्त एकदाच त्या केळ्यांच्या लागवडीतून फेरफटका मारणे शक्य झाले होते. रात्रीच्या वेळी त्या नन्स थकून जात, त्यांना हिंडणे-फिरणे अशक्य व्हायचे आणखी एखादीही आज्ञा देणे त्यांना अशक्यच झालेले असायचे आणि मुलींचा तो जथा अजून पटांगणातच शाळेतली गाणी बेसूर आवाजात म्हणत असायचा. एकदा तर अर्सूला त्या मुलींना मदत करण्याच्या प्रयत्नात नेमकी अशा ठिकाणी गेली की, जिथे त्यांना तिचा अडथळा होऊ लागला आणि त्या मुली अजाणता तिला अगदी तुडवायच्या बेतात होत्या. दुसऱ्या एका प्रसंगी त्या मुली पटांगणात आहेत याचा जरासाही विचार न करता कर्नल औरेलियानो बुयेंदियाने चेस्टनटच्या झाडाखाली लघवी केलेली पाहून त्यांच्याबरोबरच्या नन्स फारच प्रक्षुब्ध झाल्या होत्या. आमारान्ता तर त्या सगळ्यांना अगदी घाबरून सोडायला निघाली होती. कारण, ती स्वयंपाकघरात सूपामध्ये मीठ टाकायच्या तयारीत असताना तिथे गेलेल्या एका नन्ने ती कसली पांढरी पावडर त्यात टाकते आहे, असे विचारल्यावर आमारान्ताने तिला म्हटले,

'अर्सेनिक.'

ज्या रात्री त्या सगळ्या विद्यार्थिनी तिथे आल्या तेव्हा घडले असे की, त्या सगळ्या मुली झोपायला जाण्यापूर्वी एकापाठोपाठ एक बाथरूममध्ये जाऊन येत असताना त्या रांगेतली शेवटी मुलगी गेली तेव्हा इकडे मध्यरात्रीनंतरचा एक वाजला होता. फेर्नांदाने त्यांच्यासाठी बहात्तर शौचपात्रे विकत घेतली; परंतु त्याचा परिणाम एवढाच झाला की, रात्रीची समस्या सकाळची समस्या होऊन बसली. कारण, त्यामुळे पहाटेपासून तिथे मुलींची एक लांबच लांब रांग लागायची, त्या मुली हातात आपली शौचपात्रे घेऊन ती धुण्यासाठी आपली पाळी येण्याची वाट पाहत उभ्या असायच्या. जरी त्यांपैकी काहींना ताप आला होता आणि अनेकींना डासांच्या चाव्यांनी हैराण केले होते तरीही त्यांच्यातील बहुतेकींनी अत्यंत त्रासदायक अशा अडचणींना तोंड देताना दुर्दम्य प्रतिकारशक्ती प्रकट केली. अगदी कडाक्याच्या उष्म्याच्या वेळीदेखील त्या बागेमध्ये दौडत असत. त्या परत गेल्या तेव्हा बागेतली फुले नष्ट झाली होती, फर्निचरची मोडतोड होऊन गेली होती तर भिंतीवर चित्रे आणि काहीतरी लिखाण चिताडले गेलेले होते. तरीही त्या गेल्यानंतर त्यांनी केलेल्या सगळ्या नुकसानीबद्दल फेर्नांदाने त्यांना माफ केले. कारण, त्या एकदाच्या तिथून निघून गेल्या म्हणून तिला सुटल्यासारखे झाले होते. उसने आणलेले बिछाने आणि स्टूल्स फेर्नांदाने परत देऊन टाकले; परंतु ती बहात्तर शौचपात्रे मात्र तिने मेल्कियादेसच्या खोलीत ठेवून दिली. पूर्वीच्या काळात ज्या कुलूपबंद खोलीभोवती त्या घराचे आध्यात्मिक जीवन गुंफलेले होते, ती खोली तेव्हापासून 'शौचपात्रांची खोली' म्हणून ओळखली जाऊ लागली. कर्नल औरेलियानो बुयेंदियाच्या मते त्या खोलीला दिलेले ते नाव अगदी अन्वर्थक होते. कुटुंबातील बाकीच्यांना अजूनही वाटायचे की, ती खोली धूळ आणि विनाश यांपासून मुक्त आहे; परंतु त्या खोलीचे उकिरड्यात रूपांतर होत आहे हे कर्नल औरेलियानो बुयेंदियाने स्वतः पाहिले होते. अर्थात कोणाचे म्हणणे बरोबर वा चूक ते पाहण्यात त्याला काडीचेही स्वारस्य नव्हते. त्याला त्या खोलीचे भवितव्य कळून आले. कारण, एक दिवस त्याच्या खोलीजवळून सारखी ये-जा करत फेर्नांदा ती शौचपात्रे तिथे ठेवत होती, त्यामुळे त्याची सगळी दुपार कामाच्या दृष्टीने फार बिघडून गेली होती.

त्या दिवसांत होझे आर्केदियो सेगुन्दो घरी परत आला होता. कुणालाही अभिवादन न करता पोर्चमधून पुढे जात तो कर्नल औरेलियानो बुयेंदियाबरोबर बोलण्यासाठी वर्कशॉपमध्ये गेला आणि त्यांनी दार बंद करून घेतले. अर्सूलाने त्याला पाहिले नसले तरी त्याच्या फोरमनच्या बुटांच्या आवाजावरून तिला तो आल्याचे समजले होते. तेव्हा त्याच्यामध्ये आणि कुटुंबामध्ये तसेच त्या दोघा जुळ्या भावांमध्येसुद्धा केवढे दुर्लंघ्य अंतर पडले होते, त्याचे तिला आश्चर्य वाटले. त्याच भावाबरोबर त्याने लहानपणी इतरांना गोंधळात टाकणारे विलक्षण बुद्धिमान असे खेळ खेळले होते, आता मात्र त्या दोघांमध्ये कोणतीही समान लक्षणे राहिलेली

दिसत नव्हती. आता तो सरळमार्गी, गंभीर आणि विचारमग्न वृत्तीचा झाला होता. त्याच्या चेहऱ्यावर सारासेनसारखी[३], शिशिरऋतूच्या दुःखी भावनेची चमक होती. तो एकटाच त्याची आई सान्ता सोफिया द ला पिएदाद हिच्यासारखा खूपसा दिसायचा. आपल्या कुटुंबाविषयी बोलताना आपल्याला त्याचा विसर पडतो या आपल्या सवयीबद्दल अर्सूलाने स्वतःला दोष देऊन घेतला; परंतु तो पुन्हा घरात आला आहे आणि कर्नल औरेलियानो बुयेंदियाने त्याला आपल्या कामाच्या वेळात वर्कशॉपमध्ये येऊ दिले आहे, असे जेव्हा तिला जाणवले, तेव्हा तिने आपल्या जुन्या आठवणी पुन्हा तपासून पाहिल्या आणि लहानपणी कुठल्या तरी क्षणी त्याने आपल्या जुळ्या भावाबरोबर नावे वगैरेंची अदलाबदल केली होती, हा तो तिचा समज पूर्वीच झाला होता तो आता पक्का झाला. कारण, खरे तर त्याच्या त्या जुळ्या भावाऐवजी औरेलियानो या नावाने तोच ओळखला जायला हवा होता. त्याच्या आयुष्याविषयी कुणालाच नीटसे तपशीलवर काही माहीत नव्हते. केव्हा तरी असेही लक्षात आले होते की, त्याला राहण्यासाठी नक्की अशी जागाच नव्हती, तो पिलार तेर्नेराच्या घरात आपले झुंजीचे कोंबडे वाढवायचा, कधी कधी तिथेच झोपायचा; परंतु बहुतेक वेळा तो त्या फ्रेंच बायांच्या खोल्यांमध्ये रात्र घालवायचा. प्रेमाचे कुठलेच पाश नसल्यामुळे आणि कसलीही महत्त्वाकांक्षा नसल्यामुळे तो कसा तरी वाहावत जात होता, अर्सूलाच्या ग्रहमालेमध्ये एखाद्या फिरत्या ताऱ्यासारखा भरकटत होता.

खूप पूर्वी एक पहाटे होझे आर्केदियो सेगुन्दोला कुणा माणसाच्या देहान्त-शिक्षेची अंमलबजावणी पाहण्यासाठीच केवळ कर्नल गेरिनेल्दो मार्केझने बरॅक्समध्ये नेले होते असे नव्हे, तर उरलेल्या सबंध आयुष्यभर त्या गोळ्या घातल्या गेलेल्या माणासाचे काहीसे उपहासाचे करुण स्मित त्याने विसरू नये म्हणून नेले होते असे म्हणावे लागेल. खरे तर तेव्हापासूनच तो कुटुंबाचा सदस्य राहिला नव्हता आणि कुठल्याही कुटुंबाचा सदस्य होऊही शकला नसता. ती आठवण केवळ त्याची जुन्यातली जुनी आठवण होती असेही नव्हे, तर आता त्याच्या बालपणातली तेवढीच एक आठवण शिल्लक उरली होती. त्याची दुसरी आठवण होती ती जुन्या तऱ्हेचे जाकीट आणि कावळ्याच्या पंखांसारखी पसरट हॅट घातलेल्या एका म्हाताऱ्या माणसाविषयीची होती. उजेडाने झगमगणाऱ्या एका खिडकीत बसून तो माणूस त्याला खूपशा विलक्षण गोष्टी सांगायचा. मात्र तीही आठवण त्याला निश्चित अशी कालखंडाशी जोडता येत नव्हती. ती आठवण तशी अनिश्चित स्वरूपाचीच होती. त्या आठवणीत गतकातरताही नव्हती वा कसली शिकवणही नव्हती. देहान्त शासन दिलेल्या त्या माणसाच्या आठवणीच्या अगदी विरुद्ध अशी ही आठवण होती. मारल्या गेलेल्या त्या माणसाच्या आठवणीने त्याच्या आयुष्याची दिशाच ठरून गेली होती, तो जसजसा वयाने वाढत गेला तशी ती आठवण अधिकाधिक

स्पष्टपणे त्याच्यासमोर येत गेली. काळ त्याला त्या आठवणीच्या अधिकाधिक जवळ नेत होता. कर्नल औरेलियानो बुयेंदियाने स्वतःचा तो बंदिखाना सोडून बाहेर यावे, यासाठी अर्सूलाने होझे आर्केदियो सेगुन्दोच्या मदतीने प्रयत्न करून पाहिला. तिने त्याला म्हटले, 'त्याला जरा सिनेमा पाहायला बाहेर घेऊन जा. त्याला सिनेमा आवडला नाही तरी निदान ताज्या हवेत श्वास तरी घेता येईल.' तेव्हा स्वतः कर्नलने तिच्या विनवण्यांकडे जसे दुर्लक्ष केले असते, तसेच होझे आर्केदियो सेगुन्दोदेखील करत होता आणि ते दोघेही स्नेहभावाच्या बाबतीत सारखेच अलिप्त व अभेद्य होते, हे तिच्या लक्षात यायला फार वेळ लागला नाही. वर्कशॉपमधील त्यांच्या त्या दीर्घ गुप्त गप्पांच्या सत्रांमध्ये ते काय बोलत असायचे हे जरी तिला वा इतर कुणालाही कधीच समजले नाही, तरी कुटुंबामधले ते दोघेच जण असे होते की, कुठल्या तरी आकर्षणामुळे ते एकत्र येत होते हेही तिला कळून चुकले.

खरी गोष्ट ही होती की, कर्नलला त्याच्या एकान्तवासामधून बाहेर काढणे होझे आर्केदियो सेगुन्दोलासुद्धा शक्य नव्हते. त्यांच्या घरावर झालेल्या शाळकरी मुलींच्या त्या आक्रमणाने त्याच्या सहनशीलतेची मर्यादा संपत आली होती. रेमेदियोसच्या त्या लुब्ध करणाऱ्या बाहुल्या त्याने नष्ट करून टाकल्या तरीही त्याचे वैवाहिक जीवनातले शेजघर कीटकांच्या ताब्यात गेले आहे, या सबबीखाली त्याने आपली झोपण्याची झोळी वर्कशॉपमध्ये आणून टांगली आणि आपल्या व्यक्तिगत गरजा भागवण्यासाठी केवळ तो ते वर्कशॉप सोडून पटांगणात जाऊ लागला. त्याच्याशी आगदी किरकोळदेखील बोलणे चालू ठेवणे अर्सूलाला अशक्य व्हायचे. तिला माहीत होते की, तो जेवणाच्या डिशेस्‌कडे न बघताच त्या आपल्या कामाच्या टेबलावर एका बाजूला ठेवून देतो, थोडीशी शिजवलेली मासळी संपवतो आणि सूप गोठून गेले किंवा मांस थंडगार होऊन गेले तरी त्याची पर्वा करीत नाही. त्याच्या त्या वेड्या युद्धामध्ये त्याला साह्य करण्याचे कर्नल गेरिनेल्दो मार्केझने नाकारले तेव्हापासून तो दिवसेंदिवस अधिकाधिक कठोर बनत गेला होता. स्वतःला त्याने स्वतःमधेच एवढे कोंडून घेतले होते की, शेवटी त्याच्या कुटुंबाच्या दृष्टीने तो जणू मेल्यातच जमा झाला होता. एकदा ऑक्टोबरच ११ तारखेला तो एका सर्कशीची मिरवणूक नीट पाहता यावी म्हणून रस्त्याकडच्या दरवाजाशी गेला होता, तेवढे सोडले तर त्याच्यामध्ये कुठलीही मानवी प्रतिक्रिया दिसतच नव्हती. खरे म्हणजे कर्नल औरेलियानो बुयेंदियाच्या दृष्टीने तो दिवसही त्याच्या अखेरच्या वर्षांतल्या इतर दिवसांसारखाच होता. पहाटे पाच वाजता त्याच्या भिंतीपलीकडच्या रातकिड्यांच्या व बेडकांच्या आवाजाने तो जागा झाला. शनिवारपासून पावसाची रिपरिप चालूच होती हे कळायला त्याला बागेतल्या पानांची कुजबुज ऐकायची आवश्यकता नव्हती. कारण, कोणत्याही परिस्थितीत थंडी त्याच्या अगदी हाडांपर्यंत त्याला जाणवलीच असती. नेहमीप्रमाणे त्याने आपल्या शरीराभोवती वुलन ब्लँकेट

गुंडाळून घेतलेले होते आणि आपली जुनाट ओबडधोबड सुती विजार चढवलेली होती. ती विजार जुन्या फॅशनची होती, तो स्वतःच त्या विजारीला 'प्राचीन विजार' म्हणत असला तरी आरामासाठी अजूनही ती वापरायला त्याला आवडायचे. तो आपली टाईट पँटही चढवायचा; पण बटणे लावायचा नाही किंवा पूर्वीसारखे आपल्या शर्टाच्या कॉलरवर सोन्याचे बटणही त्याने लावले नाही. कारण, आता आंघोळ करण्याचा त्याचा विचार होता. मग त्याने ते ब्लँकेट कफनीसारखे आपल्या डोक्यावरून गुंडाळून घेतले, पावसाचे किंचित पाणी ठिबकत असलेल्या मिशा साफ केल्या आणि लघवी करण्यासाठी तो पटांगणात गेला. सूर्याला बाहेर यायला अद्यापि एवढा वेळ होता की, होझे आर्केदियो बुयेंदिया अजूनही पावसाने कुजलेल्या पामच्या पानांच्या छपराखाली डुलक्या घेत होता. त्याच्या मृत्यूनंतर कर्नल औरेलियानो बुयेंदियाने पूर्वीही त्याला जसे कधी पाहिले नव्हते तसे आताही पाहिले नाही किंवा आपल्या बापाचे भूत पुटपुटत आपल्याला काय सांगते आहे तेही त्याला ऐकू आले नाही. होझे आर्केदियो बुयेंदियाच्या पायातल्या बुटांवर औरेलियानोच्या उष्ण लघवीच्या प्रवाहाचे शिंतोडे उडाले, तेव्हा तो दचकून जागा झाला. थंडीमुळे आणि ओलसरपणामुळे नव्हे तर ऑक्टोबरमधल्या दडपून टाकणाऱ्या धुक्यामुळे कर्नलने आंघोळ करण्याचा विचार पुढे ढकलला. परतीच्या वाटेवर सान्ता सोफिया द ला पिएदाद स्टोव्ह पेटवायच्या तयारीत होती. त्या स्टोव्हच्या वातीचा वास त्याला जाणवला म्हणून आपला बिनसाखरेच्या कॉफीचा मग बरोबर घेऊनच जाता येईल, अशा विचाराने कॉफी उकळेपर्यंत तो स्वयंपाकघरात थांबून राहिला. दररोज सकाळी सान्ता सोफिया द ला पिएदाद आठवड्यातला तो कोणता वार आहे हे जसे त्याला विचारायची तसेच तिने आजही विचारले आणि त्याने तो दिवस मंगळवार अकरा ऑक्टोबर आहे असे उत्तर दिले. त्या आग्रही बाईला उजळवणाऱ्या प्रकाशाकडे तो पाहत राहिला. ती स्त्री त्या क्षणी किंवा तिच्या उभ्या आयुष्यातदेखील संपूर्णपणे अस्तित्वात असल्याचे त्याला पूर्वी कधीच जाणवले नव्हते. त्याला एकाएकी आठवले की, ऐन युद्धाच्या दिवसांत एका अकरा ऑक्टोबरला तो ज्या स्त्रीबरोबर झोपला होता, ती मरण पावलीय अशा खात्रीच्या भयंकर जाणिवेनेच त्याला तेव्हा जाग आली होती. ती खरोखरच मरण पावली होती आणि तो ती तारीख विसरू शकला नव्हता. कारण, तिने मृत्यूपूर्वी एकच तास आधी त्याला तो कोणता दिवस आहे असे विचारले होते, ती आठवण झाली तरीही त्याला याही वेळी आपल्या पूर्वसूचना आपल्याला सोडून गेल्या आहेत वा नाहीत किंवा किती प्रमाणात सोडून गेल्या आहेत, याची काहीही जाणीव झाली नाही. कॉफी उकळत असताना तो निव्वळ कुतूहलापोटी त्या स्त्रीचा विचार करत राहिला तरीही त्याच्या झोपण्याच्या झोळीकडे अंधारात कशातरी धडपडलेल्या त्या स्त्रीचे नावही त्याला माहीत नव्हते वा त्याने तिचा चेहराही पाहिला नव्हता, त्यामुळे तिच्याविषयी गतकातरेतेचा पुसटसाही

धोका न पत्करता तो तिचा विचार करू शकत होता. तथापि, त्याच्या आयुष्यात त्याच पद्धतीने आलेल्या इतक्या स्त्रियांच्या पोकळ गर्दीत त्याला हेही आठवले नाही की, त्या स्त्रीने तिच्या मृत्यूच्या एखादाच तास आधी 'मरेपर्यंत त्याच्यावर प्रेम करण्याची' शपथ घेतली होती आणि त्या पहिल्याच भेटीच्या भ्रमात ती स्त्री आपल्याच अश्रूंमध्ये बुडण्याच्या बेतात होती. कॉफीचा वाफाळणारा कप घेऊन तो आपल्या वर्कशॉपमध्ये गेला तेव्हा पुन्हा त्याने तिचा किंवा दुसऱ्या कोणाचाही विचार केला नाही. मग एका पत्र्याच्या भांड्यात ठेवलेले छोटे सोन्याचे मासे मोजण्यासाठी त्याने तिथला दिवा पेटवला. ते सतरा मासे होते. त्याने ते सोन्याचे मासे विकायचे नाहीत, असे ठरवलेले असल्यामुळे तो रोज दोन दोन मासे तयार करून एकूण पंचवीस मासे झाले की, ते वितळवून तो पुन्हा पहिल्यापासून सगळे सुरू करणार होता. इतर कशाचाही विचार न करता संपूर्ण सकाळ तो कामात पूर्णपणे मग्न राहिला. दहा वाजता पाऊस इतका वाढला होता की, 'दारे बंद करा नाहीतर घर पाण्याने भरून जाईल' असे ओरडत कुणीतरी वर्कशॉपच्या बाहेरून धावत गेले होते हेही त्याच्या लक्षात आले नाही. अर्सूला तिथे त्याचे जेवण घेऊन येईपर्यंत त्याने स्वतःचाही काही विचार केला नाही. तिने तिथे येऊन दिवा विझवला. अर्सूला म्हणाली, 'केवढा हा पाऊस!'

तो म्हणाला, 'ऑक्टोबर.'

पण हे म्हणताना त्याने वरती पाहिलेही नाही. कारण, त्या वेळी तो माशाच्या डोळ्यांच्या जागी माणके बसवत होता. दिवसातला तो पहिला मासा पूर्ण करून बाजूच्या भांड्यात बाकीच्या माशांबरोबर ठेवून दिल्यानंतर त्याने सूप प्यायला सुरुवात केली. त्यानंतर त्याने कांद्याबरोबर भाजलेले मांसाचे तुकडे, पांढरा भात, केळ्यांचे तळलेले काप असे सगळे एकाच प्लेटमध्ये घेऊन अगदी सावकाश खाल्ले. परिस्थिती अत्यंत उत्तम असो की अत्यंत खडतर असो त्याच्या भुकेवर त्याचा काहीही परिणाम होत नसे. जेवणानंतर त्याला निष्क्रियतेतून येणारी सुस्ती जाणवू लागली. एक प्रकारच्या शास्त्रीय लोकभ्रमामुळे त्याने कधीही जेवणानंतर अन्नपचनाचे दोन तास होऊन जाईपर्यंत काम करणे, आंघोळ, वाचन किंवा समागम या गोष्टी केल्या नाहीत. अशाच खोल रुजलेल्या विश्वासामुळे अनेकदा त्याने आपल्या सैन्याला अपचनाच्या धोक्यातून बचावण्यासाठी युद्धाच्या कारवाया रोखून धरल्या होत्या म्हणून आताही तो आपल्या झोळीमध्ये छोट्याशा चाकूने कानातला मळ काढत पडून राहिला आणि काही मिनिटांतच त्याला झोप लागली. झोपेत त्याला स्वप्न पडले की, तो एका पांढऱ्या भिंती असलेल्या रिकाम्या खोलीत शिरत होता आणि त्या घरात प्रवेश करणारा तो पहिलाच माणूस असल्याचे दडपण त्याला जाणवत होते. त्या स्वप्नातच त्याला असे आठवले की, आदल्या रात्रीही त्याला तेच स्वप्न पडले होते आणि गेली काही वर्षे अनेक रात्री असेच स्वप्न पडत होते.

स्वप्नातली ती प्रतिमा तो जागा झाला की पुसली जाईल हे त्याला माहीत होते. कारण, त्या स्वप्नाचा एक गुण असा होता की, त्या स्वप्नातच त्याची आठवण व्हावी, स्वप्नाबाहेर होऊ नये. खरेतर एका क्षणानंतर न्हाव्याने त्याच्या वर्कशॉपच्या दारावर टकटक केले आणि औरेलियानो बुयेंदिया जागा झाला तेव्हा त्याला वाटले की, तो नकळत काही सेकंदच झोपी गेला होता आणि कुठलेही स्वप्न पडायला त्याला वेळ मिळाला नव्हता. त्याने न्हाव्याला म्हटले,

'आज नको. आपण शुक्रवारी करू या.'

त्याची दाढी तीन दिवस वाढलेली होती आणि तीत काही पांढरे केसही होते; परंतु त्याला दाढी करावीशी वाटली नाही. कारण, शुक्रवारी तो केस कापून घेणार होता, तेव्हा सगळे एकदमच करता आले असते. नको असलेल्या त्या दुपारच्या विश्रांतीत आलेल्या चिकट घामामुळे त्याच्या काखेतल्या जखमांचे व्रण ताजे होऊन त्रास देऊ लागले. आकाश स्वच्छ झाले होते; परंतु अजूनही सूर्य वर आला नव्हता. कर्नल औरेलियानो बुयेंदियाने एक खणखणीत ढेकर दिला, त्याबरोबर त्याने घेतलेल्या सूपाची आंबट-कडवट चव त्याच्या तोंडापर्यंत आली, जणू काही त्याच्या शरीरयंत्रणेने दिलेली आज्ञाच होती की, ब्लँकेट खांद्यावर टाकून टॉयलेटकडे जा. लाकडी बॉक्समधून बाहेर येणाऱ्या दाट आंबूस पदार्थावर वाकून आवश्यकतेपेक्षा थोडा जास्त वेळ तो तिथे बसला. सवयीने त्याला जाणवले की, आता पुन्हा कामाला लागायला हवे. तेवढ्या वेळेत त्याला पुन्हा आठवले की तो मंगळवार होता आणि होझे आर्केदियो सेगुन्दो वर्कशॉपकडे आला नव्हता. कारण, बनाना कंपनीच्या फार्म्सवर तो पगाराचा दिवस होता. गेल्या काही वर्षांपूर्वीच्या आठवणीमुळे इतर आठवणींसारखाच नकळत तो युद्धाविषयी विचार करू लागला. मग त्याला आठवले की, तोंडावर पांढरा ताऱ्यासारखा ठिपका असलेला एक घोडा त्याला आणून द्यायचे कर्नल गेरिनेल्दो मार्केझने एकदा कबूल केले होते. मात्र त्यानंतर त्याविषयी तो कधीच काही बोलला नाही. मग काही आगापिछा नसलेले प्रसंग त्याला आठवत राहिले. मात्र त्यातून त्याला कसेलेही निष्कर्ष काढता येईनात. इतर कुठल्याही गोष्टींचा विचार करता येत नव्हता म्हणून तो थंडपणे विचार करायला शिकला होता. तसे केले म्हणजे ज्या आठवणींपासून सुटकाच नसते, त्यांचा त्रास जिवाला होत नाही. वर्कशॉपकडे परतत असताना हवा जरा कोरडी होत आहे हे पाहून त्याने ठरवले की, आंघोळ करायला ती चांगली वेळ आहे; परंतु आमारान्ता त्याच्या आधीच तिथे पोहोचली होती म्हणून त्याने त्या दिवसातला दुसरा सोनेरी मासा करायला घेतला. माशाच्या शेपटीवर तो हूक बसवत होता, तेवढ्यात सूर्य एवढा प्रखर झाला की, त्याचा प्रकाश एखाद्या मासेमारी बोटीसारखा कर्रर् कर्रर् करू लागला. तीन दिवसांच्या भुरभुरत्या पावसाने धुतलेली हवा पंखांच्या उडत्या मुंग्यांनी भरून गेली. मग त्याच्या असे लक्षात आले की, त्याला लघवीला लागली

असून हातातला छोटा मासा पुरा होईपर्यंत तो उगाचच तिकडे जाण्याचे पुढे ढकलत राहिला आहे. चार वाजून दहा मिनिटांनी तो पटांगणात गेला तर लांबून त्याला ब्रास बँडमधल्या वाद्यांचा, बास ड्रमचा आणि मुलांच्या ओरडण्याचा आवाज ऐकू आला आणि तारुण्यानंतरच्या काळात पहिल्यांदाच तो गतकातरतेच्या सापळ्यात जाणूनबुजून सापडला, त्याच्या वडिलांनी त्याला बर्फ पाहायला नेले होते, तेव्हाची जिप्सींची ती अद्‌भुत दुपार तो पुन्हा जगू लागला. स्वयंपाकघरात सान्ता सोफिया द ला पिएदाद काही तरी करत होती, ते तिने हातातून तसेच खाली ठेवले आणि ती दरवाजाकडे धावत गेली.

ती ओरडली, 'ती सर्कस आहे.'

चेस्टनट झाडाकडे जाण्याऐवजी कर्नल औरेलियानो बुयेंदिया रस्त्याच्या बाजूच्या दाराकडे गेला आणि तिथे ती सर्कसवाल्यांची मिरवणूक पाहत उभे असलेल्या बघ्यांच्या गर्दीत मिसळला. तिथे त्याला सोनेरी पोशाखातली एक स्त्री हत्तीच्या मस्तकावर बसलेली दिसली, एक दीनवाणा उंट दिसला आणि डच मुलीसारखा पोशाख केलेले एक अस्वल थाळी अन् सूप पिण्याच्या चमच्याने बँडच्या संगतीवर ताल धरताना दिसले. त्या मिरवणुकीच्या शेवटी काही विदूषक गाडीच्या चाकासारख्या गिरक्या मारत असलेले दिसले आणि सगळे तिथून निघून गेले, तेव्हा तिथे फक्त प्रखर उजेडाच्या रस्त्याचा मोठा विस्तार आणि उडत्या मुंग्यांनी भरलेली हवा त्याला तीव्रपणा जाणवली. काही थोडे बघे अनिश्चिततेच्या कड्यावरून डोकावून पाहत असलेले दिसले आणि पुन्हा एकवार त्याला आपल्या अति दीनवाण्या एकाकीपणाचा चेहरा सामोरा आला. नंतर सर्कसविषयी विचार करतच तो चेस्टनट झाडापाशी गेला आणि लघवी करताना त्याने सर्कसचाच विचार करण्याचा प्रयत्न केला; परंतु त्याला ते आठवेच ना. त्याने खांद्याच्या मधोमध आपले डोके एखाद्या कोंबडीच्या पिलासारखे धरून चेस्टनट झाडाच्या बुंध्याला कपाळ टेकवले आणि हालचाल न करता स्थिर राहण्याचा प्रयत्न करू लागला.

दुसऱ्या दिवशी सकाळी अकरा वाजेपर्यंत त्याच्या कुटुंबातील कुणालाही त्याची खबरबात नव्हती. घरातला कचरा बाहेर टाकण्यासाठी सान्ता सोफिया द ला पिएदाद घराच्या मागील बाजूकडे गेली आणि आकाशातून खाली उतरणाऱ्या गिधाडांकडे तिचे लक्ष गेले.

१४

मेमेची शेवटची सुटी नेमकी कर्नल औरेलियानो बुयेंदियाच्या शोककाळातच आली. दारे-खिडक्या बंद ठेवण्यात आलेले त्यांचे घर पार्टीज्‌साठी तसे योग्य नव्हतेच. त्या काळात घरातले सगळे जण कुजबुजत्या आवाजात बोलायचे, मुकाट्याने अन्न खायचे, दिवसातून तीन वेळा प्रार्थना म्हणायचे, दुपारच्या विश्रांतीच्या वेळच्या क्लॅव्हिकॉर्डवादनाच्या सरावातदेखील अंत्ययात्रेचा प्रतिध्वनी जाणवत असायचा. सरकारने आपल्या मृत शत्रूची स्मृती विशेष गांभीर्याने उच्च पातळीवर नेऊन ठेवली होती. कर्नलबद्दल मनातून गुप्त वैर बाळगणारी फेर्नांदाही त्या गांभीर्यामुळे प्रभावित झाली होती आणि तिनेच त्या शोककालातली ती कठोर शिस्त घरावर लादली होती. मेमे सुटीवर आलेली होती, त्या काळात औरेलियानो सेगुन्दो आपल्या प्रथेप्रमाणे झोपण्यासाठी घरी परतला. त्याची पत्नी या नात्याने आपले हक्क परत मिळवण्यासाठी फेर्नांदाने नक्कीच काही तरी केले असावे. कारण, नंतरच्या वर्षी मेमेला आपल्या घरात नव्याने जन्मलेली एक छोटीशी बहीण आढळली. तिच्या आईच्या इच्छेला न जुमानता तिचे नाम आमारान्ता अर्सूला असे ठेवण्यात आले होते. मेमेने आपल्या संगीताचा अभ्यासक्रम पूर्ण केला आणि तो पूर्ण झाल्याच्या निमित्ताने संगीताचा एक कार्यक्रमसुद्धा त्यांच्या घरात आयोजित करण्यात आला. घरातील शोककाल त्या कार्यक्रमाने आपोआप संपुष्टात आला. त्या वेळी अनेक लोकांच्या साक्षीने मेमेने आपल्या वादनकौशल्याने सतराव्या शतकातील सुंदर लोकप्रिय स्वररचना सादर केल्या. संगीताच्या जलशात उत्कृष्ट क्लॅव्हिकॉर्डवादक म्हणून तिला मिळालेले प्रशस्तिपत्र अगदी योग्य होते हे त्यावरून सिद्धच झाले. जमलेल्या पाहुण्यांना तिच्या दुहेरी व्यक्तिमत्त्वाचे विशेष कौतुक वाटत होते. तिच्या छिचोर भासणाऱ्या आणि काहीशा पोरकट स्वभावामुळे ती कुठलीही गोष्ट गांभीर्याने करीत असेल

असे वाटत नसे; परंतु क्लॅव्हिकॉर्ड वाजवायला ती बसायची तेव्हा तिच्या त्या अनपेक्षित प्रगल्भतेमुळे ती अगदी वेगळीच अशी प्रौढ व्यक्ती बनायची. खरे तर ती नेहमीच तशी असायची. वास्तविक तिला निश्चित अशी काही विशेष आवड नव्हती; परंतु निव्वळ आपल्या आईच्या चिडण्याला कारणीभूत होऊ नये म्हणून तिने कडक शिस्तीच्या जोरावर क्लॅव्हिकॉर्ड शिकण्यात उत्तमोत्तम श्रेणी प्राप्त केली. तिच्यावर दुसऱ्या कुठल्याही क्षेत्रातली उमेदवारी लादली गेली असती तरी त्याचा परिणाम असाच झाला असता. अगदी लहान असल्यापासून तिला फेर्नांदाच्या कठोरपणाचा त्रास सोसावा लागला होता. कारण, तिचा स्वभाव हा नेहमीच टोकाच्या गोष्टींकडे झुकणारा होता आणि आईच्या दुराग्रहाच्या विरोधात जावे लागू नये म्हणून क्लॅव्हिकॉर्डच्या धड्यांपेक्षा अधिक कठोर अशा दुसऱ्या कुठल्याही त्यागालासुद्धा ती तयार झाली असती. तिच्या पदवीग्रहण समारंभामध्ये तिला जाणवले की, ते गॉथिक शैलीमधल्या चमकदार कॅपिटल अक्षरांतले चर्मपत्र तिने स्वीकरलेल्या तडजोडीपासून तिला मुक्त करणारे होते. ती तडजोड तिने आज्ञाधारकपणातून म्हणण्यापेक्षा केवळ सोयीसाठी स्वीकारली होती आणि तिला असेही वाटले की, आता त्या क्षणापासून हटवादी फेर्नांदासुद्धा त्या वाद्याची काळजी करणार नाही. नन्सच्या दृष्टीनेसुद्धा ते वाद्य केवळ एक वस्तुसंग्रहालयातले दिखाऊ प्राचीन अवशेष बनले होते. सुरुवातीच्या काही वर्षांत तिला असे वाटले की, तिचा अंदाज चुकलाच होता. कारण, तिने गावातील जवळजवळ निम्म्या अर्ध्या लोकांना त्या क्लॅव्हिकॉर्डवादनाने मंत्रमुग्ध करून सोडले होते आणि तेही बुयेंदियांच्या घराच्या पार्लरमध्ये नव्हे तर माकोन्दोमधील शाळांच्या समारंभांमधील धर्मादाय कार्यक्रमांच्या आणि देशभक्तीपर कार्यक्रमांच्या वेळी तसे घडले होते. तरीदेखील गावात नव्याने येणारा कुणीही माणूस आपल्या मुलीच्या गुणांचे कौतुक करू शकेल असे फेर्नांदाला वाटले की, त्याला ती आपल्या घरी येण्याचे आमंत्रण द्यायची. फक्त पुढे घडलेल्या आमारान्ताच्या मृत्यूनंतर त्या कुटुंबाने सगळ्यांना पुन्हा शोककालात गुंतवून घेतले आणि तेव्हा कुठे मेमेला ते क्लॅव्हिकॉर्ड कुलूपबंद करणे आणि त्याची चावी कुठल्या तरी ड्रेसर ड्रॉवरमध्ये टाकून देऊन ती विसरणे शक्य झाले, त्यामुळे फेर्नांदाला जरी नंतर ती चावी हरवलीय आणि केव्हा वा कुणाच्या चुकीने हरवली ते कळाले तरी तिला चिडता आले नाही. मेमेने ज्या विरक्त वृत्तीने स्वतःला क्लॅव्हिकॉर्ड शिकण्याच्या उमेदवारीला वाहून घेतले होते, त्याच वृत्तीने तिने आपल्या गुणप्रदर्शनालाही तोंड दिले. तिने स्वातंत्र्यासाठी मोजलेली ती किंमतच होती. तिचा सालसपणा आणि कलेतून तिच्या वाट्याला येणारे कौतुक यांमुळे फेर्नांदा अगदी खूश असायची. मेमेने सगळी दुपार झाडांच्या वाटिकांमध्ये घालवली वा सारे घर तिच्या मैत्रिणींमुळे भरून गेले किंवा फादर आंतोनियो इझाबेलने धार्मिक व्याख्यानांदरम्यान मान्यता दिलेले चित्रपट बघायला

औरेलियानो सेगुन्दोबरोबर किंवा कुणा एखाद्या विश्वासू स्त्रीबरोबर समजा ती गेली तरी फेर्नांदाने कधीच त्या गोष्टींना विरोध केला नाही. विरंगुळ्याच्या त्या क्षणांमध्ये मेमेच्या खऱ्या आवडी कळून यायच्या. गडबडगोंधळाच्या पार्टीज आयोजित करणे, प्रियकरांविषयी गावगप्पा करणे, मैत्रिणींबरोबर खूप वेळ गप्पागोष्टी करत राहणे आणि त्या वेळी धूम्रपान करणे व पुरुषांच्या 'उद्योगा'विषयी बोलणे असल्या नेमक्या शिस्तीच्या विरुद्ध गोष्टींमध्येच तिचे सुख दडलेले असायचे. एकदा तर तिच्या मैत्रिणींच्या हाती उसाच्या रसापासून केलेली दारू लागली, त्यामुळे त्या मैत्रिणी नागड्या होऊन एकमेकींच्या शरीराच्या वेगवेगळ्या भागांची मापे घेऊन त्यांची तुलना करू लागल्या होत्या. त्या रात्री मेमे ज्येष्ठमधाच्या गोळ्या चघळत घरी परतली तेव्हा फेर्नांदा आणि आमारान्ता जेवणाच्या टेबलाशी बसून एकमेकींशी एकही शब्द न बोलताच रात्रीचे जेवण घेत होत्या, तिथे तीही टेबलाशी बसली तेव्हा तिला पाहून त्यांची त्रेधाच उडली होती; पण मेमेने तिकडे लक्ष दिले नाही. मात्र तिला ती रात्र कधीच विसरता येणार नव्हती. तिने आपल्या मैत्रिणीच्या शेजघरात विलक्षण दोन तास घालवले होते, तिथे ती भीतीने रडत आणि हसतसुद्धा होती. सर्व प्रकारच्या पेचप्रसंगापासून मुक्त अशी शौर्याची विलक्षण भावना तिला अनुभवता आली होती, त्यामुळे ती शाळेतून पळून जाणार होती आणि या ना त्या मार्गाने आईला सांगणार होती की, त्या क्लॅव्हिकॉर्डचा एनिमा म्हणून तिला वापर करता येतो. टेबलाच्या एका टोकाशी प्रमुख व्यक्तींसाठी असलेल्या आसनावर बसून तिने कोंबडीचा रस्सा घेतला. तिच्या पोटात जाताच तो रस्सा जणू पुनरुज्जीवनाचे रामबाण औषध ठरला होता, तेव्हा मेमेच्या ध्यानात आले की, आमारान्ता आणि फेर्नांदा तिच्यावर काही तरी दोषरोप करू पाहत असून, त्याच अनुषंगाने त्या वेळच्या वास्तवात गुरफटल्या आहेत. त्या दोघींची टापटीप, त्यांचे स्वभावदारिद्र्य, भव्यतेविषयीचे त्यांचे भ्रम या सगळ्याच गोष्टींविषयी त्यांच्या तोंडावर काही तरी फाडफाड फेकायची इच्छा तिला फार प्रयत्नपूर्वक दाबावी लागली. तिचे वडील घरी राहतात ते केवळ चांगले दिवस दिसावे म्हणून हे तिला तिच्या दुसऱ्या सुटीपासूनच कळून चुकले होते. ज्या तऱ्हेने ती फेर्नांदाला ओळखत होती त्यावरून आणि एकदा पेत्रा कोतेसला प्रत्यक्ष भेटून आल्यावर तिला असे वाटू लागले की, तिच्या वडिलांचेच बरोबर आहे. ती आपल्या वडिलांच्या त्या रखेलीची मुलगी झाली असती तरीदेखील फार बरे झाले असते असे तिला वाटले. दारूच्या नशेच्या अस्पष्टपणात तिच्या मनात असेही आले की, आपले विचार प्रकट केले तर त्या दोघींच्या संतापाचा केवढा स्फोट होईल! त्यामुळे तिला त्या क्षणी फारच मजा वाटली आणि मनोमन जाणवलेल्या आपल्या खोडकरपणाचे एवढे उत्कट समाधान तिच्या चेहऱ्यावर उमटले की, फेर्नांदालाही ते जाणावले.

तिने मेमेला विचारले, 'काय झालं?'

मेमेने तिला म्हटले, 'काही नाही. मला आत्ता कुठे कळतेय की, तुम्ही दोघीही मला किती आवडता ते!'

तिने तसे उघडपणे बोलून दाखवण्यातला प्रचंड द्वेष लक्षात घेऊन आमारान्ता भ्यालीच; परंतु फेर्नांदाला इतके हलल्यासारखे झाले की, मध्यरात्री भयंकर डोके दुखू लागल्यामुळे मेमे जेव्हा जागी झाली आणि तिला पित्ताची खूप मोठी वांती झाली, तेव्हा आपल्याला वेड लागेल असे फेर्नांदाला वाटले. तिने मेमेला छोटी बाटली भरून एरंडेल दिले, पोटावर पट्ट्या आणि डोक्यावर बर्फाचे तुकडे ठेवले आणि नंतर पाच दिवस मेमेला तिने बिछान्यात झोपवून तर ठेवलेच शिवाय एका परदेशी फ्रेंच डॉक्टरने सांगितल्याप्रमाणे तिला डाएटवरही ठेवले. त्या डॉक्टराने दोन तास तिला तपासल्यानंतर असे अस्पष्ट निदान केले की, मेमेला काही तरी स्त्रीविशिष्ट आजार झाला आहे. सगळे धैर्य गमावून हताश झालेल्या मेमेला ते सगळे सहन करत राहण्यावाचून गत्यंतर नव्हते. तोपर्यंत अर्सूला संपूर्ण आंधळी झालेली असली तरी ती अगदी चपळ आणि डोक्याने तल्लख होती, तिला मेमेच्या त्या आजाराचे नेमके निदान झाले होते. तिला वाटून गेले, 'मला दिसतेय त्यावरून कळतये की दारू प्यालेल्या व्यक्तीलाच असे सगळे होते.' परंतु तिने ती कल्पना नाकारली, इतकेच नव्हे तर असल्या पोरकट विचाराबद्दल स्वतःला तिने दोषही दिला. मेमेची शक्तिहीन अवस्था पाहून औरेलियानो सेगुन्दोला सदसद्विवेकबुद्धीची टोचणी लागून राहिली आणि त्याने भविष्यकाळात मेमेची चांगली काळजी घ्यायचा निश्चय केला. अशा तऱ्हेने त्या बापलेकीमध्ये एक मजेदार मैत्रीचे नाते निर्माण झाले, त्यामुळे त्याच्या त्या मौजमजेच्या परिणामी येणाऱ्या एकाकीपणातून त्याचीही सुटका झाली, तर फेर्नांदाच्या नजरेच्या पहाऱ्यातून मेमेची सुटका झाली आणि त्या सगळ्या प्रकारातून जो एक कौटुंबिक पेचप्रसंग अपरिहार्यपणे उपस्थित व्हायच्या बेतात होता, त्याची आवश्यकता उरली नाही. त्या वेळी मेमेच्या बरोबर राहता यावे, तिला सिनेमाला किंवा सर्कसला नेता यावे म्हणून औरेलियानो सेगुन्दोने आपल्या सगळ्या भेटीगाठी पुढे ढकलल्या आणि आपला जास्तीत जास्त मोकळा वेळ त्याने मेमेबरोबर घालवला. अलीकडच्या काळात त्याचा जाडेपणा एवढा वाढला होता की, त्याला बुटाच्या लेसेस बांधता येत नसत याची त्याला चीड यायची. त्याच्या सर्व प्रकारच्या क्षुधा लाजिरवाणेपणाने भागवता भागवता त्याचा स्वभाव चिडचिडा होऊ लागला होता. त्याला नव्याने लागलेल्या मुलीच्या व त्याच्यातील मित्रत्वाच्या नात्याच्या या अशा शोधामुळे त्याचा पूर्वीचा सगळा आनंदीपणा परत आला होता आणि आपल्या मुलीबरोबर राहण्याच्या सुखामुळे स्वतःच्या नष्टचर्यापासून स्वतःची सुटका करणे त्याला शक्य झाले. मेमे त्या वेळी वयात यायला लागली होती. आमारान्ता जशी कधीच सुंदर नव्हती तशी मेमेही सुंदर नव्हती. मात्र ती गोड होती, तिचा स्वभाव गुंतागुंतीचा नव्हता आणि सुरुवातीपासूनच लोकांवर चांगली छाप

पाडायचा गुण तिच्यापाशी होता. तिची वृत्ती आधुनिक होती, त्यामुळे फेर्नांदाच्या कशाबशा झाकलेल्या जुनाट, गंभीर, अनुदार अंतःकरणाला त्रास व्हायचा आणि औरेलियानो सेगुन्दोने मेमेची ती वृत्ती जोपासण्यामध्ये विशेष आनंद मानला. त्यानेच तिला तिच्या बालपणापासूनच्या त्या शेजघरातून बाहेर काढले, तिथे अजूनही संतांच्या पुतळ्यांच्या भीतिदायक नजरेवर तिच्या किशोरवयातील धास्ती पोसत होती. त्याने तिच्यासाठी घरातली एक खोली राजेशाही पलंग, मोठे ड्रेसिंग टेबल, मखमलीचे पडदे इत्यादींने सजवली. त्या वेळी त्याच्या हे लक्षातही आले नाही की, आपण पेत्रा कोतेसच्या खोलीचाच नमुना तयार करतो आहोत. मेमेसाठी त्याने एवढ्या मोठ्या प्रमाणात खर्च केला की, आपण तिला किती पैसे दिले ते त्याला समजायचेच नाही. कारण, तीच त्याच्या खिशातून पैसे घेत असे. बनाना कंपनीच्या दुकानांमध्ये येणाऱ्या सर्व प्रकारच्या सौंदर्यप्रसाधनांची खरेदी तो करायचा. वेगवेगळे स्नानाचे दगड, केसांना देण्याचे कलर्स, टूथब्रशेस, डोळे सुंदर दिसण्यासाठी वापरले जाणारे थेंब आणि इतरही किती तरी प्रकारच्या सौंदर्यप्रसाधनांनी तिचे ड्रेसिंग टेबल एवढे भरून गेले की, दर वेळी तिच्या खोलीत गेलेल्या फेर्नांदाला असे वाटायची की, आपल्या मुलीचे ड्रेसिंग टेबल त्या छटेल फ्रेंच बायांच्या टेबलासारखे दिसते. या कल्पनेनेसुद्धा तिला असे वाटायचे की, तो सगळा प्रकार आपल्या नावाला काळीमा फासणारा आहे. तथापि, त्याच सुमारास आपला निम्मा वेळ तिने त्या अदृश्य डॉक्टरांशी चालू असलेला तिच्या हळव्या पत्रव्यवहारात घालवायला सुरुवात केली आणि उरलेला निम्मा वेळ ती छोटी खोडकर पण काहीशी आजारी असणाऱ्या आमारान्ता अर्सूलासाठी देऊ लागली, त्यामुळे जेव्हा बापलेकीमध्ये सुरू झालेली 'गुन्ह्या'तली भागीदारी तिच्या लक्षात आली, तेव्हा तिने औरेलियानो सेगुन्दोकडून एकच वचन घेतले की, तो कधीही मेमेला पेत्रा कोतेसच्या घरी नेणार नाही. तिची ही मागणी तशी व्यर्थ होती. कारण, पेत्रा कोतेससुद्धा आपला प्रियकर आणि त्याची मुलगी या दोघांमधल्या मैत्रीमुळे चिडलेली होती आणि तिला मेमेशी कसलेच घेणे-देणे नको होते. पेत्रा कोतेसला एका अनामिक भीतीच्या यातना होत असत, तिची अंतःप्रेरणा तिला जणू सांगत होती की, औरेलियानो सेगुन्दोचे जे प्रेम मरेपर्यंत टिकेल अशी तिची खात्री होती आणि फेर्नांदाला जे प्रेम तिच्यापासून हिरावून घेणे शक्य झाले नव्हते, ते प्रेम मेमे निव्वळ स्वतःच्या इच्छाशक्तीने करू शकेल. आयुष्यात पहिल्यांदाच औरेलियानो सेगुन्दोला आपल्या रखेलीची भयंकर शिवीगाळ ऐकून घ्यावी लागली होती. त्याला अशीही भीती वाटली की, इकडून तिकडे हालविल्या जाणाऱ्या आपल्या कपड्यांच्या ट्रंका बायकोच्या घराकडे परतीच्या प्रवासाला निघतील. अर्थात तसे घडले नाही. पेत्रा कोतेसला आपल्या प्रियकराचा स्वभाव जेवढा चांगला कळत होता तितका दुसऱ्या कुणालाही एखादा माणूस कळला नसेल. त्या ट्रंका होत्या तिथेच राहणार आहेत हे तिला माहीत

होते. कारण, औरेलियानो सेगुन्दोला आपल्या आयुष्यातली गुंतागुंत वाढायला नको असायची म्हणून त्याला कोणत्याही सुधारणा आणि बदलही नको असत, त्यामुळे त्या ट्रंका होत्या तिथेच राहिल्या आणि औरेलियानो सेगुन्दोची मुलगी जे एकमेव शस्त्र त्याच्याविरुद्ध वापरू शकत नव्हती, ते आपले शस्त्र पेत्रा कोतेसने परजायला सुरुवात केली. अर्थात पेत्रा कोतेसचा तो प्रयत्नदेखील अनावश्यक होता. कारण, मेमेला आपल्या वडिलांच्या प्रकरणामध्ये कसलीच ढवळाढवळ करायची नव्हती, त्यातून तिने काही केलेच असते तर ते त्या रखेलीच्या सोयीचे ठरले असते. तिला दुसऱ्या कुणाला त्रास द्यायला वेळ नसायचा. तिला नन्सनी शिकवले होते, त्याप्रमाणे ती आपली खोली स्वतःच झाडायची आणि आपला बिछाना नीटनेटका करायची. सकाळच्या वेळी ती आपल्या कपड्यांची काळजी घ्यायची, पोर्चमध्ये बसून किंवा आमारान्ताची जुनी पेडल मशिन वापरून ती कपडे शिवायची. इतर लोक जेव्हा दुपारी विश्रांती घेत असत त्या वेळी दोन तास ती क्लॅव्हिकॉर्ड वाजवण्याचा सराव करत असे. तिला माहीत होते की, रोजच्या रोज तसा सराव केला की फेर्नांदा शांत राहील. त्याच कारणासाठी चर्चच्या उत्सवांच्या वेळी तसेच शाळांच्या पार्टीजमध्ये आपल्या वादनाचे कार्यक्रम ती करत असे. अर्थात अलीकडे तशा प्रकारच्या मागण्या कमी कमी होत होत्या. संध्याकाळ झाली की, आपले आवरून एखादा साधासुधा पोशाख आणि आपले कडक उंच शूज् चढवायची आणि वडिलांबरोबर काही कार्यक्रम नसला की, आपल्या मैत्रिणींच्या घरी जायची आणि रात्रीच्या जेवणाची वेळ होईपर्यंत ती थांबायची. औरेलियानो सेगुन्दो तिथे तिला बोलवायला आला नाही असे क्वचितच घडायचे. बहुधा तो तिला सिनेमाला घेऊन जायचाच. मेमेच्या मैत्रिणींमध्ये तीन तरुण अमेरिकन मुली होत्या, त्यांनी वीजप्रवाह खेळणारे ते तारांचे कुंपण ओलांडून माकोन्दोमधल्या मुलींशी मैत्री केली होती. त्यांच्यापैकी एक पॅट्रिशिया ब्राऊन होती. औरेलियानो सेगुन्दोने केलेल्या आदरातिथ्यामुळे कृतज्ञतेतून मिस्टर ब्राऊनने मेमेसाठी आपल्या घराची दारे खुली केली होती आणि तिला शनिवारच्या डान्ससाठी आमंत्रित केले जात असे. फक्त त्या एकाच कार्यक्रमात ते अमेरिकन आणि स्थानिक रहिवासी एकत्र मिसळत असत. फेर्नांदाला हे समजले तेव्हा ती आमारान्ता अर्सूला आणि आपल्या त्या अदृश्य डॉक्टरांनाही विसरली आणि एकदम भावनाप्रधान बनत मेमेला म्हणू लागली,

'जरा तरी विचार कर. कर्नल औरेलियानो बुयेंदियाला तिकडे थडग्यामध्ये काय वाटत असेल.' तिला अर्थात अर्सूलाचा पाठिंबाही हवा होता; परंतु सर्वांच्या अपेक्षेच्या नेमके विरुद्ध घडले. त्या म्हाताऱ्या आंधळ्या स्त्रीच्या दृष्टीने मेमेने डान्सला जाण्यामध्ये आणि तिच्या वयाच्या अमेरिकन मुलींशी मैत्री करण्यामध्ये काहीच गैर नव्हते. फक्त तिने आपल्या चांगल्या सवयी सोडल्या नाहीत आणि प्रोटेस्टंट धर्माचा स्वीकार केला नाही म्हणजे झाले. मेमेला आपल्या पणजीचे विचार फारच सहजपणे

कळत होते, त्यामुळे डान्सला जाऊन आल्यानंतर दुसऱ्या दिवशी लवकर उठून ती चर्चमधील प्रार्थनेला जात असे. ज्या दिवशी तिचे क्लॅव्हिकॉर्डवादन अमेरिकनांना ऐकवायचे आहे ही बातमी मेमेने घरात सांगितली, त्या दिवसापर्यंतच फेर्नांदाचा सगळा विरोध टिकला होता. ते वाद्य पुन्हा एकदा बाहेर काढले गेले. मिस्टर ब्राऊनच्या घरीही नेण्यात आले आणि तिथे मेमेचे खूपच कौतुक झाले, तिथे अत्यंत उत्साहाने केलेली स्तुती तिला लाभली, तेव्हापासून मेमेला केवळ डान्सचीच नव्हे तर रविवारी तलावामध्ये पोहण्याच्या कार्यक्रमांची तसेच जेवणांचीही निमंत्रणे मिळू लागली. मेमेने एखाद्या व्यावसायिक जलतरणपटूसारखे पोहणे शिकून घेतले, तसेच टेनिस खेळणे आणि पायनापलच्या तुकड्यांबरोबर व्हर्जिनिया हॅम खाणेही तिला जमू लागले. डान्स, टेनिस आणि पोहणे या गोष्टी करता करता तिला इंग्लिश भाषेचीही गोडी निर्माण झाली. आपल्या मुलीच्या प्रगतीमुळे औरेलियानो सेगुन्दो एवढा प्रभावित झाला की, त्याने एका फिरत्या विक्रेत्याकडून तिच्यासाठी सहा खंडांचा इंग्लिश एन्सायक्लोपीडियासुद्धा विकत घेतला, त्यात अनेक रंगीत चित्रे होती. मोकळ्या वेळात मेमे तो वाचत असे. पूर्वी जो वेळ प्रियकरांविषयीच्या गावगप्पांमध्ये घालवायची आणि ज्या वेळात ती मैत्रिणींबरोबर एकान्तामध्ये असायची तो तिचा वेळा आता त्या वाचनात जाऊ लागला. पुन्हा हे घडले ते काही तिच्यावर लादलेल्या शिस्तीमुळे नव्हे तर तसल्या गोष्टींमधला तिचा सगळा रसच तेव्हा नाहीसा झाला म्हणून ते घडून आले होते. दारू पिण्याच्या त्या प्रसंगाकडे आता ती बालपणातील साहस या दृष्टीने पाहू लागली आणि तिला ते एवढे गमतीचे वाटू लागले की, तिने तो सगळा प्रसंग औरेलियानो सेगुन्दोला सांगून टाकला. त्याला तो प्रसंग तिच्या कल्पनेपेक्षाही अधिक गमतीदार वाटला. 'हे नुसते तुझ्या आईला कळले तर...' आपल्या मुलीला विश्वासात घेऊन कोणतीही गोष्ट सांगत असताना हसता हसता त्याची नेहमी पुरे वाट होत असे, तसेच तिच्याजवळ हे म्हणातानाही त्याचे झाले. त्याने तिच्याकडून असेही वचन घेतले की, तेवढ्याच विश्वासाने आपल्या पहिल्या प्रेमप्रकरणाविषयीसुद्धा त्याला सांगावे आणि मेमेनेही त्याला सांगितले की, आईवडिलांबरोबर सुटी घालवायला आलेला एक अमेरिकन तरुण तिला आवडत होता. 'तुला माहीत आहे का? तुझ्या आईला नुसते हे कळले तरी...' औरेलियानो सेगुन्दोने तिला हसत म्हटले; परंतु मेमेने त्याला असेही सांगितले की, तो मुलगा स्वदेशी परत गेल्यामुळे हल्ली दृष्टिआड झाला होता. तिच्या निर्णयशक्तीच्या प्रगल्भतेमुळे घरात खात्रीने शांतता नांदू लागली, तेव्हा औरेलियानो सेगुन्दो पेत्रा कोतेससाठी अधिक वेळ देऊ लागला. अर्थात, त्याच्या शरीर-मनाची अवस्था आता अशी झाली होती की, त्याला पूर्वीच्या दिवसांसारखे खानपानादी विषयासक्तीमध्ये फारसे रमता येत नसे तरी तो त्या पार्टीजचे आयोजन करण्याची संधी सोडत नसे. त्याने आपले ॲकॉर्डियन शोधून काढले आणि त्याच्या काही

खुंट्या बुटाच्या लेसेसेनी कशा तरी आपापल्या जागी पक्क्या करून ठेवल्या. तिकडे घरी आमारान्ता आपले ते पूर्ण होत नसलेले अंत्यवस्त्र विणत होती आणि अर्सूला आपल्या जराजीर्ण अवस्थेत पाय कसेबसे ओढत इकडून तिकडे हिंडत होती, तिच्या आंधळेपणाच्या त्या तसल्या गडद काळोखात तिला एकच गोष्ट दिसू शकायची ती म्हणजे चेस्टनट झाडाखाली असलेले होझे आर्केदियो बुयेंदियाचे भूत. फेर्नांदाने घरातला आपला अधिकार मजबूत केला. दर महिन्याला ती होझे आर्केदियोला पत्र पाठवयाची, त्या पत्रांत आता काहीच खोटे लिहिलेले नसायचे, मात्र तिने त्या अदृश्य डॉक्टरांशी चालू असलेला आपला पत्रव्यवहार तेवढा त्याच्यापासून लपवून ठेवला होता. त्या डॉक्टरांनी तिच्या मोठ्या आतड्यात एक साध्या ट्युमरची गाठ असल्याचे निदान केले होते आणि टेलिपथीद्वारा त्याचे ऑपरेशन करण्यासाठी ते तिची मानसिक तयारी करत होते.

बुयेंदियांच्या त्या जुनाट प्रासादातील सुख आणि शांतता बराच काळपर्यंत टिकून राहिली असे म्हणता आले असते; परंतु तेवढ्यात अकस्मात आमारान्ताचा मृत्यू घडून आला, त्यामुळे तिथे एक नवाच गडबडगोंधळ सुरू झाला. ती जरी वयस्कर झालेली व सर्वांपासून दुरावलेली असली तरी अजूनही शरीराने अगदी मजबूत आणि ठाकठीक होती, तिचे आरोग्य अजूनही नेहमीप्रमाणेच एखाद्या खडकासारखे भक्कम होते. अशाच एका दुपारी तिने कर्नल गेरिनेल्दो मार्केझला अंतिम नकार देऊन एकान्तात रडण्यासाठी स्वतःला कोंडून घेतल्यानंतरच्या काळात तिचे विचार काय होते ते कुणालाही कळले नव्हते. रेमेदियोस द ब्युटीच्या स्वर्गारोहणाच्या वेळी किंवा कर्नल औरेलियानो बुयेंदियाच्या मुलांच्या अज्ञात मारेकऱ्यांनी नायनाट केला तेव्हा किंवा स्वतः कर्नल औरेलियानो बुयेंदियाच्या मृत्यूच्या वेळीसुद्धा ती रडली नव्हती. खरे तर तो तिला जगात सर्वांत जास्त प्रिय होता तरी चेस्टनट झाडाखाली त्याचे प्रेत सापडले, तेव्हाच फक्त ती रडली होती. तिने ते मृत शरीर उचलायला मदत केली होती, केस विंचरले होते आणि मेण लावून त्याच्या मिशा अशा देखण्या केल्या होत्या की, त्याच्या ऐन वैभवाच्या काळातही त्याला स्वतःला तशा करता आल्या नव्हत्या. त्या तिच्या कृतीमध्ये काही प्रेमाचा भाग असेल असे कुणालाही वाटले नाही. कारण, मरणानंतरच्या विधींशी असलेला आमारान्ताचा परिचय सगळ्यांना नीट माहीत होता ते पाहून फेर्नांदाचे मन दुखावल्यासारखे झाले. कारण, कॅथलिक असण्याचा जीवनाशी असलेला संबंधच तिला कळत नव्हता, उलट मरणाशी असलेला त्याचा संबंध मात्र तिला चांगलाच माहीत होता. जणू काही कॅथलिक असणे म्हणजे एखादा धर्म नसून तो केवळ मृत्युविधींचा एक संक्षिप्त ग्रंथ आहे, अशी तिची समजूत होती. आमारान्ता आपल्या आठवणींच्या अंडाकृती सापळ्यात एवढी गुरफटलेली होती की, तिला त्या सूक्ष्म क्षमायाचनांचा अर्थच समजला नाही. आपली सगळी स्मरणरमणीयता शाबूत ठेवूनच

ती वृद्धत्वाला पोहोचली होती. पिएत्रो क्रेस्पीचे वॉल्टझ् ऐकले की, अजूनही तिला किशोरवयातल्यासारखी रडायची इच्छा होत असे, जणू काही मध्यंतरी गेलेला काळ आणि तिला मिळालेले धडे यांना काहीच अर्थच नव्हता. एके काळी पियानोलावरील संगीताचे ते कागदी रोल्स ओलाव्यामुळे कुजून गेलेयत असे म्हणत तिने कचऱ्यात टाकून दिले होते, तेच आता तिच्या स्मृतिकोशामध्ये फिरत वाजत होते. तिने ते संगीत आपल्या वासनेच्या दलदलीमध्ये बुडवून टाकण्याचा प्रयत्न केला होता. ती वासना तिला आपला भाचा औरेलियानो होझेबरोबर अनुभवायला मिळाली होती आणि त्याच वासनेमुळे तिने कर्नल गेरिनेल्दो मार्केझच्या शांत, दणकट व्यक्तिमत्त्वामध्ये आधार शोधण्याचा प्रयत्न केला होता आणि तरीही तिला अजून त्या वासनेवर मात करता आली नव्हती. आपल्या भावाचा नातू म्हणजे एका अर्थी तिचाही नातू असलेल्या होझे आर्केदियोला तो सेमिनरीत शिकायला जाण्यापूर्वी तीन वर्षे ती आंघोळ घालायची, तेव्हा एखादी आजी आपल्या नातवाला जशी कुरवाळेल तसे न कुरवाळता एखादी स्त्री पुरुषाला जसे कुरुवाळेल तसे ती करायची किंवा फ्रेंच वेश्या जसे करतात असे म्हटले जायचे तसे तिचे करणे असायचे, तिच्या म्हातारपणातल्या तसल्या अत्यंत अविचारी कृतीनेसुद्धा तिला त्या वासनेवर मात करता आली नव्हती. जेव्हा तिने पिएत्रो क्रेस्पीला त्याच्या डान्सिंग टाईट पँट्स नेसलेला आणि हातात जादूच्या कांडीसारखी छडी घेऊन मेट्रोनोमच्या साह्याने ताल देताना पाहिले होते, तेव्हा तिला वयाच्या बाराव्या–चौदाव्या वर्षी त्याच्याबरोबर जे करावेसे वाटायचे तसलेच तिचे ते होझे आर्केदियोबरोबरचे वर्तन होते. कितीदा तरी तिला तिचे हे असले दळभद्री वर्तन आहे तसे चालू देणे तापदायक व्हायचे तर कधी कधी त्या गोष्टीचा तिला इतका संताप यायचा की, आपल्या बोटांना ती सुया टोचून घ्यायची; परंतु तिला मृत्यूकडे घेऊन चाललेली ती सुवासिक आणि तरीही किड्यांनी भरलेली प्रेमाच्या पेरूंची बाग ही एकच गोष्ट अशी होती तिच्यामुळे आमारान्ताला जास्तीत जास्त दुःख व्हायचे, जास्तीत जास्त संताप यायचा आणि तीच गोष्ट तिला जास्तीत जास्त कडवट करून टाकत असे. कर्नल औरेलियानो बुयेंदियाला जसे ते युद्ध टाळता येणे शक्य नव्हते आणि तो जसा त्याचा सतत विचार करायचा तसाच आमारान्ता सतत रेबेकाचा विचार करायची; परंतु तिच्या भावाने आपल्या आठवणी जणू पूर्णतया निर्जंतुक करून टाकल्या होत्या, तर तिने मात्र आपल्या जखमा अधिकच पोळणाऱ्या करून ठेवल्या होत्या. परमेश्वराला तिने एकच विनंती केली होती की, त्याने रेबेकाच्या आधी तिला मरणाची शिक्षा देऊ नये. जेव्हा जेव्हा ती रेबेकाच्या घराजवळून जायची आणि दिवसेंदिवस होणारा तिथला विनाश पाहायची तेव्हा तेव्हा परमेश्वर आपली प्रार्थना ऐकतोय या कल्पनेने तिला समाधान वाटायचे. एके दिवशी दुपारच्या वेळी ती अशीच पोर्चमध्ये काहीतरी शिवत बसलेली असताना एकाएकी तिला अशा खात्रीच्या कल्पनेने घेरले की, रेबेकाच्या मृत्यूची बातमी

आपल्याकडे आणली जाईल तेव्हा आपण तिथेच त्याच स्थितीत तसल्याच उजेडात बसलेल्या असू. त्यासाठी एखाद्याने पत्राची वाट पाहावी तशी त्या बातमीची वाट पाहत ती तिथेच बसायची. कधी कधी तर ती शिवलेली बटणे ओढून काढून पुन्हा शिवायला लागायची म्हणजे मग निष्क्रियतेमुळे आपले ते वाट पाहणे जास्त दीर्घकाळाचे आणि चिंतायुक्त होणार नाही, असे तिला वाटायचे. आमारान्ता त्या वेळी रेबेकासाठी एक अतिशय सुंदर असे अंत्यवस्त्र शिवत होती. मात्र तिच्या घरातल्या कुणालाही ते समजलेच नव्हते. नंतर जेव्हा औरेलियानो त्रिस्तेने तिला सांगितले की, त्याने तिला पाहिले होते आणि ती एखाद्या भुतासारखी दिसत असून तिच्या डोक्यावर थोडेसे सोनेरी केस शिल्लक राहिलेले आहेत, तेव्हा आमारान्ताला जराही आश्चर्य वाटले नाही. कारण, गेले काही दिवस तिने त्या भुताच्या दिसण्याविषयी जशी कल्पना केलेली होती तसेच ते वर्णन होते. तिने असेही ठरवले होते की, रेबेकाचे प्रेत आणल्यावर त्याच्यावर पॅराफिनचा पातळ थर देऊन तिच्यावरचा म्हातारपण आदींचा हानिकारक परिणाम कमी करायचा आणि संतांच्या पुतळ्यांवरील केसांचा छानसा टोप तिच्या प्रेतासाठी बनवायचा. रेबेकाचे प्रेत ती तागाच्या सुंदर अंत्यवस्त्रात असे सजवणार होती की, त्यामुळे ते अतिशय छान प्रेत सुंदरशा जांभळ्या मखमली अस्तराच्या तुकड्यानी सुशोभित केलेल्या शवपेटीमध्ये किड्यांच्या भक्ष्यस्थानी पडण्यासाठी ठेवून देता आले असते आणि त्यापूर्वी अतिशय भव्य अशी अंत्ययात्राही काढता आली असती. तिने सगळ्या तपशिलांनीशी तो सारा बेत एवढ्या तीव्र द्वेषाने मनोमन रचला होता की, त्याच्या कल्पनेनेही तिला थरथर कापायला होत असे. तो बेत तिच्या योजनेनुसार तसाच पार पाडला गेला असता तर तिने तो आत्यंतिक प्रेमातूनच रचलेला आहे असेच भासले असते. मात्र या असल्या गोंधळाने स्वतःला अस्वस्थ होऊ द्यायचे नाही, असे तिने ठरवले होते आणि आपल्या बेताचे तपशील ती अतिशय बारकाईने ठरवत, तो अधिकाधिक परिपूर्ण करीत राहिली, त्यामुळे ती अंत्यविधीमधली साधी विशेषज्ञ न राहता त्या विषयातील अत्यंत थोर अशी तज्ज्ञ बनून गेली. फक्त एकच गोष्ट तिच्या लक्षात आली नाही की, तिने जरी देवाला विनवण्या केल्या असल्या तरी तीच रेबेकापूर्वी मरू शकेल. प्रत्यक्षात नेमके तेच घडले. आमारान्ताला निराश झाल्यासारखे वाटले नाही; परंतु उलट सगळ्या कडवटपणातून ती मुक्त झाली. कारण, मृत्यूने प्रत्यक्ष वेळेच्या अनेक वर्षे आधीच आपले येणे जाहीर करण्याचा विशेषाधिकार तिला बहाल केला होता. एका रणरणत्या दुपारी मेमे शाळेला निघून गेल्यानंतर थोड्याच वेळाने तिला त्याचे दर्शन झाले. तिला तो दिसला. कारण, तो पिलार तेर्नेरासारख्या दिसणाऱ्या एका स्त्रीच्या रूपात समोर आला होता. पिलार तेर्नेरा त्यांच्या स्वयंपाकघरात मदतीसाठी यायची तेव्हा तशी दिसायची. त्या स्त्रीचा पोशाख निळा होता आणि केस लांब होते. फेर्नांदा बऱ्याच वेळा तिथे येत-जात होती; पण ती

स्त्री एवढी खरीखुरी, इतकी मानवी असूनही तिला मात्र ती दिसली नाही. एकदा तर तिने आमारान्ताला सुईमध्ये दोरा ओवून द्यायची विनंतीही केली होती. ती नेमकी कधी मरणार आहे हे मृत्यूने तिला सांगितले नाही किंवा तिची मरणवेळ रेबेकाच्या पूर्वी आहे की कसे तेही सांगितले नाही; परंतु तिच्या स्वतःसाठीच येत्या सहा एप्रिलपासून तिने अंत्यवस्त्र शिवायला सुरुवात करावी, असे मात्र आमारान्ताला सांगितले. तिला अशीही आज्ञा मिळाली होती की, तिने ते वस्त्र शक्य तेवढे गुंतागुंतीचे आणि अत्यंत सुंदर असे करावे. मात्र तिने रेबेकासाठी करायला घेतले होते तेवढ्याच प्रामाणिकपणे ते वस्त्र शिवावे. तिला असेही सांगण्यात आले की, ज्या दिवशी ते अंत्यवस्त्र पूर्ण होईल, त्या दिवशी संध्याकाळच्या वेळी ती कुठल्याही वेदना, भीती आणि कडवटपणाशिवाय मरणार आहे. जास्तीत जास्त वेळ त्या कामात घालवता यावा म्हणून आमारान्ताने थोडी ओबडधोबड अंबाडी मागवली आणि त्यापासून तिने स्वतःच धागा तयार केला. हे सर्व तिने इतक्या काळजीपूर्वक केले की, ते काम पूर्ण व्हायलाच चार वर्षे लागली. त्यानंतर तिने ते अंत्यवस्त्र शिवायला सुरुवात केली. त्या कामाचा अपरिहार्य शेवट जसा जवळ येऊ लागला असे तिच्या लक्षात आले की, केवळ एखादा चमत्कार घडला तरच रेबेकाच्या मृत्यूनंतर ते वस्त्र तयार होईल, अशा बेताने ते काम लांबवणे शक्य होईल. तथापि, त्यात तिच्या वाट्याला येऊ शकणारे नैराश्य स्वीकारायला आवश्यक ती शांतता तिला त्या कामात लागणाऱ्या एकाग्रतेमुळे मिळाली. त्या वेळी तिला कर्नल औरेलियानो बुयेंदियाचे सोन्याचे छोटे मासे तयार करण्याच्या कामातले दुष्टचक्र नीट समजून आले. सगळे जणू तिच्या त्वचेच्या पृष्ठभागावर सामावून आले होते आणि तिचा अंतरात्मा सर्व प्रकारच्या कडवटपणापासून सुरक्षित होऊन गेला होता. आपल्या मरणाविषयीचा तो साक्षात्कार बऱ्याच वर्षांपूर्वी आधीच का झाला नाही, याचे तिला दुःख झाले. तसे झाले असते तर तिला आपल्या आठवणी शुद्ध करून घेणे आणि सगळ्या विश्वाचीच एका नव्या प्रकाशामध्ये पुनर्रचना करणे शक्य झाले असते, पिएत्रो क्रेस्पीच्या लव्हेंडरचा संध्याकाळचा वास थरथर न कापता पुन्हा कल्पनेने अनुभवता आला असता आणि हालअपेष्टांच्या दलदलीमधून रेबेकाची सुटका करता आली असती आणि तेसुद्धा प्रेमापोटी किंवा द्वेषापोटी नव्हे तर एकाकीपणाविषयीच्या अमाप समजुतीमधून तिने तसे केले असते. एका रात्री मेमेच्या शब्दांमध्ये तिला जो विखार जाणवला होता, त्याचा रोख तिच्यावर होता म्हणून ती अस्वस्थ झाली नव्हती; परंतु तिला त्यात आणखी एका किशोरावस्थेची पुनरावृत्ती दिसली. ती किशोरावस्था तिच्या स्वतःच्या किशोरावस्थेइतकीच तिला शुद्ध वाटली असावी. मात्र तीदेखील संतापाने डागळलेली होती; परंतु तोपर्यंत तिने आपल्या भवितव्याचा केलेला स्वीकार एवढा सखोल होता की, झालेल्या गोष्टी तिला आता सुधारता येण्याच्या कसल्याच शक्यता उरल्या नव्हत्या, अशा खात्रीने ती अस्वस्थ

झाली नाही. तिचे एकच उद्दिष्ट होते ते म्हणजे ते अंत्यवस्त्र शिवून पूर्ण करणे. सुरुवातीला तिने केले तसे तपशिलामध्ये गुंतून जात त्या कामाची गती कमी करण्याऐवजी ती आता ते काम जलद गतीने करू लागली. त्या अंत्यवस्त्राच्या शिलाईतला शेवटचा टाका आपण चार फेब्रुवारीच्या रात्री पुरा करू याचा हिशोब करून, आपला त्यामागचा हेतू उघड न करता त्याच्या आधीच एक आठवडा तिने मेमेला सुचवले की, नेमका त्या दिवशीच तिने ठरवलेला तिचा क्लॅव्हिकॉर्डवादनाचा कार्यक्रम पुढे ढकलावा; परंतु त्या पोरीने या सूचनेकडे लक्ष दिले नाही. मग आमारान्ताने आणखी अठ्ठेचाळीस तासांसाठी उशीर करायचा काही मार्ग शोधून पाहिला आणि तिला असेही वाटले की, मृत्यू तिच्या मनाप्रमाणे तिला सवड देतो आहे. कारण, चार फेब्रुवारीच्या रात्री मोठे वादळ येऊन वीजपुरवठ्याची यंत्रणा बंद पडली; परंतु नंतर दुसऱ्या दिवशी सकाळी आठ वाजता तिने त्या वस्त्राच्या शिलाईतला शेवटचा टाका पूर्ण केला. दुसऱ्या कोणत्याही स्त्रीने तितका उत्कृष्ट कपडा कधी शिवला नसेल आणि कुठल्याही प्रकारच नाटकीपणा न करता तिने आपण संध्याकाळी मरणार आहोत हे जाहीर केले. केवळ आपल्या कुटुंबीयांनाच नव्हे तर सगळ्या गावालाच तिने ते सांगितले. कारण, तिने असा विचार केला की, जरी आपले सारे आयुष्य काहीशा क्षुद्रपणाचे असले तरी आपण आता एक शेवटची मेहेरबानी जगावर करून त्याची भरपाई करू शकतो. कारण, स्वतः मरताना आधीच्या मृतांसाठी पत्रे बरोबर घेऊन जायला आपल्या इतक्या योग्य परिस्थितीत दुसरे कोणीही असणार नाही.

आमारान्ता बुयेंदिया संध्याकाळी तिच्या शेवटच्या प्रवासाला निघते आहे व ती मृतांसाठी पत्रे बरोबर नेणार आहे, ही बातमी दुपारपूर्वीच सगळ्या माकोन्दो गावात पसरली आणि दुपारी तीन वाजता त्यांच्या घराच्या पार्लरमध्ये एक खोके भरून पत्रे जमा झाली. ज्यांना पत्र लिहावयाचे नव्हते, त्यांनी आमारान्ताजवळ आपापल्या मृत व्यक्तींसाठी तोंडी निरोप दिले आणि आमारान्ताने ज्याला तो निरोप सांगावयाचा असेल त्याचे नाव आणि मृत्यूची तारीख एका नोटबुकात लिहून घेतली. तिच्याबरोबर निरोप पाठवणाऱ्याला ती सांगत होती, 'काही काळजी करू नकोस. मी तिथे पोहोचले की, प्रथम त्याला शोधीन आणि तुझा निरोप नक्की त्याला सांगेन.' तसा तो प्रकार फर्सिकलच होता. आमारान्ताने अस्वस्थतेचे किंवा दुःखाचे थोडेसेही चिन्ह दाखवले नाही किंबहुना कर्तव्यपूर्तीच्या भावनेने ती काहीशी टवटवीत दिसत होती. नेहमीसारखीच ती ताठ आणि सडपातळ होती. तिच्या गालाची हाडे एवढी कठीण झालेली नसती आणि थोडे दात पडलेले नसते, तर ती होती त्यापेक्षा बरीच तरुणही दिसली असती. तिने स्वतःच ती पत्रे नीट राहावीत म्हणून एका खोक्यात ठेवून घेतली, त्या खोक्याला डांबराने सील करायला लावले आणि ओलसरपणापासून पत्रांचे रक्षण होईल, अशा तऱ्हेने ते खोके तिच्या थडग्यामध्ये ठेवायला सांगितले.

सकाळी तिने एका सुताराला बोलावले होते, पार्लरमध्ये ती स्वतः उभी राहिली आणि त्याने तिच्या शरीराची मापे घेतली, जणू ती एखादा नवा पोशाख शिवणार होती. आपल्या शेवटच्या काही तासांत तिने एवढा जोम दाखवला की, फेर्नांदाला वाटले ती सगळ्यांची गंमत करते आहे. अर्सूलाला तिच्या अनुभवावरून माहीत होते की, सगळ्या बुयेंदियांचा मृत्यू आजारी पडल्याविनाच होत असतो, त्यामुळे आमारान्ताला मृत्यूकडून पूर्वसूचना मिळाली असेल याबद्दल तिला जराही शंका वाटली नाही. मात्र तिला एका भीतीने घेरले होते की, त्या पत्रांच्या भानगडीमुळे आणि पत्रे लवकर पोहोचावीत म्हणून पाठवणाऱ्या व्यक्तींना वाटणाऱ्या चिंतेमुळे कदाचित ते सगळे गोंधळून जातील आणि तिला जिवंतच पुरतील, त्यामुळे आंगतुकांनी भरून गेलेले घर त्यांनी रिकामे करावे म्हणून ती त्यांच्याबरोबर वाद घालू लागली, त्यांच्यावर ओरडू लागली आणि शेवटी चार वाजता एकदाचे आपले घर रिकामे करून घेण्यात ती यशस्वी झाली. त्या वेळी आमारान्ताने आपल्या वस्तू गरिबांना वाटून टाकल्या आणि बदलायचे कपडे आणि साधी कापडी स्लीपर्स मृत्यूनंतर घालण्यासाठी त्या अपूर्ण राहिलेल्या कॉफिनच्या फळ्यांवर तिने काढून ठेवले म्हणजे याही गोष्टींची काळजी घ्यायला ती विसरली नाही. कारण तिला आठवले की, कर्नल औरेलियानो बुयेंदिया मरण पावला तेव्हा त्याच्यासाठी त्यांना नवीन बुटांचा जोड विकत घ्यावा लागला होता. कारण त्याच्याजवळ शेजघरातले स्लीपर्स तेवढे शिल्लक राहिले होते आणि तेच तो त्याच्या वर्कशॉपमध्येही घालत असे. पाच वाजण्याच्या थोडे आधी औरेलियानो सेगुन्दो मेमेला तिच्या क्लॅव्हिकॉर्डवादनाच्या कार्यक्रमासाठी न्यायला म्हणून घरी आला तर त्याला आपले घर अंत्ययात्रेच्या तयारीत आहे हे पाहून आश्चर्य वाटले. त्या क्षणी जर कुणी खरोखरच जिवंत वाटत असेल तर प्रसन्न चेहऱ्याची आमारान्ताच तशी वाटत होती. एवढी जिवंत की तिला आपल्या पायावरील भोवऱ्या कापायलादेखील अवधी मिळाला. औरेलियानो सेगुन्दोने व मेमेने तिचा खोटा खोटाच निरोप घेतला आणि त्यांनी तिला असेही आश्वासन दिले की, येत्या शनिवारी ते तिच्या पुनरुज्जीवनाची[१] जंगी पार्टी आयोजित करतील. आमारान्ता मृतांसाठी पत्रे गोळा करत आहे या बातमीमुळे शेवटच्या विधींसाठी फादर आंतानियो इझाबेल पाच वाजता त्यांच्या घरी आला. त्या विधींचा स्वीकार करणाऱ्या व्यक्तीसाठी त्याला पंधरा मिनिटे वाट पाहावी लागले. कारण, ती स्नानगृहातून बाहेर यायची होती. त्याने जेव्हा तिला माडापोलम नाइटशर्ट घालून आणि केस खांद्यावर मोकळे सोडून स्नानगृहाबाहेर येताना पाहिले तेव्हा गावच्या या वयोवृद्ध धर्मगुरूला ती सगळी चेष्टाच वाटली आणि त्याने प्रार्थनेदरम्यान त्याला अल्तारपाशी मदत मागणाऱ्या मुलाला परत पाठवून दिले. तथापि, त्याला असे वाटले की, त्या प्रसंगाचा फायदा घेऊन, वीस वर्षे गप्प राहणाऱ्या आमारान्ताला तिच्या पापांची कबुली द्यायला लावणे शक्य होईल. त्यावर आमारान्ताने केवळ

एवढेच उत्तर दिले की, 'तिची सदसद्विवेकबुद्धी अगदी स्वच्छ आहे आणि तिला कसल्याही प्रकारची आध्यात्मिक मदत नको आहे.' फेर्नांदाला तिचे हे उत्तर म्हणजे देवाधर्माची नालस्ती वाटली. लोक आपले बोलणे ऐकत आहेत, याची जराही पर्वा न करता तिने स्वतःशीच बडबड केली की, आमारान्ताने एवढे भयंकर पाप केले आहे की पापाची कबुली देण्याऐवजी ती अपवित्र अवस्थेतच मरण पत्करते आहे. त्यानंतर आमारान्ता बिछान्यावर पडली आणि तिने अर्सूलाला आपल्या निष्पाप कौमार्याविषयी जाहीरपणे साक्ष द्यायला सांगितले. फेर्नांदाला ऐकू जावे म्हणून अर्सूलाने ओरडून म्हटले, 'आमारान्ता बुर्येंदिया जशी या जगात आली तशीच या जगाचा निरोप घेत आहे, याबाबत कुणालाही कसलाही भ्रम राहायला नको.'

त्यानंतर आमारान्ता पुन्हा उठली नाही. जणू काही ती खरेच आजारी होती, अशा तऱ्हेने कुशन्सवर पडूनच तिने आपल्या लांब केसांची वेणी घातली आणि शेवटच्या शय्येवर तिने जसे असायला हवे असे मृत्यूने तिला सांगितले होते, त्याप्रमाणे त्या केसांची गुंडाळी तिने आपल्या कानांजवळ बसवली. मग तिने अर्सूलाकडे एक आरसा मागितला आणि जवळ जवळ चाळीस वर्षांमध्ये पहिल्यांदाच आपल्या चेहऱ्याकडे पाहिले. वाढलेले वय आणि सोसलेले हौतात्म्य त्यांच्या परिणामी तिचा चेहरा उद्ध्वस्त झाला होता. आपण कसे अगदी स्वतःशीच केलेल्या कल्पनेतल्यासारखे दिसतो आहोत, याचे तिला आश्चर्य वाटले. शेजघरात झालेल्या शांततेवरून अर्सूलाला समजले की, अंधार पडायला सुरुवात झाली आहे. अर्सूलाने तिला विनवले, 'फेर्नांदाला 'गुडबाय' म्हण. सामंजस्याचे एक मिनिटेसुद्धा आयुष्यभराच्या मैत्रीहून अधिक मोलाचे असते.' आमारान्ताने उत्तर दिले,

'आता त्याचा काहीही उपयोग नाही.'

आयत्या वेळी उभारलेल्या स्टेजवरचे लाइट्स पेटले, तेव्हा मेमेला तिची आठवण आल्यावाचून राहिली नाही आणि तिने क्लॅव्हिडकॉर्डवादनातील पुढच्या भागाला सुरुवात केली. वादन चालू असतानाच कुणी तरी ती बातमी कुजबुजत्या स्वरात तिच्या कानात सांगितली आणि वादनाचा कार्यक्रम तेथेच बंद पडला. औरेलियानो सेगुन्दो मेमेला घेऊन आपल्या घरी पोहोचला तर त्याला गर्दीतून ढकलाढकली करत मार्ग काढावा लागला, तेव्हा कुठे त्याला त्या वृद्ध कुमारिकेचे अतिशय छान अशा अंत्यवस्त्रातमध्ये गुंडाळलेले प्रेत पाहता आले. ते प्रेत आता कुरूप आणि रंग बिघडून गेल्यासारखे दिसत होते, तिच्या हातावर ते काळे बँडेजही तसेच होते. पार्लरमध्ये पत्रांच्या खोक्याजवळ तिला ठेवण्यात आले होते.

आमारान्ताच्या शोककालाच्या नऊ दिवसांनंतर अर्सूला पुन्हा उठलीच नाही, त्या काळात सान्ता सोफिया द ला पिएदादने तिची सगळी काळजी घेतली. तिच्या शेजघरात तिच्यासाठी ती जेवण नेत असे, आंघोळीसाठी अनाटोच्या वाटलेल्या बिया घातलेले पाणी तिला देत असे आणि माकोन्दोमध्ये घडणाऱ्या सगळ्या घडामोडींची

ताजी माहितीही तिला सांगत असे. औरेलियानो सेगुन्दो तिला वारंवार भेटून तिच्यासाठी कपडे आणायचा. ती ते कपडे तिच्या बिछान्याशेजारी बाकीच्या अनेक वस्तूंमध्येच ठेवून द्यायची. असे करता करता तिच्या बिछान्याजवळ तिला रोजच्या जीवनात अपरिहार्यपणे लागणाऱ्या सगळ्या वस्तू गोळा करून तिने जवळ जवळ एक जगच आपल्या हाताच्या अंतरावर निर्माण केले होते. म्हाताऱ्या अर्सूलाविषयी छोट्या आमारान्ता अर्सूलाच्या मनात खूपच जिव्हाळा उत्पन्न झाला होता. ती अर्सूलासारखीच होती. तिला तिने वाचायला शिकवले होते. अर्सूलाची स्पष्टता आपल्याला हव्या असलेल्या सगळ्या गोष्टी स्वतःच करू शकणे, यावरून लोकांना वाटायचे की, शंभर वर्षांच्या तिच्या वयाने तिच्यावर मात केली असावी; परंतु तिला जरी डोळ्यांनी दिसायला त्रास होत असावा हे स्पष्टच असले तरी ती अगदी पूर्णपणे आंधळी झालेली आहे, असा संशय कुणालाही येत नसे. आता एवढा वेळ तिच्या हातात असायचा आणि घरातले सगळे जीवन लक्षपूर्वक पाहण्यासाठी एवढी आंतरिक शांतता ती अनुभवत होती की, मेमेचे शांतपणे दुःख सोसणे तिच्या सहज लक्षात आले.

तिने मेमेला म्हटले, 'इकडे ये पाहू. आपण दोघीही आता एकट्याच आहोत. तुला कसला त्रास होतोय ते सांग बरे या म्हातारीला.'

थोडेसे हसून मेमेने संभाषण टाळले. अर्सूलानेही तसा आग्रह धरला नाही; परंतु मेमे तिला पुन्हा भेटायला आली नाही, त्यावरून तिच्या मनात आलेला संशय पक्का होऊन गेला. अर्सूलाला कळून आले की, मेमे सकाळी लवकर उठत असते, बाहेर जायची तिची वेळ होईपर्यंत तिला क्षणाचीही विश्रांती नसते, शेजारच्या शेजघरात ती सबंध रात्रभर जागीच राहून इकडून तिकडे फेऱ्या मारत असते आणि तिच्याजवळ सतत फडफडणाऱ्या एका फुलपाखराचा तिला त्रास होत असतो. एकदा मेमे म्हणाली की, ती औरेलियानो सेगुन्दोला भेटायला जात आहे आणि तिचा नवरा त्याच्या लेकीला शोधायला आला होता, बायकोला भेटायला नव्हे. यावर अर्सूला फेर्नांदाच्या मर्यादित कल्पनाशक्तीने चकितच झाली. मेमे काही तरी गुप्त गोष्टींमध्ये गुंतली होती, कुठल्या तरी निकडीच्या उद्योगात सापडली होती, कसल्या तरी चिंता तिने दडपून ठेवल्या होत्या, हे सारे तर अगदी उघड होते. सिनेमागृहात फेर्नांदाने कुणा तरी माणसाचे चुंबन घेताना मेमेला पकडले होते आणि तेव्हा सगळे घर डोक्यावर घेतले होते, त्याच्या बऱ्याच पूर्वीपासून हे सगळे चालू होते. मेमे त्या सुमारास स्वतःमध्येच इतकी गुरफटली होती की, तिने अर्सूलावर आपली चहाडी केल्याचा आरोपही केला. खरे तर तिने स्वतःच स्वतःविषयी सांगितले होते. किती तरी दिवसांपासून तिने अशा खाणाखुणा ठेवायला सुरुवात केली होती की, झोपेने अगदी सुस्तावलेल्या माणसालाही त्यामुळे जाग आली असती आणि तरीही फेर्नांदाला ते समजून यायला इतका वेळ लागला, कारण, तीसुद्धा तिच्या त्या अदृश्य

डॉक्टरांशी असलेल्या संबंधांमुळे गोंधळून गेलेली होती. तसे असले तरी आपल्या मुलीचे मध्येच खूप गप्प राहणे, एकाएकी होणारे भावनांचे उद्रेक, तिच्या मूडमध्ये होत जाणारे बदल आणि बोलण्यावागण्यातील विसंगती या साऱ्या गोष्टी शेवटी तिच्याही लक्षात आल्याच. मग तिने गुप्तपणे मेमेवर निर्दय पहारा सुरू केला. मेमेला तिच्या मैत्रिणींबरोबर तिने जाऊ दिले, शनिवारी पार्टीजना जाण्यासाठी तिला पोशाख चढवायला ती मदत करत असे आणि जेणेकरून ती सावध होईल असे अडचणीत टाकणारे प्रश्नसुद्धा फेर्नांदा तिला विचारत नसे. मेमे स्वतः सांगते, त्यापेक्षा वेगळ्याच गोष्टी करत असते याचा भरपूर पुरावा तिला आधीच मिळाला होता आणि तरीही योग्य वेळ येईपर्यंत थांबून तिने आपल्या संशयाबद्दल मेमेला कसलीही कल्पना येऊ दिली नाही. एकदा रात्री मेमेने तिला सांगितले की, ती वडिलांबरोबर सिनेमाला जात आहे. थोड्या वेळाने फेर्नांदाला पेत्रा कोतेसच्या घराकडून औरेलियानो सेगुन्दोच्या खाण्यापिण्याच्या अतिरेकी उद्योगाचे सूचक असे फटाक्यांचे आवाज आणि त्याचेच ते ॲकॉर्डियनवादन अचूक ऐकायला आले. मग पोशाख चढवून ती सिनेमा थिएटरकडे गेली तर तिथल्या अंधारात एका सीटवर बसलेली आपली मुलगी तिला बरोबर ओळखू आली. आपली फसवणूक झाली, या खात्रीने अस्वस्थ होऊन गेल्यामुळे, मेमे ज्याचे चुंबन घेत होती त्या माणसाला फेर्नांदा नीट पाहू शकली नाही; परंतु प्रेक्षागृहातल्या हसण्याच्या-आरडाओरड्याच्या कानठळ्या बसवणाऱ्या गोंगाटातही तिला त्या माणसाचा कापणारा आवाज लक्षात घेता आला. 'मला वाईट वाटते प्रिये' असे तो म्हणत होता, ते तिने बरोबर ऐकले आणि काहीही न बोलता तिने मेमेला तिथून बाहेर काढले, तुर्कांच्या रस्त्यावरून लाज वाटेल अशा तऱ्हेने मिरवत तिला घरी आणले आणि तिच्या शेजघरात कुलूप लावून कोंडून ठेवले.

दुसऱ्या दिवशी संध्याकाळी सहा वाजता मेमेला भेटायला आलेल्या माणसाचा आवाज फेर्नांदाला ओळखू आला. तो तरुण निस्तेज, काळा आणि खिन्न डोळ्यांचा दिसत होता. तिला जर जिप्सी माहीत असते तर त्यामुळे तिला एवढे दचकायला झाले नसते. त्याचा एकूण आविर्भाव स्वप्नाळू होता आणि तिच्या जागी दुसरी कोणीही कमी कठोर हृदयाची स्त्री असती तर तिला आपल्या मुलीचे उद्देश कळणे अवघड गेले नसते. त्याच्या अंगात तागाच्या कापडाचा जुनाट जीर्ण झालेला सूट होता. त्याने पायातल्या बुटांवर पडलेले व्हाइट झिंकचे डाग झाकण्याचा प्रयत्न केलेला दिसत होता आणि त्याच्या हातात एक गवताची हॅट दिसत होती. ती हॅट त्याने मागच्याच शनिवारी खरेदी केलेली दिसत होती. त्या क्षणी तो जितका घाबरलेला दिसत होता, तितका त्याच्या सबंध आयुष्यात घाबरला नसावा; परंतु तरीही त्याच्या अंगी एक विशेष रुबाब आणि सावधपणाही होता, त्यामुळे तो स्वतःला मानखंडनेपासून दूर ठेवू शकत होता. त्याच्या अंगी एक अस्सल सुरेखपणाही होता; परंतु त्याचे ते डाग पडलेले हात आणि कष्टाच्या कामामुळे तुकडे

पडलेली नखे यामुळे तो निष्प्रभ ठरत होता. मात्र त्याचा एक 'मेकॅनिक' हा दर्जा ध्यानात येण्यासाठी फेर्नांदाला एकच दृष्टिक्षेप पुरेसा होता.

रविवारी घालण्यासाठी असलेला त्याचा एकुलता एक सूट घालून तो आला होता, हे तिच्या लक्षात आले आणि शर्टाच्या आत त्याच्या त्वचेवर बनाना कंपनीनेचे पुरळसुद्धा उठलेले असावे. तिने त्याला बोलूही दिले नाही वा दरवाजातून आतही येऊ दिले नाही. तो दरवाजाही तिला क्षणभरातच बंद करून घ्यावा लागला. कारण, सगळे घर पिवळ्या फुलपाखरांनी भरून गेले होते.

तिने त्याला म्हटले, 'दूर चालता हो. कुठल्याही सभ्य माणसाच्या घरात येण्याचे तुला काहीच कारण नाही.'

त्याचे नाव मॉरिसियो बाबिलोनिया असे होते. माकोन्दोमध्येच तो जन्मला आणि वाढलेला होता. बनाना कंपनीच्या गॅरेजमध्ये तो ॲप्रेंटिस मेकॅनिक होता. मेमे एकदा पॅट्रिशिया ब्राऊनसोबत फळांच्या बागेमधून फेरफटका मारण्यासाठी एक मोटारकार आणायला गॅरेजमध्ये गेली होती, तर तिथे मेमेची आणि त्याची योगायोगानेच भेट झाली होती. मोटारीचा ड्रायव्हर आजारी होता म्हणून त्या दोघींना घेऊन जाण्याचे काम त्याला सांगितले गेले आणि शेवटी एकदाची ड्रायव्हरशेजारी बसून तो काय करतो ते पाहण्याची मेमेची इच्छा पूर्ण झाली. नेहमीचा ड्रायव्हर करणार नाही तसे करून मॉरिसियो बाबिलोनियाने तिला मोटार चालवण्यातला प्रत्यक्ष धडाच दिला. मेमे जेव्हा मिस्टर ब्राऊनच्या घरी वारंवार जायला लागली होती तेव्हाची ही गोष्ट आहे आणि त्या काळात सभ्य स्त्रियांनी मोटारकार चालवणे हे अजूनही अनुचित समजले जायचे, त्यामुळे तिला मिळालेल्या तांत्रिक माहितीवर ती समाधानी होती. त्यानंतर अनेक महिने तिने मॉरिसियो बाबिलोनियाची भेट घेतली नाही. नंतर तिला आठवत राहिले की, मोटारकार चालवण्याच्या तेवढ्या वेळात त्याच्या मर्दानी सौंदर्याकडे आपोआपच तिचे लक्ष वेधले गेले होते, फक्त त्याचे हात अगदी खरखरीत होते. मात्र नंतर तिने पॅट्रिशिया ब्राऊनला सांगितले की, त्याची स्वतःच्या आत्मसन्मानाच्या सुरक्षिततेविषयीची जाणीव आपल्याला त्रासदायक वाटते. नंतरच्या पहिल्या शनिवारी जेव्हा आपल्या वडिलांबरोबर ती सिनेमाला गेली, तेव्हा तिला त्यांच्यापासून थोड्या सीट्सच्या पलीकडे मॉरिसियो बाबिलोनिया बसलेला दिसला. त्याचा तो लिनन सूट घालून तो सिनेमाला आलेला दिसत होता. तिच्या असेही लक्षात आले की, सतत वळून तिच्याकडे पाहण्याच्या नादात त्याचे सिनेमाकडे फारसे लक्ष नव्हते. त्याच्या त्या अडाणीपणामुळे मेमे वैतागली होती. त्यानंतर मॉरिसियो बाबिलोनिया औरेलियानो सेगुन्दोला भेटायला म्हणून त्यांच्यापाशी आला आणि तेव्हा कुठे मेमेला कळाले की, ते दोघे एकमेकांना ओळखत होते. कारण, त्याने औरेलियानो त्रिस्तेच्या सुरुवातीच्या पॉवर प्लॅण्टमध्ये काम केले होते आणि तो तिच्या वडिलांशी एखाद्या नोकरासारखा वागत आहे. त्याच्या स्वाभिमानामुळे तिच्या मनात जी अप्रीती निर्माण होती, ती त्या

वस्तुस्थितीमुळे जरा कमी झाली. ती दोघेही पूर्वी कधीच एकटी एकत्र आली नव्हती किंवा केवळ अभिवादनापलीकडे एकमेकांशी विशेषसे बोललीही नव्हती. तिला त्या रात्री स्वप्न पडले की, मॉरिसियो बाबिलोनियाने तिला एका फुटलेल्या जहाजातून वाचवले आहे; परंतु त्याच्याविषयी कृतज्ञता वाटण्याऐवजी तिला त्याचा संताप आला होता. जणू काही तिनेच त्याला हवी असलेली संधी दिली होती आणि तिच्या मनात तर केवळ मॉरिसियो बाबिलोनियाबद्दलच नव्हे तर तिच्यामध्ये रस दाखवणाऱ्या कुठल्याही माणसाबद्दल नेमकी त्याच्या उलटच भावना होती, त्यामुळे त्या स्वप्नानंतर ती एवढी संतप्त झाली होती की, त्याच्याबद्दल तिरस्कार वाटण्याऐवजी त्याला भेटायची तिला अनिवार इच्छा झाली. त्या आठवड्याभरात तिची उत्कंठा वाढत गेली आणि शनिवारी तर ती एवढी प्रबळ झाली की मॉरिसियो बाबिलोनियाने सिनेमागृहात तिला अभिवादन केले, तेव्हा तिचे काळीज जणू तिच्या तोंडाशी आले होते. ते त्याच्या लक्षात येऊ नये यासाठी तिला आटोकाट प्रयत्न करावा लागला. आनंद आणि संताप अशा दोन्ही भावनांमुळे गोंधळून जाऊन तिने प्रथमच आपला हात त्याच्या हातात दिला आणि तेव्हा कुठे मॉरिसियो बाबिलोनियाने तिचा हात हातात घेऊन हलवला. मेमेला आपल्या त्या लहरीबद्दल क्षणार्ध थोडासा पश्चात्तापही झाला. मात्र त्याच्याही हाताला थंड घाम सुटलेला पाहून तिच्या पश्चात्तापाचे लगेचच एक प्रकारच्या क्रूर समाधानात रूपांतर झाले. त्या रात्री तिच्या असे लक्षात आले की, जोवर ती मॉरिसियो बाबिलोनियालाच्या अभिलाषेचा निरर्थकपणा त्याला दाखवून देत नाही, तोवर तिला क्षणाचीही विश्रांती लाभणार नाही. त्याबद्दलची उत्कंठा मनात घोळवीतच तिचा तो आठवडा गेला. पॅट्रिशिया ब्राऊनने तिची मोटारकार घेऊन येण्यासाठी तिच्याबरोबरच जावे म्हणून तिने सगळ्या प्रकारच्या निरुपयोगी युक्त्यांचा वापर करून पाहिला. शेवटी तिने त्या सुमारास माकोन्दोमध्ये आपली सुटी घालवत असलेल्या, तांबड्या केसाच्या एका अमेरिकन माणसाला हाताशी धरले आणि नवनव्या कार मॉडेल्सची माहिती मिळवण्याच्या मिषाने तिला त्या गॅरेजवर घेऊन जायला लावले. त्याला पाहिले, त्या क्षणापासून मेमेने स्वतःच स्वतःला फसवू दिले होते आणि स्वतःचा असा समज करून घेतला की, मॉरिसियो बाबिलोनियाबरोबर एकटी असण्याची तिची इच्छा तिला असह्य वाटत होती. ती येताना दिसताच त्याला ते समजले आहे, या खात्रीने तिला संताप आला होता.

मेमे म्हणाली, 'मी मोटारगाड्यांची नवी मॉडेल्स पाहायला आले आहे.'

तो म्हणाला, 'ही सबब फारच छान आहे.'

आपल्याच अभिमानाच्या आगीत तो जळतोय हे मेमेच्या लक्षात आले आणि त्याला अपमानित करण्याचा एखादा मार्ग ती मनोमन निकराने शोधू लागली; परंतु त्याने तिला सवडच दिली नाही. त्याने हळू आवाजात तिला म्हटले, 'काही अस्वस्थ होऊ नकोस. एखाद्या माणसासाठी एखादी स्त्री वेडी होण्याची ही काही पहिलीच

वेळ नाही.’ तिला इतके पराभूत झाल्यासारखे वाटले की, नवी मॉडेल्स न पाहताच ती गॅरेजमधून निघाली आणि सगळी रात्र तिने बिछान्यात तळमळत, कुशी पालटत संतापाने रडत काढली. तांबड्या केसांच्या ज्या अमेरिकन माणसामध्ये तिला खरोखरच थोडा रस वाटायला लागला होता तो तिला आता रंगीबेरंगी कपड्यातले लहान पोर वाटू लागला. त्या वेळी तिच्या लक्षात आले की, मॉरिसियो बाबिलोनिया नजरेला पडण्यापूर्वी ती पिवळी फुलपाखरे येतात. तिला ती फुलपाखरे पूर्वी विशेषतः गॅरेजजवळ दिसली होती आणि तिला वाटले होते की, ती फुलपाखरे रंगाच्या वासाने आकर्षित होत असावीत. एकदा तिने ती फुलपाखरे सिनेमागृहात जाण्यापूर्वी तिच्या डोक्याभोवती घोंगावताना पाहिली होती. तथापि, मॉरिसियो बाबिलोनिया जसा गर्दीमध्ये एखाद्या भुतासारखा तिचा पिच्छा पुरवू लागला आणि ते फक्त तिच्याच लक्षात यायचे, तेव्हा तिला समजले की, त्या फुलपाखरांचा त्याच्याशी काहीतरी संबंध आहे. संगीताच्या कार्यक्रमात, सिनेमागृहात, चर्चमधल्या विशेष प्रार्थनांच्या वेळी प्रेक्षकांमध्ये मॉरिसियो बाबिलोनिया असायचाच आणि तो तिथे आलाय हे कळण्यासाठी तो दृष्टीला पडायची गरज नसायची. कारण, ती फुलपाखरे तिथे हटकून असायचीच. एकदा औरेलियानो सेगुन्दोला त्या फुलपाखरांच्या घोंघावण्यामुळे अगदी घुसमटल्यासारखे झाले, तेव्हा तिला अगदी तीव्रपणे वाटून गेले की, आपल्या बापाला विश्वासात घेऊन सगळे सांगून टाकावे; परंतु तिच्या अंतःप्रेरणेने तिला सांगितले की, तो नुसता नेहमीसारखा हसेल आणि म्हणेल, ‘बघ हं! तुझ्या आईला समजलं तर ती काय म्हणेल?’ एकदा सकाळच्या वेळी फेर्नांदा गुलाबांची छाटणी करत असताना तिने एकाएकी घाबरून किंकाळी फोडली, ती जिथे होती, त्याच जागेवरून रेमेदियोस द ब्युटीने स्वर्गारोहण केले होते. त्या जागेपासून तिने मेमेला दूर नेले. तिला क्षणभर असे वाटले की, आपल्या मुलीच्या बाबतीतसुद्धा तो चमत्कार पुन्हा होईल. कारण, एकाएकी झालेल्या पंखांच्या फडफडाटाने ती अस्वस्थ झाली होती. तो फुलपाखरांच्या पंखांचा आवाज होता. एकाएकी जणू प्रकाशातूनच जन्मल्यासारखी ती फुलपाखरे मेमेला दिसली आणि तिच्या काळजाला धक्का बसला. त्या क्षणी मॉरिसियो बाबिलोनिया आत आला, त्याच्या हातात एक पुडके दिसत होते. त्याच्या म्हणण्याप्रमाणे पॅट्रिशिया ब्राऊनने पाठवलेली ती एक भेट होती. त्या क्षणी मेमेने तिला वाटलेली लाज कशीबशी गिळली, आपले दुःखही आवरले आणि सहज स्मित केले. बागकामामुळे तिचे हात घाण झालेले होते म्हणून ‘ती भेट कठड्यापाशी ठेवायची मेहरबानी कर’ असे तिने त्याला सांगितले. त्या वेळी त्याच्या त्वचेचा पित्तमय पोत तेवढा फेर्नांदाच्या लक्षात आला होता. नंतर थोड्याच महिन्यांनी तिने त्याला घरातून बाहेरच्या बाहेर घालवून दिले होते; परंतु त्याला आपण कुठे पाहिले होते ते काही तिला त्या वेळी आठवले नव्हते.

फेर्नांदाने म्हटले, 'हा माणूस विलक्षणच दिसतो. त्याच्या तोंडावरूनच दिसतंय की तो मरणार आहे.'

मेमेला वाटले की, तिच्या आईवर त्या फुलपाखरांमुळे काही तरी प्रभाव पडला असावा. त्या दोघींनी गुलाबांची छाटणी संपल्यानंतर मेमेने हात धुतले आणि ते पुडके उघडून पाहण्यासाठी ते घेऊन ती आपल्या शेजघरात गेली. ते एक चिनी खेळणे होते. एकात एक बसवलेल्या, एकच केंद्र असलेल्या त्या पाच बॉक्सेस होत्या आणि सगळ्यात आतल्या बॉक्समध्ये एक कार्ड होते; ज्याला कसेबसे लिहिता येत होते अशा कुणीतरी अगदी कष्टाने त्यावर लिहिलेले होते की, आपण शनिवारी सिनेमागृहात भेटू. नंतर बसलेल्या धक्क्यातून मेमेला वाटून गेले की, ती बॉक्स किती तरी वेळ कठड्यापाशी पडून होता आणि फेर्नांदाचे कुतूहल जागे होऊ शकले असते. त्याचे धारिष्ट्य आणि कल्पकता यामुळे ती खूश झाली तरी त्याने सुचवलेल्या त्या तारखेला ती भेटायला येईल, अशा त्याच्या अपेक्षेच्या भाबडेपणाने तिला हलल्यासारखे झाले. मेमेला त्या वेळी माहीत होते की, औरेलियानो सेगुन्दोला शनिवारी रात्री एक अपॉईंटमेंट आहे. मात्र आठवड्याभरात ती उत्कंठेच्या आगीमुळे एवढी अस्वस्थ झाली होती की, शनिवारी आपल्या वडिलांनी आपल्याला एकटीलाच थिएटरमध्ये सोडावे आणि सिनेमा संपल्यावर तिला घ्यायला यावे हे तिने वडिलांना पटवले. थिएटरमध्ये दिवे पेटत होते तेव्हा एक रात्रीचे फुलपाखरू तिच्या डोक्यापाशी घुटमळत होते. तेवढ्यात ते घडले. दिवे मालवल्यानंतर मॉरिसियो बाबिलोनिया तिच्याशेजारी येऊन बसला. मेमेला वाटले आपण हो-ना करण्याच्या दलदलीत गटांगळ्या खात आहोत आणि स्वप्नात तिला दिसले होते, तसा ग्रीज्‌चा वास येणारा तो माणूसच तिला त्याच्यातून वाचवू शकेल. काळोखात तर तो तिला दिसणेसुद्धा मुश्किल होते.

तो म्हणाला, 'तू आली नसतीस तर मला पुन्हा कधीच तू पाहू शकली नसतीस.'

मेमेला त्याच्या हाताचा भार तिच्या गुडघ्यावर जाणवला आणि तिला त्या क्षणी जाणवले की, ती दोघेही बेफिकरीच्या शेवटच्या टोकाशी पोहोचले आहेत.

तिने स्मित करत त्याला म्हटले, 'तू जे बोलू नयेस अशाच नेमक्या गोष्टी बोलत असतोस आणि मला त्याचा धक्का बसतो.'

ती अशा प्रकारे आपले मनच त्याला देऊन बसली. तिला झोप लागेनाशी झाली, भूक नाहीशी झाली. तिने स्वतःला एकाकीपणात असे काही बुडवून घेतले की, आपल्या वडिलांचासुद्धा तिला त्रास वाटू लागला. तिने खोट्याच तारखांचे असे काही जाळे विणले की, फेर्नांदाला चकवता येणे तिला शक्य व्हावे. आपल्या मैत्रिणींनाही ती भेटेनाशी झाली आणि मॉरिसियो बाबिलोनियाला कुठेही आणि केव्हाही भेटण्यासाठी तिने सगळे सामान्य रीतीरिवाज धुडकावून लावले. सुरुवातीला

त्याच्या असंस्कृतपणाचा तिला ताप व्हायचा. ती दोघे पहिल्यांदाच जेव्हा त्याच्या गॅरेजमागच्या शेतात एकान्तात होती, तेव्हा त्याने अगदी निदर्यपणे तिला पाशवी स्थितीत खेचले, त्यामुळे ती अगदी थकून गेली. तोसुद्धा हळुवारपणाचाच एक प्रकार आहे हे तिला कळून यायला थोडा वेळ जावा लागला. मग मात्र तिची सारी शांतता नष्ट झाली आणि ती फक्त त्याच्याचसाठी जगू लागली. त्याच्या त्या सोडाखाराच्या मिश्रणाने धुतलेल्या धुंद करणाऱ्या ग्रीजूच्या वासामध्ये स्वतःला झोकून देण्याच्या इच्छेने ती अस्वस्थ होत राहिली. आमारान्ताच्या मृत्यूपूर्वी थोडाच काळ आधी तिला आपल्या वेडेपणातल्या सुबोध जाणिवेच्या खुल्या जागेत धडपडल्यासारखे झाले आणि अनिश्चित भवितव्याच्या दर्शनाने ती थरथर कापू लागली. मग तिला कुणी तरी एक स्त्री पत्त्यांच्या साह्याने भविष्य वाचत असते असे समजले आणि ती गुप्तपणे त्या स्त्रीची भेट घ्यायला गेली. ती स्त्री म्हणजे पिलार तेर्नेरा होती. तिला आत येताना पाहताक्षणीच तिचा गुप्त हेतू काय असावा हे पिलार तेर्नेराला कळून चुकले. तिने मेमेला म्हटले, 'अशी खाली बस. कुणाही बुर्येंदियाचे भविष्य सांगण्यासाठी मला पत्त्यांची गरज पडत नाही.' ती शंभर वर्षांची म्हातारी चेटकीण आपली पणजी आहे हे मेमेला माहीत नव्हते आणि ते तिला कधी समजणारही नव्हते. प्रेमात पडल्यानंतरच्या उत्कंठेचे शमन फक्त बिछान्याशिवाय आणखी कुठल्याच उपायाने होऊ शकत नसते हे सत्य पिलार तेर्नेराने अत्यंत आक्रमक वास्तववादी रीतीने तिला स्पष्ट केले, त्यामुळे त्या दोघींच्या नात्याविषयीच्या सत्यावर मेमेचा विश्वासही बसला नसता. मॉरिसियो बाबिलोनियाचा दृष्टिकोनसुद्धा तसाच होता; परंतु त्यावर विश्वास ठेवायला मेमे तयार नव्हती. कारण, तिला वाटले होते की, त्याचे ते क्षुद्र मत एक मेकॅनिकच्या निर्णयशक्तीवर आधारित होते. तेव्हा तिला वाटले की, एका बाजूचे प्रेम हे दुसऱ्या बाजूच्या प्रेमाचा पराभव करत आहे. कारण, पुरुषांची भूक एकदा भागली की क्षुधेची प्रेरणाच नाकारू लागणे हे त्यांचे वैशिष्ट्यच असते. पिलार तेर्नेराने केवळ तिची ती चूकच तिला स्पष्ट करून दाखवली असे नव्हे, तर आपला सुंदर छताचा बिछानादेखील तिला देऊ केला. त्याच बिछान्यात तिला मेमेचा आजोबा म्हणजे आर्केदियोच्या वेळची आणि नंतर औरेलियानो होझेच्या वेळची गर्भधारणा झाली होती. मोहरीच्या लेपाच्या वाफाऱ्यांच्या उपायाने नको असलेली गर्भधारणा कशी टाळायची तेही तिने मेमेला शिकवले, तसेच नसती समस्या उद्भवलीच तर 'सदसद्विवेकबुद्धीच्या जाणिवेतून पश्चात्तापालादेखील बाहेर फेकणाऱ्या' औषधाचे डोस तयार करण्याची सामग्री व कृतीही तिने मेमेला सांगितली. पूर्वी एकदा मेमे दारू प्यायली होती, त्या संध्याकाळी जशी तिने शौर्याची भावना अनुभवली होती तशीच काहीशी भावना पिलार तेर्नेराबरोबर झालेल्या त्या भेटीमुळे तिच्या मनात निर्माण झाली. आमारान्ताच्या मृत्यूमुळे मात्र तिला आपला निर्णय पुढे ढकलणे भाग पडले. ते नऊ दिवस होईपर्यंत तिने थोडा वेळही मॉरिसियो बाबिलोनियाची साथ

सोडली नाही, त्यानिमित्ताने त्यांच्या घरात घुसलेल्या गर्दीत तो मिसळून असायचा. त्यानंतर दीर्घ शोककाल सुरू झाला व त्यांना परस्परांपासून दूर राहणे आवश्यक ठरून काही काळ दूर होणे भागच पडले. ते दिवस एवढ्या आंतरिक क्षुब्धतेचे, दडपता न येणाऱ्या उत्कंठेचे आणि दडपलेल्या प्रेरणांचे होते की, ज्या दिवशी तिला घरातून बाहेर निघणे शक्य झाले, त्या दिवशी ती सरळ पिलार तेर्नेराच्या घरी गेली. तिने कुठल्याही प्रतिकाराशिवाय लाजलज्जा न बाळगाता कुठल्याही औपचारिकतेशिवाय आणि एवढ्या खुशीने स्वतःला मॉरिसियो बाबिलोनियाच्या हवाली केले की, तिच्या प्रिय माणसापेक्षा अधिक संशयी असलेल्या माणसाला त्यामुळे गोंधळून जाऊन उघडच ती 'अनुभवी' असल्याचा संशय आला असता. तीन महिन्यांहून अधिक काळपर्यंत त्यांनी आठवड्यातून दोनदा समागम केला. त्यात त्यांना औरेलियानो सेगुन्दोचे गुन्ह्यातल्या भागीदारीचे संरक्षण अजाणताच लाभले होते. आपल्या मुलीने प्रत्येक वेळी अपराधाच्या ठिकाणी आपण हजर नसल्याच्या दिलेल्या पुराव्यावर औरेलियानो सेगुन्दोचा विश्वास बसत होता. कारण, त्याला केवळ तिच्या आईच्या कठोर शिस्तीतून तिला मुक्त करायचे होते.

सिनेमागृहात त्या दोघांना फेर्नांदाने अकस्मात पकडले, त्या रात्री औरेलियानो सेगुन्दोला आपल्या सदसद्विवेकबुद्धीचा भार जड वाटू लागला आणि फेर्नांदाने मेमेला ज्या शेजघरात कोंडून ठेवले होते, तिथे त्याने तिची भेट घेतली. ती त्याला विश्वासात घेऊन सगळे काही सांगेल, असा त्याला भरवसा वाटला होता. त्याच्यावर तेवढा विश्वास तिने दाखवणे उचित ठरले असते; परंतु मेमेने सगळेच नाकारले. तिला स्वतःबद्दल एवढी खात्री वाटत होती आणि आपल्याच एकाकीपणात ती एवढी घट्ट रुतली होती की, त्यामुळे औरेलियानो सेगुन्दोचा पक्का समज झाला की, त्या दोघांमध्ये आता कसेलच विशेष नाते राहिलेले नाही, त्यांच्यातली मैत्री आणि अपराधातली भागीदारी हा केवळ एक भूतकालीन भ्रम होता. आपण एके काळी मॉरिसियो बाबिलोनियाचे मालक होतो म्हणून आपल्या अधिकाराने आपण त्याला त्याच्या बेतापासून परावृत्त करू असे वाटून त्याने त्याबाबत त्याच्याशी बोलायचाही विचार केला; परंतु पेत्रा कोतेसने त्याला पटवले की, ती गोष्ट बायकांच्या अधिकारातली आहे, त्यामुळे तो संदेहाच्या बंदिखान्यात घुटमळत राहिला आणि त्याला उगाचच वाटत राहिले की, मेमेला घरात अडकवून ठेवले की, तिचे त्रास संपुष्टात येतील.

मेमेने मात्र क्लेशाचे कसलेच चिन्ह दाखवले नाही. उलट बाजूच्या खोलीतून अर्सूलाला तिच्या झोपेचा शांत ताल जाणवायचा, तिची कामामधली प्रसन्नता कळायची, तिच्या जेवणाखाणाचे व्यवस्थित वेळापत्रक समजून यायचे आणि पचनाचे चांगले आरोग्यही जाणवायचे. मेमेला दिलेल्या शिक्षेनंतर जवळजवळ दोन महिन्यांनीसुद्धा अर्सूलाला एका गोष्टीचे गूढ वाटत होते की, मेमे घरातल्या इतर सगळ्यांसारखी सकाळी आंघोळ करत नसून संध्याकाळी सात वाजता आंघोळ का

करत होती. एकदा तर तिने तिला विंचवांविषयी धोक्याचा इशारा देण्याचाही विचार केला होता; परंतु मेमेला अशी खात्री वाटत होती की, अर्सूलाने तिच्याविषयी चुगली केली आहे म्हणून ती अर्सूलापासून खूपच दुरावली होती, त्यामुळे आपण तिची खापरपणजी असलो तरी आपल्या उद्धटपणाचा तिला त्रास होऊ नये, असा विचार अर्सूलाने केला. संध्याकाळच्या वेळी ती पिवळी फुलपाखरे त्यांच्या घरावर आक्रमण करतच होती. दररोज रात्री आंघोळीहून परतताना फेर्नांदा म्हणायची, 'हे फार भयंकर आहे. जन्मभर मी ऐकत आलेय की, रात्रीच्या वेळी फुलपाखरे आली तर ती दुर्दैव घेऊन येतात.' एकदा रात्री मेमे न्हाणीघरात असताना फेर्नांदा योगायोगानेच तिच्या शेजघरात गेली तर तिथे इतकी फुलापाखरे होती की, फेर्नांदाला श्वास घेणे अशक्य झाले. तिने त्यांना शूः शूः करून हाकलण्यासाठी जवळचे एक फडके उचलले आणि विलक्षण भयाने तिचे अंतःकरण एकदम गोठून गेले. कारण, तिने आपल्या मुलीची रोजची संध्याकाळची आंघोळ आणि जमिनीवर पसरलेले मोहरीचे लेप या दोन्ही गोष्टी परस्परांशी मनोमन जोडून पाहिल्या. मात्र पहिल्यांदा तिने योग्य संधीची वाट पाहत जसा वेळ गमावला होता तसे आता केले नाही. दुसऱ्या दिवशी तिने शहराच्या नव्या मेयरला आपल्या घरी दुपारच्या भोजनासाठी आमंत्रित केले. तोही तिच्यासारखा पठारी प्रदेशातून आलेला होता. आपल्या घराच्या मागील भागात एखादा पहारेकरी नेमावा, अशी तिने त्याला विनंती केली. कारण, तिचा असा कयास होता की, त्यांच्या कोंबड्या चोरीला जात आहेत. त्या रात्री मॉरिसियो बाबिलोनिया मेमेच्या न्हाणीघरात शिरण्यासाठी छपराची कौले उचलतच होता तेवढ्यात त्या पहारेकऱ्याने बंदुकीच्या गोळीने त्याला खाली लोळवले. तिकडे न्हाणीघरात गेले काही महिने प्रत्येक रात्री मेमे त्याची वाट पाहत थांबायची तशीच रोजच्यासारखी नग्नावस्थेत कामज्वराने थरथर कापत, विंचवांच्या आणि फुलपाखरांच्या संगतीत त्याची वाट पाहत थांबली होती. मणक्यात घुसलेल्या गोळीमुळे मॉरिसियो बाबिलोनिया उरलेले सगळे आयुष्य बिछान्याला खिळून राहिला. अखेर तो म्हातारपणामुळे मरण पावला, मरेपर्यंत तो कण्हला नाही की त्याने कसला निषेध केला नाही की कधी क्षणभरदेखील त्याने काहीच गुपित उघड केले नाही. शेवटपर्यंत त्याला आठवणी आणि ती पिवळी फुलपाखरे छळत राहिली, कोंबडीचोर म्हणून सगळ्यांनी त्याच्यावर बहिष्कार टाकला होता.

१५

माकोन्दोवर जीवघेणा आघात करणारे प्रसंग नुकतेच घडायला लागले होते, त्याच सुमारास मेमे बुयेंदियाच्या मुलाला बुयेंदियांच्या घरी आणले गेले. सार्वजनिक परिस्थिती एवढी अनिश्चित होती की, कुणालाही कुणाच्या खाजगी भानगडींमध्ये लक्ष घालायला पुरेसा उत्साह नव्हता, त्यामुळे ते मूल जणू अस्तित्वातच नाही असे दाखवत फेर्नांदाला त्या वातावरणाचा फायदा घेता आला आणि त्याला लपवून ठेवता आले. त्या मुलाला घरात आणले गेले, तेव्हा परिस्थिती अशी होती की, त्याला झिडकारणे तिला शक्यच नव्हते. उरलेल्या सगळ्या आयुष्यभर त्या पोराला सहन करत राहणे तिला भाग पडले. कारण, खरे तर ती त्या पोराला न्हाणीघरातील पाण्याच्या टाकीत बुडवून मारण्याचा मनोमन केलेला निर्धार प्रत्यक्षात उतरवू पाहत होती, नेमक्या त्याच वेळी सत्याच्या प्रखर दर्शनाने तिचे धैर्य नष्ट झाले होते. तिने त्याला कर्नल औरेलियानो बुयेंदियाच्या वर्कशॉपमध्ये कोंडून ठेवले. तो मुलगा तिला एका टोपलीमध्ये तरंगताना आढळला अशी तिने सान्ता सोफिया द ला पिएदादची खात्री पटवली. अर्सूला त्या पोराचे मूळ काय हे न कळताच मरणार होती. छोटी आमारान्ता अर्सूला एकदा त्या वर्कशॉपमध्ये गेली, तेव्हा फेर्नांदा त्या मुलाला काही तरी खाऊ घालताना तिने पाहिले होते. तिचाही त्या तरंगत्या टोपलीच्या हकिकतीवर विश्वास बसला होता. औरेलियानो सेगुन्दोने अखेर बायकोशी संबंध तोडून टाकले होते. कारण, मेमेची शोकांतिका तिने असमंजसपणे हाताळली होती. एकदा फेर्नांदाचे दुर्लक्ष झाले म्हणून तो मुलगा पोर्चमध्ये नागडाच आला. त्याच्या केसांचा खूप गुंता झालेला होता आणि त्याचे इंद्रिय एखाद्या टर्कीच्या गळ्याशी लोंबणाऱ्या पोळीसारखे मोठे होते, जणू तो मुलगा सामान्य मानवी मूल नसून नरमांसभक्षक रानटी माणसाची विश्वकोशातली व्याख्याच त्याच्या रूपाने समोर आली होती. बुयेंदियांच्या घरात

येऊन त्याला तीन वर्षे झाली होती तरी तो अचानक दृष्टी पडेपर्यंत औरेलियानो सेगुन्दोला त्याच्या अस्तित्ववाची कल्पनाही नव्हती.

नियतीने केलेली ती चेष्टा सुधारण्यापलीकडची होती आणि फेर्नांदाने कधी त्याविषयी कल्पनाही केली नव्हती. आपण त्या लाजिरवाण्या गोष्टीला घराबाहेर घालवून दिलेय असाच तिचा समज होता; पण नेमकी तीच गोष्ट त्या मुलाच्या रूपाने जणू पुन्हा त्यांच्या घरात प्रवेशली होती. मॉरिसियो बाबिलोनियाच्या पाठीचा कणा पहारेकऱ्यांनी झाडलेल्या गोळीने मोडला गेल्यावर त्यांनी त्याला तेथून दूर नेले, त्यानंतर लगेचच फेर्नांदाने आपल्या मनावरील त्या साऱ्या ओझ्याचा मागमूसदेखील शिल्लक राहणार नाही, असा बेत पक्का केला आणि अत्यंत बारीकसारीक तपशील ठरवून तो अमलातही आणला. नवऱ्याचा कसलाही सल्ला न घेता तिने आपल्या मुलीच्या बॅगा भरल्या, तिला लागणाऱ्या कपड्यांचे तीन संच एका छोट्या सुटकेसमध्ये घातले आणि आगगाडी येण्यापूर्वी अर्धा तास आधी ती मुलीच्या शेजघरात गेली.

तिने मेमेला म्हटले, 'रेनाता, चल आपण निघू या.'

आपल्या मुलीजवळ तिने कसलाही खुलासा केला नाही. मेमेलादेखील कसला खुलासा नको होता, तिने तशी अपेक्षाही केली नाही. आपण कुठे जात आहोत हे तर तिला माहीत नव्हतेच; परंतु कुणी तिला कत्तलखान्याकडे नेले असते तरीही तिच्या दृष्टीने काहीही फरक पडणार नव्हता. पटांगणाच्या मागील बाजूकडून बंदूक झाडल्याचा आवाज आला आणि त्याच वेळी दुःखाने फोडलेली मॉरिसियो बाबिलोनियाची किंकाळीही तिने ऐकली. मात्र त्यानंतर ती अजिबात काहीही बोलली नाही. नंतर उरलेल्या आयुष्यातसुद्धा ती काहीही बोलणार नव्हती. तिच्या आईने शेजघरातून बाहेर निघायची आज्ञा दिली तेव्हा तिने आपले केस विंचरले नाहीत वा तोंडही धुतले नाही. ती तशीच जणू झोपेत चालत असल्यासारखी चालत आगगाडीत जाऊन बसली. अजूनही तिचा पिच्छा न सोडणाऱ्या त्या पिवळ्या फुलपाखरांकडेही तिचे लक्ष गेले नाही. आपल्या मुलीचे दगडासारखे स्तब्ध होऊन जाणे हे तिच्या दृढ निर्धाराचा परिणाम होता की त्या शोकांतिकेच्या आघातामुळे ती मुकी होऊन गेली होती हे फेर्नांदाला कधीच समजले नाही. ते समजून घेण्याचा त्रासही तिने घेतला नाही. एके काळच्या त्या मंतरलेल्या प्रदेशातून प्रवास करताना मेमेने आजूबाजूची जराही दखल घेतली नाही. रेल्वेलाइनच्या दोन्ही बाजूंना सावली देत असलेल्या केळ्यांच्या असंख्य बागा होत्या. त्यांच्याकडेही तिने लक्ष दिले नाही. अमेरिकनांची ती पांढरी शुभ्र घरे, त्यांच्या घराभोवतालच्या धुळीने आणि उष्म्याने कोरड्या पडलेल्या बागा आणि घरांच्या गच्चीवर बसून पत्ते खेळणाऱ्या, निळ्या पट्ट्यांचे शर्ट्स आणि अर्ध्या पँट्स ल्यायलेल्या त्यांच्या बायका यांपैकी कशाकडेही तिचे लक्ष गेले नाही. केळ्यांचे घड लादलेल्या धूळभरल्या रस्त्यावरच्या

बैलगाड्या तिला दिसल्या नाहीत. तिथल्या निळवशंख पाण्याच्या नद्यांमध्ये मोठाल्या माशांसारख्या सूर मारणाऱ्या मुली तिला दिसल्या नाहीत, त्या मुलींची भव्य वक्षःस्थळे पाहून गाडीतले आंबटशौकीन प्रवासी खट्टू होऊन जात; पण याही साऱ्या गोष्टींकडे तिचे लक्ष नव्हते. कामगारांच्या कशातरी दाटीवाटीने बसलेल्या दीनवाण्या झोपड्या व त्यांच्या जवळपास भिरभिरणारी मॉरिसियो बाबिलोनियाची ती पिवळी फुलपाखरे, झोपड्यांच्या दारात आपापल्या पॉट्सवर बसलेली हिरवट ओंगळ लहान मुले, गाडीकडे पाहून शिव्या देणाऱ्या स्त्रिया या गोष्टीदेखील तिने पाहिल्या नाहीत. पूर्वी सुटीसाठी ती शाळेतून गावातील घराकडे परत यायची तेव्हा ते धावते दृश्य फारच आनंददायी असायचे; परंतु तेच आता तिच्या हृदयापर्यंत पोहोचले तरी तिला काळजात जराशीही थरथर जाणवली नाही. तिने खिडकीतून बाहेर पाहिले नाही. केळ्यांच्या बागांचा दाहक दमटपणा संपला, पॉपीच्या झुडपांनी भरलेल्या मैदानातून आगगाडी जाऊ लागली तरीही तिने बाहेर पाहिले नाही. त्या मैदानात अजूनही त्या स्पॅनिश जहाजाचा सांगाडा पडून होता. आगगाडीने त्या मैदानातून उघड्यावर स्वच्छ हवेत प्रवेश केला. पलीकडे तो फेसाळ घाणेरडा समुद्र पसरला होता आणि जवळ जवळ एक शतकापूर्वी तिथेच होझे आर्केदियो बुयेंदियाची स्वप्ने लयाला गेली होती. दलदलीच्या प्रदेशातील शेवटच्या स्टेशनवर पाच वाजण्याच्या सुमारास त्या दोघी पोहोचल्या, तेव्हा फेर्नांदाने तिला उतरायला सांगितले म्हणून ती गाडीतून खाली उतरली. प्रचंड वटवाघळासारख्या दिसणाऱ्या एका छोट्या गाडीत त्या दोघी बसल्या. त्या गाडीला एक दमेकरी घोडा जुंपला होता. एका उजाड शहरातल्या अंत नसलेल्या रस्त्यातून ती गाडी जाऊ लागली, तो रस्ता क्षारामुळे भेगाळलेला होता. फेर्नांदाने आपली बाल्यावस्था संपल्यानंतर तिथेच पियानोचे शिक्षण घेतले होते आणि तसलाच धडा अजूनही तिथे चालू होता. नदीतून जाणाऱ्या एका फेरी बोटीत त्या बसल्या. बोटीच्या लाकडी चाकाचा आवाज एखाद्या आगीच्या पसरत्या वणव्यासारखा होता, तर धातूच्या प्लेटींमधून येणारा आवाज एखाद्या भट्टीच्या आवाजासारखा होता. दोन दिवसांतून दोन वेळा फेर्नांदा मेमेच्या बिछान्याजवळ अन्नाची थाळी ठेवायची आणि नंतर ती तशीच्या तशीच तिला उचलावी लागायची. मेमेने अन्न न खाता मरायचे ठरवले होते म्हणून नव्हे, तर अन्नाच्या वासानेदेखील तिला मळमळत होते आणि नुसते पाणीसुद्धा उलटीवाटे बाहेर फेकले जात होते म्हणून. तिच्या सर्जनक्षमतेने मोहरीच्या वाफाऱ्यांवर मात केली होती हे मेमेला समजले नाही, तसेच जवळजवळ एक वर्षानंतर ते मूल त्यांच्या घरी आणले जाईपर्यंत फेर्नांदालाही हे समजले नव्हते. धातूच्या प्लेटींच्या वेड्या करून टाकणाऱ्या आवाजाने आणि बोटीच्या पॅडलमुळे उसळलेल्या चिखलाच्या असह्य दुर्गंधीमुळे मेमेला कसलेच भान राहिले नव्हते. बोटीच्या केबिनमध्ये या सगळ्यांच्या परिणामी असह्य घुसमट सोसताना उलटणाऱ्या दिवसांचीही तिला

जाणीव नव्हती. शेवटचे पिवळे फुलपाखरू बोटीच्या पंख्यांच्या पात्याने नष्ट झालेले तिला दिसले आणि 'मॉरिसियो बाबिलोनिया मरण पावला आहे' या अटळ सत्याचा तिने मनोमन स्वीकार केला, त्यानंतर किती तरी काळ उलटला. तथापि, तिने शरणागती पत्करून स्वतःला पराभूत होऊ दिले नाही. वाटेत लागलेल्या त्या प्रदेशात कुणालाही भलभलते भास व्हायचे. खेचराच्या पाठीवर बसून तो प्रदेश ओलांडताना केलेल्या उभ्या चढणीच्या प्रवसात ती सतत मॉरिसियो बाबिलोनियाचा विचार करत राहिली. पूर्वी एकदा औरेलियानो सेगुन्दो त्याला पृथ्वीच्या पाठीवर पहिल्यांदाच आढळलेल्या सर्वांत सुंदर स्त्रीचा शोध घेता घेता त्याच प्रदेशात हरवला होता. इंडियनांच्या मळलेल्या पायवाटांनी पुढे जात जात त्या दोघी एका उदास शहरात प्रवेशल्या. त्या शहराच्या दगडी गल्ल्याबोळांतील बत्तीस चर्चेसच्या ब्राँझच्या घंटा शोकदर्शक टोले देत होत्या. त्या दोघींनी त्याच निर्जन सरंजामी प्रासादात ती रात्र घालवली. झुडपांनी वेढलेल्या तिथल्या एका खोलीत फेर्नांदाने जमिनीवर फळ्या टाकल्या, त्यांच्यावर पडद्यांच्या चिंध्या अंथरल्या आणि त्या फळ्यांवरच त्या कशाबशा झोपल्या. शरीराच्या थोड्याही हालचालीबरोबर त्या चिंध्याचे तुकडे तुकडे व्हायचे. भीतीने मेमेला रात्रभर झोप लागली नव्हती म्हणून तिला आपण कुठे आहोत ते समजले. कारण, अगदी जवळून तिला एक गृहस्थ दिसला. फार पूर्वीच्या एका ख्रिसमसच्या आदल्या दिवशी शिशाच्या पेटीत घालून त्याचेच मृत शरीर त्यांच्या घरी आणून पोहोचवले गेले होते. दुसऱ्या दिवशी प्रार्थनेनंतर फेर्नांदाने तिला एका उदासवाण्या इमारतीत नेले. मेमेने लगेचच ती इमारत ओळखली. पूर्वी एकदा तिच्या आईने सांगितलेल्या गोष्टींवरून तिला माहीत झाले होते की, त्याच कॉन्व्हेंटमध्ये तिच्या आईला बालपणापासून राणी बनण्यासाठी शिक्षण देण्यात आले होते. तिला तेव्हा कळून चुकले की, आपला प्रवास आता संपला आहे. बाजूलाच असलेल्या ऑफिसातील कुणाशी तरी फेर्नांदा बोलत असताना मेमे तिथल्या पार्लरमध्ये बसून राहिली होती. त्या पार्लरच्या भिंती वसाहतींमधल्या अनेक आर्चबिशपांच्या मोठाल्या तैलचित्रांनी भरून गेल्या होत्या. त्या आर्चबिशपांनी अजूनही प्राचीन पद्धतीचे, गुलाबी काळी फुले लावलेल्या काळ्या टफेटा कापडाचे झगे परिधान केलेले होते आणि पठारी प्रदेशातील थंडीने त्यांचे बूट अजूनही सुजल्यासारखे दिसत होते. मेमे अजूनही खिडक्यांमधून येणाऱ्या पिवळट प्रकाशाच्या झोतात मॉरिसियो बाबिलोनियाचा विचार करत थांबली होती, तेवढ्यात तिथे एक अतिशय देखणी उमेदवार नन् आली, ऑफिसमधून मेमेचे बदलायच्या पोशाखाचे तीन संच असलेली सुटकेस तिने आणली व मेमेच्या जवळून जाताना तिने न थांबताच तिचा हात हातात घेऊन तिला म्हटले, 'चल, रेनाता.' मेमेने आपला हात तिच्या हाती देऊन ती नेईल तिकडे स्वतःला नेऊ दिले. फेर्नांदा त्या उमेदवार नन्च्या गतीने तिच्याबरोबर चालण्याचा प्रयत्न करत होती; परंतु सर्व बाजूंनी उंच भक्कम भिंती असलेल्या त्या

कॉन्व्हेंटच्या इमारतीच्या मोठ्या लोखंडी जाळीच्या दरवाजाशी ती पोहोचली, तेव्हा कर्कश्श आवाज करत तो दरवाजा नुकताच बंद झाला. फेर्नांदाने मेमेला तेव्हा पाहिले तेच शेवटचे.[१] नंतर तिच्या डोक्यावरचे केस पूर्ण काढून टाकले गेले आणि तिचे नावही बदलण्यात आले. उरलेल्या सबंध आयुष्यात कुणाशीही एखादा शब्दसुद्धा न बोलू शकलेली मेमे अजूनही मॉरिसियो बाबिलोनियाचा, त्याच्या ग्रीज्च्या वासाचा, त्याच्या भोवती असणाऱ्या त्या पिवळ्या फुलपाखरांच्या वलयाचा विचार करत होती. अतिशय प्रदीर्घ काळानंतर क्रॅकावमधल्या त्या उदासवाण्या हॉस्पिटलमध्ये थंडीच्या दिवसांतल्या एका सकाळी वार्धक्यामुळे तिचा मृत्यू घडून आला, तोपर्यंत ती मॉरिसियो बाबिलोनियाचा तसाच विचार करत राहणार होती.

सशस्त्र पोलिसांच्या संरक्षणात धावणाऱ्या एका आगगाडीने फेर्नांदा माकोन्दोला परतली. त्या सगळ्या प्रवासात तिला प्रवाशांमध्ये असलेला तणाव जाणवत होता. रेल्वेमार्गावरच्या गावांमध्ये लष्करी तयारीचीही तिला जाणीव होत होती. काहीतरी घडणार या खात्रीमुळे एकूणच विरळ झालेले वातावरणही तिच्या लक्षात येत होते; परंतु माकोन्दोला पोहोचेपर्यंत तिला कसलीच माहिती मिळाली नव्हती. तिथे आल्यावर कुणीतरी तिला सांगितले की, होझे आर्केदियो सेगुन्दो बनाना कंपनीच्या कामगारांना संपाची चिथावणी देत आहे. फेर्नांदा स्वतःशीच म्हणाली, 'हं! आपल्या कुटुंबात तेवढेच कमी होते. असला अराजक माजवणारा तेवढा पैदा व्हायचा राहिला होता, तो हा झाला!' तो संप दोन आठवड्यांनी एकदाचा सुरू झाला, तरीही सर्वांना भीती वाटली होती तसा त्याचा काही नाट्यमय परिणाम झाला नाही. कामगारांची मागणी होती की, रविवारच्या दिवशी त्यांना केळी तोडण्या-भरण्याचे काम करावे लागू नये. त्यांची ही भूमिका एवढी न्याय्य वाटत होती की, त्यांच्यासाठी फादर आंतोनियो इझाबेलनेही मध्यस्थी केली. कारण, त्याच्या मते ती मागणी न्याय्य आणि परमेश्वराच्या कायद्याला धरून होती. संपातील या विजयामुळे आणि नंतरच्या महिन्यात सुरू केलेल्या इतरही काही कृतींमुळे, अज्ञात आणि काहीसा अनामिक असलेला होझे आर्केदियो सेगुन्दो प्रकाशझोतात आला. कारण, तो 'फ्रेंच वेश्या आणून गाव भरून टाकतो' एवढेच फक्त त्याच्यासंबंधी बोलायची लोकांना सवय होती. त्याने जेवढ्या उतावीळपणे माकोन्दोमध्ये बोट आणण्याच्या अविचारी साहसासाठी आपले झुंजीचे उत्कृष्ट कोंबडे लिलावात विकून टाकले होते, तेवढ्याच उतावीळपणाने बनाना कंपनीमधली आपली फोरमनची नोकरी सोडून देऊन त्याने कामगारांची बाजू घेतली होती. लवकरच सार्वजनिक शांतता भंग करणाऱ्या आंतरराष्ट्रीय कारस्थानांचा दलाल म्हणून त्याच्याकडे बोट दाखवले जाऊ लागले. उदास करणाऱ्या अफवा उठत होत्या, त्या आठवड्यात एका रात्री तो एक गुप्त मीटिंग संपवून निघत होता तेव्हा अज्ञात गटातील लोकांनी झाडलेल्या रिव्हॉल्वरच्या चार गोळ्या केवळ चमत्कार म्हणून त्याला लागल्या नाहीत, त्यामुळे तो बचावला.

नंतरच्या काही महिन्यांत सगळे वातावरण एवढे तणावाचे होते की, आपल्या काळोख्या कोपऱ्यात असलेल्या अर्सूलालासुद्धा ते जाणवले. तिला वाटले की, पूर्वी केव्हा तरी तिचा मुलगा औरेलियानो त्या होमिओपॅथीच्या विध्वसंकारी गोळ्या खिशात घेऊन वावरत असायचा तेव्हासारख्या पुन्हा एकदा तसल्याच धोकादायक कालखंडातून आपण जातो आहोत. होझे आर्केदियो सेगुन्दोशी बोलून त्याला तो पूर्वीचा दाखला द्यायचा तिने विचार केला होता; परंतु औरेलियानो सेगुन्दोने तिला सांगितले की, होझे आर्केदियो सेगुन्दोचा जीव घेण्याचा एकदा प्रयत्न झाला, त्या रात्रीपासून कुणालाही त्याचा ठावठिकाणा माहीत नाही.

अर्सूला म्हणाली, 'औरेलियानोच्या बाबतीत झाला होता तसाच हाही प्रकार झाला. सगळ्या जगात जणू फिरून फिरून तेच ते घडते आहे.'

त्या दिवसांमधल्या अनिश्चिततेविषयी फेर्नांदाला काहीच वाटत नव्हते. तिने मेमेचे भवितव्य ठरवताना आपली परवानगी घेतली नाही, यावरून तिच्या नवऱ्याची व तिची भयंकर बाचाबाची झाली होती, त्यानंतर बाहेरच्या जगाशी तिचा कसलाच संपर्क उरला नव्हता. औरेलियानो सेगुन्दो खरे तर आवश्यकता पडली तर पोलिसांची मदत घेऊनसुद्धा आपल्या मुलीला सोडविण्याच्या विचारात होता; परंतु फेर्नांदाने त्याला काही कागदपत्रे दाखवले, त्यावरून असे सिद्ध होत होते की, मेमेने स्वेच्छेने आणि राजीखुशीने कॉन्व्हेंटमध्ये प्रवेश केला होता. खरोखर मेमेने जसे उदासीनतेने स्वतःला हवे तिकडे नेऊ दिले होते, त्याच उदासीनतेने तिने लोखंडी गजांच्या पलीकडे गेल्यानंतर त्या कागदांवर सही केली होती. या सगळ्या गडबडगोंधळात औरेलियानो सेगुन्दोचा त्या पुराव्याच्या कायदेशीरपणावर विश्वास बसत नव्हता, तसेच मॉरिसियो बाबिलोनिया कोंबड्या चोरायला त्यांच्या पटांगणाता शिरला होता, याही गोष्टीवर त्याचा विश्वास नव्हता; परंतु त्या दोन्ही युक्त्यांमुळे त्याच्या सदसद्विवेकबुद्धीवरचा ताण कमी झाला आणि जराही पश्चात्ताप न करता तो पेत्रा कोतेसच्या छायेत जाऊ शकला. इथे त्याने गडबडगोंगाटाची मौजमजा आणि चांगले भरपूर खाणेपिणे हे उद्योग पुन्हा सुरू केले. गावातल्या अस्वस्थपणाकडे पूर्णपणे पाठ फिरवत, अर्सूलाच्या शांतपणे केलेल्या भाकितांकडे दुर्लक्ष करत फेर्नांदाने आपल्या पूर्वनियोजित बेतामधला शेवटचा स्क्रू अगदी कसून पिळला. आपला मुलगा होझे आर्केदियोला तिने एक लांबलचक पत्र लिहिले. तो त्या वेळी धर्मगुरूच्या शिक्षणामधील शेवटची पायरी ओलांडायच्या तयारीत होता. पत्रातून तिने त्याला कळवले की, त्याची बहीण रेनाता ही काळ्या वांतीच्या परिणामी मरण पावली असून, परमेश्वरी शांततेत विलीन झाली आहे. नंतर तिने आमारान्ता अर्सूलाला सान्ता सोफिया द ला पिएदादच्या स्वाधीन केले आणि मेमेच्या भानगडीमुळे बिघडून गेलेला, त्या अदृश्य डॉक्टरबरोबरचा आपला पत्रव्यवहार पुन्हा ठीक करण्याच्या उद्योगाला लागली. टेलिपथीद्वारा होऊ घातलेल्या तिच्या ऑपरेशनची

तारीख तिने पहिल्यांदा नक्की केली. त्या अदृश्य डॉक्टरांनी तिला कळवले की, जोवर माकोन्दोमध्ये सामाजिक अशांतता आहे तोवर ते करणे शहाणपणाचे होणार नाही; परंतु तिला एवढी घाई झाली होती आणि गावातल्या परिस्थितीबद्दल ती एवढी अनभिज्ञ होती की, तिने त्यांना आणखी एका पत्राद्वारे कळवले की गावामध्ये अशांतता वगैरे काही नसून, ती मजुरांची संघटना वगैरे निरर्थक खटाटोप हे सगळे तिच्याच एका दिराच्या वेडपटपणातून उद्‌भवलेले आहे. तो दीर पूर्वी कोंबड्यांच्या झुंजी आणि नदीमधून माकोन्दोमध्ये बोट आणणे वगैरे भानगडींमध्ये असायचा, त्यातलाच हा प्रकार होता. तिचे आणि त्या डॉक्टरचे अजूनही एकमत झाले नव्हते, तेवढ्यात एका अति उकाड्याच्या बुधवारी एका वयस्क नन्‌ने त्यांच्या घराचा दरवाजा ठोठवला. तिने हातामध्ये एक लहानशी बास्केट आणलेली होती. सान्ता सोफिया द ला पिएदादने दरवाजा उघडला आणि तिला वाटले की, छानशा रिबिनीने गुंडाळलेल्या त्या छोट्या बास्केटमध्ये काहीतरी भेटवस्तू असावी म्हणून ती बास्केट त्या नन्‌च्या हातातून घेण्याचा तिने प्रयत्न केला; परंतु त्या नन्‌ने तिला थांबवले. कारण, ती बास्केट फक्त दोना फेर्नांदा दे ल कार्पिओ दे बुयेंदिया हिच्याच हाती व्यक्तिशः गुप्तपणे देण्याची आज्ञा तिला मिळाली होती. त्या बास्केटमध्ये मेमेचा छोटा मुलगा होता. फेर्नांदाच्या पूर्वीच्या आध्यात्मिक मार्गदर्शकांनी तिला पाठवलेल्या एका पत्रातून खुलासा केला की, त्याच्या आईची म्हणजे मेमेची इच्छा काय होती ते सांगण्यसाठीसुद्धा ती आपले तोंड उघडायला तयार नसल्यामुळे त्या मुलाचे नामकरण त्याच्या आजोबांच्या नावावरून औरेलियानो असे करण्याचा हक्क त्यांनी बजावला होता. दैवाच्या त्या विलक्षण खेळीमुळे फेर्नांदा आतल्या आत खवळून उठली होती; पण त्या नन्‌समोर ते उघड होऊ नये, असा प्रयत्न करण्याइतकी शक्ती तिच्याजवळ होती.

स्मित करत तिने म्हटले, ‘आम्ही सगळ्यांना असे सांगू की, तो मुलगा असाच एका बास्केटमध्ये सापडला.’

त्यावर त्या नन्‌ने तिला म्हटले, ‘त्यावर कुणीही विश्वास ठेवणार नाही.’

फेर्नांदाने म्हटले, ‘बायबलमधील अशा हकिकतीवर जर लोकांचा विश्वास बसतो तर माझ्या सांगण्यावर त्यांचा विश्वास न बसण्याचे काही कारण मला दिसत नाही.

त्या नन्‌ने दुपारचे जेवण त्यांच्याच घरी घेतले. तिला परतीच्या आगगाडीसाठी थांबावे लागले होते. त्यांच्या विनंतीप्रमाणे तिने सुज्ञपणे पुन्हा त्या मुलाचा उल्लेख केला नाही. तरीही ती नन् म्हणजे फेर्नांदाला तिच्या बाबतीतल्या एक लाजिरवाण्या गोष्टीची नकोशी साक्षीदार वाटत होती आणि वाईट बातमी घेऊन येणाऱ्या दूताला फासावर चढवण्याचा पूर्वीचा मध्ययुगीन प्रघात आता नाहीसा झाला आहे, याचे तिला फारच वाईट वाटले. त्याच वेळी तिने असा निश्चय केला की, ती नन् निघून गेली की, लगेचच त्या पोराला न्हाणीघरातल्या पाण्याच्या टाकीमध्ये बुडवून मारून

टाकायचे; परंतु तिचे अंतःकरण तेवढे सशक्त नसल्यामुळे त्या छळातून सुटका होण्यासाठी तिने परमेश्वराच्या अमर्याद दयेवर भिस्त ठेवण्याचे पसंत केले.

तो नवा औरेलियानो अजून वर्षाचा व्हायचा होता, तेवढ्यात कुठल्याही पूर्वसूचनेशिवाय गावातला तणाव एकाएकी वाढला. होझे आर्केदियो सेगुन्दो आणि मजूर संघटनेचे इतर नेते इतके दिवस भूमिगत होते, ते अकस्मात एका आठवड्याच्या शेवटच्या दिवशी गावात हजर झाले आणि जिथे जिथे बनाना कंपनीच्या केळ्यांच्या बागा होत्या त्या सगळ्या गावांमध्ये त्यांनी निदर्शने घडवून आणली. पोलिसांनी त्या वेळी केवळ सार्वजनिक शांतता सांभाळण्याचे काम केले; परंतु सोमवारी रात्री त्या सगळ्या नेत्यांना पकडले गेले आणि पायांमध्ये दोन दोन पौंडांच्या बेड्या घालून, त्यांना त्या प्रदेशाच्या राजधानीतल्या तुरुंगात पाठवण्यात आले. त्या नेत्यांमध्ये होझे आर्केदियो सेगुन्दो आणि लॉरेंझो गाविलान यांचा समावेश होता. लॉरेंझो गाविलान हा मेक्सिकन क्रांतीमध्ये कर्नल होता, त्याला हद्दपार करून माकोन्दोमध्ये पाठविण्यात आलेले होते. त्याच्या म्हणण्याप्रमाणे तो आर्तेमियो क्रूझ या त्याच्या सहकाऱ्याच्या शूर कृत्यांचा साक्षीदार होता; परंतु तीन महिन्यांच्या आतच त्यांना मुक्त करण्यात आले. कारण, तुरुंगामध्ये त्यांच्या जेवणाखाण्याचा खर्च कोणी सोसायचा याबद्दल बनाना कंपनी आणि सरकार यांच्यामध्ये अजून एकमत होत नव्हते. कामगारांच्या या वेळच्या निदर्शनाचा व निषेधांचा सगळा भर त्यांच्या राहण्याच्या क्वार्टर्समध्ये असलेल्या स्वच्छतागृहांचा तसेच औषधोपचारांच्या सोयींचा पूर्ण अभाव आणि कामाच्या अत्यंत भयंकर अशा अटी यांवरच होता. त्यांचे असेही म्हणणे होते की, त्यांना मजुरी प्रत्यक्षात पैशांमध्ये न देता बनाना कंपनीच्या ठरावीक किमतीच्या कागदी कूपन्सच्या रूपात दिली जात होती आणि त्या कूपन्साचा वापर फक्त कंपनीच्याच गोदामातून हॅम विकत घेण्यासाठी करता येत असे. होझे आर्केदियो सेगुन्दोने अशी माहिती उघडकीला आणली की, त्या कूपन्सचा वापर कंपनी आपल्या फळांच्या जहाजांचा अर्थपुरवठा चालू राहण्यासाठी करत होती म्हणून त्यांनी त्याला तुरुंगात टाकले होते. त्या जहाजांमधून कंपनीच्या डेपोज्मधील मालाची वाहतूक केली नाही तर परत जाताना ती जहाजे न्यू ऑर्लिन्सपासून केळ्यांच्या बंदरांपर्यंत रिकामी जातील, हे त्यामागचे खरे कारण होते. कामगारांच्या इतर तक्रारी सगळ्यांना माहितीच्या होत्या. कंपनीचे डॉक्टर्स आजारी माणसांना तपासत नसत. कामगारांना मलेरिया असू दे, गनोरिया असू दे की बद्धकोष्ठता असू दे, दवाखान्यातली एक नर्स त्यांना एका रांगेत उभे करून प्रत्येकाच्या जिभेवर कॉपर सल्फेटच्या रंगाची एकेक गोळी ठेवत असे. हे औषध एवढे सामान्य होते की, लहान मुले अनेकदा रांगेत त्या गोळ्या घेत असत आणि गिळून टाकाच्याऐवजी त्या घरी नेऊन बिंगो नावाच्या जुगाराच्या खेळात सोंगट्या म्हणून त्यांचा वापर करत असत. कंपनीतल्या कामगारांना राहण्याच्या बराकींमध्ये

फारच वाईट अस्वस्थेत कसे तरी कोंबून भरलेले असायचे. कंपनीचे इंजिनियर्स कामागारांच्या घरांसाठी कायमचे संडास बांधण्याऐवजी ख्रिसमसच्या दिवसांमध्ये दर पन्नास लोकांसाठी एक संडास या प्रमाणे फिरते संडास घेऊन येत असत आणि त्यांचा वापर कसा केला म्हणजे ते जास्ती दिवस टिकतील, ते लोकांना कळावे म्हणून त्यांचे सार्वजनिक प्रात्यक्षिक करून दाखवत असत. कर्नल औरेलियानो बुयेंदियाच्या काळात त्याच्या आसपास वावरणारे, काळ्या कपड्यांमधले ते म्हातारे वकील आता कंपनीच्या नियंत्रणाखाली होते. त्यांनी कामगारांच्या मागण्या आणि त्यासंबंधीचे सगळे निकाल जादूची कांडी फिरवावी तसे एकदम रद्द करून टाकले. कामगारांनी जेव्हा एकमताने काही मागण्यांविषयी संयुक्त यादीच कोर्टापुढे याचिका म्हणून दाखल केली, तेव्हा ते सगळे कंपनीला कळवून अधिकृत नोटीस द्यायला मुद्दाम विलंब केला गेला. करार झाल्याचे समजताच मिस्टर ब्राऊनने आपला काचा बसवलेला दिमाखदार डबा झटकन आगगाडीला जोडला आणि कंपनीच्या इतर महत्त्वाच्या प्रतिनिधींबरोबर तो माकोन्दोमधून गायब झाला. त्यातूनही कामगारांपैकी काहींना त्या प्रतिनिधींपैकी एक जण एका वेश्यागृहात सापडला. ज्या बायांनी त्याला पकडायला मदत केली होती, त्यांच्यासोबत तो नागडा असतानाच त्यांच्या मागण्यांच्या कागदावर त्यांनी त्याला सही करायला भाग पाडले. सुतकी चेहऱ्याच्या त्या वकिलांनी कोर्टाला असे दाखवून दिले की, पकडलेल्या त्या माणसाचा कंपनीशी कसलाही संबंध नाही, आपले म्हणणे खरे करण्यासाठी त्यांनी त्या माणसाला तोतया म्हणून तुरुंगात पाठवले. त्यानंतर मिस्टर ब्राऊन हा गुप्तपणे तिसऱ्या वर्गाच्या डब्यातून प्रवास करताना सापडला, तेव्हा त्यांनी त्याला मागण्यांच्या दुसऱ्या कागदावर सही करायला लावली. दुसऱ्या दिवशी तो कोर्टात न्यायाधीशांसमोर आपले केस काळे करून अस्खलित स्पॅनिशमध्ये उत्कृष्टपणे बोलत हजर झाला. वकिलांनी तेव्हा असे दाखवले की, तो माणूस अलबामातल्या प्रातव्हिलेमध्ये जन्मलेला मिस्टर जॅक ब्राऊन म्हणजेच बनाना कंपनीचा सुपरिटेंडंट नसून माकोन्दोमध्येच जन्मलेला एक औषधी वनस्पतींचा निरुपद्रवी विक्रेता आहे आणि त्याचे ख्रिश्चन नाव दागेबेरो फोन्सेका असे आहे. काही वेळानंतर कामगारांनी नव्याने काही प्रयत्न केला आहे, असे पाहिल्यावर त्या वकिलांनी जाहीरपणे मिस्टर ब्राऊन याच्या मृत्यूचा दाखलाच सगळ्यांना दाखवला, त्या दाखल्यावर परराष्ट्रातील वकिलांनी आणि परराष्ट्र मंत्र्यांनी तो साक्षांकित केल्याच्या सह्या होत्या, त्या दाखल्यानुसार मिस्टर ब्राऊन जूनच्या नऊ तारखेला शिकागोमध्ये एका आगीच्या बंबाखाली सापडून मरण पावला होता. अर्थ लावण्याच्या त्या भयंकर बुद्धिभ्रमामुळे हताश होऊन कामगारांनी माकोन्दोमधील अधिकाऱ्यांकडे पाठ फिरवली आणि आपल्या तक्रारी वरिष्ठ न्यायालयात सादर केल्या. हातचलाखीत प्रवीण असलेल्या वकिलांनी त्याही न्यायालयामध्ये असे सिद्ध करून दाखवले की, कामगारांच्या त्या सगळ्या मागण्यांमध्येही काहीही तथ्य नव्हते.

कारण, कंपनीच्या नोकरीमध्ये कुणीही कामगार नव्हतेच, होते ते सगळे तात्पुरत्या कारणांसाठी प्रासंगिकतेच्या तत्त्वावर नेमलेले, तात्पुरती कामे करणारे होते. त्यामुळे व्हर्जिनिया हॅमबद्दलची सगळी दंतकथा निरर्थकच होती. तोच प्रकार त्या चमत्कार करण्याऱ्या औषधी गोळ्यांचा आणि ख्रिसमसमधील फिरत्या संडासाचा होता म्हणजे ते सगळेच खोटे होते. न्यायालयाच्या निर्णयानुसार एका हुकुमाने गंभीरपणे प्रस्थापित करण्यात आले की, बनाना कंपनीमध्ये कामगार अस्तित्वातच नव्हते.

नंतर फार मोठा संप सुरू झाला. फळांची लागवड मध्येच बंद पडली, फळे झाडांवरच कुजू लागली आणि एकशेवीस डब्यांच्या त्या मालगाड्या साइडिंगला पडून राहिल्या. बेकार कामगारांनी गावे भरून जाऊ लागली. तुर्कांच्या रस्त्यावर शनिवार गाजू लागला. तो शनिवार पुढे कित्येक दिवस चालूच राहायचा. हॉटेल जेकबच्या जुगाराच्या दालनात चोवीस तास जुगार चालू राहावा म्हणून पाळ्यांची सोय करावी लागली. सार्वजनिक शांतता राखण्याचे काम सैन्याकडे दिले गेल्याची घोषणा झाली, त्या दिवशी होझे आर्केदियो सेगुन्दो तिथेच होता. शकुन-अपशकुनावर तो फारसा विश्वास ठेवणारा नव्हता, तरीही त्याला ती घोषणा म्हणजे मृत्यूची पूर्वसूचना वाटली. कर्नल गेरिनेल्दो मार्केझने त्याला फार वर्षांपूर्वी एका सकाळी एखाद्याला देहान्त शिक्षा कशी देतात ते पाहायला नेले होते, त्या वेळेपासून तो मृत्यूची वाट पाहत होता. तथापि, त्या अपशकुनामुळे त्याचे गांभीर्य बदलले नाही. त्याने हॉटेल जेकबच्या जुगाराच्या दालनात ठरवल्याप्रमाणे नेम धरून बाण फेकला होता आणि तो बरोबर बसला होता. थोड्याच वेळानंतर पडघमांचे आवाज, बिगुलांचा कर्कश्श आवाज, लोकांचा आरडाओरडा आणि सैरावैरा धावणे सुरू झाले. त्यावरून त्याला कळून चुकले की, केवळ जुगाराचा खेळ आता संपुष्टात आला असे नव्हे, तर त्या दूरच्या पहाटे त्याने पाहिलेल्या मनुष्यवधापासूनच त्याचा स्वतःशीच एकाकीपणे चाललेला शांत खेळसुद्धा आता संपत आला होता. मग त्याने बाहेर रस्त्यावर जाऊन पाहिले, तर जहाजावर असतो तसल्या मोठ्या पडघमाच्या तालावर तीन रेजिमेंट्समधील सैनिकांच्या मार्चिंगमुळे जमीन हादरत होती. अनेक तोंडे असलेल्या त्या सैन्यरूपी ड्रॅगनच्या फुत्कारण्याने दुपारच्या उन्हाचा प्रखर प्रकाश भयंकर जहरी वाफाऱ्यांनी भरून जात होता. ते सगळे सैनिक बुटके, मजबूत बांध्याचे आणि जनावरांसारखे होते. एखाद्या घोड्याला यावा तसा त्यांना घाम येत होता आणि त्यांच्या अंगाना उन्हात सुकवलेल्या कातडीसारखा वास येत होता. त्यांच्याजवळ पठारी प्रदेशातील लोकांची अबोल, अगाध चिकाटी होती. त्या सगळ्या सैनिकी तुकड्यांना मार्चिंग करत तिथून जायला जवळजवळ एक तास लागला. एखाद्याला असेही वाटले असते की, त्या अगदी थोड्याच तुकड्या असून त्यांचे वर्तुळाकार मार्चिंग चालू असावे. कारण, ते सगळे एकाच कुत्रीची पोरे वा एकाच रांडेची कारटी असावीत तसे एकसारखेच दिसत होते. सारख्याच मूर्ख जडपणाने ते सगळे आपल्या सामानाचा आणि खाण्यापिण्याचाही भार वाहत होते,

संगिनी बसवलेल्या आपल्या रायफलींची शरम, आंधळ्या आज्ञाधारकपणाचा गुप्त रोग आणि बहुमानाची एक विचित्र अहंकारी जाणीव असे सगळेच ते एकाच वेळी उराशी बाळगून होते. अर्सूलाला आपल्या काळोख्या कोपऱ्यातल्या बिछान्यातूनच त्यांचे जवळून जाणे ऐकू आले आणि तिने बोटाने क्रॉसची खूण केली. नुकत्याच इस्त्री केलेल्या, कशिदाकारी असलेल्या टेबलक्लॉथवर सान्ता सोफिया द ला पिएदाद क्षणभरच रेलली तशी तिला आपल्या मुलाची – होझे आर्केदियो सेगुन्दोची आठवण आली. त्या वेळी तो नेमका हॉटेल जेकबच्या दरवाजामध्ये थांबून रस्त्यातून जाणाऱ्या शेवटच्या सैनिकांकडे निर्विकारपणे पाहत होता.

मार्शल लॉमुळे त्या वादामध्ये मध्यस्थी करण्याचे काम तिथे असलेल्या सैन्याकडे आले; परंतु सामंजस्य निर्माण व्हावे यासाठी कुठलेही प्रयत्न केले गेले नाहीत. माकोन्दोमध्ये पोहोचताक्षणीच सैनिकांनी आपल्या रायफली बाजूला ठेवल्या आणि झाडांवरचे केळ्यांचे घड कापून गाड्यांमध्ये भरून त्यांनी आगगाड्या सुरू केल्या. तेव्हा तोपर्यंत शांतपणे थांबून वाट पाहणे पसंत केलेले कामगार जंगलात शिरू लागले आणि संपात अशा प्रकारचा घातपात करण्याऱ्यांचा ते निव्वळ आपल्या रुंद सुऱ्यांच्या जोरावर घातपात करू लागले. त्यांनी लागवडीतली झाडे आणि कंपनीच्या सामानाच्या कोठ्या जाळल्या, मशिनगन्सच्या जोरावर वाहतूक करणाऱ्या आगगड्यांना प्रतिबंध करावा म्हणून रूळ उखडून टाकले आणि टेलिग्राफच्या व टेलिफोनच्या ताराही त्यांनी तोडून टाकल्या. कालव्याच्या पाण्याचे खड्डे रक्ताने खराब होऊ लागले. मिस्टर ब्राऊन त्यांच्या त्या वीजप्रवाह सोडलेल्या तारांच्या खुराड्यात जिवंत होता. त्याला त्याचे कुटुंब आणि त्याच्या देशवासी सहकाऱ्यांबरोबर सैन्याच्या संरक्षणात माकोन्दोबाहेर हलवून सुरक्षित स्थळी नेण्यात आले. परिस्थिती अशी होती की त्यातूनच रक्तरंजित, विषम यादवी युद्धाचा संभव दिसत होता. त्याच वेळी सरकारी अधिकाऱ्यांनी कामगारांना माकोन्दोमध्ये एकत्र जमायला सांगितले. त्या हुकुमामध्ये सरकारने असेही जाहीर केले की, कामगार व कंपनीच्या संघर्षामध्ये मध्यस्थी करण्यासाठी नागरी आणि लष्करी अधिकारी येत्या शुक्रवारी माकोन्दोमध्ये येणार आहेत.

त्या शुक्रवारी सकाळपासूनच स्टेशनजवळ जमलेल्या गर्दीमध्ये होझे आर्केदियो सेगुन्दोही होता. त्या दिवशी कामगारसंघटनेच्या नेत्यांच्या एका बैठकीमध्ये त्याने भाग घेतला होता. कर्नल गाविलानबरोबर जमावामध्ये मिसळून राहून परिस्थितीनुसार गर्दीतील लोकांना मार्गदर्शन करण्याची कामगिरी त्याला दिली गेली होती. त्याला बरे वाटत नव्हते. त्या लहानशा चौकाभोवती चबुतऱ्यांवर सरकारी लष्करातील सैनिकांनी मशिनगन्स बसवलेल्या त्याने पाहिल्या आणि बनाना कंपनीच्या वीजतारांच्या कुंपणाच्या छोट्या शहराला तोफांचे संरक्षण दिलेले पाहिले, तेव्हा त्याच्या तोंडामध्ये खारट थुंकीचा दाट थर जमू लागला. दुपारचे बारा वाजण्याच्या

सुमारास न येणाऱ्या आगगाडीची वाट पाहत तीन हजारांहून अधिक कामगार, स्त्रिया आणि मुले स्टेशनसमोरच्या त्या मोकळ्या जागेत जमली होती आणि ती सगळी गर्दी आजूबाजूच्या रस्त्यांमध्ये पसरायला लागली होती. सैनिकांनी ते रस्ते मशिनगन्सच्या रांगांनी बंद करून टाकले होते. वाट पाहणाऱ्या प्रचंड जमावापेक्षा ती गर्दी म्हणजे एक मौजमजेची जत्रा वाटत होती. तुर्कांच्या रस्त्यावरून तिथे पेये आणि गव्हाच्या पिठात मिसळून तळलेले फळांचे तुकडे वगैरे विकण्याचे स्टँड्स आणले गेले होते. लोकांचा उत्साह चांगला होता, त्यामुळे भाजून काढणारे उन्ह व वाट पाहून येणारा कंटाळा या दोन्ही गोष्टींना त्यांनी चांगले तोंड दिले. तीन वाजण्याच्या थोडे आधी अशी एक अफवा पसरली की, ती अधिकृत आगगाडी दुसऱ्या दिवसापर्यंत येणार नाही. लोकांच्या जमावाने निराशेचा सुस्कारा टाकला. नंतर सैन्यातला एक लेफ्टनंट स्टेशनच्या छपरावर चढला. तिथे चार चबुतऱ्यांवर बसलेल्या मशिनगन्स गर्दीच्या दिशेने रोखलेल्या होत्या. त्या लेफ्टनंटने सर्वांना शांत राहण्यास सांगितले. होझे आर्केदियो सेगुन्दोच्या बाजूलाच एक अतिशय लठ्ठ, अनवाणी स्त्री आणि तिची चार व सात वर्षांच्या मधल्या वयाची दोन मुले होती. त्यातल्या लहान मुलाला तिने कडेवर घेतले होते आणि होझे आर्केदियो सेगुन्दोला न ओळखताच ती त्याला विचारू लागली की, दुसऱ्या मुलाला तो उचलून घेईल का म्हणजे त्याला नीटपणे पाहता येईल. होझे आर्केदियो सेगुन्दोने त्या मुलाला उचलले आणि आपल्या खांद्यांवर ठेवले. अनेक वर्षांनंतर त्या मुलाला अजूनही सांगता येत होते की त्या प्रदेशाच्या नागरी आणि लष्करी प्रमुखाचा चौथ्या क्रमांकाचा हुकूम एका जुन्या फोनोग्राफच्या कर्ण्यामधून वाचून दाखवणाऱ्या त्या लेफ्टनंटला त्या मुलाने पाहिले होते. अर्थात त्या मुलावर कुणाचाही विश्वस बसत नव्हता. त्या हुकुमावर जनरल कार्लोस कोर्तेझ् वार्‌गास्‌ची आणि त्याच्या सेक्रेटरी मेजर एन्रिके गार्सिया इसाझाची सही होती, ऐंशी शब्दांच्या तीन कलमांद्वारे त्याने असे घोषित केले की, संपकरी लोक म्हणजे एक 'गुंडांचा जमाव' असून त्यांना ठार करण्यासाठी गोळ्या झाडण्याचा अधिकार त्याला देण्यात आला आहे.

तो हुकूम वाचून दाखवल्यानंतर कानठळ्या बसतील, अशा तऱ्हेने लोकांनी हुर्यो केली, तेव्हा स्टेशनच्या छपरावरची त्या लेफ्टनंटची जागा एका कॅप्टनने घेतली. हातातल्या कर्ण्याने त्याने 'आपल्याला बोलायचे आहे' असा लोकांना इशारा केला. गर्दी पुन्हा शांत झाली.

काहीशा हळू आणि थकलेल्या आवाजात त्या कॅप्टनने म्हटले, 'सभ्य स्त्री-पुरुषहो, तुम्हाला माघार घ्यायला पाच मिनिटे दिली आहेत.'

दुप्पट मोठ्याने झालेल्या हुर्योच्या आणि आरडाओरडाच्या आवाजात पाच मिनिटे मोजायला सुरुवात झाली आहे हे जाहीर करणाऱ्या बिगुलाचा आवाज बुडून गेला. कुणीही जागचे हलले नाही.

पूर्वीच्या त्याच आवाजात कॅप्टनने म्हटले, 'पाच मिनिटे होऊन गेली आहेत. आता एकच मिनिट आणि आम्ही फायरिंग सुरू करू.'

होझे आर्केदियो सेगुन्दोला बर्फासारखा थंड घाम सुटला, त्याने त्या मुलाला खाली घेतले आणि त्याच्या आईकडे दिले. ती स्त्री हळूच म्हणाली, 'ते रांडेच्चे खरेच गोळ्या झाडतील.' होझे आर्केदियो सेगुन्दोला बोलायलाही वेळ नव्हता. कारण, त्या क्षणी त्याला कर्नल गाविलानचा आवाज ओळखू आला, तो त्या बाईच्याच शब्दांचा जणू मोठ्याने निघालेला पडसाद होता. त्या तणावामुळे आणि चमत्कारसदृश्य शांततेमुळे जणू झिंगून जाऊन मृत्यूची जबरदस्त भूल पडलेले ते लोक आता काही झाले तरी हटणार नाहीत, अशा खात्रीने होझे आर्केदियो सेगुन्दो आपल्या पुढे असलेल्या लोकांच्या डोक्यांच्याही वरती दृष्टी पोहोचेल अशा रीतीने उंच उभा राहिला आणि आयुष्यात पहिल्यांदाच त्याने आपला आवाज चढवला.

'अरे रांडेच्च्यांनो, तुमचे ते जास्तीचे मिनिट घ्या आणि तुमच्या गांडीत घाला.' त्याच्या ओरडण्यानंतर असे काही तरी घडले की, त्यामुळे लोकांना भीती न वाटता उलट त्यांच्यामध्ये एक चमत्कारिक अजिंक्यपणाचा आभास निर्माण झाला. त्या कॅप्टनने फायरिंग सुरू करण्याचा हुकूम दिला आणि त्याच्या हुकुमाला चौदा मशिनगन्सनी तत्काळ उत्तर दिले गेले; परंतु तो सगळाच प्रकार म्हणजे एखादा फार्स वाटत होता. जणू काही त्या मशिनगन्समध्ये नेहमीच्या गोळ्या भरलेल्या नसून नुसताच आवाज करणाऱ्या टिकल्या भरल्या होत्या. कारण, त्यांचा भडिमार ऐकू येत होता, त्यांच्या तोंडातून बाहेर ओकला जाणारा शुभ्र प्रकाशही दिसत होता; परंतु त्याने थोडीदेखील प्रतिक्रिया लोकांमध्ये दिसून येत नव्हती. त्या तुडुंब गर्दीतून एखादी किंकाळी वा एखादा सुस्काराही ऐकायला येत नव्हता, जणू काही ती गर्दी क्षणिक अजिंक्यत्वामुळे दगडासारखी निश्चल झाली होती. एकाएकी स्टेशनच्या एका बाजूकडून उठलेल्या मृत्यूच्या एका किंकाळीने तिथल्या त्या मंत्रमुग्धतेचा भंग केला.

'आः आईऽऽऽ गऽऽ' एखाद्या भूकंप वा ज्वालामुखीच्या उच्छ्वासासारखा, प्रलयाच्या गर्जनेसारखा एक प्रचंड ध्वनी त्या गर्दीच्या मध्यातून उठला, त्याच्यामध्ये फार मोठ्या विस्ताराची ताकद दिसत होती. त्या मुलाला उचलायला होझे आर्केदियो सेगुन्दोला कसाबसा अवधी मिळाला, तर भयंकर भीतीने इकडून तिकडे गरगर फिरणाऱ्या गर्दीने त्या मुलाच्या आईला व दुसऱ्या मुलाला गिळून टाकले. कित्येक वर्षांनंतर तो मुलगा अजूनही सांगायचा, लोकांना वाटायचे की, ते सगळे सांगणारा तो म्हातारा वेडा असावा. तरीही तो सांगायचा की, होझे आर्केदियो सेगुन्दोने त्याला आपल्या डोक्याच्यावरती उचलले होते आणि जवळजवळ हवेतूनच तरंगवीत बाजूच्या रस्त्याकडे त्याला ओढत नेले होते. त्या गर्दीला वाटणाऱ्या दहशतीच्या लाटेवरच जणू तो तरंगत होता. त्या क्षणी लोकांचा तो भयंकर जमाव कोपऱ्याकडे सरकत होता हे खांद्यावरच्या विशेष जागेवरून त्या मुलाला दिसत होते आणि

तेवढ्यात तिथल्याही मशिनगन्समधून गोळ्यांचा भडिमार सुरू झाला. अनेक आवाज ओरडून म्हणत राहिले :

'खाली पडा, खाली पडा.'

पुढे असलेल्या पण गोळ्यांच्या लाटेमुळे खाली फेकले गेलेल्या लोकांनी आधीच तसे केले होते. जे वाचले होते, त्या लोकांनी खाली पडून राहण्याऐवजी त्या छोट्या चौकाकडे जाण्याचा प्रयत्न केला तर लोकांच्या घबराटीच्या लाटा इकडून तिकडे जात असल्याने त्या घबराटीचे रूपांतर एक प्रकारच्या ड्रॅगनच्या शेपटात झाले, ती लाट विरुद्ध दिशेला असलेल्या रस्त्यावरच्या दुसऱ्या ड्रॅगनच्या शेपटाकडे निघाली तर तिथेही मशिनगन्सच्या गोळ्यांचा अखंड वर्षाव चालू होता. कोंडले गेलेले ते लोक एका प्रचंड वातचक्रासारखे गरागरा फिरत होते आणि ते वातचक्र हळूहळू बारीक होत त्याच्या मध्यबिंदूकडे चालले होते. कारण, त्याच्या कडा एखाद्या कांद्याचे पापुद्रे काढावेत तशा पद्धतशीरपणे मशिनगन्सच्या मोठाल्या अधाशी कात्र्यांनी कापल्या जात होत्या. आपल्या हातांनी क्रॉसच्या आकाराची खूण करणारी, मोकळ्या जागेवर गुडघे मोडून बसलेली एक स्त्री त्या मुलाच्या दृष्टीस पडली, तेवढ्या त्या सैरावैरा धावाधावीमधूनसुद्धा ती गूढपणे बचावली होती. होझे आर्केदियो सेगुन्दोने त्या क्षणी त्या मुलाला तिथे ठेवले आणि तो खाली पडला, तेव्हा त्याचा चेहरा रक्ताने भिजून गेला होता. तेवढ्यात ती रिकामी जागा, तिथली गुडघे टेकलेली ती स्त्री, उंच दुष्काळग्रस्त आकाशातील प्रकाश आणि जिथे अर्सूला इग्वाराननने साखरेचे असंख्य प्राणी विकले होते अशी ती बदफैली दुनिया हे सारेच त्या प्रचंड सैन्याने त्याच्या डोळ्यांसमोरून पुसून टाकले.

होझे आर्केदियो सेगुन्दो शुद्धीवर आला, तेव्हा तो अंधारात उताणा पडलेला होता. त्याच्या लक्षात आले की, शांतपणे पुढे सरकणाऱ्या एका अंतहीन आगगाडीतून तो चालला होता, त्याचा चेहरा सुकलेल्या रक्ताने माखला होता आणि हाडे खूप दुखत होती. त्याला झोपी जाण्याची अनिवार इच्छा झाली. दहशत आणि प्रचंड भयापासून सुरक्षित, मुक्त अशा अवस्थेत, ज्या बाजूला कमी दुखत होते, त्या कुशीवर स्वतःला आरामात सरकवून झोपावे म्हणून तो तयारी करू लागला तेव्हा कुठे त्याच्या लक्षात आले की, तो प्रेतांच्या खचामध्ये पडलेला होता. मधल्या पॅसेजसारख्या जागेचा अपवाद सोडता त्या डब्यात थोडीशीही मोकळी जागा नव्हती. कत्तल झाल्यानंतर आता किती तरी तास उलटून गेले असावेत. कारण, त्या प्रेतांचे तापमान थंडीच्या दिवसांतल्या प्लास्टरसारखे होते आणि फेसाचा मेळही तसाच सगळीकडे सारखा होता. ज्यांनी कुणी प्रेते डब्यांमध्ये रचली होती, ती त्यांनी डब्यांमधून केळ्यांचे घड पाठवताना रचावेत तशी नीट रचली होती. त्या दुःस्वप्नापासून स्वतःची सुटका करण्याचा प्रयत्न करत होझे आर्केदियो सेगुन्दोने ती आगगाडी ज्या दिशेने चालली होती, त्या दिशेने एकेका

डब्यातून पुढे जाण्याचा प्रयत्न केला. डब्यांच्या लाकडी पट्ट्यांमधून मध्येच चमकून जाणाऱ्या उजेडात त्याला माणसांची, स्त्रियांची, मुलांची प्रेते पाहायला मिळाली. वाईट केळ्यांचे घड नाकारून फेकावेत, तशी ती प्रेते समुद्रात फेकण्यात येणार होती. चौकात पेये विकणारी एक स्त्री आणि कर्नल गाविलान या दोघांची प्रेते तेवढी त्याला ओळखता आली. कर्नल गाविलानच्या हातात मोरेलिया सिल्व्हरचे बक्कल असलेला एक पट्टा होता आणि त्याचाच वापर करत त्याने त्या घबराट पसरलेल्या गर्दीतून वाट काढण्याचा प्रयत्न केला होता. पहिल्या डब्यापाशी पोहोचल्यावर होझे आर्केदियो सेगुन्दोने काळोखात उडी मारली आणि आगगाडी निघून जाईपर्यंत तो तिथेच रुळांच्या बाजूला पडून राहिला. त्याने पाहिलेल्या मालगाड्यांमधली ती मालगाडी सर्वांत जास्त लांबीची होती, तिला जवळजवळ दोनशे मालडबे होते, दोन्ही बाजूला एकेक इंजिन आणि गाडीच्या मध्यावर एक अशी तीन इंजिने तिला जोडलेली होती. त्या मालगाडीला दिवे नव्हतेच, गाडी चालवताना असतात तसले हिरवे-तांबडे दिवेसुद्धा नव्हते आणि रात्रीच्या चोरट्या धीम्या गतीने ती पुढे सरकत होती. डब्यांच्या टपावर पक्क्या बसवलेल्या मशिनगन्स घेतलेले सैनिक दिसत होते. मध्यरात्रीनंतर ढगफुटी होऊन भयानक प्रचंड पाऊस कोसळू लागला. आपण आगगाडीतून कुठे बाहेर उडी मारली ते होझे आर्केदियो सेगुन्दोला कळले नाही; पण त्याला एवढे जाणवले होते की, आगगाडी जातेय त्याच्या विरुद्ध दिशेला जात राहिलो की, आपण माकोन्दोला पोहोचू. अगदी प्रचंड भिजलेल्या अवस्थेत जवळ जवळ तीन तास तो चालत राहिला, त्याचे डोके प्रचंड दुखत होते तरी त्याला पहाटेच्या उजेडात पहिले घर ओळखता आले. कॉफीच्या वासाने ओढला जाऊन तो त्या घरातल्या स्वयंपाकघरात गेला, तिथे एक स्त्री हातात एका मुलाला धरून शेगडीजवळ टेकून उभी होती.

तो तिला उद्देशून म्हणला, 'हॅलो, मी होझे आर्केदियो सेगुन्दो आहे.'

आपण जिवंत आहोत हे तिला कळावे म्हणून त्याने प्रत्येक अक्षर सुटे उच्चारीत आपले संपूर्ण नाव तिला सांगितले. तसे केले हा त्याचा शहाणपणाच होता. कारण, त्याचे रक्ताने, घाणीने भरलेले डोके आणि तसलेच कपडे असलेली, मृत्यूचा स्पर्श झालेली अंधुक आकृती दरवाजातून आलेली पाहून त्या स्त्रीला तो जिवंत मनुष्य नसून एखादे भूतबीत असावे असे वाटले होते. तिने त्याला ओळखले. त्याने शेगडीच्या आगीवर आपले कपडे सुकवावेत म्हणू त्याच्या अंगाभोवती गुंडाळण्यासाठी एक ब्लँकेट तिने आणून दिले. त्याची जखम धुण्यासाठी तिने गरम पाणी केले. ती जखम केवळ मांसातली जखम होती. डोक्याला गुंडाळण्यासाठी तिने त्याला एक स्वच्छ, उंची, डिझाईनचा कपडा दिला. बुयेंदियांना प्यायला बिनासाखरेची कॉफी लागते, हे तिला माहीत होते म्हणून तशा बिनसारखेच्या कॉफीचा मग तिने त्याला दिला. नंतर तिने त्याचे कपडे शेगडीच्या आगीजवळ सुकण्यासाठी पसरवून ठेवले.

कॉफी पिऊन संपेपर्यंत होझे आर्केदियो सेगुन्दो काहीही बोलला नाही.

मग तो पुटपुटला, 'ते नक्की तीन हजार तरी असतील.'

'काय?' तिने विचारले.

त्याने खुलासा केला, 'मेलेली माणसे. स्टेशनवर होती तेवढी सगळीच्या सगळी ती माणसे मेली असणार.'

त्या स्त्रीने कीव येऊन त्याच्याकडे पाहत म्हटले, 'इथे कुणीही मरण पावलेले नाही. तुझ्या आजोबांच्या म्हणजे कर्नलच्या काळानंतर इथे माकोन्दोमध्ये काहीच घडलेले नाही.' आपल्या घरी पोहोचण्यापूर्वी होझे आर्केदियो सेगुन्दो ज्या तीन स्वयंपाकघरांमध्ये थांबला, तिथे सगळ्यांनी त्याला तसेच सांगितले. 'कुणीही मेलेले नाही.' स्टेशनजवळच्या लहानशा चौकातून तो गेला तर त्याला फळांचे तळलेले तुकडे विकण्याचे ते स्टँड्स एकावर एक रचून ठेवलेले आढळले आणि झालेल्या कत्तलीची कसलीही खूण तिथे दिसत नव्हती. सतत पडणाऱ्या पावसाने ते रस्ते रिकामे होऊन गेलेले होते आणि घरांना कुलुपे होती. आतमध्ये कुणीही असल्याची काहीही खूण दिसत नव्हती. पहिल्या प्रार्थनेसाठी त्या वेळी वाजत असलेली चर्चची घंटा हीच काय ती मानवी अस्तित्वाची खूण दिसत होती. त्याने कर्नल गाविलानच्या घराचा दरवाजा ठोठावला. एका गरोदर बाईने त्याच्या तोंडावर दरवाजा बंद केला. त्याने तिला अनेकदा पाहिलेले होते. 'तो निघून गेलाय.' तिने घाबरून त्याला सांगितले. 'तो आपल्या देशाकडे परत गेला.' तारांच्या कुंपणाने संरक्षित केलेल्या त्या खुराड्यांपाशी तो गेला तर इथे प्रवेशद्वारापाशी दोन स्थानिक पोलिस पहाऱ्यावर होते. एवढ्या पावसात ते दगडासारखे निश्चल दिसत होते. त्यांच्या अंगावर रेनकोट आणि पायात रबरी बूट होते. गावाच्या सीमेवर असलेल्या आपल्या रस्त्यांवर ते वेस्ट इंडियन काळे आपली शनिवारची उपासनागीते गात होते. आपल्या घराच्या कुंपणाच्या भिंतींवरून होझे आर्केदियो सेगुन्दोने आत उडी मारली आणि तो स्वयंपाकघरातून आत शिरला. सान्ता सोफिया द ला पिएदादने आपला आवाज अगदी जाणवेल न जाणवेल असा उंचावत त्याला म्हटले, 'फेर्नांदा तुला पाहणार नाही याची काळजी घे. ती आत्ताच उठतेय.' जणू काही ती एखादा करार पाळत असावी तसे तिने त्याला त्या 'शौचपात्र खोली'कडे नेले, मेल्कियादेसची मोडकी कॉट त्याच्यासाठी ठाकठीक केली आणि दुपारी दोन वाजता फेर्नांदा विश्रांती घेतेय असे पाहून तिने खिडकीतून त्याच्यासाठी जेवणाची थाळी आत सरकवली.

औरेलियानो सेगुन्दो पावसात सापडल्यामुळे घरीच झोपला होता आणि दुपारी तीन वाजतासुद्धा तो पाऊस कमी व्हायची वाट पाहत अजून तिथेच थांबून राहिला होता. सान्ता सोफिया द ला पिएदादने त्याला गुपचूप सांगितल्यामुळे त्याने मेल्कियादेसच्या खोलीत जाऊन आपल्या भावाची भेट घेतली. कत्तलीच्या

हकिकतीवर किंवा समुद्राच्या दिशेने जाणाऱ्या खच्चून प्रेते भरलेल्या मालगाडीच्या गोष्टीवर मात्र त्याचा विश्वास बसला नाही. आदल्या रात्री एक विशेष सरकारी खुलासा प्रसिद्ध झालेला त्याने वाचला होता. त्यात म्हटले होते की, ते कामगार शांतपणे गटागटांनी स्टेशन सोडून आपापल्या घरी परतले. त्यात असेही नमूद केलेले होते की, उत्कट देशभक्तीच्या भावनेने प्रेरित होऊन त्या कामगारसंघटनांच्या नेत्यांनी आपल्या मागण्या कमी करून दोनच गोष्टी मागितल्या होत्या : औषधोपचाराच्या सोयींमध्ये सुधारणा आणि राहण्याच्या क्वार्टर्समध्ये संडास बांधणे. नंतर असेही सांगण्यात आले की, लष्करी अधिकाऱ्यांनी जेव्हा त्या करारावर कामगारांची संमती मिळवली आणि ते घाईघाईने मिस्टर ब्राऊन याला सगळे सांगायला गेले तेव्हा त्याने त्या नव्या अटी तर मान्य केल्याच; परंतु संघर्ष संपुष्टात आला म्हणून तीन दिवस सार्वजनिक उत्सव साजरा करण्यासाठी पैसा देण्याचेही मान्य केले. मात्र लष्करी अधिकाऱ्यांनी जेव्हा त्याला विचारले की, हा करार कोणत्या तारखेपासून झाला आहे, असे जाहीर करायचे तेव्हा त्याने खिडकीतून बाहेर, विजा चमकणाऱ्या आकाशाकडे पाहिले आणि संशयाची एक गूढगंभीर खूण केली. त्याने म्हटले, 'जेव्हा केव्हा हा पाऊस थांबेल तेव्हा. जोपर्यंत पाऊस चालू आहे, तोवर आम्ही सगळ्या प्रकारचे काम सध्यापुरते थांबवत आहोत.'

मागचे तीन महिने पाऊस पडला नव्हता आणि तिथे दुष्काळच होता; परंतु मिस्टर ब्राऊनने आपला वरील निर्णय जाहीर केला मात्र तत्क्षणी पावसाच्या प्रचंड वर्षावाला सुरुवात झाली आणि सगळ्या बनाना प्रदेशात तो पाऊस पसरला. होझे आर्केदियो सेगुन्दो माकोन्दोला परतत असताना त्याच पावसात सापडला होता. एक आठवडा होऊन गेला तरी पाऊस पडतच होत. मात्र सरकारने आपल्या हाती असलेल्या सगळ्या प्रसारमाध्यमांद्वारे ठोकून ठोकून हजारो वेळा प्रसृत केलेली, त्या संघर्षाविषयीची सरकारमान्य अधिकृत हकिकत अशी होती की, त्या संघर्षात कुणीही मारले गेले नव्हते, कामगार संतुष्ट होऊन आपापल्या कुटुंबांकडे परत गेले होते आणि बनाना कंपनीने आपली सगळी कामे पाऊस थांबेतोपर्यंत तहकूब केली होती. सातत्याने अखंडपणे होणाऱ्या पावसाच्या वर्षावाकडे तसेच त्यातून उद्भवलेल्या अरिष्टाच्या संदर्भात उपाय करता यावेत, यासाठी सरकारकडून पावसावर लक्ष ठेवण्यात येत होते. सर्वत्र लष्करी कायद्याचा अंमल जारी होता; परंतु लष्करी सैनिक आपापल्या क्वार्टर्समध्येच अडकून पडले होते. दिवसा ते सैनिक आपल्या विजारी वरती गुंडाळून घेऊन मुलांबरोबर बोटींच्या साह्याने खेळत असत. रात्रीच्या वेळी आधी हलक्या थापा मारून नंतर ते आपल्या रायफलींच्या दस्त्यांनी दरवाजे फोडून संशयितांना बिछान्यांतून बाहेर खेचत आणि त्यांना कुठे तरी घेऊन जात, तिथून ते कधीच परत येत नसत. चार क्रमांकाच्या हुकुमानुसार 'गुंड, खुनी, जाळपोळ करणारे आणि बंडखोर अशा सगळ्यांचा शोध घेऊन त्यांना हद्दपार करणे'

हे अद्यापही चालूच होते; परंतु लष्करी अधिकारी या सगळ्या गोष्टींचा इन्कार करत असत. या प्रकारात सापडलेल्या बळींचे नातेवाईक त्यांच्या शोधासाठी लष्करी कमांडरांच्या कचेरीत गेले, तर त्यांच्याजवळही या गोष्टी नाकारल्या जात असत. ते अधिकारी निक्षून सांगायचे, 'तुम्हाला स्वप्न पडले असेल. माकोन्दोमध्ये असे काहीही घडले नाही. हे फारच सुखी गाव आहे.' अशा रीतीने कामगारसंघटनेच्या सगळ्या नेत्यांना संपवणे त्यांना शक्य झाले.

त्यांच्यातला एक जणच वाचला होता, तो म्हणजे होझे आर्केदियो सेगुन्दो. फेब्रुवारीतल्या एका रात्री दरवाजापाशी रायफलींच्या दस्त्यांचे ते अचूक ठोठावणे ऐकू आलेच. औरेलियानो सेगुन्दो अजूनही पाऊस थांबण्याची वाट पाहत होता. त्याने दरवाजा उघडला, दारात एक अधिकारी आणि त्याच्या हाताखालचे सहा सैनिक उभे होते. पावसाने ते भिजलेले होते. त्यांनी एक शब्दही न बोलता एकेक करत सगळ्या खोल्या, सगळी कपाटे आणि पार्लरपासून स्वयंपाकाच्या कोठीपर्यंत सगळे सगळे घर शोधून पाहिले. त्यांनी अर्सूलाच्या खोलीतला दिवा पेटवला तेव्हा ती जागी झाली आणि शोध चालू असेपर्यंत तिने श्वासोच्छ्वाससुद्धा घेतला नाही. मात्र शोध चालू असताना ते सैनिक जिथे जिथे जात होते, त्या दिशेला क्रॉसच्या आकाराची खूण केलेली आपली बोटे ती रोखत होती. होझे आर्केदियो सेगुन्दोला वेळीच धोक्याची सूचना देणे सान्ता सोफिया द ला पिएदादला कसे तरी शक्य झाले. तो मेल्कियादेसच्या खोलीमध्ये झोपलेला होता; परंतु त्याला कळून चुकले की, सुटण्यासाठी काही तरी धडपड करायला आता फारच उशीर झालेला होता म्हणून सान्ता सोफिया द ला पिएदादने त्या दरवाजाला पुन्हा कुलूप लावले. होझे आर्केदियो सेगुन्दोने शर्ट आणि शूज् चढवले आणि त्यांची वाट पाहत तो कॉटवर बसून राहिला. नेमक्या त्या क्षणी जिथे कर्नल औरेलियानो बुयेंदिया सोन्याचे मासे तयार करायचा त्या वर्कशॉपमध्ये ते सैनिक त्याचा शोध घेत होते. त्या अधिकाऱ्याने त्यांना त्या वर्कशॉपच्या खोलीचे मोठे कुलूप उघडायला लावले आणि आपल्या हातातल्या दिव्याचा झोत सगळीकडे झर्कन फिरवला, तेव्हा त्या अधिकाऱ्याला तिथे कामाचे बेंच, ॲसिडच्या बाटल्या आणि अनेक साधने त्यांच्या मालकाने जशी ठेवली होती, त्याच अवस्थेत आढळली आणि त्याला समजले की, त्या खोलीमध्ये कुणीही राहत नव्हते. त्याने सुज्ञपणे औरेलियानो सेगुन्दोला विचारले की, तो चांदीकाम करणारा होता की काय? तेव्हा औरेलियानो सेगुन्दोने खुलासा केला की, ती खोली म्हणजे कर्नल औरेलियानो बुयेंदियाचे वर्कशॉप होते. 'ओहऽ!' तो अधिकारी उद्गारला आणि त्या खोलीचा अत्यंत बारकाईने तपास करायचा त्याने हुकूम दिला. त्यांनीही तो तपास एवढ्या बारकाईने केला की, ॲसिडच्या बाटल्यांमागे लपवलेल्या पत्र्याच्या भांड्यात असलेले आणि अजून वितळवायचे राहून गेलेले सोन्याचे मासेही त्यांच्या नजरेतून सुटले नाहीत.

त्या अधिकाऱ्याने वर्कबेंचवर ते छोटे मासे एकेक करून नीट तपासले आणि मग तो काहीसा माणुसकीच्या पातळीवर आला. त्याने म्हटले, 'मला त्यातला एक मासा घ्यायला आवडेल. घेऊ का मी? एके काळी हे मासे विध्वंसाची खूण होते; परंतु आज ते केवळ स्मृतिअवशेष आहेत.' तो अधिकारी तरुण म्हणजे जवळजवळ पौगंडावस्थेतलाच होता, त्याच्याजवळ भित्रेपणाचा लवलेशही नव्हता आणि वागण्यात अजूनपर्यंत न दिसलेले ऋजुता होती. औरेलियानो सेगुन्दोने त्याला तो छोटा सोन्याचा मासा दिला. लहान मुलासारखी चमक त्याच्या डोळ्यांत दिसली, त्याने तो मासा आपल्या शर्टाच्या खिशात ठेवून दिला आणि बाकीचे मासे पुन्हा त्या पत्र्याच्या भांड्यात ठेवून ते भांडे पूर्वी होते तिथे परत ठेवून दिले.

तो म्हणाला, 'आठवण म्हणून ही वस्तू फारच छान आहे. कर्नल औरेलियानो बुयेंदिया हा आपला एक अत्यंत थोरातला थोर मनुष्य होता.'

अर्थात, त्या अकस्मात उसळलेल्या माणुसकीच्या छोट्या ऊर्मीमुळे अधिकारी म्हणून त्याचे वर्तन बदलले असे मात्र नव्हे. मोठे कुलूप लावलेल्या मेल्कियादेसच्या खोलीपाशी आल्यावर सान्ता सोफिया द ला पिएदादने एक शेवटीची आशा म्हणून त्यांना परावृत्त करण्याचा प्रयत्न करून पाहिला. ती म्हणाली, 'त्या खोलीमध्ये जवळजवळ शंभर वर्षे तरी कुणीही राहिलेले नाही.' त्या अधिकाऱ्याने ती खोली उघडायला लावलीच आणि आपल्या दिव्याचा झोत त्या खोलीत फिरवला. होझे आर्केदियो सेगुन्दोच्या चेहऱ्यावरून प्रकाशाचा झोत फिरला, त्या क्षणी औरेलियानो सेगुन्दो आणि सान्ता सोफिया द ला पिएदाद या दोघांनाही त्याचे अरबी डोळे चमकलेले दिसले आणि त्यांना कळून चुकले की, आता एक चिंता संपली असून दुसरी सुरू झाली आहे आणि शांतपणे शरणागती पत्करूनच त्या चिंतेपासून सुटका मिळेल. मात्र त्या अधिकाऱ्याने आपल्या हातातील दिव्याच्या साह्याने त्या खोलीतला तपास चालूच ठेवला आणि कपाटांमध्ये ढीग करून ठेवलेली बहात्तर शौचपात्रे दिसेपर्यंत त्याने कशातही विशेष लक्ष दिल्याचे जाणवले नाही. मग त्याने तिथला दिवा पेटवला. होझे आर्केदियो सेगुन्दो कॉटवर बसून होता आणि नेहमीपेक्षा अधिक विचारमग्न आणि गंभीर दिसत होता. त्याच्या मागच्या बाजूला पुस्तकांचे शेल्फ आणि चिंध्या झालेली जुनी पुस्तके व गुंडाळलेली चर्मपत्रे, तसेच व्यवस्थित लावलेले स्वच्छ टेबल दिसत होते. दौतीमधली शाईदेखील अजून ताजी दिसत होती. औरेलियानो सेगुन्दोला लहानपणापासून माहीत असलेला तोच हवेतला शुद्धपणा, तीच स्पष्टता आणि विनाश व धूळ यांचा संपूर्ण अभाव त्या खोलीत जाणवत होता आणि त्याच सगळ्या गोष्टी कर्नल औरेलियानो बुयेंदियाला तिथे कधी जाणवल्या नव्हत्या. मात्र त्या अधिकाऱ्याला फक्त त्या शौचपात्रांमध्ये रस आहे असे दिसत होते.

त्याने विचारले, 'या घरात किती माणसे राहतात?'

'पाच.'

त्या अधिकाऱ्याला अर्थातच त्या उत्तराचा अर्थ समजला नाही. औरेलियानो सेगुन्दोला आणि सान्ता सोफिया द ला पिएदादला अजूनही ज्या जागेवर होझे आर्केदियो सेगुन्दो दिसत होता, त्या ठिकाणी दृष्टी रोखून पाहत तो अधिकारी थांबला. होझे आर्केदियो सेगुन्दोच्या लक्षात आले की, तो अधिकारी जरी त्याच्याकडे पाहत होता तरी त्याला आपण दिसत नाही आहोत. मग त्या अधिकाऱ्याने दिवा मालवला आणि दरवाजा बंद केला. तो आपल्या सैनिकांशी बोलू लागला, तेव्हा औरेलियानो सेगुन्दोच्या लक्षात आले की, कर्नल औरेलियानो बुयेंदिया ज्या नजरेने ती खोली पाहत असे त्याच नजरेने त्या तरुण अधिकाऱ्याने ती खोली पाहिली होती.

तो तरुण अधिकारी सैनिकांना सांगत होता की, 'स्पष्टच आहे की, या खोलीमध्ये गेल्या निदान शंभर वर्षांत कुणीही गेलेले नाही. तिथे आतमध्ये सापसुद्धा असतील.'

दरवाजा बंद झाला, तेव्हा होझे आर्केदियो सेगुन्दोची खात्री झाली की, युद्ध संपले आहे. कित्येक वर्षांपूर्वी कर्नल औरेलियानो बुयेंदियाने त्याच्याशी बोलताना युद्धाच्या आकर्षणाविषयी त्याला सांगितले होते आणि स्वतःच्या असंख्य अनुभवांतील उदाहरणांवरून ते आकर्षण त्याला समजवण्याचाही प्रयत्न केला होता. त्या वेळी होझे आर्केदियो सेगुन्दोचा त्यावर विश्वास बसला नाही; परंतु त्या रात्री जेव्हा तो गेल्या काही महिन्यांमधल्या ताणतणावाचा, तुरुंगवासातील दीनवाण्या अवस्थेचा, स्टेशनवरच्या त्या भयानक घबराटीचा आणि प्रेतांनी खच्चून भरलेल्या मालगाडीचा विचार करत होता, तेव्हाच त्या सैनिकांनी त्याला न पाहताच त्याच्याकडे पाहिले होते, त्या वेळी शेवटी तो अशा निष्कर्षाला पोहोचला की, कर्नल औरेलियानो बुयेंदिया हा एक तर खोटरडा तरी असला पाहिजे किंवा वेडपट तरी असला पाहिजे. त्याला हे समजले नाही की, युद्धामध्ये त्याला काय वाटत होते ते सांगण्यासाठी त्याला इतक्या शब्दांची गरज का वाटावी. खरे तर एकच शब्द पुरेसा होता; भीती. त्या उलट, मेल्कियादेसच्या खोलीमध्ये त्याला त्या दैवी प्रकाशाचे, पावसाच्या आवाजाचे आणि 'आपण अदृश्य आहोत' अशा भावनेचे संरक्षण लाभले होते. त्यामुळे त्याला जी शांतता अनुभवायला मिळाली ती पूर्वीच्या सबंध आयुष्यात कधी क्षणभरही त्याला लाभली नव्हती. आता फक्त एकच भीती शिल्लक राहिली होती ती म्हणजे त्याला जिवंतच पुरले जाईल ही. सान्ता सोफिया द ला पिएदाद त्याच्यासाठी जेवण घेऊन आली, तेव्हा त्याने आपले ते भय तिला सांगितले. तिने त्याला वचन दिले की, मेल्यानंतरच त्याला पुरले जाईल हे पाहण्यासाठी ती आपल्या नैसर्गिक शक्तींवर मात करूनही जिवंत राहण्याची शर्थ करील. सर्व प्रकारच्या भयापासून मुक्त होऊन होझे आर्केदियो सेगुन्दोने मेल्कियादेसच्या त्या चर्मपत्रांचे अनेकदा लक्षपूर्वक वाचन करायला स्वतःला वाहून घेतले. त्याला ती फारशी समजत नसली तरीही खूपच आनंदाने तो ते वाचन करू

लागला. त्याला पावसाच्या आवाजाची सवय झाली, दोन महिन्यांनंतर तो आवाज म्हणजे शांततेचाच एक वेगळा नमुना होऊन गेला होता. आता त्याला एकाच गोष्टीचा थोडा त्रास जाणवत होता; सान्ता सोफिया द ला पिएदादचे येणे–जाणे म्हणून त्याने तिला दरवाजाला बाहेरून मोठे कुलूप लावायला आणि जेवण खिडकीच्या तळाशी ठेवायला सांगितले. फेर्नांदासकट बाकीच्या सगळ्या कुटुंबाला त्याचा विसर पडला. विशेषतः फेर्नांदाला जेव्हा समजले की, त्याला तिथे पाहूनदेखील सैनिकांनी त्याला ओळखले नव्हते, तेव्हा तर त्याला त्या खोलीमध्येच राहू द्यायला तिची काहीच हरकत राहिली नाही. ते सैनिक माकोन्दो सोडून निघून गेल्यानंतर पुढे सहा महिने औरेलियानो सेगुन्दोने बंदिस्त घरातच काढले. पाऊस थांबेपर्यंत कुणाशी तरी बोलता येईल म्हणून होझे आर्केदियो सेगुन्दो जिथे होता, त्या मेल्कियादेसच्या खोलीचे मोठे कुलूप त्याने काढले. दरवाजा उघडताक्षणीच औरेलियानो सेगुन्दोला शौचपात्रांचा तो भयंकर घातक वास जाणवला. ती सगळी शौचपात्रे जमिनीवर ठेवलेली होती आणि त्यांचा अनेकदा वापर झालेला दिसत होता. होझे आर्केदियो सेगुन्दोच्या डोक्याला एव्हाना पूर्ण टक्कल पडले होते; परंतु शौचपात्रांच्या वासाने भयंकर तीव्र झालेल्या त्या खोलीतल्या हवेकडे त्याचे अजिबात लक्ष नव्हते, तो पुन्हा पुन्हा ती अगम्य चर्मपत्रे वाचत होता. एक प्रकारच्या उदात्त तेजाने तो उजळून निघाला होता. दरवाजा उघडल्याचा आवाज झाला तरी त्याने क्वचितच आपले डोळे वर उचलून पाहिले; परंतु त्याच्या त्या नजरेकडे पाहून औरेलियानो सेगुन्दोला या डोळ्यांमध्ये त्याच्या पणजोबांचेच अपरिवर्तनीय भवितव्य दिसून आले. होझे आर्केदियो सेगुन्दो एवढेच म्हणाला,

'तीन हजारांपेक्षा ते नक्कीच जास्त असले पाहिजेत. मला खात्री आहे की, जेवढे स्टेशनवर होते तेवढे सगळेच त्यात होते.'

१६

चार वर्षे अकरा महिने आणि दोन दिवस सतत पाऊस पडत होता. मध्येच पावसाचा जोर कमी होऊन झिमझिम सुरू व्हायची, तेव्हा उघडीप साजरी करण्यासाठी प्रत्येक जण आपला पूर्ण पोशाख चढवून आजारातून बरा होत असल्यासारखा दिसायचा; परंतु लवकरच लोकांना पावसाचे हे थांबणे म्हणजे तो आता दुप्पट जोराने पडणार आहे, याचे सूचक असण्याची सवय होऊन गेली. आभाळाचा चुराडा होऊन त्याचे विनाशकारी वादळांच्या गठ्ठ्यामध्ये रूपांतर झाले आणि उत्तरेकडून अनेक तुफानांचा जमाव येऊन त्यांच्या जोरामुळे घरांची छपरे इतस्ततः फेकली गेली, भिंती कोसळल्या आणि केळ्यांच्या बागांमधली उरलेली एकूण एक झाडे मुळासकट उपटली गेली. त्या निद्रानाशाच्या साथीच्या दिवसांमध्ये घडले होते, अगदी तसेच घडून माणसांना त्या विलक्षण कंटाळ्यापासून आपली संरक्षण करण्याची प्रेरणा त्या आपत्तीतूनच मिळाली आणि त्या वेळी अर्सूलाला ते मागचे सारे आठवत राहिले. आपल्यावर आळसाने मात करू नये म्हणून काही लोकांनी फारच कष्ट घेतले आणि औरेलियानो सेगुन्दो हा अशांपैकीच एक होता. ज्या रात्री मिस्टर ब्राऊनने ते वादळ घडवून आणले, त्या रात्री कुठल्या तरी किरकोळ गोष्टीसाठी तो घरी गेला होता, तेव्हा फेर्नांदाने कपाटात सापडलेली एक मोडकीतोकडी छत्री देऊन त्याला मदत करण्याचा प्रयत्न केला. तो म्हणाला, 'मला त्या छत्रीची गरज नाही. मी सगळे ठीक होईपर्यंत थांबणार आहे.' अर्थात हे काही त्याचे पक्के आश्वासन नव्हते; पण ते त्याला शब्दशः पुरे करायची पाळी आली. त्याचे सगळे कपडे पेत्रा कोतेसच्या घरी होते, त्यामुळे दर तीन दिवसांनी तो अंगावरचे सगळे कपडे काढून ते धुऊन होईपर्यंत आखूड कपड्यांवरच असायचा. कंटाळा येऊ नये म्हणून त्याने घरातल्या ज्या ज्या गोष्टी ठाकठीक करण्याची आवश्यकता होती, त्या दुरुस्त करण्याचे काम अंगावर घेतले. त्याने दारांच्या बिजागऱ्या नीट केल्या, कुलुपांना

तेल दिले, दरवाजे खटखटवण्याचे ठोकळे स्क्रूने पक्के केले आणि ज्या लाकडी दांड्यांवर दरवाजे बसवलेले होते ते लाकडी दांडेही सरळ केले. कितीतरी महिने तो हातात टूलबॉक्स घेऊन घरभर हिंडताना दिसायचा. ती टूलबॉक्स बहुधा होझे आर्केदियो बुयेंदियाच्या काळात जिप्सींनी त्यांच्यासाठी ठेवलेली असावी. आपोआप घडणाऱ्या त्या व्यायामामुळे असेल, हिवाळ्यातल्या कंटाळ्यामुळे असेल किंवा लादल्या गेलेल्या रतिसंयमामुळे असेल, कसे कोण जाणे; पण त्याचे सुटलेले पोट एखाद्या बोकडाची वगैरे सोललेली संपूर्ण कातडी हळूहळू सपाट होत जावी तसे सपाट होत गेले आणि एखाद्या कासवासारख्या विनोदी दिसणाऱ्या त्याच्या चेहऱ्यामध्ये वर चढलेले रक्त जरा कमी कमी होत गेले, पूर्वी उठून दिसणारी त्याची हनुवटी तितकीशी नजरेत भरेनाशी झाली, त्याची कातडी हत्ती, घोडा, गेंडा आदि प्राण्यांसारखी पूर्वी वाटायची तशी आता वाटेनाशी झाली आणि त्याला स्वतःला पुन्हा आपले बूट बांधता येऊ लागले. त्याला दरवाज्याच्या कड्या ठीक करताना व घड्याळे दुरुस्त करताना फेर्नांदाने पाहिले तेव्हा तिला वाटू लागले की, कर्नल औरेलियानो बुयेंदिया आणि तो घडवायचा ते सोन्याचे मासे, आमारान्ता पुन्हा पुन्हा शिवायची ते तिचे अंत्यवस्त्र तसेच ती बटणे, होझे आर्केदियो वाचू पाहत होता ती चर्मपत्रे आणि अर्सूला ज्या आठवणींमध्ये गुंगून जायची त्या तिच्या आठवणी या साऱ्या गोष्टींसारखाच तोही आता बांधकाम-दुरुस्त्या वगैरेमध्ये स्वतःला अडकवून घेतो आहे; परंतु तसे नव्हते. यात सगळ्यात वाईट गोष्ट ही होती की, त्या अखंड पडणाऱ्या पावसाचा प्रत्येक गोष्टीवर असा काही परिणाम होत होता की, अगदी कोरड्यातल्या कोरड्या मशिनलासुद्धा दर तीन दिवसांनी तेल दिले नाही, तर त्या मशिनच्या गियरमधून फुले उमलायला लागली असती, जरीच्या कपड्यातले धागे कुजून गेले असते आणि ओल्या कपड्यांवर केशरी रंगाचे शेवाळ माजले असते. हवा एवढी ओली होती की, मासे दरवाजांतून आत आले असते आणि खोल्यांमधल्या वातावरणात तरंगत खिडक्यांमधून पोहत बाहेर गेले असते. एकदा सकाळी अर्सूला जागी झाली आणि तिला वाटले की, सौम्य बेशुद्धीमध्येच तिचा अंत होतोय म्हणून तिने आपल्याला फादर आंतोनियो इझाबेलकडे - आवश्यक तर स्ट्रेचरवरसुद्धा - घेऊन जायला घरातल्या लोकांना सांगितले. तेवढ्यात सान्ता सोफिया द ला पिएदादला अर्सूलाची सगळी पाठ जळवांनी भरून गेलेली दिसली. अति रक्तस्रावाने त्या जळवांकडून अर्सूलाचा जीव घेतला जाण्यापूर्वी सान्ता सोफिया द ला पिएदादने एकेक करून त्या काढल्या आणि जळते कोलीत घेऊन त्या चिरडून टाकल्या. घरातून पाणी बाहेर जावे म्हणून छोट्या छोट्या नाल्या खणाव्या लागल्या आणि घरात शिरलेले बेडूक आणि गोगलगायींपासून पहिल्यांदा घर मुक्त करावे लागले. त्यानंतरच घरातील जमीन कोरडी करणे व पलंगाच्या पायांखालच्या विटा काढून टाकणे त्यांना शक्य झाले आणि नंतर शूज घालून घरातल्या घरात इकडेतिकडे वावरणेही एकदाचे जमू लागले.

औरेलियानो सेगुन्दो त्याचे लक्ष वेधून घेणाऱ्या अनेक गोष्टींत असा गुंतून गेला होता की, आपण वयस्कर होत आहोत हेही त्याच्या लक्षात आले नव्हते. अखेर एक दिवस दुपारच्या वेळी झुलत्या खुर्चीत साचलेल्या धुळीत त्याला पेत्रा कोतेसची आठवण आली अन् तरीही त्याच्या मनात रतिभावाचा कंप उमटला नाही, तेव्हा त्याला त्या वयस्करपणाची जाणीव झाली. नीरस रतिपूर्तीसाठी फेर्नांदाकडे परत जायला काहीच अडचण नव्हती. कारण, वाढत्या वयामुळे तिच्या सौंदर्याला एक प्रकारचे गांभीर्य आले होते; परंतु वासनेतील सगळ्या निकडीच्या प्रसंगांपासून पावसाने त्याची सुटका केली होती आणि त्या भुकेच्या अभावामुळे त्याला एक प्रकारच्या भुसभुशीत शांततेने भरून टाकले होते. एव्हाना जवळजवळ वर्षभर टिकून राहिलेल्या त्या पावसात त्याने इतर वेळी काय काय केले असते, त्याविषयीच्या कल्पना करत तो स्वतःची करमणूक करून घेत होता. बनाना कंपनीने झिंकचे पत्रे लोकप्रिय करण्यापूर्वी माकोन्दोमध्ये ते झिंकचे पत्रे आणणाऱ्या सुरुवातीच्या अनेकांपैकी तो एक होता. कारण, त्याला पेत्रा कोतेसच्या शेजघरावर त्या पत्र्यांचे छप्पर घालून पावसात त्यातून निर्माण होणाऱ्या तुषारांमुळे मिळणारा सखोल सान्निध्याचा आनंद उपभोगायचा होता; परंतु वेड्या तारुण्यातील त्या बेफाम आठवणींनीसुद्धा आता त्याच्यावर काहीही परिणाम झाला नाही. विषयासक्तीच्या शेवटच्या प्रसंगी त्याच्या कामुकतेचा हिस्सा संपुष्टात आला होता आणि कुठल्याही प्रकारचा कडवटपणा किंवा पश्चात्ताप वाटू न देता त्या आठवणी जागवू शकण्याची अद्‌भुत देणगी त्याच्याजवळ शिल्लक राहिली होती. या संदर्भात असेही म्हणता आले असते की, त्या जलप्रलयाने त्याला दिलेल्या संधीमुळे तो शांतपणे बसून विचार करू शकला होता आणि त्याच्या आयुष्यात जे अनेक उपयुक्त उद्योग तो करू शकला असता; परंतु जे त्याने कधीही केले नाहीत अशा उद्योगांविषयी, हातातील त्या पक्कड आणि ऑइलिंग-कॅनच्या खटाटोपामुळे त्याच्या मनात थोडी का होईना तळमळ निर्माण झाली असावी; परंतु या दोन्हींपैकी काहीही खरे नव्हते. कारण, त्याला ज्या घरबशेपणाने घेरले होते, त्याविषयीचे ते आकर्षण हा काही नैतिक शिकवणीचा किंवा त्याला पुन्हा नव्याने लागलेल्या शोधाचा परिणाम नव्हता. ते आकर्षण त्याहीपेक्षा खूपच खोलवरून पावसाच्या लांबच लांब चिमट्याने ओढून वर काढलेले होते. ज्या दिवासांमध्ये तो मेल्कियादेसच्या खोलीत बसून उडत्या गालिच्यांच्या आणि जहाजावरच्या खलाशांसकट सबंध जहाजच खाऊन टाकणाऱ्या व्हेल माशांच्या त्या अफाट काल्पनिक कथा वाचायचा त्या दिवासांमध्ये त्याच्या त्या आकर्षणाचे मूळ होते. त्याच दिवसांमध्ये एका निष्काळजीपणाच्या क्षणी छोटा औरेलियानो बाहेर पोर्चमध्ये आला आणि त्याच्या आजोबाला त्याची ओळख पटली व सारे रहस्य उलगडले. त्याने त्याचे केस कापले, त्याला कपडे चढवले, लोकांना भ्यायचे नाही असे शिकवले आणि थोड्याच दिवसांत त्याची उठून दिसणारी गालाची हाडे, भ्यालेली नजर आणि एकाकीपणाचा भाव या सगळ्या खुणांवरून

तो मुलगा म्हणजे कायदेशीरपणे नक्की बुयेंदियांच्याच वंशातला औरेलियानो होता हे स्पष्टच होऊन गेले, त्यामुळे फेर्नांदाला सुटल्यासारखे झाले. काही काळ तिने आपल्या अभिमानीपणाचा अंदाज घेऊन पाहिला होता; परंतु तिला त्यावर कसलाही उपाय सापडत नव्हता. कारण, ती जसजसा त्यावरील उपायांचा विचार करायची तसतसे तिला ते उपाय बुद्धीला न पटणारे वाटायचे. तिला जर आधी माहीत असते की, औरेलियानो सेगुन्दो या बाबतीतल्या सगळ्या गोष्टींकडे सध्या पाहतोय तसा एखाद्या आजोबांसारखा आनंदाने पाहणार आहे तर तिने बरीचशी पावले जशी उचलली तशी उचललीही नसती, ती एवढी गोंधळलीही नसती आणि आधीच्या वर्षी तिने स्वतःची मनोमन जी मानखंडना करून घेतली त्यातूनही ती सुटली असती. एव्हाना आमारान्ता अर्सूलाला दुसरे दात आले होते, तिला आपला भाचा औरेलियानो म्हणजे एखादे झपाट्याने पळून जाणारे खेळणे वाटायचे. पावसाने आणलेल्या कंटाळ्यावरचे तो जणू औषधच होता. तेव्हा औरेलियानो सेगुन्दोला मेमेच्या जुन्या खोलीत असलेल्या इंग्रजी एन्सायक्लोपीडियाची आठवण झाली. मध्यंतरी कुणी त्याला हातही लावला नव्हता. त्याने मुलांना त्यातली चित्रे, विशेषतः प्राण्यांची चित्रे आणि नंतर दूरदूरच्या देशांचे नकाशे आणि प्रसिद्ध पुरुषांची छायाचित्रे दाखवायला सुरुवात केली. अर्थात त्याला इंग्रजी मुळीच येत नव्हते आणि जे प्रसिद्ध होते असे लोक व शहरेच तेवढी त्याला ओळखू येत असत, त्यामुळे मुलांचे समाधान करण्याच्या प्रयत्नात अगदी कठीण अशी कुतूहलपूर्ती करण्यासाठी तो नवनवीन नावे आणि दंतकथासुद्धा शोधून काढू लागला.

फेर्नांदाला खरोखरच वाटत होते की, तिचा नवरा आपल्या रखेलीकडे परत जाण्यासाठी केवळ वातावरण स्वच्छ होण्याचीच वाट पाहतो आहे. पावसाच्या सुरुवातीच्या महिन्यांमध्ये तिला अशी भीती वाटायची की, आपला नवरा आपल्या शेजघरात शिरण्याचा प्रयत्न करील आणि मग तिला आमारान्ता अर्सूलाच्या जन्मानंतर आपण शरीरसंबंधासाठी असमर्थ झालो आहोत, अशी लाजिरवाणी कबुली द्यावी लागेल. त्याच कारणामुळे त्या अदृश्य डॉक्टरांशी अतिशय चिंताग्रस्त अवस्थेत तिचा पत्रव्यवहार चालू असायचा; पण टपालगाडीच्या येण्याजाण्यात पुन्हा पुन्हा उद्भवणाऱ्या आपत्तीमुळे त्यामध्ये खंड पडायचा. पावसाच्या सुरुवातीच्या महिन्यांमध्ये बातम्या आल्या की, पावसामुळे आगगाड्या रूळांवरून घसरायच्या, तेव्हा त्या अदृश्य डॉक्टरांकडून आलेल्या एका पत्रात त्यांनी तिला सांगितले की, तिची पत्रे त्यांना मिळत नाहीत. त्या अज्ञात पत्रव्यवहारकर्त्यांशी संपर्क तुटला तेव्हा तिने एकदा गंभीरपणे असा विचार केला होता की, तिच्या नवऱ्याने त्या रक्तरंजित कार्निव्हलच्या वेळी घातला होता तसला वाघाचा मुखवटा चढवावा आणि काल्पनिक नावाखाली बनाना कंपनीच्या डॉक्टरकडून स्वतःला तपासून घ्यावे; परंतु नेहमीच वाईट बातम्या नियमितपणे आणणाऱ्या अनेकांपैकी एका माणसाने जलप्रलयाची वाईट बातमीसुद्धा

आणली आणि तिला सांगितले की, बनाना कंपनीने आपले दवाखाने मोडून टाकले असून जिथे पाऊस नाही अशा ठिकाणी ते हलवले जात आहेत. मग मात्र तिने ती आशा सोडून दिली. शेवटी तिने पाऊस संपून टपालसेवा सुरळीत होईपर्यंत शांतपणे थांबायचे ठरवले. दरम्यानच्या काळात माकोन्दोमध्ये गाढवासारखे गवत खाणारा एक विलक्षण फ्रेंच डॉक्टर कसाबसा टिकून राहिला होता खरा; परंतु त्याच्या हाती स्वतःला सोपवण्यापेक्षा आपण मेलो तरी चालेल असा विचार करून आपल्या गुप्त शारीरिक व्याधींसाठी फेर्नांदाने आपल्या कल्पनाशक्तीचा आधार घेणे पसंत केले. पुन्हा पुन्हा उद्‍भवणाऱ्या तिच्या तक्रारींवर काही तरी उपाय अर्सूलाला माहीत असेल अशा विश्वासाने ती तिच्याकडे गेली; परंतु कुठल्याही गोष्टीचा उल्लेख वेगळ्याच प्रकारे करण्याच्या तिच्या विपर्यासकारी सवयीमुळे तिने सुरुवातीला सांगायला हवे ते शेवटी सांगितले आणि ते सांगताना लाज वाटावी म्हणून 'जन्म दिला' या शब्दांच्याऐवजी 'बाहेर घालवले' आणि 'प्रवाह'च्या ऐवजी 'जळजळ' असे शब्द वापरले. त्याच्या परिणामी अर्सूलाने स्वाभाविक निष्कर्ष काढला की, फेर्नांदाला होणारा त्रास गर्भाशयासंबंधी नसून आतड्यांसंबधी असावा म्हणून तिने तिला रिकाम्या पोटी रेचक औषधाचा डोस घेण्याचा सल्ला दिला. खरे तर ज्याच्यात लाज वाटण्यासारखे काहीही नव्हते, असा तो त्रास होत नसता आणि तिला जर उगाचच काही गोष्टींची लाज वाटत नसती आणि तिची पत्रे गहाळ झाली तर फेर्नांदाला त्या पावसाचा काहीच त्रास वाटला नसता. कारण, कसेही असले तरी तिचे सगळे आयुष्य सतत जणू पाऊस पडतच असावा असे गेले होते. तिने आपला दिनक्रम बदलला नाही की नेहमीचे कोणतेही कर्मकांड सोडले नाही. जेवणाच्या टेबलशी बसलेल्या लोकांचे पाय भिजू नयेत म्हणून त्यांचे ते टेबल अजूनही विटांवर ठेवलेले होते आणि खुर्च्या फळ्यांवर ठेवल्या होत्या, तरीही ती टेबलावर लिननचे टेबलक्लॉथ पसरून चिनी मातीच्या भांड्यांचा वापर करीत मेणबत्त्या पेटवूनच जेवण वाढत होती. कारण, तिच्या मते संकटांचे निमित्त करून नेहमीच्या प्रथांमध्ये ढिलाई येता कामा नये. घरातली कुणीही व्यक्ती घराबाहेर रस्त्यावर जात नसे. फेर्नांदाच्या इच्छेवरच सगळे काही अवलंबून असते तर केवळ पावसाला सुरुवात झाली तेव्हापासूनच नव्हे, तर कधीही त्यांनी तसे केले नसते. कारण, त्या पावसाच्याही कितीतरी पूर्वीपासून फेर्नांदाचा असा समज होता की, घरांचे दरवाजे हे घर बंद ठेवण्यासाठीच असतात आणि रस्त्यावर काय चालले आहे, त्याविषयींची उत्सुकता हा वेश्यांच्या उद्योगाचा भाग असतो. तरीही रस्त्यावरून जाणारी कर्नल गेरिनेल्दो मार्केझची अंत्ययात्रा तिने अर्धवट उघडलेल्या खिडकीतून पाहिली होती. मात्र त्यामुळे तिला एवढे दुःख झाले की, बराच काळपर्यंत आपल्या त्या दुर्बलतेबद्दल तिला पश्चात्ताप वाटत होता.

त्या अंत्ययात्रेपेक्षा अधिक दीनवाणी मिरवणूक तिने दुसरी पाहिली नव्हती. त्यांनी कॉफीन एका बैलगाडीवर ठेवले होते आणि वरती केळींच्या पानांचे छत

केलेले होते; परंतु पावसाचा जोर एवढा होता की, पावलापावलावर गाडीची चाके रुतत होती आणि वरचे आच्छादन अक्षरशः पडायला आले होते. पाण्याचे दुःखी ओघळ कॉफिनवर पडत होते आणि कॉफिनवर घातलेला ध्वजही भिजत होता. खरे तर त्या ध्वजावर रक्ताचे आणि बंदुकीच्या दारूचे डाग पडलेले होते आणि अनेक थोर स्वाभिमानी बुर्जुर्गांनी तो ध्वज नाकारला होता. कॉफिनवर चांदीचे आणि तांब्यांचे गोंडे लावलेली कर्नल मार्केझची तलवारसुद्धा ठेवली होती. आमारान्ताच्या शिवणाच्या खोलीत बिनाशस्त्र जाण्यासाठी कर्नल गेरिनेल्दो मार्केझ तीच तलवार कोटच्या रॅकवर ठेवायचा. त्या गाडीच्या मागोमाग काही अनवाणी लोक आपापल्या पँट्स घोट्याच्या वरती गुंडाळून घेऊन एका हातात गुराख्याची काठी आणि दुसऱ्या हातात पावसाने रंग उडून गेलेली कागदी पुष्पचक्रे घेऊन चिखलाचे शिंतोडे उडवत चालत होते. नेरलांदियाच्या शरणागतीला हजर असून, अजूनही जिवंत असलेले असे ते थोर बुजुर्ग होते. त्या रस्त्याला दिलेले कर्नल औरेलियानो बुयेंदियाचे नाव अजूनही टिकून होते आणि त्या रस्त्यावरून जाणारी ती मिरवणूक एखादे कल्पनिक दृश्य असल्यासारखी भासत होती. बुयेंदियांच्या घराजवळून जाताना अंत्ययात्रेतील लोकांनी त्या घराकडे पाहिले आणि चौकात ती मिरवणूक वळाली तेव्हा चाके रुतल्यामुळे ती गाडी हलवण्यासाठी त्यांना मदतीसाठी इतरांना विनवावे लागले. सान्ता सोफिया द ला पिएदादच्या मदतीने अर्सूला स्वतः दरवाज्यापर्यंत गेली होती. त्या मिरवणुकीचा मार्ग तिला इतका व्यवस्थित कळत होता की, वाटेत येणाऱ्या अडथळ्यांची तिला नेमकी कल्पना करता येत होती आणि त्यावरून कुणालाही अर्सूला प्रत्यक्ष मिरवणूकच पाहते आहे, याविषयी शंका आली नसती, विशेषतः ती आर्चएंजलच्या दूतासारखा आपला हात उंचावत होती आणि ती गाडी जशी हलत होती तसा तसा तिचा हात बरोबर हलत होता.

'अच्छा! गेरिनेल्दो, माझ्या पोरा! माझ्या सगळ्या लोकांना माझे अभिवादन सांग आणि म्हण की, पाऊस थांबला की मी त्यांना भेटेन.'

तिला तिच्या बिछान्याकडे जायला औरेलियानो सेगुन्दोने मदत केली आणि नेहमीच्या अनौपाचारिकतेने तिच्या निरोपाचा अर्थ तिला विचारला.

ती म्हणाली, 'मी मरण्यासाठी फक्त पाऊस थांबायची वाट पाहतेय हे खरेच आहे.'

रस्त्यांची दुर्दशा पाहून औरेलियानो सेगुन्दोला धक्काच बसला. शेवटी त्याला आपल्या जनावरांची काळजी वाटू लागली म्हणून त्याने एक ताडपत्री डोक्यावर टाकली आणि तो पेत्रा कोतेसच्या घराकडे गेला. घराच्या पटांगणात कमरेइतक्या पाण्यात उभी राहून ती एका घोड्याचे प्रेत पाण्यावर तरंगायला लावण्याचा प्रयत्न करताना त्याला दिसली. औरेलियानो सेगुन्दोने एका दांडक्याच्या आधारे ते प्रेत उचलून घेत तिला मदत केली तर पाण्याने फुगलेले त्याचे प्रचंड शरीर एखाद्या

घंटेसारखे वळले आणि चिखलाच्या प्रवाहाबरोबर वाहत गेले. पाऊस जसा सुरू झाला तेव्हापासून पेत्रा कोतेसने फक्त पुरात मेलेल्या प्राण्यांची प्रेते त्या पटांगणातून बाहेर काढून देण्याचेच काम केले होते. सुरुवातीच्या काही आठवड्यांत तिने औरेलियानो सेगुन्दोला निरोप पाठवले होते की, त्याने येऊन काही तरी तातडीचे उपाय करावेत तर त्याने तिला उत्तर पाठवले की, घाई करायची आवश्यकता नाही आणि एकूण परिस्थिती फारशी धोकादायक नसून एकदा का वातावरण निवळले की काही तरी विचार करायला भरपूर अवधी मिळेल. तिने त्याला निरोप पाठवला की, घोड्यांची कुरणे पुराने भरून जात आहेत, गुरे उंचावरच्या भागाकडे पळून जाताहेत आणि तिथे त्यांना खायला काहीच मिळत नसून, ती गुरे रोगांच्या आणि रानमांजरांच्या तावडीत सापडली आहेत. त्यावर औरेलियानो सेगुन्दोने तिला उत्तर दिले की 'त्याबाबतीत काहीच करता येणार नाही. वातावरण निवळले की दुसरी नवी गुरे जन्माला येतील.' त्या जनावरांना अक्षरशः जथ्याजथ्यांनी मरताना पाहायची पेत्रा कोतेसवर वेळ आली होती. त्या प्राण्यांमधले जे प्राणी चिखलात अडकलेले होते, त्यांचीच कत्तल करणे तिला शक्य झाले होते. निव्वळ शांत वांझोटेपणाने आपले सगळे पशुधन नष्ट होताना तिला पाहावे लागले. एके काळी ते पशुधन माकोन्दोमधले सर्वांत मोठे पशुधन होते, आता त्यातले काहीही शिल्लक राहिले नव्हते. होती ती फक्त जीवघेण्या रोगांची साथ. औरेलियानो सेगुन्दोने तिथे जाऊन काय चालले आहे ते पाहायचे ठरवले, तर त्याला त्या तबेल्यात फक्त एका घोड्याचे आणि एका हिडिस खेचराचे प्रेत तेवढे दिसले. त्याला येताना पेत्रा कोतेसने पाहिले तेव्हा तिला आश्चर्य वाटले नाही, आनंद झाला नाही की रागही आला नाही. तिने फक्त एक उपरोधिक स्मित तेवढे करून घेतले.

ती म्हणाली, 'साधारण वेळ झालाच आहे.'

तिचे आता वय झाले होते, निव्वळ हाडे आणि कातडी राहिली होती आणि तिचे पूर्वीचे एखाद्या हिंस्र जनावरासारखे निमुळते डोळे प्रदीर्घ काळ सतत पावसाकडे पाहत राहिल्याने आता माणसाळलेले आणि खिन्न दिसत होते. तिच्या घरी औरेलियानो सेगुन्दो तीन महिन्यांहून अधिक काळ राहिला. तिथे त्याला आपल्या कुटुंबाच्या घरापेक्षा जास्त चांगले वाटत होते म्हणून नव्हे तर केवळ ती ताडपत्री पुन्हा आपल्या डोक्यावर टाकायचा निर्णय घ्यायला तेवढ्या वेळाची आवश्यकता होती म्हणून. तिकडच्या घरात जसे त्याने म्हटले होते 'आता घाई काही नाही' तसेच त्याने आताही म्हटले. 'पुढल्या काही तासांतच वातावरण निवळेल अशी आपण आशा करू या.' काळ आणि पाऊस या दोहोंनी आपल्या रखेलीच्या प्रकृतीवर कशी धाड घातली आहे, ते औरेलियानो सेगुन्दोला पहिल्या आठवड्याच्या दरम्यान कळू लागले आणि हळूहळू त्याला ती पूर्वीसारखी दिसू लागली. तिचे आनंदातिरेक आणि कामुक चाळे यांमुळे त्यांच्या जनावरांची वातभ्रमातल्यासारखी होणारी अफाट निर्मिती हे सगळे

त्याला आठवत राहिले. नंतरच्या आठवड्यात थोडेफार कामभावातून व थोडेफार आस्थेतून त्याने तिला निकडीने कुरवाळत जागे केले. पेत्रा कोतेसने कसलाही प्रतिसाद दिला नाही. ती पुटपुटली, 'हे दिवस काही असल्या गोष्टींसाठी नाहीत.' औरेलियानो सेगुन्दोने छपरावर बसवलेल्या आरशांत दिसणाऱ्या स्वतःकडे पाहिले, पेत्रा कोतेसकडे पाहिले, झिजलेल्या पेशींच्या धाग्यांनी एकत्र जोडलेल्या रिळांच्या रांगेसारख्या दिसणाऱ्या तिच्या पाठीच्या कण्याकडे पाहिले आणि त्याला पटले की, तिचे म्हणणे बरोबरच आहे, तसल्या गोष्टी करणे आता योग्य नाहीच आणि तेही त्या विशिष्ट काळामुळे नव्हे तर दोघेही आता तसल्या गोष्टी करण्याजोगे राहिले नाहीत म्हणून. औरेलियानो सेगुन्दो आपल्या ट्रंका बरोबर घेऊन घरी परतला. त्याची खात्रीच पटली की, केवळ अर्सूलाच नव्हे तर माकोन्दोमधले सगळेच रहिवासी मरण्यासाठी वातावरण निवळायची वाट पाहत होते. रस्त्याने जाता जाता त्याने त्यांना पाहिले होते. ते आपापल्या व्हरांड्यात छातीशी हात बांधून हरवल्यासारख्या नजरेने अखंड निर्दय कालप्रवाहाकडे पाहत होते. कारण, त्या कालाचे महिने-वर्षे असे तुकडे करणे आणि दिवसांचे तासांमध्ये तुकडे करू पाहणे हे काहीच उपयोगाचे नव्हते, काहीही न करता एखाद्याला फक्त त्या पावसाचाच विचार करत बसणे शक्य होते. औरेलियानो सेगुन्दोला पाहिल्यावर मुलांनी उत्साहाने त्याचे स्वागत केले. कारण, तो त्यांच्यासाठी पुन्हा आपले ते दमेकरी ॲकॉर्डियन वाजवणार होता; परंतु एनूसायक्लोपीडियाच्या निमित्ताने होणाऱ्या संत्र्यांसारखे ते संगीत काही त्यांचे लक्ष फार काळ गुंतवून ठेवू शकत नव्हते. पुन्हा एकवार ते मेमेच्या खोलीमध्ये एकत्र आले. तिथे बसल्यावर औरेलियानो सेगुन्दोच्या कल्पनाशक्तीच्या योगाने विमानाचे रूपांतर झोपण्यासाठी ढगांवर जागा शोधणाऱ्या उडत्या हत्तीमध्ये होऊ लागले. एकदा तर त्यांना त्या घोड्यावर स्वार असलेल्या एका माणसाचे चित्र आढळले, त्याचा पोशाख काहीसा विचित्र असला तरी तो थोडा ओळखीचा वाटत होता. बारकाईने त्याचे निरीक्षण केल्यानंतर औरेलियानो सेगुन्दोने असा निष्कर्ष काढला की, ते चित्र कर्नल औरेलियानो बुयेंदियाचे होते. त्याने ते चित्र फेर्नांदाला दाखवले तेव्हा तिनेही त्या घोडेस्वाराचे कर्नलशीच काय पण कुटुंबातल्या प्रत्येकाशी असलेले साम्य कबूल केले, वास्तविक तो घोडेस्वार एक तार्तार योद्धा होता. ऱ्होड्सचा भव्य पुतळा[१] आणि साप पकडणारे मांत्रिक यांच्या संगतीत त्यांचा काळ असाच चालला होता, तेवढ्यात त्याच्या बायकोने त्याला सांगितले की, घरात कोठीमध्ये फक्त तीन पौंड मांस आणि तांदळाचे एकच पोते शिल्लक आहे.

त्याने बायकोला विचारले, 'तर मग मी काय करावे असे तुझे म्हणणे आहे'

ती म्हणाली, 'मला नाही माहीत, हा तुम्हा पुरुषांचा विषय आहे.'

औरेलियानो सेगुन्दो म्हणाला, 'ठीक आहे, एकदा हे वातावरण निवळले की काही तरी करता येईल.'

त्याला दुपारच्या जेवणाला मांसाचा तुकडा आणि थोडा भात मिळाला असता तरी चालले असते. कारण, घरगुती समस्यांपेक्षा एन्सायक्लोपीडियामध्ये त्याला जास्त रस वाटत होता. तो म्हणत राहिला, 'आता काहीही करता येणं अशक्यच आहे; पण आपल्या उरलेल्या सगळ्या आयुष्याभर तर हा पाऊस पडत राहणार नाही.' परंतु एकीकडे कोठीतल्या सामानबद्दलची तातडीची गरज वाढत राहिली तसा दुसरीकडे फेर्नांदाचा संतापसुद्धा वाढत राहिला. असे होता होता एके दिवशी सकाळी शक्य तेवढे निषेध व्यक्त करून झाल्यानंतर क्वचितच होणाऱ्या तिच्या संतापाचे स्फोट एकदम अनावर अनिर्बंध अशा जोरदार प्रवाहासारखेच सुरू झाले. एखाद्या गिटारीच्या गुणगुणण्यासारखे ते स्फोट होते आणि जसजसा दिवस चढू लागला तशी त्या कंटाळवाण्या भुणभुणीची पट्टी वाढत गेली, ती अधिकाधिक धारदार आणि तीव्र बनू लागली. औरेलियानो सेगुन्दोला सुरुवातीला त्या कंटाळवाण्या बडबडीची जाणीवच नव्हती. मात्र दुसऱ्या दिवशी नाश्त्यानंतर त्याला असे जाणवले की, कसली तरी सातत्याने होणारी गुणगुण आता त्रासदायक झाली असून तो आवाज पावसाच्या आवाजापेक्षाही अधिक प्रवाही आणि अधिक मोठा आहे. त्याच्या असेही लक्षात आले की, फेर्नांदाच तक्रार करत करत सबंध घरभर वावरत होती. त्यांनी तिला राणी बनवण्यासाठी लहानाचे मोठे केले होते आणि अखेर ती इथे एका वेड्यांच्या घरात नोकर म्हणून येऊन पडली होती. तिचा नवरा एक आळशी, स्वैराचारी मूर्तिपूजक[२] होता, पावसावाटे स्वर्गातून पाव खाली पडेल, अशी वाट पाहत तो आपला उताणा पडून राहतो आणि इकडे ती आपल्या किडन्यांवर ताण पडू देतेय, कशासाठी तर एक घर आपले नीट चालू राहावे म्हणून. ते घरही कसले तर निव्वळ टाचण्यांनी जोडलेले. या घरात परमेश्वर सकाळी सूर्यप्रकाश देतो तेव्हापासून तर रात्री बिछान्यावर आडवे होईपर्यंत किती तरी काम पडलेले असते, किती त्रास काढावा लागतो, किती दुरुस्त्या करायच्या असतात. बिछान्यावर पडता पडता तिच्या डोळ्यांत जणू काचेचा चुरा गेलेला असतो आणि इथे तिला कुणी असे म्हणत नाही की, 'गुड मॉर्निंग फेर्नांदा तुला रात्री चांगली झोप लागली का?' कुणी चुकूनसुद्धा विचारत नाही की, 'तू एवढी निस्तेज का दिसतेस' किंवा 'तू सकाळी उठतेस तेव्हा तुझ्या डोळ्यांच्या खाली ही जांभळी वर्तुळे का दिसतात? कुणी तरी हे विचारेल अशी तिची अपेक्षा होती; पण या कुटुंबाने सतत तिच्याकडे काय म्हणून पाहिले तर केवळ एक उपद्रव, एक जुनाट फडके, भिंतीवर रंगवलेली एक मूर्ख व्यक्ती आणि हे लोक काय तिच्या मागे तिच्याविरुद्ध काही बाही बोलत राहिले. तिला चर्चमधला उंदीर काय म्हणायचे, कावेबाज काय म्हणायचे. एकदा आमारान्ता – बिचारीच्या आत्म्याला चिरशांती मिळो – चांगली मोठ्याने म्हणाली की, फेर्नांदा ही अशा लोकांपैकी आहे की, ज्यांना रेक्टम् आणि ॲशेस् यांच्यामध्ये फरक करता येत नाही. परमेश्वरा दया कर रे बाबा, तिने केवळ परमेश्वराचे स्मरण करीतच सारे काही अगदी निमूटपणे सहन केले; परंतु

जेव्हा तो दुष्ट होझे आर्केदियो सेगुन्दो म्हणाला की, या कुटुंबाचा सगळा सत्यानाश पठारी प्रदेशातल्या या गर्विष्ठ बाईला घरात घेतल्यामुळे झालाय, तेव्हा मात्र ते सहन करणे तिला अशक्य झाले! कल्पना करा, तो म्हणाला हुकूम सोडणारी गर्विष्ठ बाई! देवा वाचव रे आम्हाला, पठारी प्रदेशातली कुकर्मी थुंकी अशी मुलगी म्हणे. सरकारने कामगारांना ठार मारायला पाठवले होते तसल्याच जातीची म्हणे आणि तुम्हीच मला सांगा, तो नक्कीच दुसऱ्या कुणाला उद्देशून नव्हे तर तिलाच उद्देशून असे म्हणत होता. ती कोण तर ड्यूक ऑफ अल्बाची धर्मकन्या, अशा खानदानातली सभ्य स्त्री की या देशाच्या अध्यक्षांच्या बायकांचे काळीज तिच्यामुळे थरथर कापायचे. जिला अकरा पेनिन्सुलर नावे[३] लिहून सही करायचा कायदेशीर अधिकार होता, अशी ती एका सरदार घराण्यातली प्रौढा होती. अनौरस वेश्यापुत्रांनी भरलेल्या या गावात ती एकटीच अशी व्यक्ती होती की, जिला जेवणाच्या टेबलावरची चांदीची सोळा उपकरणे पाहून अजिबात गोंधळायला होत नसे. उलट जेवणाच्या टेबलावर एवढे चांदीचे काटे, चमचे, सुऱ्या पाहून तिच्या व्यभिचारी नवऱ्याला मात्र मरणाचे हसू लोटायचे आणि तो म्हणायचा की, हे सारे कुणा माणसांसाठी नसून गोमीसाठी आहे. या गावात तीच एक स्त्री अशी होती की, जिला बंद डोळ्यांनीसुद्धा सांगता यायचे की व्हाइट वाईन जेवणाच्या टेबलावर केव्हा, कुठल्या बाजूला आणि कोणत्या ग्लासमध्ये कशी सर्व्ह करायची. त्या शेतकरी आमारान्ताला नाही ते माहीत, चिरशांती मिळो तिला, ती म्हणायची व्हाइट वाईन दिवसा सर्व्ह करायची असते आणि रेड वाईन रात्री! सबंध किनारपट्टीवर ती एकटीच अशी स्त्री असेल की, आपल्या शारीरिक गरजांसाठी ती सोन्याच्या शौचपात्रांचा वापर करायची, त्याचा परिणाम काय झाला तर त्या कर्नल औरेलियानो बुयेंदियाजवळ असला उद्धटपणा होता – चिरशांती मिळो त्या बिचाऱ्याला – त्याने एखाद्या पाथरवटासारख्या आपल्या गांवढळ वृत्तीतून तिला विचारले की, सोन्याच्या शौचपात्राचा असा वापर करण्याचा विशेषाधिकार तिला कोठून मिळाला होता आणि ती हागताना विष्ठाच हागते की एखादा गोड, सुवासिक वनस्पतीजन्य पदार्थ हागते. जरा विचार करा, याच आधी याच शब्दांत त्याने विचारले, तेव्हा तिचीच मुलगी रेनाता हिने चुकून शेजघरात एकदा तिची विष्ठा पाहिलेली होती म्हणून तिने उत्तर दिले होते की, जरी ते शौचपात्र पूर्णपणे सोन्याचे आणि त्याच्यावर वंशाचे चिन्ह कोरलेले होते तरी त्यामध्ये विष्ठा – अगदी सामान्य विष्ठाच होती, शिवाय ती इतर कशाहीपेक्षा वाईट म्हणजे ती गर्विष्ठ पठारी प्रदेशातली विष्ठाच होती. कल्पना करा, तिचीची सख्खी मुलगी तसे म्हणाली, त्यामुळे तिला कुटुंबातल्या बाकीच्या कुणाविषयीसुद्धा कसला भ्रम नव्हताच; पण तरीही तिला असा हक्क होता की, निदान तिच्या नवऱ्याने तरी तिचा जरा जास्त विचार करायचा होता, कसल्याही बऱ्यावाईट परिस्थितीत तिचा धर्मविधीवत झालेला जन्मभरासाठीचा जोडीदार होता तो, तिचा मदतनीस होता, तिच्या सर्वस्वावर त्याचाच कायदेशीर अधिकार होता. त्यानेच

स्वतः होऊन अगदी पूर्ण स्वेच्छेने तिला तिच्या आई-वडिलांच्या घरून एवढ्या दूर आणण्याचे गंभीर कर्तव्य स्वीकारले होते, तिथे तिला काही कमी नव्हते किंवा कसला त्रासदेखील होत नव्हता, तिथे ती केवळ वेळ घालवण्यासाठी अंत्ययात्रेसाठी उपयोगी पडणारी पुष्पचक्रे गुंफत असायची. तिथे तिच्या धर्मपित्याने स्वतःच्या अंगठीच्या ठशाने मोहरबंद केलेल्या पत्रातून असे कळवले होते की, त्याच्या धर्मकन्येचे हात केवळ क्लॅव्हिकॉर्डवादन सोडले तर बाकी या जगातल्या कुठल्याच सामान्य गोष्टी करण्यासाठी नाहीत आणि तरीही सगळ्या ताकदींकडे आणि कडक सूचनांकडे दुर्लक्ष करून तिच्या अक्कलशून्य नवऱ्याने तिला या इथल्या नरकातल्या उकळत्या कढईत आणून साडले होते, इथल्या उष्णतेमुळे एखाद्याला धड श्वासदेखील घेणे मुश्किल होत असते आणि तिथे आपल्या पेण्टेकोस्टचा उपवास[४] पूर्ण करण्यापूर्वीच तो आपल्या भटकत्या ट्रंका मिरवत त्याचे ते आळशी माणसाचे ॲकॉर्डियन घेऊन एका भिकारड्या बाईबरोबर व्यभिचार करायला उधळला. त्या बाईविषयी म्हणतात की, तिला नुसता तिचा घोडीसारखा पार्श्वभाग हलवताना पाहिले तरी ती जेवणाच्या टेबलाशी काय की बिछान्यात काय राजप्रासादातली एक सभ्य स्त्री होती की केवळ एक डुक्करखान्यातली स्त्री होती हे कुणालाही कळावे. ती बायको म्हणजे तिच्या अगदी विरुद्ध प्रकारची होती. ती स्वतः एक सुसंस्कारयुक्त, देवभीरू, परमेश्वराचे कायदे पाळणारी, त्याच्या इच्छेनुसार चालणारी अशी स्त्री आहे, त्यामुळे तो साहजिकच त्या दुसरीबरोबर करायचा तसल्या डोंबाऱ्याच्या कसरती करू शकत नाही की तसली वेश्यांसारखी थट्टामस्करी करू शकत नाही. ती दुसरी तर काय त्या छटेल फ्रेंच बायांसारखी काहीही करायला तयारच असायची. अर्थात एखाद्याने विचारच करायचा म्हटले, तर त्या फ्रेंच बाया निदान आपल्या दारावर तांबडा दिवा लावण्याइतक्या प्रामाणिक तरी म्हणता येतील. कल्पना करा, असली डुकरासारखी वृत्ती! आणि डॉना रेनाता आर्‌गोते आणि डॉन फेर्नांदो देल कार्पियो यांच्या एकुलत्या एक मुलीच्या वाट्याला एवढे, हे असले जगणे यायचे होते. डॉन एर्नांद देल कार्पियो हे एक अत्यंत प्रामाणिक गृहस्थ, एक अत्यंत चांगले ख्रिश्चन आणि नाइट ऑफ द ऑर्डर ऑफ द होली सेपुल्कार[५] होते. त्यांना प्रत्यक्ष परमेश्वराकडूनच असा विशेष हक्क प्राप्त झालेला असतो की, थडग्यामध्येसुद्धा त्यांनी शरीरे जशीच्या तशीच राहतात, त्यांची त्वचा एखाद्या नव्या नवरीच्या गालांसारखी मुलायम राहते आणि डोळे सजीव पाचूंसारखे राहतात.

औरेलियानो सेगुन्दोने तिला मध्येच थांबवत म्हटले, 'हे खरे नाही. त्याला इथे आणले गेले, तेव्हा त्याच्या प्रेताला वास यायला लागला होता.'

सबंध दिवसभर तिची बडबड ऐकण्याइतकी सहनशीलता त्याच्यापाशी असल्यामुळे तिच्या चुकीच्या वेळी त्याला अचूकपणे तिला पकडता आले. फेर्नांदाचे त्यांच्याकडे काही लक्ष दिले नाही; परंतु तिने आपला आवाज जरा कमी केला. त्या रात्री जेवण्याच्या वेळेस तिच्या त्या कंटाळवाण्या भुणभुणीने पावसाच्या

आवाजावरही मात केली होती. मान खाली घालून औरेलियानो सेगुन्दोने अगदीच कमी खाऊन जेवण संपवले आणि तो आपल्या खोलीत निघून गेला. दुसऱ्या दिवशी सकाळी नाश्त्याच्या वेळी फेर्नांदा थरथर कापत होती आणि तिचा चेहरा झोप नीट न झाल्यासारखा दिसत होता. आपल्याच संतापाने ती अगदी थकून गेलेली दिसत होती. तथापि, तिच्या नवऱ्याने जेव्हा तिला विचारले की, एखादे कमी उकडलेले अंडे मिळण्याची शक्यता नाही का तेव्हा तिने 'गेल्याच आठवड्यात अंडी संपली' एवढेच न सांगता स्फोटक कुत्सित टीकेने त्याला उत्तर दिले. ती म्हणाली की, काही माणसे सदैव आपल्या बेंबीचे चिंतन करत बसतात आणि तरीही त्यांना जेवणाच्या टेबलावर मात्र भारद्वाज पक्ष्याचे लिव्हर मिळावे, अशी अपेक्षा असते, असल्याच पुरुषांपैकी तो एक आहे. नेहमीसारखे औरेलियानो सेगुन्दोने मुलांना एन्सायक्लोपीडिया पाहायला नेले, तर फेर्नांदाने अर्थातच तिची सगळी बडबड त्यांना नीट ऐकू जावी म्हणून मेमेची खोली नीटनेटकी करायचा बहाणा केला. त्या वेळी ती म्हणत होती की, एन्सायक्लोपीडियामध्ये कर्नल औरेलियानो बुयेंदियाचे चित्र आहे, ते त्या बिचाऱ्या निष्पाप पोरांना सांगायचे त्याचे धाडस खासच होते. दुपारच्या वेळी मुले विश्रांती घेत होती, तेव्हा औरेलियानो सेगुन्दो पोर्चमध्ये जाऊन बसला तर फेर्नांदा त्याच्या मागोमाग तिथेही जाऊन घोडामाशीच्या घोंघावण्यासारख्या आपल्या निर्दय बडबडीने त्याला छळत राहिली. ती म्हणत होती की, 'अर्थात घरामध्ये खायला काहीही नसले तरी तिचा नवरा मात्र पर्शियाचा सुलतान असल्यासारखा नुसता त्या अखंड पडणाऱ्या पावसाकडे पाहत बसला होता. कारण, तो कमाईवर जगणारा असा होता. त्याची खात्रीच होती की, आपण जोनाहाच्या बायकोशीच[६] लग्न केले आहे, तिचा बापडीचा त्या व्हेल माशाबद्दलच्या गोष्टीवर[७] विश्वास बसला असेल. जणू आपण बहिरे आहोत असे दाखवत तिचे बोलणे औरेलियानो सेगुन्दोने भावनारहितपणे दोन तासांहून अधिक वेळ ऐकून घेतले. दुपारी उशिरापर्यंत गंभीर खोल आवाजाच्या ड्रमसारख्या आवाजातली ती भुणभुण ऐकून ऐकून त्याचे डोके भणाणून जाईस्तोवर त्याने तिला अजिबात थांबवले नाही.

तेव्हा मात्र त्याने तिला विनवले, 'कृपा करून गप्प बस.'

नेमके उलट करत फेर्नांदाने आपल्या आवाजाची पट्टी वाढवली आणि म्हटले, 'गप्प बसायचे मला काहीच कारण नाही. ज्याला कुणाला माझे बोलणे ऐकायचे नाहीये तो खुशाल दुसरीकडे कुठेही जाऊ शकतो.' आता मात्र औरेलियानो सेगुन्दोचा स्वतःवरचा ताबा सुटला. जणू काही आळस देतोय अशा आविर्भावात अजिबात घाई न करता तो उभा राहिला, अगदी पूर्णतया नियंत्रित आणि पद्धतशीर त्वेषाने त्याने एकामागून एकेक करत बेगोनियाची, फर्नची तसेच ऑरेगॅनोची अशा कुंड्या उचलल्या आणि जमिनीवर एकापाठोपाठ एक आपटायला सुरुवात केली. तोपर्यंत फेर्नांदाला आपल्या त्या कंटाळवाण्या एकसुरी बडबडीत केवढे प्रचंड आंतरिक

सामर्थ्य होते, त्याची खरोखरच काही कल्पना नसल्यामुळे ती घाबरून गेली; परंतु चूक सुधारण्याचा कसलाही प्रयत्न करायला आता फारच उशीर झाला होता. आत न मावणाऱ्या त्या सुटकेच्या भावनेच्या जोरदार प्रवाहाने जणू धुंद होत औरेलियानो सेगुन्दोने चिनी मातीची भांडी असलेल्या कपाटाची काच फोडली आणि जराही घाई न करता एकेक करून त्यातली सगळी चिनी मातीची भांडी जमिनीवर आपटून फोडून टाकली. ज्या पद्धशीर शांतपणाने आणि अत्यंत काळजीपूर्वकतेने त्याने पूर्वी एकदा सगळ्या घराला बँकनोटांनी मढवून काढले होते, तशाच तऱ्हेने सगळे महागडे बोहेमियन काचसामान, हाताने रंगवलेल्या फुलदाण्या, फुलांनी गच्च भरलेल्या बोटींमध्ये बसलेल्या मुलींची चित्रे, सोनेरी चौकटींचे आरसे फार काय पार्लरपासून स्वयंपाकाच्या कोठीपर्यंत जे जे काही फोडता येणे शक्य होते, ते ते सगळे त्याने भिंतीवर आपटून फोडून टाकले आणि शेवटी स्वयंपाकघरातला मातीचा मोठा रांजण घरापुढच्या पटांगणाच्या मधोमध नेऊन आपटला तर त्याचा मोठा आवाज झाला. मग त्याने आपले हात धुतले, अंगावर ताडपत्री घेतली आणि मध्यरात्रीपूर्वी घरी परत येऊन सुकवलेल्या मांसाच्या काही माळा, तांदळांची काही पोती आणि काही सुकून रोड झालेल्या केळ्यांचे घड घरात आणून टाकले. त्यानंतर पुढे कधीच घरात अन्नाची चणचण भासली नाही. आमारान्ता अर्सूला आणि छोट्या औरेलियानोला ते पावसाचे दिवस आनंदाचे दिवस म्हणून आठवत राहिले. फेर्नांदाच्या कडक शिस्तीतही ती दोघे पटांगणातल्या डबक्यात खेळत शिंतोडे उडवून घ्यायचे, पालींना पकडून त्यांचे अवयव तोडायचे आणि स्वयंपाकघरात सान्ता सोफिया द ला पिएदादचे लक्ष नाही असे पाहून 'आपण खरेच सूपमध्ये विष मिसळतोय' असा आव आणत फुलपाखरांच्या पंखांवरची धूळ त्या भांड्यात टाकायचे. अर्सूला तर जणू त्यांचे अगदी मजेदार खेळणेच झाली होते. एखादी मोठी मोडकीतोडकी बाहुली असावी तसे ते तिला वागवत असत. रंगीत कापडात तिला गुंडाळून अनाटोची पावडर आणि काजळीने तिचा चेहरा रंगवून तिला उचलून या कोपऱ्यातून त्या कोपऱ्यात घेऊन जायचे. एकदा तर त्यांनी जसे पूर्वी बेडकांचे डोळे खुडून काढले होते तसे तिचेही डोळे ते फुलझाडे छाटायच्या मोठ्या कात्रीने खुडायच्या बेतात होते. तिचे मन भरकटायला लागले की, त्याची त्यांना जेवढी मजा वाटायची तेवढी इतर कशानेही वाटत नसे. सतत पडणाऱ्या पावसाच्या तिसऱ्या वर्षात तिच्या मनाला खरोखरच काही तरी झाले असावे. कारण, त्यामुळे ती हळूहळू आपली वास्तवाची जाणीव हरवून बसायला लागली आणि चालू काळ व मागचा दूरचा कुठला तरी काळ यांचा गोंधळ करायला लागली. एकदा ती पेत्रोनिला इग्वारान या आपल्या पणजीच्या मृत्यूमुळे तीन दिवस सतत खूपच रडत राहिली होती. खरे म्हणजे त्या पणजीचे दफन करून एक शतक लोटले होते. तिचे मन भ्रमिष्टपणाच्या अशा काही अवस्थेला पोहोचले होते की, छोट्या औरेलियानोला ती आपला मुलगा औरेलियानो – तो

लहान असताना त्याला बर्फ पाहायला नेले होते, तेव्हाचा औरेलियानो समजायची आणि त्या वेळी सेमिनरीमध्ये शिकत होता, त्या होझे आर्केदियोला जिप्सींबरोबर निघून गेलेला आपला पहिला मुलगा समजायची. कुटुंबाविषयी ती एवढे बोलायची की, फार काळापूर्वी मरण पावलेल्या; परंतु वेगवेगळ्या काळात होऊन गेलेल्या अशा माणसांबरोबर तिच्या काल्पनिक भेटी घडवून आणायला ती मुले शिकली. जणू काही त्या पोरांनी खरोखरच त्या नातेवाइकांना पाहिले होते, असे दाखवत ती मुले कल्पनेतल्या त्या नातेवाइकांचे अगदी तपशीलवार वर्णन करायचे. राखेने माखलेल्या डोक्यावरचे केस आणि चेहऱ्याभोवती तांबडा रुमाल गुंडाळलेली आणि बिछान्यावर बसलेली अर्सूला अस्तित्वात नसलेल्या नातेवाइकांमध्ये अगदी खूश असायची. ज्या काळात स्वतः अर्सूलादेखील जन्मलेली नव्हती, अशा काळात घडून गेलेल्या गोष्टींविषयी अर्सूला वास्तवात समोर नसलेल्या त्या आपल्या पूर्वजांबरोबर गप्पा मारायची, त्यांनी दिलेल्या बातम्यांचा आनंद घ्यायची आणि पूर्वजांच्या काळापेक्षा अगदी अलीकडच्या काळात घडून गेलेल्या मृत्यूंबद्दल त्यांच्याबरोबर शोकही करायची. भुतांसारख्या त्या भेटींदरम्यान अर्सूला नेहमी एक प्रश्न विचारायची की, ज्याच्या उत्तरावरून तिला समजावे की, पाऊस पडायचा थांबेपर्यंत सांभाळण्यासाठी त्यांच्यापैकी कुणी तरी सेंट जोसेफचा प्लास्टरचा एक पूर्णाकृती पुतळा त्यांच्या घरात आणून ठेवला होता का? ती सगळ्यांना हा प्रश्न विचारतेच हे मुलांना कळायला फार वेळ लागला नाही. त्यावरूनच औरेलियानो सेगुन्दोला जमिनीमध्ये कुठे तरी पुरून ठेवलेल्या आणि केवळ अर्सूलालाच माहीत असलेल्या त्या संपत्तीची आठवण झाली; परंतु त्याने धूर्तपणे तिच्याकडून माहिती मिळवण्यासाठी केलेल्या युक्तिबाज प्रश्नांचा काही उपयोग होत नसे. कारण, तिच्या त्या भ्रमिष्टपणाच्या चक्रव्यूहातदेखील तेवढ्या बाबतीत तिच्या मनाची स्पष्टता पुरेशी टिकून राहिलेली होती, त्यामुळे त्या पुरून ठेवलेल्या सोन्याविषयी जो कुणी 'आपणच त्या संपत्तीचे खरे धनी आहोत' हे सिद्ध करू शकेल, त्यालाच ती ते रहस्य सांगणार होती. त्याबाबतीत मात्र ती एवढी कौशल्याने वागायची की, औरेलियानो सेगुन्दोने एकदा आपल्या खादाडपणाच्या स्पर्धेमधल्या एका जोडीदाराला 'आपणच त्या संपत्तीचे मालक आहोत' असे तिला सांगायला लावले, तेव्हा तिने सूक्ष्म सापळ्यांसारख्या तपशीलवार बारीकसारीक प्रश्नांमध्ये त्याला अगदी बरोबर अडकवले.

अर्सूला ते रहस्य आपल्याबरोबर थडग्यात घेऊन जाणार अशी औरेलियानो सेगुन्दोची खात्रीच होती, तेव्हा त्याने घराच्या पटांगणात आणि मागील दाराच्या मोकळ्या जागेत सांडपाण्यासाठी ड्रेनेजचे मार्ग काढायच्या सबबीखाली खोदकाम करायला कामगार नेमले आणि लोखंडी कांबीच्या व धातूंचा शोध घेणाऱ्या साधनांच्या साह्याने त्याने स्वतःच जमिनीतल्या आवाजांवरून तिथे बारकाईने शोध घेतला; पण त्यासाठी तीन महिने खूप प्रयत्न करूनसुद्धा सोन्याशी थोडेसेही साम्य

असलेले काहीदेखील त्याला सापडले नाही. नंतर तो पिलार तेर्नेराकडे गेला. तिच्या त्या भविष्यसूचक पत्त्यांना तरी त्या खणणाऱ्या कामगारांपेक्षा काही तरी जास्तीचे 'दिसू' शकेल अशी त्याची कल्पना होती; परंतु तिने एक तर त्याला स्पष्टच सांगितले की, तो पत्त्यांचा जोड पिसल्यानंतर अर्सूलाने स्वतःच तो काटल्याशिवाय या बाबतीतला कुठलाही प्रयत्न यशस्वी होणार नाही, तरी त्याचबरोबर सोन्याचा तो खजिना तिथे आहेच हेही तिने खात्रीपूर्वक सांगितले. तसेच तो खजिना म्हणजे सात हजार दोनशे चौदा सोन्याची नाणी कॅनव्हासच्या तीन पिशव्यांमध्ये आहेत आणि त्या पिशव्या तांब्याच्या तारांनी पक्क्या बंद करून टाकलेल्या आहेत हे तर सांगितलेच; पण अर्सूलाचा बिछाना हा मध्यबिंदू धरून काढलेल्या तीनशे अठ्ठ्याऐंशी फूट त्रिज्येच्या वर्तुळामध्येच तो खजिना दडवलेला आहे, हेसुद्धा तिने खात्रीने सांगितले. त्याचबरोबर तिने त्याला अशीही कडक सूचना दिली की 'जोवर लागोपाठच्या तीन जून महिन्यांच्या परिणामी तिथल्या चिखलाचे ढीग वाळून जाऊन त्यांचे धुळीमध्ये रूपांतर होत नाही, तोवर तो खजिना काही केल्या सापडणार नाही.' त्या भरपूर माहितीमुळे आणि अत्यंत दक्ष असा संदिग्धतेमुळे प्रभावित होऊन, औरेलियानो सेगुन्दोने आपला तो उद्योग चालूच ठेवला. वास्तविक त्या वेळी ऑगस्ट महिना चालू होता आणि त्या भविष्याच्या अटी पूर्ण होण्यासाठी अजून तीन वर्षे वाट पाहावी लागली असती, तरीसुद्धा तिच्या भविष्यातल्या पहिल्याच एका गोष्टीमुळे तो चांगलाच दचकला आणि त्या बाबतीतला त्याचा गोंधळही वाढला, ती गोष्ट म्हणजे अर्सूलाच्या बिछान्यापासून मागील दाराच्या पटांगणाची भिंत बरोबर तीनशे अठ्ठ्याऐंशी फूट अंतरावर होती! त्याला तिथली निरनिराळी मापे घेताना पाहून आणि विशेषतः खोदकाम करणाऱ्या कामगारांना ते खड्डे आणखी तीन-तीन फूट खोल खणावेत, असे त्याने सांगितल्यावर फेर्नांदाला औरेलियानो सेगुन्दो हासुद्धा त्याचा भाऊ होझे आर्केदियो सेगुन्दोसारखाचा वेडा आहे, असे वाटू लागले. नवनव्या शोधांच्या मार्गासाठी त्याच्या पणजोबाने केलेल्या धडपडीसारखाच शोध घेण्याच्या त्याचा तो वातभ्रम होता. त्या वातभ्रमाने झपाटला गेल्यामुळे औरेलियानो सेगुन्दोच्या अंगावर राहिलेले चरबीचे शेवटचे थरदेखील नाहीसे झाले आणि त्याचा भाऊ होझे आर्केदियो सेगुन्दोशी त्याचे पूर्वीचे साम्य आता पुन्हा उठून दिसू लागले. केवळ त्याच्या बारीक झालेल्या शरीरयष्टीमुळेच नव्हे, तर त्याच्या दूरत्वाच्या आविर्भावाने आणि अंतर्मुखतेमुळेही ते साम्य आधोरेखित होत होते. त्याने मुलांसाठी कसालाही त्रास घेण्याचे सोडून दिले. तो जणू नखशिखांत गोंधळलेलाच असायचा, त्यामुळे भलत्याच वेळेला स्वयंपाकघरात एखाद्या कोपऱ्यात बसून तो जेवायचा आणि सान्ता सोफिया द ला पिएदादने विचारलेल्या प्रश्नांना कशीबशी उत्तरे द्यायचा. पूर्वी कधी स्वप्नातही फेर्नांदाला वाटले नव्हते, तसे तो काम करतोय हे पाहून तिला त्याचा हट्टीपणा म्हणजे परिश्रम, लोभ म्हणजे संयमन तर मूर्खपणा म्हणजे दीर्घोद्योग असे

वाटू लागले होते. पूर्वी अत्यंत तीव्रतेने तिने त्याच्या आळशीपणावर प्रहार केले होते, त्याबद्दल तिला आता पश्चात्ताप व्हायला लागला होता; परंतु औरेलियानो सेगुन्दो मात्र त्या वेळी दयेपोटी होऊ शकणाऱ्या समेटाला तयार नव्हता. घरापुढच्या आणि मागच्या पटांगणात शोध घेऊन संपल्यावर निर्जीव फांद्या आणि कुजणारी फुले यांच्या दलदलीमध्ये अगदी गळ्यापर्यंत बुडालेल्या औरेलियानो सेगुन्दोने बागेतली घाण इतस्ततः पसरली. नंतर घराच्या पूर्व बाजूला घराच्या पायाच्या खाली त्याने एवढ्या खोल खणायला सुरुवात केले की, एके रात्री ते सगळे जण भयंकर भीतीने जागे झाले. कारण, जमिनीखाली भूकंपासारखा प्रचंड कर्रर्र, कर्रर्र आवाज झाला. घराच्या मागच्या तीन खोल्या कोसळत होत्या, पोर्चपासून फेर्नांदाच्या खोलीपर्यंत जमिनीला मोठी भेग पडली होती. मात्र तरीही औरेलियानो सेगुन्दोने आपला शोध काही थांबवला नाही. सुरुवातीच्या त्याच्या आशा मावळल्यानंतरसुद्धा केवळ त्या पत्त्यांच्या भविष्यावर विसंबून राहून त्याने उखडला गेलेला पाया पुन्हा मजबूत केला. चुन्याने ती मोठी भेग बुजवून काढली आणि आपला शोध पश्चिमेच्या बाजूला चालू ठेवला. नंतरच्या दुसऱ्या जूनमध्ये तो अद्यापि त्याच भागात शोध घेत होता, तेवढ्यात पाऊस थोडा कमी झाला, ढग हळूहळू उचलले जाऊ लागले आणि एका क्षणी तर वातावरण निवळणार आहे हे स्पष्टच झाले. नेमके तसेच घडले. एका शुक्रवारी दुपारी दोन वाजता एका विचित्र किरमिजी रंगाच्या सूर्यप्रकाशामुळे सगळे जग उजळल्यासारखे झाले, तो प्रकाश अगदी विटकरीच्या भुग्यासारखा कडक आणि पाण्यासारखा थंड होता, नंतर दहा वर्षे पुन्हा पाऊस पडला नाही.

माकोन्दोची पार वाताहत झाली होती. पाणथळ रस्त्यांमध्ये फर्निचरचे अवशेष विखरून पडले होते. सगळीकडे प्राण्यांचे सांगाडे पसरले होते व त्यांच्यावर तांबड्या कमळासारखी फुले उगवली होती. माकोन्दोमध्ये नव्याने आलेल्या लोकांच्या नुसत्या आठवणीच राहिल्या होत्या. ते लोक बेफामपणे तिथे आले होते, त्याच बेफामपणे तिथून परागंदाही झाले होते. बनाना कंपनी तेजीत असण्याच्या काळात अगदी घाईघाईने बांधलेली घरे आता टाकून दिली होती. बनना कंपनीने आपल्या गरजांसाठी उभारलेल्या यंत्रणा मोडून काढल्या होत्या. तारेचे कुंपण घातलेल्या एके काळच्या त्या शहराचे फक्त उद्ध्वस्त अवशेष आत राहिले होते. पुढे अनेक वर्षांनंतर भविष्यसूचक वाऱ्याने पृथ्वीच्या चेहऱ्यावरून माकोन्दो गाव पुसून टाकले, त्याचीच जणू पूर्वकल्पना म्हणून ती लाकडी घरे, दुपारच्या वेळी पत्ते खेळण्यासाठी असलेल्या थंड गच्च्या, सगळे काही वाऱ्या-पावसाने फुंकून टाकले होते. त्या सर्वभक्षक स्फोटातून बचावलेला एकुलता एक मानवी पुरावा म्हणजे रानटी फुलझाडांनी पार झाकून टाकलेल्या एका मोटारीमध्ये राहून गेलेला पॅट्रिशिया ब्राऊनचा एक हातमोजा होता. माकोन्दोच्या स्थापनेच्या काळात होझे आर्केदियो बुयेंदियाने शोध घेतलेल्या त्या मंतरलेल्या प्रदेशात नंतर बनान कंपनीची केळ्यांची लागवड फोफावली होती.

तिथेच आता झाडाझुडपांच्या मुळांची कुजणारी दलदल एवढी माजली होती की, तिच्या क्षितिजावर एखाद्या समुद्रावरचा निःस्तब्ध फेससुद्धा दिसला असता. पहिल्या रविवारी औरेलियानो सेगुन्दो कोरडे कपडे चढवून शहराशी असलेली आपली जुनी ओळख नवी करावी म्हणून बाहेर पडला, तेव्हा त्याला बऱ्याच दुःखद मानसिक तापातून जावे लागले. त्या आकस्मित संकटातून बचावलेले लोक आता रस्त्याच्या मधोमध बसून पहिल्याच उन्हाचा आनंद घेत होते. ते लोक म्हणजे बनाना कंपनीच्या तुफानाचा माकोन्दोवर आघात झाला होता, त्यापूर्वी तिथे राहणारे लोक होते. त्यांच्या त्वचेवर शेवाळाचा हिरवट रंग दिसत होता, पावसामुळे त्यांच्या शरीरांवर जणू शिक्का मारल्यासारखा कुबट वास त्यांना येत होता; परंतु अंतःकरणातून ते सुखी असावेत असे दिसत होते. कारण, ज्या गावात त्यांचा जन्म झाला होता, ते गाव त्यांना आता परत मिळाले होते. तुर्कांचा रस्ता पूर्वी होता तसाच आताही दिसत होता. कानात बाळ्या आणि पायांमध्ये चपला घातलेले तेव्हाचे ते अरब पहिल्यासारखेच माकाव पक्ष्यांच्या मोबदल्यात किरकोळ चिजा विकत होते. त्यांच्या पुरातन काळापासूनच्या भटक्या नशिबाला त्या गावात एक छानसे वळण सापडले म्हणून त्यांना थोडासा विसावा मिळाला होता आणि तिथेच स्थिरावणे त्यांना शक्य झाले होते. पावसाच्या प्रदीर्घ काळाच्या भयानक माऱ्यामुळे तिथल्या टपऱ्यांमधल्या सगळ्या विक्रीच्या मालाचे तुकडे होऊन इकडेतिकडे विखुरले गेले होते, दरवाजावर पसरलेल्या कापडावर कसल्या कसल्या ठशांमुळे डाग पडले होते, काऊंटर्स वाळवीमुळे खराब होऊन गेले होते, भिंती ओलाव्याने खाऊन टाकल्या होत्या; परंतु तिसऱ्या पिढीतले ते अरब त्याच त्या जागी तसेच बसले होते, त्यांचे वडील आणि आजोबाही तिथेच तसेच बसलेले असायचे. ते सारे मितभाषी, निर्भय, काळ आणि अरिष्ट यांच्यामुळे अजिबात न डगमगणारे असे दिसत होते. निद्रानाशाच्या साथीपूर्वी तसेच कर्नल औरेलियानो बुयेंदियाने सुरू केलेल्या त्या बत्तीस युद्धांपूर्वी जे जितके जिवंत म्हणा वा मृत म्हणा होते, तेवढेच आताही ते जिवंत वा मृत वाटत होते. त्यांची जुगाराची टेबले उद्ध्वस्त झाली होती, पिठात मळून तळलेल्या फळांचे तुकडे विकायचे स्टँड्स आणि शूटिंग गॅलऱ्या पुरत्या मोडून गेल्या होत्या. जिथे ते स्वप्नांचा अर्थ लावायचे आणि भविष्यकथन करायचे ते सारे गल्ल्याबोळही आता नाहीसे झाले होते. या साऱ्या विनाशात त्यांचे मनोधैर्य कसे टिकून राहिले असेल या कुतूहलापोटी औरेलियानो सेगुन्दोने त्याच्या नेहमीच्या अनौपचारिक शैलीत त्यांना विचारले की, अशी कोणती गूढ ताकद त्यांच्यापाशी होती की, ज्यामुळे इतक्या विनाशात आणि वादळात ते वाहून गेले नाहीत किंवा बुडलेसुद्धा नाहीत. एकामागोमाग एक अशा प्रत्येक दरवाजाशी जाऊन त्याने अशी चौकशी केली, तेव्हा एकमेकांशी अजिबात विचारविनिमय न करता त्या साऱ्यांनी स्वप्नाळू नजरेने व्यावसायिक स्मित करीत एकजात एकच उत्तर दिले.

'पोहता येणं.'

अरबांसारखे टणक अंतःकरण असलेली पेत्रा कोतेस ही बहुधा एकटीच एतद्देशीय व्यक्ती असावी. प्रलंयकारी पावसाने आपल्या जनावरांच्या तबेल्यांचा केलेला अंतिम संपूर्ण विध्वंस आणि धान्याच्या कोठारांचेही सर्वस्वी उद्ध्वस्त होणे तिने पाहिले होते आणि त्यातूनही आपले घर तिने नीट उभे ठेवले होते. दुसऱ्या वर्षात तिने औरेलियानो सेगुन्दोला तसे तातडीचे संदेश पाठवले होते, तर त्याने तिला उत्तर दिले की, तिच्या घरी तो पुन्हा कधी येऊ शकेल ते त्याला माहीत नाही. मात्र त्याने असेही सांगितले होते की, कुठल्याही परिस्थितीत तो तिच्या शेजघराच्या जमिनीवर अंथरण्यासाठी एक पेटी भरून सोन्याची नाणी घेऊन येणार आहे. त्या वेळी तसल्या दुर्दैवातूनही आपल्याला वाचवील अशा शक्तीचा शोध घेण्यासाठी आपल्या अंतःकरणात तिने खोलवर डोकावून पाहिले, तर तिला जाणवले की, प्रियकराने उधळलेली तसेच या जलप्रलयाने नष्ट केलेली संपत्ती पुन्हा मिळवायची शपथ घेण्यासाठी आपल्या अंतःकरणात अजूनही न्याय्य परंतु चिंतनशील त्वेष शिल्लक आहे. तिचा तो निर्धार एवढा अतूट होता की, तिचा शेवटचा निरोप आल्यानंतर तब्बल आठ महिन्यांनी औरेलियानो सेगुन्दो तिच्या घरी गेला तेव्हा केस पिंजारलेली, डोळे खोल गेलेली अशी पेत्रा कोतेस त्याच्या दृष्टीस पडली. तिची त्वचा हिरवट आणि लूत लागून चकाकती झाली होती; परंतु त्या वेळी ती रॅफल करण्यासाठी कागदाच्या लहान लहान तुकड्यांवर आकडे लिहीत होती. औरेलियानो सेगुन्दो आश्चर्याने थक्कच झाला. तो एवढा गलिच्छ आणि तरीही एवढा गंभीर दिसत होता की, आपल्याला भेटायला आला होता तो आयुष्यभर आपला प्रियकर असलेला औरेलियानो सेगुन्दो नसून त्याचा जुळा भाऊ आहे अशी पेत्रा कोतेसची जवळजवळ खात्रीच झाली.

तो तिला म्हणाला, 'आता तू जर हाडेच रॅफल करणार नसशील तर 'तू वेडी आहेस' असंच म्हणावं लागेल.'

तेव्हा तिने त्याला आपल्या शेजघरात डोकावायला सांगितले, तर तिथे औरेलियानो सेगुन्दोला ते खेचर आढळले. त्याच्या मालकिणीसारखीच त्याची कातडी त्याच्या हाडांना चिकटून बसली होती; परंतु ते खेचर तिच्याएवढेच जिवंत आणि निश्चयी दिसत होते. पेत्रा कोतेसने त्याला आपल्या क्रोधावर पोसले होते. जेव्हा सुकलेले गवत, धान्याची कणसे किंवा मुळे असले काहीच शिल्लक नव्हते तेव्हा तिने आपल्या शेजघरात त्या खेचराला आश्रय दिला होता आणि घट्ट विणीच्या सुती कापडाच्या चादरी, पर्शियन रग, बिछान्यावर पसरायच्या जाड रेशमी चादरी, मखमली पडदे आणि बिशपांच्या बिछान्यांसारख्या असलेल्या आपल्या वैभवशाली बिछान्यावरचे कशिदाकारी केलेले, जरतारीने मढवलेले सोनेरी छत आणि रेशमी गोंडे त्याला खाऊ घातले होते.

१७

वातावरण निवळल्यानंतरच मरायचे हे आपले शब्द खरे करण्यासाठी अर्सूलाला खूपच प्रयत्न करावा लागला. पावसाच्या दिवसांत काहीशा दुर्मीळ झालेल्या तिच्या जाणिवेतील सुबोधतेच्या लाटा ऑगस्टनंतर वारंवार येऊ लागल्या, त्या सुमारास आसमंतात रुक्ष वारा वाहायला लागला होता. त्या वाऱ्यामुळे गुलाबाची रोपे गुदमरू लागली आणि चिखलाचे ढीग वाळून आधी त्यांचे दगड झाले आणि नंतर चटके देणारा फुफाटा होऊन तो माकोन्दोभर सगळीकडे पसरला. फुफाट्याने घरांची झिंकची छपरे आणि ती जुनाट बदामाची झाडे कायमची झाकून टाकली. अर्सूलाला जेव्हा समजले की, गेली तीन वर्षे मुलांनी तिचे अक्षरशः खेळणे करून टाकले होते, तेव्हा तिला खूप दुःख झाले आणि ते आठवून ती रडत राहिली. मुलांनी रंगवलेला आपला चेहरा तिने धुतला, शरीरभर त्यांनी चिकटवलेल्या भडक रंगाच्या कापडाच्या चिंध्या, वाळलेल्या पाली, बेडूक तसेच जुन्या अरबी माळा काढून टाकल्या आमारान्ताच्या मृत्यूनंतर पहिल्यांदाच कुणाच्याही मदतीशिवाय ती बिछान्यातून उठून बाहेर आली आणि कुटुंबाच्या दैनंदिन आयुष्यात पुन्हा एकदा सामील झाली. तिच्या दुर्दम्य हृदयाच्या अवसानाने तिला काळोखात सतत मार्गदर्शन केले होते. ज्यांनी कुणी तिला अडखळत पुढे सरकताना पाहिले किंवा डोक्याच्या वरती उभारलेल्या तिच्या त्या आर्चएंजलसारख्या बाहूवर जे कुणी येऊन आदळायचे त्यांना वाटायचे की, तिला काही तरी शारीरिक त्रास असावा; परंतु ती आंधळी झाली आहे असे अजूनही कुणाला वाटत नव्हते. पहिल्यांदाच घराचे पुन्हा बांधकाम केले होते, तेव्हा फुलझाडांचे वाफे तयार करून अत्यंत काळजीपूर्वकतेने सांभाळले गेले होते, ते सगळे वाफे पावसाने आता पार मोडून टाकले होते. औरेलियानो सेगुन्दोने केलेल्या खोदकामामुळे तर त्या वाफ्यांचा पार नाश झाला होता. भिंतींना आणि जमिनीवरच्या सिमेंटला तडे गेले होते, फर्निचर मऊ जाड गोळ्यासारखे होऊन

गेले होते आणि त्याचा रंग उडून गेला होता. दरवाजे बिजागऱ्यांमधून निखळले होते आणि तिच्या स्वतःच्या उमेदीच्या काळात जशा परिस्थितीशरणेची आणि नैराश्याची कल्पनाही तिने केली नसती, तशी दुर्दशा त्यांच्या सगळ्या कुटुंबालाच घेरू पाहत आहे, हे सगळे ध्यानी यायला तिला ते सारे प्रत्यक्ष डोळ्यांनी पाहायची गरज नव्हती. रिकाम्या शेजघरांमधून चाचपडत फिरताना तिला लाकडी सामान खाऊन नष्ट करणाऱ्या वाळवीचा घरघर आवाज ऐकू येत होता. कपाटांतील कपडे कातरून नष्ट करणाऱ्या कसरीच्या किड्यांचा आवाज तिला जाणवत होता. त्या जलप्रलयाच्या काळात प्रचंड प्रमाणात तांबड्या मुंग्या साऱ्या घरभर माजल्या होत्या. घराचा पायाच उखडवून नासधूस करणारा त्या मुंग्यांचा आवाज तिला स्पष्टपणे ऐकू येत होता. एक दिवस तिने संतांचे पुतळे असलेली ट्रंक उघडली तर आतून बाहेर उड्या मारणारी झुरळे तिच्या अंगावर चढली. ती काढून टाकायला तिला सान्ता सोफिया द ला पिएदादला हाक मारावी लागली होती. झुरळांनी पुतळ्यांवरचे कपडे खाऊन त्यांचा पार भुगा करून टाकला होता. ती म्हणाली, 'अशा प्रकारे सगळ्या गोष्टींकडे दुर्लक्ष करत आपण इथे राहू शकणार नाही. असेच चालू राहिले तर प्राणी आणि जीवजंतू आपल्यालाही खाऊन टाकतील.' मग तेव्हापासून तिने जराही उसंत घेतली नाही. पहाटेपूर्वीच ती उठायची आणि हाताशी असलेल्या कुणाचीही – अगदी मुलांचीसुद्धा – मदत घ्यायची आणि जे थोडे कपडे अजूनही वापरण्यासारखे होते ते बाहेर नेऊन उन्हात घालायची. अत्यंत विषारी कीटकनाशकांच्या माऱ्यांने तिने झुरळांना बाहेर हाकलवून लावले, दरवाजे आणि खिडक्यांवर उभ्या राहिलेल्या वाळवीच्या घरांच्या वेड्यावाकड्या रांगा खरडवून काढल्या, मुंग्यांच्या उभ्या राहिलेल्या वारुळांमध्ये चुनकळी टाकून वरपाणी ओतून मुंग्यांना वारुळांतच घुसमटून मारून टाकले. घराला मूळ स्थितीत आणण्याच्या तिच्या आवेशाने शेवटी तिला विसर पडलेल्या खोल्यांकडे नेले. परीस शोधण्याच्या नादात ज्या खोलीमध्ये होझे आर्केदियो बुयेंदिया भ्रमिष्ट होऊन गेला होता, त्या खोलीतली कोळ्यांची जाळी आणि दगडविटांचा ढीग तिने साफ केला. चांदीच्या वर्कशॉपची त्या सैनिकांनी वाट लावली होती, ते वर्कशॉप तिने ठाकठीक केले आणि शेवटी तिने मेल्कियादेसच्या खोलीच्या किल्ल्या मागितल्या. तिथे आता काय अवस्था झाली असेल ते तिला बघायचे होते. आपण नक्की मरण पावलो आहोत, अशी खात्री झाल्याशिवाय त्या खोलीचा दरवाजा कोणीही उघडू नये, अशी होझे आर्केदियो सेगुन्दोने सान्ता सोफिया द ला पिएदादला ताकीद दिलेली होती म्हणून त्याची ती सूचना पाळण्याकरता तिने अर्सूलाची दिशाभूल करावी, यासाठी सर्व प्रकारच्या युक्त्या वापरून पाहिल्या; परंतु कोणत्याही परिस्थितीत घराचा कुठलाही कोपरा कीटकांच्या तावडीत जाऊ द्यायचा नाही, याबद्दल अर्सूलाचा निर्धार एवढा पक्का होता की, आपल्या मार्गात येणारा एकूण एक अडथळा तिने दूर केला आणि तीन दिवस चिकाटीने आग्रह धरून तो

दरवाजा तिने उघडायला लावला. तिथल्या तीव्र दुर्गंधीमुळे आपण खाली कोसळू नये म्हणून तिला दरवाजाच्या खांबाला घट्ट धरावे लागले. दोनच सेकंदांमध्ये तिला आठवले की, मेमेच्या शाळेतल्या मुलींची बहात्तर शौचपात्रे त्या खोलीत होती आणि पावसातल्या एका रात्री सैनिकांचा एक गट तिथे येऊन त्यांनी होझे आर्केदियो सेगुन्दोचा शोध घेण्यासाठी सगळ्या घराची झडती घेतली होती आणि तरीही तो त्यांच्या हाती लागू शकला नव्हता.

सगळे काही दिसतच असल्यासारखी ती उद्गारली, 'परमेश्वरा आम्हाला वाचव रे!' होझे आर्केदियो सेगुन्दोला उद्देशून ती म्हणाली, 'तुला चांगल्या रीतीभाती शिकवायसाठी मी एवढा त्रास घेतला आणि तू आता असा एखाद्या डुकरासारखा राहतोयस.' तो अजूनही ती चर्मपत्रे वाचत होता. हिरव्या चिकट किटणाचे पट्टे तयार झालेले त्याचे दात आणि निश्चल डोळे तेवढे त्याच्या त्या केसांच्या विचित्र गुंतागुंतीमधूनदेखील स्पष्ट दिसत होते. आपल्या पणजीचा आवाज ओळखून त्याने दरवाजाच्या दिशेने डोके वळवले, स्मित करण्याचा प्रयत्न केला आणि नकळत अर्सूलाचे एके काळचे नेहमीचे शब्द त्याने उच्चारले. तो पुटपुटला,

'तुला काय वाटलं होतं? काळ बदलत असतोच ना.'

अर्सूला म्हणाली, 'ते खरंच आहे; पण तरीही एवढा नाही.'

हे उद्गार तिच्या तोंडून बाहेर पडले आणि लगेच तिच्या लक्षात आले की, कर्नल औरेलियानो बुयेंदिया मृत्यूच्या कोठडीत असताना त्याने तिला जे उत्तर दिले होते, नेमके तेच उत्तर ती आता होझे आर्केदियो सेगुन्दोला देत होती. पुन्हा एकदा मिळालेल्या कालगतीच्या त्या पुराव्याने ती शहारली. काळ नुसता बदलत नाही तर तो वर्तुळाकार गतीने सरकत असतो हे तिने नुकतेच कबूल केले होते; परंतु तरीही तिने पूर्ण शरणागती पत्करायचे नाकारले. लहान मुलाला रागवावे तसे होझे आर्केदियो सेगुन्दोला ती रागावली आणि त्याने दाढी-आंघोळ करावी आणि घर ठाकठीक करण्यामध्ये तिला मदत करावी, असा आग्रह धरला. त्या खोलीने त्याला केवढी शांतता बहाल केली होती, ती सोडायच्या साध्या कल्पनेनेही होझे आर्केदियो सेगुन्दो धास्तावला. तो ओरडला की, त्याला त्या खोलीतून बाहेर काढण्याची कुणाही माणसाची प्राज्ञा नाही. कारण, त्याला दररोज संध्याकाळी माकोन्दोमधून समुद्राकडे जाणारी दोनशे डब्यांची आगगाडी आणि तिच्यात खच्चून भरलेली प्रेते पाहायची अजिबात इच्छा नाही. आणखी तो ओरडून म्हणाला, 'स्टेशनवर जेवढे होते तेवढे सगळेच होते त्या गाडीत. तीन हजार चारशे आठ.' तेव्हा कुठे अर्सूलाच्या ध्यान्यात आले की, तो तर तिच्याहीपेक्षा जास्त अभेद्य अशा गडद काळोखाच्या जगात जाऊन बसला होता. त्याच्या पणजोबांच्या जगाइतकेच ते जग एकाकी होते आणि तिथे दुसऱ्यांना पोहोचता येणे अशक्यच होते. तिने त्याला त्या खोलीतच राहू दिले; परंतु त्या खोलीचे मोठे कुलूप काढून टाकले, रोजच्या रोज ती खोली स्वच्छ करविण्याची

व्यवस्था केली आणि एकच शौचपात्र तिथे ठेवून बाकीची दूर फेकून द्यायला लावली. होझे आर्केदियो सेगुन्दोचे पणजोबा चेस्टनट झाडाखाली प्रदीर्घ काळाच्या कैदेत होते, तेव्हा ते जसे स्वच्छ आणि पाहायला ठाकठीक वाटतील असे होते, तसेच यालादेखील स्वच्छ ठेवणे इत्यादी गोष्टी इतरांकडून करवून घेण्यात तिला यश आले. सुरुवातीला फेर्नांदाला ती सगळी धावाधाव म्हणजे म्हातारपणी येणाऱ्या भ्रमिष्टपणाचा झटका वाटला आणि तिला आपला संताप दाबून टाकणे अवघड झाले; परंतु त्याच सुमारास तिला होझे आर्केदियोचे पत्र आले की, धर्मगुरूपदच्या अंतिम प्रतिज्ञा होण्यापूर्वी तो रोमहून माकोन्दोला येण्याचा बेत करीत आहे, त्यामुळे त्या चांगल्या बातमीने फेर्नांदाला उत्साहाचे एवढे भरते आले की, आपल्या मुलाचे घराविषयी वाईट मत होऊ नये म्हणून ती सकाळपासून रात्रीपर्यंत दिवसातून चार चार वेळा फुलझाडांना पाणी घालताना दिसू लागली. त्याच हेतूने तिला त्या अदृश्य डॉक्टरांशी चाललेला पत्रव्यवहार अधिक नेटाने करावयास प्रेरित केले आणि औरेलियानो सेगुन्दोच्या संतापामुळे त्याच्या हातून नष्ट झालेल्या बेगोनिया, फर्न्स आणि ऑरेगॅनोच्या कुंड्याही तिने अर्सूलाच्या ध्यानात येण्यापूर्वीच बदलल्या. त्यानंतर जेवणाच्या टेबलावरची चांदीची भांडी तिने विकून टाकली आणि सिरॅमिकच्या प्लेट्स, काश्याचे चमचे आणि भांडी तसेच अल्पाकाचा टेबलक्लॉथ विकत घेतला. ज्या कपाटांमध्ये इंडिया कंपनीची चिनी मातीची भांडी आणि बोहेमियन क्रिस्टलचे ग्लासेस वगैरे होते, त्या कपाटांना तिने असे दरिद्री करून टाकले. अर्सूला तर नेहमी एक पाऊल पुढे जायचा प्रयत्न करायची. ती ओरडली, 'काही मांस-मासे रांधा, सगळ्यात मोठी कासवे विकत आणा, परक्यांना घरात येऊन घराच्या कोपऱ्यांमध्ये आपले बिस्तरे पसरू द्या, गुलाबाच्या रोपांवर मुतू द्या, वाटेल तेव्हा त्यांना खायला प्यायला बसू द्या, ढेकर देऊ द्या, बडबडू द्या. सगळीकडे त्यांच्या बुटांनी चिखल पसरू द्या आणि ती जे काही करतील ते त्यांना करू द्या. कारण, झालेला सगळा विनाश घरातून हाकलवून लावायचा तोच एक उपाय आहे.' पण तो एक निरर्थक भ्रम होता. त्या वेळी ती फारच वृद्ध झाली होती आणि जवळपास उसनेच मिळालेले आयुष्य जगत होती. तिच्या त्या साखरेच्या प्राण्यांच्या साह्याने एके काळी तिने घडवलेला चमत्कार पुन्हा घडवून आणायचा म्हटले, तर ते करायला ती फारच म्हातारी झाली होती आणि तिच्या कुठल्याही वंशजांना तिच्या ताकदीचा वारसा लाभला नव्हता. फेर्नांदाच्या हुकुमावरून घर बंदच राहिले.

औरेलियानो सेगुन्दोने पुन्हा आपल्या ट्रंका पेत्रा कोतेसच्या घरी नेल्या. आपले कुटुंब उपाशी मरू नये, यासाठी काही करायचे तर त्याच्यापाशी अगदीच तुटपुंजी साधने होती. ते खेचर रॅफल करून पेत्रा कोतेसने काही जनावरे विकत घेतली होती आणि त्यांच्या साह्याने तिने प्राथमिक स्वरूपाचा एक लॉटरी उद्योग सुरू केला होता. औरेलियानो सेगुन्दो घरोघर जाऊन लॉटरीची तिकिटे विकायचा.

अधिक आकर्षक दिसावीत आणि खात्रीची वाटावीत म्हणून ती तिकिटे त्यानेच रंगीत शाईने रंगवून तयार केलेली असायची. कुणी कुणी ती तिकिटे कृतज्ञतेपोटी विकत घेत असत तर बहुतेक सगळे करुणेतूनदेखील ती विकत घेत असत. मात्र हे बहुधा त्याला कळायचे नाही. ते काहीही असले तरी अगदी जास्तीत जास्त करुणेतून तिकिटे विकत घेणाऱ्यालासुद्धा वीस सेंट्समध्ये एखादे डुक्कर तर बत्तीस सेंट्समध्ये एखादे वासरू जिंकायची संधी मिळत असे, त्यामुळे ते लोक एवढे आशावादी बनायचे की, मंगळवारच्या रात्री पेत्रा कोतेसच्या घराचे पटांगण लोकांनी भरून गर्दी नुसती वाहत असायची आणि कसे तरी निवडलेले एखादे पोर त्या बॅगेमधून जिंकणारा नंबर कधी काढतोय, त्या क्षणाची सगळे जण उत्सुकतेने वाट पाहत असायचे. तिथे आठवड्याची जत्रा भरू लागायला काही फार काळ जावा लागला नाही. कारण, संध्याकाळी तिथे पटांगणातच खाद्यपेय विकण्याचे स्टँड्स उभे राहू लागले होते. ज्यांच्यावर नशिबाची मेहेरबानी व्हायची असे अनेक लोक तिथल्या तिथेच तो प्राणी मारायचे, फक्त त्यांची अट अशी असायची की दुसऱ्या कुणी तरी दारू आणि संगीताची व्यवस्था करावी आणि त्यामुळे औरेलियानो सेगुन्दोला नको असले तरी त्याला अचानक पुन्हा ॲकॉर्डियन वाजवायला लागायचे आणि खादाडपणाच्या मध्यम स्वरूपाच्या स्पर्धांमध्येही भाग घ्यायला लागायचा. पूर्वीच्या काळातील अशी मौजमजेची ती आता निव्वळ नक्कल असायची आणि आपल्या त्या गोष्टींमधला उत्साह किती कमी झालाय, तसेच यथेच्छ दारू पिणारा म्हणून आपले कौशल्यही केवढे मोठ्या प्रमाणात कमी झाले आहे हे त्याला समजून यायचे. तो आता बदलला होता. पूर्वी त्या 'हत्तिणी'ने त्याला आव्हान दिले होते, त्या काळात त्याचे वजन दोनशे चाळीस पौंड होते ते आता एकशे छप्पन पौंडावर आले होते, तर त्याचा कासवासारखा चमकदार चेहरा आता घोरपडीसारखा दिसायला लागला होता. तो सतत कंटाळा आणि थकव्याच्या सीमेवरच वावरत असायचा. पेत्रा कोतेसच्या दृष्टीने मात्र त्या वेळी तो जेवढा चांगला माणूस झाला होता, तसा पूर्वी केव्हाच नव्हता. याचे कारण कदाचित असे असावे की, त्याच्याविषयी जेवढी सहानुभूती जागृत व्हायची तेवढेच प्रेमही तीत मिसळलेले असायचे आणि दैन्यावस्थेने त्या दोघांमध्ये एक विशेष एकरूपतेची भावना निर्माण केली होती. एके काळी बेफाम उद्योगांचा रंगमंच असलेला त्यांचा तो मोडकातोडका बिछाना आता निकट सान्निध्याचे एकुलते एक आश्रयस्थान झाला होता. त्यांची अनेकानेक प्रतिबिंबे पुन्हा पुन्हा दाखवणारे ते आरसे त्यांनी लॉटरीकरता जनावरे विकत घेण्यासाठी लिलावात विकून टाकले होते, तर खेचराने खाल्लेल्या त्या रेशमी, मखमली कामूक बिछायतीवर ते उशिरापर्यंत झोप न येणाऱ्या आजी-आजोबांसारखे जागेच राहायचे. त्या निवांत वेळेचा फायदा घेत ते पैशांचा अंदाज घ्यायचे, पै-पैसा बाजूला ठेवायचा प्रयत्न करायचे. एके काळी तेच पैसे

त्यांनी केवळ मजा म्हणून उडवले होते. कधी कधी तर पहाटचे कोंबडे आरवायचे तरीही ते आपले नाण्यांचे ढीग रचून पुन्हा मोडत असायचे. एका ढिगातली काही नाणी उचलून ती दुसऱ्या ढिगात ठेवायचे म्हणजे मग हा ढीग फेर्नांदाला खूश ठेवण्यासाठी, तर हा ढीग आमारान्ता अर्सूलाच्या शूज्साठी तर तो दुसरा ढीग सान्ता सोफिया द ला पिएदादला नवा ड्रेस घेण्यासाठी असे म्हणायचे. कारण, मध्यतंरी त्या प्रचंड गडबड-गोंधळाच्या काळात तिला नवा ड्रेस घेतला नव्हता, तर हा ढीग अर्सूलाचा मृत्यू झाला तर तिच्या कॉफिनसाठी, तर हा ढीग दर तीन महिन्यांनी पौंडामागे एक सेंटने महाग होणाऱ्या कॉफीसाठी तर हा ढीग दररोजच्या कमी कमी गोड होत जाणाऱ्या साखरेसाठी, तर हा ढीग पावसामुळे अजूनही ओल्याच असलेल्या सरपणासाठी तर हा ढीग लॉटरीची तिकिटे तयार करायला लागणाऱ्या कागद-शाईसाठी आणि तेवढे करून जे काही उरेल ते एप्रिलमधली वासराची रॅफल जिंकणाऱ्यासाठी होईल, असे त्यांचे चालू असायचे. त्या रॅफलची सगळी तिकिटे विकली गेली होती, तेव्हा ते वासरू अचानक गळवांच्या परिणामी मरून गेले होते तरी त्याचे कातडे आश्चर्यकारकरीत्या ते वाचवू शकले होते. गरिबीतली ती कर्मकांडे एवढी शुद्ध असायची की, ते नेहमीच फेर्नांदासाठी सर्वांत मोठा हिस्सा बाजूला ठेवायचे आणि ते काही केवळ दयाबुद्धी वा पश्चात्तापबुद्धीने तसे करत नसत. त्यांच्या दृष्टीने त्यांच्या स्वतःपेक्षाही तिचे ठाकठीक असणे महत्त्वाचे होते. त्यांच्या दृष्टीने फेर्नांदा ही त्यांना न झालेली; पण झाली असती तर खूप आवडली असती अशी मुलगीच होती व त्यांना ती खूप आपली वाटायची, ही खरे तर त्या दोघांच्याही ध्यानात न आलेली वस्तुस्थिती होती. हे तर इतके असे होते की, एका प्रसंगी फेर्नांदाला डच टेबलक्लॉथ विकत घेता यावे म्हणून तीन दिवस ती दोघेही निव्वळ तुकड्यांवर पोट भरत होती. तथापि, त्यांनी कष्ट करून करून स्वतःला कितीही मारले, तुटपुंज्या पैशांमध्ये कितीही भर सतत घातली आणि कितीही योजना आखल्या तरी त्यांच्या संरक्षक देवता थकून झोपी गेल्या असल्यामुळे ते बिचारे नाणी बाजूला टाकत होते आणि कसेबसे जगण्यासाठी त्यातूनच पुन्हा पैसे बाहेर काढत होते. जागेपणी जेव्हा जेव्हा त्यांचा हिशोब जमेचा नसायचा तेव्हा त्यांना प्रश्न पडायचा की, जगात असे काय झाले असावे की, त्यांच्या जनावरांची पैदास पूर्वीच्या जोमाने होत नव्हती, पैसे त्यांच्या हातातून कसा निसटून जात होता आणि जे लोक थोड्याच दिवसांपूर्वी, निव्वळ मजा म्हणून यथेच्छ दारू पिताना नोटांची बंडलेही जाळायचे त्यांनाच आता सहा कोंबड्याच्या रॅफलसाठी बारा सेंट्स एवढी रक्कम लावणे म्हणजे हमरस्त्यावर केलेली लूट वाटायला लागली होती. औरेलियानो सेगुन्दो तसे म्हणाला नाही; पण त्याला असे वाटले की जे काही वाईट आहे ते जगात नसून पेत्रा कोतेसच्या गूढ अंतःकरणातल्या कुठल्या तरी गुप्त जागी त्या जलप्रलयाच्या दरम्यान काही तरी घडून गेले असावे की, त्यामुळेच

ती जनावरे वांझ होऊन गेली असावीत आणि त्यामुळेच पैशांची चणचण निर्माण झाली असावी. या गूढामुळे कुतूहलाने चक्रावून जाऊन त्याने तिच्या भावनांचा एवढ्या खोलवर शोध घेतला की, त्या कळकळीच्या शोधादरम्यान त्याला तिथे प्रेमच आढळले. कारण, तिला आपल्यावर प्रेम करायला लावण्याच्या नादात तो तिच्या प्रेमात पडून गेला होता. पेत्रा कोतेसचे म्हणाल, तर तिला जसजसे त्याचे प्रेम वाढताना जाणवत होते, तशतशी ती त्याच्यावर जास्ती जास्तीच प्रेम करायला लागली होती आणि त्यातूनच त्यांच्या आयुष्याच्या ऐन हिवाळ्यातल्या परिपक्वतेत त्यांचे दारिद्र्य म्हणजे प्रेमातली गुलामगिरी होऊन गेली होती. दोघेही मागे वळून गतायुष्यातील आपल्या मौजमजेकडे, त्या दिखाऊ संपत्तीकडे आणि अनिर्बंध व्यभिचाराकडे पाहत असत, तेव्हा त्यांना ते सगळेच वैताग वाटायला लागले, आपला एककीपणा दोघांमध्ये वाटून घेण्यातले स्वर्गसुख हाती येण्यासाठी त्यांना तसल्या आयुष्याची किंमत मोजावी लागली होती, याचे त्यांना दुःख होत असे. कित्येक वर्षांच्या गुन्ह्यामधल्या त्या वांझ भागिदारीनंतर आता त्यांना एकमेकांवरील प्रेमाचा विलक्षण चमत्काराचा आनंद जेवणाच्या टेबलाशी तसेच बिछान्यातही लुटता येत होता. ते दोघेही पार थकून गेले असले तरी इतके सुखी झाले होते की, सतत लहान मुलांसारखे ते टवटवीत असायचे आणि कुत्र्यांसारखे एकमेकांबरोबर खेळत असायचे.

त्या रॅफल्स काही फारशा फायदेशीर ठरल्या नाहीत. सुरुवातीला औरेलियानो सेगुन्दो शेतमालकाच्या आपल्या ऑफिसमध्ये आठवड्यातले तीन दिवस स्वतःला कोंडून घ्यायचा आणि जो प्राणी रॅफल करायचा असे त्यानुसार कागदांवर चांगल्या कौशल्याने लाल रंगात गाय, हिरव्या रंगात डुक्कर, तर निळ्या रंगात कोंबड्यांचा कळप रंगवायचा तसेच छापील आकड्यांची आणि अक्षरांचीही चांगली नक्कल करून तिकिटे तयार करायचा. त्यांच्या त्या धंद्याला पेत्रा कोतेसला योग्य वाटलेले *डिव्हाईन प्रॉव्हिडन्स रॅफल्स* असे नाव त्यांनी दिले होते; पण काही काळानंतर दर आठवड्याला दोन हजार तिकिटे चितारून त्याला एवढे थकायला होऊ लागले की, नंतर त्याने रबरी शिक्क्यावर प्राण्यांची चित्रे, नाव आणि आकडे टाकून घेतले, त्यामुळे त्याचे काम बरेच कमी झाले, आता फक्त वेगवेगळ्या रंगांच्या पॅड्सवर ती चित्रे ओली करून चिकटवणे एवढेच त्याला करावे लागायचे. शेवटच्या काही वर्षांत त्याने आकड्यांच्या जागी कोडी घालायला सुरुवात केली होती म्हणजे मग त्या कोड्यांची बरोबर उत्तरे देणाऱ्या सगळ्यांना बक्षीस वाटून घेता आले असते; परंतु ती सगळी पद्धत बरीच गुंतागुंतीची आणि संशयास्पद वाटू शकेल, अशी असल्याने दुसऱ्या प्रयत्नानंतर त्याने ती सोडून दिली.

औरेलियानो सेगुन्दो आपल्या रॅफल्सच्या धंद्याची विश्वासार्हता टिकवण्याच्या प्रयत्नांत एवढा गर्क असायचा की, त्यामुळे त्याला मुलांना भेटायला क्वचितच वेळ

मिळायचा. फेर्नांदाने आमारान्ता अर्सूलाला एका खाजगी शाळेत दाखल केले होते. तिथे फक्त सहाच मुलींना प्रवेश दिला जायचा. मात्र तिने औरेलियानोला सर्वसाधारण शाळेमध्येही जाऊ दिले नाही. तिला वाटायचे की, त्याला त्याच्या खोलीमधून बाहेर येऊ देण्यात आपण निष्कारण जास्त मऊपणा दाखवला होता. त्याशिवाय त्या काळात शाळांमध्ये फक्त कॅथलिक आईबापांच्या औरस मुलांनाच स्वीकारले जात असे. औरेलियानोला बुंएदियांच्या घरी आणले होते तेव्हा त्याच्या कपड्यावर अडकवलेल्या जन्माच्या दाखल्यावर 'अनाथ स्थितीत सापडलेले मूल' असा उल्लेख होता, त्यामुळे त्याला सान्ता सोफिया द ला पिएदादची प्रेमळ नजर आणि अर्सूलाची चमत्कारिक बौद्धिक शिकवण यांच्या मेहेरबानीत बंदिस्त होऊन राहावे लागले होते. या त्याच्या आज्जा त्याला जेवढे समजावून सांगत तेवढेच त्याच्यावर मर्यादित दुनियेत त्याला मिळायचे. तसा तो अंगाने बारीक आणि नाजूक होता. त्याच्या धारदार नजरेमुळे मोठी माणसे अस्वस्थ होत असत; परंतु त्याच्याच वयात कर्नल औरेलियानो बुयेंदियाच्या नजरेत चौकसवृत्ती आणि काहीशी दृष्टिआडचे पाहण्याची विशेष शक्ती दिसायची, ती मात्र औरेलियानोजवळ नव्हती, उलट त्याचे डोळे लकाकत असायचे आणि नजर काहीशी भ्यायलेली असायची. तिकडे आमारान्ता अर्सूला जेव्हा किंडरगार्टनमध्ये होती, तेव्हा हा आपल्या बागेमध्ये गांडुळांची शिकार करत आणि इतर किड्यांचा छळ करत असायचा. एकदा त्याने पकडलेले विंचू एका बॉक्समध्ये ठेवून तो बॉक्स तो अर्सूलाच्या बिछान्यात ठेवायच्या बेतात असतानाच फेर्नांदाने त्याला पकडले आणि तिने मेमेच्या जुन्या खोलीत त्याला अडकवून ठेवले. तिथे तो एन्सायक्लोपीडियामधील चित्रे पाहत बसायचा. एका दुपारी अर्सूला घरभर खास शुद्ध केलेले पाणी शिंपडत खाजकुयलीची जुडी घेऊन फिरत होती, तेव्हा तिला तो त्या एन्सायक्लोपीडियातली चित्रे बघताना आढळला. वास्तविक त्याच्याबरोबर तिने किती तरी वेळ घालवलेला होता, तरी तिने त्याला तो कोण आहे असे विचारले.

तो म्हणाला, 'मी औरेलियानो बुयेंदिया आहे.'

ती म्हणाली, 'ठीक आहे. आता तुझी चांदीवरचे काम शिकायची वेळ झाली आहे.'

तिचा पुन्हा गोंधळ झाला होता, ती त्याला आपला मुलगा समजली होती. त्या जलप्रलयानंतर आलेल्या उष्ण वाऱ्यामुळे स्पष्ट जाणिवेची जी लाट तिच्या मेंदूमध्ये आली होती, ती आता परत नाहीशी झाली होती. त्यानंतर तिची विचारशक्ती तिला पुन्हा कधीच मिळाली नाही. ती शेजघरात गेली, तेव्हा तिला तिथे पेत्रोनिला इग्वारान दिसली, तिने औपचारिक भेटीसाठी जाताना ती घालायची तो स्कर्ट आणि मण्याचे जॅकेट परिधान केले होते. तो स्कर्ट फुगून दिसावा म्हणून त्याला पट्ट्या शिवलेल्या होत्या, तसेच तिला तिथे तिची आजी त्रांकिलिना मारिया मिनियाता आलाकॉक्

बुयेंदियाही दिसली. ती तिथे अधू व्यक्तींसाठी असलेल्या तिच्या झुलत्या खुर्चीमध्ये मोरपिसाने वारा घेत बसली होती. तिचे आजोबा औरेलियानो आर्केदियो बुयेंदियाही राजाच्या खास सैनिकांचा असतो तसला पुढे खुला असणारा आपला तुर्की पद्धतीचा नकली झगा परिधान करून बसलेले होते. औरेलियानो इग्वारान हे तिचे वडीलही तिथेच होते. त्यांनी तर गाईच्या अंगावरचे कीटक आपोआप आक्रसून जाऊन गळून पडावेत म्हणून एक खास प्रार्थनासुद्धा शोधून काढली होती. तिची भित्री आई आणि डुकराचे शेपूट असलेला चुलतभाऊ, तसेच होझे आर्केदियो बुयेंदिया आणि तिची मरण पावलेली मुले असे सगळेच तिथे भिंतीला टेकून ठेवलेल्या खुर्च्यांमध्ये बसले होते. जणू काही ते साध्या भेटीसाठी आलेले नसून, मृतांसाठी केल्या जाणाऱ्या जागरणासाठी आलेले होते. आता तर तिने बडबडीची भलतीच अफलातून माळ गुंफायला सुरुवात केली होती, बडबडीच्या त्या विलक्षण माळेमध्ये वेगवेगळ्या काळातल्या वेगवेगळ्या गोष्टींवरचे भाष्य असायचे, त्यामुळे आमारान्ता अर्सूला शाळेतून परत आली आणि औरेलियानोला त्या एन्सायक्लोपीडियाचा कंटाळा आला की, त्या दोघांनाही ती मृत व्यक्तींच्या चक्रव्यूहात गुंग होऊन गेलेली व स्वतःशीच बडबडत असलेली आढळायची. एकदा तर ती भलतीच घाबरून ‘आग, आग’ असे मोठ्याने ओरडली तेव्हा सगळ्या घरभर काही क्षण घबराट माजली; परंतु झाले होते असे की, ती चार वर्षांची असताना एका कोठाराला लागलेली मोठी आग तिने पाहिली होती आणि ती आता त्याविषयीच सांगत होती. शेवटी शेवटी तर ती भूतकाळामध्ये वर्तमानकाळ असा काही मिसळून टाकायला लागली की, तिच्या मरणापूर्वी जेव्हा केव्हा दोन-तीन वेळा तिला शहाणपणाचे अनपेक्षित झटके आले, तेव्हा ती एखाद्या पूर्वीच्या गोष्टींविषयी आठवून काही बोलते आहे की तिला जी गोष्ट खरेच वर्तमानात जाणवते आहे, त्याविषयी बोलते आहे ते कुणालाच खात्रीपूर्वक कळायचे नाही. दिवसेंदिवस आक्रसून ती एवढी बारीक होत चालली होती की, तिचे जणू गर्भात रूपांतर होऊ लागले होते. जिवंतपणीच जणू तिचे एखाद्या ममीमध्ये रूपांतर होत होते, इतके की तिच्या त्या नाइट गाऊनमध्ये ती एखाद्या सुकलेल्या चेरी फळासारखी होऊन गेली होती आणि तिचा तो नेहमी उंचावलेला हात मारीमोण्डा माकडाच्या पंज्यासारखा दिसत होता. कित्येक दिवस ती अगदी निश्चल होऊन गेली होती, त्यामुळे सान्ता सोफिया द ला पिएदादला ती जिवंत असल्याची खात्री करून घेण्यासाठी तिला हलवावे लागायचे आणि आपल्या मांडीवर तिला बसवून साखरपाण्याचे काही चमचे भरवावे लागायचे. ती एखाद्या नुकत्याच जन्मलेल्या म्हातारीसारखी दिसायची. आमारान्ता अर्सूला आणि औरेलियानो तिला शेजघरातून बाहेर काढून अल्तारपाशी नेऊन ठेवायचे आणि छोट्या येशूपेक्षा ती लांब आहे की आखूड आहे ते बघायचे. एकदा तर दुपारच्या वेळी त्यांनी तिला स्वयंपाकाच्या कोठीमधल्या एका कपाटात लपवून ठेवले होते,

तिथे तिला उंदरांनी खाऊनसुद्धा टाकले असते. एका पाम संडेला^१ फेर्नांदा तिकडे चर्चमध्ये होती, तेव्हा ही दोघे अर्सूलाच्या शेजघरात गेली आणि त्यांनी तिच्या मानेला आणि घोट्यांना धरून तिला बाहेर आणले.

आमारान्ता अर्सूलाला म्हणाली, 'बिच्चारी पणजी, म्हातारपणामुळे मरण पावली बिचारी.'

अर्सूला एकदम घाबरून गेली.

ती म्हणाली, 'मी जिवंत आहे.'

आपले हसू दडवत आमारान्ता अर्सूलाला म्हणाली, 'बघ ना. ती श्वासोच्छ्वाससुद्धा करत नाहीय.'

अर्सूला म्हणाली, 'मी बोलतेय.'

औरेलियानो म्हणाला, 'ती बोलूसुद्धा शकत नाहीये. एखाद्या छोट्या रातकिड्यासारखी ती मेलीय.'

मग मात्र अर्सूलाने तो पुरावा स्वीकारत हळू आवाजात म्हटले, 'अरे देवा! मरण म्हणजे असं असतं तर!' मग तिने एक खोल अशी न संपणारी प्रार्थना अडखळत अडखळत सुरू केली, ती जवळजवळ दोन दिवस ती म्हणत राहिली. मंगळवारपर्यंत त्या प्रार्थनेचे रूपांतर देवाला केल्या जाणाऱ्या अनेक विनंत्या आणि घरातल्या लोकांसाठी असलेल्या अनेकानेक सूचनांमध्ये झाले. 'तांबड्या मुंग्यांना घराचा नाश करण्यापासून थांबवण्या'चा व्यावहारिक सल्ला, 'रेमेदियोसच्या फोटोजवळचा दिवा पेटता राहू द्यावा', 'कुणीही बुयेंदियाने त्याच रक्ताच्या कुणा व्यक्तीशी लग्न मुळीच करू नये. कारण, त्यामुळे त्यांच्या मुलांना जन्मतःच डुकराची शेपटी असेल' अशा सगळ्या गोष्टी त्या प्रार्थनेत समाविष्ट होत्या. तिच्या त्या वातभ्रमाचा फायदा घेता आला तर पाहवा यासाठी तिने ते सोने कुठे पुरून ठेवले आहे ते सांगावे म्हणून औरेलियानो सेगुन्दोने प्रयत्न करून पाहिला; परंतु त्याच्या त्या विनवण्या पुन्हा एकवार निरुपयोगी ठरल्या. अर्सूला म्हणाली, 'जेव्हा त्याचा धनी येईल, तेव्हा देवच त्याला त्यासाठी प्रकाश दाखवेल म्हणजे त्याला ते बरोबर सापडेल.' सान्ता सोफिया द ला पिएदादला जणू खात्रीच होती की, आता कोणत्याही क्षणी अर्सूला मरण पावेल. कारण, त्या दिवसांत निसर्गामध्ये काही विशिष्ट गोंधळ तिला जाणवला होता. गुलाबाच्या रोपांना बदकाच्या पायासारख्या आकाराच्या झुडुपासारखा वास येत होता, वाटाण्याच्या शेंगेसारखे एक बोंड फुटून त्यातल्या बिया जमिनीवर पडून त्यांच्यापासून आपोआप स्टारफिशसारखा भौमितिक आकार तयार झाला होता आणि एका रात्री तिने नारिंगी रंगाच्या तबकड्या आकाशातून जाताना पाहिल्या होत्या.

गुड फ्रायडे^२ला सकाळच्या प्रहरी त्यांना अर्सूला मरण पावलेली आढळली. यापूर्वी बनाना कंपनीच्या काळात एकदा त्यांनी तिला तिच्या वयाचा अंदाज

घ्यायला मदत केली होती, त्या वेळी तिने आपले वय एकशे पंधरा ते एकशे बावीसच्या दरम्यान असावे, असा अंदाज केला होता. औरेलियानो लहानपणी एका बास्केटमध्ये त्या घरात आणले होते त्या बास्केटपेक्षा तिच्यासाठी तयार केलेले कॉफिन फारसे मोठे नव्हते. अंत्ययात्रेला फारच थोडे लोक हजर होते. कारण, तिची आठवण असणारे फारच कमी लोक आता उरले होते आणि दुसरे म्हणजे त्या दुपारी एवढे प्रखर उन्ह होते की, त्या उष्णतेमुळे गोंधळलेले किती तरी पक्षी मातीच्या कबुतरांसारखे भिंतीवर येऊन आदळत होते आणि खिडक्यांची तावदाने फोडून शेजघरांमध्ये शिरून तिथेच मरून पडत होते.

सुरुवातीला लोकांना वाटले की, ती काही तरी रोगाची साथ असावी. विशेषतः, दुपारच्या विश्रांतीच्या वेळी घरातल्या स्त्रिया प्रचंड प्रमाणावर मेलेले ते पक्षी झाडून घराबाहेर टाकता टाकता थकून गेल्या, माणसांनी गाड्या भरभरून ते मृत पक्षी नदीत टाकून दिले. ईस्टर संडे[३]च्या दिवशी शंभर वर्षे वयाच्या फादर आंतानियो इझाबेलने अल्तारवरून आपल्या प्रवचनात सांगितले की, 'भटक्या ज्यू'च्या दुष्प्रभावामुळे पक्ष्यांचा तो भयंकर मृत्यू झाला होता. खुद्द फादरनेच त्याला आदल्या रात्री पाहिलेही होते. त्याच्या मते, 'तो भटक्या ज्यू म्हणजे एक बोकड आणि एक स्वैराचारी स्त्री यांच्यातील संबंधातून जन्मलेला नरकातील प्राणघातक पशू होता, त्याच्या श्वासोच्छ्वासामुळे हवा भाजून निघत असून त्याच्या दृष्टिक्षेपामुळे नव्याने लग्न झालेल्या स्त्रियांना राक्षसासारखी मुले होतात.' त्याच्या या साक्षात्कारसदृश्य बोलण्याकडे फारशा लोकांनी लक्ष दिले नाही. कारण, सगळ्या गावाला खात्रीच होती की, अति वय झाल्यामुळे तो धर्मगुरू बोलण्यात वाहावत जातो आहे; परंतु एका स्त्रीने बुधवारी पहाटे सगळ्यांना जागे केले. कारण, तिला एका द्विपादाच्या तुटक्या पावल्यांच्या ठशांचा माग दिसला होता. पावलांचे ते ठसे एवढे स्पष्ट होते की, ज्यांनी ज्यांनी ते ठसे तिथे जाऊन पाहिले त्यांना आंतानियो इझाबेलने वर्णिलेल्या त्या भयंकर प्राण्याच्या अस्तित्वाविषयी शंकाच राहिली नाही, त्यामुळे त्यांनी एकत्र येऊन आपापल्या घरांच्या आवारांमध्ये सापळे लावले, त्यामुळेच त्यांना त्या प्राण्याला पकडणे शक्य झाले. अर्सूलाच्या मृत्यूनंतर दोन आठवड्यांनी अगदी जवळून ऐकू येत असलेल्या एका वासराच्या फारच मोठ्याने हंबरण्यामुळे पेत्रा कोतेस आणि औरेलियानो घाबरून जागे झाले. जिथून तो आवाज येत होता तिथे ते जाऊन पोहोचले, तेव्हा लोकांचा एक जमाव त्या भयंकर प्राण्याला टोकदार खुंटांवरून खाली ओढत होते. ते खुंट त्यांनी एका खड्ड्यात रोवून ठेवले होते आणि त्याच्यावर सुकलेली पाने टाकून तो खड्डा त्यांनी झाकून टाकला होता. त्या प्राण्याला खाली ओढताच त्याचे ओरडणे थांबले. जरी तो प्राणी एखाद्या गोऱ्ह्यापेक्षा उंच नव्हता तरी एखाद्या बैलाइतका जड वाटत होता. त्याच्या जखमांमधून हिरव्या रंगाचे चिकट द्रव्य वाहत होते. त्याच्या शरीरावर राठ

केस होते आणि त्यावर भरपूर बारीक गोचिड होते. त्याची कातडी रेमोरा माशाच्या खवल्यांसारखी कडक झाली होती; परंतु फादरने वर्णन केल्यासारखे त्याचे बाकीचे मानवी अवयव हे माणसाच्या अवयवांसारखे नसून, एखाद्या आजारी देवदूतासारखे होते. कारण, त्याचे हात ताणलेले आणि चपळ होते, डोळे मोठाले आणि खिन्न दिसत होते. त्याच्या खांद्याला सांध्याजवळ जखमेचे व्रण असून तिथे छाटलेल्या सशक्त पंखांचे घट्ट झालेले खुंटांसारखे अवशेष दिसत होते. ते पंख नक्कीच लाकूडतोड्या कुऱ्हाडीने छाटले गेले असावेत. सर्वांना त्याला पाहता यावे म्हणून लोकांनी त्याच्या घोट्यांना दोर बांधून त्या प्राण्याला चौकात एका बदामाच्या झाडाला लटकवले होते. ते शरीर कुजायला लागले, तेव्हा लोकांनी ते पेटवून देऊन जाळून टाकले. कारण, त्यांना त्याच्या चमत्कारिक अनौरस स्वरूपामुळे त्याला जनावरासारखे नदीत फेकून द्यावे की माणूस म्हणून त्याचे दफन करावे ते कळत नव्हते. खरोखर त्याच्याचमुळे पक्ष्यांना तसा मृत्यू आला की कसे ते काही निश्चितपणे सिद्ध करता आले नाही; परंतु फादरच्या भविष्यावाणीनुसार नव्याने लग्न झालेल्या स्त्रियांना राक्षसासारखी संतती झाली नाही किंवा त्या वेळच्या उष्णतेची तीव्रताही कमी झाली नाही.

त्याच वर्षाच्या शेवटी रेबेका मरण पावली. जन्मभर तिची मोलकरीण असलेल्या आरूखेनिदाने तिच्या शेजघराचा दरवाजा तोडून काढण्यासाठी अधिकाऱ्यांची मदत मागितली. त्या शेजघरात तिची मालकीण तीन दिवस अडकून पडली होती. त्यांनी दरवाजा तोडला, तेव्हा त्यांना तिच्या त्या एकाकी बिछान्यात ती एखाद्या कोळंब्यासारखी वाकडी होऊन पडलेली आढळली. तिच्या डोक्यावरच्या नायट्यांमुळे तिथे अगदीच टक्कल पडले होते आणि तिने आपले बोट तोंडात घातलेले होते. औरेलियानो सेगुन्दोने तिच्या अंत्ययात्रेची जबाबदारी घेतली आणि तिचे घर विकता यावे म्हणून ते नीटनेटकेसुद्धा केले; परंतु ते घर खराब होता होता अशा अवस्थेला पोहोचले होते की, भिंतींना रंग देताचक्षणीच त्यांचे पोपडे निघायला लागले होते, तर पुरेसा चुना नसल्यामुळे घराच्या जमिनीमधून बाहेर येणारी झुडुपे आणि तुळया कुजवून टाकणाऱ्या हिरव्या वेलींना आळा घालता येत नव्हता.

त्या जलप्रलयानंतर सगळी परिस्थिती ही अशी झाली होती. लोकांची सुस्ती आणि विस्मृतीचा अधाशीपणा या दोहोंमध्ये प्रचंड तफावत होती. सर्व प्रकारच्या आठवणी त्या विस्मरणाच्या प्रक्रियेमुळे हळूहळू पण निर्दयपणे एवढ्या प्रमाणात बिघडत होत्या की त्या सुमारास नेरलांदियाच्या तहाचा वार्षिक स्मृतिदिन आला, तेव्हा रिपब्लिकच्या अध्यक्षांचे दूत माकोन्दोमध्ये आले आणि कर्नल औरेलियानो बुयेंदियाने अनेक वेळा नाकारलेले ते सन्मानपदक बुयेंदियांच्या वंशजांपैकी कुणाला तरी देण्यासाठी त्यांनी एक संपूर्ण दुपार एखाद्या वंशजाचा पत्ता सांगू शकेल, अशा एखाद्या व्यक्तीचा शोध घेण्यात घालवली, तेव्हा औरेलियानो सेगुन्दोला ते

सन्मानपदक शुद्ध सोन्याचे असेल असे वाटून ते स्वीकारण्याचा मोह झाला होता; परंतु त्या दूतांनी आधीच त्या समारंभासाठी भाषणे व काही जाहीरनामे तयार केलेले होते म्हणून आता त्याने तसे करणे योग्य होणार नाही, असे पेत्रा कोतेसने त्याला पटवून दिले. त्याच सुमारास मेल्कियादेसच्या विज्ञानाचे अखेरचे वारस असे काही जिप्सी पुन्हा गावात आले होते. त्यांना ते सारे गाव एवढे पराभूत वाटले आणि तिथले रहिवासी बाकीच्या जगापासून एवढे दूर गेलेले आढळले की, पुन्हा एकवार ते लोहचुंबकांचे गोळे घेऊन तो जणू बाबिलोनियाच्या विद्वान लोकांचा अगदी ताजा शोध आहे असे दाखवत ते जिप्सी गावभर फिरले. पुन्हा एकवार त्यांनी प्रचंड मोठ्या भिंगातून सूर्यकिरण एकवटण्याचा चमत्कार करून दाखवला, तेव्हा लोहचुंबकामुळे आपापल्या जागेवरून घरंगळत पडणाऱ्या किटल्यांकडे व भांड्यांकडे पाहून आश्चर्याने तोंडे वासणाऱ्या लोकांची तिथे उणीव नव्हती. एक जिप्सी स्त्रीने जेव्हा वीस सेंट्स घेऊन नकली दात तोंडात घालून पुन्हा बाहेर काढून दाखवले, तेव्हा लोक चक्क घाबरून गेले. एका पिवळ्या रंगाची नादुरुस्त आगगाडी तिथे होती, तिच्यातून कुणी येत नसे वा जातही नसे आणि ते आगगाडी क्वचितच त्या स्टेशनवर थांबायची. त्याच लांबलचक गाडीला एके काळी मिस्टर ब्राऊन आपला काचेच्या छताचा, सिंहासनासारख्या खुर्च्या बसवलेला ऐश्वर्यशाली डबा जोडत असे. फळांच्या वाहतुकीचे एकशेवीस डब्यांची आगगाडीसुद्धा आता नव्हती. तसली आगगाडी नुसती तिथून जायला सबंध दुपारभरचा वेळ लागायचा. आता त्यातले काहीच फारसे उरले नव्हते. पक्ष्यांचा विचित्र मृत्यू आणि भटक्या ज्यूचा बळी या घडामोडींच्या अहवालावर तपास करण्यासाठी चर्चचे प्रतिनिधी आले होते, त्यांना फादर आंतोनियो इझाबेल मुलांबरोबर आंधळी कोशिंबीर खेळताना आढळला. आता त्याला वाटत होते की, त्याने दिलेला अहवाल हा त्याला झालेल्या कसल्यातरी भासामुळे त्याने दिला असावा. हे समजल्यावर चर्चच्या प्रतिनिधींनी त्याची रवानगी वेड्यांच्या इस्पितळात केली. थोड्याच दिवसांनी त्यांनी फादर आगस्तो आंजेल या नव्या पिढीच्या 'धर्मवीरा'ला पाठवले. तो दुराग्रही, उद्धट आणि धीट होता. लोकांचा उत्साह मंद होऊ नये म्हणून दिवसातून कित्येक वेळा तो स्वतःच चर्चची घंटा वाजवायचा, लोकांनी चर्चमध्ये प्रार्थनेला जावे म्हणून घरोघर जाऊन लोकांना स्वतः जागे करायचा; परंतु एका वर्षाच्या आतच त्यालाही तिथल्या जणू हवेतच भरलेल्या उपेक्षावृत्तीने घेरून टाकले. सगळ्या गोष्टी जीर्ण करून घाणीने भरून टाकणाऱ्या इथल्या उष्ण धुळीने त्यालाही बिघडवून टाकले आणि जेवणात आस्वादलेल्या मांसान्नामुळे दुपारच्या विश्रांतीच्या वेळी असह्य उष्णतेत येणाऱ्या सुस्तीने तो निरुपयोगी होऊन गेला.

अर्सूलाच्या मृत्यूनंतर आपोआपच ते घर पुन्हा दुर्लक्षित अवस्थेला पोहोचले. पुढे काही वर्षांनी आमारान्ता अर्सूला ही अगदी आनंदी, आधुनिक आणि अत्यंत

उत्साही स्त्री तिथे आली. तिचे पाय नेहमीच जमिनीवर असायचे आणि ती एकूण पूर्वग्रहरहित होती; परंतु तिच्या इच्छाशक्तीतूनही त्या घराला उपेक्षेच्या दुरवस्थेतून वाचणे अशक्य झाले. घराचा विनाश बाहेर घालवून टाकण्यासाठी तिने घराची दारे व खिडक्या पुन्हा उघडल्या, घराभोवतालच्या बागेचे पुनरुज्जीवन केले, भर दिवसाउजेडी पोर्चचा कब्जा घेतलेल्या तांबड्या मुंग्यांना नष्ट केले आणि विस्मृतीत गेलेली आतिथ्यशीलतेची वृत्ती पुन्हा जागवण्याचा निष्फळ प्रयत्न केला. अर्सूलाच्या वादळी शंभर वर्षांसमोर फेर्नांदाची धीटाई एखाद्या तटबंदीसारखी उभी होती. कोरडे वारे घरात वाहू लागले, तेव्हा तिने जिवंतपणीच दफन करून घेण्याची आपल्या वडिलांची आज्ञा पाळावी म्हणून घराचे दरवाजे उघडायचे नाकारले, इतकेच नव्हे तर खिडक्यादेखील क्रॉसच्या आकाराच्या फळ्यांनी बंद करून तिने त्यांना अखेर खिळे ठोकून टाकले. त्या अदृश्य डॉक्टरांशी चाललेला तिचा महागडा पत्रव्यवहार अखेर अपयशी होऊन बंद पडला. अनेकदा ते ऑपरेशन करण्याचे तहकूब झाले होते. नंतर एकदा ठरलेल्या दिवशी, ठरलेल्या वेळेला तिने स्वतःला आपल्या खोलीत बंद करून घेतले आणि उत्तरेकडे डोके करून स्वतःला फक्त एका पांढऱ्या चादरीने झाकून घेतले आणि पहाटे एक वाजता तिला असे जाणवले की, बर्फगार पाण्यात भिजवलेल्या एका रुमालाने ते तिचे डोके झाकत आहेत. ती जागी झाली, तेव्हा खिडकीमधून सूर्य प्रकाशत होता आणि तिच्या छातीच्या उभ्या हाडापासून ते कमरेखाली मध्यभागापर्यंत कमानीच्या आकाराचा एक अगदी रांगडेपणाने घातलेला टाका शिवण्यात आला होता. तिला तीव्र वेदनाही जाणवत होती; परंतु तिला सांगण्यात आलेली विश्रांती पुरी होण्याआधीच त्या अदृश्य डॉक्टरांकडून एक अस्वस्थ करणारे पत्र तिला मिळाले, त्यात त्याने म्हटले होते की, सहा तास त्यांनी तिची तपासणी केली; परंतु तिने अनेक वेळा तपशिलवारपणे वर्णन केलेल्या लक्षणांशी जुळेल असे काहीही त्यांना सापडले नव्हते. खरे तर झाले असे होते की, कुठल्याही गोष्टीचा उल्लेख तिच्या मूळ नावाने न करता वेगळ्याच नावाने करायच्या तिच्या अपायकारक सवयीमुळे एक नवीनच गोंधळ झाला होता. त्या टेलिपॅथिक शल्यविशारदांना असे आढळले होते की, तिच्या गर्भाशयात एक थेंब असून तो केवळ पेसरीच्या वापरानेसुद्धा ठीक होऊन जाईल. भ्रमनिरास झालेल्या फेर्नांदाने त्यांच्याकडून अधिक नेमकी माहिती मिळवण्याचा प्रयत्न केला; परंतु त्या अज्ञात पत्रलेखकांनी त्यानंतर तिच्या पत्रांना मुळीच उत्तर पाठवले नाही. 'पेसरी' या अज्ञात शब्दाच्या भाराने तर तिला एवढे पराभूत झाल्यासारखे झाले की, तिने सगळी लाजलज्जा बाजूला ठेवून पेसरी म्हणजे काय ते एका फ्रेंच डॉक्टराला विचारायचे ठरवले; पण तेव्हा कुठे तिला समजले की, तीन महिन्यांपूर्वीच त्या डॉक्टराने तुळईच्या साह्याने स्वतःला गळफास लावून घेतला होता आणि कर्नल औरेलियानो बुयेंदियाच्या युद्धामधल्या एका जुन्या सहकाऱ्याने गावातील लोकांच्या इच्छेविरुद्ध

त्याचे दफन केले होते, तेव्हा तिने आपला मुलगा होझे आर्केदियो याला विश्वासात घेतले आणि त्याने रोमहून पेसरीचा वापर कसा करायचा ते सांगणाऱ्या पँफ्लेटसह पेसरीज् पाठवून दिल्या. तिला आपल्या त्रासाचे नेमके स्वरूप काय आहे ते कुणालाही समजू द्यायचे नव्हते म्हणून तिने त्या पँफ्लेट्समधील माहिती नीट ध्यानात घेऊन ती पँफ्लेट्स संडासामध्ये टाकून पाण्याच्या साह्याने नष्ट केली. तशी ती खबरदारी निरर्थकच होती. कारण, त्या घरात जे कुणी मोजके लोक राहत होते ते क्वचितच तिच्याकडे लक्ष देत असत. सान्ता सोफिया द ला पिएदाद आपल्या एकाकी म्हातारपणात घरात इकडेतिकडे वावरायची, घरातले लोक जे काही थोडके अन्न खात असत ते तीच शिजवायची आणि जास्तीत जास्त वेळ होझे आर्केदियो सेगुन्दोची काळजी घेण्यात घालवायची. रेमेदियोस द ब्युटीच्या स्त्रीविशिष्ट आकर्षणाचा काहीसा वारसा आमारान्ता अर्सूलाला मिळाला होता. पूर्वी तिने अर्सूलाला छळण्यात वाया घालवलेला तो वेळ ती आता शाळेचा अभ्यास इत्यादी गोष्टींमध्ये नीट घालवू लागली. तिला चांगली विचारशक्ती असल्याचे आणि शाळेचा अभ्यास ती अत्यंत लक्षपूर्वक करत असल्याचे दिसून येत होते, त्यामुळे मेमेने एके काळी जशा औरेलियानो सेगुन्दोच्या मनात मोठ्या आशा निर्माण केल्या होत्या, तशा अशा आमारान्ता अर्सूलाने पुन्हा जागृत केल्या. तिचा विद्याभ्यास पूर्ण करण्यासाठी तिला ब्रसेल्सला पाठवण्याचे आश्वासन त्याने दिले होते. अभ्यासासाठी मुलांना ब्रसेल्सला पाठवण्याची प्रथा बनाना कंपनीच्या काळात सुरू झाली होती. त्याच भ्रमातून त्याने जलप्रलयाने उद्ध्वस्त केलेल्या जमिनी पुन्हा लागवडीला आणण्याचा प्रयत्न केला. ज्या काही थोड्या वेळा तो घरी परत यायचा, तेव्हा तो आमारान्ता अर्सूलासाठीच यायचा. कारण, एव्हाना तो फेर्नांदाला परका झाला होता आणि छोटा औरेलियानो आता पौंगडावस्थेत पोहोचल्यामुळे अधिकाधिक एकलकोंडा झाला होता. औरेलियानो सेगुन्दोला खात्री होती की, म्हातारपणामुळे फेर्नांदचे अंतःकरण थोडे मृदू होईल. त्यानंतर त्या मुलाला गावाच्या जीवनात सहभागी होता आले असते. त्याचे आईबाप कोण याविषयी तिथे कुणीच संशयग्रस्त होऊन अंदाज करत बसले नसते; परंतु खुद्द औरेलियानोलाच ते एकाकीपणाचे बंदिस्त कवच आवडत असावे असे दिसत होते. घराच्या रस्त्याकडच्या दरवाजाशी सुरू होणारे जग जाणून घेण्याविषयी त्याने जराशीही उत्सुकता दाखवली नाही. अर्सूलाने मेल्कियादेसच्या खोलीच कुलूप उघडायला लावले तेव्हा तो त्या खोलीपाशी घुटमळत आत डोकावून पाहायला लागला आणि नेमक्या कोणत्या क्षणी होझे आर्केदियो सेगुन्दो आणि औरेलियानो परस्परांशी जिव्हाळ्याच्या धाग्याने जोडले गेले ते कुणालाही समजलेच नाही. त्या दोघांची मैत्री सुरू झाल्यानंतर बऱ्याच काळाने औरेलियानो स्टेशनवर झालेल्या हत्यांविषयी बोलू लागला, तेव्हा कुठे ती मैत्री औरेलियानो सेगुन्दोला समजून आली. त्याचे असे झाले की, बनाना कंपनी गाव सोडून निघून गेल्यानंतर माकोन्दो

गावाचा कसा नाश झाला, त्याविषयी कुणीतरी जेवणाच्या टेबलाशी तक्रारवजा बोलले, तेव्हा औरेलियानोने एखाद्या मोठ्या माणसासारखा अगदी प्रगल्भतेने त्याचा प्रतिवाद केला. त्याचा दृष्टिकोन सर्वसाधारण समजुतीच्या अगदी उलट होता. त्याच्या मते बनाना कंपनीने माकोन्दोची वाट लावण्यापूर्वी आणि ते गाव भ्रष्ट करून दडपून टाकीपर्यंत ते अगदी चांगले संपन्न गाव होते. कंपनी येण्यापूर्वी सगळे काही नीट चालले होते. बनाना कंपनीच्या इंजिनियर्सनी कामगारांना दिलेली वचने कंपनीला पूर्ण करायची नव्हती, त्यासाठी एक सबब म्हणून कंपनीने जलप्रलय घडवून आणला होता. त्या वेळी एवढ्या प्रगल्भ शहाणपणाने तो बोलत होता की, फेर्नांदाला त्याचे ते बोलणे म्हणजे विद्वानांपुढे येशू ख्रिस्ताने केलेल्या भाषणाचे पावित्र्यविडंबनच वाटले. सैन्याने स्टेशनजवळ कोंडलेल्या तीन हजारांहून अधिक कामगारांना मशिनगन्सच्या माऱ्याने कसे ठार केले, ती प्रेते दोनशे डब्यांच्या आगगाडीत कशी भरली आणि समुद्रात कशी फेकून दिली, त्याचे अगदी खात्रीलायक वाटेल असे तपशीलवार वर्णन औरेलियानोने केले. त्या संदर्भातील अधिकृत सरकारी निवेदनावरून तसे काहीच घडलेले नाही, अशी बहुसंख्य लोकांसारखीच फेर्नांदाची खात्री होती म्हणून तिला वाटले की, त्या पोराने कर्नल औरेलियानो बुयेंदियाच्या अराजक माजवणाऱ्या कल्पना अंगीकारल्या असाव्यात, त्यामुळे तिला त्याची सगळी बडबड ही एकंदर सरकारची नालस्ती वाटली आणि तिने त्याला गप्प राहायला सांगितले. त्याउलट औरेलियानो सेगुन्दोला त्या मुलाच्या बोलण्यात आपल्या जुळ्या भावाच्या हकिकतीचाच पडसाद जाणवला. खरी गोष्ट अशी होती की, त्या वेळी त्या घरात जे कुणी राहत होते, त्यांच्यामध्ये होझे आर्केदियो सेगुन्दो हाच तेवढा सर्वांत जास्त शहाणा म्हणता आला असता. त्यानेच छोट्या औरेलियानोला लिहाय-वाचायला शिकवले होते व त्याला चर्मपत्रांच्या अभ्यासाची सुरुवात करून दिली होती. माकोन्दोच्या दृष्टीने बनाना कंपनी काय होती, त्याविषयी होझे आर्केदियो सेगुन्दोने आपले खास व्यक्तिगत स्पष्टीकरण औरेलियानोच्या मनावर इतके ठसवले होते की, त्याचे बोलणे ऐकणाऱ्या कुणालाही वाटावे की, तो स्वतःला झालेल्या भासांचे वर्णन करतो आहे. कारण, त्याचे ते स्पष्टीकरण सरकारी इतिहासतज्ज्ञांनी मुद्दाम बनवून प्रसृत केलेल्या खोट्या हकिकतीपेक्षा मुळापासून अगदी विरुद्ध होते. पुढे तर त्यांनी ती खोटी हकिकत पाठ्यपुस्तकांमधून समाविष्ट करून पूर्णपणे अधिकृत करून टाकली होती. मेल्कियादेसची खोली सगळ्यांपासून अगदी वेगळी पडलेली होती. रूक्ष हवा, धूळ किंवा वातावरणातील प्रखर उष्णता तिथे कधीच प्रवेश करत नसे. त्या खोलीमध्ये त्या दोघांनाही त्या आदिम पूर्वजाचे दर्शन व्हायचे. तो खिडकीकडे पाठ करून बसलेला असायचा, त्याच्या हॅटची कड कावळ्याच्या पसरलेल्या पंखासारखी दिसायची. तो त्या दोघांच्याही जन्मापूर्वीच्या कितीतरी वर्षे आधीच्या जगाविषयी त्यांना सांगायचा. ते दोघेही एकाच वेळी सांगायचे की, तो मार्च महिना

होता आणि त्यातला सोमवार होता. मग त्यांना कळाले की, कुटुंबातले सगळे लोक म्हणत तसा होझे आर्केदियो बुयेंदिया हा काही वेडा झालेला नव्हता, उलट त्याच्याजवळ पुरेसा शहाणपणा होता म्हणून 'काळसुद्धा घरंगळतो, त्यालाही अपघात होतात आणि त्यामुळे त्याचा एखादा तुकडा एखाद्या खोलीमध्ये चिरंतन स्वरूपात राहून जातो' हे सत्य फक्त त्यालाच उमगू शकले. त्याशिवाय, होझे आर्केदियो सेगुन्दोला चर्मपत्रांतील अक्षरांच्या गूढ वर्णमालेचे वर्गीकरण करणे शक्य झाले होते. त्याची खात्री झाली होती की, ती वर्णमाला सत्तेचाळीस ते त्रेपन्न अक्षरांची होती आणि ती अक्षरे वेगळी केल्यावर काहीतरी खरडल्यासारखी दिसत होती आणि मेल्कियादेसच्या सुंदर हस्ताक्षरात ती अक्षरे एखाद्या दोरीवर वाळत घातलेल्या कपड्यांसारखी दिसत असत. औरेलियानोला आठवले की, तशा प्रकारच्या अक्षरात लिहिलेला काही मजकूर त्याने इंग्लिश एन्सायक्लोपीडियामध्ये पाहिला होता म्हणून त्या अक्षरांची तुलना करून पाहण्यासाठी त्याने तो एन्सायक्लोपीडिया त्या खोलीमध्ये आणला तर खरोखरच ती अक्षरे तशी दिसत होती.

औरेलियानो सेगुन्दो आणि पेत्रा कोतेस ज्या दिवसांत कोडे असलेली लॉटरी करत असत, त्या सुमारास औरेलियानो सेगुन्दो घशाशी गाठ आल्यासारखे जाणवून झोपेतून जागे व्हायला लागला. एखादा माणूस रडू दाबत असताना त्याला घशाशी जाणवेल तशी ती गाठ औरेलियानो सेगुन्दोला जाणवायची. पेत्रा कोतेसने त्याचा असा अर्थ लावला की, हे म्हणजे जसे अनेक प्रकारचे अडथळे त्यांच्या वाट्याला येत होते, तसलाच आणखी एखादा अडथळा आहे म्हणून जवळजवळ वर्षभर ती दररोज सकाळी त्याच्या टाळूला थोडा मध लावायची आणि मुळ्याचा रस प्यायला द्यायची. ती गाठ जेव्हा फारच त्रासदायक व्हायला लागली, तेव्हा तो पिलार तेर्नेराकडे गेला. त्याला त्या त्रासातून थोडीफार सुटका मिळू शकेल, अशा प्रकारची कुठली तरी औषधी वनस्पती तिला माहीत असेल असे त्याला वाटले. ती निर्भय आजी एव्हाना शंभर वर्षांची झाली होती आणि गुप्तपणे ती एक छोटासा कुंटणखाना चालवत होती. तिचा औषधी उपचारांसारखा अंधश्रद्धेच्या गोष्टींवर विश्वास नव्हता म्हणून तिने तो विषय आपल्या पत्त्यांवर सोपवला. चौकटच्या राणीचा घसा इस्पिकच्या गुलामाच्या हत्याराने जखमी झाला आहे, असे तिला दिसले. तिने त्याचा असा अर्थ लावला की, फेर्नांदा आपला नवरा घरी परत यावा म्हणून त्याच्या फोटोत टाचण्या खूपसायच्या वाईट पद्धतीचा अवलंब करत होती; परंतु तिचे काळ्या जादूचे ज्ञान अर्धवट असल्यामुळे नवऱ्याच्या घशात ती गाठ निर्माण व्हायला ती कारणीभूत झाली होती. औरेलियानो सेगुन्दोच्या विवाहाच्या वेळचे सोडले तर आणखी कुठलेच फोटो त्यांच्याकडे नव्हते आणि त्या फोटोंच्या सगळ्याप्रति त्यांच्या फॅमिली अल्बममध्ये होत्या म्हणून फेर्नांदाचे लक्ष नसेल, अशा वेळी त्याने सगळ्या घरभर फोटोचा शोध चालू ठेवला. शेवटी तिच्या ड्रेसरच्या

तळाशी अर्धा डझन पेसरीज् त्यांच्या मूळच्या बॉक्समध्ये त्याला सापडल्या. रबराच्या त्या तांबड्या रिंग्ज म्हणजे काहीतरी काळ्या जादूच्या वस्तू असाव्यात असे वाटून त्याने पिलार तेर्नेराला त्या दाखवण्यासाठी गुपचूप आपल्या खिशात टाकल्या. पिलार तेर्नेरालाही त्या वस्तू काय होत्या ते ठरवता आले नाही. मात्र तिला त्या एवढ्या संशयास्पद वाटल्या की, तिने त्या रिंग्ज आपल्या घराच्या आवारात होळी करून जाळून टाकल्या. फेर्नांदाचे तथाकथित चेटूक नाहीसे करण्यासाठी तिने औरेलियानो सेगुन्दोला सांगितले की, त्याने अंडी उबणारी एक कोंबडी भिजवून ती चेस्टनटच्या झाडाखाली जिवंत पुरावी. त्याने हे सारे एवढ्या श्रद्धेने केले की, त्यासाठी उकरलेली माती पुन्हा सारखी करून तो खड्डा सुकलेल्या पानांनी झाकायचे काम त्याने पूर्ण केले, तेव्हा लगेचच त्याला वाटले की, आपल्याला जरा चांगला श्वासोच्छ्वास घेता येतोय. फेर्नांदाने मात्र त्या पेसरीज् गायब होणे म्हणजे तिच्या त्या अदृश्य डॉक्टरांनी घेतलेला सूड असा त्या प्रकारचा अर्थ लावला व म्हणून तिने आपल्या अंतर्वस्त्राला आतून एक वेष्टणाचा खिसा शिवला आणि तिच्या मुलाने पाठवलेल्या पेसरीज् त्यात ठेवून दिल्या.

ती कोंबडी पुरल्यानंतर सहा महिन्यांनी औरेलियानो सेगुन्दो मध्यरात्री खोकल्याची जोरदार उबळ येऊन जागा झाला, तेव्हा त्याला वाटत होते की, आतूनच एखादा खेकडा त्याच्या नांग्यांनी आपला घसा आवळतोय. तेव्हा त्याला समजून चुकले की, त्या जादूच्या सगळ्या पेसरीज् नष्ट केल्या तरी चेटूक उलटवणाऱ्या कितीही कोंबड्या भिजवल्या तरी एकच दुःखद गोष्ट खरी होती की तो मरणार होता. ते त्याने कुणालाही सांगितले नाही. आपल्या मुलीला ब्रसेल्सला न पाठवताच आपण मरणार या भीतीने त्याला एवढे ग्रासले की, पूर्वी कधी केले नव्हते एवढे काम तो आता करायला लागला आणि एका रॅफलऐवजी आठवड्याला तो तीन तीन रॅफल्स करू लागला. अगदी लवकर सकाळपासूनच तो गावामधल्या अगदी दूरदूरच्या आणि दरिद्री भागांमध्येही लॉटरीची तिकिटे विकायला जाताना दिसायचा. ज्या चिंताग्रस्ततेने तो तिकिटे विकायचा तेवढी चिंताग्रस्तता फक्त एखाद्या मरू घातलेल्या माणसातच असणे शक्य होते. तो ओरडून ओरडून तिकिटे विकायचा; 'आली, डिव्हाईन प्रॉव्हिडन्स आली. तिला तुमच्या हातातून निसटू देऊ नका. कारण, शंभर वर्षांतून एकदाच ती येत असते.' तो मुद्दाम आनंदी, गोड आणि बोलका दिसायचा केविलवाणा प्रयत्न करायचा; परंतु त्याचा घाम आणि निस्तेजपणा पाहिला की, इतरांना लगेच कळायचे की त्या ओरडण्यात त्याचे अंतःकरण नाहीय. कधी कधी तो गावातल्याच पण जिथे कुणी त्याला पाहू शकणार नाही, अशा रिकाम्या निर्जन भागात जायचा आणि त्याला आतूनच फाडून काढणाऱ्या त्या खेकड्याच्या पंज्यांपासून थोडी विश्रांती मिळवू पाहायचा. मध्यरात्रीसुद्धा तो शहराच्या वेश्यावस्तीत फिरून आपापल्या फोनोग्राफ्सच्या शेजारी

बसून रडणाऱ्या त्या एकाकी स्त्रियांना त्यांच्या चांगल्या नशिबाचे भविष्य सांगून त्यांचे सांत्वन करायचा प्रयत्न करायचा. त्यांना आपल्याजवळची तिकिटे दाखवत तो म्हणायचा, 'हा नंबर गेल्या चार महिन्यांत आलेला नाही. तुझ्या हातातून तो जाऊ देऊ नकोस. तुला वाटतं त्यापेक्षा आयुष्य छोटं असतं.' अखेर त्या बायांचा त्याच्याबद्दलचा आदर नष्ट झाला. त्या त्याची चेष्टा करू लागल्या आणि त्याच्या शेवटच्या महिन्यात तर असे झाले की, एरवी नेहमी त्या जसे त्याला डॉन औरेलियानो म्हणत तसे म्हणायचे सोडून देऊन त्याऐवजी तोंडावरच त्याला त्या मिस्टर डिव्हाईन प्रॉव्हिडन्स असे म्हणू लागल्या. आता त्याच्या आवाजात नेहमीपेक्षा भलतेच वेगळे सूर भरल्यासारखे झाले होते. तो आवाज बेसूर वाटायला लागला होता आणि शेवटी तर तो कुत्र्याच्या गुरगुरण्यासारखा होऊन गेला; परंतु अजूनही पेत्रा कोतेसच्या अंगणात जमा होणाऱ्या लोकांच्या गर्दीत घट होऊ नये, त्यांच्या येण्याने जागणारी आशा कमी होऊ नये म्हणून काम करण्याइतकी जबर ताकद त्याच्यामध्ये होती. तथापि, जसजसा त्याचा आवाज गेला तसे त्याला समजून चुकले की, थोड्याच कालावधीनंतर त्याला वेदना असह्य वाटायला लागतील आणि मग केवळ डुकरांच्या आणि बकऱ्यांच्या रॅफल्समधून त्याची मुलगी ब्रसेल्सला जाऊ शकणार नाही, तेव्हा त्याला एक अफलातून कल्पना सुचली की, जलप्रलयाने उद्ध्वस्त झालेल्या जमिनींचेच एक विलक्षण रॅफल काढायची आणि ज्याच्याजवळ तेवढा पैसा असेल तो ती जमीन सहजपणे पुन्हा लागवडीला आणू शकेल. हा उद्योगच एवढा भव्य आणि नेत्रदीपक होता की, शहराच्या मेयरने स्वतः एका पत्रकाद्वारे जाहीर घोषणा करून त्याला आपला हातभार लावला. शंभर पेसोजना एक याप्रमाणे त्या रॅफलची तिकिटे विकत घेण्यासाठी मंडळे स्थापन करण्यात आली आणि सारी तिकिटे एका आठवड्याच्या आत विकली गेली. ती रॅफल जिंकणाऱ्यांनी त्या रात्री प्रचंड मोठ्या प्रमाणात विजय साजरा केला. ती त्या सगळ्यांनी बनाना कंपनीच्या भरभराटीच्या काळाशी तुलना करता येण्यासारखी होती. औरेलियानो सेगुन्दोने त्याच्या आयुष्यात अखेरची म्हणून फ्रान्सिस्को द मॅनची गाणी ॲकॉर्डियनवर वाजवली, मात्र त्याला आता अजिबात गाता येत नव्हते.

त्यानंतर दोनच महिन्यांनी आमारान्ता अर्सूला ब्रसेल्सला गेली. औरेलियानो सेगुन्दोने स्पेशल रॅफलमधून मिळवलेले पैसे तर तिला दिलेच; पण मागील महिन्यांमध्ये त्याने जे काही पैसे बाजूला ठेवले होते ते पैसे आणि पियानोला, क्लॅव्हिकॉर्ड व घरात पडलेल्या तसल्याच काही जुन्या नादुरुस्त वस्तू विकून आलेले थोडेफार असे एकूण बरेच पैसेही त्याने तिला दिले. त्याच्या हिशोबाप्रमाणे त्या पैशांतून तिच्या शिक्षणाचा खर्च नीट भागला असता, फक्त तिच्या परतीच्या प्रवासासाठी लागणारे पैसे तेवढे आता कमी पडत होते. शेवटच्या क्षणापर्यंत फेर्नांद तिच्या त्या प्रवासाच्या बेताच्या विरुद्धच होती. कारण, ब्रसेल्स हे पॅरिस आणि तदनुषंगिक सर्वनाशाच्या

निकट सान्निध्यात होते, या कारणाने तिचे मन दुखावल्यासारखे झाले होते; परंतु कॅथलिक तरुण मुलींसाठी काही नन्सनी चालवलेल्या एका बोर्डिंगहाउसच्या नावे लिहिलेले एक पत्र फादर आंजेलने आमारान्ता अर्सूलाकडे दिले आणि तिने आपला अभ्यास पुरा होईपर्यंत त्या बोर्डिंगहाउसमध्येच राहावयाचे वचन दिल्यामुळे फेर्नांदा शांत झाली. गावातल्या त्या धर्मगुरूने तोलेडोपर्यंत जाणाऱ्या फ्रान्सिस्कन नन्सच्या एका गटाच्या सोबतीने तिच्या प्रवासाची सोय केली, त्या नन्सना अशीही आशा वाटत होती की, पुढे तिला बेल्जियमपर्यंत कुणा खात्रीच्या माणसांबरोबर पाठवता येईल. एकीकडे त्या सगळ्या गोष्टी नीटपर्यंत पार पाडण्यासाठीचा तातडीचा पत्रव्यवहार पुढे चालू असतानाच औरेलियानो सेगुन्दोने पेत्रा कोतेसच्या मदतीने आमारान्ता अर्सूलाचे सगळे सामान व्यवस्थित भरून बांधून वगैरे दिले. फेर्नांदाच्या बरोबर आलेल्या वधूच्या ट्रंकांपैकी एक ट्रंक भरताना सगळे काही इतके व्यवस्थित झाले होते की, अॅटलांटिक पार करताना कोणते सूट्स आणि कापडी स्लीपर्स तिने घालायचे तसेच कॉर्डोवान शूज् आणि तांब्याची बटणे असलेला निळा सुती कोट बोटीमधून उतरताना तिने कसा चढवायचा हे सगळे त्या शाळकरी मुलीला अगदी पाठ झाले होते. बोटीला जोडलेल्या फळीवरून बोटीमध्ये प्रवेश करताना समुद्रात न पडता चालायचे कसे तेही तिला आता येत होते, तसेच तिने जेवणाव्यतिरिक्त एरवी कधीही आपल्या केबिनमधून बाहेर यावयाचे नाही, केव्हाही त्या नन्सची संगत सोडायची नाही, कुठल्याही कारणासाठी समुद्रावर असेपर्यंत बोटीवरील कुठल्याही स्त्री वा पुरुषाने विचारलेल्या कोणत्याही प्रश्नांची उत्तरे द्यायची नाहीत, या सगळ्या सूचनादेखील तिच्या पक्क्या लक्षात राहिल्या. तिने बोट लागण्याच्या त्रासावर समुद्रप्रवासात उपयोगी पडणारे थेंबांचे औषध एका छोट्या बाटलीत घेतले होते, तसेच बरोबर एक वहीदेखील घेतली होती, समुद्रात वादळ झालेच तर त्यावर उपाय म्हणून उपयोगी पडतील अशा सहा प्रार्थना त्या वहीत फादर आंजेलने स्वतःच्या हस्ताक्षरात लिहिलेल्या होत्या. फेर्नांदाने तिच्यासाठी एक कॅनव्हासचा पट्टा तयार केला, त्यात तिने जवळचे पैसे ठेवायचे होते आणि झोपतानासुद्धा तिला तो पट्टा काढायची गरज पडणार नव्हती. फेर्नांदाने तिला ते शौचपात्रसुद्धा चुनकळीच्या पाण्याने धुऊन आणि अल्कोहोलने निर्जंतुक करून वापरण्यासाठी देण्याचा प्रयत्न केला; पण आपल्या शाळेतल्या मैत्रिणी आपली चेष्टा करतील म्हणून तिने ते बरोबर घ्यायचे नाकारले. काही महिन्यांनंतर औरेलियानो सेगुन्दोला मरणसमयी तिची छबी आठवणार होती. त्याने तिला शेवटची जशी पाहिली तशीच ती छबी होती. त्या वेळी तिने गुलाबी रेशमी पोशाख घातला होता आणि ती आगगाडीच्या दुसऱ्या वर्गाच्या डब्याच्या खिडकीचे तावदान खाली घेण्याचा अयशस्वी प्रयत्न करत होती. निघता निघता अखेरच्या मिनिटात फेर्नांदा तिला काही तरी सल्ला देत होती. आपल्या पोशाखावरच्या कॉर्साजला तिने डाव्या खांद्याजवळ कृत्रिम फुले

पिनने टाचलेली होती, कमी उंचीच्या टाचांचे आणि बक्कल्स बसवलेले कार्डोव्हान शूज चढवले होते, सॅटिनचे स्टॉकिंग्ज गुडघ्याच्या वरपर्यंत घालून इलॅस्टिक गार्टरने पक्के बसवलेले होते. तिचा बांधा शिडशिडीत होता. केस लांब आणि मोकळेच होते. तिच्या वयाची असताना अर्सूलाचे डोळे जसे चमकदार होते, तसेच तिचेही डोळे चमकदार होते. मुळीच न रडता वा स्मितसुद्धा न करता तिने ज्या तऱ्हेने 'गुडबाय' म्हटले, त्यातून तिच्या व्यक्तित्वातील कणखरपणा स्पष्ट होत होता. आगगाडी वेग घेत होती तेव्हा तिच्या डब्याबरोबर चालता चालता फेर्नांदा अडखळून पडू नये म्हणून तिच्याबरोबर चालणाऱ्या औरेलियानो सेगुन्दोने तिचा हात धरला होता. तेवढ्यात त्यांच्या मुलीने त्यांच्या दिशेने आपल्या बोटांच्या टोकांद्वारे उडते चुंबन फेकले, तेव्हा तिला हात हलवून निरोप द्यायला त्याला अगदी कसाबसा वेळ मिळाला. तळपत्या उन्हात क्षितिजाच्या काळ्या पट्ट्यामध्ये ती आगगाडी मिसळून गेली तरी ते जोडपे तिच्याकडे निश्चल होऊन पाहत राहिले होते. त्यांच्या लग्नानंतर आयुष्यात पहिल्यांदाच त्यांचे हात एकमेकांच्या हातांत गुंफलेले होते.

ऑगस्ट महिन्याच्या नऊ तारखेला ब्रसेल्सहून पहिले पत्र येण्यापूर्वी होझे आर्केदियो सेगुन्दो मेल्कियादेसच्या खोलीमध्ये औरेलियानोशी बोलत होता, तेव्हा त्याच्या लक्षात न येताच तो त्याला म्हणाला, 'तुझ्या हे कायम लक्षात असू दे की, ते तीन हजारांहून जास्त होते आणि त्या सगळ्यांनाच समुद्रात फेकून देण्यात आले.'

त्यानंतर तो मागे असलेल्या चर्मपत्रांवर कोसळला आणि डोळे उघडे ठेवूनच गतप्राण झाला. नेमक्या त्याच क्षणी तिकडे फेर्नांदाच्या बिछान्यात त्याचा जुळा भाऊ औरेलियानो सेगुन्दो याचेही प्रदीर्घ काळचे हौतात्म्य संपुष्टात आले. ते हौतात्म म्हणजे पोलादी खेकड्यांकडून त्याचा घसा कुरतडला जात होता, त्याच्या असह्य वेदनांमुळे त्याच्या वाट्याला आले होते. एकच आठवडा आधी तो ते निरुद्योग्यांचे ॲकॉर्डियन आणि सतत भटकणाऱ्या कपड्यांच्या ट्रंका घेऊन आपल्या स्वतःच्या घरी परतला होता. त्याला काही बोलता येत नव्हते, श्वासोच्छ्वासही करणे कठीण झालेले होते. त्याची हाडे आणि कातडीच तेवढी शिल्लक राहिली होती. आपल्या बायकोच्या जवळ असतानाच मरण्याचे वचन त्याने दिले होते आणि ते त्याला पूर्ण करायचे होते. पेत्रा कोतेसने त्याला त्याचे कपडे भरायला मदत केली आणि एकही अश्रू न ढाळता त्याला निरोप दिला. मात्र त्याला कॉफिनमध्ये जे पेटंट लेदरचे शूज घालायची इच्छा होती, ते त्याच्याबरोबर द्यायला ती विसरली. तो मरण पावला हे तिला समजले, तेव्हा तिने ते शूज वर्तमानपत्रात गुंडाळले आणि त्याचे प्रेत पाहायला मिळावे म्हणून त्याच्या घरापाशी येऊन तिने फेर्नांदाची परवानगी मागितली. फेर्नांदाने तिला दरवाजातून आतसुद्धा येऊ दिले नाही. पेत्रा कोतेसने विनवले, 'माझ्या जागी तुम्ही आहात असा विचार करा. जरा अशी कल्पना करून पाहा की, अशा तऱ्हेचा अवमान मी सहन करतेय म्हणजे माझे त्याच्यावर केवढे प्रेम असेल.'

फेर्नांदाने तिला उत्तर दिले, 'एखाद्या रखेलीच्या वाट्याला येऊ नये, असा कोणताही अवमान नसतो म्हणून तुझ्या आणखी कुणा तरी माणसाच्या मरणापर्यंत वाट पाहत थांब आणि मग त्याला हे शूज चढव.'

होझे आर्केदियो सेगुन्दोला दिलेले वचन सान्ता सोफिया द ला पिएदादने पुरे केले. त्यासाठी तिने स्वयंपाकघरातील सुरीनेच त्याच्या प्रेताचा गळा चिरला. त्याला जिवंतपणी पुरले जाऊ नये, याची तिला खात्री करून घ्यायची होती. दोन्ही प्रेते सारख्याच कॉफिन्समध्ये ठेवण्यात आली, तेव्हा असे जाणवले की, ते दोघे पौंगडावस्थेपर्यंत जसे अगदी एकमेकांसारखेच दिसायचे तसेच आताही दिसू लागले आहेत. औरेलियानो सेगुन्दोच्या यथेच्छ दारू पिण्याच्या उद्योगांत त्याच्याबरोबर नेहमी असणाऱ्या जुन्या दोस्तांनी त्याच्या शवपेटीवर एक पुष्पचक्र ठेवले होते, त्यावर पुढील ओळ होती, *गायांनो थांबा. आयुष्य फार थोडे असते.* फेर्नांदाला तो फार मोठा अनादर वाटला, त्यामुळे ती एवढी संतापली की, तिने ते पुष्पचक्र कचऱ्याच्या ढिगात फेकून द्यायला लावले. दुःखी झालेल्या ज्या दारुड्यांनी दोन्ही शवपेट्या घरातून बाहेर नेल्या. ते बिचारे त्या शेवटच्या गोंधळामुळे आणखीन गोंधळून गेले आणि त्यांनी त्या शवपेट्या चुकीच्याच थडग्यांमध्ये पुरल्या.

१८

औरेलियानोने बऱ्याच काळापर्यंत मेल्कियादेसची खोली सोडली नाही. चुराडा होत चाललेल्या त्या पुस्तकातील पुराणकथा पुन्हा पुन्हा वाचून त्याने पाठ केल्या होत्या. हरमन द क्रिपलने[१] केलेल्या अभ्यासाचे संश्लेषण, डेमनॉलॉजीतली पिशाच्चविषयक शास्त्रीय टिपणे, परीस मिळवण्यासाठी मार्गदर्शक माहिती, नोस्त्रादामस्‌चे *सेंच्युरीज्* आणि साथींसंबंधीचे त्याचे संशोधन, या सगळ्या गोष्टी त्याने तोंडपाठच करून टाकल्या होत्या, त्यामुळे तो पौंगडावस्थेला पोहोचला होता खरा; पण स्वतःच्या काळासंबंधी त्याला काहीही माहीत झालेले नव्हते. मात्र मध्ययुगीन काळातल्या माणसाचे सगळे प्राथमिक ज्ञान त्याला अवगत झाले होते. सान्ता सोफिया द ला पिएदाद केव्हाही त्याच्या खोलीत गेली तरी तिला तो वाचनात दंग असलेला दिसायचा. पहाटे ती त्याच्यासाठी बिनसाखरेच्या कॉफीचा मग् आणि दुपारच्या वेळी भात आणि केळ्यांच्या तळलेल्या फोडी प्लेटमध्ये घेऊन यायची. औरेलियानो सेगुन्दोच्या मृत्यूपासून त्या घरात तेवढेच पदार्थ खाल्ले जात असत. ती त्याचे केस कापायची, त्यातल्या उवा काढायची, विसरल्या गेलेल्या कुठल्या तरी ट्रंकेमधून त्याला होतील असे कपडे शोधून त्याला द्यायची आणि त्याला मिसरूड फुटायला लागली, तेव्हा शेव्हिंग कप म्हणून कर्नल औरेलियानो बुयेंदिया जो भोपळा वापरायचा तो आणि त्याचा रेझर तिने त्याला आणून दिला. तो जेवढा कर्नल औरेलियानो बुयेंदियासारखा दिसायचा तेवढा कर्नलचा कोणताही मुलगा कर्नल औरेलियानो बुयेंदियासारखा दिसत नव्हता, अगदी औरेलियानो होझेदेखील तसा दिसत नव्हता. त्याची गालाची हाडे नजरेत भरायची आणि विशेष करून ओठांची काहीशी निर्दय रेषा कर्नल औरेलियानो बुयेंदियासारखीच होती. पूर्वी केव्हा तरी औरेलियानो सेगुन्दो त्या खोलीत अभ्यास करीत होता, तेव्हा त्याच्या बाबतीत अर्सूलाला असे वाटले होते की, तो स्वतःशीच बोलतो आहे, तसेच सान्ता

सोफिया द ला पिएदादला वाटले की, औरेलियानो स्वतःशीच बोलतो आहे. खरे तर तो तेव्हा मेल्कियादेसशी बोलत होता. त्या जुळ्या भावांच्या मृत्यूनंतर एका प्रचंड उकाड्याच्या दुपारी खिडकीतून येणाऱ्या उजेडाच्या पार्श्वभूमीवर औरेलियानोला मेल्कियादेस दिसला होता. त्याने कावळ्याच्या पंखासारखी त्याची हॅट घातली होती. जणू काही औरेलियानोने त्या चर्मपत्रांची वर्णानुक्रमे मांडणी केलेली होती, त्यामुळे मेल्कियादेसने जेव्हा त्याला ती चर्मपत्रे कोणत्या भाषेत लिहिलेली आहेत, त्याचा शोध घेतलास का, असे विचारले तेव्हा त्याने जराही न डगमगता उत्तर दिले.

तो म्हणाला, 'संस्कृत.'

मेल्कियादेसने त्याला सांगितले की, आता तो स्वतः औरेलियानोच्या खोलीमध्ये परत येण्याच्या संधी फार कमी आहेत; परंतु मृत्यूच्या अंतिम कुराणाकडे जाताना आता तो शांततेत जाऊ शकेल. कारण, उरलेल्या वर्षांमध्ये औरेलियानोला संस्कृत शिकायला अवधी मिळेल, तोवर ती चर्मपत्रेही शंभर वर्षांची जुनी होतील आणि मगच ती वाचून त्याचा उलगडा करणे कुणालाही शक्य होईल. त्यानेच औरेलियानोला असेही सांगितले की, 'नदीकडे खाली जाणाऱ्या अरुंद वाटेवर बनाना कंपनीच्या काळात जिथे स्वप्नांचा अर्थ लावला जायचा तिथेच एका शहाण्या कॅतालोनियाचे[२] पुस्तकांचे दुकान आहे, त्या दुकानात संस्कृत भाषेचे एक प्राथमिक पुस्तक आहे आणि त्याने जर ते त्वरित विकत घेतले नाही, तर सहा वर्षांच्या आत ते कीटकांच्या भक्ष्यस्थानी पडणार आहे.' औरेलियानोने, 'पुस्तकांच्या कपाटात ते पुस्तक दुसऱ्या फळीवर अगदी उजव्या टोकाला, *जेरुसलेम डिलिव्हर्ड* आणि मिल्टनच्या कविता या पुस्तकांच्या मधोमध ठेवलेले असेल,' असे सांगून सान्ता सोफिया द ला पिएदादला ते घेऊन यायला सांगितले, तेव्हा तिने आयुष्यात पहिल्यांदाच आश्चर्याची भावना चेहऱ्यावर दिसू दिली. तिला वाचता येत नव्हते म्हणून त्याने सांगितले ते बरोबर लक्षात ठेवून तिने त्या छोट्या सतरा सोनेरी माशांपैकी वर्कशॉपमध्ये राहिलेला एक छोटा मासा ते पुस्तक दुकानातून आणता यावे म्हणून विकला. पूर्वी त्या सैनिकांनी होझे आर्केदियो सेगुन्दोला शोधताना वर्कशॉपची झडती घेतली होती, त्यानंतर ते सोन्याचे मासे कोठे होते ते फक्त तिला आणि औरेलियानो सेगुन्दोला माहीत होते.

मेल्कियादेसच्या भेटी जसजशा कमी कमी होत गेल्या तसतशी औरेलियानोने संस्कृतच्या अभ्यासात प्रगती केली. मेल्कियादेस अधिक दूर दूर गेल्यासारखा दिसत होता, दुपारच्या प्रखर प्रकाशात तो निस्तेज होत गेला. शेवटच्या वेळी औरेलियानोला तो जाणवला तेव्हा तो केवळ एक अदृश्य अस्तित्व होऊन गेला होता आणि तो पुटपुटला होता, 'सिंगापूरच्या वाळूवर मी तापाने मरण पावलोय.' त्यानंतर ती खोली धूळ, उष्णता, वाळवी, तांबड्या मुंग्या आणि कसर यांच्या हल्ल्याला खुली झाली, त्या किड्यांमुळे चर्मपत्रांचा बारीक भुगा होणार होता.

घरात अन्नाचा तुटवडा नव्हता. औरेलियानो सेगुन्दोच्या मृत्यूनंतर दुसऱ्या दिवशी ज्या मित्राने तो तिरस्करणीय स्मृतिलेख असलेले पुष्पचक्र आणले होते, त्यानेच फेर्नांदाला काही पैसे देण्याची तयारी दाखविली. तो ते पैसे तिच्या नवऱ्याला देणे लागत होता. त्यानंतर वस्तू पोहोचविणाऱ्या एका मुलाबरोबर दर बुधवारी अन्नाची एक टोपली त्या घरात येत असे. ती टोपली पेत्रा कोतेस पाठवायची हे कुणालाही कळलेच नाही. तशी ती टोपली सतत पाठविणे म्हणजे ज्या व्यक्तीने तिला अपमानित केले होते, तिलाच अपमानित करण्याचा एक मार्ग होता. तथापि, त्यामागचा दीर्घद्वेष तिला अपेक्षित होता, त्यापेक्षा लवकरच नाहीसा झाला. मग ती अभिमानापोटी ते अन्न पाठवू लागली आणि नंतर तर केवळ दयाबुद्धीने पाठवत राहिली. बऱ्याचदा तिच्याकडे लॉटरीत द्यायला जनावरे नसत आणि लोकांना त्या लॉटरीत रस राहिलेला नसायचा, अशा वेळीदेखील फेर्नांदाला काहीतरी खायला मिळवे म्हणून पेत्रा कोतेस स्वतः उपाशी राहत असे. पेत्रा कोतेसने स्वतःशीच केलेली ती प्रतिज्ञा फेर्नांदाच्या अंत्ययात्रा घराजवळून जाईपर्यंत पाळली.

त्या घरात राहणाऱ्या माणसांची संख्या कमी झाल्यामुळे सान्ता सोफिया द ला पिएदादला जवळजवळ अर्ध्या शतकापेक्षा जास्त काळाच्या कामानंतर थोडी फार विश्रांती मिळणार होती. घरात नकळत वावरणाऱ्या त्या अगम्य स्त्रीकडून एकदाही कसले रडगाणे ऐकायला मिळाले नव्हते. तिनेच या घरात देवदूतासारख्या रेमेदियोस द ब्युटीचे आणि गंभीर होझे आर्केदियो सेगुन्दोचे बी रुजवले होते. तिनेच आपले संपूर्ण आयुष्य त्या मुलांना वाढविण्यात घालवले होते. बऱ्याचदा तिला ती आपली मुले आहेत की नातवंडे आहेत हेसुद्धा आठवत नसायचे. तिने औरेलियानोला इतके काळजीपूर्वक सांभाळले होते की, जणू तो तिच्या कुशीत जन्मला होता; परंतु ती त्याची पणजी होती, हे मात्र तिलाच माहीत नव्हते. जेवणघराच्या कोठीच्या जमिनीवर निव्वळ एक चटई परसून रात्रीच्या वेळी होणारे उंदरांचे आवाज ऐकत तिथे झोपणे हे केवळ तीच करू जाणे. एका रात्री कुणी तरी काळोखातून आपल्याकडे रोखून पाहतोय असे वाटून ती घाबरून जागी झाली, तर तिच्या पोटावरून एक भयंकर विषारी साप सरपटत होता हे तिने कधीच कुणाला सांगितले नाही. तिला माहीत होते की, तिने जर ते अर्सूलाला सांगितले असते तर अर्सूलाने तिला आपल्या बिछान्यात झोपायला लावले असते; परंतु ते दिवसच असे होते की, एखादी गोष्ट अगदी व्हरांड्यामध्ये ओरडल्याशिवाय कुणालाही समजत नसे. कारण, युद्धातल्या आकस्मित घडामोडी, बेकरीची ती घाईगर्दी आणि मुलांची काळजी घेण्याचे काम इत्यादींमुळे इतरांच्या सुखाविषयी विचार करायला कुणाला सवड नसायची. तिची आणि पेत्रा कोतेसची तर कधीही भेटही झालेली नव्हती; पण तीच तिची आठवण ठेवायची. ज्या दिवसांमध्ये पेत्रा कोतेसचा तो प्राण्यांचा जुगार निव्वळ चमत्कारानेच चालू राहायचा, अशा दिवसांतदेखील सान्ता सोफिया द ला पिएदादला रस्त्यातून

जाताना घालण्यासाठी चांगले शूज असावेत, तिला नेहमी व्यवस्थित कपडे असावेत, याची तीच काळजी घ्यायची. फेर्नांदा त्या घरात आली, तेव्हा तर तिला सान्ता सोफिया द ला पिएदाद ही म्हातारपण नसलेली एक नोकर असावी असे वाटायला सबळ कारणच मिळाले असावे. सान्ता सोफिया द ला पिएदाद ही तिच्या नवऱ्याची आई आहे हे तिने अनेक वेळा ऐकले होते, तरी ते तिला इतके अविश्वसनीय वाटायचे की, ते समजून यायला तिला जेवढा वेळ लागला होता त्यापेक्षा ते विसरायला फारच कमी वेळ लागला. आपल्या त्या हलक्या दर्जाविषयी सान्ता सोफिया द ला पिएदादला कधीच काही वाटत नसे. उलट कुणालाही असे वाटले असते की, ती वयात आल्यापासून ज्या घरात राहत होती आणि विशेषतः जे घर बनाना कंपनीच्या कालखंडात एखाद्या घरापेक्षा सैनिकांच्या बराकीसारखे झालेले होते, ते प्रचंड घर कसलीही तक्रार न करता स्वतः कायम कानाकोपऱ्यात राहूनच स्वच्छ, नीटनेटके ठेवणे हे तिला मनापासून आवडत असावे; पण अर्सूलाच्या मरणानंतर सान्ता सोफिया द ला पिएदादची चिकाटी आणि प्रचंड मेहनत करण्याची अद्भुत शक्ती तिला सोडून जाऊ लागली होती. ती म्हातारी झाली होती वा थकून गेली होती असे नव्हे, तर जणू एका रात्रीत ते घर वार्धक्याच्या पंज्यांमध्ये ढकलेले गेले होते. भिंतीवर मऊसर शेवाळ माजू लागले. पटांगणात जेव्हा एवढीशीसुद्धा मोकळी जागा उरली नाही तेव्हा पोर्चमधल्या सिमेंटमधून काच फोडून बाहेर यावीत तशी रानझुडपे उगवून बाहेर पडायला सुरुवात झाली होती आणि शंभर वर्षांपूर्वी पेल्यात ठेवलेल्या मेल्कियादेसच्या कवळीवर अर्सूलाला पूर्वी एकदा जशी पिवळी फुले सापडली होती, तसलीच पिवळी फुले आता तिथल्या फटींमध्ये उगवायला लागली होती. निर्सगाचे ते आव्हान थोपविण्यासाठी लागणारा वेळही तिच्याजवळ नव्हता आणि साधनेही नव्हतीच, त्यामुळे सान्ता सोफिया द ला पिएदाद सगळा दिवस शेजघरातल्या पाली आणि सरडे हाकलून लावण्यात घालवायची. ते सगळे जीवजंतू रात्री परत आत यायचे. एकदा सकाळीच तांबड्या मुंग्या घराचा पाया सोडून बाग ओलांडून मातकट रंग असलेल्या बेगोनियाच्या कठड्यावर चढून पार घरच्या आत आत घुसल्या होत्या हे तिने पाहिले. सुरुवातीला तिने त्या मुंग्या झाडूने मारण्याचा प्रयत्न केला, नंतर कीटकनाशक टाकून पाहिले, शेवटी सोडाखाराचे मिश्रणही टाकले; परंतु दुसऱ्या दिवशी त्या चिवट, अजिंक्य मुंग्या तशाच पुन्हा घरात जात राहिल्या होत्या. आपल्या मुलांना पत्रे लिहीत बसलेल्या फेर्नांदाला निसर्गाच्या त्या अनिवार, विध्वंसक हल्ल्याची अजिबात कल्पना नव्हती. सान्ता सोफिया द ला पिएदाद एकटीच स्वयंपाकघरात शिरू पाहणाऱ्या त्या रानटी झुडपांशी झगडत राहिली, भिंतींवरून वाळवी खरडून काढत, कोळ्यांची जाळी ओढून काढत राहिली; परंतु ती जाळी पुन्हा काही तासांतच बांधली जायची. मात्र नंतर तिने दिवसातून तीनदा जोरजोरात झाडल्यानंतरसुद्धा मेल्कियादेसची खोली धुळीने व

कोळ्यांच्या जाळ्यांनी भरली जातेय हे तिने पाहिले. तेव्हा तिच्या लक्षात आले की, कर्नल औरेलियानो बुयेंदियाला आणि त्या तरुण अधिकाऱ्याला ज्या दैन्याची पूर्वकल्पना आली होती त्यातून, तसेच पडक्या दगडमातीच्या ढिगाऱ्यातून ती खोली सुटणार नाही, त्यामुळे तिला आपण हरल्याची जाणीव झाली. मग मात्र तिने आपला जीर्ण झालेला रविवारचा पोशाख चढवला, अर्सूलाचे जुने शूज् आणि आमारान्ता अर्सूलाने तिला दिलेले सुती स्टॉकिंग्ज घातले, बदलायच्या दोन-तीन कपड्यांचे एक गाठोडे घेतले आणि ती घर सोडून निघाली.

घरातून निघताना औरेलियानोला ती म्हणाली, 'मी आता हरलेय. हे घर माझ्या बिच्चाऱ्या थकलेल्या शरीराला अतीच झालेय.' ती कुठे जाणार आहे, असे औरेलियानोने तिला विचारले. तिने ती जाणार असलेल्या ठिकाणाची जराही कल्पना तिलाच नसावी, अशी एक अस्पष्ट खूण केली. तथापि, जरा अधिक नेमकेपणाने सांगावे असाही प्रयत्न करताना, 'आपण रिओहाचामध्ये राहणाऱ्या आपल्या एका दूरच्या बहिणीबरोबर शेवटची काही वर्षे घालवणार आहोत,' असे तिने सांगितले. ते स्पष्टीकरण संभाव्य वाटण्याजोगे नव्हते. तिच्या आई-वडिलांच्या मृत्यूनंतर गावातल्या कुणाशीही तिचा कसलाही संपर्क नव्हता, तिला पत्रे वा निरोपही येत नसत किंवा कुणा नातेवाइकाविषयी काही बोलतानाही तिला कुणी ऐकले नव्हते. औरेलियानोने तिला चौदा सोन्याचे मासे दिले. कारण, फक्त एक पेसो आणि पंचवीस सेंट्स एवढेच पैसे तिच्याजवळ होते आणि तेवढेच बरोबर घेऊन निघायचा तिचा निर्धार दिसत होता. खोलीच्या खिडकीतून औरेलियानोने तिला बाहेर पटांगण ओलांडून जाताना पाहिले. आपले कपड्यांचे गाठोडे घेतल्यामुळे आणि वयाच्या ओझ्यामुळे ती वाकली होती आणि पाय ओढत तशीच चालली होती. बाहेर गेल्यानंतर मुख्य दरवाजाला असलेल्या फटीतून आत हात घालून दाराचा अडसर पुन्हा बसवताना त्याला ती दिसली होती तेवढेच. त्यानंतर पुन्हा कधीही तिच्याविषयी काही ऐकायला आले नाही. ती निघून गेल्याचे ऐकल्यावर फेर्नांदा एकीकडे दिवसभर बडबड करत राहिली आणि त्याच वेळी सान्ता सोफिया द ला पिएदादने काही वस्तू तर नेल्या नाहीत ना याची खात्री करण्यासाठी आपल्या ट्रंका, कपाटे आणि स्वयंपाकघरातली फडताळेही तिने तपासून पाहिली. आयुष्यात पहिल्यांदाच चुलीला पेटवण घालताना तिची बोटे भाजली. कॉफी कशी करायची ते दाखवावे म्हणून तिला औरेलियानोला विनंती करावी लागली. यथावकाश त्यानेच स्वयंपाकघरातील कामे अंगावर घेतली. फेर्नांदा जागी व्हायची, तेव्हा तिला आपला नाश्ता तयार असल्याचे दिसायचे. मग औरेलियानोने तिच्यासाठी निखाऱ्यांवर झाकून ठेवलेले अन्न घेण्यासाठीच ती पुन्हा आपली खोली सोडून स्वयंपाकघरात यायची. टेबलक्लॉथ अंथरलेल्या आणि वरती मेणबत्त्यांची झुंबरे असलेल्या जेवणाच्या टेबलाकडे ती ते अन्न घेऊन जायची आणि त्या पंधरा रिकाम्या खुर्च्यांकडे पाहत

टेबलाच्या एका टोकाला बसून जेवायची. त्या परिस्थितीमध्येदेखील फेर्नांदा आणि औरेलियानोला आपापले एकाकीपण एकमेकांबरोबर वाटून घ्यावेसे वाटले नाही. गुलाबाच्या रोपांवर बर्फ पडावे तशी कोळ्यांची जाळी पडत होती, तुळयांवर त्या कोळिष्टकांचे गालिच्यासारखे आच्छादन चढत होते, भिंतींना कोळिष्टकांचे मऊ कुशन लपेटले होते आणि तरीही ती दोघे फक्त आपापल्याच खोल्या साफ करत, आपापल्या पद्धतीने तशीच जगत राहिली. त्याच सुमारास फेर्नांदाला असे वाटू लागले की, ते घर छोट्या खोडकर पऱ्यांनी भरून गेले आहे. त्या दिवसांत विशेषतः नेहमीच्या वापरातल्या वस्तू आपल्या जागा बदलत असत. जणू त्यांना स्वतःच हालचाल करण्याची काही तरी शक्ती प्राप्त झाली असावी. फेर्नांदाचा कितीतरी वेळ कात्री शोधण्यात वाया जायचा. तिला खात्री असायची की, तिने ती बिछान्यावर ठेवली आहे; पण सगळ्या वस्तू उलथ्यापालथ्या केल्यानंतर तिला ती कात्री स्वयंपाकघरातल्या शेल्फवर सापडायची आणि स्वयंपाकघरात तर तिने गेले चार दिवस पाऊलही ठेवलेले नसायचे. चांदीच्या पेटीमध्ये एकाकी काट्याचमच्यांमधला एकही काटा दिसायचा नाही आणि मग एकदम सहा काटे अल्तारवर आढळायचे, तर तीन काटे धुण्याच्या खोलीत सापडायचे. वस्तूंचे ते इकडून तिकडे भटकणे, विशेषतः ती लिहायला बसल्यावर जास्तच संतापजनक व्हायचे. शाईची दौत तिने उजवी बाजूला ठेवलेली असायची ती डावीकडे आढळायची, तर टिपकागदाचा ठोकळा जो नाहीसा व्हायचा तो तिला दोन दिवसांनी तिच्या उशीखाली सापडायचा आणि तिने होझे आर्केदियोला लिहिलेल्या पत्राची पाने आमारान्ता अर्सूलाच्या लिहिलेल्या पानांमध्ये मिसळली जायची. त्यांची पत्रे एकमेकांच्या पाकिटांत आपण घातलेली आहेत ही कल्पना तर तिला नेहमी छळायची आणि वास्तवात तसे अनेकदा झालेही होते. एकदा तिचे फौंटनपेन हरवले. दोन आठवड्यांनी पोस्टातल्या माणसाने त्याला ते टपालाच्या बॅगेत सापडले, असे म्हणत तिला परत दिले. त्या फौंटनपेनचा मालक शोधत तो घरोघर हिंडला होता. सुरुवातीला तिला असे वाटले की, एकदा तिच्या पेसरीज् नाहीशा झाल्या होत्या, तेव्हासारख्या अदृश्य डॉक्टरांचाच तो उद्योग असावा आणि तिने त्यांना 'आपल्याला त्रास देऊ नका' अशी विनवणी करणारे पत्रही लिहायला घेतले; पण मध्येच तिला ते पत्र लिहिता लिहिता तसेच सोडून काहीतरी करण्यासाठी जावे लागले. आपल्या खोलीत पत्र लिहिण्यासाठी ती परत गेली, तेव्हा तिला लिहायला घेतलेले ते पत्र तर सापडेनाच; परंतु आपण कशासाठी ते पत्र लिहिणार होतो तेच तिला आठवेना. काही वेळ तिला असेही वाटले की, हा औरेलियानोचा उद्योग असावा. तिने त्याच्यावर नजर ठेवायला सुरुवात केली. त्याच्या येण्याजाण्याच्या वाटेत ती काही तरी मुद्दामच ठेवू लागली. वस्तूंच्या जागा बदलताना त्याला पकडायचा तिचा विचार होता; पण नंतर तिची खात्रीच पटली की, स्वयंपाकघराकडे किंवा टॉयलेटकडे जाण्याखेरीज आणखी

कुठल्याही ठिकाणी जाण्यासाठी तो मेल्कियादेसची खोली सोडायचा नाही आणि तो असल्या चेष्टा करणारा माणूस नव्हे. शेवटी तिला खात्रीने वाटू लागले की, हे छोट्या पऱ्यांचेच काम असावे म्हणून तिने ठरवले की प्रत्येक गोष्ट जिथे त्या त्या वस्तूंचा वापर असेल, त्या ठिकाणी पक्की करून ठेवायची म्हणून तिने कात्री एका लांबलचक दोरीने पलंगाच्या पायाला बांधून ठेवली तर जिथे ती साधारणतः लिहायला बसायची तिथे टेबलावर उजव्या बाजूला तिने शाईची दौत डिंकाने चिकटवून ठेवली आणि टिपकागदाचा ठोकळा टेबलाच्या पायाला बांधून ठेवला. अर्थात तिच्या समस्या काही एका रात्रीत संपल्या नाहीत. कारण, तिने कात्री दोरीने बांधून ठेवल्यानंतर थोड्याच तासांत तिला काही तरी कापायचे होते, तेव्हा तिला असे दिसले की, ती दोरी पुरेशी लांब नाहीये, जणू ती त्या पऱ्यांनीच आखूड करून ठेवली होती. तिच्या पेनाला बांधलेल्या दोरीचेही असेच झाले आणि तिच्या स्वतःच्या हाताचीही तीच गत झाली. थोडा वेळ लिहून झाल्यानंतर तिचा हात शाईच्या दौतीपर्यंत पोहोचेना. तिकडे ब्रसेल्समध्ये असलेल्या आमारान्ता अर्सूलाला किंवा रोममध्ये असलेल्या होझे आर्केदियोलाही किरकोळ दुर्दैवी घडामोडींविषयी तिने काही सांगितले नाही. फेर्नांदा त्यांना सांगायची की 'मी सुखात आहे' आणि तशी ती खरोखरच सुखातच होती. कारण, तिला कसल्याच तडजोडी कराव्या लागत नव्हत्या. आयुष्य जणू तिला पुन्हा एकदा तिच्या आईवडिलांच्या जगाकडे घेऊन निघाले होते. त्या जगात कुठल्याही दैनंदिन समस्यांचा त्रासच नव्हता. कारण, त्या समस्या कल्पनेमध्ये आधीच सोडवल्या जात असत. तिच्या अदृश्य डॉक्टरांशी चाललेल्या तिच्या त्या अखंड पत्रव्यवहारामुळे, विशेषतः सान्ता सोफिया द ला पिएदाद निघून गेल्यानंतर तिचा काळाशी संबंधच नाहीसा झाला होता. आपल्या मुलांच्या परत येण्याच्या तारखांचा संदर्भ गृहीत धरून दिवस, महिने आणि वर्षे यांची माहिती ठेवण्याची तिला सवय झाली होती; परंतु त्यांनी पुन्हा पुन्हा आपले नियोजित बेत बदलले की, तारखांचा सारा गोंधळ होऊन जायचा, कालमान बिघडायचे आणि कुठलाही दिवस तिला दुसऱ्या कुठल्याही दिवसासारखा इतका भासायचा की, दिवस जात आहेत याची तिला जाणीवही व्हायची नाही. दिवस जायला उशीर झाला तर अस्वस्थ होण्याऐवजी तिला त्यात आनंदच वाटायचा. धर्मगुरूपदाची अंतिम प्रतिज्ञा घेण्याच्या आदल्या दिवसाविषयी होझे आर्केदियोने जाहीर करून किती तरी वर्षे लोटली होती, तरीदेखील तो अजूनही असेच म्हणायचा की, त्याचा धर्मशास्त्राचा प्रगत अभ्यास अजून पूर्ण होण्याची तो वाट पाहत असून नंतर त्याला राजनैतिकशास्त्राचे अध्ययन करावयाचे आहे; परंतु त्याविषयी तिला कधीच काळजी वाटली नाही. कारण, सेंट पीटरच्या सिंहासनाकडे[३] जाण्याचा वर्तुळाकार मार्ग किती अडथळ्यांनी भरलेला आहे आणि कसा उभ्या चढणीचा आहे, याची तिला कल्पना होती. इतरांना ज्या गोष्टी अगदी बिनमहत्त्वाच्या किरकोळ वाटल्या असत्या अशा गोष्टींविषयीच्या बातमीने

तिचे अंतःकरण उचंबळून येत असे. उदाहरणार्थ, तिच्या मुलाला पोपचे दर्शन झाले ही गोष्ट अशीच म्हणता येईल. आमारान्ता अर्सूला जेव्हा तिला लिहायची की, तिच्या वडिलांनी अंदाज करताना ज्या गृहीत धरल्या नव्हत्या अशा उत्तम श्रेणी तिने अभ्यासात मिळवल्यामुळे तिला अजूनही जास्त काळ अभ्यास चालू ठेवावा लागणार आहे, तेव्हाही तिला असाच आनंद होत असे.

सान्ता सोफिया द ला पिएदादने औरेलियानोला ते व्याकरणाचे पुस्तक आणून दिले, त्यावर आता तीन वर्षांहून अधिक काळ लोटला होता. आता औरेलियानोने पहिल्या चर्मपत्राचे भाषांतर केले होते. तसे ते काम काही निरुपयोगी नव्हते; परंतु ज्या मार्गावर त्याचा प्रवास व्हायचा होता तो केवढा प्रदीर्घ आहे, ते आधीच सांगता येणे अशक्य होते. स्पॅनिशमधल्या त्या संहितेचा काही अर्थ लागत नव्हता. कारण, ती सांकेतिक स्वरूपात होती. औरेलियानोजवळ त्यांचा अर्थ लावू शकणाऱ्या क्लृप्त्या शोधायला लागणाऱ्या साधनांचा अभाव होता. मेल्कियादेसने त्याला सांगितले होते की, त्या चर्मपत्रांच्या मुळाशी जाण्यासाठी आवश्यक ठरतील, अशी पुस्तके शहाण्या कॅतालोनियाच्या दुकानात आहेत. फेर्नांदाने ती पुस्तके त्याला मिळवून द्यावीत यासाठी त्याने तिच्याशी त्याबद्दल बोलायचे ठरवले. प्रचंड प्रमाणात वेड्यावाकड्या पडत राहिलेल्या दगडविटांच्या तुकड्यांनी ग्रासून टाकलेल्या खोलीमध्ये थांबून कोणत्या शब्दांत फेर्नांदाला विनंती करावी, याचा औरेलियानोने विचार केला आणि तेवढ्यात ती आपले अन्न निखाऱ्यांवरून काढून घेताना दिसली. तीच एक वेळ अशी होती की, त्या वेळी तो तिच्याशी बोलू शकला असता; परंतु त्याने परिश्रमपूर्वक मनोमन तयार केलेल्या विनंतीचे शब्द त्याच्या घशातच अडले आणि त्याचा आवाजच निघेनासा झाला, तेव्हाच फक्त त्याने तिला नीट पाहिले. तिच्या शेजघरातून येणारे तिच्या पावलांचे आवाज त्याने बारकाईने ऐकले. आपल्या मुलांकडून येणाऱ्या पत्रांसाठी व तिने लिहिलेली पत्रे पोस्टमनला देण्यासाठी ती मुख्य दरवाजाकडे जायची तेव्हा तो तिचा आवाज ऐकत असायचा. तिच्या उत्सुक फौंटनपेनचा रात्री उशिरापर्यंत चालणारा, कागदावरचा कर्कश कुरकुर आवाज, नंतर होणारा दिव्याच्या स्वीचचा आवाज आणि त्यानंतरचे तिचे प्रार्थना पुटपुटणे हेही तो लक्षपूर्वक ऐकत असे. तो वाट पाहत होता, तशी संधी दुसऱ्या दिवशी आपल्याला मिळेल असा विश्वास बाळगत तो झोपायचा. आपल्याला परवानगी मिळेलच या कल्पनेने तो एवढा प्रोत्साहित झाला होता की, एके दिवशी सकाळी त्याने खांद्यापर्यंत आलेले आपले केस कापले, गुंता झालेली दाढी काढून टाकली, घट्ट बसणारी पँट आणि कृत्रिम कॉलर असलेला शर्ट घातला. त्या दोन्ही गोष्टी त्याला कुणाकडून मिळाल्या होत्या तेही त्याला माहीत नव्हते. मग स्वयंपाकघरात आपला नाश्ता न्यायला येणाऱ्या फेर्नांदाची वाट पाहत तो थांबला. ताठ मानेने आणि दगडी चालीने रोजच येणारी ती स्त्री काही आली नाही; परंतु

अत्यंत अद्‌भुत सौंदर्य असलेली, पिवळा पडलेला आर्मिन लोकरीचा झगा परिधान केलेली आणि सोनेरी मुलाम्याच्या पुठ्ठ्याचा मुकूट घातलेली, कुठे तरी गुपचूप रडलेली व गळून गेल्यासारखी दिसणारी एक म्हातारी स्त्री तिथे आली. खरे पाहता, औरेलियानो सेगुन्दोच्या ट्रंकेमध्ये कसरीने खाल्लेला तो राणीचा पोशाख फेर्नांदाला सापडला, तेव्हापासून अनेकदा तिने तो अंगात घातला होता. आरशासमोर त्या पोशाखात राणीला शोभणारे हावभाव करत हर्षभरित झालेल्या तिला जर कुणी पाहू शकले असते तर त्याला ती वेडी झालीय असेच वाटले असते; पण ती वेडी झालेली नव्हती. तिने केवळ आठवणीचे एक साधन म्हणून ती राजचिन्हे सांभाळली होती. तो पोशाख तिने पहिल्यांदा चढवला तेव्हा तिच्या काळजात जणू एखादी गाठ निर्माण झाली होती आणि डोळे आसवांनी भरून आले होते. ते अपरिहार्यच होते. कारण, त्या क्षणी फार पूर्वी, राणी बनण्यासाठी तिला न्यायला तिच्या घरी आलेल्या त्या अधिकाऱ्याच्या बुटांचा पॉलिशचा वास तिला पुन्हा एकवार जाणवला होता आणि तिचा जीव स्वप्नांच्या स्मरणरमणीय आठवणींनी फुलून आला होता. मग मात्र तिला इतके वयस्कर, थकल्यासारखे वाटले आणि आयुष्यातल्या सर्वोत्तम क्षणांपासून एवढे दुरावल्यासारखे वाटले की, ज्या क्षणांना ती सर्वांत जास्त वाईट मानत होती, त्या क्षणांसाठीसुद्धा ती उत्कंठित झाली आणि तेव्हा कुठे तिला कळून आले की, पोर्चवर येणारी ऑरेगॅनोची झुळूक, संध्याकाळी येणारा गुलाबांचा वास इतकेच काय पण अकस्मात श्रीमंती मिळालेल्या, मात्र अंगी शिष्टाचार नसलेल्या माणसांचा पशुतुल्य स्वभाव या गोष्टींचीदेखील तिला तीव्रतेने आठवण येत आहे. जणू घट्ट राखेच्या बनलेल्या तिच्या हृदयाने दैनंदिन वास्तवाचे अगदी प्रखर आघात पूर्वी सहज सोसले होते; पण तेच हृदय आता गतकातरतेच्या सुरुवातीच्या लाटांनीदेखील विदीर्ण होऊन गेले. जाणाऱ्या वर्षांनी जसजशी ती झिजत राहिली तसतसे तिला दुःख करत वसण्याचे व्यसनच जडले. स्वतःच्या एककीपणात ती अधिकाधिक मानवी होऊ लागली. तथापि, त्या सकाळी ती स्वयंपाकघरात आली आणि पौंगडावस्थेतील एका निस्तेज, कृश आणि डोळ्यांत भ्रांतिवत चमक असलेल्या तरुणाने जेव्हा तिला कॉफी दिली, तेव्हा उपहासाच्या पंज्यांनी तिला विदीर्ण केल्यासारखे झाले. तिने त्याला परवानगी तर नाकारलीच; परंतु तेव्हापासून जिथे त्या न वापरलेल्या पेसरीज् तिने ठेवल्या होत्या, त्या आपल्या पॉकेटमध्ये तिने घराच्या किल्ल्याही ठेवून दिल्या. अर्थात ती खबरदारी तशी निरुपयोगीच होती. कारण, औरेलियानोला तशी गरजच वाटली असती तर कुणाच्याही दृष्टीस न पडता तो केव्हाही घराबाहेर जाऊ शकला असता आणि परतसुद्धा येऊ शकला असता; परंतु प्रदीर्घ काळाचा बंदिवास, बाहेरच्या जगाची अनिश्चितता आणि आज्ञापालनाची सवय या सर्वांमुळे त्याच्या अंतःकरणातील बंडांची बीजे सुकून गेली होती, त्यामुळे तो घरबसल्या आपल्या बंद जागेकडे परतला, ती चर्मपत्रे पुन्हा पुन्हा वाचत राहिला

आणि रात्री उशिरापर्यंत फेर्नांदाच्या शेजघरातून येणारे तिचे हुंदके ऐकत राहिला. एके दिवशी सकाळी नेहमीप्रमाणे तो स्वयंपाकघरात शेगडी पेटवायला गेला, तर त्याने आदल्या दिवशी तिच्यासाठी ठेवलेले अन्न विझलेल्या राखेवर तसेच राहिलेले त्याला आढळले. मग त्याने तिच्या शेजघरात पाहिले तर तिथे ती आपल्या बिछान्यात तो आर्मिन लोकरीचा झगा परिधान करून पहुडलेली दिसली, तिची त्वचा हस्तिदंती आवरणासारखी झाली होती आणि पूर्वी कधीही दिसली नसेल एवढी ती सुंदर दिसत होती. चार महिन्यांनी तेव्हा होझे आर्केदियो परतला तेव्हा त्याला ती तिथे तशीच असलेली आढळली.

होझे आर्केदियो इतका त्याच्या आईसारखा दिसायचा की तसा दुसरा कुणी असू शकेल, अशी कल्पनाच करता येत नव्हती. कड आणि गोल कॉलरचा एक फिकट टफेटाचा सूट त्याने घातला होता आणि नेकटायऐवजी एक रेशमी रिबन बोसारखी बांधलेली होती. तो तांबूस आणि सुस्त दिसत होता, त्याच्या चेहऱ्यावर चकित झाल्याचा भाव होता आणि ओठ अशक्त वाटत होते. त्याचे काळे केस मऊ आणि चमकदार होते, डोक्याच्या मध्यभागी भांगाची रेषा सरळ होती आणि दिसायला ती अगदी सेंट्सच्या पुतळ्यांच्या मस्तकावर असते तशी कृत्रिम वाटत होती. व्यवस्थित घोटलेल्या त्याच्या दाढीच्या केसांच्या मुळांची सावली त्याच्या पारदर्शक चेहऱ्यावर मनातल्या प्रश्नांच्या छायेसारखी दिसत होती. त्याच्या निस्तेज हातांवर हिरव्या शिरा दिसत होत्या तर बोटे बांडगुळासारखी दिसत होती. डाव्या तर्जनीत त्याने एक भरीव गोल क्षीरस्फटिक बसवलेली सोन्याची अंगठी घातली होती. त्याने रस्त्याकडचा दरवाजा उघडला तेव्हा तो दूरवरून आला होता हे कळण्यासाठी औरेलियानोला तो कोण होता ते काही सांगावे लागले नाही. त्याची पावले घरात पडली तेव्हा घर एका प्रकारच्या सुगंधी पाण्याच्या वासाने भरून गेले. तो लहान होता तेव्हा अर्सूला काळोखामध्येही तो ओळखू यावा म्हणून तसे पाणी त्याच्यावर शिंपडायची. एवढ्या वर्षांच्या अनुपस्थितीमुळे असे कसे झाले ते निश्चित सांगता येणे अशक्यच होते; परंतु होझे आर्केदियो हा अजूनही एक हिवाळ्यात जन्मलेला अतिशय दुःखी आणि एकाकी असा पोर राहिला होता. तो आल्याबरोबर सरळ आपल्या आईच्या शेजघरात गेला, तिथे औरेलियानोने फेर्नांदाचे शरीर सुरक्षित राहावे म्हणून त्याच्या आजोबांच्या पाण्याच्या पाइपमध्ये मेल्कियादेसच्या सूत्रानुसार चार महिने पारा जाळला होता. होझे आर्केदियोने त्याला कसलेही प्रश्न विचारले नाहीत. त्याने प्रेताच्या कपाळाचे चुंबन घेतले आणि तिच्या झग्याखालून तिचा बटवा काढून घेतला, त्यात अजूनही तिने न वापरलेल्या पेसरीज् आणि तिच्या कपाटाची किल्ली होती. तो जरा सुस्त दिसत असला तरी सुस्तपणाशी विसंगत अशा तऱ्हेने त्याने सरळ आणि निश्चित हालचाल करीत प्रत्येक गोष्ट केली. तिच्या कपाटातून त्याने एक सोन्याने मढवलेली, वंशाचे चिन्ह असलेली छोटी पेटी बाहेर

काढली तर चंदानाच्या वासाने सुवासिक झालेल्या त्या पेटीमध्ये फेर्नांदाने लिहिलेले प्रदीर्घ पत्र त्याला सापडले. त्या पत्रात तोपर्यंत त्याच्यापासून लपवून ठेवलेल्या अनेक खर्‍या गोष्टी लिहून तिने आपल्या अंतःकरणाचा भार हलका केला होता. ते पत्र त्याने उभ्या उभ्याच उत्सुकतेने तथापि निश्चितपणे वाचले. तिसर्‍या पानावर थांबून त्याने मध्येच औरेलियानोला नव्याने ओळखल्यासारखे न्याहाळून पाहिले.

'अस्सं! तो बिनबापाचा पोरगा म्हणजे तू आहेस तर,' आपल्या आवाजात वस्तर्‍याची धार आणत त्याने औरेलियानोला म्हटले.

औरेलियानो म्हणाला, 'मी औरेलियानो बुयेंदिया आहे.'

होझे आर्केदियो त्याला म्हणाला, 'तू तुझ्या खोलीत जा.' औरेलियानो गेला आणि नंतर त्याने त्या एकाकी अंत्ययात्रेचा आवाज ऐकला तरी तो निव्वळ कुतूहल म्हणूनदेखील पुन्हा तिथे फिरकला नाही. कधी कधी होझे आर्केदियोला तीव्र धाप लागल्यामुळे गुदमरून तो घरात इकडेतिकडे फेर्‍या मारतोय हे औरेलियानो स्वयंपाकघरातून पाहत असायचा, तसेच त्या उद्ध्वस्त शेजघरातून त्याच्या पावलांचा आवाजही त्याला ऐकू येत राहायचा. अनेक दिवस त्याने होझे आर्केदियोचा आवाज प्रत्यक्ष ऐकला नाही, याचे कारण त्याने औरेलियानोला उद्देशून कधी काही म्हटले नाही हे तर होतेच; पण तसे काही घडावे अशी इच्छाही औरेलियानोला नव्हती. शिवाय त्या चर्मपत्रांखेरीज इतर कशाचाही विचार करायला त्याला वेळ नव्हता. फेर्नांदाच्या मृत्यूनंतर त्याने उरलेल्या शेवटच्या सोन्याच्या छोट्या माशांपैकी एक मासा घेतला आणि आपल्याला हव्या असलेल्या पुस्तकांच्या शोधात तो शहाण्या कॅतालोनियाच्या दुकानात गेला. रस्त्यात दिसलेल्या कोणत्याही गोष्टीत त्याला रस वाटला नाही. कारण, कदाचित असे असावे की तुलनेसाठी त्याला कुठल्याच गोष्टींच्या आठवणी नव्हत्या. ओस पडलेले ते रस्ते आणि ती उद्ध्वस्त घरे प्रत्यक्ष समजून घेण्यासाठी पूर्वी त्याने आपला आत्मासुद्धा देऊ केला असता, त्या वेळी त्यांच्याविषयी त्याने कल्पना केली होती तशीच ती घरे दिसत होती. फेर्नांदाने त्याला नाकारलेली परवानगी एकदाच त्या कामासाठी लागणाऱ्या कमीत कमी वेळापुरती त्याने स्वतःला देऊन टाकली आणि वाटेत कुठेही न थांबता त्याच्या घरापासून फक्त अकराच ब्लॉक्स एवढ्या अंतरावर असलेल्या त्या गोंधळाच्या उदास जागेकडे तो जाऊन पोहोचला. पूर्वी एके काळी तिथे स्वप्नांचा अर्थ लावला जायचा. आता तर तिथे हालचाल करायलाही वाव नव्हता आणि तिथे जाईपर्यंत तो धापा टाकू लागला होता. ती जागा एखाद्या पुस्तकांच्या दुकानापेक्षा वापरलेली पुस्तके टाकून द्यायची जागा असावी तशी वाटत होती. वाळवीने खाल्लेल्या शेल्फांवर आणि शेल्फांच्या मधल्या जाण्यायेण्याच्या वाटेतही पुस्तके कशीतरी टाकलेली होती. एका लांबलचक टेबलावर बऱ्याचशा पुस्तकांचा ढीग पडला होता आणि दुकानाचा मालक तिथे शाळेतल्या एक वहीच्या सुट्या पानांवर काहीशा अपरिचित अशा

जांभळ्या अक्षरांमध्ये काहीतरी गद्य अखंडपणे लिहीत होता. त्याच्या डोक्यावरचे रुपेरी केस काकाकुव्याच्या तुऱ्यासारखे कपाळावर आल्याने त्याचे डोके सुंदर दिसत होते. ज्याने सगळी पुस्तके वाचली आहेत, अशा माणसाचा सौम्य भाव त्याच्या छोट्या आनंदी निळसर डोळ्यांतून व्यक्त होत होता. त्याने आखूड पँट घातली होती, घामाने तो निथळत होता आणि कोण आले आहे ते पाहण्यासाठीसुद्धा त्याने आपले लेखन थांबवले नव्हते. औरेलियानोला हवी असलेली ती पाच पुस्तके तिथल्या विलक्षण गोंधळामधून काढून घेण्यात त्याला काहीच अडचण आली नाही. कारण, ती पुस्तके मेल्कियादेसने सांगितले होते तिथेच होती. एकही शब्द न बोलता त्याने ती पुस्तके आणि तो छोटा सोन्याचा मासा शहाण्या कॅतालोनियाच्या हाती दिला. एखाद्या शिंपल्यातल्या माशासारखे डोळे बारीक करत त्याने बारकाईने तो मासा आणि ती पुस्तके पाहिली. खांदे उडवीत तो आपल्याच भाषेत त्याला म्हणाला, 'तू वेडाच असावास.' मग त्याने ती पाचही पुस्तके आणि तो छोटा सोन्याचा मासा औरेलियानोला परत दिला. तो त्याला स्पॅनिशमध्ये म्हणाला, 'ही पुस्तके वाचणारा शेवटचा माणूस म्हणजे आंधळा आयझॅक[४] असावा, तेव्हा तू काय करतोयस त्याचा नीट विचार कर.'

होझे आर्केदियोने मेमेचे शेजघर पुन्हा वापरात आणले, तिथले मखमली पडदे आणि राजेशाही बिछान्याच्या छताचे रेशमी कापड स्वच्छ व दुरुस्त करवून घेतले. तसेच वापरात नसलेले स्नानगृह पुन्हा वापरात आणले. आंघोळीसाठी असलेल्या तिथल्या सिमेंटच्या टबावर शेवाळाचे खरबरीत आच्छादन आले होते, त्यामुळे तो टब काळपट होऊन गेला होता. जीर्ण विदेशी कपडे, नकली सुंगधी द्रव्ये, स्वस्त दागिने यांसारख्या जाकिटाच्या खिशात मावणाऱ्या वस्तूंचे आपले साम्राज्य त्याने त्या जागेच्या मर्यादेत प्रस्थापित केले. त्याला फक्त घरात अद्यापही राहून गेलेल्या अल्तारवरच्या सेंट्सच्या पुतळ्याची काळजी वाटत होती. एका दुपारी त्याने ते पुतळे घेतले आणि पटांगणात त्यांना आग लावून ते जाळून टाकले. अकरा वाजून जाईपर्यंत तो झोपत असे. मग अंगातला घाणेरडा झालेला, वरती ड्रॅगन्सची चित्रे असलेला झगा आणि पायात पिवळे गोंडे लावलेल्या सपाता घालून तो स्नानगृहात जायचा आणि तिथे आपल्या स्नानविधीचे पौरोहित्य करायचा. त्यात तो जशी काळजी घ्यायचा आणि त्याला जेवढा वेळ लागायचा ते सारे रेमेदियोस द ब्युटीची आठवण करून देणारे असायचे. त्याच्याजवळ संगमरवरी दगडासारख्या मऊ दगडांपासून घडवलेल्या तीन पक्ष्याकृती डब्यांत क्षारांची चूर्णे होती. आंघोळीपूर्वी टबातल्या पाण्यात ती चूर्णे टाकून ते पाणी तो सुगंधित करायचा. इतरांसारखा भोपळ्याने अंगावर पाणी घेत आंघोळ न करता तो त्या सुवासिक पाण्यात उतरायचा आणि पाठीवर दोन तास पडून तरंगत राहायचा. पाण्याच्या थंडगार स्पर्शाने आणि आमारान्ताच्या आठवणीने जणू त्याला गुंगी यायची. त्या घरात आल्यावर काही

दिवसांनी त्याने तो टफेटाचा सूट बाजूला ठेवून दिला. कारण, त्याच्याजवळ तेवढा एकच सूट होता आणि त्या गावाच्या हवेत त्या सुटामध्ये त्याला फारच गरम व्हायचे. त्याऐवजी पिएत्रो क्रेस्पी नृत्याचे धडे देताना घालायचा तसल्या घट्ट बसणाऱ्या पँट्स आणि रेशमी धाग्यांपासून बनवलेल्या कापडाचा शर्ट तो घालू लागला. त्या शर्टावर हृदयाच्या जागी कशिद्याने त्याची आद्याक्षरे काढलेली होती. आठवड्यातून दोनदा तो ते सगळे कपडे टबात घालून धुवायचा आणि त्या वेळी अंगात तो झगा घालायचा, कारण, त्याच्याजवळ घालायला दुसरे काहीच नव्हते. तो कधीच घरी जेवायचा नाही. दुपारच्या विश्रांतीच्या वेळचे उन्ह थोडे सुसह्य झाले की, तो बाहेर पडायचा आणि बरीच रात्र झाली की घरी परतायचा. मग तो मांजरीसारखा श्वासोच्छ्वास करीत, आमारान्ताचा विचार करीत अस्वस्थपणे फेऱ्या मारायचा. त्याने घराबद्दलच्या दोनच आठवणी सांभाळून ठेवल्या होत्या; एक होती आमारान्ताची आणि दुसरी रात्रीच्या दिव्याच्या उजेडात त्या संतांच्या पुतळ्यांच्या भयंकर चमकणाऱ्या नजरेची. रोममध्यल्या ऑगस्टमध्ये अनेकदा त्याच्या त्या निर्वासितासारख्या अस्वस्थ आयुष्यात तो झोपेतून मध्येच डोळे उघडायचा, तेव्हा तिथल्या संगमरवरी टबाच्या कडांपाशी आमारान्ता तिच्या त्या लेस पेटीकोटमध्ये आणि हातावरच्या बँडेजसह उभी असलेली दिसायची. त्याच्या विजनवासात तिचे ते आदर्श रूपच जसे काही त्याच्या आठवणीत पक्के रुतून बसले होते. औरेलियानो होझेने आमारान्ताचे ते रूप रक्तरंजित युद्धाच्या दलदलीत बुडवून टाकण्याचा प्रयत्न केला होता, तसे न करता एकीकडे होझे आर्केदियोने ते रूप लैंगिक क्षुधेमध्ये जिवंत ठेवले होते आणि दुसरीकडे आपल्या पोप बनण्याच्या उद्योगाविषयीची अखंड काल्पनिक कथा रचून तो आपल्या आईला खूश करीत होता. त्या दोघांमधला पत्रव्यवहार म्हणजे काल्पनिक गोष्टींची देवघेव आहे, असा विचार त्याला किंवा फेर्नांदालाही कधीच सुचला नाही. होझे आर्केदियो रोमला आला तेव्हाच त्याने सेमिनरी सोडून दिली होती; परंतु धर्मशास्त्राच्या व धर्मोपदेशकाच्या नियमांच्या अभ्यासाविषयीची खोटी कहाणी तो मुद्दामच लांबवत राहिला. कारण, त्याची आई त्याला मिळणार असलेल्या अविश्वसनीय वाटेल एवढ्या संपतीच्या ज्या वारशाबद्दल तिच्या पत्रांतून त्याला सांगायची तो वारसा त्याला धोक्यात येऊ द्यायचा नव्हता. कारण, त्रास्तेव्हेअरमधल्या पोटमाळ्यावरच्या खोलीत दोन मित्रांसोबत तो राहायचा, तेव्हा त्याला खूप हाल सोसावे लागत होते, तसेच पराकाष्ठेचा चिक्कूपणाही करावा लागायचा. त्या सगळ्यापासून त्याची सुटका होऊ शकणार होती, ती केवळ त्याला मिळणार असलेल्या त्या तथाकथित वारशामुळेच झाली असती. फेर्नांदाचे शेवटचे पत्र तिने मृत्यूच्या आगाऊ जाणिवेतून लिहिले होते. ते मिळाल्यावर त्याने आपल्या खोट्या वैभवाचे उरलेसुरले अवशेष एका सुटकेसमध्ये भरले आणि एका बोटीच्या तळाशी असलेल्या सामान ठेवण्याच्या जागेतून प्रवास करत त्याने महासागर पार

केला. बोटीवरच्या त्या जागेत कत्तलखानातल्या गुरांसारखी माणसे कोंबलेली होती आणि ते सारे लोक त्याच्यासारखे देशांतर करणारे होते. त्या प्रवासात त्याला थंडगार शेवया आणि किडे पडलेले चीज खावे लागले होते. फेर्नांदाचे मृत्युपत्र म्हणजे केवळ धीमेपणाने सांगितलेला तिच्या दुर्दैवाचा तपशीलवार गोषवारा होता. तिथल्या मोडक्यातोडक्या फर्निचरवरून आणि पोर्चमध्ये माजलेल्या गवत आणि झुडुपांच्या रानामुळे तो कसल्या सापळ्यात आता अडकला होता, त्याची कल्पना ते मृत्युपत्र वाचण्यापूर्वीच त्याला आली होती. त्या सापळ्यातून तो पुन्हा कधीही सुटण्याची शक्यताच नव्हती. रोममधल्या वसंतऋतूच्या चिरतरुण हवेला आणि हिऱ्यांच्या प्रकाशाला तो कायमचा मुकला होता. दम्याच्या अतिशय तीव्र विकारामुळे त्याला निद्रानाश जडला होता, त्यामुळे त्या काळोख्या घरात रात्र रात्र हिंडत तो आपल्या वाट्याला आलेल्या दुर्दैवाची खोली मापू पाहायचा. वार्धक्याने भ्रमिष्ट झालेल्या अर्सूलाने त्याला त्या घरात जणू साऱ्या जगाचीच भीती घातली होती. काळोखात त्याचा माग सुटू नये म्हणून आणि सूर्यास्तानंतर घरात वावरणाऱ्या मृतात्म्यांपासून तो सुरक्षित राहावा म्हणून तिने त्याला शेजघराचा एक कोपरा बहाल केला होता. अर्सूला त्याला सांगायची, 'तू जर काहीही वाईट केलंस तर ते संत मला लगेच सांगतील.' प्रचंड धास्तीने भारलेल्या त्याच्या बालपणातल्या रात्री केवळ त्या कोपऱ्यात सीमित होऊन गेल्या होत्या, झोपायला जायची वेळ होईपर्यंत त्याच्यावर पहारा करणाऱ्या त्या चुगलखोर संतांच्या बर्फगार नजरेखाली भीतीमुळे घामाने निथळत हालचाल न करता तो तिथेच नुसता बसून राहायचा. खरे तर त्याचा असा छळ निरर्थक होता. कारण, सुरुवातीपासूनच त्याला आजूबाजूच्या सगळ्या गोष्टींची दहशत वाटायची. आयुष्यात त्याला भेटणाऱ्या कोणत्याही गोष्टींनी घाबरून जायला जणू तो नेहमी तयारच असायचा. त्याचे रक्त बिघडवून टाकतील अशा रस्त्यावरच्या स्त्रिया, माणसांच्या मृत्यूला आणि जन्मभराच्या पश्चात्तापाला कारणीभूत होणारे झुंजीचे कोंबडे, केवळ स्पर्शानेदेखील वीस-वीस वर्षे चालणारे युद्ध घडवणाऱ्या बंदुका व तसली शस्त्रास्त्रे, ज्यांच्यामुळे नंतर फक्त भ्रमनिरास आणि वेडच वाट्याला येते अशी अनिश्चित प्रकारची साहसे, थोडक्यात सांगायचे तर परमेश्वराने आपल्या अमर्याद चांगुलपणाने जे जे काही निर्माण केले होते आणि जे सैतानाने विकृत करून ठेवले होते, अशा सगळ्या गोष्टींना तो घाबरत असे. त्याच्या दुःस्वप्नातल्या दुर्गुणांच्या दडपणाने तो जागा झाला की, खिडकीमधून येणारा उजेड, स्नानगृहातले आमारान्ताचे त्याला कुरवाळणे आणि मांड्यांमध्ये रेशमी गोंड्यांने पावडर लावणे या साऱ्यांतून त्याला वाटणाऱ्या सुखामुळे त्या धास्तीपासून त्याची सुटका होत असे. बागेतल्या प्रखर प्रकाशात अर्सूलासुद्धा वेगळीच भासायची. कारण, तिथे ती त्या भयंकर गोष्टींविषयी बोलायची नाही, तर त्याचे स्मित पोपच्या स्मितासारखे तेजस्वी व्हावेत म्हणून

कोळशाच्या पावडरीने त्याचे दात घासायची, जगभरातून रोमला येणाऱ्या सगळ्या यात्रेकरूंना पोप आशीर्वाद देतात, तेव्हा त्यांचे हातांचे सौंदर्य पाहून यात्रेकरून थक्क व्हावेत म्हणून ती त्याच्या हाताची नखे कापून त्यांना पॉलिश करायची आणि त्याचे शरीर आणि कपडे पोपसारखेच सुगंधित व्हावेत म्हणून त्याच्या अंगावर आणि कपड्यांवर सुवासिक पाणी शिंपडायची. गँडोल्फोच्या[५] राजप्रासादाच्या पटांगणात त्याने पोपना पाहिले होते. त्या वेळी पोपमहाराज यात्रेकरूंच्या मोठ्या जमावासमोर एकच भाषण सात भाषांमधून करीत होते, तेव्हा एकाच गोष्टीने त्याचे लक्ष जास्त वेधून घेतले होते ती म्हणजे पोपमहाराजांचे हात अतिशय पांढरेस्वच्छ होते. जणू काय ते सोडखाराच्या मिश्रणात भिजवून काढले आहेत असे वाटत होते. तसाच त्यांच्या कपड्यांचा दिपवून टाकणारा पांढराशुभ्र रंग आणि गुप्त असा सुगंधी पाण्याचा वासदेखील त्याचे लक्ष वेधून घेणारा होता.

घरी परतल्यावर साधारणतः वर्षभरात होझे आर्केदियोने चांदीच्या कँडलस्टिक्स आणि ते सोन्याचे शौचपात्र विकून आपले पोट भरले होते. ते शौचपात्र सोन्याचे नव्हते तर त्याला केवल सोन्याचा मुलामा दिलेला होता हे अगदी ऐन वेळी म्हणजे ते विकताना त्याच्या लक्षात आले. त्या काळात गावातल्या मुलांना उचलून खेळण्यासाठी आपल्या घरात आणणे हा होझे आर्केदियोचा एकमेव विरंगुळा होता. त्या मुलांबरोबर दुपारच्या विश्रांतीच्या वेळी तो घरी दिसायचा. त्यांना तो बागेत दोरीवरच्या उड्या मारायला लावायचा, पोर्चवर गायला लावायचा, बसाय-उठायच्या दालनातील फर्निचरवर कसरती करायला लावायचा आणि त्याच वेळी मुलांच्या काही गटांमध्ये जाऊन त्यांना चांगल्या रीतीभातींचे धडे द्यायचा. आता त्याने टाइट पँट्स आणि रेशमी शर्ट घालणे सोडून दिले होते, आता तो अरबांच्या दुकानातून खरेदी केलेला एक साध्याशा कापडाचा सूट घालायचा; परंतु तरीही अजून त्याने आपला दिमाख आणि पोपचा आविर्भाव कायम ठेवला होता. मेमेच्या शाळेतल्या मैत्रिणींनी जसा पूर्वी एकदा त्या घराचा सगळा ताबा घेतला होता, तसाच आता त्या पोरांनी घेऊन टाकला. रात्री बऱ्याच उशिरापर्यंत त्यांचे गाणी बडबडणे आणि तालबद्ध नृत्य ऐकायला येत असे, त्यामुळे ते घर म्हणजे अजिबात शिस्त नसलेल्या एखाद्या बोर्डिंग शाळेसारखे भासायचे. जोवर ती मुले मेल्कियादेसच्या खोलीत शिरून औरेलियानोला काही त्रास देत नसत, तोवर त्यांच्या त्या आक्रमणाची त्याला काही काळजी वाटत नव्हती. एकदा सकाळी दोन मुलांनी त्याच्या खोलीचा दरवाजा ढकलून उघडला तर आत एक घाणेरडा दिसणारा केसाळ माणूस अजूनही कामाच्या टेबलावर त्या चर्मपत्रांचा उलगडा करत बसलेला पाहून ते घाबरले होते. त्यांना खोलीत जायचे धाडस झाले नाही; पण त्या खोलीवर लक्ष ठेवून होते. काहीतरी कुजबुजत ते फटींमधून आत डोकावून बघायचे, खिडकीच्या चौकटीतून त्यांनी आतमध्ये जिवंत प्राणीही फेकले होते आणि एकदा तर त्यांनी खोलीच्या दरवाजाला

व खिडकीला बाहेरून खिळे ठोकून ती बंद करून टाकली, तेव्हा औरेलियानोला आतून जोर लावून दरवाजा आणि खिडकी उघडायला अर्धा दिवस लागला. त्या खोडीबद्दल काहीच शिक्षा झाली नाही असे पाहून त्या पोरांना मजा वाटली आणि त्यांच्यापैकी चार मुले एके दिवशी सकाळी औरेलियानो स्वयंपाकघरात गेलेला असताना त्या चर्मपत्रांचा नाश करायच्या तयारीने त्याच्या खोलीत शिरली; पण त्यांनी त्या पिवळसर झालेल्या चर्मपत्रांना हात लावताक्षणीच ते देवदूतासारख्या एका अद्भुत शक्तीने त्यांना जमिनीवरून उचलले आणि औरेलियानो परत येऊन त्यांच्या हातांतून ती चर्मपत्रे काढून घेईपर्यंत त्या शक्तीने त्यांना तसेच हवेत लटकत ठेवले. त्यानंतर त्यांनी पुन्हा कधीही त्याला त्रास दिला नाही.

त्या मुलांमधली जास्त वयाची चार मुले जरी पौंगडावस्थेला पोहोचली होती, तरी ती अजून शॉर्ट-पँट्स वापरत होती. होझे आर्केदियोच्या नीटनेटके दिसण्याची व पोशाख वगैरेंची काळजी ती मुले घेऊ लागली. इतरांपेक्षा ती मुले लवकरच येत आणि त्याची दाढी करणे, गरम केलेल्या टॉवेल्सनी त्याला मसाज करणे, त्याच्या हाता-पायांची नखे कापणे व त्यांना पॉलिश करणे व सुवासिक पाण्याने त्याचे शरीर सुगंधित करणे इत्यादी गोष्टी करत असत. अनेकदा ती मुले त्याच्याबरोबर पाण्याच्या टाकीत उतरून डोक्यापासून पायापर्यंत त्याला साबण लावत असत तर तो त्या वेळी पाण्यात पाठीवर पडून तरंगत आमारान्ताविषयी विचार करत असायचा. मग ते त्याचे शरीर कोरडे करत, त्याला शरीरभर पावडर लावत आणि कपडे चढवत. त्यांच्यापैकी एक मुलगा सुंदर पिंगट केसांचा, गुलाबी त्वचा आणि सशासारख्या गुलाबी डोळ्यांचा होता. तिथे घरातच झोपायची त्याला सवय झाली होती. होझे आर्केदियोशी असलेले त्याचे नाते एवढे दृढ झाले होते की, निद्रानाश आणि अस्थम्याच्या परिणामी होझे आर्केदियो जेव्हा रात्री काळोखात घरामध्ये चकरा मारत असायचा तेव्हा त्याच्याबरोबर काही न बोलता तोही घरभर चकरा मारायचा. ज्या खोलीत पूर्वी अर्सूला झोपायची तिथल्या फुटलेल्या सिमेंटमधून त्यांना रात्री एकदा पिवळा प्रकाश चमकताना दिसला. जणू जमिनीखालून एखाद्या सूर्याच्या प्रकाशामुळे त्या खोलीतली जमीन काचेच्या तावदानासारखी झाली होती. त्यांना दिवा लावावा लागला नाही. ज्या कोपऱ्यात नेहमी अर्सूलाचा बिछाना असायचा तिथे तो प्रकाश जास्तच तीव्र दिसत होता. त्या कोपऱ्यातली फुटलेली सिमेंटची फरशी नुसती उलचण्याचा अवकाश की तिथे असलेले भुयार लगेच त्यांच्या दृष्टी पडले. औरेलियानो सेगुन्दोने पूर्वी गुप्त खजिना उकरून काढण्याच्या त्याच्या त्या वातभ्रमात तेच गुप्त भुयार शोधण्यासाठी खूप श्रम घेतले होते आणि त्यामुळे तो अगदी थकून गेला होता. तिथेच ती तांब्याच्या तारेने शिवून तोंडे बंद केलेली कॅनव्हासची तीन पोती होती. त्या पोत्यांत सात हजार दोनशे चौदा सोन्याची नाणी होती आणि काळोखात ती निखाऱ्यासारखी चमकत होती.

गुप्त खजिन्याचा तो शोध म्हणजे होझे आर्केदियोचे सारे दैन्य एकाच जोरदार फटक्यात जाळून टाकण्यासारखा प्रकार होता. एकाएकी सापडलेल्या संपत्तीचा तो वारसा घेऊन रोमला परत जाण्याचे स्वप्न पूर्वी दैन्यावस्थेत असताना तो पाहायचा, स्वप्नातला तो वारसा हाती येण्याचा भाग आता खरा झाला होता; परंतु स्वप्नात तो कल्पना करायचा तसे रोमला परत जाण्याऐवजी त्याने आता आपल्या घराचाच स्वर्ग करून टाकला. अधोगतीला जाणारा स्वर्ग. पडदे आणि बिछान्यावरचे छत बदलून त्याने ते नवे मखमली केले, स्नानगृहात नवी फरशी घालून घेतली आणि भिंतींना टाइल्स बसवून घेतल्या जेवणाच्या दालनातली कपाटे साठवणीची फळे, हॅम्स आणि लोणच्यांनी भरून टाकली. वापरात नसलेली कोठीची खोली पुन्हा उघडण्यात आली आणि तिथे त्याने वाईन्स आणि लिकेर्सचा साठा करून ठेवला. त्यासाठी स्वतः होझे आर्केदियोने आपले नाव असलेले क्रेट्स रेल्वे स्टेशनवरून आणले. एका रात्री तो आणि त्या चार मुलांनी मिळून एक पार्टी केली, ती पहाट होईपर्यंत चालली होती. सकाळी सहा वाजता ते सगळे शेजघरातून नागडेच बाहेर आले, तिथली पाण्याची टाकी त्यांनी रिकामी केली आणि ती शॅम्पेनने भरून टाकली. त्यात मग त्या सगळ्यांनी एकदमच उड्या मारल्या आणि जणू सुवासिक बुडबुड्यांचा मुलामा दिलेल्या आकाशात उडणाऱ्या पक्ष्यांसारखे ते त्या टाकीत पोहत राहिले, होझे आर्केदियो त्यांच्या मौजमजेच्या जणू काठावर राहून पाठीवर पडल्या पडल्या स्वतःतच गुरफटल्यासारखा एकीकडे आपल्या संदिग्ध सुखांच्या कटुपणाविषयी विचार करता करता त्याच वेळी उघड्या डोळ्यांनी आमारान्ताला आठवतही राहिला. थकून जाऊन ती मुले घोळक्याने शेजघरात गेली. आपले अंग पुसण्यासाठी त्यांनी तिथले पडदे फाडले आणि त्या सगळ्या गोंधळात त्यांनी बिलोरी काचेचा आरसा फोडून टाकला, त्याचे चार तुकडे झाले. तिथे झोपायच्या गोंधळात त्यांनी बिछान्याचे छतही फाडून टाकले. स्नानगृहातून होझे आर्केदियो परत आला तर त्याला फुटलेल्या जहाजासारख्या उद्ध्वस्त झालेल्या शेजघरात ती पोरे एखाद्या अस्ताव्यस्त ढिगाऱ्यासारखी नागडी झोपलेली दिसली. त्यांनी केलेल्या नुकसानापेक्षाही त्या तसल्या धांगडधिंग्यानंतर आलेल्या तीव्र शून्यमनस्कतेतून त्याला स्वतःचाच तिरस्कार वाटून स्वतःची कीव आली. संतापाने तो भडकून गेला. आपल्या ट्रंकेच्या तळाशी त्याने संन्यासी वापरतात तसला केसांपासून बनवलेला अंगात घट्ट बसणारा एक अंगरखा आणि प्रायश्चित्तासाठी उपयोगात येणारी इतर साधने ठेवली होती. त्यातलाच धर्मगुरूंचा एक नऊ दोऱ्यांचा गाठाळ चाबूक त्याने घेतला आणि एखाद्या वेड लागलेल्या माणसासारखे कर्कशपणे ओरडत त्याने त्या पोरांना निर्दयपणे चाबकाने फोडून काढत घरातून हाकलून दिले. तेवढ्या निर्दयपणे कुणी एखाद्या लांडग्यांच्या कळपालासुद्धा हाकलले नसेल, त्यामुळे फारच थकवा येऊन त्याला दम्याचा तीव्र झटका आला आणि तो काही दिवस टिकला. त्यामुळे

तो मृत्युशय्येवरच्या माणसासारखा दिसायला लागला. तिसऱ्या रात्री वेदनांनी तळमळत गुदमरणे असह्य झाले म्हणून तो औरेलियानोच्या खोलीत गेला आणि त्या त्रासावर उपाय म्हणून त्याने हुंगण्यासाठी एखादी औषधी पावडर जवळच्या फार्मसीतून त्याला आणून देण्याची विनंती केली. अशा रीतीने औरेलियानो दुसऱ्यांदा त्या घराबाहेर पडला. त्या छोट्या फार्मसीत पोहोचायला त्याला फक्त दोन ब्लॉक्सच ओलांडावे लागले. फार्मसीच्या खिडक्या धुळीने भरल्या होत्या आणि औषधांच्या सिरॅमिकच्या बाटल्यांवर लॅटिनमधली लेबले होती. होझे आर्केदियोने एका कागदाच्या तुकड्यावर औषधाचे नाव लिहिलेले होते. नाईल नदीतल्या सापासारखे कावेबाज सौंदर्य असलेल्या एका मुलीने त्याला ते औषध दिले. पिवळसर बल्बज्चा कसाबसा प्रकाश पडलेल्या रस्त्यांचे ते निर्जन गाव औरेलियानोने दुसऱ्यांदा पाहिले तरी त्याला पहिल्या वेळेपेक्षा जास्त काही कुतूहल वाटले नाही. होझे आर्केदियोला तर वाटायला लागले होते की, औरेलियानो पळून गेला असावा तेवढ्यात तो परत आला. घाईने आल्यामुळे आणि बंद घरात राहिल्यामुळे, तसेच हालचालीच्या अभावामुळे अशक्त आणि जड झालेले पाय कसेबसे ओढत आणि धापा टाकतच तो आला होता. जगाविषयी, त्याची उदासीनता इतकी निश्चित जाणवत होती की, होझे आर्केदियोने आपल्या आईला दिलेले वचन मोडले आणि औरेलियानोला हवे तेव्हा बाहेर जाण्याची मोकळीक दिली.

औरेलियानोने त्याला सांगितले, 'मला बाहेर काहीही करायचे नाहीय.'

तो त्या चर्मपत्रांमध्ये गर्क होऊन घरातच थांबून राहिला. हळूहळू त्याला त्या चर्मपत्रांचा उलगडा होत होता; पण तरीही त्याचा नीट अर्थ लागत नव्हता. होझे आर्केदियो त्याच्यासाठी त्याच्या खोलीत हॅमचे तुकडे आणि साखर घातलेली फुले घेऊन यायचा, त्या फुलांमुळे तोंडात काही तरी वसंतऋतूसारखी चव रेंगाळायची. दोन वेळा तर त्याने उत्तम प्रकारची वाईनसुद्धा त्याला आणून दिली होती. होझे आर्केदियोला त्या चर्मपत्रांमध्ये काहीच रस नव्हता, त्याला ती चर्मपत्रे म्हणजे गूढ असा विरंगुळा वाटायचा; परंतु आपल्या त्या एकाकी नातेवाइकाचे दुर्मीळ शहाणपण आणि कसल्याही स्पष्टीकरणापलीकडचे असे जगाविषयीचे विलक्षण ज्ञान पाहून होझे आर्केदियोचे त्याच्याकडे चांगलेच लक्ष वेधले गेले होते. औरेलियानोला लिखित इंग्रजी समजते आणि त्या चर्मपत्रांचे वाचन करता करता मध्येच त्याने इंग्रजी एन्सायक्लोपीडियाच्या सहा खंडांचेही पहिल्या पानापासून ते शेवटच्या पानांपर्यंत एखादी कादंबरी वाचून काढावी तसे वाचन केले होते, हेदेखील होझे आर्केदियोला कळून आले. रोमविषयी बोलत असताना औरेलियानोने जणू तिथे काही वर्षे काढली असावीत अशा तऱ्हेने तो बोलत होता, याचे श्रेय त्याच्या एन्सायक्लोपीडियाच्या वाचनाला द्यावे असे होझे आर्केदियोला वाटले; परंतु नंतर त्याच्या असेही लक्षात आले की, एन्सायक्लोपीडियामध्ये वस्तूंच्या किमती

दिलेल्या नसतात तरी त्या किमती आणि तसल्याच इतर काही गोष्टीही त्याला माहीत होत्या. औरेलियानोला ही माहिती कोठून मिळाली असे त्याला विचारले, तेव्हा 'सगळे काही ज्ञात होत असते' एवढेच उत्तर त्याला मिळाले. होझे आर्केदियोला असे जवळून पाहिल्यानंतर औरेलियानोच्या लक्षात आले की, त्याला नुसते घरात फिरताना पाहिले होते तेव्हाच्या आपल्या मनातल्या त्याच्या प्रतिमेपेक्षा तो खूप वेगळा होता आणि त्याचे त्याला आश्चर्यही वाटले. त्याला हसता येत होते, घराच्या पूर्वीच्या दिवसांविषयी तर त्याला गतकातरतासुद्धा वाटायची, तसेच मेल्कियादेसच्या खोलीतल्या दैन्याविषयी त्याला काळजीही वाटायची. एकाच रक्ताच्या त्या दोन एकाकी व्यक्तींचे तसे एकमेकांकडे ओढले जाणे ही मैत्री नक्कीच नव्हती. मात्र तरीही त्यांच्या वाट्याला आलेल्या त्या अथांग एकाकीपणाला त्या नव्या नात्यामुळे दोघांनाही अधिक चांगल्या रितीने तोंड देणे शक्य झाले. तो एकाकीपणा एकाच वेळी त्यांना एकमेकांशी जोडणाराही होता आणि परस्परांपासून दूर करणाराही होता. त्यानंतर होझे आर्केदियो त्याला स्वतःला संतापजनक वाटणाऱ्या किती तरी घरगुती समस्या सोडवण्यासाठी औरेलियानोची मदत घेऊ लागला. त्याचबरोबर त्याबदली औरेलियानोलासुद्धा पोर्चमध्ये बसून वाचणे तसेच नित्यनेमाने वक्तशीरपणे येणाऱ्या आमारान्ता अर्सूलाच्या पत्रांची वाट पाहत बसणे शक्य होऊ लागले आणि होझे आर्केदियोने तो आला तेव्हापासून ज्या स्नानगृहाचा वापर करायला औरेलियानोला बंदी केले होती, त्या स्नानगृहाचा वापर करणेही त्याला शक्य झाले.

एका उष्म्याच्या पहाटे रस्त्याच्या बाजूच्या दरवाजावर घाईघाईने कुणीतरी ठोठावले, त्या आवाजाने दोघेही घाबरून उठले, तर दारात एक काहीसा वयस्कर, मोठाल्या हिरवट डोळ्यांचा काळा माणूस उभा होता. त्या डोळ्यांमुळे त्याच्या चेहऱ्यावर रात्रीच्या वेळी चमकणाऱ्या पिशाच्याच्या डोळ्यांचा भास होत होता. त्याच्या कपाळावर राखेचा क्रॉस रेखलेला होता. कपड्यांच्या चिंध्या झालेल्या होत्या आणि त्याचे बूट फाटलेले होते. त्याच्या पाठीवर एक जुनाट पोतडी होती व तेवढेच सामान त्याच्याजवळ होते. तो भिकाऱ्यासारखा दिसत होता. ज्या गूढ शक्तीच्या साधारे तो जगत होता, ती काही निव्वळ स्वरक्षणाची मूलभूत प्रेरणा नव्हती तर भीतीची सवय त्याच्या मुळाशी होती, हे व्हरांड्यातल्या त्या काळोखातसुद्धा त्याच्याकडे एकदाच पाहिले तरी कळून येत होते. तो औरेलियानो आमादोर होता. कर्नल औरेलियानो बुयेंदियाच्या सतरा मुलांमधला तोच एकटा अजूनपर्यंत वाचला होता. मारेकऱ्यांपासून दूर पळणारा म्हणून दीर्घकाळ अत्यंत धोक्याचे आयुष्य जगत असताना तो थोड्याशा विश्रांतीच्या शोधात होता. त्याने स्वतःची ओळख सांगितली, भटक्या कुत्र्यासारख्या त्याच्या अवस्थेत रात्री त्याला आठवलेल्या त्या घरात त्याला शेवटचा आधार हवा होता. ते घर एखाद्या छोट्याशा किल्ल्यासारखे होते आणि होझे आर्केदियो व औरेलियानो या दोघांनी तिथे त्याला आश्रय द्यावा

म्हणून त्याने त्यांना विनवणी केली; परंतु होझे आर्केदियो आणि औरेलियानोला काही तो आठवत नव्हता. तो एखाद्या भटक्या किंवा भिकारी असावा असे समजून त्यांनी त्याला रस्त्यामध्ये ढकलून दिले. मग त्या दोघांनाही होझे आर्केदियो कळत्या वयाचा होण्यापूर्वीच सुरू झालेल्या एका नाटकाचा शेवट पाहायला मिळला. अनेक वर्षे जवळजवळ अर्ध्या जगभर शिकारी कुत्र्यांसारखे औरेलियानो आमादोरच्या मागावर असलेले दोन पोलीस त्या बदामाच्या झाडांमधून रस्त्यापलीकडच्या बाजूने बाहेर आले आणि त्यांनी आपल्या माऊझर रायफलींतून दोन गोळ्या बरोबर त्याच्या त्या राखेच्या क्रॉसवर झाडल्या.

त्या मुलांना घरातून हाकलून दिल्यापासून होझे आर्केदियो ख्रिसमसपूर्वी नेपल्सला जायला निघणाऱ्या आगबोटीविषयीच्या बातमीची वाट पाहत होता. औरेलियानोला तो एखाद्या धंद्यामध्ये गुंतवणार होता म्हणजे त्याचा उदरनिर्वाह झाला असता. त्याने त्याला तसे सांगितलेही होते. कारण, फेर्नांदाच्या अंत्यसंस्कारानंतर अन्नाच्या टोपल्या यायच्या बंद झाल्या होत्या; पण त्याचे ते शेवटचे स्वप्नही खरे होईल असे दिसत नव्हते. सप्टेंबरमधल्या एका सकाळी औरेलियानोबरोबर स्वयंपाकघरात कॉफी घेऊन झाल्यानंतर होझे आर्केदियो आंघोळ करायला गेला होता, तेव्हा त्याने पूर्वी हाकलून दिलेली ती चार पोरे उघड्या झालेल्या कौलांमधील फट मोठी करून आत घुसली. होझे आर्केदियोला आपला बचाव करायला थोडासाही अवसर न देता त्यांनी कपड्यांसकटच पाण्याच्या त्या टाकीत उड्या टाकल्या, केसांना पकडून त्याचे डोके त्यांनी पाण्याखाली दाबून धरले आणि मरणांतिक वेदनांचे बुडबुडे पाण्याच्या पृष्ठभागावर यायचे थांबेपर्यंत त्याचे डोके तसेच पाण्याखाली धरून ठेवले. मग त्याचे डॉल्फिनसारखे शांत शरीर सुवासिक पाण्याच्या तळाशी गेले. नंतर त्यांनी सोन्यांच्या मोहरांची ती तीन पोती लपवलेल्या जागेतून बाहेर काढली. ती जागा त्यांना आणि त्यांनी नुकत्याच ठार मारलेल्या व्यक्तीलाच फक्त माहीत होती. ती सारी कृती एवढी पद्धतशीरपणे, वेगाने आणि पशूसारखी झटक्यात केली गेली की, ती जणू एखादी लष्करी कारवाईच असावी. औरेलियानो त्या वेळी आपल्या बंद खोलीत होता, त्यामुळे त्याला काहीच समजले नाही. दुपारी स्वयंपाकघरात त्याला होझे आर्केदियो दिसला नाही, तेव्हा त्याने घरभर सगळीकडे त्याचा शोध घेतला तर त्याला तो त्या आरशासारख्या स्वच्छ, सुवासिक पाण्याच्या टाकीत तरंगताना दिसला. तो प्रचंड फुगलेला होता आणि अजूनही जणू आमारान्ताचा विचार करीत असावा तसा दिसत होता, तेव्हा कुठे औरेलियानोला समजले की, त्याला तो किती आवडायला लागला होता.

१९

आमारान्ता अर्सूला डिसेंबरच्या पहिल्या एंजल्ससोबतच्या[१] सुमारास खलाशाच्या वाऱ्यावर बोट चालवत परतली. तिने नवऱ्याच्या गळ्याभोवती एक रेशमी पट्टा बांधून त्याला ओढत बरोबर आणले होते. तशी ती कसलीही पूर्वसूचना कुणालाही न देताच आली होती. तिचा पोशाख हस्तिदंताच्या रंगाचा होता, गळ्यातली मोत्याची माळ जवळजवळ तिच्या गुडघ्यांपर्यंत पोहोचत होती. हाताच्या बोटांत पाचू आणि टोपाझ्च्या अंगठ्या होत्या. तिने आपले केस कानामागे पाकोळीच्या शेपटासारख्या अलंकारिक पिन्सच्या साह्याने गोल चक्रासारखे बांधले होते. सहा महिन्यांपूर्वी ज्या गृहस्थाशी तिने लग्न केले होते, तो एखाद्या खलाशासारखा दिसायचा. तिला वाटले होते त्याहीपेक्षा माकोन्दोमधल्या घरातील तिची गैरहजेरी जास्तच विध्वंसक ठरली होती हे कळायला तिला बैठकीच्या दालनाचे दार नुसते ढकलून उघडणे पुरेसे होते.

'अरे देवा,' भिऊन जाण्याऐवजी काहीशी आनंदूनच ती ओरडली, 'या घरात कुणीही स्त्री नाही हे उघडच दिसतंय.'

तिचे सामान पोर्चमध्ये मावत नव्हते. त्यात त्यांनी तिला शाळेत पाठविताना तिच्याबरोबर दिलेल्या फेर्नांदाच्या जुन्या ट्रंकेशिवाय तिच्या स्वतःच्या दोन उभट ट्रंका होत्या, चार मोठ्या सुटकेस होत्या, तिची छत्रीसाठी एक बॅग होती, आठ हॅटबॉक्सेस होत्या, एका प्रचंड पिंजऱ्यात पन्नासके पक्षी होते आणि तिच्या नवऱ्याची जुन्या पद्धतीची, खास पेटीत ठेवलेली एक नादुरुस्त सायकलसुद्धा होती. तशी पेटीत ठेवल्यामुळे तिच्या नवऱ्याला ती सायकल एखाद्या सेलो वाद्यासारखी कुठेही नेता येत असे. तिच्या नवऱ्याने स्वयंचलित वाहनांना लागणाऱ्या इतर वस्तूंबरोबर आणलेला व वापरून झालेला सैल डेनिम पोशाख तिने अंगावर चढवला आणि घराला पुन्हा नवे रूप द्यायच्या कामाला सुरुवात केली. तांबड्या मुंग्यांनी घराच्या पोर्चचा ताबा घेतला

होता, त्या मुंग्या तिने पांगवल्या, गुलाबाच्या रोपांना पुनरुज्जीवन दिले, वाढलेले तण उपटून टाकले आणि कठड्याच्या बाजूला कुंड्यांमधून फर्न्स, बेगोनिया आणि ऑरेगॅनोची रोपे लावली. सुतार, गवंडी आणि कुलपे बनवणाऱ्यांच्या एका गटाला तिने कामाला लावले. त्यांनी जमिनीतल्या भेगा बुजवल्या, दरवाजे आणि खिडक्या बिजागऱ्यांवर नीट बसवल्या, फर्निचर दुरुस्त केले व भिंतींना आतून-बाहेरून चुन्याचा पांढरा रंग दिला. त्यामुळे तिच्या आगमनानंतर तीन महिन्यांनी त्या घरामध्ये पूर्वी पियानोलाच्या दिवसात होता तसला तारुण्य आणि मौजमजेच्या वातावरणाचा वास पुन्हा एकवार दरवळू लागला. त्या घरात ती जेव्हा चांगल्या मूडमध्ये असायची किंवा जशी केव्हाही गायला वा नाचायला तयार असायची आणि जुन्या काळातल्या प्रथा व वस्तू कचऱ्यात फेकून द्यायला तयार असायची, तसे दुसरे कुणीही नव्हते. घराच्या कोपऱ्यांमध्ये साचलेली अंत्ययात्रांची कितीतरी स्मृतिचिन्हे, निरुपयोगी कचऱ्यांचे ढीग आणि अंधश्रद्धेच्या वस्तू तिने एका झाडूच्या फटकाऱ्यांनी नष्ट करून टाकल्या. अर्सूलाविषयीच्या कृतज्ञतेच्या भावनेतून एकच गोष्ट तिच्या झाडूच्या तावडीतून सुटली, ती म्हणजे बैठकीच्या दालनामधला रेमेदियोसचा फोटो. त्या फोटोमुळे तिची हसता हसता पुरे वाट झाली. ती ओरडून म्हणायची, 'बापरे! काय चैन आहे, चौदा वर्षांची आज्जी!' गवंड्यांपैकी एक जण तिला म्हणाला की, हे घर भूतपिशाच्चांनी भरलेले आहे आणि त्यांना घरातून घालवून देण्याचा एकच मार्ग म्हणजे त्यांनी पुरून ठेवलेला गुप्त खजिना शोधून काढणे. त्यावर तिने मोठ्याने हसत त्याला उत्तर दिले की, तिच्या मते माणसांनी तसल्या खुळचट गोष्टींवर विश्वास ठेवणे योग्य नव्हे. ती एवढी बंधमुक्त आणि मनाने एवढी आधुनिक व मनमोकळी होती आणि तिच्या वागण्या-बोलण्यात एवढी उत्स्फूर्तता होती की, तिला येताना पाहून औरेलियानोला आपल्या शरीराचे काय करावे ते कळेनासे झाले. ती हात पसरीत आनंदाने ओरडली, 'अरे व्वा! बघा माझा लाडका नरमांसभक्षक केवढा मोठा झालाय.' यावर त्याने काही प्रतिक्रिया देण्यापूर्वीच आपल्याबरोबर आणलेल्या छोटेखानी फोनोग्राफवर तिने एक रेकॉर्ड लावली आणि त्याला नृत्याच्या अगदी नव्या स्टेप्स शिकवण्याचा ती प्रयत्न करू लागली. कर्नल औरेलियानो बुयेंदियाच्या वारशासारख्या त्याला आपोआप मिळालेल्या व तो वापरत असलेल्या जुन्या घाणेरड्या पँट्स त्याला तिने टाकून द्यायला लावल्या आणि तरुणाला शोभण्याजोगे काही शर्ट्स आणि उत्तम शूज त्याला दिले. तो मेल्कियादेसच्या खोलीत जास्तीच जास्त वेळ घालवायला लागला तर ती त्याला रस्त्यावर ढकलायची. आमारान्ता अर्सूला ही एक छोटीशी; पण फारच उत्साही आणि अर्सूलासारखीच नमते न घेणारी स्त्री होती. ती जवळजवळ रेमेदियोस द ब्युटीएवढीच सुंदर आणि मादक होती. तिच्या अंगी नवनव्या फॅशन्स आधीच समजून येण्याची दुर्मीळ नैसर्गिक शक्ती होती. अगदी नवनव्या फॅशन्सची चित्रे तिच्याकडे पोस्टाने येत असत, तेव्हा एवढेच सिद्ध व्हायचे की, आमारान्ताच्या जुनाट साध्या

पायमशिनवर तिने स्वतःच तयार केलेले नमुने शिवून घेताना तिने ते चुकीचे केलेले नसत. युरोपमध्ये प्रसिद्ध होणाऱ्या प्रत्येक फॅशन मॅगेझिनची, सगळ्या कलाविषयक प्रकाशनांची आणि लोकप्रिय संगीताच्या समीक्षणांची ती वर्गणीदार होती. त्यांच्यावर केवळ एक नजर तिने टाकली तरी समजायचे की, तिने कल्पना केलेली असायची तसेच सगळे काही चालले होते. तिच्यासारख्या स्वभावाची एखादी स्त्री धूळ आणि उष्णता यांनी भरल्यामुळे सुस्त झालेल्या त्या मृतप्राय गावाकडे काय म्हणून परत आली असेल हे कळत नव्हते. त्यातही विशेषतः तिच्या नवऱ्याजवळ जरुरीपेक्षा जास्ती पैसा असल्यामुळे तो जगात कुठेही राहू शकत होता आणि तो तिच्यावर एवढे प्रेम करायचा की, त्याला सिल्कच्या दोरीने बांधून तिने कुठेही नेले तरी तो निमूटपणे तसे नेऊ द्यायचा. अशा परिस्थितीत तर तिचे माकोन्दोला परतणे अनाकलनीयच होते. मात्र जसजसा काळ लोटू लागला तसा तिचा तिथे राहायचा इरादा स्पष्ट होऊ लागला. कारण, तिने फार दूरच्या भविष्यासाठी कोणत्याही योजना केल्या नाही आणि आपले आयुष्य शांतपणे, सुखाने व्यतीत करण्यासाठी माकोन्दोपेक्षा अधिक सोयीस्कर गावाचा शोध घेण्याचा प्रयत्नही केला नाही. तिने आणलेल्या कॅनरीज्च्या पिंजऱ्यावरून असे दिसत होते की, तिचे ते उद्देश केवळ त्या त्या क्षणांपुरतेच होते. एका पत्रातून तिच्या आईने तिला माकोन्दोमधल्या पक्ष्यांचा सर्वनाश कसा झाला, त्याविषयी कळवले होते ते तिला आठवले म्हणून फॉर्च्युनेट आयल्सला[२] थांबणारे जहाज मिळेपर्यंत तिने आपल्या प्रवासाचा बेत मुद्दामच अनेक महिने लांबणीवर टाकला होता. तिने तिथे कॅनरीज्च्या पंचवीस उत्कृष्ट जोड्या निवडल्या. तिला वाटले होते की, त्यांच्यामुळे माकोन्दोचे आकाश पुन्हा एकदा पक्ष्यांनी भरून जाईल. मात्र तिने हाती घेतलेल्या अनेक गोष्टींपैकी ती गोष्ट फारच दुःखदायक ठरली होती. पक्ष्यांचे जसेजसे पुनरुत्पादन होत होते, तसतशी आमारान्ता अर्सूला त्यांना जोडी-जोडीने मुक्त करायची आणि आपण मुक्त झालो हे त्या पक्ष्यांना कळले की, ते माकोन्दो गावच सोडून निघून जायचे. अर्सूलाने घराचे पुन्हा बांधकाम करताना बांधवून घेतलेल्या पक्ष्यांच्या पिंजऱ्यांच्या साह्याने तिने त्या पक्ष्यांसाठी गावाविषयीचे प्रेम जागवण्याचा प्रयत्न केला; पण व्यर्थ. बदामाच्या झाडांवर एस्पार्टो गवताची मुद्दाम बांधलेली कृत्रिम घरटी आणि छपरांवर पक्ष्यांसाठी दाणे, तसेच पकडून ठेवलेल्या पक्ष्यांना जागवून त्यांच्या गाण्यांच्या साह्याने पळून जाणाऱ्या पक्ष्यांना गाव सोडण्यापासून परावृत्त करणे हे उपायसुद्धा तसे निरुपयोगीच ठरले होते. कारण, फॉर्च्युनेट आयल्स बेटांची दिशा शोधण्याच्या पहिल्या प्रयत्नातला लागेल तेवढाच वेळ ते पक्षी माकोन्दोमध्ये राहत आणि ती दिशा मिळताच ते पसार होत असत.

आमारान्ता अर्सूला माकोन्दोमध्ये येऊन एक वर्ष लोटले; परंतु तिथे कुणाशी तिने मैत्री केली नसली वा पार्ट्या दिल्या नसल्या तरी तिला वाटायचे की, दुर्दैवाने एकाकी पाडल्या गेलेल्या तिथल्या मनुष्यसमाजाला वाचविणे शक्य आहे. गास्तोनने

म्हणजे तिच्या नवऱ्याने तिला विरोध न करण्याची काळजी घेतली. एका निर्णायक दुपारी तो आगगाडीतून उतरला तेव्हाच त्याला कळून चुकले की, माकोन्दोमध्ये राहण्याचा त्याच्या बायकोचा निश्चय स्मरणरमणीयतेच्या मृगजळातून उद्‌भवलेला होता. तिथले वास्तव्य तिला पराभूत करील या खात्रीमुळे त्याने आपली ती दुचाकी जोडण्याचासुद्धा त्रास घेतला नाही; परंतु गवंड्यांच्या हातातून खाली पाडल्या गेलेल्या कोळ्यांच्या जाळ्यांमधली सर्वांत मोठी अंडी शोधून ती नखाने उघडण्याचा आणि त्यातून बाहेर आलेले बारीक कोळी भिंगांतून तासन्‌तास न्याहाळत बसण्याचा उद्योग त्याने सुरू केला. आमारान्ता अर्सूला ते घर दुरुस्त करण्याचे काम चालूच ठेवील. कारण, तिच्या हातांना कामच हवे होते असा विचार करून त्यानंतर त्याने आपली ती छानसी सायकल दुरुस्त करून जोडायचे ठरवले. तिचे पुढचे चाक मागील चाकापेक्षा चांगलेच मोठे होते. सायकल जोडल्यानंतर त्याने त्याला सापडू शकेल असा त्या प्रदेशातल्या प्रत्येक कीटक पकडून तो रोगमुक्त करण्याचाही निश्चय केला. ते कीटक नंतर जॅमच्या बरण्यांमध्ये घालून युनिव्हर्सिटी ऑफ लिएखेलमध्ये नॅचरल हिस्टरीचे प्रोफेसर असलेल्या आपल्या शिक्षकाकडे तो पाठवून द्यायचा. त्याच युनिव्हर्सिटीमध्ये त्याने एंटॉमॉलॉजीचे प्रगत अध्ययन केले होते. तथापि, विमानविद्या हा त्याचा मुख्य उद्योग होता. तो आपली सायकल चालवायचा तेव्हा कसरतपटूंचे तंग पोशाख, भडक रंगाचे मोजे आणि शेरलॉक होम्स पद्धतीने टोपी घालायचा. मात्र पायी चालायचा तेव्हा तो जरासाही डाग नसलेला, अगदी स्वच्छ सुती कापडाचा सूट, पांढरे शूज्, सिल्क बो असलेला टाय डोक्यावरचा भाग सपाट असलेली, रिबन लावलेली गवताची हॅट घालायचा आणि हातात एक काठी बाळगायचा. त्याच्या निस्तेज डोळ्यांमुळे त्याचे खलाशासारखे दिसणे अधिकच डोळ्यांत भरायचे. त्याच्या छोट्याशा मिशा खारीच्या शेपटासारख्या दिसायच्या. त्याच्या बायकोपेक्षा तो निदान पंधरा वर्षांनी मोठा असला तरी तिला सुखी करण्याचा दक्ष निर्धार त्याच्यापाशी होता आणि एक चांगला प्रियकर म्हणून त्याच्यापाशी असलेले गुण त्या दोघांच्या वयातल्या अंतराची भरपाई करायचे. खरे म्हणजे चांगल्या सवयी असलेल्या, गळ्यात रेशमी पट्टा असलेल्या त्या चाळिशीतल्या माणसाला ज्यांनी त्या सर्कसमधल्या सायकलीसह पाहिले असेल, त्यांना असे वाटलेही नसेल की, त्याने आपल्या बायकोबरोबर अनिर्बंध प्रेमाचा करार केला होता आणि ती दोघेही उत्कटपणे प्रेमात आली म्हणजे परस्परांना प्रतिसाद देत त्यांची वासना त्यांना घेऊन जाईल, तशा अगदी भलत्याच अयोग्य जागीसुद्धा जाऊन तिथे ते समागम करीत असत, एकमेकांच्या सहवासात राहायला आल्यापासून ते तसेच करीत आले होते. अगदी असामान्य अशा परिस्थितीतही वासनेच्या आहारी जाण्यामुळे आणि अधिकाधिक काळ तसाच लोटल्यामुळे त्यांची परस्परांविषयीची अभिलाषा अधिकाधिक समृद्ध आणि सखोल बनत गेली होती. गास्तोन हा काही

केवळ तीव्र कल्पनाशक्ती आणि अमर्याद शहाणपण अंगी असलेला उग्र प्रेमिक नव्हता, तर त्याने आपल्या प्रेयसीबरोबर समागम करण्यासाठी व्हायोलेट्सच्या शेतामध्ये इमर्जन्सी लँडिंग केले होते व तसे करताना स्वतः तो आणि त्याची प्रेयसी असे दोघेही अगदी मरणाच्या दाढेत जाऊन पोहोचले होते. आता असे करणारा मानवजातीच्या इतिहासातला तो बहुधा पहिलाच माणूस असावा.

आमारान्ता अर्सूला ज्या शाळेत शिकत होती, त्या शाळेवरून त्याचे हवाई क्रीडेचे छोटे, दोनच माणसांसाठीचे विमान घिरट्या घालत होते, तेव्हा ती दोघे एकमेकांना पहिल्यांदाच भेटली. त्यांचे लग्न झाले, त्यापूर्वी दोन वर्षे आधी ही भेट झाली होती. तिथल्या ध्वजाच्या खांबाला बसणारी धडक टाळण्यासाठी एक धाडसी कसरत करता करता ॲल्युमिनिअमचा पातळ पत्रा आणि कॅनव्हासच्या साह्याने बनवलेले त्याच्या विमानाचे साध्या जोडणीचे शेपूट विजेच्या तारांमध्ये अडकले होते, तेव्हापासून दर आठवड्याच्या शेवटी तो आमारान्ता अर्सूला राहत होती, त्या नन्सच्या बोर्डिंगहाउसमधून तिला न्यायला येत असे. पातळ लाकडी फळ्यांमध्ये बांधलेल्या आपल्या पायाची त्या वेळी तो पर्वा करायचा नाही. तिथले नियम फेर्नांदाला हवे होते तेवढे कडक नव्हते. तिथून तो आमारान्ता अर्सूलाला आपल्या कंट्री क्लबकडे नेत असे. ओसाड प्रदेशावरच्या रविवारच्या हवेमध्ये पंधराशे फुटांच्या उंचीवर त्यांनी परस्परांवर प्रेम करायला सुरुवात केली. जसजसे पृथ्वीवरचे प्राणी अधिकाधिक बारीक होत गेले तसतसे ती दोघेही परस्परांना अधिकच जवळची वाटू लागली. माकोन्दोविषयी बोलताना ती त्याला म्हणायची की, माकोन्दो हे जगातले सर्वांत उजळ आणि शांत गाव आहे आणि तिथे तिचे अत्यंत प्रचंड घर असून, त्याला ऑरेगॅनोचा सुंदर वास येत असतो. त्या घरात तिला एकनिष्ठ नवऱ्याच्या सहवासात म्हातारी होईपर्यंत राहायचे होते. तिला दोन सशक्त मुलगे व्हायला हवे होते. तिने त्यांची नावे रॉद्रिगो आणि गोन्साओ अशी ठेवली असती, औरेलियानो आणि होझे आर्केदियो अशी मुळीच नव्हे! आणि हो तिला एक मुलगीही हवी होती, तिचे नाव तिने व्हर्जिनिया असे ठेवले असते, रेमेदियोस नव्हे! स्मरणरमणीयतेमुळे तिने ते माकोन्दो गाव मोठ्या चिकाटीने कल्पनेतच उभे केले होते, त्यामुळे गास्तानोला कळून चुकले की, जोवर तो तिला माकोन्दोला राहायला नेत नाही, तोवर ती काही लग्न करणार नाही. तो त्या गोष्टीला कबूल तर झालाच; पण नंतर त्या रेशमी पट्ट्यासाठीसुद्धा तयार झाला. कारण, त्याला वाटले की, त्याच्या बायकोची ती एक तात्पुरती लहर असावी आणि काही काळाने तिच्यावर मात करता येईल. माकोन्दोमध्ये दोन वर्षे राहिल्यानंतरसुद्धा आमारान्ता अर्सूला पहिल्या दिवशी होती, तेवढीच मजेत आहे हे पाहिल्यावर मात्र त्याला भयाची चिन्हे दिसू लागली. तोपर्यंत त्या प्रदेशातल्या ज्या ज्या कीटकांचे डिसेक्शन करणे शक्य होते, त्या सगळ्यांचे डिसेक्शन त्याने करून झाले होते. तिथल्या

रहिवाशांसारखीच तो सफाईने स्पॅनिश भाषा बोलू लागला होता आणि त्याच्याकडे पोस्टातून येणाऱ्या सगळ्या मासिकांमधली सगळी शब्दकोडी त्याने सोडवून झाली होती. परत जाण्याची घाई करण्यासाठी त्याला हवामान मानवत नसल्याची सबबही वापरता येत नव्हती. कारण, निसर्गाने त्याला वसाहती प्रदेशांसाठीचे खास लिव्हर बहाल केले होते. त्यामुळे दुपारच्या वेळच्या सुस्तीचा आणि ज्या पाण्यात चक्क व्हिनेगरमधले किडे सापडायचे तसल्या पाण्याचा प्रतिकार त्याला सहज करता येत असे. तिथले देशी अन्न त्याला एवढे आवडायचे की, एकदा त्याने एका बैठकीत घोरपडीची ब्याऐंशी अंडी फस्त केली होती. त्याच्या उलट आमारान्ता अर्सूलाने बर्फात ठेवलेल्या माशांच्या आणि कालवांच्या पेट्या, डबाबंद मासे आणि टिकवण्यासाठी खास प्रक्रिया केलेली फळे आगगाडीतून आणली होती. ती फक्त तेच अन्न खायची आणि अजूनही युरोपियन पद्धतीचा पोशाख करायची. अजूनही तिला कुठेही जायचे नसले किंवा कुणाकडेही भेटी द्यायच्या नसल्या तरी तिच्या कपड्यांची डिझाईन्स येत असत. तोपर्यंत खरे म्हणजे तिच्या नवऱ्यालाही तिच्या आखूड स्कर्ट्स आणि तिरप्या हॅटचे किंवा सातपदरी नेकलेसचे कौतुक उरले नव्हते. ती सतत कसल्या तरी उद्योगात गुंतून राहण्याचे मार्ग शोधायची, यातच तिचे रहस्य दडले होते. म्हणजे असे की स्वतःच निर्माण केलेले घरगुती प्रश्न ती नेहमी सोडवत बसायची. हजारो गोष्टी ती कशा तरीच करायची आणि दुसऱ्या दिवशी अपायकारक मेहेनतीने ते सगळे नीट करत असायची. तिला तसे पाहून कुणालाही फेर्नांदाची आणि काहीतरी करायचे तेच मुळी नंतर नाश करण्यासाठी करायचे या तिच्या आनुवंशिक दुर्गुणाची आठवण झाली असती. अजूनही तिला सगळ्या गोष्टींचा एवढा उत्साह असायचा की, तिच्याकडे नवीन रेकॉर्ड्स येत असत तेव्हा ती गास्तोनोला बैठकीच्या दालनात बोलावून घ्यायची आणि अगदी उशीर होईपर्यंत तिच्या शाळकरी मैत्रिणींनी स्केचेस् काढून दाखवलेल्या नृत्याच्या स्टेप्सची प्रॅक्टिस ती दोघे करायची. तेही एवढा वेळ की, शेवटी तिथल्याच झुलत्या व्हिॲन्निज खुर्चीत किंवा सरळ नुसत्या जमिनीवरदेखील ती दोघे समागम करायची. पूर्णतया सुखी होण्यासाठी आता तिला फक्त मुले तेवढी व्हायची राहिली होती; परंतु लग्नाला पाच वर्षे पूर्ण होईपर्यंत मूल होऊ द्यायचे नाही, असा तिने नवऱ्याबरोबर करारच केला होता आणि ती तो मनापासून पाळत होती.

काही तरी करीत राहायचे म्हणून गास्तोनने मेल्कियादेसच्या खोलीत जाऊन तिथे त्या लाजाळू औरेलियानोसोबत रिकामा वेळ घालवायची सवय जडवून घेतली होती. त्याच्या बरोबर आपल्या देशातील अगदी अपरिचित अशा कानाकोपऱ्यांविषयी गप्पा मारायला गास्तोनला आवडायचे, औरेलियानोने त्या त्या भागात जणू खूप काळ घालवलेला असल्यासारखे ते भाग त्याला माहीत असायचे. गास्तोनने जेव्हा त्याला विचारले की, एन्‌सायक्लोपीडियामध्ये नसलेलीसुद्धा ती माहिती त्याला

कोठून मिळाली, तेव्हा त्याला होझे आर्केदियोसारखेच उत्तर मिळाले, 'सगळे
काही ज्ञात होत असते.' संस्कृतखेरीज तो इंग्लिश, फ्रेंच, थोडे फार ग्रीक आणि
लॅटिनदेखील शिकला होता. त्या दिवसांत तो दररोज दुपारी बाहेर जायचा आणि
पुस्तके विकत आणायचा. आमारान्ता अर्सूलाने त्याला आठवड्याच्या व्यक्तिगत
खर्चासाठी म्हणून काही रक्कम बाजूला ठेवलेली होती, त्यामुळे त्याची खोली
म्हणजे शहाण्या कॅतालोनियाच्या पुस्तकाच्या दुकानाची जणू शाखाच वाटायची.
रात्री उशिरापर्यंत हावरटपणाने तो वाचत बसायचा. ज्या तऱ्हेने तो पुस्तकातले संदर्भ
द्यायचा, त्यावरून गास्तोनला एवढे कळायचे की, तो ती पुस्तके ज्ञान मिळवण्यासाठी
विकत घेत नव्हता, तर आपल्या ज्ञानाची सत्यता पडताळून पाहण्यासाठी घ्यायचा
आणि त्यातल्या कुठल्याही पुस्तकांपेक्षा त्याला त्या मेल्कियादेसच्या चर्मपत्रांच्या
वाचनामध्येच जास्त रस वाटायचा. आपला सकाळचा जास्तीत जास्त वेळ तो त्या
चर्मपत्रांच्या वाचनासाठी द्यायचा. आपल्या कौटुंबिक जीवनात त्याला सामावून
घ्यायला गास्तोन आणि त्याच्या बायकोलाही आवडले असते; परंतु औरेलियानो
हा एखाद्या संन्याशासारखा माणूस होता. त्याच्याभोवतीचे गूढतेचे वलय कालौघाने
अधिकच दाट होत होते आणि वस्तुस्थिती एवढी अतर्क्य होती की, गास्तोनला
त्याच्याशी जवळीक साधण्याच्या प्रयत्नामध्ये यश आले नाही, त्यामुळे तो आपला
रिकामा वेळ घालविण्यासाठी त्याला दुसरेच उपाय शोधावे लागले. त्याच सुमारास
त्याला हवाई टपालसेवा सुरू करवून घेण्याची कल्पना सुचली.

तसा तो काही नवीन प्रकल्प नव्हता. खरे म्हणजे तशा प्रकल्पाची त्याची
योजना पुरेशा प्रगत अवस्थेला पोहोचलीही होती, फक्त तेव्हा ती माकोन्दोसाठी
नसून बेल्जियन काँगोसाठी होती. तिथे त्याच्या कुटुंबाने पाम तेलाच्या उद्योगामध्ये
भांडवल गुंतवले होते. त्याचे आमारान्ता अर्सूलाशी लग्न झाले आणि तिच्या
खुशीसाठी काही महिने माकोन्दोमध्ये राहण्याचा त्याने निर्णय घेतला, त्यामुळे
त्याला ती योजना पुढे ढकलणे भाग पडले होते; पण त्याच्या असे लक्षात आले
की, आमारान्ता अर्सूला सार्वजनिक कामांसाठी एक मंडळ काढायच्या विचारात
आहे, तसेच त्याच्या परत जाण्याच्या कल्पनेविषयीच्या गर्भित सूचनेवरून ती त्याला
हसलीसुद्धा होती, तेव्हा त्याला समजून चुकले की, त्या सगळ्या गोष्टींना बराच
कालावधी लागणार होता म्हणून त्याने ब्रसेल्समधल्या पूर्वीच्या पण आता विसरल्या
गेलेल्या आपल्या भागीदारांबरोबर पुन्हा संपर्क साधला. त्याने असा विचार केला
की, आफ्रिकेइतकेच कॅरेबियनमध्ये हवाई टपालवाहतुकीमधला अग्रेसर ठरणे हेही
तेवढेच चांगले होते. एकीकडे त्याने उचललेली पावले पुढे पडत असतानाच त्याने
त्या जुन्या मंतरलेल्या प्रदेशात विमान उतरवण्याचे एक मैदान तयार केले. ते मैदान
त्या वेळी गारगोटीच्या दगडांच्या भुग्याने बनवल्यासारखे दिसत होते. वाऱ्याच्या
दिशेचा, त्या किनारी प्रदेशाच्या भौगोलिक वैशिष्ट्यांचा आणि हवाई वाहतुकीसाठी

उत्तम ठरेल, अशा मार्गाचा त्याने अभ्यास केला. मात्र ते सारे करत असतना त्याची सारी मेहनत एके काळी मिस्टर हर्बर्टने केलेल्या मेहनतीसारखीच होती, हे त्याला समजले नाही, त्यामुळे गावात एक असा भयंकर संशय पसरला होता की, तो हवाई मार्ग करीत नसून केळ्यांच्या झाडांची लागवड करणार आहे. माकोन्दोमध्ये त्याला कायमचे वास्तव्य करता येईल या सबळ कारणामुळे त्याने उत्साहाने त्या प्रदेशाच्या राजधानीला अनेक खेपा केल्या, अधिकाऱ्यांच्या भेटी घेतल्या, वेगवेगळे परवाने मिळवले आणि आवश्यक त्या सगळ्या हक्कांसाठी करार केले. मध्यंतरीच्या काळात त्याने ब्रसेल्समधल्या आपल्या भागीदारांशी पत्रव्यवहार चालू ठेवला. तो पत्रव्यवहार तर फेर्नांदाने त्या अदृश्य डॉक्टरांशी केलेल्या पत्रव्यवहारासारखाच वाटत होता. शेवटी त्याने त्या भागीदारांची खात्री पटवली की, त्याचे पहिले विमान त्यांनी बोटीवरून एका तज्ज्ञ मेकॅनिकबरोबर पाठवून द्यावे, तो मेकॅनिक ते विमान अगदी जवळच्या बंदरामध्ये एकत्र जोडेल आणि त्याच विमानाने तो माकोन्दोला येऊ शकेल. मग त्याने काही हवामानशास्त्रविषयक गणिते केली, त्यावर खूप विचार केला आणि नंतर साधारण वर्षभराने त्याच्याशी पत्रव्यवहार करणाऱ्यांनी पुन्हा पुन्हा दिलेल्या आश्वासनांवर विश्वास ठेवून त्याने आकाशाकडे पाहत पाहत रस्त्यावरून भटकण्याची सवय स्वतःला जडवून घेतली. त्या वेळी तो वाऱ्याच्या आवाजाच्या अनुरोधाने आकाशाकडे पाहत असायचा, त्याचे ते विमान येताना दिसेल, अशी आशा त्याला वाटायची.

आमारान्ता अर्सूलाच्या लक्षात आले नसले तरी तिच्या परत येण्याने औरेलियानोच्या आयुष्यामध्ये अगदी मूलभूत बदल घडून आला होता. होझे आर्केदियोच्या मृत्यूनंतर तो शहाण्या कॅतालोनियाच्या पुस्तकांच्या दुकानाचा नियमित ग्राहक बनला होता. त्याशिवाय त्या वेळी त्याला असलेले स्वातंत्र्य आणि उपलब्ध वेळामुळे त्या गावाविषयी एक विशिष्ट कुतूहल त्याच्या मनात निर्माण झाले होते आणि त्याला ते गाव कसल्याही आश्चर्याविना कळू लागले होते. ती उद्ध्वस्त घरे, त्यांचा अंतर्भाग, खिडक्यांवरच्या गंजत चाललेल्या धातूंच्या जाळ्या, मरायला लागलेले पक्षी आणि आठवणींच्या भाराने वाकलेले रहिवासी या सगळ्यांकडे तो शास्त्रीयदृष्ट्या रस घेत सगळे बाराकाईने न्याहाळून पाहत पाहत धुळीने भरलेल्या एकाकी रस्त्यांमधून फिरायचा. जुन्या बनाना कंपनीच्या काळात त्या गावाचे नष्ट झालेले वैभव कल्पनेच्या साह्याने पुन्हा उभारून पाहण्याचा त्याने प्रयत्न केला. तिथला कोरडा झालेला पोहण्याचा तलाव स्त्री-पुरुषांच्या कुजणाऱ्या पादत्राणांनी काठोकाठ भरून गेला होता. राय गवताने नासून टाकलेल्या तिथल्या घरांमध्ये त्याला एका जर्मन शेफर्ड कुत्र्याचा सांगाडा आढळला, तो कुत्रा अजूनही लोखंडी साखळीने बांधलेला होता आणि तिथेच एक टेलिफोनही होता. तो फोन त्याने उचलेपर्यंत त्याची घंटा सारखी अखंडपणे वाजत होती.

त्याने तो उचलला तर दूरवरून एक स्त्री इंग्रजीत अतिशय दुःखी आवाजात बोलत होती. तो फोनमधून उत्तरला, 'होय, तो संप संपला आहे, तीन हजार माणसांचे मृतदेह समुद्रात फेकून दिले गेले होते, बनाना कंपनी गाव सोडून गेली आहे आणि माकोन्दोला अखेर शांततेचा लाभ झाला आहे.' भटकत भटकत तो तिथल्या थकून गेलेल्या वेश्यावस्तीत जाऊन पोहोचला. कोणे एके काळी तिथे चैनबाजीची रंगत वाढवण्यासाठी बँकेच्या नोटांची बंडले जाळली जात असत. या वेळी मात्र तो भाग इतर ठिकाणच्या रस्त्यांपेक्षा फारच दीनवाण्या, दुःखी रस्त्यांचा चक्रव्यूह बनून गेला होता. अजूनही काही थोडे तांबडे दिवे तिथे जळत असत, तिथली निर्जन नाचघरे जुनाट पुष्पचक्रांच्या अवशेषांनी सुशोभित झाली होती, तिथे निस्तेज लठ्ठ विधवा बाया अजूनही राहत होत्या, त्यांना कधीही कुणी नवराच नव्हता. त्यांच्यामध्ये काही फ्रेंच पणज्या होत्या, बाबिलोनियन कुटुंबप्रमुख स्त्रिया होत्या आणि त्या सगळ्या आपापल्या फोनोग्राफपाशी बसून वाट पाहत होत्या. बुयेंदिया कुटुंबाची आठवण असणारे असे कुणीही औरेलियानोला तिथे भेटले नाही, अगदी कर्नल औरेलियानो बुयेंदियासुद्धा कुणाला आठवत नव्हता. याला अपवाद होता एका वेस्ट इंडियन काळ्या म्हाताऱ्याचा. त्याचे कापसासारखे केस असे दिसत की, त्यामुळे तो फोटोच्या निगेटिव्हमधल्या आकृतीसारखा दिसायचा. तो अजूनही आपल्या घराच्या दारात बसून सूर्यास्ताची करुण गाणी गायचा. औरेलियानो त्याच्याशी मोडक्यातोडक्या पापियामेंतोमध्ये बोलायचा. काही आठवड्यांपूर्वीच तो ती भाषा शिकला होता. कधी कधी तो त्याच्याबरोबर चिकनहेड सूपमध्ये वाटेकरी व्हायचा. तो रस्सा त्याच्याच बरोबर राहणाऱ्या त्याच्या पणतीने बनवलेला असायचा. भक्कम हाडांची, घोड्यासारख्या पुठ्ठ्यांची ती एक भली मोठी काळी होती, तिचे स्तन ताज्या खरबुज्यासारखे होते, डोके गोलच गोल तारांसारख्या केसांनी झाकल्यामुळे एखाद्या मध्ययुगीन सैनिकाच्या शिरस्त्राणासारखे दिसायचे. तिचे नाव नेग्रोमान्ता होते. त्या दिवसांत औरेलियानो चांदीची भांडी, चांदीच्या कँडलस्टिक्स वगैरे वस्तू तसेच घरातल्या इतर सटरफटर वस्तू विकून आपला रोजचा खर्च भागवायचा. बहुतेकदा अशी वेळ यायची की, त्याच्याजवळ अजिबात पैसा नसायचा. अशा वेळी तो मार्केटच्या मागच्या बाजूच्या लोकांकडून त्यांनी मारलेल्या कोंबड्यांची डोकी मिळवायचा. एरवी ते लोक ती फेकूनच देणार असायचे. तो ती कोंबड्यांची डोकी नेग्रोमान्ताला नेऊन द्यायचा. ती त्याच्यामध्ये घोळाची भाजी घालून ते मिश्रण दाट करून त्याला पुदिन्याची फोडणी देऊन त्याचा रस्सा बनवायची. तिच्या पणजोबांच्या मृत्यूनंतर तिच्या घराच्या बाजूला जाणे औरेलियानोने बंद केले; परंतु कधी कधी तो चौकातल्या बदामाच्या काळोख्या झाडाखाली नेग्रोमान्ताला अचानक भेटायचा. त्या वेळी ती जंगली प्राण्यांच्या शिट्या वाजून रात्रीच्या वेळी भटकणाऱ्या कुणा निशाचरांना मोहित करत असायची. बऱ्याचदा तो तिच्याजवळ

थांबायचा आणि कोंबड्यांच्या डोक्यांच्या रश्शाविषयी किंवा अशाच दारिद्र्यातल्या इतर रुचकर पदार्थांविषयी पापियामेन्तो भाषेत तिच्याशी बोलायचा. औरेलियानोच्या तशा उपस्थितीमुळे तिची गिऱ्हाइके घाबरून दूर जातात, हे नेग्रोमान्ताने त्याच्या लक्षात आणून दिले. तिने तसे केले नसते तर तो तसाच तिच्यापाशी थांबून बोलत राहिला असता. नेग्रोमान्ता ही त्याची स्मरणरमणीयतेमधली भागीदार असली आणि कधी कधी त्याला तिचा मोह पडत असला तरी तो कधी तिच्याबरोबर झोपला नव्हता, त्यामुळे तो अजूनही ब्रह्मचारीच राहिला होता व म्हणूनच आमारान्ता अर्सूलाने माकोन्दोला परत आल्यानंतर बहिणीच्या नात्याने त्याला मिठी मारली, तेव्हा त्याचा श्वास कोंडल्यासारखा झाला होता. जेव्हा जेव्हा त्याने तिला पाहिले आणि वाईट म्हणजे जेव्हा जेव्हा ती त्याला नवनवे नृत्यप्रकार दाखवायची, तेव्हा त्याला आपल्या हाडांमध्ये मऊ स्पंजासारखा भाग सुटल्यासारखे वाटायचे. फार पूर्वी एकदा त्याच्या पणजोबालासुद्धा धान्याच्या कोठीमध्ये पत्त्यांच्या मिषाने पिलार तेर्नेराने स्पर्श करून असेच अस्वस्थ केले होते. त्या यातना दडपून टाकायचा प्रयत्न करण्यासाठी तो स्वतःला त्या चर्मपत्रांमध्ये अधिकाधिक गुंतवून घेत राहिला आणि आपल्या त्या मावशीने केलेली निष्पाप प्रशंसा टाळीत राहिला. ती मावशी त्याला सतत क्लेश देऊन त्याच्या रात्री खराब करत होती; पण तो जितका जितका तिला टाळत होता, तितका तितका तो तिच्या दगडी हास्याची, तिच्या आनंदी मांजरकिंचाळ्यांची आणि कृतज्ञतेने म्हटलेल्या तिच्या गाण्यांची उत्कंठेने वाटही पाहत असायचा. त्या घरामध्ये ती कायमच तिच्या नवऱ्याबरोबर अगदी अत्यंत अनपेक्षित ठिकाणीसुद्धा समागमाच्या आर्त वेदना अनुभवत असायची. एका रात्री तर त्याच्या बिछान्यापासून केवळ तीस फूट अंतरावर वासनेत लोळणाऱ्या त्या जोडप्याने चांदीकामाच्या वर्कबेंचवर बाटल्या फोडल्या आणि शेवटी म्युरिॲटिक ॲसिडच्या डबक्यात त्यांनी समागम केला. त्या रात्री औरेलियानो साहजिकच एक सेकंदभरदेखील झोपू शकला नाही, उलट दुसरा सबंध दिवस त्याला ताप चढला होता आणि संतापाने हुंदके देत तो दिवस घालवला. त्या रात्री पहिल्यांदाच तो बदामाच्या झाडाखालच्या काळोखात नेग्रोमान्ताची वाट पाहत थांबला तर तो काळ त्याला न संपणारा भासला. त्याला अनिश्चिततेच्या सुया बोचत होत्या आणि आपल्या मुठीत आमारान्ता अर्सूलाकडून मागून घेतलेले एक पेसो आणि पन्नास सेंट्स त्याने घट्ट धरून ठेवले होते. ते पैसे त्याने आमारान्ता अर्सूलाकडून घेतले ते काही केवळ त्याला पैशांची गरज होती म्हणून नव्हे तर तिलाही त्या नीच गोष्टीत गुंतवावे, त्याच्या त्या तसल्या साहसात तिलाही असे सहभागी करून नीच कामाला लावावे आणि तिला हिणकस करून टाकावे, असा त्याचा मनोमन उद्देश होता. नेग्रोमान्ताने त्याला आपल्या खोलीत नेले, तिथे खोट्या कँडलस्टिक्सचा उजेड होता. तिच्या घडीच्या कॉटवरचा बिछाना वाईट संभोगातल्या डागांनी खराब झाला होता आणि

शरीर जंगली कुत्र्यासारखे निबरट व आत्मा हरवल्यासारखे झालेले होते. त्या शरीराने तर जणू भ्यायलेले पोर म्हणून त्याला हाकलून द्यायचीच तयारी केली होती; परंतु एकाएकी त्याच्या रूपाने तिला असा माणूस सापडला की, त्याच्या प्रचंड ताकदीला तोंड देण्यासाठी तिच्या शरीरालासुद्धा आतून भूकंपासारख्या हालचालींद्वारा तडजोड करणे भाग पडले.

ते प्रियकर-प्रेयसी बनले. औरेलियानो सकाळचा वेळ त्या चर्मपत्रांचा अर्थ लावण्यात घालवायचा आणि दुपारच्या विश्रांतीच्या वेळी नेग्रोमान्ता त्याची वाट पाहत तिच्या शेजघरात थांबलेली असायची तिथे जायचा. तिथे ती त्याला प्रथम गांडुळांसारखा नंतर गोगलगाईसारखा आणि शेवटी खेकड्यांसारखा समागम कसा करायचा ते शिकवायची. मग त्याला सोडून देऊन ती उडाणटप्पू प्रेमिकांची वाट पाहत पडून राहायची. खूप आठवडे लोटल्यानंतर औरेलियानोच्या ध्यानात आले की, तिच्या कमरेभोवती ती एक पट्टा घालते. तो एखाद्या तंतुवाद्याच्या तारेसारखा बनवलेला असावा असे वाटे; परंतु तो पोलादासारखा कठीण होता, त्याला टोक नव्हते आणि तो पट्टा जणू जन्मापासूनच तिच्याबरोबर असून तिच्याच बरोबर वाढला होता. छपराच्या जस्ताच्या पत्राच्या छताला गंजामुळे भोके पडली होती, त्यातून भर दिवसा चमकणाऱ्या चांदण्यांचा खाली जवळजवळ नेहमीच प्रेमचेष्टांदरम्यात नग्नावस्थेत ते बिछान्यातच काही तरी खात असायचे, तेव्हा कसले कसले भयंकर भास होणारी उष्णता असायची. नेग्रोमान्ताला प्रथमच एक स्थिर माणूस सापडला होता. तीच एकदा मरणाची हसत म्हणाली होती, तसा तो 'डोक्यापासून पायाच्या अंगठ्यापर्यंत हाडे चिरडणारा माणूस' होता. आमारान्ता अर्सूलाविषयीची त्याची दडपलेली वासना तो बोलून दाखवायचा, तेव्हा तर तिला रोमँटिक भ्रम व्हायला लागले होती. त्याच्या त्या वासनेवर नेग्रोमान्ताच्या बदली-प्रेमाच्या उपायानेही इलाज करणे, त्याला शक्य झाले नाही, उलट अनुभवामुळे त्याच्या प्रेमाची क्षितिजे रुंदावली होती, त्यामुळे आमारान्ता अर्सूलाविषयीची ती वासना त्याला आतून अधिकच यातना देत राहायची. त्यानंतर नेग्रोमान्ता त्याला देत होती, त्या 'सेवे'बद्दल तिने त्याच्याकडून पैसे घ्यायला सुरुवात केली, त्यामुळे औरेलियानोजवळ जेव्हा पैसे नसायचे तेव्हा ती ते पैसे मांडून ठेवायची आण तेही दरवाज्याच्या मागच्या बाजूस आकड्यांच्याऐवजी अंगठ्याच्या नखाने केलेल्या खुणांनी तिने नोंदवलेले असायचे. संध्याकाळच्या वेळी नेग्रोमान्ता चौकातल्या काळोख्या भागातून भटकत असायची, तेव्हा औरेलियानो आपल्या पोर्चाच्या बाजूने एखाद्या तिऱ्हाईतासारखा जायचा, त्या वेळी बहुतेक वेळा आमारान्ता अर्सूला आणि गास्तोन संध्याकाळचे जेवण घेत असायचे; पण तरी तो क्वचितच त्यांना अभिवादन करायचा. उलट त्या वेळी तो स्वतःला आपल्या खोलीत कोंडून घ्यायचा. त्या वेळी त्यांचे हसणे, कुजबुजणे व प्रेमचेष्टांमधले सुरुवातीचे खेळ आणि शेवटी येणाऱ्या परम सुखाचे

स्फोट यांनी त्यांच्या घरातल्या रात्रींवर पडदा पडायचा आणि त्याविषयी वाटणाऱ्या उत्कंठेमुळे औरेलियानोला वाचणे, लिहिणे किंवा विचार करणेसुद्धा अशक्य झालेले असायचे. गास्तोन त्याच्या त्या विमानाची वाट पाहायला लागण्यापूर्वी दोन वर्षे औरेलियानोचे आयुष्य असे चालले होते. एका दुपारी शहाण्या कॅतालोनियाच्या पुस्तकांच्या दुकानात तो गेला, तोपर्यंतचे त्याचे आयुष्य तसेच चालले होते. त्या दुपारी त्याला तिथे निव्वळ वटवट करणारी चार तरुण पोरे आढळली. ती पोरे त्या वेळी मध्ययुगात झुरळे कशी मारली जात असत, त्याविषयी कडाक्याचा वाद करीत होती. त्या म्हाताऱ्या पुस्तकविक्रेत्याला केवळ श्रद्धेय बीदीच[३] वाचायचा तसल्या पुस्तकांविषयीचे औरेलियानोचे प्रेम माहीत होते म्हणून त्याने काहीशा वडीलकीतल्या कपटाने औरेलियानोला त्या चर्चेमध्ये गुंतवण्यासाठी उद्युक्त केले. औरेलियानोने श्वास घेण्यापुरतीही उसंत न घेता खुलासा केला की, पृथ्वीच्या पाठीवरील जुन्यातला जुना पंखाचा किडा म्हणजे झुरळ असून पूर्वीपासूनच म्हणजे 'जुन्या करारा'तदेखील ते माणसाच्या चपलांचा बळी ठरल्याचे उल्लेख आहे. त्याच्या एक हजार सहाशे तीन विविध जातींनिशी त्याला नष्ट करण्याच्या सर्व पद्धतींना तो प्राणी पुरून उरतो. असा प्रतिकार करणाऱ्या वर्गातील तो जीव असल्यामुळे बोरॅक्स घातलेले टोमॅटोचे तुकडे किंवा बोरॅक्स मिसळलेले पीठ आणि साखर या गोष्टींपासून सर्व प्रकारच्या साधनांचा झुरळाने प्रतिकार केला आहे. अगदी प्राचीन काळापासून चिकाटीने मानवजातीने चालवलेल्या निर्दय छळाला तो प्राणी पुरून उरला आहे. एवढा छळ मानवाने अगदी माणसासकट आणखी कुठल्याच प्राण्याचा केला नसेल. इतकेच नव्हे तर मानवी प्रजातींमध्ये पुनरुत्पादनाची प्रवृत्ती जशी स्वाभाविक आहे, तशीच व त्यापेक्षाही अधिक निश्चितच निकडीची मानवी प्रवृत्ती झुरळ मारण्याची असली पाहिजे आणि केवळ अंधारामध्ये आसरा घेऊनच झुरळांनी त्या मानवी क्रौर्यापासून आपला बचाव केलेला असून, ते अजिंक्य झालेले दिसतात. कारण, अंधाराविषयीच्या माणसाच्या जन्मजात भयामुळे झुरळे एकीकडे काळोखात अजिंक्य होतात, त्याउलट दुसरीकडे दुपारच्या उष्ण झळाळीची बाधा मात्र त्यांना खासच होते. त्यामुळे मध्ययुगीन काळापासून ते आजपर्यंत सूर्याचा प्रखर प्रकाश हीच झुरळांना मारण्याची एकमेव परिणामकारक पद्धत राहिली आहे.

एन्सायक्लोपीडियामधल्या त्या माहितीच्या देवघेवीचा तो योगायोग म्हणजे एका थोर मैत्रीची सुरुवात होती. वाद घालणाऱ्या त्या चार मुलांबरोबर औरेलियानो नंतर अनेकदा आपल्या दुपारच्या वेळा एकत्र घालवत राहिला. उभ्या आयुष्यात त्याला भेटलेले ते पहिलेच आणि शेवटचे मित्र होते. त्यांची नावे होती; आल्वारो, हरमन, आल्फोन्सो आणि गॅब्रिएल. लिखित शब्दांच्या वास्तवात गढून गेलेल्या त्याच्यासारख्या माणसाला पुस्तकाच्या दुकानात सुरू होणारी आणि पहाटे वेश्यागृहांत संपणारी ती वादळी सत्रे म्हणजे एक प्रकारचा चमत्कारच होता. साहित्य म्हणजे

ज्याच्यामुळे लोकांची गंमत करता येते असे एक प्रकारचे विलक्षण खेळणेच आहे, हे त्याच्या लक्षातच आले नव्हते. एका मौजमजेच्या रात्री आल्वारोने तसे दाखवूनच दिले. अशा प्रकारच्या स्वच्छंदी दृष्टिकोनाचे मूळ शहाण्या कॅतालोनियाच्या उदाहरणात होते, हे औरेलियानोला समजायला थोडा काळ जावा लागणार होता. त्या कॅतालोनियाच्या मते साहित्यातून मिळणाऱ्या शहाणपणाचा किंवा दुसऱ्या कुठल्याही शहाणपणाचा उपयोग जरी बारीक वाटाण्याचा छानसा रस्सा बनवायची एखादी नवी रीत शोधून काढायला होत नसेल तर त्या शहाणपणाला काही अर्थ नसतो.

ज्या दुपारी औरेलियानोने ते झुरळांवरचे व्याख्यान दिले होते, त्या वेळच्या वादाचा शेवट माकोन्दोच्या सीमेवर असलेल्या एका वेश्यागृहात झाला. तिथल्या मुली भुकेपायी शरीर विकत असत. ते वेश्यागृह खोटारडेपणाने खच्चून भरलेले होते. हसरी *मामासान्ता* नावाची एक स्त्री त्या वेश्यागृहाची मालकीण होती. तिला सतत दरवाजे उघडायचे व बंद करायचे वेड होते. तिचे ते चिरंतन स्मित तिच्या गिऱ्हाइकांच्या अपक्वपणामुळे आलेले असावे. ती गिऱ्हाइके जे अस्तित्वातच नाही, असे काहीही खरेखुरे मानायला तयार असायची, तिथल्या अगदी स्पर्शाने कळणाऱ्या प्रत्यक्ष गोष्टीसुद्धा खोट्याच होत्या. तिथल्या फर्निचरवर कुणीही बसले की, ते मोडून जायचे. आतून पुरत्या उचकटलेल्या तिथल्या फोनोग्राफमध्ये आतच घर केलेली कोंबडी असायची. तिथली बाग कागदी फुलांची असायची, तर कॅलेंडर्स बनाना कंपनी गावात येण्यापूर्वीच्या वर्षांची होती. तिथल्या फ्रेम्समध्ये कापून बसवलेली चित्रे अशा मासिकांमधली होती की, ती मासिके कधीच प्रसिद्ध झाली नव्हती. मालकिणीने गिऱ्हाइके आल्यानंतर बोलावलेल्या व जवळपासच्या भागातूनच येणाऱ्या भित्र्या मुलीसुद्धा निव्वळ एक काल्पनिक निर्मितीच होती. कसल्याही प्रकारचे अभिवादन वगैरे न करताच त्यांच्या त्या फुलाफुलांचे डिझाइन असलेल्या पोशाखात त्या पुढे येत असत. ते पोशाख पाच वर्षांपूर्वी त्या पोरी आणखी तरुण होत्या, तेव्हापासूनचे शिल्लक राहिलेले असायचे. ज्या निष्पापपणे त्यांनी ते पोशाख घातले होते, त्याच निष्पापपणाने त्या ते उतरवीत असत. पुरुषांच्या समागमाच्या कळसाच्या क्षणी त्या मुली मध्येच उद्गारत, 'अरे देवा! ते छप्पर बघा कसं पडतंय आता' आणि त्यांना त्याचे ते एक पेसो आणि पन्नास सेंट्स मिळाले की, लगेच त्या पोरी ते पैसे चीज़रोल्ससाठी खर्च करत असत. ते चीज़रोल्स त्यांना त्यांच्या मालकिणीने नेहमीपेक्षा जास्तच मोठे स्मित करत विकत दिलेले असायचे. कारण, फक्त त्या मालकिणीलाच माहीत असायचे की, ते खाद्यपदार्थही खोटे होते. औरेलियानोचे त्या वेळचे सारे जग मेल्कियादेसच्या चर्मपत्रामध्ये सुरू व्हायचे आणि नेग्रोमान्ताच्या बिछान्यात संपायचे. त्याला त्या छोट्या काल्पनिक वेश्यागृहात भित्रेपणावर एक मठ्ठ औषध सापडले होते. सुरुवातीला त्याला त्या खोल्यांमध्ये काहीच जमायचे नाही. कारण, समागमाच्या सर्वोच्च क्षणी ती मालकीण नेमकी तिथे

कडमडायची आणि समागमातील जोडीदार पुरुषाच्या व्यक्तिगत वैशिष्ट्यांविषयी वाट्टेल तशी शेरेबाजी करायची; पण जसजसा काळ गेला तसतसा त्याला जगातल्या तसल्या दुर्दैवी गोष्टींचा एवढा परिचय झाला की, एका रात्री त्याचा जरा जास्तच तोल सुटलेला होता, तेव्हा त्याने तिथल्या छोट्याशा स्वागतकक्षातच कपडे उतरवले आणि बिअरची एक बाटली आपल्या कल्पनातीत मोठ्या इंद्रियावर तोलून धरत तो सगळ्या घरभर धावत सुटला. त्यानेच तिथे वाट्टेल ती अमर्यादा करणे नेहमीचेच लोकप्रिय केले आणि त्या घराची मालकीणसुद्धा निषेध वगैरे न करता किंवा त्या त्या गोष्टींवर विश्वासही न ठेवता अशा वेळी नुसते तिचे चिरंतन स्मित करायची. एकदा हरमनने असेच ते घर अस्तित्वातच नाही हे दाखवण्यासाठी ते जाळून टाकायचा प्रयत्न केला होता, तर आल्फोन्सोने तिथल्या पोपटाची मान पिरगळून तो कोंबडीच्या उकळत्या रश्श्यात टाकून दिला होता.

त्या चारही मित्रांशी औरेलियानो एक प्रकारच्या समान स्नेहाने व एकतेच्या भावनेने असा काही जोडला गेला होता की, त्याला ते चौघे वेगवेगळे नसून एकच व्यक्ती वाटायचे आणि तरीही तो इतरांपेक्षा गॅब्रिएलला अधिक जवळचा होता. एका रात्री औरेलियानोने अगदी सहज कर्नल औरेलियानो बुयेंदियाचा उल्लेख केला, तेव्हा औरेलियानो उगाच कुणाची तरी गंमत करतोय असे एकट्या गॅब्रिएलला मुळीच वाटले नाही. त्या वेळेपासून त्यांच्यात हा जास्त घट्ट दुवा निर्माण झाला होता. ती मालकीण एरवी संभाषणात भाग घेत नसे; परंतु तिनेदेखील एकदा संतापून एखाद्या वेड्यासारखा वाद घातला होता की, कुणा कर्नल औरेलियानो बुयेंदियाविषयी तिने कधी तरी बोलले गेलेले ऐकले होते खरे पण तरीही ती एक काल्पनिक व्यक्तिरेखाच होती व सरकारने लिबरल्सना ठार मारण्यासाठी ती व्यक्तिरेखा निर्माण केली होती. त्याउलट गॅब्रिएलने कर्नल औरेलियानो बुयेंदियाच्या खरेपणाबद्दल शंका घेतली नाही. कारण, त्याच्या खापरपणज्याचे वडील कर्नल गेरिनेल्दो मार्केझचे युद्धातले सहकारी व अगदी घनिष्ट मित्र होते. कामगारांची कत्तल हा विषय निघाला की, त्याच्या स्मरणशक्तीच्या त्या चंचल लीला अगदी शिगेला पोहोचायच्या. कामगारांना रेल्वेस्टेशनजवळ कोंडीत पकडले गेले होते आणि दोनशे डब्यांच्या गाडीत त्यांची प्रेते खच्चून भरली होती, याबद्दलचा तो विषय औरेलियानोने काढला की, दर वेळी ती मालकीण आणि काही तिच्यापेक्षाही वयस्कर लोक ती कहाणी नाकबूल करायचे. ते आग्रहाने असेदेखील म्हणायचे की, न्यायालयाच्या अधिकृत कागदपत्रांमध्ये ते म्हणत होते, तसेच सगळे नोंदले गेले होते आणि प्राथमिक शाळेच्या अभ्यासक्रमातील पुस्तकांतही असे नमूद करण्यात आले होते की, बनाना कंपनी अस्तित्वातच नव्हती, त्या खऱ्याखुऱ्या घडामोडींवर इतर कुणीही विश्वास ठेवायला तयार नव्हते तरी त्यामुळेच औरेलियानो आणि गॅब्रिएल या दोघांमध्ये त्याच घडामोडींवर आधारलेली 'गुन्ह्याची भागीदारी' निर्माण झाली होती. त्या घडामोडींनी

त्यांच्या आयुष्यावर एवढा परिणाम केलेला होता की, त्या आता फक्त स्मरणरमणीय गोष्टीच राहिल्या आहेत असे त्यांना जाणवले. एका नष्टप्राय जगातील भरतीच्या लाटेवरून ते वेगवेगळ्या दिशेला गेले होते. झोपायची वेळ झाली की, गॅब्रिएल कुठेही आडवा व्हायचा. औरेलियानोने अनेक वेळा त्याला आपल्या चांदीकामाच्या वर्कशॉपमध्ये ठेवून घेतले; पण त्या घरातल्या शेजघरांमधून रात्र रात्र भटकणाऱ्या मृतांचा आवाजांचा त्रास होऊन तो पहाटेपर्यंत जागाच राहायचा. नंतर औरेलियानोने त्याला नेग्रोमान्ताच्या हवाली केले. ती मोकळी असेल त्या वेळी त्याला आपल्या चांगल्या वापरल्या जाणाऱ्या खोलीत घ्यायची आणि दरवाजाच्या मागल्या बाजूला औरेलियानोच्या नावे असलेल्या बाकीचा हिशोब नोंदवून उरलेल्या जागेत त्याचाही हिशोब उभ्या रेघांनी नोंदवून ठेवायची.

त्या सगळ्यांचे एकूण आयुष्य तसे अत्यंत बेशिस्त असले तरी शहाण्या कॅतालोनियाने उद्युक्त केल्यामुळे त्या सगळ्या गटाचा काही तरी कायमचे करण्याचाही प्रयत्न चालला होता. अभिजात वाङ्मयाचा माजी प्रोफेसर आणि दुर्मीळ पुस्तकांचा संग्राहक म्हणून कॅतालोनियाला भरपूर अनुभव होता. ज्या गावातल्या कुणालाही प्राथमिक शाळेच्या पलीकडे जाण्यामध्ये अजिबात रस नव्हता, अशा त्या गावात त्यांनी रात्रभर शोध घेऊन सदतिसावी नाट्यपूर्ण घटना शोधून दाखवावी, असे शहाण्या कॅतालोनियो आपल्या अनुभवाच्या आधारे त्यांना सांगितले. नव्यानेच लागलेल्या त्या मैत्रीच्या शोधामुळे औरेलियानो मोहित झाला होता आणि ज्या जगापासून फेर्नांदाच्या नीचपणामुळे त्याला दूर ठेवले गेले होते, त्या जगाच्या जादूमुळे तो गोंधळून गेला होता. त्याने त्या चर्मपत्रांची लक्षपूर्वक तपासणी करण्याचे सोडूनच दिले होते. मात्र तेही नेमक्या अशा वेळी की, जेव्हा कवितांच्या सांकेतिक ओळींद्वारा त्या चर्मपत्रांमधून काहीतरी भविष्य प्रकट होऊ लागले होते; परंतु त्याला सर्व काही करायला पुरेसा वेळ होता, त्यासाठी वेश्यागृह सोडून द्यायची काही गरज नव्हती, असे नंतरच्या पुराव्यावरून दिसल्यामुळे त्याला मेल्कियादेसच्या खोलीकडे परत जायला योग्य ती प्रेरणा मिळाली, त्यामुळे त्याने असे ठरवले की, चर्मपत्रांचा अर्थ लावण्याच्या अखेरीच्या क्लृप्तीचा शोध लागेपर्यंत आपल्या प्रयत्नांत सुस्ती येऊ द्यायची नाही. त्याच सुमारास गास्तोन त्याच्या त्या विमानाची वाट पाहायला लागला होता आणि आमारान्ता अर्सूलाला एवढे एकटेपण जाणवायला लागले होते की, ती एक दिवस त्याच्या खोलीत आली.

ती त्याला म्हणाली, 'काय नरभक्षका, तू तुझ्या गुहेत परतलास वाटतं?'

तिने स्वतःच तयार केलेल्या ड्रेसमुळे आणि माशांच्या मणक्यांपासून बनवलेल्या नेकलेसमुळे ती अनावर मोहक दिसत होती. नवऱ्याच्या एकनिष्ठतेची खात्री पटल्यामुळे तिने त्याच्या गळ्यात बांधलेला रेशमी पट्टा वापरायचे बंद केले होते आणि त्या घरात परतल्यापासून पहिल्यांदाच ती एखादा विरंगुळ्याचा क्षण

अनुभवत होती. ती आली आहे हे कळायला औरेलियानोला तिच्याकडे पाहावे लागले नाही. तिने आपले कोपर त्याच्या टेबलावर ठेवले तेव्हा ती एवढ्या जवळ आणि अशी निश्चिंत होती की, औरेलियानोला तिच्या हाडांचा खोल आवाज ऐकू येत होता. तिला त्या चर्मपत्रांमध्ये रस वाटू लागला. आपल्या अस्वस्थतेवर मात करण्याचा प्रयत्न करत औरेलियानोने आपला आवाज काबूत आणला. त्याच्या प्राणच जणू त्याला सोडून जातोय, असे त्याला झाले होते. त्याची स्मरणशक्ती एखाद्या अश्मीभूत जलाचरासारखी व्हायला लागली होती आणि तो संस्कृतमधील देवगतीविषयी एखाद्या पुरोहितासारखा (किंवा प्रवचनकारकासारखा) बोलू लागला, तसेच एखादा माणूस कागदाच्या मागे लिहिलेला मजकूर जसा तो कागद उजेडात धरून पलीकडचे वाचू पाहतो तसे चालू काळातच भविष्यकाळ पाहणे वैज्ञानिकदृष्ट्या शक्य होईल, असेही तो तिला सांगू लागला. पूर्वीच लिहून ठेवलेली भविष्ये निरर्थक होऊ नयेत म्हणून भविष्यांचा योग्य तो उलगडा करण्याची आवश्यकता, नोस्त्रादामस्चे सेन्च्युरीज, सेंट मिलान्सकथित भविष्यानुसार झालेला कांताब्रियाचा विनाश या गोष्टींविषयीदेखील तो काही तरी सांगत होता. तेवढ्यात एकाएकी जन्मापासूनच त्याच्या आत निद्रिस्त असलेल्या एका प्रेरणेने उचल खाल्ली आणि अंतिम निर्णयच आपल्या सगळ्या संशयांचा निरास करील, असा विचार करून गप्पांमध्ये खंड पडू न देता त्याने तिच्या हातावर आपला हात ठेवला. लहानपणी ती जशी त्याची तर्जनी धरून ठेवायची तशी निष्पाप प्रेमळपणाने तिने त्याची तर्जनी पकडली आणि तो तिच्या प्रश्नांची उत्तरे देत होता म्हणून तोवर तिने ती तशीच धरून ठेवली. परस्परांचा थंडगार तर्जन्यांनी एकमेकांशी जोडली गेलेली ती दोघेही काही काळ तशीच थांबून राहिली. त्यांची बोटे परस्परांना कोणताही, कसलाही संदेश देत नव्हती. तेवढ्यात तिच्या त्या क्षणकाल टिकलेल्या स्वप्नातून जणू ती जागी झाली आणि तिने कपाळावर हात मारला. 'मुंग्या!' ती उद्गारली आणि मग ती ते हस्तलिखित विसरली. नृत्याची पावले टाकत दरवाजाकडे गेली आणि तिथूनच बोटांच्या टोकाने एक उडते चुंबन औरेलियानोकडे फेकून त्याला 'गुड बाय' म्हणाली. तिला ब्रसेल्सला धाडले होते, तेव्हा आपल्या वडिलांना तिने असेच 'गुड बाय' म्हटले होते.

'तू ते मला नंतर सांग, आज मुंग्यांच्या वारुळावर चुनकळी टाकायचा दिवस आहे, हे विसरलेच होते मी,' ती म्हणाली.

त्याची खोली असलेल्या घराच्या त्या भागात काही काम निघाले की, ती अधूनमधून त्याच्या खोलीत जाऊन थोडा वेळ तिथे थांबायची. तिचा नवरा तेव्हा आकाशाकडे टक लावून बसलेला असायचा. वास्तविक आमारान्ता अर्सूला परत आल्याच्या सुरुवातीच्या महिन्यापासून औरेलियानोने कुटुंबीयांबरोबर जेवण घ्यायचे सोडले होते. तिच्या वागण्यातील त्या बदलामुळे काहीसा उत्तेजन मिळाल्यासारखा

होऊन तो त्यांच्याबरोबर जेवायला थांबू लागला; पण त्यामुळे गास्तोन खूश झाला. जेवणानंतर जवळजवळ तासभर ते दोघे गप्पा मारीत बसत. त्या वेळी गास्तोनने आपले भागीदार आपल्याला फसवित असावेत, अशी तक्रार केली. त्याचे विमान बोटीवर घालून त्याच्याकडे रवाना केल्याचे त्यांनी कळवले होते; पण ती बोट काही अजून आली नव्हती. शिपिंग कंपनीच्या एजंटांनी मात्र त्याला निक्षून सांगितले होते की, ती बोट येणार नाही. उलट त्याचे भागीदार म्हणत होते की, त्याच बोटीवरून विमान रवाना केले हे खरे आहे आणि त्याच्या पत्रांतून गास्तोनच खोटे सांगत असावा, असा आरोपही त्यांनी केला होता. त्यांच्यातल्या पत्रव्यवहार शेवटी इतका परस्पर अविश्वासाचा झाला की, ब्रसेल्सला घाईघाईत एक फेरी मारून सगळ्या कटकटी समक्षच निस्तरून विमान स्वतःच घेऊन येण्याची भाषा गास्तोन करू लागला. त्याचा हा बेत मात्र फिस्कटला. कारण, आमारान्ता अर्सूला म्हणाली 'आपल्याला नवरा गमवावा लागला तरी हरकत नाही; पण आपण माकोन्दो सोडून कुठेही जाणार नाही.' सुरुवातीच्या दिवसांत औरेलियानोलाही इतरांसारखेच वाटायचे की, वेगवान वाहनांचे वेड असलेला हा गास्तोन जरा खुळचटच असावा. नंतर वेश्यागृहांमध्ये नेहमी जात राहिल्यामुळे त्याला जेव्हा माणसांच्या स्वभावाविषयी अधिक कळू लागले, तेव्हा त्याला वाटू लागले की, गास्तोनच्या स्वभावातील लीनता ही त्याच्या अनिवार विकारवशतेच्या पोटी आलेली असावी. मात्र त्याची गास्तोनशी जवळून ओळख झाली, तेव्हा त्याला असे जाणवले की, गास्तोनचा स्वभाव त्याच्या लीन दिसणाऱ्या वर्तनाच्या अगदी उलट आहे. नंतर तर गास्तोनविषयीच्या मत्सरापोटी त्याने असाही समज करून घेतला की, तो विमानासाठी वाट पाहत थांबण्याचे नाटक करीत असावा. पुढे त्याला असेही वाटू लागले की, गास्तोन दिसतो तेवढा मूर्ख नाही उलट त्याच्याजवळ अमर्याद थंड दमदारपणा आणि सहनशीलता असावी. कारण, आपल्या बायकोच्या म्हणण्याप्रमाणे सतत वागून तिच्या कोणत्याही गोष्टीला नकार न देता तिला कंटाळा आणायचा आणि तिने स्वतःच निर्माण केलेल्या जाळ्यात तिला गुरफटवून तिच्यावर मात करायची, असा त्याचा इरादा असावा म्हणजे तिथल्या जगण्याबद्दलच्या भ्रमांना कंटाळून ते सारे असह्य होऊन ती स्वतःच आपल्या बॅगा भरून युरोपला परत जायची तयारी कसेल, असा त्याचा होरा असावा. औरेलियानोला सुरुवातीला त्याच्याविषयी वाटणाऱ्या करुणेची जागा आता तिरस्काराने घेतली होती. गास्तोनचे हे सगळे वागणे त्याला आता एवढे विकृत आणि तरीसुद्धा परिणामकारकही वाटायला लागले होते की, आमारान्ता अर्सूलाला त्याच्याविषयी सावधगिरीचा इशारा देण्याचे धाडस त्याने केले. तिने त्याच्या संशयाबद्दल त्याची चेष्टा केली. मात्र त्या साऱ्यामागे असलेले औरेलियानोच्या मनातले उत्कट प्रेम, अनिश्चिततेची भावना आणि मत्सर या गोष्टींची तिला जरादेखील जाणीव झाली नाही. एके दिवशी पीचचा कॅन उघडायचा ती प्रयत्न

करत असताना तिच्या बोटाला कॅनचा पत्रा घुसल्याने रक्त येऊ लागले, तेव्हा तो रक्तस्राव थांबवण्यासाठी औरेलियानो एवढ्या हावरटपणाने आणि भावनावशतेने ते रक्त चोखू लागला की, त्यामुळे त्याच्या मनात निव्वळ बंधुभावापेक्षा वेगळीच कसली तरी भावना तिने जागवलेली होती हे तिला पहिल्यांदाच जाणवले आणि तिच्या पाठीच्या कण्यातून एक थंडगार शिणक चमकून गेली.

अस्वस्थपणे हसून ती म्हणाली, 'औरेलियानो, तू एवढा संशयी आहेस की, तुला कधीही वटवाघूळ पाहता येणार नाही.'

मग मात्र औरेलियानोला आपले अंतःकरण उघडे केल्यावाचून राहवले नाही. तिच्या जखमी हाताच्या तळव्याची त्याने एखाद्या अनाथ पोरासारखी चुंबने घेतली आणि मनातील अत्यंत गुप्त वाटा खुल्या करीत आपले विदीर्ण आतडे उघडून आतल्या पशूचेच जणू तिला दर्शन घडविले, तो पशू त्याच्याच हौतात्म्यावर पोसला गेला होता. आपण मध्यरात्री उठून एकटेच कसे रडत बसतो आणि न्हाणीघरात तिने सुकायला ठेवलेल्या तिच्या अंतर्वस्त्रांवर आपला राग कसा काढतो, ते त्याने तिला सांगितले. आपण अत्यंत अस्वस्थ होऊन आपल्या कानात नेग्रोमान्ताला 'गास्तोन, गास्तोन' असे एखाद्या माजावर आलेल्या मांजरीसारखे ओरडायला कसे लावले, तेही त्याने आमारान्ता अर्सूलाला सांगितले. किती धूर्तपणे त्याने तिच्या सेंटच्या बाटल्या चोरून नेल्या होत्या आणि भुकेपायी शरीर विकणाऱ्या छोट्या मुलींच्या गळ्याशी त्यांचा वास कसा घेतला तेही सांगून टाकले. त्याच्या अव्यक्त भावनांचा तो आकस्मित उद्रेक पाहून आमारान्ता अर्सूला हादरूनच गेली. एखाद्या शिंपल्यातील जिवासारखी तिने आपल्या हाताची बोटे आतल्या आत मिटवून घेतली. तिचा दुखरा हात पाचू किंवा पुष्कराजच्या खड्यासारखा संवेदनाशून्य होऊन गेला होता. ती थुंकल्यासारखी उद्गारली, 'मूर्खा, मी आता पहिल्याच बोटीने बेल्जियमला निघून जाते कशी.'

एका दुपारी आल्वारो शहाण्या कॅतालोनियाच्या पुस्तकांच्या दुकानी आला तो त्याला लागलेल्या नव्या शोधाविषयी ओरडतच आला. त्याच्या मते ते 'प्राण्यांचे वेश्यागृह' होते. 'सोनेरी मूल' असे नाव असलेली ती एक अतिशय सुंदर कलाकृती होती. त्यात तारांनी बनवलेल्या खुराड्यांमध्ये दोनशेच्या वर अनेकरंगी बगळे होते, ते बगळे किती वाजले ते आपल्या विशिष्ट आवाजात ओरडून सांगत असत आणि ॲमेझोनियन फुलझाडांमधून मजेत इकडेतिकडे फिरत असत. त्यात डुकराएवढ्या लठ्ठ सुसरी, बारा रॅटल स्नेक्स आणि मुलामा दिलेल्या शिंपल्यांचे एक कासवही होते. ते सगळेच प्राणी कृत्रिम समुद्रात बुड्या मारत असत. एक मोठा पांढरा गरीबसा कुत्रा होता. तो खाणे मिळवण्यासाठी दुसऱ्या कुत्र्यावर चढून दाखवायचा. त्या कलाकृतीतले एकूण वातावरण एवढे निष्पाप आणि जिव्हाळ्याचे होते की, जणू काही ते सारे नुकतेच घडवलेले असावे. तिथल्या सुंदर मिश्रवर्णीय मुली आपल्या

लालजर्द ओठांच्या पाकळ्यांसह जुन्या पद्धतीच्या फोनोग्राफवरील रेकॉर्ड्स घेऊन बसल्या होत्या. जणू तो पृथ्वीवरचा स्वर्गच होता. प्राचीन काळी माणसाला माहीत असलेले; पण आता विस्मृतीत गेलेले शृंगार करण्याचे अनेकानेक मार्ग त्या मुलींना माहीत होते. त्या टोळक्याने पहिल्याच रात्री जेव्हा त्या आभासांच्या 'ग्रीन हाउस'ला भेट दिली, तेव्हा दाराशीच विणलेल्या झुलत्या खुर्चीवर बसून राखण करणाऱ्या तिथल्या त्या भव्य आणि गूढ भासणाऱ्या म्हातारीला वाटले की, काळच जणू मागे मागे त्याच्या आरंभाकडे जातोय. कारण, त्या पुरुषांमध्ये तिला काविळीसारख्या पिवळट नजरेचा, दुहेरी हाडांचा, तार्तारांसारखी गालाफडे असलेला आणि जगाच्या आरंभापासूनच जणू एकटेपणाची निशाणी चेहऱ्यावर वागवणारा एक तरुण दिसला.

ती सुस्कारली, 'देवा, देवा! हा तर औरेलियानो!'

ती जणू काही कर्नल औरेलियानो बुयेंदियालाच पुन्हा पाहत होती. तिला एकदा दिव्याच्या उजेडात तो असाच दिसला होता. ते सारे युद्धाच्या खूप पूर्वी वैभवाचा नाश होऊन झालेल्या भ्रमनिरासाच्या फार फार पूर्वी घडून गेले होते. त्या अति दूरच्या काळात पहाटे तो तिच्या शयनगृहात आला होता आणि त्याने तिला आपल्या आयुष्यातली 'पहिली आज्ञा' दिली होती – 'प्रेम देण्या'ची आज्ञा! पिलार तेर्नेरा होती ती. अनेक वर्षांपूर्वी म्हणजे ती एकशे पंचेचाळीस वर्षांची झाली, तेव्हापासून वर्षांचा हिशोब ठेवायची अपायकारक रीतच तिने सोडून दिली होती. ती आपली आठवणींनी घडवलेल्या, जगण्याची सीमा गाठलेल्या, स्थिरावलेल्या काळातच जणू जगत होती. तिथे भविष्यकाल निश्चल होऊन समोर पूर्णपणे उलगडलेला होता. तो काळ तिच्या त्या भविष्यसूचक पत्त्यांच्या आगाऊ सूचनांनी आणि कावेबाज फाशांनी बिघडवला जाण्याच्या पलीकडे होता.

त्या रात्रीपासून औरेलियानोने त्याच्या त्या खापरपणजीच्या सहानुभूतीयुक्त समंजस प्रेमाचा आधार घेतला. ती आपली खापरपणजी आहे हे त्याला माहीत नव्हते. आपल्या विणलेल्या झुलत्या खुर्चीत बसून ती गतकाळ आठवायची. बुयेंदिया कुटुंबाच्या गतवैभवाचे आणि दुर्दैवाचे तसेच माकोन्दोच्याही वैभवाचे दिवस ती शब्दांमधून डोळ्यांसमोर उभे करायची. इकडे आल्वारो आपल्या गडगडाटी हसण्याने सुसरींना घाबरवून सोडायचा तर आल्फान्सो मागच्याच आठवड्यात तिथे गैरवर्तन करणाऱ्या कुठल्या तरी चार गिऱ्हाइकांचे डोळे बगळ्यांनी कसे फोडून टाकले, त्याच्या विलक्षण गोष्टी सांगायचा. गॅब्रिएल त्या उदास मिश्रवर्णीय मुलीच्या खोलीत बसलेला असायचा. ती मुलगी पैसे घेत नसे; पण त्या बदल्यात आपल्या प्रियकरासाठी पत्रे पाठवायची. तिचा तो स्मगलर प्रियकर ऑरिनिकोच्या पलीकडच्या बाजूला एका तुरुंगात होता. सीमारक्षकांनी त्याला पकडून जबरदस्तीने शौचपात्रावर बसवले, तेव्हा इथले भांडे विष्ठेबरोबर हिऱ्यांनी भरून गेले होते. औरेलियानोने आपल्या घरात प्रदीर्घ कैदेत असताना त्याच,

आईसारख्या मायाळू मालकिणीच्या खऱ्याखुऱ्या वेश्यागृहाची स्वप्ने पाहिली होती. तिथे राहणाऱ्यांच्या छान सहवासामुळे त्याला तिथे इतके बरे वाटायचे की, आमारान्ता अर्सूलाने त्याचा भ्रमनिरास केला, त्या दुपारी त्याला दुसरा कुठलाच आधार घ्यावासा वाटला नाही. काळजात बसलेल्या गाठी सुटाव्यात म्हणून कुणाला तरी सगळे काही आपल्याच तोंडाने सांगून टाकावे आणि आपला भार हलका करावा असे त्याला वाटले होते; पण पिलार तेर्नेराच्या मांडीत डोके खुपसून बराच वेळ रडणे तेवढे त्याला शक्य झाले. त्या उबदार मांड्यांवर डोके ठेवून रडण्याने जणू त्याला पुन्हा बळ प्राप्त झाले. त्याच्या मस्तकावर हलक्या बोटांनी खाजवत तिने त्याला रडणे संपवू दिले. आपण प्रेमापायीच रडलो हे जरी त्याने तिला सांगितले नसले तरी माणसाच्या इतिहासातील प्राचीनतम दुःख तिला सहजच कळून चुकले. 'ठीक आहे पोरा!' ती म्हणाली, 'आता मला सांग बरं, ती कोण आहे ते.' औरेलियानोने तिला नाव सांगितले तेव्हा तिने आपले ते गूढ, अर्थपूर्ण हास्य केले, शेवटी त्या हसण्याचे कबुतरांच्या घुमण्यासारख्या आवाजात रूपांतर झाले. कुणाही बुयेंदियाच्या अंतःकरणातील कुठल्याही रहस्याचा भेद तिला करता येत होता. कारण, शतकभराच्या काळात भविष्यसूचकपत्त्यांनी आणि तिच्या अनुभवांनी तिला शिकवले होते की, बुयेंदिया कुटुंबाचा इतिहास म्हणजे एखाद्या रहाटगाडग्यासारखे फिरणारे यंत्र आहे आणि त्यात पुनरावृत्ती अपरिहार्यच होती. त्या रहाटगाडग्याचा कणा झिजून दुरुस्तीच्या पलीकडे गेला नसता तर ते अनंतकाळापर्यंत तसेच फिरत राहिले असते.

'काळजी करू नकोस,' तिने हलकेच स्मित करीत म्हटले, 'ती आता कुठेही असली तरी तुझी वाटच पाहातेय.'

आमारान्ता अर्सूला न्हाणीघरातून बाहेर आली, तेव्हा दुपारचे साडेचार वाजले होते. डोक्याला पागोट्यासारखा टॉवेल गुंडाळून आणि अंगावर हलक्या घड्यांचा झगा पांघरून आपल्या खोलीजवळून जाताना तिला औरेलियानोने पाहिले. जवळजवळ चवड्यांवरच चालत, दारूच्या नशेमुळे काहीसा झोकांड्या खात तो तिच्या पाठोपाठ गेला. आंघोळीच्या वेळचा आपला झगा काढायला तिने नुकतीच सुरुवात केली होती, तेवढ्यात तो तिच्या शेजघरात पोहोचला म्हणून तिने घाबरून पुन्हा स्वतःला त्या झग्यात झाकून घेतले. त्याने फक्त शेजारच्या अर्धवट उघड्या दाराच्या खोलीकडे निःशब्द खूण केली. तिथे गास्तोन पत्र लिहायला सुरुवात करीत होता हे औरेलियानोला माहीत होते.

तिने आवाज न होऊ देता त्याला म्हटले, 'चालता हो इथून.'

औरेलियानोने हलकेच स्मित केले, बेगोनियाची कुंडी उचलावी तसे तिला दोन्ही हातांनी कमरेपाशी धरून उचलले आणि बिछान्यावर उताणे टाकले. तिला प्रतिकार करायला जराही उसंत न देता तिने स्नानानंतर अंगावर घातलेला झगा

त्याने जनावरासारख्या एका हिसक्याने काढून फेकून दिला. तिच्यावर झुकल्यामुळे नुकत्याच न्हालेल्या तिच्या नग्नतेच्या गर्तेवर तो जणू संपूर्ण पसरल्यासारखा भासत होता. तिच्या कातडीचा रंग, शरीरावरील लव आणि त्रिवळीच्या रेषा, तिच्या शरीरावरचे एरवी झाकलेले तीळ हे सारेच त्याने तिथल्या दुसऱ्या खोल्यांमध्ये अंधारात कल्पनेने पाहिले होते. एखाद्या शहाण्या स्त्रीच्या धूर्तपणाने ती त्याला प्रतिकार करण्याचा प्रामाणिक प्रयत्न करू लागली. आपल्या सुंगधी, निसरड्या, लवचीक शरीराने एखाद्या बीझल[४] प्राण्यासारख्या हालचाली ती करत होती. त्याच्या पोटाच्या खालच्या किडनीजवळच्या भागात तिने आपले गुडघे रुतवले आणि त्याच्या तोंडावर विंचवासारखे नखांनी ओरखडले. मात्र त्या दोघांनीही आपल्या तोंडातून जरासाही आवाज बाहेर निघू दिला नाही, त्यांच्या साऱ्या हालचाली इतक्या शांतपणे चालल्या होत्या की, एखाद्याने उघड्या खिडकीतून एप्रिलमधला सूर्यास्त पाहताना हलेकच सुस्कारा टाकल्याने होईल तेवढाही आवाज होत नव्हता. ती झटापट तशी भयंकर व जीवघेणी पण हिंस्ररहित होती. त्यांचा तो झगडा हिंस्ररहित भासत होता. कारण, त्यात विपर्यस्त हल्ले होते आणि खोटीच चुकाचुकवी होती. सारी झटपट फार सावकाश आणि गंभीरपणे चालली होती, त्यामुळे एखाद्याला असा भास झाला असता की, ती दोघे जणू एकमेकांशी भांडून दुरावलेले प्रेमिक असून एखाद्या मत्स्यालयाच्या तळाशी पुनर्मिलनासाठी धडपडत होते. सावकाश चाललेल्या त्यांच्या धडपडीमुळे पेटुनियाच्या फुलांना फुलायला आणि शेजारच्या खोलीतील गास्तोनला त्याची वैमानिकाची स्वप्ने विसरायला अवधी मिळाला. त्या रासवट, निर्दय आणि तरीही वरवर चाललेल्या गरमागरमीत एकाएकी आमारान्ता अर्सूलाच्या असे ध्यानात आले की, त्यांच्यामधली सावध शांतता जास्तच असमंजसपणाची होती. कारण, लढता लढता आपल्याकडून आवाज होऊ नये म्हणून ती दोघेही प्रयत्न करत होती खरी; पण त्या संभाव्य आवाजाहूनही त्यांच्यातली त्या वेळची सावध शांतता फारच असमंजसपणाची ठरेल आणि त्यामुळे पलीकडे असलेल्या तिच्या नवऱ्याच्या मनात संशय निर्माण होऊ शकेल, तेव्हा तिने झटापट न सोडता ओठ घट्ट मिटून हसायला सुरुवात केली. मात्र खोटेच चावे घेतल्यासारखे करीत आणि आपल्या शरीराच्या बीझलसारख्या हालचाली हळूहळू कमी करत तिने आपले संरक्षण करण्याचा प्रयत्नही चालूच ठेवला; पण त्यामुळे दोघांनाही कळून चुकले की, ते एकाच वेळी परस्परांचे विरोधकही आहेत आणि एकाच गुन्ह्यातले साथीदारही आहेत. त्यांच्या एकमेकांवरील हल्ल्यांचे रूपांतर परस्परांची शरीरे कुरवाळण्यात झाले आणि चाललेली झटापट हळूहळू आदिम क्रीडा बनून गेली. एकाएकी जणू काही खेळता खेळताच आणखी एखादी खोडी काढावी तसा आमारान्ता अर्सूलाने आपला सारा प्रतिकार थांबवला आणि लगेच पुन्हा ते तो सुरू करणार होती; परंतु

क्षणार्धात त्याला जे करणे तिने स्वतःच शक्य होऊ दिले होते, त्याची जाणीव तिला झाली आणि ती घाबरली; पण आता फारच उशीर झाला होता. तिच्या गुरुत्वमध्याशी उसळलेल्या प्रचंड क्षोभाने तिची हालचाल पूर्णपणे थंडावली. ती एकाच जागी खिळल्यासारखी झाली. मृत्यूच्या पलीकडच्या काठावरचे अदृश्य गोल आणि नारिंगी शिङ्ग्या कशा असाव्यात त्याचा शोध घेण्याच्या अनिवार उत्कंठेने प्रतिकाराची तिची इच्छाशक्तीच नष्ट झाली. हात लांबवून चाचपडत तिने तिथला टॉवेल घेऊन त्याचा बोळा आपल्या दोन्ही ओठांमध्ये सरकवला आणि तिची आतडी फाडून तोंडातून बाहेर पडू पाहणाऱ्या मांजरकिंचाळ्या तोंडातच अडवायला तिला कसाबसा अवकाश मिळाला.

२०

रात्री पिलार तेर्नेरा आपल्या झुलत्या खुर्चीत बसल्या जागीच मरण पावली, तेव्हा उत्सवाची धमाल चालू होती आणि ती आपल्या 'स्वर्गा'च्या दारात बसून सगळी मौजमजा पाहत होती. ती मेल्यावर कॉफिनमध्ये तिचे दफन न करता तिच्या इच्छेनुसार त्या झुलत्या खुर्चीत बसवूनच तिचे दफन केले गेले. नाचघराच्या जमिनीत एक मोठा खोल खड्डा खणण्यात आला व आठ माणसांनी तिच्यासकट ती खूर्ची दोर बांधून त्या खड्ड्यात सोडली. तिला तसे आता सोडण्यापूर्वी रडून रडून निस्तेज झालेल्या त्या मिश्रवर्णीय मुलींनी काळा पोशाख घातला व त्यांनीच शोधून काढलेल्या, अर्धवट माहीत असलेल्या वेगळ्याच रिवाजानुसार आपल्या कानातील रिंग्ज, पिना आणि अंगठ्या त्या खड्ड्यात टाकल्या, नंतर तो खड्डा सपाट दगडाचे झाकण टाकून बुजवला गेला, त्या दगडावर नाव किंवा जन्म-मृत्यूच्या तारखा वगैरे काहीच कोरले नव्हते. मात्र त्याच्यावर ॲमेझोनियन कॅमिला या वनस्पतींचा ढीग पसरवून टाकला होता. घरातल्या पाळीव प्राण्यांना त्यांनी विष घातले, विटा आणि चुन्याचे घराचे दरवाजे-खिडक्या बंद करून टाकल्या आणि मग त्या मिश्रवर्णीय मुली आपापल्या लाकडी पेट्या घेऊन इतस्ततः पांगल्या, संतांच्या तसबिरी, मासिकातली चित्रे आणि त्यांच्या माजी प्रियकरांच्या छायाचित्रांनी त्या लाकडी पेट्या भरल्या होत्या. ते प्रियकर आत कुठे तरी दूरवरच्या प्रदेशात कल्पनातीत अवस्थेत असतील, कुणी नरमांसभक्षकांना खात असतील, कुणी दूर समुद्रकाठी जुगार अड्ड्यांमध्ये पत्त्यांच्या खेळातले अट्टल बादशहा बनत असतील तर कुणी हिरे हागत असतील.

इथे सारे संपलेच म्हणायचे. शहाण्या कॅतालोनियाने आपल्या पुस्तकांच्या दुकानाचा लिलाव करून टाकला आणि कायम टिकणाऱ्या वसंतऋतूच्या जबरदस्त अनावर ओढीमुळे आपल्या त्या मेडिटरेनियन जन्मगावाकडे तो परत निघाला, त्यामुळे आता पिलार तेर्नेराच्या थडग्यात वेश्यांचे स्वस्त दागिने आणि धार्मिक

गीते यांच्याच बरोबरने भूतकाळाचे अवशेष सडत राहणार होते. माकोन्दो सोडून शहाण्या कॅतालोनियाने गावाकडे परतण्याचा निर्णय घेतला खरा पण त्याचा अंदाज आधी कुणालाच आला नव्हता. अनेक युद्धांपैकी एका युद्धातून पळून जाऊन, बनाना कंपनीच्या भरभराटीच्या काळात अखेर तो माकोन्दोमध्ये येऊन पोहोचला होता. तिथे त्याने जुन्या काळात छापली गेलेली पुस्तके तसेच अनेक भाषांमधील पुस्तकांच्या पहिल्या आवृत्त्या विकण्याचे दुकान घालायचे ठरवले होते. त्याच्या या निर्णयापेक्षा अधिक व्यवहारी असे काहीच नव्हते असे म्हणावे लागेल. त्याच्या दुकानात कधी काळी येऊन ती पुस्तके जणू रद्दी पुस्तके असल्यासारखी सहज चाळून पाहणारे ग्राहक खरे म्हणजे रस्त्यापलीकडच्या घरात जाऊन स्वप्नांचा अर्थ लावण्यासाठी आपली पाळी येण्याची वाट बघत असायचे. शहाणा कॅतालोनिया दुकानाच्या मागच्या भागात बसायचा आणि वह्यांमधून फाडलेल्या कागदांवर अतिशय काळजीपूर्वक अक्षरांत जांभळ्या शाईने काही तरी लिहीत असायचा. असे लिहिता लिहिता त्याचे निम्मे आयुष्य गेले होते. तो एवढे काय लिहीत होता ते कुणालाच नेमके माहीत नसायचे. औरेलियानोची आणि त्याची पहिल्यांदा भेट झाली, तेव्हा त्या चित्रविचित्र पानांनी भरलेल्या दोन पेट्या त्याच्याजवळ होत्या. त्याने लिहिलेली ती पाने पाहून मेल्कियादेसच्या चर्मपत्रांची आठवण व्हायची. त्याने माकोन्दो सोडण्यापूर्वी तिसरी पेटीही भरून टाकली होती, त्यामुळे त्या गावातल्या त्याच्या वास्तव्यात त्याने दुसरे काहीच केले नव्हते असे म्हणणे बरोबर ठरेल. फक्त त्या चार मित्रांशीच त्याने थोडेफार संबंध ठेवले होते. ती मुले ग्रामर स्कूलमध्ये शिकत होती, तेव्हाच त्याने त्यांच्या भोवरे आणि पतंगांच्या बदल्यात त्यांना पुस्तके देऊन त्यांच्याकडून सेनेका[१] आणि ऑव्हिड[२] वाचून घेतले होते. अभिजात लेखक म्हणजे जणू त्याच्या घरचेच असून कुठल्या तरी काळात त्याच्या खोलीतच राहत होते, अशा थाटात तो त्यांच्याविषयी बोलायचा. अनेक लेखकांविषयी त्याला अशा काही गोष्टी माहीत असायच्या की, त्या माहीत नसल्या तर बरे झाले असते असे कुणालाही वाटावे. उदाहरणार्थ, सेंट ऑगस्टिन[३] आपल्या झग्याच्या आत एक लोकरीचे जाकीट घालायचा आणि ते त्याने चौदा वर्षे अंगातून काढलेच नव्हते किंवा अर्नाल्दो ऑफ विलानोवा[४] हा मृत्यात्म्यांशी संवाद साधून भविष्य वर्तवणारा गृहस्थ नपुसंक होता. कारण, लहानपणी त्याला एक विंचू चावला होता वगैरे. शहाण्या कॅतालोनियाला लिखित शब्दांविषयी खूप आस्था होती; पण त्या आस्थेमध्ये गंभीर आदर आणि बाजारगप्पांतला अनादर अशा दोहोंचे मजेदार मिश्रण होते. असल्या दुहेरी वृत्तीतून खुद्द त्याची स्वतःची हस्तलिखितेही सुटली नव्हती. त्याच्या हस्तलिखितांचे भाषांतर करता यावे म्हणून आल्फान्सोने कातालान भाषा शिकून घेतली होती आणि आपल्या खिशात त्याने ते हस्तलिखिते ठेवली होती. त्याच्या खिशात नेहमी वर्तमानपत्रांची कात्रणे तसेच वेगवेगळ्या विलक्षण

उद्योगांविषयीच्या पुस्तिकाही असायच्या. पोटासाठी शय्यासोबत करणाऱ्या मुलींच्या घरी एका रात्री तो गेला होता तर तिथे त्याच्याकडून ती हस्तलिखित हरवली. हे त्या शहाण्या आजोबाला समजले तेव्हा सगळ्यांना भीती वाटली होती तसे भांडायला उठण्याऐवजी तो मरणाचा हसत सुटला आणि उद्गारला, 'साहित्याची अगदी स्वाभाविक कर्मगती तीच असते.' उलट, आपल्या खेड्याकडे तो परतला तेव्हा त्याच्याबरोबर पुस्तकांच्या तीन पेट्या होत्या. रेल्वेमधल्या इन्स्पेक्टरांनी त्या पेट्या सामानाच्या खास डब्यात सामान म्हणून पाठवायचा प्रयत्न केला तेव्हा त्याला उद्देशून त्याने कार्थेजिनियन शिव्यांची लाखोलीच सुरू केली. शेवटी त्या पेट्या आपल्याबरोबर प्रवाशांच्या डब्यात ठेवून घेण्यातच त्याला यश आले. त्यानंतर तो म्हणाला, 'आयला काय झवाडी दुनिया आहे ही. इथं माणसं फर्स्ट क्लासने प्रवास करतात आणि साहित्याला सामानाच्या डब्यातून प्रवास करावा लागतो!' हे त्याच्या तोंडचे शेवटचे उद्गार म्हणावे लागतील. गावाकडे जायला निघण्यापूर्वीचा तयारीचा त्याचा आठवडा फारच वाईट गेला. कारण, निघायची वेळ जवळ येत चालली तसतशी त्याची मानसिक अवस्था बिघडायला लागली. वस्तू भलतीचकडे ठेवल्या जाऊ लागल्या. पूर्वी फेर्नांदाला त्या पऱ्यांनी सतावले होते तसाच पऱ्यांचा हल्ला त्याच्यावरही झाला असावा.

तो शिव्या घालायचा, '*कॉलोन्स*, सिनॉड ऑफ लंडनच्या सत्ताविसाव्या कॅननवर हागतो मी.'

या दिवसांत जर्मेन आणि औरेलियानो या दोघांनी त्याची अगदी नीट काळजी घेतली. एखाद्या लहान मुलाला मदत करावी, तशी त्यांनी त्याला मदत केली; त्याची तिकिटे आणि परदेशप्रवासाची सारी कागदपत्रे त्याच्या खिशाला सेफ्टी पिनांनी पक्की बांधून टाकली. माकोन्दो सोडल्यापासून बार्सिलोनाला उत्तरेपर्यंत त्याने काय काय करायला हवे त्याची सविस्तर यादी तयार करून दिली आणि तरीसुद्धा त्याच्याजवळच्या पैशांपैकी निम्मे पैसे ज्या पँटच्या खिशात ठेवलेले होते, नेमकी तीच पँट खिशात पैसे आहेत हे ध्यानात न घेता त्याच्याकडून फेकून दिली गेली. प्रवासाला निघायच्या आदल्या रात्री पुस्तकांच्या पेट्यांना खिळे ठोकून झाले. माकोन्दोला पहिल्यांदा येताना त्याने बरोबर एक सूटकेस आणली होती. तिच्यातच आपले कपडे भरून झाल्यावर त्याने डोळे बारीक केले आणि त्याच्या हद्दपारीमध्ये त्याला केवढा तरी आधार दिलेल्या त्या पुस्तकांकडे बोट दाखवत एखादा उद्धट आशीर्वाद देतोय अशा थाटात तो त्या मित्रांना म्हणाला,

'ती सगळी घाण मी तुम्हा लोकांसाठी ठेवतोय!'

तीन महिन्यांनंतर त्यांना एक भले मोठे पाकीट मिळाले. त्यात त्याने लिहिलेली एकोणतीस पत्रे आण पन्नास छायाचित्रे होती. खोल समुद्रावरच्या प्रवासातल्या रिकाम्या वेळात त्याने ती साठवली होती. त्या पत्रांवर तारखा घातलेल्या नव्हत्या

तरी ठरावीक क्रमाने ती लिहिलेली होती, तो क्रम तसा स्पष्ट होता. सुरुवातीच्या त्याच्या पत्रांमध्ये त्याने निरनिराळे टप्पे पार करताना येणाऱ्या अडचणींविषयी त्याच्या नेहमीच्या छान मनोवृत्तीतून काहीतरी लिहिले होते. माल तपासणारा एक अधिकारी त्या पुस्तकांच्या तीन पेट्या त्याच्या केबिनमध्ये ठेवून द्यायला तयार होईना, तेव्हा त्या अधिकाऱ्याला उचलून समुद्रात फेऊन द्यायची तीव्र इच्छा त्याला कशी झाली होती, तसेच तेरा या आकड्याविषयीच्या अंधश्रद्धेमुळे नव्हे तर त्या आकड्याला शेवट नसतो, असे वाटल्यामुळे घाबरून गेलेल्या एका बाईचा शुद्ध वेडपटपणा, लेरिदाच्या झऱ्यांजवळच्या रात्रीच्या बीट्सची चव बोटीवरच्या पाण्यात आहे हे ओळखू शकल्यामुळे त्याने जिंकलेली पैज इत्यादीविषयी त्याने लिहिले होते. तथापि, जसजसे दिवस जात गेले तसतसे त्याला बोटीवरील वास्तवाचे महत्त्व कमी कमी वाटू लागले आणि पाठवलेल्या छायाचित्रांमधूनही त्याची ही मानसिक अवस्था लक्षात येत होती. सुरुवातीच्या कॅरेबियन समुद्रातल्या ऑक्टोबरमधल्या, पांढऱ्या टोप्यांनी भरलेल्या छायाचित्रांमध्ये मानेवर रुळणाऱ्या बर्फासारख्या पांढऱ्या शुभ्र केसांमुळे आणि हॉस्पिटलमधल्या जॅकेटसारखा दिसणाऱ्या स्पोर्ट्स शर्टमुळे आणि सिल्कचा स्कार्फ घातला असला तरी त्याचा चेहरा निःस्तेज दिसत होता. कारण, ती खिन्न बोट झोपेत चालतेय असे भासायचे आणि डेकवर तो उपस्थित नसायचा. त्याच्या पत्रांना जर्मेन आणि औरेलियानो उत्तरे पाठवत असत. सुरुवातीच्या काही महिन्यांत त्याने त्यांना एवढी पत्रे लिहिली की, त्या काळात तो माकोन्दोमध्ये होता, तेव्हापेक्षाही त्यांना अधिक जवळचा वाटायला लागला होता आणि त्याच्या अनुपस्थितीत त्याच्याबद्दल त्यांना वाटत राहिलेला दीर्घद्वेष जवळजवळ संपुष्टात आला होता. सुरुवातीला त्याने त्यांना लिहिले होते की, त्याचा जन्म झाला होता त्या घरात अजूनही सगळे काही पूर्वीसारखेच होते. तिथल्या गुलाबी गोगलगाई तशाच होत्या, टोस्टबरोबर खाल्लेल्या सुक्या हेरिंग माशाची चवदेखील पूर्वीसारखीच होती आणि त्याच्या खेड्यातल्या धबधब्यातील पाण्याला संध्याकाळच्या वेळी सुवास येत होता. त्याची पत्रे म्हणजे त्याच्या जांभळ्या हस्ताक्षरातली वहीची पाने होती आणि त्याने त्या पत्रात प्रत्येकासाठी खास एकेक परिच्छेद लिहिला होता. त्याची सुरुवातीची पत्रे प्रकृती सुधारण्याची लक्षणे दाखवणारी व प्रोत्साहनपर वाटत होती. मात्र नंतर ती हळूहळू भ्रमनिरासदर्शक आणि धर्मोपदेशकाची वाटावीत अशी होत गेली. तथापि, त्याला स्वतःला ते जाणवले नसावे. हिवाळ्यातल्या एका रात्री चुलीवर सूप शिजत असताना त्याला त्याच्या स्टोअरच्या मागे बदामाच्या धुळकट झाडांवर जाणवणाऱ्या सूर्याची उष्णतेची, तसेच दुपारच्या विश्रांतीच्या वेळी सुस्तीमध्ये ऐकू येणाऱ्या आगगाडीच्या शिटीची आठवण आली. त्याला माकोन्दोमध्ये असतानाची गावाकडच्या हिवाळ्यात चुलीवर शिजत्या सूपाची, कॉफी विकणाऱ्याच्या ओरडण्याची आणि उडता उडता नाहीशा होणाऱ्या वसंतऋतूतल्या

भारद्वाज पक्ष्यांचीही अशीच आठवण येत असे. समोरासमोर ठेवलेल्या दोन आरशांसारख्या त्या दोन ठिकाणच्या स्मरणरमणीयतांमुळे तो अस्वस्थ झाला आणि आपली अवास्तवाची आश्चर्यकारक जाणीव हरवून बसला. त्या सगळ्यांनाच त्याने माकोन्दो सोडण्याचा सल्ला दिला. त्यांना जगासंबंधी आणि मानवी अंतःकरणाविषयी शिकवलेल्या सगळ्याच्या सगळ्या गोष्टी विसरून जायला त्याने सांगितले. हॉरेसवर खुशाल हागा असेही त्याने सांगितले. शिवाय पुढे त्याने असेही म्हटले की, तुम्ही कुठेही असलात तरी पुढील गोष्टी कायमच लक्षात ठेवायला हव्यात; भूतकाळ हा खोटा असतो, आठवणींना परतीचा रस्ता नसतो, निघून गेलेला कोणताही वसंत ऋतू कधी परत येत नसतो आणि केवढेही विलक्षण आणि कितीही निग्रहयुक्त प्रेम असले तरी शेवटे ते एक क्षणभंगुर असते.

त्याने माकोन्दो सोडून जाण्याचा दिलेला सल्ला पहिल्यांदा आल्वारोने अमलात आणला. येणाऱ्या-जाणाऱ्यांना त्याच्या घराच्या पटांगणातून त्याचा पाळीव जग्वार सतावत असे. त्याने त्या जग्वारसकट सगळे विकून टाकले आणि एका आगगाडीचे कायमचे तिकीट काढले. त्या गाडीचा प्रवास कधीच थांबत नसायचा. वाटेवरच्या स्टेशनांवरून त्याने काही पोस्टकार्डे पाठवली. त्या पत्रांमधून तो डब्याच्या खिडक्यांतून त्याला दिसणाऱ्या क्षणिक दृश्यांचे तो ओरडून केल्यासारखे वर्णन करायचा. असे वाटायचे की, जणू काही तो एखादी क्षणकाल टिकणारी प्रदीर्घ कविताच फाडून विस्मरणामध्ये फेकून देतो आहे. लुईझियानाच्या कापसाच्या शेतांतले असंभाव्य काळा, केंटुकीच्या निळ्या गवतातले पंख असलेले घोडे, ॲरिझोनामधल्या अत्यंत आश्चर्यचकित करणाऱ्या सूर्यास्तांमधले ग्रीक प्रेमिक, मिशिगन लेकच्या काठावर जलरंगात चित्र रंगवणाऱ्या, तांबड्या स्वेटरमधल्या एका मुलीने आपल्या हातातला ब्रश हलवून त्याला केलेले अभिवादन, तेही निरोपाचे नव्हे तर तो परत येईल या आशेने केलेले, कारण तिला माहीत नव्हते की तिला दिसत होती ती अगदी जवळून जाणारी आगगाडी कधीच परत येणार नव्हती वगैरे. नंतर एका शनिवारी आल्फान्सो आणि जर्मेन सोमवारी परत येण्याचा विचार करत माकोन्दोतून निघाले खरे; परंतु नंतर त्या दोघांची काहीच खबर मिळाली नाही. शहाणा कॅतालोनिया त्याच्या गावाकडे जाऊन एक वर्ष होऊन गेल्यानंतर माकोन्दोमध्ये फक्त गॅब्रिएल तेवढा राहिला होता. नेग्रोमान्ताच्या सहज योगायोगाने मिळाणाऱ्या दयेचा लाभ घेत तो एका फ्रेंच मासिकातल्या प्रश्नस्पर्धेची उत्तरे पाठवायचा. त्या स्पर्धेचे पहिले बक्षीस म्हणजे पॅरिसची ट्रिप होती. औरेलियानो त्या मासिकाचा वर्गणीदार होता. तो त्याला ती उत्तरे भरायला मदत करायचा. बहुतेक वेळा हे त्याच्या घरीच व्हायचे; पण अनेकदा सिरॅमिक बाटल्यांच्या सान्निध्यात औषधांचा उग्र वास भरलेल्या वातावरणात माकोन्दोमध्ये उरलेल्या एकुलत्या एक फार्मसीत हे काम व्हायचे. तिथे गॅब्रिएलला चोरून भेटणारी त्याची मैत्रीण राहायची. भूतकाळातील तेवढीच एक

गोष्ट आता तिथे राहिली होती. त्या भूतकाळाचा अजूनही विनाश झाला नव्हता. कारण, त्या विनाशाची प्रक्रिया अजून सुरूच होती. प्रत्येक क्षणाला तो विनाशही संपत होता तरीही त्याचे संपणे मात्र अजून कधीही संपत नव्हते. निष्क्रियतेच्या अशा काही अवस्थेला ते गाव पोहोचले होते की, गॅब्रिएलने ती स्पर्धा जिंकली आणि बदलायचे दोनच कपडे, बुटांचे दोनच जोड आणि रावेलासच्या साहित्याचा संपूर्ण संच बरोबर घेऊन तो पॅरिसला निघाला व स्टेशनवर पोहोचला, तेव्हा गाडीच्या इंजिनिअरला खूण करून सुटलेली आगगाडी त्याला घेण्यासाठी थांबवायला लावली होती. तुर्कांचा तो जुना रस्ता म्हणजे आता एक ओसाड भाग झाला होता. शेवटचे अरब तिथे आपल्या कित्येक वर्षांच्या जुन्यापुराण्या सवयींप्रमाणे घराच्या दारातच बसल्या बसल्या मरणाकडे खेचले जात होते. त्यांनी त्यांच्याजवळचे तिरप्या विणीचे शेवटचे कापड विकले, त्याला आता कितीतरी वर्षे होऊन गेली होती आणि त्यांच्या अंधूकशा शोकेसमध्ये माणसांचे शिरविरहित पुतळे तेवढे शिल्लक राहिले होते, तरीही ते अरब तिथेच तसेच राहत होते. आता प्रातव्हिल अलाबामामध्ये राहत असलेल्या पॅट्रिशिया ब्राऊनने तिथल्या असह्य रात्री आणि बडिशेपेचे लोणचे अशा माऱ्यातून सुटण्यासाठी कदाचित तेव्हाची बनाना कंपनीची ती वसाहत निदान तिच्या नातवंडांसाठी पुन्हा नव्याने उभी केली असती. त्या जागी आता अफाट गवताळ मैदान तेवढे होते. एका अति जराजीर्ण धर्मगुरूने फादर आंजेलची जागा घेतली होती, तर त्याचे नावही समजून घ्यायची कुणाला गरज वाटली नव्हती. तो धर्मगुरू एकीकडे झोळीत पडल्या पडल्या सांधेदुखी आणि संशयग्रस्त निद्रानाश त्यांच्या छळातून सुटका होण्यासाठी देवाच्या दयेची वाट पाहत असायचा, तर तिकडे जवळच्याच चर्चमध्ये चर्चचा वारसाहक्काने ताबा कुणी घ्यायचा यावरून पाली आणि उंदीर यांच्यात लढाई चाललेली असायची. माकोन्दोला पक्षीदेखील विसरून गेले होते, तिथली अत्यंत प्रखर होऊन गेलेली उष्णता आणि प्रचंड प्रमाणात सगळीकडे माजलेली धूळ या दोहोंमुळे श्वासोच्छ्वास करणेसुद्धा अवघड झाले होते. असे ते माकोन्दो गाव त्याच्या एकाकीपणामुळे प्रेमानेही वर्ज्य केलेले होते आणि प्रेमातल्या एकाकीपणाने भरलेल्या त्या घरामध्ये तांबड्या मुंग्यांच्या सततच्या आवाजाने झोप लागणे जवळजवळ अशक्यच होते. अशा त्या घरात औरेलियानो आणि आमारान्ता अर्सूला हेच तेवढे सुखी प्राणी होते. जगाच्या पाठीवरचेसुद्धा सर्वांत जास्त सुखी प्राणी तेच असावेत.

गास्तोन ब्रसेल्सला परतला होता. विमानासाठी वाट पाहत थांबायचा कंटाळा येऊन एक दिवस त्याने आपल्या अत्यावश्यक वस्तू एका सुटकेसमध्ये भरल्या, आपल्या पत्रव्यवहाराची फाइल बरोबर घेतली आणि तो निघाला. त्याला विमानसेवा सुरू करण्यासाठीचा परवाना मिळाला होता; परंतु आता जर्मन पायलटांच्या एका गटाने त्याच्या प्रकल्पापेक्षाही महत्त्वाकांक्षी प्रकल्पाची योजना सादर केली होती,

त्यामुळे तोच परवाना तिथल्या प्रांतीय अधिकाऱ्यांकडून त्यांना दिला जाण्यापूर्वी विमानाने परत येण्याचा त्याचा विचार होता. औरेलियानो आणि आमारान्ता अर्सूला या दोघांनी त्यांच्या दुपारच्या पहिल्या समागमानंतर तिच्या नवऱ्याच्या दुर्मीळ बेसावध क्षणांचा फायदा घेत सहज होणाऱ्या भेटींमध्ये तोंडात बोळा घालून उत्कट उत्सुकतेने समागम करण्याचे चालू ठेवले होते; पण बहुधा दर वेळी तिच्या नवऱ्याच्या अनपेक्षित परतण्याने त्यात अडथळा येत असे; परंतु त्या घरात आता दोघेच आहेत असे त्यांच्या लक्षात आले, तेव्हा तर साहजिकच ते दोघेही प्रेमिकांच्या वातभ्रमाने झपाटल्यासारखे झाले. कारण, पूर्वी वाया गेलेल्या वेळाची त्यांना भरपाई करायची होती. त्यांच्या विवेकशून्य मनोविकाराला कसलाच धरबंद राहिला नव्हता, त्यामुळे तिकडे फेर्नांदाची हाडे तिच्या थडग्यामध्ये प्रचंड भीतीने कापत असावीत आणि इकडे ती दोघे तर कायमच उत्तेजित अवस्थेत असायचीत. आमारान्ता अर्सूलाच्या किंकाळ्या आणि तीव्र वेदनांची गाणी दुपारी दोनच्या सुमारास जेवणघरातील टेबलवर जशी सुरू व्हायची तशी ती पहाटे दोन वाजता कोठीच्या खोलीत घुमू लागत असत. ती हसत हसत सारखी म्हणायची की, ‘मला सर्वांत जास्त त्रास कसला होत असेल, तर हा की आपण किती तरी वेळ वाया घालवला.’ मुंग्यांकडून बागेचा नाश होत होता, घराच्या तुळयांवरही त्या मुंग्या आपली प्रागैतिहासिक काळापासूनची भूक भागवत होत्या, सजीव लाव्ह्याचा तो प्रवाह जणू पुन्हा त्यांच्या घराच्या पोर्चचा ताबा घेत होता, हे सगळे त्यांच्या वासनाविष्काराच्या गोंधळातसुद्धा ती नीट पाहत होती; परंतु केवळ तिच्या शेजघरात जर त्या आढळल्या तरच ती त्यांचा मुकाबला करायचा त्रास घ्यायची. औरेलियानोने त्या चर्मपत्रांकडे पाठ फिरवली. आता तो पुन्हा घर सोडेनासा झाला आणि शहाण्या कॅतालोनियाकडून आलेल्या पत्रांना निष्काळजीपणाने कशी तरी उत्तरे धाडू लागला. त्या दोघांनाही वास्तवाचे, काळाचे तसेच नित्यक्रमातील दैनंदिन व्यवहारांच्या तालाचेही काही भानच उरले नव्हते. घराचे दरवाजे-खिडक्या त्यांनी पुन्हा बंद करून टाकल्या म्हणजे त्यांना कपडे उतरवण्यात वेळ वाया घालवायची गरजच राहिली नाही. पूर्वी रेमेदियोस द ब्युटीला घरामध्ये नागडे फिरायला आवडायचे तसेच आता तेही घरभर नागडेच वावरत आणि घराच्या पटांगणातल्या मातीमध्ये नागडेच लोळत असत. एकदा दुपारी तर पाण्याच्या टाकीमध्ये समागम करता करता ते जवळजवळ बुडलेच होते. त्या तांबड्या मुंग्यांनी घरचे खूपच नुकसान केले होते, त्यापेक्षा कितीतरी अधिक नुकसान अगदी थोड्याच कालावधीत त्या दोघांनी केले; मनोविकाराच्या आवेगात त्यांनी व्हरांड्यातल्या फर्निचरची मोडतोड केली, कर्नल औरेलियानो बुयेंदिया आणि त्याच्या त्या खिन्न प्रेमिकांच्या प्रणयात रात्ररात्र उघड्यावरच पडलेला त्यांचा तळ सोसूनही त्याची झोळी तशीच शाबूत राहिली होती; पण त्याच झोळीचे धागेन्‌धागे त्या दोघांनी फाडून टाकले. गाद्यांमधला सगळा कापूस उपसून काढून जमिनीवर टाकला आणि

मग त्या कापसाच्या वादळात ते गुदमरायला लागले. औरेलियानो हा त्याच्या प्रतिस्पर्ध्याइतकाच भयंकर क्षुब्ध प्रेमिक असला तरी अनर्थाच्या त्या नंदनवनात आमारान्ता अर्सूलाचेच खरे अधिराज्य होते. तिच्या पणजीने साखरेची छोटी चित्रे करण्याच्या कामी लावलेली सारी शक्ती वेड्या कल्पनाशक्तीमुळे आणि उद्दिप्त अधाशीपणामुळे आमारान्ता अर्सूलाने जणू प्रेम करण्यासाठी एकवटली होती. तिला स्वतःलाच सापडलेल्या प्रेमातल्या नवनव्या गोष्टींमुळे ती अनेकदा सुखातिशयाने गात असायची किंवा तिला मरणाचे हसू लोटायचे तरी औरेलियानो मात्र दिवसेंदिवस अधिकाधिक अंतर्मुख आणि स्तब्ध मनाचा बनत चालला होता. कारण, त्याची वासना ज्वलंत आणि स्वयंकेंद्रित होती. तथापि, ते दोघेही कौशल्याच्या अशा काही टोकांपर्यंत पोहोचले होते की, उत्तेजनाच्या परिणामी जेव्हा ते थकून जात असत, तेव्हा आपल्या थकव्याचाही ते फायदा घेत असत. अशा वेळी संभोगामधल्या विश्रांतीमध्ये प्रत्यक्ष वासनाविष्कारापेक्षादेखील अधिक समृद्ध अशा असंख्य अज्ञात शक्यता दडलेल्या असतात, हे समजून आल्यामुळे ते आपल्या शरीरांच्या पूजेमध्ये दंग होत असत. एकीकडे तो आमारान्ता अर्सूलाच्या उत्तेजित स्तनांना अंड्यांमधला पांढरा बलक चोपडायचा किंवा तिच्या लवचीक मांड्यांना किंवा पीच फळासारख्या तिच्या पोटाला कोकोबटर फासून मृदू बनवीत असायचा, तेव्हा ती एखाद्या बाहुलीशी खेळल्यासारखी त्याच्या त्या आश्चर्यकारक इंद्रियाशी खेळत असायची. आपल्या लिपस्टिकने त्यावर विदूषकासारखे डोळे रंगवायची, आयब्रो पेन्सिलने त्याला तुर्काच्या मिशा काढायची, ऑरगंझाचे बो टाय बनवून त्याला ते बांधून टिनफॉएलची हॅटसुद्धा घालायची. एका रात्री त्यांनी स्वतःच्या शरीरांना डोक्यापासून पायांच्या बोटांपर्यंत पीचजॅम फासून घेतला, एकमेकांची शरीरे कुत्र्यासारखी चाटत चाटत त्यांनी व्हरांड्यातच वेड्या आवेगाने समागम केला आणि हिंस्र मुंग्यांच्या झुंडीकडून ते अगदी जिवंत खाल्ले जाण्याच्या अवस्थेत असताना जागे झाले.

त्यांच्या त्या वातभ्रमाच्या मध्यंतरांत आमारान्ता अर्सूला गास्तोनच्या पत्रांना उत्तरे पाठवायची. तिला तो एवढा दुरावलेला आणि आपल्या कामात एवढा गर्क वाटत होता की, त्याचे परत येणे तिला अशक्यच वाटत होते. त्याच्या सुरुवातीच्या एका पत्रामध्ये त्याने लिहिले होते की, त्याच्या भागीदारांनी ते विमान खरोखरच पाठवले होते; परंतु ब्रसेल्समधल्या शिपिंग एजंटने ते चुकून टांगानिकाला पाठवून दिले होते आणि तिथे ते माकोन्दो नावाच्या विखुरलेल्या जमातीकडे सुपूर्द करण्यात आले होते. त्या गोंधळामुळे एवढ्या अडचणी निर्माण झाल्या की, ते विमान केवळ परत मिळवण्यासाठी दोन वर्षे लागली असती, त्यामुळे आमारान्ता अर्सूलाने तो अयोग्य वेळी परत येण्याची शक्यता झटकून टाकली. शहाण्या कॅतालोनियाकडून येणारी पत्रे आणि त्या सुस्वभावी मर्सेडिझकडून त्याला मिळणाऱ्या गॅब्रिएलविषयीच्या बातम्या सोडल्या, तर बाकीच्या जगाशी औरेलियानोचा काहीही संबंध उरला

नव्हता. सुरुवातीला बाहेरच्या जगाबरोबरचे संपर्क खरेच संपर्क म्हणता येतील, असे होते. पॅरिसमध्ये राहता यावे म्हणून गॅब्रिएलने आपले आगगाडीचे रिटर्न तिकीट परत केले होते. तिथे तो रूअ दाऊफिने या उदास हॉटेलच्या शय्यागृहांत काम करणाऱ्या मोलकरणींनी बाहेर फेकून दिलेली जुनी वृत्तपत्रे आणि रिकाम्या बाटल्या विकायचा. कासवासारख्या मानेचे स्वेटर घातलेली त्याची छबी औरेलियानो डोळ्यांसमोर आणायचा, ते स्वेटर तो फक्त माँतेपरनसेच्या फूटपाथला लागून असलेले कॅफेज वसंतऋतूतल्या प्रेमिकांनी भरून गेले की काढायचा. भुकेला गुंगारा देता यावा म्हणून तो दिवसा झोपा काढायचा आणि रात्री लिहायचा. तो राहायचा त्या खोलीत उकडेल्या कॉलिफ्लॉवरचा वास यायचा, पुढे रोकामादूरला त्याच खोलीत मरण यायचे होते. तथापि, गॅब्रिएलविषयीची बातमी एवढी अनिश्चित व्हायला लागली होती आणि त्या शहाण्या माणसाची पत्रेसुद्धा अशी उदास आणि तुरळक झाली, की आमारान्ता अर्सूला तिच्या नवऱ्याविषयी ज्या तऱ्हेने विचार करायला लागली होती तशाच पद्धतीने तोही त्या दोघांविषयी विचार करायला लागला होता, त्यामुळे ती दोघेही एका रिकाम्या विश्वात तरंगत होती. त्या विश्वात समागम हेच तेवढे दैनंदिन आणि चिरंतन वास्तव होऊन बसले होते.

त्याच्या त्या सुखद जाणीवशून्यतेच्या जगात गास्तोन परत येत असल्याची बातमी एकाएकी एखाद्या सैरावैरा धावाधावीसारखी येऊन थडकली. औरेलियानो आणि आमारान्ता अर्सूलाने आपले डोळे उघडले, अंतरात्म्यांत खोलवर शोध घेतला, आपापल्या हृदयांवर हात ठेवून त्या पत्राकडे पाहिले, तेव्हा त्यांच्या लक्षात आले की, ती दोघे एकमेकांच्या एवढी जवळ आली आहेत की, आता वेगळे होण्यापेक्षा त्यांनी मृत्यूसुद्धा पत्करणे पसंत केले असते, तेव्हा परस्परविरोधी सत्यकथन करणारे एक पत्र तिने त्याला लिहिले. त्यात तिने पुन्हा आपल्या प्रेमाची ग्वाही त्याला दिली तसेच त्याला भेटायला ती किती उत्सुक होती तेही सांगितले; पण त्याचबरोबर हेही कबूल केले की, औरेलियानोशिवाय ती जगू शकणार नाही ही दैवाचीच खेळी असावी. त्यांच्या अपेक्षेच्या अगदी विरुद्ध असे घडले आणि गास्तोनने त्यांना एक शांत आणि जवळपास आईवडिलांनी लिहावे तसे दोन पानी पत्र लिहिले. त्यात त्याने वासनेच्या चंचलतेविषयी त्यांना सावधगिरीचा इशारा दिला होता आणि अखेरच्या परिच्छेदात, तो स्वतः त्याच्या छोट्याशा वैवाहिक जीवनाच्या अनुभवात जसा सुखी झाला होता तसेच त्यांनीही सुखी व्हावे म्हणून सदिच्छाही प्रकट केली होती. त्याची ती मनोवृत्ती एवढी अनपेक्षित होती की, आमारान्ता अर्सूलाला आपण अपमानित झालो आहोत असे वाटले. कारण, त्यामुळे तिच्या नशिबाच्या हवाल्यावर तिला सोडायची सबब आपण नवऱ्याला उपलब्ध करून देतोय, अशी तिची भावना झाली. सहा महिन्यांनंतर त्याने लिओपाल्दव्हिलेहून तिला पत्र पाठवले, तेव्हा त्या सगळ्या प्रकारातून उद्भवलेला तिचा दीर्घद्वेष अधिकच वाढला. त्या पत्रात त्याने लिहिले

होते की, त्याने ते विमान अखेर परत मिळवले होते आणि ते पत्र एवढ्याचसाठी लिहिले होते की, माकोन्दोमध्ये राहिलेली त्याची सायकल त्यांनी त्याच्याकडे पाठवून द्यावी. कारण, त्याच्या दृष्टीने माकोन्दोमध्ये उरलेली आणि काही भावनात्मक मूल्य असलेली तेवढी एकच गोष्ट होती. औरेलियानोने मोठ्या सहनशीतलेने तेव्हाचा तिचा सारा खुनशीपणा सोसला आणि आपण वैभवासारखेच संकटातही एक चांगला नवरा होऊ शकतो हे तिला पटवण्याचा प्रयत्न केला. त्यांच्याजवळ असलेला गास्तोनचा शेवटचा पैसा संपल्यानंतर त्यांना दैनंदिन गरजांनी घेरले, त्यामुळे त्यांच्यामध्ये एकत्वाचे एक आगळेच बंधन निर्माण झाले. ते बंधन त्यांच्या उत्कट वासनेतल्यासारखे डोळे दिपवणारे आणि उल्लू नव्हते; परंतु त्या बंधनामुळेच ते त्यांच्या कामुकतेच्या कल्लोळातल्या दिवसांतल्यासारखेच परस्परांवर उत्कट प्रेम करू शकले. पिलार तेर्नेरा मरण पावली त्या सुमारास त्यांना मूल होण्याची स्पष्ट चाहूल लागली होती. आपल्या गर्भारपणाच्या सुस्तीच्या काळात आमारान्ता अर्सूलाने माशांच्या काट्यांपासून बनवलेल्या नेकलेसचा व्यवसाय करायचा प्रयत्न केला; परंतु मर्सेडिझने तिच्याकडून एक डझन नेकलेस विकत घेतले, तेवढे वगळता तिला इतर कोणीही ग्राहक मिळाला नाही. औरेलियानोची भाषांमधली नैसर्गिक निपुणता, एन्सायक्लोपीडियाचे ज्ञान, एखाद्या अतिदूरच्या काळातील वा स्थानातील गोष्टीचा तपशील प्रत्यक्ष ती गोष्ट न पाहतादेखील लक्षात ठेवण्याची त्याची विलक्षण मानसिक शक्ती या साऱ्या गोष्टी त्याच्या बायकोच्या मालकीच्या खऱ्याखुऱ्या दागिनांच्या पेटीइतक्याच आता निरुपयोगी होत्या, हे औरेलियानोला पहिल्यांदाच समजून आले. माकोन्दोमधल्या अखेरच्या रहिवाशांच्या सगळ्या एकत्रित पैशाएवढी तिच्या त्या दागिन्यांनी किंमत असावी. मात्र पैशाअभावीदेखील ते केवळ आश्चर्यकारक म्हणावे अशाच तऱ्हेने तगून राहिले. आमारान्ता अर्सूलाने याही परिस्थितीत आपली उल्हासित मनोवृत्ती व शृंगारिक खोडकरपणाची प्रतिभा नाहीशी होऊ दिली नाही. मात्र तिने दुपारच्या भोजनानंतर पोर्चमध्ये चिंतन करत जागे राहूनच विसावा घेण्याची सवय स्वतःला लावून घेतली. त्या वेळी औरेलियानो तिच्या सोबत असायचा. कधी कधी तर ते रात्र पडेपर्यंत तिथेच शांतपणे एकमेकांसमोर एकमेकांच्या डोळ्यांत पाहत प्रेम करत बसून राहत असत, ते प्रेम त्यांच्या त्या निंदास्पद दिवसांइतकेच उत्कट होते. भविष्यकाळाविषयीच्या अनिश्चिततेमुळे त्यांना त्यांची मने भूतकाळाकडे वळवावी लागली. त्या महापुराच्या काळातले त्यांच्या बालपणीचे नंदनवन आता हरवले होते, तेव्हा ते पटांगणातल्या डबक्यात पाणी उडवत असायचे आणि अर्सूलाच्या अंगावर लटकवण्यासाठी पाली मारायचे. त्या वेळी ते असा आव आणायचे की, तिला ते जिवंत पुरणार आहेत. भूतकाळातले हे सगळे आठवून आता त्यांच्या डोळ्यासमोर येत होते. त्यांना आठवत होते तेव्हापासून ते जेव्हा जेव्हा एकत्र असत तेव्हा तेव्हा ते फार सुखात होते आणि हेच सत्य त्यांना त्या आठवणींनी जाणवून दिले. आमारान्ता

अर्सूलाला ती दुपार आठवली, त्या दिवशी ती चांदीकामाच्या वर्कशॉपमध्ये गेली होती, तेव्हा तिच्या आईने तिला सांगितले होते की, छोटा औरेलियानो हा कुणाचाच मुलगा नव्हता. कारण, तो पाण्यावर एका बास्केटमध्ये तरंगत आला होता. ती हकिकत त्यांना तेव्हाही असंभाव्य वाटली होती. मात्र ती हकिकत बाजूला टाकून देता येईल, असे कुठलेही सत्य त्यांच्यापाशी नव्हते, त्यांना फक्त एकाच गोष्टीची खात्री होती ती म्हणजे फेर्नांदा ही काही औरेलियानोची आई नव्हती. आमारान्ता अर्सूलाला मात्र असे वाटले की, तो पेत्रा कोतेसचा मुलगा असावा; पण तिच्या दुर्लौकिकाच्या गोष्टी तेवढ्या तिला आठवत होत्या आणि त्या समजुतीमुळे तिच्या काळजाला अतिभयाची टोचणी लागून राहिली होती.

आपण आपल्या बायकोचे भाऊ आहोत, अशा काहीशा खात्रीमुळे औरेलियानोला खूप मनस्ताप सोसावा लागला, त्यामुळे एकदा तो पॅरिशहाउसकडे गेला आणि आपल्या आईवडिलांविषयी काही निश्चित माहितीचा सुगावा लागावा म्हणून तिथल्या प्राचीन दफ्तरखान्यातली, बुरशी चढलेली, कीटकांनी खाल्लेली कागदपत्रे तो धुंडाळत राहिला. बाप्तिस्मा झाल्याचा सर्वांत जुना दाखला त्याला सापडला तो आमारान्ता बुयेंदियाचा होता. तिला किशोरवयात बाप्तिस्मा दिलेला होता. फादर निकानोर रेयना त्या काळात चॉकलेटच्या युक्तीने परमेश्वराचे अस्तित्व सिद्ध करू पाहत होता, तेव्हाच तो बाप्तिस्मा झाला होता. मग त्याला असे वाटू लागले की, तो त्या सतरा औरेलियानोंपैकी एक असावा म्हणून नोंदवह्यांच्या चार खंडांतून त्यांचे जन्माचे दाखले तो शोधत राहिला; परंतु त्यांच्या बाप्तिस्म्याच्या तारखा त्याच्या वयाच्या दृष्टीने खूपच आधीच्या काळातल्या होत्या नात्याच्या चक्रव्यूहात तो असा काही गुरफटून गेला व अनिश्चिततेमुळे थरथर कापू लागला की, ते पाहून त्या संधिवाताने पिडलेल्या धर्मगुरूला त्याची दया आली. त्याने त्याला त्याचे नाव विचारले.

तो म्हणाला, 'औरेलियानो बुयेंदिया.'

'तर मग शोधत बसण्याचे कष्ट घेऊ नकोस,' तो धर्मगुरू ठाम खात्रीने उद्गारला. 'फार वर्षांपूर्वी इथे त्या नावाचा एक रस्ता होता आणि त्या काळात आपल्या मुलांची नावे रस्त्याच्या नावावरून ठेवायची प्रथा होती.'

औरेलियानो संतापाने थरथर कापू लागला आणि म्हणाला,

'तर मग तुमचाही विश्वास नाही तर.'

'कशावर विश्वास म्हणतोस तू?'

औरेलियानो उत्तरला, 'हेच की औरेलियानो बुयेंदियाने बत्तीस यादवी युद्धे केली आणि त्या सगळ्यांमध्ये तो हरला. तसेच सैन्याने तीन हजार कामगारांना सगळीकडून घेरले, मशिनगनच्या गोळ्या घालून ठार केले आणि त्यांची प्रेते समुद्रात फेकून देण्यासाठी दोनशे डब्यांच्या एका आगगाडीत घालून नेली.'

त्या धर्मगुरूने करुणाभरल्या नजरेने त्याच्याकडे पाहिले. सुस्कारा टाकून तो म्हणाला, 'अरे माझ्या पोरा, या क्षणी तू आणि मी अस्तित्वात आहोत हेच मला पुरेसे आहे.'

त्यामुळे औरेलियानो आणि आमारान्ता अर्सूलाने बास्केटमध्ये मूल सापडल्याची ती हकिकत मान्य केली. अर्थात त्यांच्या त्या हकिकतीवर विश्वास बसला म्हणून नव्हे तर त्यामुळे त्या अतिभयापासून त्यांची सुटका होत होती म्हणून. आमारान्ता अर्सूलाचे गर्भारपण जसजसे पुढचे टप्पे गाठत होते, तसतशी ती दोघे जणू एकच जीव बनू लागली होती. ते घर कोसळायला आता फक्त एकाच प्रहाराची गरज होती. त्यांनी आपला वावर घराच्या एका ठरावीक भागापुरता मर्यादित केला. फेर्नांदाच्या शेजघरापासून काही अंतरावर एका जागी बसून त्यांना प्रेमाची मौज अनुभवता यायची. तिथपासून ते पोर्चचा सुरुवातीचा हिस्सा एवढाच भाग त्यांनी आपल्या वावरासाठी नक्की केला. तिथे असून आमारान्ता अर्सूला नव्याने जन्माला येऊ घातलेल्या मुलासाठी लोकरीचे छोटे छोटे बूट आणि स्त्रियांच्या टोप्यांसारख्या छोट्या टोप्या शिवायची तर औरेलियानो शहाण्या कॅतालोनियाच्या पत्रांना उत्तरे लिहायचा. बाकीचे सारे घर सर्वनाशाच्या चिवट आक्रमणाच्या स्वाधीन केले गेले होते. चांदीकामाचे वर्कशॉप, मेल्कियादेसची खोली, सान्ता सोफिया द ला पिएदादचे साधेसे शांत साम्राज्य हे सारे कौटुंबिक जंगलाच्या खोल अंतर्भागात राहून गेले होते, तिथे शिरायची कुणाची हिंमत नव्हती. औरेलियानो आणि आमारान्ता अर्सूला तिथून ऑरेगॅनो आणि बेगोनिया सांभाळत राहिले आणि माणूस आणि मुंगी यांच्यामधल्या प्राचीन काळापासूनच्या संघर्षात चुनकळीच्या सीमारेषेचा खंदक बांधून आपल्या जगाचा बचाव करत राहिले. तिचे दुर्लक्षित लांबसडक केस, चेहऱ्यावर दिसायला लागलेले डाग, पायांवरची सूज आणि अमाप समागम केलेले पूर्वीचे लहानखुरे परंतु आता बेढब झालेले शरीर या सगळ्यांमुळे आमारान्ता अर्सूला बदलून गेली होती. सुरुवातीला ती माकोन्दोमध्ये आली तेव्हा एक तरुण जीव होती, आपल्याबरोबर त्या दुर्दैवी कॅनरीजचा एक पिंजरा आणि जवळपास कैदीच अशा नवऱ्याला तेव्हा तिने आणले होते. अजून तिच्या स्वभावातली उल्हासितवृत्ती मात्र बदलली नव्हती. ती हसत हसत ओरडायची, 'शिट! आपण खरेच शेवटी नरभक्षकांसारखे जगायला लागू असे कुणाला तरी वाटले असेल का!' तेवढ्यात एक पत्र त्यांना मिळाले आणि त्यांना जगाशी जोडणारा शेवटचा धागा तिच्या गर्भारपणाच्या सहाव्या महिन्यात तुटून गेला. ते शहाण्या कॅतालोनियाकडून नक्कीच आले नव्हते, तर बार्सिलोनाहून पाठवले गेले होते. पाकिटावरचा पत्ता सांकेतिक निळ्या अक्षरांत कुणा तरी अधिकाऱ्याने लिहिलेला दिसत होता आणि त्यात काही तरी प्रतिकूल मजकूर असावा असे त्या पत्राच्या निर्लेप अ-वैयक्तिक रंगरूपावरून दिसत होते. आमारान्ता अर्सूला ते पत्र उघडण्याच्या बेतात होती तेवढ्यात औरेलियानोने ते पत्र तिच्या हातातून हिसकावून घेतले.

'नाही. हे पत्र उघडायचे नाही. त्यात काय म्हटले आहे ते मला समजून घ्यायचे नाहीय,' तो तिला म्हणाला.

त्याला अंदाज आला होता, त्यानुसार शहाण्या कॅतालोनियाने नंतर पुन्हा त्यांना पत्र पाठवले नाही. ते परक्याचे पत्र कुणीच वाचले नाही. एका शेल्फवर पूर्वी केव्हातरी फेर्नांदाने तिची लग्नातली अंगठी विसरली होती, तिथेच ते पत्र ठेवले गेले. आतल्या अशुभ वृत्ताच्या धगीने ते पत्र हळूहळू नाहीसे होणार होते, तर त्या वेळी ती एकाकी प्रेमिकांची जोडी त्यांच्या अखेरच्या कालखंडातल्या दुर्दैवाच्या लाटांशी सामना करीत निगरगट्ट काळाशी लढत राहणार होती. त्या निष्फळ प्रयत्नांत वाया जाणारा काळ त्यांना भ्रमनिरास आणि विस्मृतीच्या वाळवंटाकडे ढकलत राहणार होता. त्या धोक्याची जाणीव होती म्हणूनच औरेलियानो आणि आमारान्ता अर्सूलाने जन्माला येऊ घातलेल्या आपल्या मुलाविषयीच्या निष्ठेमुळे उत्कट प्रेमाने परस्परांच्या हातात हात घालून ते शेवटचे महिने व्यतीत केले. त्या मुलाच्या अस्तित्वाची सुरुवात व्यभिचाराच्या वेडेपणातून झाली होती. रात्रीच्या वेळी एकमेकांच्या बाहुपाशात ते असले म्हणजे पृथ्वीच्या पोटातून तिथे होणारे मुंग्यांचे प्रचंड स्फोटासारखे आक्रमण आणि किड्यांचा आवाज तसेच बाजूच्या खोलीतून सतत स्पष्ट ऐकू येणाऱ्या तणाच्या वाढीचा आवाज खूपच वाढला तरी त्यांना भीती वाटायची नाही. बऱ्याचदा त्या घरात मृतांची ये-जा चालू असायची, त्यामुळेदेखील त्यांना जाग यायची. आपल्या वंशाचे सातत्य टिकावे म्हणून सर्जनाच्या नियमांविरुद्ध झगडत असलेली अर्सूला, महान शोधांविषयीचे काल्पनिक सत्य शोधून काढण्यासाठी प्रयत्नशील असलेला होझे आर्केदियो बुयेंदिया आणि युद्धाच्या वंचनेमध्ये तसेच त्या छोट्या माशांमध्ये स्वतःला धुंद करणारा कर्नल औरेलियानो बुयेंदिया, विषयासक्तीच्या गोंधळामुळे एकाकीपणातच मरणारा औरेलियानो सेगुन्दो या सगळ्यांचे आवाज त्यांना ऐकू येत असत. माणसाला कुठल्याही गोष्टीचे अत्यंत तीव्र असे वेड असले की, ते प्रखर वेड मृत्यूनंतरही टिकून राहते हे तेव्हा त्यांना कळून आले, त्यामुळे अखेर कीटकांकडून चोरला जाणारा माणसांच्या मालकीचा तो दैन्याचा स्वर्ग म्हणजे बुयेंदियांचे ते घर तिथले भावी प्राणी पुन्हा कीटकांकडून हिरावून घेतील आणि तरीदेखील त्यानंतरसुद्धा मृतात्म्यांच्या रूपाने ते दोघे असेच एकमेकांवर प्रेम करत तिथेच राहतील, या खात्रीमुळे त्यांना आनंद झाला.

एकदा रविवारी दुपारचे सहा वाजले होते, तेव्हा आमारान्ता अर्सूलाला प्रसूतीच्या वेदना जाणवू लागल्या. पोटासाठी शय्यासोबत करणाऱ्या त्या कोवळ्या मुलींच्या हसतमुख मालकिणीने तिला जेवणाच्या टेबलाकडे नेऊन फेंगडे चालायला लावले. तिच्या किंकाळ्या तिच्या पोराच्या हुंकारांनी ऐकू येईनासे होईपर्यंत तिला अफाट दौडायला लावण्याचा भलताच चुकीचा उपायही तिने केला. आसवांतूनही आमारान्ता अर्सूलाला दिसले की, तो पोरगा म्हणजे त्या बुयेंदियांच्याच महान

वंशातला होझे आर्केदियोसारखाच हट्टी पोरगा होता. औरेलियानोसारखेच त्याचे डोळे जन्मतःच उघडे आणि दृष्टिपलीकडचे पाहू शकणारे होते. तो बुर्येदियांचा वंश पुन्हा सुरू करील, बुर्येदियांच्या अपायकारक दोषांपासून आणि एकाकी उद्योगांपासून त्यांना मुक्त करील असे वाटत होते. कारण, संपूर्ण शतकामध्ये तोच एकटा जीव प्रेमामधून जन्माला आला होता.

ती म्हणाली, 'हा खरोखर नरमांसभक्षक वाटतोय. आपण त्याचे नाव रॉद्रिगो ठेवू या.'

तिच्या नवऱ्याने तिला विरोध करत म्हटले, 'नाही, नाही. आपण त्याचे नाव औरेलियानो ठेवू या. तो बत्तीस युद्धे जिंकेल.'

नाळ कापल्यानंतर सुईणीने त्याचे सबंध अंग झाकून टाकणारा निळा चिकट द्रव एका फडक्याने काढून टाकायला सुरुवात केली. औरेलियानोने उजेडासाठी एक दिवा हातात धरला होता. त्या पोराला पालथे केले, तेव्हा कुठे त्यांच्या ध्यानात आले की, इतर माणसांपेक्षा त्याच्याजवळ काही तरी जास्त होते आणि ते काय असावे ते नीट पाहण्यासाठी ते वाकले. त्या पोराला डुकराचे शेपूट होते.

ते घाबरून गेले नाहीत. औरेलियानो आणि आमारान्ता अर्सूलाला त्यांच्या कुटुंबातील पूर्वीचे उदाहरण माहीत नव्हते, तसेच त्यांना अर्सूलाची भीतिदायक ताकीदही आठवत नव्हती. त्याला दुसऱ्यांदा दात येतील, तेव्हा ते शेपूट कापून टाकता येईल असे सांगून त्या सुईणीने त्यांना दिलासा दिला.

त्यानंतर मात्र त्याविषयी विचार करायला त्यांना सवड मिळाली नाही. कारण, आमारान्ता अर्सूलाला अनावर जोराचा रक्तस्राव होऊ लागला होता, तेव्हा त्यांनी कोळ्यांची जाळी आणि राखेचे गोळे बसवून ते रक्त थांबवण्याचा प्रयत्न केला; परंतु तो एक प्रकार म्हणजे दोन्ही हातांनी एखादी स्प्रिंग दाबून धरून ठेवण्याचा प्रयत्न करण्यासारखा होता. सुरुवातीचे काही तास आमारान्ता अर्सूलाने आपली वृत्ती आनंदी ठेवण्याचा प्रयत्न केला. औरेलियानोचा हात हातात घेऊन तिने त्याला काळजी करू नकोस म्हणून विनवले. कारण, तिच्या मते तिच्यासारखी माणसे स्वतःच्या इच्छेविना मरण्यासाठी घडवलेली नसतात आणि त्या सुईणीचे भयंकर उपचार आठवून तिला प्रचंड हसू फुटले; परंतु जसजशी औरेलियानोची आशा मावळू लागली तशी ती पांढरीफटक पडू लागली होती, जणू तिची ज्योत आता मंद व्हायला लागली होती. असे होता होता ती ग्लानीमध्ये बुडून गेली. सोमवारी अगदी सकाळी एका स्त्रीला तिथे आणण्यात आले. माणसाला आणि जनावराला सारख्याच अचूकपणे उपयुक्त ठरतील अशा चटका देणाऱ्या प्रार्थना तिने आमारान्ता अर्सूलाच्या बिछान्यापाशी बसून म्हटल्या; परंतु आमारान्ता अर्सूलाचे रक्त प्रेमाशिवायच्या तसल्या कुठल्याही उपायाने वश होणार नव्हते. चोवीस तास निराशेत घालवल्यानंतर त्यांना कळून चुकले की, ती मरण पावली आहे. कारण,

आता कुठल्याही उपायाशिवाय ते रक्त वाहणे थांबले होते. तिचा चेहरा रेखीव दिसू लागला. त्याच्यावरचे डाग नाहीसे होऊन त्यांचे जणू नरम संगमरवरी तेजोवलयात रूपांतर झाले, तिच्या चेहऱ्यावर पुन्हा स्मित उमटले.

तोपर्यंत आपण मित्रांवर किती प्रेम करतो हे औरेलियानोला ध्यानात आले नव्हते. त्या क्षणी मात्र त्याला त्यांची आठवण येत होती, त्यांच्या सोबतीसाठी काहीही द्यायला तो त्या क्षणी तयार झाला असता. आमारान्ता अर्सूलाने मुलासाठी बनवलेल्या बास्केटमध्ये त्याने ते मूल ठेवले, तिच्या प्रेताचा चेहरा ब्लँकेटने झाकला आणि गावात निरुद्देशपणे भटकत भटकत कुठून तरी भूतकाळात शिरण्याची वाट तो शोधत राहिला. त्याने त्या फार्मसीच्या दरवाजावर टकटक केले, बऱ्याच दिवसांत तो तिथे गेला नव्हता. तिथे आता एक सुताराचे दुकान होते. एका म्हाताऱ्या बाईने हातात दिवा धरून दरवाजा उघडला. तिला त्याच्या वातभ्रमाची कीव आली. तिने त्याला निक्षून सांगितले की, तो म्हणत होता तसली फार्मसी तिथे कधीच नव्हती किंवा बारीक मानेची, झोपाळू डोळ्यांची मर्सेडिझ नावाची कुणी स्त्रीदेखील तिथे कधीच नव्हती. पूर्वी शहाण्या कॅतालोनियाचे पुस्तकांचे दुकान होते तिथे त्या दरवाजावर कपाळ टेकून तो रडू लागला. प्रेमाची मोहिनी भंगू नये म्हणून कुणा एकाच्या मृत्यूसाठी तो योग्य वेळी रडला नव्हता. त्या मृत्यूसाठी आता आपण हलक्या हुंदक्यांनी भरपाई करत आहोत याची त्याला जाणीव झाली. पिलार तेर्नेराला हाका मारत त्याने 'द गोल्डन चाईल्ड' इमारतीच्या सिमेंटच्या भिंतींवर मुठी आपटल्या, त्या वेळी आकाशातून जाणाऱ्या नारिंगी तबकड्यांकडे त्याचे लक्ष नव्हते. एके काळी सुटीच्या रात्री कितीतरी वेळा मैदानात थांबून लहान पोरासारख्या तीव्र आकर्षणातून त्याने त्या तबकड्या दिसाव्यात अशी मनोमन अपेक्षा केली होती. त्या मैदानात लांब चोचीचे पाणबुडे पक्षी असायचे. तिथल्या हळूहळू कोसळणाऱ्या वेश्यावस्तीतल्या एका शेवटच्या मोठ्या खुल्या हॉलमध्ये ॲकॉर्डियन वाजवणारा एक गट राफाइल एस्केलोनांची गाणी वाजवत होता. रफाएल एक्सेलोना हा बिशपचा भाचा आणि फ्रान्सिस्को द मॅनच्या गाण्यांच्या खजिन्याचा वारस होता. तिथे काऊंटरवर दारू विकणाऱ्या माणसाचा एक हात सुकलेला आणि थोडासा चुरडलेला होता. त्याच्या म्हणण्याप्रमाणे त्याने आपल्या आईवरच हात टाकला होता म्हणू तो हात तसा झाला होता. त्याने औरेलियानोला उसाच्या रसाच्या दारूची बाटली पिण्यासाठी आमंत्रित केले. मग औरेलियानोनेही त्याला तशाच अवस्थेत परतफेड करावी म्हणून त्याच्यासाठी आणखी एक बाटली विकत घेतली. त्या दारूविक्याने औरेलियानोला आपल्या हाताची दुर्दैवी कहाणी सांगितली, तेव्हा औरेलियानोनेही आपल्या दुर्दैवी हृदयाची कहाणी सांगितली. कारण, ते हृदयदेखील असेच सुकलेले आणि चुरडलेले होते. कारण, त्याने ते आपल्या बहिणीविरुद्ध उगारले होते. अखेरीस ते दोघेही एकत्र

रडले, तेव्हा औरेलियानोला वाटले की, त्याच्या वेदना संपल्या आहेत; पण नंतर माकोन्दोमधल्या शेवटच्या पहाटे पुन्हा तो एकटाच राहिला. मग त्याने चौकाच्या मध्यभागी उभे राहून आपले हात फैलावले आणि जणू साऱ्या जगाला जागे करावे म्हणून आपल्या सर्व शक्तीनिशी तो मोठ्याने ओरडला.

'मित्र साले सगळेच रांडलेक असतात.'

नेग्रोमान्ताने त्याच्या ओकारी आणि आसवांच्या डबक्यातून त्याला बाजूला काढले, आपल्या खोलीवर नेले, स्वच्छ केले आणि पेलाभर रस्सा पाजला. नंतर त्याला तेवढेच बरे वाटावे म्हणून तिने एक कोळशाचा तुकडा घेतला आणि दर वेळी मांडून ठेवलेल्या आणि त्यांच्याकडून अद्यापि वसूल व्हायच्या होत्या तशा त्याच्या असंख्य शय्यासोबतींच्या नोंदी पुसून टाकल्या. त्याला एकट्यालाच रडत सोडू नये म्हणून मुद्दामच ती आपल्या स्वतःच्या पराकाष्ठेच्या एकाकीपणातल्या तीव्र दुःखांविषयी बोलत राहिली. थोडाच वेळ अर्धवट झोप झाल्यानंतर औरेलियानोला डोके दुखत असल्याची जाणीव झाली. त्याने डोळे उघडले आणि एकदम त्याला त्या मुलाची आठवण झाली.

मुलाला ठेवले होते, ती बास्केट काही त्याला सापडेना. सुरुवातीला त्याला प्रचंड आनंद झाला. त्याला वाटले की, मुलाची काळजी घेण्यासाठी आमारान्ता अर्सूलाच तिच्या त्या काळझोपेतून जागी झाली असेल; पण ब्लँकेटखाली तिचे प्रेत म्हणजे हाडांचा एक ढीग पसरला होता. त्याच्या लक्षात आले की, तो घरात आला तेव्हा शेजघराचा दरवाजा उघडाच होता. ऑरेगॅनोच्या उच्छ्वासांनी गच्च भरलेले पोर्च ओलांडून तो जेवणघरात गेला आणि तिथे त्याने पाहिले तर मुलाच्या जन्माच्या वेळचे सारी काही अजूनही तिथेच तसेच पडले होते; ते मोठे भांडे, रक्ताने भरलेल्या चादरी, राखेच्या बरण्या, टेबलावरच्या उघड्या लंगोटावर पडलेली वेडीवाकडी नाळवार, मोठी कात्री आणि माशाच्या गळाची दोरी सगळे काही तिथेच होते. रात्रीच्या वेळात ती सुईण मुलासाठी परत आली असावी, या कल्पनेने त्याला विचार करायला थोडी उसंत मिळाली. तो तिथल्या झुलत्या खुर्चीत बसला त्या घराच्या सुरुवातीच्या काळात त्याच खुर्चीत बसून रेबेकाने मुलींना कशिदाकारीचे धडे दिले होते, त्याच खुर्चीत बसून आमारान्ता कर्नल गेरिनेल्दो मार्केझबरोबर चेकर्स खेळली होती आणि त्याच खुर्चीत बसून आमारान्ता अर्सूलाने त्या मुलासाठी छोटे छोटे कपडे शिवले होते. त्या चमकून गेलेल्या स्पष्ट सुबोधतेच्या क्षणी त्याला जाणीव झाली की, त्याला वजनाने दडपून टाकणारा एवढा मोठा भूतकाळ आता आपल्या आत्म्याला सोसवत नाहीय. आपल्या स्वतःच्या आणि इतरांच्याही गतकातरतेच्या भाल्यांनी जखमी होत त्याने अमर्याद शांत सहनशीलतेने व कौतुकाने तिथल्या मरून गेलेल्या गुलाबांच्या झाडांमधल्या कोळ्यांच्या जाळ्यांची, राय गवताची आणि फेब्रुवारीतल्या तेजस्वी पहाटेची चिकाटी न्याहाळली आणि मग त्याला ते मूल

दिसले. आता ती केवळ सुकलेली, फुगलेली, कातड्याची पिशवी राहिली होती आणि बागेतल्या दगडी पायवाटेकडून दुनियाभरच्या साऱ्या मुंग्या ती पिशवी आपल्या वारुळाकडे ओढून नेत होत्या. औरेलियानोला हलताच येईना. अतिभयामुळे त्याला पक्षाघात झाला होता असे नव्हे, तर त्या अतिविलक्षण क्षणी मेल्कियादेसची चर्मपत्रे उलगडण्याच्या अंतिम युक्त्या त्याच्या मनात एकाकी प्रकट झाल्या आणि त्या चर्मपत्रांवर सुरुवातीलाच कोरलेला लेख त्याला मानवी स्थलकालाच्या परिणामात समर्पकपणे बसवलेला आढळला. *वंशातला पहिला झाडाला बांधलेला आहे आणि शेवटचा मुंग्यांकडून खाल्ला जात आहे.*

त्या वेळी औरेलियानो जेवढा दक्ष आणि सावध होता, तेवढ्या उभ्या आयुष्यात कुठल्याही कृतीच्या वेळी नव्हता. तो आपल्या मृतांना विसरला, त्यांच्याबद्दलचे दुःख विसरला आणि झटक्यात उठून त्याने फेर्नांदाच्या त्या क्रॉस आकाराच्या फळ्या घेतल्या, त्यांच्या साह्याने त्याने सगळी दारे-खिडक्या बंद करून त्यांवर खिळे ठोकले. त्यायोगे आता जगाचे कोणतेही मोह त्याला सतावू शकणार नव्हते. त्याला समजून चुकले होते की, त्याचे भविष्य मेल्कियादेसच्या त्या चर्मपत्रांमध्ये लिहिलेले आहे. त्या खोलीतल्या प्रागैतिहासिक झुडुपांमध्ये, वाफाळणाऱ्या डबक्यांमध्ये आणि चकाकणाऱ्या कीटकांच्या संगतीत ती चर्मपत्रे त्याला अगदी जशीच्या तशी आढळली. त्या कीटकांनी पृथ्वीवरील माणसाच्या वास्तव्याचा दुसरा कसलाही मागमूस त्या खोलीत राहू दिला नव्हता. ती चर्मपत्रे उजेडात घेऊन येण्याइतकादेखील शांतपणा आता त्याच्याजवळ उरला नव्हता. तिथेच उभा राहून दुपारच्या प्रखर उन्हात चर्मपत्रांतील लिखाण त्याने अजिबात न अडखळता मोठ्याने वाचायला सुरुवात केली, जणू ते स्पॅनिशमध्येच लिहिलेले असावे अशा सहजतेने तो ते लिखाण वाचू लागला. मेल्कियादेसने लिहिलेला त्या कुटुंबाचा, त्यांच्या वंशाचा तो सगळा इतिहास होता. अत्यंत साध्या बारीकसारीक तपशिलानिशी परिपूर्ण असा तो इतिहास प्रत्यक्ष घटितांच्या प्रत्यक्ष काळापूर्वी शंभर वर्षे आधीच लिहिला गेला होता. मेल्कियादेसने तो आपल्या मातृभाषेत म्हणजे संस्कृतमध्ये लिहिलेला होता. त्यातल्या सम ओळी सम्राट ऑगस्टसच्या खास व्यक्तिगत सांकेतिक लिपीमध्ये होत्या, तर विषम ओळी लासेडेमोनियन लष्करी सांकेतिक लिपीत लिहिल्या होत्या. त्या चर्मपत्रांमधले प्रसंग नेहमीच्या मानवी कालजाणिवेनुसार लिहिलेले नव्हते. तर शंभर वर्षांमधले दैनंदिन प्रसंग अशा रीतीने एकवटलेले होते की, ते सारे एकाच क्षणामध्ये एकाच वेळी अस्तित्वात होते. त्याच वस्तुस्थितीवर त्यामधले अंतिम भाकीत आधारलेले होते. आमारान्ता अर्सूलाच्या प्रेमाने पूर्वी औरेलियानो स्वतः गोंधळून गेला होता, नेमक्या त्याच सुमारास त्याने ते लिखाण वरवर वाचायला सुरुवात केली होती. लागलेल्या शोधाने औरेलियानो अचंबित होऊन त्यात गुंगून गेला. त्याने पोपमहाशयांच्या आज्ञापत्रासारखे आणि स्तोत्रपठणाच्या सुरातले

मेल्कियादेसचे ते लिखाण तसेच मधली पाने न गाळता मोठ्याने वाचायला सुरुवात केली. स्वतः मेल्कियादेसने तोच भाग पूर्वी आर्केदियोला ऐकवला होता. तो भाग आर्केदियोच्या देहान्त शिक्षेविषयीचा होता. त्यातच जगातल्या सर्वांत सुंदर स्त्रीच्या जन्माविषयीची घोषणा होती, तसेच ती शरीर आणि आत्म्यासकट स्वर्गारोहण करते आहे, याचाही उल्लेख होता. आर्केदियोच्या मरणानंतर जन्मलेल्या त्या जुळ्या भावांचे मूळही त्याला सापडले. त्या दोघांनीही त्या चर्मपत्रांचे उलगडणे मध्येच सोडून दिले होते, ते काही केवळ त्यांच्या अक्षमतेमुळे आणि वाचण्याची तीव्र इच्छा नव्हती म्हणून नव्हे तर त्यांचे ते प्रयत्न अकाली घडले होते म्हणूनदेखील त्यांनी ते अर्धवटच सोडून दिले होते. त्या नेमक्या क्षणी औरेलियानोला आपले मूळ समजून घेण्याची तीव्र इच्छा झाली आणि काही पाने गाळून त्याने पुढचे वाचायला सुरुवात केली आणि मग तो आरंभीचा उष्ण वारा वाहू लागला, त्या वाऱ्यामध्ये भूतकाळातील आवाज गच्च भरलेले होते, प्राचीन जिरॅनियम्सचे कुजबुजणे होते, अत्यंत चिवट असे गतकातरतेपूर्वी येणारे भ्रमनिरासाचे सुस्कारे होते. ते काहीच त्याच्या लक्षात आले नाही. कारण, त्याच क्षणी त्याला त्याच्या स्वतःच्या अस्तित्वाविषयीच्या पहिल्या खुणा एका अत्यंत लंपट आजोबाच्यामध्ये सापडू लागल्या होत्या. तो आज्जा छिचोरपणे कुणा अत्यंत सुंदर स्त्रीच्या शोधासाठी एका आभासमय पठारी प्रदेशाकडे खेचला गेला होता. त्या सुंदर स्त्रीने त्या आज्ज्याला नंतर कधीच सुखी केले नाही. औरेलियानोने त्याला ओळखले आणि आपल्या जन्माआधीच, तोवर गुप्त असलेला मार्ग तो शोधू लागला आणि मग त्याला विंचवाच्या आणि पिवळ्या फुलपाखरांच्या संगतीत संध्याकाळी न्हाणीघरात स्वतःची गर्भधारणा झाल्याचे दिसले. एक मेकॅनिक एका स्त्रीबरोबर आपली वासना शमवीत होता, तसे होऊ देणे ही त्या स्त्रीची निव्वळ बंडखोरी होती. ते सगळे वाचण्यात तो एवढा गुंग झाला की, ती वाऱ्याची दुसरी मोठी लाट आली तरी ती त्याला जाणवलीच नाही. त्या लाटेच्या तुफानी ताकदीने दरवाजे आणि खिडक्या त्यांच्या बिजगऱ्यांमधून निखळल्या गेल्या, घराचे उजव्या बाजूचे छप्पर खेचून काढले गेले आणि घराचा पायाही उखडून टाकला गेला. तेव्हाच त्याला कळून आले की, आमारान्ता अर्सूला ही त्याची बहीण नसून मावशी होती आणि सर फ्रान्सिस ड्रेक याने रिओहाचावर केवळ यासाठीच हल्ला केला होता की, त्यामुळे ते दोघे रक्ताच्या अत्यंत गुंतागुंतीच्या चक्रव्यूहातूनदेखील एकमेकांकडे ओढले जातील आणि मग त्यातून तो पुराणकथेतल्यासारखा प्राणी जन्माला घालतील. त्या प्राण्यापाशीच त्या वंशाचा शेवट घडून येईल. बायबलमधल्यासारखे प्रचंड तुफान सुरू झाले. त्या तुफानाच्या क्रोधामुळे धूळ आणि दगडाविटांचे प्रचंड ढिगारेसुद्धा गरगरा फिरवणाऱ्या भयंकर चक्रीवादळात माकोन्दोचे रूपांतर झाले होते. त्याला अगदी चांगल्याच माहीत असलेल्या घडामोडींसंबंधी वाचण्यात वेळ गमावू नये म्हणून त्याच वेळी औरेलियानोने पुढची अकरा पाने गाळली आणि तो

चर्मपत्रांतील मजकूर उलगडण्याचे जे क्षण प्रत्यक्ष जगत होता, त्या क्षणांविषयी वाचत वाचत ते लिखाण तो उलगडू लागला आणि चर्मपत्रांमधील शेवटाच्या पानावरील मजकूर वाचता वाचता तो स्वतःचे भविष्यच सांगू लागला. जणू तो एखाद्या बोलक्या आरशामध्ये पाहत उभा होता. मग त्याने आपल्या मृत्यूची तारीख आणि त्याला कारणीभूत होणारी परिस्थिती समजून घेण्यासाठी काही पाने गाळली. मात्र शेवटच्या ओळीपर्यंत पोहोचण्यापूर्वीच त्याला समजून चुकले होते की, तो आता त्या खोलीतून बाहेर जाऊ शकणार नाही. कारण, त्याला हेही आधीच कळून चुकले होते की, औरेलियानो बाबिलोनिया ज्या क्षणी त्या चर्मपत्रांचा उलगडा करण्याचे संपवील त्याच क्षणी आरशांचे (किंवा मृगजळाचे) बनलेले ते शहर प्रचंड वाऱ्यामुळे नष्ट होईल आणि लोकांच्या आठवणींमधूनही पूर्णतया पुसले जाईल आणि त्या चर्मपत्रांमध्ये लिहिला गेलेला सगळा मजकूर आठवणीतल्या काळापल्याडच्या काळापासून पुन्हा वेगळा सांगता येणार नाही असाच होता. कारण, ज्या वंशांना शंभर वर्षांच्या एकाकीपणाची शिक्षा दिली गेलेली असते, त्यांना पुन्हा कधी या पृथ्वीवर प्रकटण्याची संधी मिळत नसते.

संदर्भ टीपा

प्रकरण पहिले

१. मंक हरमन – याचे मूळ नाव अर्मिनियस असे होते. हा जर्मनांचा नेता आणि चेरुशियाचा (आजचे हॅनोव्हर) प्रमुख होता. यालाच मंक हरमन असे म्हटले जाते. हा मूळचा रोमन नागरिक असला तरी त्याने रोमनांच्या विरोधात सैन्य एकवटून त्यांची जर्मन प्रदेशात होत असलेली आगेकूच रोखण्यात यश मिळवले. जर्मनांनी स्वाभाविकच त्याला आपला राष्ट्रपुरुष ठरवून त्याची तशी प्रतिमा रूढ केली.

२. कॅलॅडियम – द. अमेरिकेत सापडणारी ॲरम या कुळातील वनस्पती. प्रामुख्याने तिच्या रंगीबेरंगी पानांसाठी तिची लागवड केली जाते.

३. कॅसाव्हा – आरारूटसारखे लांबट कंदमूळ. बटाटे, रताळी इत्यादींप्रमाणेच या वनस्पतीची लागवड पूरक अन्न म्हणून केली जाते.

४. याम्स – उष्ट कटिबंधात आढळणारी सुरणाच्या जातीची वनस्पती. द. अमेरिकेतील लोक या वनस्पतीची लागवड प्रामुख्याने बटाटे, रताळी इत्यादींप्रमाणे पूरक अन्न म्हणून करतात.

५. आहुयामाची मुळे – द. अमेरिकेतील एक वनस्पती व तिची भोपळ्यासारखी फळे. तेथील लोकांकडून या फळांचा प्रामुख्याने सूप तयार करण्यासाठी वापर केला जातो.

६. फिलॉसॉफर्स एग् – प्राचीन किमयाविद्येत वापरली जाणारी व नीट न फुगवल्या गेलेल्या बाटलीसारखी दिसणारी एक वस्तू. तिचा वापर प्राचीन किमयाविद्येत हीन धातूंपासून सोने, चांदी असे मौल्यवान धातू मिळवण्याच्या प्रयत्नात केला

जात असे. काहींच्या मते अल्केमीचे हे प्राचीन शास्त्र इजिप्तमधले कारागीर वापरत असत तर काहींच्या मते त्याचा उदय चीनमध्ये झाला व नंतर ते अरबस्तानात गेले. फिलॉसॉफर्स स्टोन म्हणजे मराठीतील परीस हा शब्द याच प्रकाराच्या अल्केमीविषयीच्या कल्पनेचाच द्योतक आहे. प्राचीन किमयाशास्त्र हे प्रामुख्याने कारागिरांच्या हाती होते आणि ते आपल्या विद्येची गूढता कायम ठेवू इच्छित असत.

७. मोझेस – ज्यू लोकांमधील पहिला प्रेषित. ख्रिस्तपूर्व तेराव्या शतकामध्ये त्याने ज्यूंना इजिप्तच्या गुलामगिरीतून मुक्त करण्यासाठी कन्नानच्या काठापर्यंत नेले. बायबलमधील हकिकत त्याचीच असून, तिच्यातील बरीचशी माहिती ही वस्तुस्थितीस्वरूप असावी, असे संशोधक मानतात. परमेश्वराने या प्रेषितामार्फत मनुष्यजातीला कायदे आणि दहा आज्ञा बहाल केल्या असे मानले जाते. या प्रकरणात मोझेसच्या सूत्रांचा आणि झोसिमस या ग्रीक तत्त्वज्ञानाच्या सूत्रांचा उल्लेख अल्केमीच्या म्हणजे प्रामुख्याने हलक्या धातूचे सोन्यात रूपांतर करण्याच्या संदर्भात आलेला आहे.

८. झोसिमसची सूत्रे – झोसिमस या प्राचीन ग्रीक किमयागाराने आपल्या संशोधनाचे फलित तयार केलेली सूत्रे.

९. सर फ्रान्सिस ड्रेक – (इ. स. १५४० ते १५९६) एक साहसी इंग्रज नौदलप्रमुख. याने गिनिया आणि वेस्ट इंडिजकडे नाविक मोहिमा केल्या. स्पेनविरुद्ध नाविक चढाया केल्या, तसेच इ. स. १५७७ ते १५८० या काळात जगाच्या सफरी केल्या. त्याच्या पराक्रमामुळे इंग्लंडच्या राणी एलिझाबेथकडून त्याला 'सर' ही पदवी मिळाली. त्याच्या पराक्रमी कृत्यांमध्ये लुटालुटींचाही समावेश होता. त्याची शेवटची मोहीम इ. स. १५९५मध्ये वेस्ट इंडिजविरुद्ध होती; परंतु स्पॅनिश लोक या वेळी तयारीत असल्याने ती अयशस्वी झाली. इ. स. १५९६मध्ये शारीरिक व्याधींमुळे तो मरण पावला.

१०. आदिम पाप – ज्ञानवृक्षाचे निषिद्ध फळ चाखणे हे ॲडमचे कृत्य मूळ पाप असून, त्यामुळेच संपूर्ण मानवजात स्वर्गातून खाली ढकलली गेली, अशा अर्थाचा सिद्धान्त हा ख्रिस्ती धर्मविचारातील अत्यंत महत्त्वाचा सिद्धान्त आहे. मनुष्यजातीने त्या पापापासून मुक्ती मिळवणे आवश्यक असून, ख्रिस्ताचा अनुयायी होणे हा त्याचा मार्ग आहे. अर्थात ख्रिस्ती धर्म स्वीकारल्यानंतरदेखील (बॅप्टिझम) माणसाची पापप्रवृत्ती ही पूर्णतया नष्ट होत नाही. त्या त्या पापाची कबुली धर्मगुरूजवळ दिल्याने त्याच्या दुष्परिणामापासून व्यक्तीची सुटका होते, असाही समज ख्रिस्ती धर्मात रूढ आहे.

११. बार्नेकल्स – एक प्रकारचा सागरी जीव.

१२. मेम्फिस – इजिप्तमधील हे एक प्राचीन शहर नाईल नदीच्या मुखाजवळील त्रिभूज प्रदेशात होते. मेनिस या संयुक्त इजिप्तच्या पहिल्या राजाने ते शहर उभारले होते. प्लाहा हा तिथला देव असून त्याचे मंदिर, ॲप्रिसचा राजवाडा आणि दुसऱ्या रॅमसेचे दोन भव्य पुतळे हे आजही तिथे असलेले महत्त्वपूर्ण अवशेष आहेत.

प्रकरण दुसरे

१. वधुवेश असलेली एक ट्रंक – कॅथलिक समाजातील प्रथेप्रमाणे कुठल्याही स्त्रीने तिच्या विवाहाप्रसंगी घातलेला वधुवेश तिच्या मृत्यूपर्यंत सांभाळून ठेवला जातो आणि मरणानंतर तिचे त्याच वेशामध्ये दफन केले जाते, त्यामुळे अर्सूला जेव्हा नव्या गावाकडे कायमच्या वास्तव्यासाठी निघाली, तेव्हा तिने अत्यावश्यक गोष्टींसारखाच आपला वधुवेशही बरोबर घेतला.

प्रकरण तिसरे

१. कार्निव्हल – कॅथलिक देशांमध्ये साजरा केला जाणारा हा उत्सव मूलतः एक धार्मिक-सामाजिक उत्सव आहे. ख्रिश्चन प्रथांमधील लेंटच्या थोडाच म्हणजे चार-पाच दिवस आधी कार्निव्हल साजरा होतो (पाहा ॲश वेनस्‌डेसंबंधीची टीप). फार पूर्वीपासून कार्निव्हलमध्ये मिरवणुका, मुखवटे घालणे, चित्रविचित्र पोशाख करून नृत्य करणे, निरनिराळी सोंगे घेणे, मौजमजा आदींचा समावेश होत आलेला आहे. या प्रकारांचे मूळ ख्रिस्तपूर्व काळातील मूर्तिपूजक धार्मिक रीतीरिवाजांमध्ये विशेषतः जननसंस्कारस्वरूप कर्मकांडांमध्ये असावे. हे कर्मकांड वसंतऋतूच्या आगमनाशी आणि वनस्पतींच्या पुनरुज्जीवनाशीही संबंधित असावे असे दिसते. अशा प्रकारच्या उत्सवाचा सर्वांत जुना दाखला इजिप्तमधील ऑसिरिसच्या उत्सवाच्या नोंदींमध्ये सापडतो. हा उत्सव नाईल नदीला दरवर्षी येणाऱ्या पुराशी व तदनुषंगिक जीवनाच्या पुनरुज्जीवनाशी निगडित होता. अथेन्समध्ये ख्रिस्तपूर्व सहाव्या शतकात दरवर्षी डायनोसिस या देवाप्रीत्यर्थ असा उत्सव केला जात असे आणि त्यात चित्ररथांचाही समावेश असायचा. रोमन साम्राज्याच्या कलावधीत कार्निव्हलला कमालीचे अनिर्बंध स्वैराचारसदृश्य रूप प्राप्त झाल्याचे दिसते. रोमन साम्रज्यामध्ये बॅकानेलिया, सॅटर्नेलिया आणि ल्युपरकॅलिया असे कार्निव्हलचे तीन प्रकार होते. युरोपमध्ये ख्रिस्तोत्तर काळात चौदाव्या-पंधराव्या शतकातही कार्निव्हलच्या प्रथेने फारच प्रभावी रूप धारण केले होते. जरी त्या प्रकारच्या प्रथांचे मूळ ख्रिस्तपूर्व मूर्तिपूजक धार्मिक प्रथांमध्ये असले तरी लोकमानसामध्ये त्या इतक्या खोलवर रुजवलेल्या होत्या की रोमन कॅथलिक चर्चला आपल्या धार्मिक

रीतीरिवाजांमध्ये त्या प्रथा सामावून घ्याव्या लागल्या. आजच्या काळात कार्निव्हल या शब्दाला बराच सैल अर्थ प्राप्त झाला असून स्थानिक उत्सव, फिरत्या सर्कशी तसेच मुद्दाम भरवलेले बझार्स यांचाही त्यात समावेश होतो.

२. स्कॅप्युलर – ख्रिस्ती धर्मगुरूंचे बिनबाह्यांचे खांद्यावरून घेतले जाणारे कफनीवजा ढगळ लोकरी वस्त्र. धर्मगुरू हे वस्त्र त्यांच्या नेहमीच्या पोशाखाच्या आत परिधान करतात व त्यावरून त्यांच्या विशिष्ट पंथांचा बोध जाणकारांना होतो.

३. मंक्स्हूड – बचनागाच्या जातीची वनस्पती. त्या वनस्पतीला मोठी फुले असतात व त्यांचा बाह्य आकार नागाच्या फण्यासारखा किंवा पाश्चात्त्य समाजातील धर्मगुरूंच्या मस्तकावरील आच्छादनासारखा असतो. या वनस्पतीमध्ये काही औषधी गुणधर्म असावेत.

प्रकरण चौथे

१. पियानोला – पियानोला हे पियानोच्या स्वयंचलित मॉडेलचे नाव तसेच एका कंपनीचा ट्रेडमार्कही आहे. प्रस्तुत कादंबरीतील पियानोला माकोन्दो गावच्या लोकांसाठी अभिनव वस्तू होती. पूर्वसिद्ध कागदाच्या गुंडाळ्यांच्या साह्याने त्यातून संगीताची सुरावट निघत असे.

२. बिनअंगठीच्या हातांनी – ख्रिश्चन लोकांमध्ये एंगेजमेंटची अंगठी आणि विवाहाप्रसंगाची अंगठी बोटात घालून ती पुढे जन्मभर बोटात राहू देण्याची प्रथा आहे. 'बिनअंगठीच्या हातांनी' या शब्दांतून पिएत्रो क्रेस्पीची अविवाहित व एंगेजमेंटसुद्धा न झालेली अवस्था सूचित होते.

३. इक्विनॉक्स – इक्विनॉक्स ही संज्ञा खगोलशास्त्रातील आहे. पृथ्वी आणि सूर्याच्या गतींमधला असा क्षण की, ज्या वेळी सूर्याचा मध्यबिंदू नेमका पृथ्वीच्या विषुववृत्ताच्या अगदी थेट वरच्या बाजूला आलेला असतो. हा क्षण (सबंध दिवस नव्हे) वर्षभराच्या काळात २० मार्च आणि २३ सप्टेंबर या दोन दिवशी येत असतो.

४. अलेक्झांडर व्हॉन हम्बोल्ट – (१७६९–१८५९) हा एक पर्शियन शास्त्रज्ञ होता. निसर्गवैज्ञानिक आणि शोधक प्रवासी या नात्याने त्याने प्रचंड संशोधन कार्य केले असून, त्याच्या संशोधनाचा एकोणिसाव्या शतकामधील अमेरिकेतल्या एकंदर ज्ञानसंग्रहावर खूप सखोल परिणाम झालेला आहे. अटलांटिक महासागराच्या आजूबाजूचा सारा भूभाग विशेषतः लॅटिन अमेरिका व आफ्रिका हे प्रदेश एकेकाळी जोडलेले असावेत, अशी उपपत्ती त्याने मांडली आहे. त्याच्या संशोधनाने व उपपत्तींनी प्रभावित झालेल्या थोर व्यक्तींमध्ये इमर्सन, व्हिटमन, थोरो, मेलव्हिल आदींचा समावेश होतो.

५. नऊ रात्रींचे जागरण - कॅथलिक समाजामध्ये मृत व्यक्तीचे दफन करण्यापूर्वी प्रेताशेजारी आणि दफनानंतरही घरामध्ये नऊ रात्री जागे राहण्याची प्रथा पाळली जाते. असे करणे म्हणजे जिवंत माणसांनी मृताप्रीत्यर्थ आपल्या भावना प्रकट करणे होय. त्यात कधी कधी मौजमजेचा वा उत्सवासारख्या कर्मकांडात्मक भागही असतो.

प्रकरण पाचवे

१. व्हेरोनिकाची प्रतिकृती - येशू ख्रिस्ताच्या चरित्रामध्ये अशी एक कथा आहे की, त्याला वधस्तंभाकडे नेले जात होते, त्या वेळी व्हेरोनिका नावाची एक स्त्री आपल्या चेहरा झाकण्याच्या वस्त्राने त्याचा चेहरा पुसत होती. त्या कपड्यावर येशू ख्रिस्ताच्या चेहऱ्याचा ठसा उमटला. तो कपडा रोममधील सेंट पीटर चर्चमध्ये पवित्र अवशेष म्हणून जपून ठेवलेला असून त्या कपड्याचाच उल्लेख व्हेरोनिका असा केला जातो. तथापि, प्रस्तुत व्हेरोनिका या स्त्रीचा कॅथलिक पंथियांच्या अधिकृत कॅलेंडरमधल्या संतांच्या यादीमध्ये समावेश नाही.

२. अवर लेडी ऑफ हेल्प - येशू ख्रिस्ताची माता मेरी हीदेखील ख्रिस्ती धर्मानुयायांमध्ये व विशेषत्वाने कॅथलिक पंथियांमध्ये अत्यंत पूजनीय मानली जाते. तिला केलेली प्रार्थना सफळ होते आणि ती आपली अडचण वा संकट दूर करते, अशा श्रद्धेने तिला विनवणी केली जाते. याच अर्थाने तिला अवर लेडी ऑफ हेल्प किंवा व्हर्जिन ऑफ हेल्प असे म्हटले जाते. अवर लेडी ऑफ हेल्पचे मेडल म्हणजे तिची प्रतिमा कोरलेला बिल्ला, लॉकेट वगैरे.

३. निन्योस-एन्-क्रूझ - येशू ख्रिस्ताला सुळावर चढवले गेले, मानवतेसाठी त्याने केलेल्या त्या बलिदानाची आठवण क्रॉस करून देतो, त्यामुळे क्रॉस हे ख्रिश्चनांच्या दृष्टीने श्रद्धेचे पवित्र प्रतीक बनलेले आहे. अशा 'क्रॉसची बाळे' असा निन्योस-एन्-क्रूझ या शब्दप्रयोगाचा अर्थ आहे. तेव्हा अशा क्रॉसची प्रतिमा असलेले कंकण जर हातात असेल तर ते धारण करणाऱ्या माणसाच्या अंगी मोठा आत्मविश्वास निर्माण होतो व इतरांना तो माणूस जिंकायला कठीण बनतो, आपण याला हरवू शकणार नाही, असे इतरांना वाटते. होझे आर्केदियोच्या हातात असे कंकण (ब्रेसलेट) असल्यामुळे तो अजिंक्य आहे, असे तिथे जमलेल्या लोकांना वाटते.

४. क्रुझेडर - अकराव्या शतकापासून ख्रिश्चन आणि मुसलमानांमध्ये अनेक युद्धे झाली. पवित्र भूमी मुसलमानांकडून परत मिळवण्यासाठी ही युद्धे होती. क्रुझेडर म्हणजे अशा युद्धातील वीर.

५. फ्रीमेसन्स - फ्रीमेसन्स म्हणजे मध्ययुगातील दगडकाम करणारे कुशल कारागीर. याच शब्दाचा आणखी एक अर्थ फ्रीमेसन्स या गूढ संप्रदायाचे सदस्य असा

असून, ते लोक गूढ चिन्हांचा आणि परवलीच्या गूढ शब्दांचा वापर करीत असत. फ्रीमेसन्स या शब्दाचा अर्थ संदर्भानुसार घेतला जातो. त्या संप्रदायाच्या सदस्यांमध्ये बंधुभावाचा प्रसार व्हावा, त्यांनी एकमेकांना नेहमी साहाय्य करावे असे त्याचे ध्येय आहे. प्रस्तुत कादंबरीतील या प्रकरणातील फ्रीमेसन्स असा उल्लेख कंझर्व्हेटिव्ह राजवटीतील एका मॅजिस्ट्रेटच्या तोंडी आलेला असून, तो काहीसा कुत्सितार्थी म्हणजे प्रस्थापित धर्मसंस्थेचे व राजसत्तेचे वर्चस्व न मानणारा मनुष्य अशा अर्थाने केलेला आहे. लिबरल पक्षाचा म्हणजे उदारमतवादी विचारसरणीच्या लोकांचा उल्लेख येथे फ्रीमेसन्स असा केलेला आहे.

६. कॅसक – कॅथलिक धर्मगुरूंचा झगा.

प्रकरण सहावे

१. ग्रेगोरियन संकलन – पहिला ग्रेगरी वा तेरावा ग्रेगरी या नावाच्या पोपशी संबंधित गोष्टीला ग्रेगोरियन असे म्हटले जाते. चर्चमध्ये प्रार्थनेच्या वेळी म्हणण्यासाठी ग्रेगोरियन पद्धतीची गाण्यांची मालिका (रेपर्टरी) असा त्याचा अर्थ होतो.

२. ऑल सोल्स डे – रोमन कॅथलिक पंथाच्या अनुयायांमध्ये २ नोव्हेंबर हा दिवस 'ऑल सोल्स डे' म्हणून पाळला जातो. त्या दिवशी जे मृत कॅथलिक अजूनही पर्गेतरीमध्येच राहिले असतील, अशा श्रद्धावान मृतांसाठी सगळे कॅथलिक पंथीय लोक प्रार्थना करतात. या वेळी मृतांसाठीची गंभीर प्रार्थना केली जाते (मृत्यूनंतर मृतात्म्यांना त्यांची पापांची निष्कृती व्हावी म्हणून जिथे राहावेच लागले अशी जागा म्हणजे पर्गेतरी पृथ्वीशिवाय अन्यत्र कुठेतरी आहे, अशी श्रद्धावान ख्रिस्ती लोकांची समजूत असते). काही प्रदेशांमध्ये २ नोव्हेंबरच्या आदल्या दिवशी रात्री दफनभूमीमध्ये सगळीकडे दिवे ठेवण्याची पद्धत आहे. अशा तऱ्हेच्या प्रथा प्रदेशाप्रदेशानुसार वेगवेगळ्या असू शकतात. पृथ्वीवरील श्रद्धावानांनी आपापल्या गावातील, भागातील, देशातील मृतांप्रीत्यर्थ प्रार्थना करणे हा त्यांतील महत्त्वाचा भाग असतो. पिएत्रो क्रेस्पीने आत्महत्येसाठी हा दिवस निवडला आहे. तत्पूर्वी त्याने स्वतःच पेटवून ठेवलेले दिवे आणि घड्याळ्यांचे अखंड टोले व म्युझिक बॉक्सेसमधील संगीतही लक्षणीय आहे.

३. दफनाला विरोध – आत्महत्या करणाऱ्या कुणाही माणसाला जन्म-मृत्यू देण्याच्या परमेश्वराच्या अधिकारामध्ये ढवळाढवळ केली असे मानले जाते व म्हणून अशा व्यक्तीला कॅथलिक पंथाच्या रीतीरिवाजांप्रमाणे, ख्रिश्चन कर्मकांडानुसार दफनाचा सन्मान दिला जात नाहे. अशा व्यक्तीचे दफन सन्मानाने करायचे की नाही हे ठवण्याचा अधिकार आपोआपच स्थानिक धर्मगुरूकडे असतो. फादर निकानोर पिएत्रो क्रेस्पीचे ख्रिश्चन धर्मानुसार दफन करण्याला विरोध करू पाहत होता.

४. कॅलाबॅशचे सिरप – कॅलाबॅश म्हणजे विविध प्रकारचे भोपळे होत. अशा भोपळ्यांपासून तयार केलेले गोड पेय शक्तिवर्धक असते. आपल्याकडे कोहळा, दुधी भोपळा, तांबडा भोपळा, आदी फळभाज्या याच प्रकारे पौष्टिक मानल्या जातात. विशेषतः कोहळा आणि दुधी भोपळा हे दोन्हीही शक्तिवर्धक आहेत असे समजतात.

प्रकरण सातवे

१. रांडेचा – मूळच्या इंग्रजी भाषांतरात 'आय वॉज् बॉर्न ए सन् ऑफ ए विच अँड ॲम गोईंग टू डाय ए सन् ऑफ ए विच' असे वाक्य आहे. सन ऑफ ए विच म्हणजे रांडेचा तसेच कुत्रा हा दुहेरी अर्थ मूळ इंग्रजी शब्दांत आहे.

२. भटक्या ज्यू– भटक्या ज्यूची दंतकथा पश्चिम युरोपामध्ये प्रचलित असून त्या दंतकथेची वेगवेगळ्या देशांमध्ये वेगवेगळी रूपे अस्तित्वात आहेत. येशू ख्रिस्ताला सूळावर चढवण्यासाठी नेले जात असताना एक ज्यू इसमाने त्याची कुचेष्टा केली म्हणून त्याला अंतिम निर्णयाच्या दिवसापर्यंत (डे ऑफ जजमेंट) पृथ्वीवर भटकत राहण्याचा शाप मिळाला. तो ज्या ज्या भागातून भटकत असतो त्या भागात काही तरी अनर्थ घडतात असा समज रूढ असून प्रस्तुत कादंबरीत आणखी एका ठिकाणी म्हणजे सतराव्या प्रकरणात अर्सूलाच्या मृत्यूप्रसंगी त्याच उल्लेख आढळतो. उष्णतेची तीव्र लाटेच्या परिणामी पक्ष्यांनी ती उष्णता असह्य होऊन खिडक्यांची तावदाने फोडून घरांमध्ये शिरून आपले प्राण गमावले असे घडल्याचे तिथे दाखवले आहे.

३. मेसन्स (फ्रीमेसन्स) – पाचव्या प्रकरणातील टीप पाहावी.

४. 'व्हर्जिन ऑफ हेल्प' – पाचव्या प्रकरणातील अवर लेडी ऑफ हेल्प ही टीप पाहावी.

प्रकरण आठवे

१. खवले मांजर – दक्षिण अमेरिकेत सापडणारा, रात्रीच्या वेळी भटकणारा, बिळात राहणारा व कातडी आणि हाडांचे चिलखत असलेला एक प्राणी.

२. गॉडफादर – ख्रिस्ती धर्माच्या प्रथेप्रमाणे मुलाचे नाव ठेवताना प्रत्यक्ष जवळ्या नात्यातला नसलेल्या परंतु एरवीच जवळिकीतल्या एखाद्या पुरुषाला त्या मुलाचा गॉडफादर (धर्मपिता) म्हणून संबोधले जाते. त्याच्यावर त्या मुलाची नैतिक जडणघडण करण्याची जबाबदारी आहे, असे मानले जाते, तसेच आवश्यकता पडली तर त्या मुलाचा प्रतिपाळ करण्याचीही जबाबदारी कुणावर तरी औपचारिकपणे टाकण्याची कल्पना या प्रथेमागे असते.

३. गॉडमदर – वरीलप्रमाणे जबाबदारी ज्या स्त्रीवर टाकली जाते, तिला गॉडमदर असे म्हणतात.

४. झोरिला – झोरिला हा एक स्पॅनिश कवी व नाटककार (इ. स. १८१७ ते १८९३) होता. स्पॅनिश ॲकॅडेमीने इ.स. १८८९मध्ये त्याला राजकवी म्हणून सन्मानित केले होते. त्याच्या मूळ नाटकाचे वाङ्मयचौर्य करून बनवलेल्या नाटकाच्या नावात गॉथस् असा शब्द असावा; परंतु त्या नावाला कॅप्टन ॲकिलस रिकार्डोकडून विरोध असल्याने त्याच्या जागी फॉक्स असा शब्द टाकून त्या नाटकाचा प्रयोग केला जात असावा असे संदर्भावरून दिसते.

५. गॉथ्स – तिसऱ्या व चौथ्या शतकांत रोमच्या साम्राज्यावर हल्ला करणाऱ्या रानटी जर्मन जमातीचे हे नाव असून, कलाकौशल्याच्या वस्तूंचा नाश करणारा रानटी माणूस असाही अर्थ त्या शब्दाला आलेला आहे.

६. सेंट एल्मोची आग – एखाद्या उंचावरील वस्तूच्या भोवती विजेच्या जिभांसारखा प्रकाश कधी कधी दिसतो. बहुतेक वेळ हा प्रकार धुळीच्या वादळामध्ये किंवा हिमवादळात समुद्रावरील बोटींच्या मोठ्या डोलकाठीच्या आजूबाजूला आढळतो. डोलकाठ्यांच्या तसेच विमानाच्या पंखांच्या बाजूला किंवा पर्वतशिखरांच्या बाजूला इतकेच नव्हे तर माणसाच्या डोक्याभोवतीही असा प्रकार दिसून शकतो. विशेषतः वातावरण जेव्हा विजेने भारलेले असते तेव्हा हे घडून येते. जगभर जलसफरी करणाऱ्या ख्रिश्चन समाजामध्ये या प्रकाराला खराब हवेचे सूचक मानले जात असे. काही अगम्य निसर्गचमत्कारांना निरनिराळ्या संतांच्या चमत्कारांशी जोडण्याची रीत ख्रिश्चनांमध्ये आहे. सेंट एल्मो हे बोटीवरील खलाशांचे संरक्षक संत असे मानले जाते, त्यामुळे विजेच्या या चमत्काराला सेंट एल्मोची आग असे म्हटले जाते.

प्रकरण नववे

१ ड्यूक ऑफ मार्लबरो – (इ. स. १६५० ते १७२२) जॉन चर्चिल हा मार्लबरोचा पहिला ड्यूक म्हणून ओळखला जातो. तो इतिहासातील एक फार मोठा नामवंत ब्रिटिश सेनापती आणि युद्धाच्या डावपेचांमधला निष्णात, धूर्त मुत्सद्दी होता. सत्ता आणि संपत्तीचा अतिरेकी हव्यास आणि राजकारणामधल्या सतत बदलत्या निष्ठांमुळे त्याच्यावर टीकाही झालेली आहे.

२. सीबा वृक्ष – अति उष्ण प्रदेशात आढळणारा व रेशमी कापूस (सिल्क कॉटन) देणारा एक वृक्ष.

प्रकरण दहावे

१. पहिले कम्युनियन – ख्रिस्ती घरात जन्मलेल्या मुलाला ख्रिस्ती समाजात सामावून घेण्याचा चर्चमधील विधी. या वेळी त्याला ख्रिस्ती धर्ममतानुसार कोणकोणत्या गोष्टी पाप मानल्या जातात ते धर्मगुरूकडून सांगितले जाते आणि पापांच्या कबुलीजबाब ही संकल्पनाही त्याला स्पष्ट करण्यात येते. धर्मगुरूंकडून त्याला येशूच्या पवित्र शरीराचा भाग म्हणून ब्रेडचा/भाकरीचा तुकडा आणि मद्यार्कहीन तांबडी वाईनही सेवन करण्यासाठी दिली जाते.

२. पापांची डिक्शनरी – कॅथलिक पंथियांच्या प्रथेनुसार चर्च या संस्थेला व्यक्तीच्या दैनंदिन जीवनात खूपच महत्त्व असते. ख्रिस्ती धर्मातील सिन म्हणजे पापाची कल्पना अशी आहे की, वाईट गोष्टी करणे (प्रेमरहित अशी कोणतीही गोष्ट) या तर पाप असतातच; परंतु चांगली गोष्ट करण्याची शक्यता असून, ती न करणे हेदेखील जास्त गंभीर पाप मानले जाते. येशू ख्रिस्ताच्या चरित्रातील 'मी तहानेला होतो, तू मला पाणी दिले नाहीस' इत्यादी गोष्टींना पापाचा अर्थ आहे. अशा अनेकानेक गोष्टींची सूची धर्मगुरूंकडे असते आणि एखाद्याला पहिले कम्युनियन देण्यापूर्वी धर्मगुरू त्याला त्या त्या गोष्टी त्याने केल्या आहेत का असे विचारून घेतात. ख्रिस्ती धर्ममतानुसार ज्या गोष्टींना पाप असे मानले जाते, अशा गोष्टींची जी अतिशय प्रदीर्घ सूची धर्मगुरूंकडे असते, तिला येथे पापांची डिक्शनरी म्हटले आहे. अशी पापे कुणाही ख्रिस्ती व्यक्तीच्या हातून होऊ नयेत, यासाठी चर्च आणि त्याचे अधिकारी म्हणजे धर्मगुरू आपापल्यापरीने जागरूक असतात व त्या माणसाने निदान कबुलीजबाब तरी दिला पाहिजे अशी अपेक्षा असते.

३. 'कबुलीजबाब' – कुणाही व्यक्तीकडून काही पाप घडल्यास त्या व्यक्तीने धर्मगुरूंसमोर एकट्यानेच त्याची कबुली द्यावयाची असते. त्याला कबुलीजबाब (कन्फेशन) असे म्हणतात.

४. रॅफल – प्रामुख्याने कॅथलिक देशांमध्ये प्रचलित असलेला एक प्रकारचा जुगार. यात जुगार चालवणारी व्यक्ती एखादी वस्तू जुगारात जिंकण्यासाठी ठेवते व वेगवेगळे आकडे काही तिकिटांवर लिहितो. ती तिकिटे घेणाऱ्यांपैकी ज्याच्याजवळ ते लकी नंबरचे तिकीट असेल त्याला ती वस्तू मिळते. प्रस्तुत प्रकरणातील पेत्रा कोतेस ही स्त्री अशा प्रकारची रॅफल चालवणारी स्त्री आहे.

५. धावत्या – नदी प्रवाहात कधी कधी एक ते पाच फूट उंचीवरून पडणारे पाण्याचे धबधब्यासारखे प्रवाह असतात, त्यांना इंग्रजीमध्ये रॅपिड्स असे म्हणतात, तर मराठीमध्ये भूगोलतज्ज्ञ त्यासाठी धावत्या असा परिभाषिक शब्द वापरतात.

प्रकरण अकरावे

१. क्लॅव्हिकॉर्ड – युरोपमध्ये पंधराव्या शतकाच्या मध्यावर निर्माण झालेले, कळफलक असलेले एक वाद्य. त्याला पियानोचा पूर्वज म्हणता येईल. लांबट चौकोनी पेटीच्या आकाराच्या या वाद्यात अनेक तारा बसवलेल्या असून, कळफलकाला जोडलेल्या पितळी पट्ट्या त्या तारांवर आघात करतात व तारांच्या कंपनामुळे मंजुळ स्वर निर्माण होतात. कळफलकाच्या वाद्यांमधील हे सर्वांत जुने वाद्य होय. एके काळी स्पेन, इटली आणि जर्मनी या देशांमध्ये हे वाद्य फारच लोकप्रिय होते.

२. 'सिस्टर ऑफ चॅरिटी' – सिस्टर ऑफ चॅरिटी हे कॅथलिक नन्सची एक संघटना असून, त्या संघटनेतील नन्स लोकांमध्ये राहूनच आपले सामाजिक व धार्मिक कार्य करतात. दया, नम्रता आणि साधेपणा या तीन सूत्रांवर त्यांचे जीवनकार्य आधारलेले असते. येशू ख्रिस्तासारखेच लोकांमध्ये राहून लोकांमध्ये देव पाहणे आणि लोकांच्या गरजा भागवण्यासाठी सेवाभावी वृत्तीने सदैव तत्पर असणे हे त्यांचे ब्रीद असते.

३. कोरफडीची फांदी व पावाचा मोठा तुकडा – या दोन वस्तू एखाद्या घराच्या बाहेरच्या दारावर टांगून ठेवणे ही दक्षिण अमेरिकन प्रदेशातील काही तरी स्थानिक प्रथा असावी. कोरफडीच्या फांदीमध्ये औषधी गुणधर्म असतात व त्यावर बरेच संशोधन झालेले आहे. एखाद्या घरात सद्हेतूने येऊ इच्छिणाऱ्या अतिथीला तिथे औषध आणि अन्न मिळेल असा संकेत त्या प्रथेमागे असावा असे संदर्भावरून दिसते.

४. विपिंग विलोज् – विपिंग विलोज् हे एक प्रकारचे शोभिवंत झाड असून, त्याच्या फांद्या खाली झुकलेल्या असतात. ही झाडे ख्रिस्ती दफनभूमीमध्ये मुद्दाम लावलेली असताता. दफनभूमीमधल्या या झाडाच्या झुकलेल्या फांद्यांमुळे ते जणू विलाप करते आहे, असे वाटते म्हणून त्या झाडाला विपिंग विलोज् असे म्हणतात.

५. ते देऊम्चा घंटानाद – ते देऊम हे रोमन कॅथलिक चर्चमध्ये सकाळच्या प्रार्थनेच्या वेळी परमेश्वरस्तुतीपर गायले जाणारे एक स्तोत्र असून, ते स्तोत्र म्हणण्यासाठी चर्चमध्ये जमण्याची सूचना देण्यासाठी विशिष्ट प्रकारचा घंटानाद केला जातो. अशा घंटानादाला येथे ते देऊम्चा घंटानाद असे म्हटले आहे.

६. ॲश वेनस्डे – ख्रिस्ती समाजाच्या रीतीरिवाजांमध्ये ईस्टरपूर्वीचा सातवा बुधवार हा लेंटचा व चाळीस दिवसांच्या उपवासाचा पहिला दिवस असतो. या दिवशी चर्चमध्ये गेलेल्या भाविक ख्रिश्चनांच्या कपाळी राखेची खूण केली जाते. त्यातून त्यांना मृत्यूची तसेच आपल्या पापांची दुःखद जाणीव व्हावी

आणि आपले जीवन बदलण्याची आवश्यकता त्यांना पटावी अशी त्यामागे कल्पना असते (एखाद्या वर्षी ॲश वेनसूडे वगैरे केव्हा असणार ते चर्चकडून दहा-बारा वर्षे आधीच ठरवले जाते व भाविक ख्रिश्चनांना त्याची पूर्वकल्पना चर्चकडून दिली जाते. उदाहरणार्थ, २००६ वर्षामध्ये १ मार्च या दिवशी ॲश वेनस्डे होता).

प्रकरण बारावे

१. नोबेना – ख्रिस्ती समाजात कोणत्याही विशेष निमित्ताने नऊ दिवस सलगपणे प्रार्थना करण्याची रीत आहे. अशा विशेष प्रार्थनेला नोबेना म्हणतात.
२. पलपिट – चर्चमध्ये सार्वजनिक प्रार्थनेच्या वेळी ज्या लाकडी स्टँडपाशी उभे राहून धर्मगुरू आपले धार्मिक प्रवचन करत असतात, त्याला पलपिट असे म्हणतात. तिथून केलेल्या प्रवचनातून धर्मगुरूंनी दिलेल्या सूचना, आज्ञा इत्यादींना 'करावे', 'करू नये' असा विधिनिषेधात्मक धार्मिक-सामाजिक अर्थ येतो.

प्रकरण तेरावे

१. आर्चएंजल गॅब्रिएल – बायबलमध्ये ज्या तीन देवदूतांचा नावानिशी उल्लेख आढळतो, त्यांमध्ये आर्चएंजल गॅब्रिएल हा ख्रिस्ती समाजात महत्त्वाचा देवदूत मानला जातो. ॲनियल या प्रेषिताला तसेच येशू ख्रिस्ताची माता मेरी हिला त्याचे दर्शन झाले होते. देवपुत्राची माता म्हणून परमेश्वराने तिची निवड केली असल्याची घोषणा आर्चएंजल गॅब्रिएलने मेरीपाशी केली. उजवा हात आशीर्वादपर आश्वासक मुद्रेमध्ये उभारलेला अशी त्याची प्रतिमा ख्रिस्ती धर्मानुयायांमध्ये रूढ आहे.
२. अंत्यवस्त्र – ख्रिस्ती समाजात अंत्यसंस्काराच्या वेळी कॉफिनमध्ये प्रेत ठेवताना ते ज्या कपड्यात झाकले जाते असा कपडा म्हणजे अंत्यवस्त्र (श्राऊड) होय.
३. सारासेन – युरोपातल्या क्रुसेड्समधील मुसलमान वीर.

प्रकरण चौदावे

१. पुनरुज्जीवन – येशू ख्रिस्ताला सुळावर चढवल्यानंतर तो तिसऱ्या दिवशी पुन्हा जिवंत झाला (रिसर्क्शन). आमारान्ता थोड्याच वेळाने मरणार आहे असे तिने जाहीर केले होते. तिच्या मृत्यूसंबंधीच्या त्या सूचनेवर विश्वास नसलेला तिचा भाचा औरेलियानो सेगुन्दो चेष्टेने म्हणतो की, ती मरून पुन्हा (येशू ख्रिस्तासारखी) जिवंत होईल, तेव्हा आपण तिच्या पुनरुज्जीवनानिमित्त मोठी पार्टी देणार आहोत.

प्रकरण सोळावे

१. ऱ्होड्सचा भव्य पुतळा – हा हेलियस म्हणजे सूर्यदेवतेचा ब्राँझचा प्रचंड पुतळा प्राचीन काळी झालेल्या एका भूकंपामुळे नष्ट झाला. प्राचीन काळचे लोक याला जगातील सात आश्चर्यांपैकी एक मानत असत. ख्रिस्तपूर्व २९२ ते २८० यादरम्यान तो बांधला गेला होता. त्याविषयीच्या दंतकथेनुसार त्याची उंची १०० फूट होती व तो बंदरावर पाय फाकून उभा केलेला असल्यामुळे त्या पायांच्यामधून जहाजे ये–जा करत असत.

२. मूर्तिपूजक – कॅथलिक संस्कृतींमध्ये कुणालाही उद्देशून मूर्तिपूजक असे म्हणणे हे एखादी शिवी देण्यासारखेच आहे.

३. अकरा पेनिन्सुलर नावे – आपल्या खानदानी परंपरेचा अभिमान असलेली फेर्नांदा 'सही करताना आपल्या मात्यापित्यादी पूर्वजांची तसेच सासरच्या लोकांची नावे लिहून त्यात हारातल्या पदकासारखे आपले नाव आपण लिहू शकतो, तसा अधिकार आपल्याला (सरंजामी) व्यवस्थेकडून प्राप्त झाला आहे,' असे गर्वाने सांगू इच्छिते.

४. पेण्टेकोस्टचा उपवास – येशू ख्रिस्ताच्या पुनरुज्जीवनानंतर पन्नासाव्या दिवशी पवित्र आत्मा जोरदार वाऱ्याच्या झोतासह आगीच्या ज्वालांच्या रूपात येशूच्या शिष्यांसमोर येऊन उतरला आणि त्याने त्यांना अशी शक्ती प्रदान केली, त्यामुळे वेगवेगळ्या भाषा बोलणाऱ्या सगळ्या लोकांना त्या शिष्यांचे म्हणणे सहज कळावे. हा दिवस म्हणजे ईस्टरनंतर येणारा सातवा रविवार असतो. हा ईस्टरटाईडचा शेवटचा दिवस होय (उदाहरणार्थ, ४ जून २००६ हा दिवस पेण्टेकोस्ट फीस्टचा होता). या घटनेच्या स्मरणार्थ दर वर्षी ख्रिस्ती लोक होली स्पिरीटचा म्हणजे पवित्र आत्म्याचा सण साजरा करतात. अशाच एका रविवारी ख्रिस्ती चर्चची स्थापना झाली होती, तेव्हा चर्चचा जन्मदिवस म्हणूनही ईस्टरटाईडचा हा शेवटचा दिवस जगभरातील ख्रिस्ती समाजाकडून पाळला जातो. काही प्रदेशांमध्ये हा सण साजरा करण्यासाठी पूर्वतयारीच्या दिवशी उपवास करण्याची प्रथा असावी. उपवास करणे, भिक्षा घालणे या तत्सम धर्मादाय गोष्टी दयाबुद्धीने करणे, याला ख्रिस्ती धर्ममतामध्ये प्रायश्चित्तात्मक अर्थ असतो. फेर्नांदा अशी कर्मकांडे मनःपूर्वक करते, तर तिच्या सासरच्या कुणालाही त्याविषयी आस्था नाही हे अधोरेखित करण्यासाठी ती आपल्या पेण्टेकोस्ट उपवासाचा उल्लेख करते.

५. नाइट ऑफ द ऑर्डर ऑफ द होली सेपुल्कार – येशू ख्रिस्ताच्या पवित्र थडग्याचे रक्षणकर्ते सरदार. अशा सरदारांच्या मंडळाला 'ऑर्डर ऑफ द होली सेपुल्कार' असे म्हणतात. या मंडळातील सरदार असा किताब ज्याला चर्चकडून मिळालेला आहे, असा मनुष्य.

६. जोनाहची बायको – जोनाह हा ख्रिश्चन धर्मातील एक कमी महत्त्वाचा प्रेषित असून त्याच्या विषयीची पुराणकथा पुढीलप्रमाणे आहे – 'जोनाहने निनेव्हाच्या लोकांना धर्माची शिकवण द्यावी' या परमेश्वराच्या आज्ञेचे पालन केले नाही म्हणून तो जहाजावरून प्रवास करत असताना त्याला शिक्षा करण्यासाठी परमेश्वराने मोठा वारा वाहवून त्याला जहाजावरून खाली लोटले. पाण्यात पडल्यानंतर त्याला एका व्हेल माशाने गिळले. तीन दिवस तो माशाच्या पोटात राहून नंतर परमेश्वरी इच्छेनुसार सुखरूप बाहेर फेकला गेला. प्रस्तुत प्रकरणात फेर्नांदा 'आपण असल्या गोष्टींवर विश्वास ठेवणाऱ्या जोनाहच्या बायकोसारखी भोळी नाही आहोत' असे म्हणून आपल्या नवऱ्याची संसारविषयक बेफिकिरी उघड पाडू इच्छिते हे स्पष्टच आहे.

७. व्हेल माशाबद्दलची गोष्ट – वरीलप्रमाणे.

प्रकरण सतरावे

१. पाम संडे – ख्रिस्ती कॅलेंडरनुसार ईस्टरपूर्वीचा रविवार. हा लेंटमधला सहावा आणि शेवटचा रविवार तसेच पवित्र आठवड्याचा पहिला दिवस असतो. लेंट म्हणजे धार्मिक गोष्टींमध्ये गर्क राहण्याचा, चाळीस दिवसांच्या उपवासाचा कालावधी होय. येशूने गाढवावर बसून जेरूसलेममध्ये प्रवेश केला तो याच दिवशी. त्याच्या अनुयायांनी स्वागतासाठी पामची पाने त्याच्या मार्गात पसरली होती म्हणून या दिवसाला पाम संडे म्हणतात.

२. गुड फ्रायडे – येशू ख्रिस्ताला ज्या दिवशी सुळावर चढवले गेले, त्या दिवसाला गुड फ्रायडे म्हणतात. येशू ख्रिस्ताचे सुळी जाणे म्हणजे अखिल मानवजातीच्या पापांसाठी त्याने केलेले बलिदान होते म्हणून त्या दिवसाला शुभ मानून गुड फ्रायडे असे म्हटले जाते.

३. ईस्टर संडे – गुड फ्रायडेनंतरच्या रविवारी म्हणजे ईस्टर संडेला येशूचे पुनरुज्जीवन झाले. हा ख्रिश्चनांचा प्रमुख सण आहे. पाश्चात्त्य देशांमधील वसंतऋतूच्या देवतेच्या ईस्टर या नावावरून त्या सणाला हे नाव दिलेले दिसते. येशूच्या पुनरुज्जीवनाच्या स्मरणार्थ पाश्चात्त्य ख्रिस्ती लोक हा सण साजरा करतात. पाश्चात्त्य देशांमध्ये ईस्टरचा सण व्हर्नल इक्विनॉक्सनंतर येणाऱ्या साधारणतः २२ मार्च ते २५ एप्रिलच्या मध्यावर असलेल्या पौर्णिमेनंतरच्या रविवारी येतो. हे सर्व चर्चने तयार केलेल्या ख्रिस्ती कॅलेंडरनुसार ठरत असते.

प्रकरण अठरावे

१. हरमन द क्रिपल – (इ. स. १०१३–१०५४) याच्या जन्मापासूनच तो अधू होता. कुणाच्या मदतीशिवाय तो हलू–चालू शकत नव्हता; परंतु अत्यंत बुद्धिमान आणि निसर्गतःच अनेक दैवी देणग्या लाभलेल्या या व्यक्तीकडे फर दूर दूरचे विद्यार्थी शिकण्यासाठी येत. धर्मशास्त्र, गणित, खगोलशास्त्र, संगीत, लॅटिन, ग्रीक आणि अरेबिक या भाषा इत्यादी सर्व विषयांमध्ये त्याला विशेष गती होती. त्याने ख्रिस्तजन्मापासून ते आपल्या काळापर्यंतचा इतिहास लिहून ठेवला होता. खगोलशास्त्र आणि संगीतामध्येही गती असल्याने त्याने अनेक वाद्ये आणि खगोलशास्त्रात उपयुक्त ठरतील, अशी साधनेही तयार केली होती. त्या दोहोंमधील त्याचे लेखन आणि संशोधन प्रसिद्ध आहे.

२. शहाणा कॅतालोनिया – कातालान ही एक इंडोयुरोपियन गटातल्या इटालिक उपकुलातील भाषा असून, सुमारे ऐंशी लाख लोक ती भाषा बोलतात. कॅतालोनिया म्हणजे ती भाषा बोलणारा. या प्रकरणात कॅतालोनिया या नावाने उल्लेखलेला हा गृहस्थ लिटरेचरचा माजी प्रोफेसर असून त्याच्या विद्वत्तेमुळे कादंबरीकाराने त्याचा उल्लेख मूळ नावाने न करता शहाणा कॅतालोनिया असा केला आहे.

३. सेंट पीटरचे सिंहासन – सेंट पीटर हा येशू ख्रिस्ताने निवडलेल्या बारा शिष्यांचा प्रमुख होता. ख्रिश्चन परंपरेमध्ये तो पहिला पोप म्हणून प्रसिद्ध झाला. त्याच्याच जवळ स्वर्गाच्या दाराच्या किल्ल्या आहेत, अशीच भाविक ख्रिश्चनांची समजूत असते. सेंट पीटरचे उच्चासन म्हणजे पोपचे सिंहासन वा सर्वोच्च स्थान होय. कोणत्याही धर्मगुरूने पोप बनणे ही शक्य तरीही अत्यंत अवघड अशी गोष्ट असते, पोपची निवडप्रक्रिया हीदेखील फारच गुंतागुंतीची असते. आपला मुलगा पोप होईल, असे असंभाव्य स्वप्न फेर्नांदा पाहत होती. वास्तविक धर्मगुरू होण्यासाठी घरापासून दूर पाठवलेल्या त्या मुलाने धर्मशास्त्राचा अभ्यासदेखील कधीच सोडून दिला होता; परंतु तो आपल्या आईला तिच्या भ्रमातच राहू देतो आणि ती एवढी महत्त्वाकांक्षी आहे की, तिला 'कुणीही पोप होणे कितीही अवघड असले तरी आपला मुलगा पोप होईलच,' अशी आशा वाटत राहते.

४. आंधळा आयझॅक – दुसरा आयझॅक हा बायझंटाईन सम्राट बाराव्या–तेराव्या शतकात होऊन गेला. त्याच्या राज्यात भ्रष्टाचार खूपच वाढला होता म्हणून त्याच्या भावाने त्याला गादीवरून दूर करून आंधळाही केले. पुढे त्याच्या मुलाने वडिलांची गादी परत मिळवली व काही वर्षे पितापुत्रांनी एकत्रितपणे राजा म्हणून राज्य चालवले. दुसऱ्या आयझॅकपूर्वी पहिला आयझॅकही होऊन गेला होता. शहाण्या कॅतालोनियाने आपल्या खास स्वभावानुसार येथे दुसऱ्या आयझॅकचा गमतीने उल्लेख आंधळा असा केलेला दिसतो. 'ही पुस्तके

तुझ्यापूर्वी फक्त आंधळ्या आयझॅकने वाचली असावीत' असे म्हणण्यात त्याचा स्वभावनिष्ठ तिरकसपणा आहे.

५. गँडोल्फो – रोमपासून सुमारे ३० कि.मी. अंतरावर असलेला पोपमहाराजांचा उन्हाळी राजप्रसाद. हा १७व्या शतकात बांधलेला आहे.

प्रकरण एकोणिसावे

१. डिसेंबरच्या पहिल्या एंजल्सपूर्वी – येशू ख्रिस्ताच्या जन्माची वार्ता देवदूतांनी २४ डिसेंबरला घोषित केली. या देवदूतांचे पहिले दर्शन होण्यापूर्वी असा हा वाक्यांशाचा अर्थ आहे.

२. फॉर्च्युनेट आयल्स – पश्चिम महासागरातील फॉर्च्युनेट आयल्स या बेटांचा उल्लेख अभिजात वाङ्मयात तसेच सेल्टिक दंतकथांमध्ये आढळतो. कॅनरीज आयलंड तसेच मादेरिया आयलंड्स हीच फॉर्च्युनेट आयल्स होत असेही मानले जाते. देवांच्या दृष्टीने आवडत्या आत्म्यांचे या बेटांवर स्वागत केले जाते व हेच आत्मे पुढे स्वर्गात सुखाने राहतात, असाही समज भाविक ख्रिस्ती समाजात रूढ होता.

३. श्रद्धेय बीदी – श्रद्धेय बीदी हा सतराव्या शतकात होऊ गेलेला ब्रिटिश बेनेडिक्टन विद्वान इतिहासतज्ज्ञ धर्मगुरू होय. त्याच्या लेखनात त्याच्या काळातील जवळजवळ सर्व मानवी ज्ञानाचे संकलन आहे. इ. स. १८९९मध्ये रोमन कॅथलिक चर्चकडून त्याला 'सेंट' ही पदवी प्रदान करण्यात आली. रोमन कॅथलिक चर्चतर्फे 'सेंट' ही माणसाला मिळू शकणारी सर्वश्रेष्ठ पदवी असून, ती मरणोत्तरच प्राप्त होऊ शकते. याला 'डॉक्टर ऑफ द चर्च' या पदवीनेही सन्मानित करण्यात आलेले आहे. त्याच्या लेखनाचे वैशिष्ट्य म्हणजे त्याने आधुनिक काळातील संशोधक विद्वानासारखा अनेक कागदपत्रे व ग्रंथांचा आधार आपल्या लेखनासाठी घेऊन त्यांचा तसा उल्लेख केलेला आहे. इंग्लंडमधील ॲंग्लोसॅक्सन संस्कृतीच्या आणि ख्रिस्ती धर्माच्या विकासाचा विद्वन्मान्य व विश्वासार्ह इतिहास त्याने आपल्या काळात लिहिलेला आहे.

४. बीझल – पांढऱ्या उंदरासारखा दिसणारा; पण आकाराने त्या उंदराहून मोठा आणि मांसाहारी असलेला हा प्राणी लहानखुरा असतो. तो जमिनीत बिळे करून राहतो आणि उंदीर व तत्सम प्राण्यांची शिकार करून जगतो. आपल्या भक्ष्याच्या बिळात शिरताना त्याची हालचाल जशी होत असावी, तशी हालचाल असा अर्थ येथे अभिप्रेत आहे.

प्रकरण विसावे

१. सेनेका – सध्याच्या स्पेनमधील कार्डोबा या गावी जन्मलेला सेनेका (ज्युनिअर) (ख्रिस्तपूर्व ३ ते ख्रिस्तोत्तर ६५) हा रोमन तत्त्वज्ञ, नाटककार आणि राजकीय मुत्सद्दी होता. कॉडियम या राजाने त्याला ख्रिस्तोत्तर ४१मध्ये हद्दपार केले होते. नीरोच्या तरुणपणी तो त्याचा शिक्षक होता आणि त्याच्या कारकिर्दीमध्ये सेनेकाचे प्रस्थ खूपच वाढले होते. त्याने खूप संपत्ती जमा केली होती व नीरोच्या पत्नीचा अधिकार जेव्हा वाढला होता, तेव्हा त्याला आत्महत्या करण्याची शिक्षा झाली. स्वतःच्या रक्तवाहिन्या कापून घेऊन तो मृत्यूला सामोरा गेला आणि त्याचा मृत्यू रोमन लोकांना फारच उदात्त भासला. त्याने लिहिलेल्या शोकांतिकांचा युरोपिय साहित्यावर फार मोठा प्रभाव पडला. आधुनिक काळात त्याच्या नाटकांबद्दल टीकाकारांनी नापसंती व्यक्त केली तरी 'रेनेसाम्स ट्रॅजिडीज्'वरील त्याचा प्रभाव मान्य केला आहे.

२. ऑव्हिड – ऑव्हिड हा एक लॅटिन कवी असून, त्याचा जन्म ख्रिस्तपूर्व ४३ या वर्षी झाला. त्याने जरी कायद्याचे शिक्षण घेतले तरी त्याचा ओढा साहित्याकडे विशेष असल्यामुळे रोममधील साहित्यिकांच्या वर्तुळात तो वावरत असे. कवी म्हणून त्याला खूप प्रसिद्धी मिळाली आणि सम्राट ऑगस्टस याच्याशीही त्याचा परिचय होता. कुठल्या तरी अज्ञात कारणामुळे त्याला काळ्या समुद्रावरील एका बेटावर राहण्याची हद्दपारीची शिक्षा दिली गेली होती. त्याच्या काव्याचे प्रेमकाव्य, पौराणिक काव्य आणि हद्दपारीतील काव्य असे तीन विभाग पडतात. मेटॅमॉर्फोसिस – पौराणिक काव्य म्हणजे त्याची सर्वोत्कृष्ट निर्मिती होय. संपूर्ण युरोपीय साहित्यावर त्याच्या लेखनाचा फार मोठा प्रभाव पडलेला आहे.

३. सेंट ऑगस्टिन – सेंट ऑगस्टिन (इ. स. ३५४–४३०) हा चार लॅटिन बिशपांपैकी एक होता. त्याची आई सेंट मोनिका हिचा फार मोठा प्रभाव त्याच्या जीवनावर होता. तिने सुरुवातीपासून त्याच्यावर ख्रिस्ती धर्माचे संस्कार केले होते तरी त्याने काही काळ त्या धर्माचा त्यागही केला होता. त्या काळादरम्यान तो मॅनिकॅइझमने प्रभावित झाला होता व त्यातच तो निओप्लॅटॉनिझम आणि स्केप्टिसिझम या विचारसरणींकडे आकृष्ट झाला होता. त्या विचारसरणींच्या सखोल अभ्यासामुळे त्याने मॅनिकॅइझमचा त्याग केला. दोन वर्षांच्या संशयग्रस्तता आणि दोलायमान अवस्थेनंतर मिलान येथील बिशप सेंट अँब्रोज् यांच्या प्रवचनांनी प्रभावित होऊन तो पुन्हा ख्रिस्ती धर्माकडे वळला. त्यानंतर तो हिप्पो या शहरी आला, तेव्हा तेथे त्याला 'ऑक्झिलयरी बिशप' (इ.स. ३९१) व नंतर 'बिशप' हे पद देण्यात आले. हिप्पोमध्ये तो अखेरपर्यंत

राहिला. ख्रिस्ती धर्ममतामधील आदिम पापाविषयीच्या जवळपास पायाभूत असा सिद्धान्त त्यानेच मांडला असून, ख्रिस्ती धर्ममार्तंडांमध्ये त्याचे स्थान मोठे आहे. 'कन्फेशन्स' हा त्याचा ग्रंथ म्हणजे ख्रिस्ती धर्म स्वीकारलेल्या व्यक्तीचे उत्कृष्ट असे आत्मचरित्र मानले जाते. 'सिटी ऑफ गॉड' हा त्याचा ग्रंथ इतिहासाचा ख्रिश्चन अन्वयार्थ मांडणारा असून, तो त्याच्या एकूण ग्रंथसंपदेतील सर्वोत्कृष्ट म्हणता येईल. त्याचे सर्व ग्रंथ भाषांतररूपात उपलब्ध आहेत.

४. अर्नाल्दो ऑफ विलानोवा – (इ. स. १२३५–१३१५) हा आरागोनच्या राजाचा व्यक्तिगत डॉक्टर होता. सुमारे एक दशकासाठी युनिव्हर्सिटी ऑफ मॉन्तेपेलियरचा चॅन्सेलर म्हणूनही त्याने काम केले होते. आपल्या काळात त्याने वैद्यकशास्त्रात मोलाची कामगिरी केली होती, असे दिसते.

अनुवादक परिचय

केशव सद्रे हे मराठी साहित्य विश्वातील सुपरिचित लेखक आणि अनुवादक आहेत. सेंट झेवियर्स कॉलेज, म्हापसा, गोवा येथे त्यांनी २६ वर्षे आणि गोवा विद्यापीठात ८ वर्षे मराठी विषयाचे अध्यापन केले आहे.

'साहित्य : देय आणि श्रेय', 'नेमाडे यांचे साहित्य एक अन्वयार्थ' या त्यांच्या पुस्तकांना गोमंतक मराठी अकादमीचा पुरस्कार आणि 'कवितेतील आधुनिकवाद' या पुस्तकाला महाराष्ट्र साहित्य परिषद पुणे यांचा पुरस्कार प्राप्त झाला आहे.